சீர்திருத்த நிலையம்

சீர்திருத்த நிலையம்
(சாகித்திய அகாதெமி விருது பெற்ற பஞ்சாபி நாவல்)

பஞ்சாபி மூலம்: மித்தர் சைன் மீத்

தமிழாக்கம்: உஷா ராமன்

சாகித்திய அகாதெமி

Seerthirutha Nilayam: Tamil translation by Usha Raman of Mitter Sain Meet's Award winning Punjabi novel titled 'Sudhar Ghar', Sahitya Akademi, New Delhi, (2024), Rs. 775/-

உரிமை © சாகித்திய அகாதெமி		
ஆசிரியர்	:	மித்தர் சைன் மீத்
தமிழாக்கம்	:	உஷா ராமன்
பொருள்	:	நாவல்
வெளியீடு	:	சாகித்திய அகாதெமி
முதல் பதிப்பு	:	2024
ISBN	:	978-93-5548-520-5
விலை	:	ரூ. 775/-

All rights reserved. No part of this book may be reproduced or utilized in any form or by any means, electronic or mechanical including photocopying, recording or by any information storage and retrival system, without permission in writing from Sahitya Akademi.

 சாகித்திய அகாதெமி

தலைமை அலுவலகம் : இரவீந்திர பவன், 35, பெரோஸ்ஷா சாலை, புது தில்லி 110 001.
secretary@sahitya-akademi.gov.in | 011-23386626/27/28.

விற்பனை அலுவலகம் : 'ஸ்வாதி' மந்திர் சாலை, புது தில்லி 110 001
sales@sahitya-akademi.gov.in | 011-23745297, 23364204.

கொல்கத்தா 4, டி.எல். கான் சாலை, கொல்கத்தா 700 025
rs.rok@sahitya-akademi.gov.in | 033-24191683/24191706.

சென்னை குணா வளாகம், 443, இரண்டாம் தளம், அண்ணா சாலை, தேனாம்பேட்டை, சென்னை 600 018.
chennaioffice@sahitya-akademi.gov.in 044-24311741 | 24354815

மும்பை 172, மும்பை மராத்தி கிரந்த சங்கிரகாலய சாலை, தாதர், மும்பை 400 014
rs.rom@sahitya-akademi.gov.in 022-24135744 | 24131948.

பெங்களூரு மத்தியக் கல்லூரி வளாகம், பல்கலைக்கழக நூலக கட்டிடம், டாக்டர் அம்பேத்கர் வீதி, பெங்களூரு 560 001
rs.rob@sahitya-akademi.gov.in. 080-22245152, 22130870.

அட்டை வடிவமைப்பு : Spectrum Graphic Studio, Chennai.
ஒளி அச்சு : R. Udhayabaskar, NN Seven, Chennai - 32.
அச்சகம் : Mani Offset, Chennai
Visit our website at http://www.sahitya-akademi.gov.in

மொழிபெயர்ப்பாளரின் குறிப்புரை

மொழிபெயர்ப்பு என்பது வெறும் சொற்களின் மாற்றம் மாத்திரம் இல்லை. இது வேறொரு மக்கள் குழுவின் மொழியையும் கலாச்சாரத்தையும் புரிந்து கொள்ள உதவும் சாதனமாகிறது. ஒரு எழுத்தாளரின் மொழிபெயர்பைப் படிப்பது இரண்டு ஆசிரியர்களின் படைப்புகளைப் படிப்பது போன்றதாகும்.

இந்தப் புத்தகம் பஞ்சாபியில் பிரபல எழுத்தாளர் மித்தர் சைன் மீத்தினால் எழுதப்பட்டு, பின்பு ஆங்கிலத்தில் மொழி பெயர்க்கப்பட்டு, இப்பொழுது தமிழில் மொழி பெயர்க்கப்பட்டுள்ளது. பஞ்சாபி பதிப்பின் சாரத்தைத் தமிழில் சரியாகக் கொண்டுவர முடியுமா என்று எனக்குச் சிறிது தயக்கமாக இருந்தது ஏனென்றால் பஞ்சாபி மொழியின் ka, kha, ga, gha போன்ற எழுத்துக்களுக்கு இணையாகத் தமிழில் ka என்கிற ஒரே எழுத்து மட்டுமே உள்ளது. தமிழ் வாசகர்கள் வார்த்தைகளின் அர்த்தத்தை முழுமையாகப் புரிந்து கொள்வதற்காகப் பஞ்சாபிச் சொற்களை அப்படியே சாய்வு எழுத்தில் காண்பித்து, அவற்றின் அர்த்தங்களைச் சொல்லகராதியில் விளக்கியுள்ளேன். பல பஞ்சாபி வார்த்தைகளை நான் கற்றுக்கொண்டேன், தமிழ் வாசகர்களும் கற்றுக்கொள்ள இது உதவும் என்று நினைக்கிறேன்.

இந்த நாவல் சிறையில் அடைக்கப்பட்டிருக்கும் கைதிகள் மற்றும் சிறை ஊழியர்களின் வாழ்க்கையைப்பற்றியதாகும். வாழ்க்கையில் எப்பொழுதும் மாற்றங்கள் ஏற்பட்டுக் கொண்டே இருக்கின்றன. இவர்களின் வாழ்க்கையில் ஏற்படும் மாற்றங்கள் நம்மைச் சிந்திக்க வைக்கிறது. சட்டம் அனைவருக்கும் சமம் என்று கூறப்பட்டாலும் அதில் பல குறைபாடுகள் உள்ளன என்பதை நாவல் சுட்டிக் காட்டுகிறது. இந்தப் புத்தகத்தைப் படித்த பிறகு மக்கள் தேவையற்ற சட்டவிரோத செயல்களில் ஈடுபடுவதைத் தவிர்த்து அமைதியான வாழ்க்கை வாழ விரும்புவார்களென்று நான் நம்புகிறேன்.

அத்தியாயம் 1

ஒரு குழந்தையைக் கடத்திக் கொண்டுபோய், பெருந்தொகை கிடைக்காததனால் கோபமடைந்து அக்குழந்தையைக் கொன்றுவிட்டதாகப் பாலாவும் மீதாவும் குற்றம்சாற்றப்பட்டிருந்தனர். இக்கொடிய குற்றத்திற்காக அவர்களுக்கு ஆயுள்தண்டனை விதிக்கப்பட்டிருந்தது. நாட்டில் கலவரம் உண்டாக்கி மக்களிடையே பீதியை உருவாக்கத் தீவிரவாதிகள் இவ்வாறான நடவடிக்கைகளில் ஈடுபடுவது உண்டு. பாலாவும் மீதாவும்கூட இந்த நோக்கத்துடன்தான் இக்கொலையைச் செய்ததாகப் பரவலாகப் பேசப்பட்டது.

இரண்டு தரப்பு வழக்கறிஞர்களும் தங்களது வாதங்களை நீதிபதியின் முன்வைத்தனர். நீதிமன்றத்திற்கு வழக்கின் தீவிரத்தன்மையை உணர்ந்து நியாயமாக, தர்க்க ரீதியான முறையில் ஆழ்ந்து, ஆலோசனை செய்து தீர்ப்பு அறிவிக்க வேண்டியிருந்தது. சட்ட நடவடிக்கைகள் முடிவடைவதற்குள் மிகவும் தாமதமாகிவிட்டது.

அந்த ஊரிலிருந்த சிறைச்சாலை சிறியதாக இருந்ததால், விசாரணைக்குட்பட்டிருந்த கைதிகள் அல்லது சிறு சில்லரை குற்றங்கள் செய்த கைதிகளை மட்டுமே அங்கு வைத்திருந்தனர். ஆயுள் தண்டனை பெற்ற பயங்கர தீவிரவாதிகள் 100 கிலோமீட்டர் அப்பாலிருந்த மாயா நகரின் சென்ட்ரல் ஜெயிலுக்கு அனுப்பப்பட்டனர்.

பொதுவாக இதுவரை கைதான தீவிரவாதிகள் அனைவரும் தண்டனை அளிக்கப்படாமல் விடுதலை செய்யப்பட்டிருந்தனர். அந்த மாநிலத்தில் தீவிரவாதிகளுக்கு இவ்வாறான கடும் தண்டனை விதிக்கப்பட்டது இதுவே முதல் தடவையாக இருந்திருக்கலாம். இதுவரை அவர்கள் எப்பொழுதும் குற்றச்சாட்டிலிருந்து விடுவிக்கப்பட்டிருந்தனர்.

மாயாபுரிக்குச் செல்லும் அந்த நூறு கிலோ மீட்டர் எல்லைக்குள் ஆங்காங்கு தீவிரவாதிகள் பதுங்கிக் கொண்டு போலீஸ் வண்டியைத் தாக்கி, கைதிகளை விடுவித்துத் தப்பியோடி விடும் அபாயம் இருந்ததால் காவல்துறையினர் மிகுந்த பந்தோபஸ்துடன் போகும் பாதை முழுவதும் ரோந்து போலீசார் பணியை மேற்கொண்ட பிறகே அபராதிகளை இடமாற்றம் செய்தனர்.

கடும் தண்டனை விதிக்கப்பட்ட ஆபத்தான கைதிகளை ஏற்றிச் செல்லும் ‘புல்லட் ப்ரூப்’ (குண்டு புகா) வண்டிக்குள் உட்கார்ந்திருந்த பாலா, மீதா இரண்டு பேருக்கும் வெளியில் நடப்பவை ஏதும் அறிய

வாய்ப்பில்லை. சிறைக்குச் செல்வது அவர்களுக்கு ஒன்றும் புதியதல்ல. இதற்கு முன்பும் அவர்கள் பல முறை சிறு குற்றங்களுக்காகக் காவல் துறையினரால் கைது செய்யப்பட்டுச் சிறைவாசம் செய்தவர்கள்தான். சிலசமயம் இரண்டு அல்லது மூன்று மாதங்கள் அல்லது அதிகபட்சம் ஆறு மாத காலம் வரை.

பாதித் தண்டனை வழக்கு விசாரணையில் கடந்து விடும். மற்றபாதி, அவர்கள் சிறையிலிருப்பதே தெரியாமல் ஓடிவிடும். இம்முறை ஆயுள் தண்டனை கொடுக்கப்பட்டது அவர்களை மரத்துப் போகச் செய்தது.

இதற்கு முன்பு இந்தக் குறிப்பிட்ட வழக்கின் விசாரணைக்குச் சென்ற பொழுதெல்லாம் அவர்கள் வழி முழுவதும், விடாமல், தங்களுக்குள் அல்லது மற்ற விசாரணைக்குட்பட்டிருந்த கைதிகளுடன் அரட்டை அடித்துக் கொண்டு சென்றனர். கிண்டலடித்துக் கொண்டும், பேசி, சிரித்துக் கொண்டும், வழி முழுவதும் இப்படியே கடந்து விடும். அவர்கள் மீதான குற்றச்சாட்டுக்கள் பொய்யானவை என்று அவர்களுக்குத் தெரியும். போலீசார், சாட்சிகள் அல்லது மற்றவர்கள் எல்லோரும் என்ன சொன்னாலும் உண்மை என்னவென்பது அவர்களுக்குத் தெரியும். முன்பு அவர்களுக்கு அளிக்கப்பட்ட தண்டனை அவர்கள் உண்மையிலேயே செய்த குற்றத்திற்காகக் கிடைத்தது. அவர்கள் செய்த குற்றத்திற்காகத் தண்டிக்கப் பட்டதைப்போல அவர்கள் செய்யாத குற்றத்திற்காக அவர்கள் விடுவிக்கப்படுவார்கள். இவ்வாறாகத்தான் அவர்கள் உறுதியாக நம்பினார்கள். தவிர, முழு நகரமும் அவர்களுக்கு ஆதரவு அளித்தது. நகரத்தில் போராட்டங்கள் மற்றும் 'ஹர்தால்' நடத்தப்பட்டன. அவர்களை விடுதலை செய்ய ஊர்வலங்களும் 'தர்ணா'க்களும் ஏற்பாடு செய்யப்பட்டன. நகரின் உயர்மட்ட வழக்கறிஞரின் குழு ஒன்றும் அவர்களுக்காக வாதாடிக்கொண்டிருந்தது. விடுதலை பெற்று விடுவோம் என்ற உறுதியான நம்பிக்கையில் இருந்த அவர்கள் ஒரு பாதகமான விளைவைக் கற்பனை செய்து கூடப் பார்க்கவில்லை.

திடீரென்று தாக்கிய இடியினால் அதிர்ச்சியுற்ற அவர்கள் பேச்சற்றுப் போயினர். தங்களுக்குள்ளேயே முரண்பாடான எண்ணங்களின் அலைகளில் மூழ்கிய அவர்கள், இருள் மயமான எதிர்காலத்தில் மறைந்து விட்டார்கள் போல் இருந்தது. பாலா திருமணமானவன். அவனைப் பிணைத்த குடும்பக் கட்டுப்பாடுகள் இருந்தன-அவனுடைய பெற்றோர்கள் வயதானவர்கள். அவனுடைய இளம் தங்கையைக் கணவன் வீட்டுக்கு அனுப்பும் நேரமும் வந்து

விட்டது. சில வருடங்களுக்கு முன்புதான் மிகுந்த முயற்சிகளுக்குப் பின்னர் அவனால் திருமணம் செய்து கொள்ள முடிந்தது. போலீசாரால் கைது செய்யப்பட்ட பிறகு பாலாவுக்குத் துரதிர்ஷ்டவசமாக ஒரு பெண் குழந்தை பிறந்திருந்தாள். ஒருசில மாதங்கள் சிறை சென்று விட்டாலும்கூட அவனுடைய இல்லற வாழ்க்கை தடம் புரண்டு விடும். அவனுடைய மனைவி வீட்டார் அவனுடைய பெற்றோரை மிரட்டிப் பணம் பறித்து, அவனுடைய மனைவியையும் அழைத்துச் சென்று வேறு இடத்தில் திருமணம் முடித்து விடுவார்கள்.

அப்படியும், பந்தோ, பாலாவின் மனைவி அவனுடன் சந்தோசமாக இருந்ததில்லை. அவனுடைய தண்டனையால் அவள் ஏன் கஷ்டப்பட வேண்டும்? பாரம்பரிய பழக்க வழக்கங்களின் திரையைப் புறக்கணிக்க அவளுக்கு இப்பொழுது நல்ல சாக்கு கிடைத்துவிட்டது. விரைவில், அவள் தன் பெற்றோர் வீட்டுக்குக் கிளம்பி விட்டாள் என்ற செய்தி அவனுக்குக் கிடைக்குமென்று அவன் திடமாக நம்பினான். அதற்குப் பின்னர் அவர்களுடைய சிறிய பெண் குழந்தையின் நிலைமை என்னவாகும் என்று யாருக்குத் தெரியும்? அவன் ஆசைதீர அந்தச் சிறுசின் முகத்தைப் பார்க்கக்கூடவில்லை. இவ்வகையான நினைவுகள் அவனை அரிக்கத் தொடங்கின.

மீதா மணமாகாதவன். ஜேப்படிக் கொள்ளையை மதிப்புமிக்க, முக்கியத் தொழிலாகக் கொண்டவன். பலியாளைப் பின்தொடர்ந்து அடிக்கடி டில்லி வரை சென்றிருக்கிறான். உருளும் கல்லாக ஊர் சுற்றும் பழக்கமுள்ள அவனுக்கு ஒரே இடத்தில் நிலைத்து இருப்பது, எண்ணெய்ச் செக்கில் இணைக்கப்பட்ட காளை மாடு போலத் தோன்றும். திக்குமுக்காட வைக்கும் சிறைச்சாலையின் சூழ்நிலை அவனுக்குப் புதிதல்ல. ஆனால், இம்முறை அழைத்துச் செல்லப்படும் இடத்தை எண்ணிப் பார்த்தபொழுது அவனுக்கு உடலில் நடுக்கம் ஏற்பட்டது.

மலைக் குன்று ஒன்றைத் தரைமட்டமாக்கி சென்ட்ரல் ஜெயில் கட்டியிருந்தார்கள். நிலத்தின் விலை குறைவாக இருந்ததால் அரசாங்கம் அந்த இடத்தைத் தேர்வு செய்திருந்தது. ஆனால், கைதிகள் தேர்வுக்கான வேறு காரணத்தைக் குறிப்பிட்டார்கள். அந்தப் பகுதியில் மணல் தன் பிடியை இன்னும் முழுமையாகத் தளரவிடவில்லை. சிறைச்சாலை முழுவதும் தூசியால் மறைக்கப்பட்டிருந்தது. சிறை அதிகாரிகளுக்குக் கைதிகளைச் சங்கிலியால் பிணைக்க வேண்டிய அவசியம் இருக்கவில்லை. ஏனென்றால் மணல் அந்த வேலையைத் திறம்படச் செய்தது. அதிகாரிகள் வேண்டுமென்றே மணலை அங்கு தங்க விட்டனர்.

அதை அப்புறப்படுத்துவதற்கு எந்த ஏற்பாடும் செய்யவில்லை. ஏனென்றால் கைதிகளைக் கட்டுப்படுத்துவதற்கு அது உதவியாக இருந்தது. அந்த வளாகத்துக்குள் நிழலுக்காக ஒரு மரம்கூட இருக்கவில்லை. மரங்கள் நடாததற்கு அரசாங்கத்திடம் தனிப்பட்ட விளக்கம் இருந்தது. அந்த வறண்ட நிலத்திலிருந்து போதுமான அளவு குடிதண்ணீர் எடுப்பதே கஷ்டமாயிருக்க, மரங்களுக்கு வேண்டிய பெருமளவு தண்ணீரை எவ்வாறு பெற முடியும். ஆனால், கைதிகள் அவ்வளவு ஏமாளிகள் அல்ல. அரசாங்கத்தின் சாக்குபோக்குகளுக்குப் பின்னால் மறைந்திருக்கும் நோக்கத்தை நன்றாகப் புரிந்து கொண்டார்கள். இந்த மாதிரியான வளமற்ற வெற்று மைதானத்தில் கைதிகளைக் காவலர்கள் இன்னும் நன்றாகக் கண்காணிக்க முடிந்தது. துளிகூடப் பசுமை இல்லாமல் வெகுதூரம் வரை நீண்டு கிடந்த மணலும், வறண்ட உயர்ந்த மதில் சுவர்களின் காட்சியும் கைதிகளைச் சோர்வடையச் செய்து, அவர்களின் மனதைச் செயலற்றதாக்கி விட்டிருந்தது. அந்த இடத்தில் காலகாலமாக ஒரு உயிரினமும் கண்ணுக்குப்படவில்லை. பூனை அல்லது நாயை விடுங்கள், ஒரு சிறிய குருவியின் அறிகுறிகூட அங்கு தென்படவில்லை.

அவர்களின் வேன் சென்ற பாதையின் ஒவ்வொரு அங்குலமும் மீதாவுக்குப் பழக்கமானது. வேனுக்குள் இருள் சூழ்ந்திருந்தது. பாதுகாப்புக்காக, வண்டியிலிருந்து வெளியே பார்க்கக் கூடிய சிறிய இரும்பு வலை ஜன்னல்கள் கூட முழுமையாக அடைக்கப்பட்டிருந்தன. ஆனால், மீதாவுக்கு அவனுடைய மனக்கண்ணால் வெளிப்புறக் காட்சியைக் கற்பனை செய்து பார்க்க முடிந்தது. காற்றில் லேசாக அசைந்தாடும் சாலையின் இருபுறமும் இருந்த மரங்களின் கிளைகள், கிளைகளில் கிரீச்சிட்டுக் கொண்டு பாடிக்கொண்டிருந்த பறவைகள், பசுமையான பச்சை வயல்களில் ஒருவரையொருவர் கேலி செய்து கொண்டே வேலையில் ஈடுபட்டிருக்கும் உற்சாகமான மகளிர், நாள் முழுவதும் கடின உழைப்பிற்குப் பிறகு உச்சக்குரலில் *டோலா* பாடிக்கொண்டு, மிதிவண்டி அல்லது தள்ளுவண்டிகளில் வீடு திரும்பும் தொழிலாளர்கள்.

இனி ஆயுள் முழுவதும் அந்த வறண்ட பாலைவனத்தில் அடைபட்டுக் கிடக்க வேண்டிய கட்டாய நிலை ஏற்பட்ட பிறகு, துணிச்சலும், பசுமை விரும்பியுமான மீதா, வரப்போகும் இருண்ட, மகிழ்ச்சியற்ற நாட்களில் ஆறுதல் பெறுவதற்காக இந்த இனிமையான நினைவுகளை மனதில் தக்க வைத்துக் கொள்ள விரும்பினான். இருளடைந்த வேனுக்குள் அடைக்கப்பட்டிருந்த மீதாவின் தண்டனை சிறைக்குச் செல்லும் முன்பே ஆரம்பமாகிவிட்டிருந்தது.

இருண்ட எண்ணங்களில் மூழ்கிக் கிடந்த பாலாவும் மீதாவும், வேன் எப்பொழுது நகர ஆரம்பித்தது என்பதையோ அல்லது அது எப்பொழுது நின்றது என்பதையோ கவனிக்கவேயில்லை. வண்டி நின்றவுடன் அவர்களுடன் வந்த போலீஸ்காரர்கள் உடனே செயலில் இறங்கினார்கள். சீழ்க்கை ஓசையும் கனமான காலணிகளும் அவர்கள் போய்ச்சேரும் இடத்தை அடைந்து விட்டதை அவர்களுக்கு அறிவித்தது. தலைமைக் காவலர் தன் சட்டைப்பையிலிருந்த சாவியை எடுத்து வேனின் கதவைத் திறந்து, அவர்களின் கைவிலங்கு சரியாகப் பூட்டப்பட்டுள்ளதா என்று சரிபார்த்துவிட்டு அவர்களை வாகனத்திலிருந்து வெளியே வருமாறு உத்தரவிட்டார்.

இவர்களுக்கு முன்னால் ஜீப்பில் சென்றுகொண்டிருந்த போலீஸ் அதிகாரி, பின்வரும் கைதிகளைப் பற்றிச் சிறையின் காவலரை முன்பே எச்சரித்துவிட்டார். இத்தகைய ஆபத்தான கைதிகளுக்கு நண்பர்கள் இருந்தனர். அவர்கள் சிறை வாயிலிருந்து இவர்களைக் கடத்திச் செல்லும் சாகசம் படைத்தவர்களாகவும் இருக்கலாம். கைதிகளை போலீசார் தப்ப விட முடியாது. ஆதலால் பிரதான வாயில் வரை வண்டியை எடுத்துச் செல்ல போலிஸார் அனுமதி வாங்கி இருந்தனர். வேன் அதுவரை செல்வதற்கு முன்பே காவலாளி கிடுகிடுவென்று வந்து பெரிய கதவில் இருந்த சிறிய ஜன்னலைத் திறந்துவிட்டான்.

வேனிலிருந்து இறங்கியவுடன், பாலாவுக்கும் மீதாவுக்கும் வாயிற் கதவு வரை ஓடுவதற்கு உத்தரவளிக்கப்பட்டது. உள்ளே நுழைவதற்கு முன்பு, தெருவிலும் பசுமையான வயல்களிலும் உலாவிக் கொண்டிருந்த மக்களைத் திரும்பிப் பார்க்க முயன்ற மீதாவின் தோளில் விழுந்த பலத்த அடி அவனைக் கீழே புரட்டித் தள்ளியது.

“எந்த நண்பர்களுக்காகக் காத்திருக்கிறீர்கள்? உங்களை விடுவிக்க யாரும் வரவில்லை” என்றபடியே *ஹவல்தார்* அவர்களைப் பிணைத்திருந்த சங்கிலியை வெடுக்கென்று பிடித்திழுத்து, பிரதான வாயிலில் அமைந்திருந்த ஜன்னல் போன்ற திறப்பு வழியாக அவர்களைச் சிறையினுள் தள்ளினார்.

அத்தியாயம் 2

திடுமென்று முரட்டுத்தனமாகத் தள்ளப்பட்டதால் இருவரும் நிலைதடுமாறினர். பாலாவின் கால்கள் வலுவற்றுப் போயிருந்ததால் இந்தத் திடீர் தாக்குதலைச் சமாளிக்க முடியாமல் அவன் தடாலென்று கீழே விழுந்தான். தாடையிலும் முழங்கால்களிலும் மிகுந்த சிராய்ப்பு ஏற்பட்டு ரத்தம் கசிய ஆரம்பித்தது. பயந்து போன அவன் குதித்து ஒரு ஓரத்தில் முடங்கிக் கொண்டு பற்களைக் கடித்துக்கொண்டு வலியைப் பொறுத்துக் கொண்டான்.

மீதா அதிகம் சுறுசுறுப்பானவன். உருண்டோடிக் காயப்படாமல் தப்பித்துக் கொண்டான். கூட்டத்திலிருந்து தப்புவதற்காக எழுந்து பாலாவின் அருகில் சென்று நின்றுகொண்டு சிறையின் முற்றத்தை ஒரு நோட்டம் விட்டான். "ஒரு கிராமத்தின் *கௌஹராவைப்* பார்த்து எவ்வாறு கிராமத்தின் நிலை பற்றி அறிந்து கொள்ளமுடியுமோ, அவ்வாறே ஒரு சிறையின் முற்றத்தைப் பார்த்து அதன் சூழ்நிலையைப் பற்றிய ஒரு உட்கருத்தை உருவாக்கிக் கொள்ள முடியும்." மீதாவுக்கு அவனுடைய உஸ்தாத் சொல்லிக் கொடுத்த படிப்பினை நினைவுக்குவர அவன் அதன்படி நடக்கத் தொடங்கினான்.

பிரம்மாண்டமான வாயில் கதவுகளால் சூழப்பட்டிருந்த இந்தச் சிறை அவனுக்கு மற்ற சிறைச்சாலைகளைப் போலவே சாதாரணமாகக் காட்சியளித்தது. மற்ற சிறைகளைப் போலவே இங்கும் இளநிலை சிறை அதிகாரிகளின் அலுவலகம் இடது பக்கமும் மூத்த அதிகாரிகளின் அலுவலகம் வலது பக்கத்திலும் அமைந்திருந்தன. முற்றத்தின் சுவர்களில் ஒன்று கறுப்புச் சாயம் பூசப்பட்டு அறிவிப்புப் பலகையாக மாற்றப்பட்டிருந்தது. அதில் அங்கு பணியாற்றியவர்களின் பெயர்கள் எழுதப்பட்டிருந்தன. அறிவிப்புப் பலகைக்குப் பக்கத்தில் முழு நீளமான கண்ணாடி இருந்தது. அதைக் கடந்து சென்ற ஒவ்வொரு நபரும் - போலீஸ்காரர் முதல் கைதிவரை, தவறாமல் அந்தக் கண்ணாடியில் தங்கள் பிம்பத்தைப் பார்த்துக் கொண்டனர். அறிவிப்புப் பலகைக்கு எதிரில் இருந்த சுவரில் இரண்டு பெரிய திடமான அகன்ற ஆணி அடிக்கப்பட்டிருந்தன. ஒன்றில் ஒரு ஊதுகுழல் - திடீரென்று எதிர்பாராமல் விபத்து ஏற்பட்டால் எச்சரிக்கை செய்வதற்காகவும், மற்றதில் கனமான இரும்பு மணி ஒவ்வொரு மணிநேரத்தை அறிவிப்பதற்காகவும் தொங்கவிடப்பட்டிருந்தன. மணியுடன் சிறிய கொக்கிகளில் கொத்துக் கொத்தாகத் தொங்கிய சாவிகள் அடங்கிய ஒரு பெட்டியும் இருந்தது. உள்ளே செல்லும் கதவை ஒரு காவல்காரன் கையில் துப்பாக்கியுடன் கண்காணித்துக் கொண்டிருந்தான். அவனருகில் மார்புவரை உயர்ந்த மேஜையின் மேலிருந்த தினசரி அட்டவணையைக் கைதிகளில் ஒருவரான *முன்ஷி* நிரப்பிக்கொண்டிருந்தார்.

மீதா கவனித்த ஒரே வித்தியாசம், இந்தச் சிறையின் முற்றம் பெரியதாகவும் அகலமாகவும் இருந்ததும், முற்றத்தின் தரை செங்கற்களால் அமைக்கப்பட்டிருந்ததும்தான். இங்கு அதிக அதிகாரிகள் நியமிக்கப்பட்டிருந்ததால் இவர்களுக்குப் பணிவிடை செய்யும் கைதிகளின் எண்ணிக்கையும் அதிகமாயிருந்தது. வெள்ளை குர்தா மற்றும் பைஜாமா அணிந்த கைதிகள் தேநீர் கோப்பைகள் நிறைந்த தாம்பாளத்தைத் தாங்கிக்கொண்டு அலுவலகத்தின் உள்ளே போவதையும், பதிவேடுகள் மற்றும் குறிப்பேடுகளுடன் வெளியே வருவதையும் காண முடிந்தது. நீண்டகாலமாகக் காவலில் இருந்ததனால் அவர்கள் முகத்தில் மன அழுத்தம் அல்லது பகைமை அதிகம் தென்படவில்லை. இந்தக் கைதிகள், சமயம் மற்றும் நேரத்திற்கு ஏற்ப தங்களை மாற்றிக் கொண்டு விட்டார்கள் போலும்..! முற்றத்தின் காட்சியும், கைதிகளின் அமைதியான முகங்களும் மீதாவின் மனதில் இருந்த குழப்பத்தைச் சிறிது குறைத்தது.

பாலாவும் மீதாவும் அந்த முற்றத்தில் கால் வைத்தவுடன், செயலற்றுக் கிடந்த சிறைச்சாலையும், போலீஸ் அதிகாரிகளும் திடீரென்று சுறுசுறுப்படைந்தனர்.

சிறைச்சாலையின் சட்டப்படி சாயுங்காலம் 5 மணிக்கு முன்பு சிறை வாயிலை அடைந்த கைதிகள் மட்டும் உள்ளே செல்ல அனுமதிக்கப்பட்டனர். தாமதித்து வந்தவர்களுக்கு அன்றைய இரவை வேறொரு காவல் நிலையத்தில் கழிக்கவேண்டி இருந்தது. அப்போதிருந்த அமைதியற்ற சூழ்நிலையின் காரணமாக போலீசார் கைதிகள் தங்களுடைய காவல் நிலையத்தில் தங்குவதை எதிர்த்தனர். இந்த நிலையைத் தவிர்ப்பதற்காகச் சிறைக்குள் ஐந்து மணிக்கு முன்பாகவே சென்றடைய போலீசார் முயற்சித்தனர்.

அன்றைய தினம் வேறு நீதிமன்றங்களின் அந்நிய இரண்டு கைதிகளுக்கும் தண்டனை விதிக்கப்பட்டிருந்தது. போலீஸ்காரர்கள் அவர்களை அழைத்துக்கொண்டு நான்கு மணிக்குச் சிறைக்கு வந்திருந்தார்கள். மேலும், முதலில் அங்கிருந்து வெளியேறுவதற்காக, அவர்களுக்கான சிறை வழிமுறைகளை விரைவில் முடித்துக் கொடுக்குமாறு சிறை அதிகாரிகளை வற்புறுத்திக் கொண்டிருந்தார்கள். கைதிகளுடன் சுமார் 50 மைல் தொலைவிலிருந்து அவர்கள் வந்திருந்தார்கள். பயங்கரவாதத்தால் பாதிக்கப்பட்ட காலமானதால் அந்த வட்டாரத்தில் சூரிய அஸ்தமனத்திற்குப் பிறகு பேருந்துகளின் போக்குவரத்து நிறுத்தப்பட்டிருந்தது. இந்தமாதிரியான சூழ்நிலையில் சாதாரண மக்களைவிட போலீஸ்காரர்களுக்கு ஆபத்து அதிகம். நடவடிக்கைகளைச் சரியான நேரத்தில் முடிக்காமல் தாமதித்து

விட்டார்களானால் அவர்களுக்கு அருகில் இருந்த காவல் நிலையத்தில் இரவு தங்க நேரிடும். அடுத்த நாள் காலை இவர்களின் மேலதிகாரிகள், கடமையில் இருந்து விடுபட்டு மகிழ்ச்சியாக ஒரு இரவு கழிப்பதற்காக, வேண்டுமென்றே தாமதமாகச் சிறைச்சாலையை அடைந்ததாக அவர்கள் மீது குற்றம் சாற்றுவார்கள்.

சிறை அதிகாரிகள் இவர்களின் கவலையை உணர்ந்தார்கள். ஆனால், சிறையில் வேலை செய்பவர்களின் கட்டுப்பாடுகளை போலீஸ்காரர்கள் புரிந்து கொள்ளவில்லை. முதல் தடவையாக இரண்டு தீவிரவாதிகள் தண்டிக்கப்பட்டிருந்தார்கள். இந்தக் கதையின் விசித்திரமான பகுதி என்னவென்றால் பாதி நகரவாசிகள் இந்த இரண்டு பேரும் குற்றமற்றவர்கள் என்று எதிர்ப்பு தெரிவித்தனர். அவர்களை ஆதரித்து ஊர்வலம் நடத்தினர்; பேரணிகள் எடுத்துப் போராட்டம் நடத்தினர். நீதிபதிக்கு எதிராக நீதி மன்றத்தில் கோஷங்கள் எழுப்பப்பட்டன. பொதுமக்கள் மற்றும் வழியில் வேனைத் தடுத்துக் கைதிகளை விடுவித்துச் சென்று விடக்கூடிய தீவிரவாதிகள் இருவராலும் போலீஸார் மிரட்டப்பட்டனர். ஆயுள் தண்டனை விதிக்கப்பட்ட இத்தகைய தீவிரவாதிகளை இரவு முழுவதும் போலீஸ் காவலில் வைத்திருப்பது ஒன்றும் குறைந்த ஆபத்தான காரியமல்ல. ஏனெனில் மற்ற பயங்கரவாதிகள் போலீஸ் நிலையத்தைத் தாக்கி அவர்களை விடுவித்துச் செல்ல முயற்சி செய்யலாம். சிக்கலான இந்த நிலைமையை உணர்ந்து, தீவிரவாதிகளைச் சிறைக்கு அழைத்து வருவதில் சிறிது தாமதமாகலாம் என்பதால், ஜெயில் அட்டவணை மற்றும் குறிப்புப் புத்தகங்களைத் தயாராக வைத்திருக்க மாவட்ட நிர்வாகி முன்கூட்டியே எச்சரிக்கப்பட்டிருந்தார். ஆனால், எதிர்பார்த்ததைவிட அதிக தாமதம் ஆகிவிட்டதால் மற்றவர்களைக் காத்திருக்க வைத்ததற்காகச் சிறை அதிகாரிகளைக் குறை சொல்ல முடியாது.

ஜெயில் அதிகாரிகள் வேண்டுமென்றே காலதாமதம் செய்வதாக மற்ற போலீஸ்காரர்கள் இப்பொழுது அவர்கள் மீது குற்றம்சாட்ட ஆரம்பித்தனர். கைதிகளின் கைது வாரண்டைப் பெற்றுக்கொண்டு, ரசீதை ஒப்படைத்துவிட்டு மீதமுள்ள ஆவண வேலைகளை அவர்கள் பின்னர் முடித்துக்கொள்ள வேண்டுமென்று அவர்கள் விரும்பினர். தினசரி லெட்ஜரை (வருகை மற்றும் வெளியீடுகளைப் பதிவு செய்யும் அட்டவணை) காலவரையரையின்றி திறந்து வைத்துகொண்டு, யார் வேண்டுமானாலும் எப்பொழுது வேண்டுமானாலும் நிரப்பிக் கொள்வதற்கு இது ஒரு காவல்நிலையம் அல்ல என்று ஜெயில் அதிகாரிகள் மறுத்து விட்டனர். இப்பொழுது வந்திருக்கிற கைதிகள் பயங்கரமானவர்கள்.

அவர்களை வழியில் தப்பிக்க உதவியிருக்கலாம் அல்லது அவர்களை என்கவுண்டரில் கொன்றிருக்கலாம். இந்தக் கைதிகள் பாதுகாப்பாகச் சிறைக்கு வந்து சேர்வதற்கு முன்பு, இவர்களுக்கு முன்னால் வந்தவர்களின் விவரங்களைச் சிறை அதிகாரிகளால் பதிவு செய்ய முடியாது. போலீசுக்கு ஒப்படைக்கும் ரசீதில் ஒரு அறிக்கை எண் மற்றும் நேரமும் குறிப்பிடவேண்டி இருந்ததால், அனைத்துக் கைதிகளும் வந்து சேர்ந்த பிறகுதான் இந்தக் கடமையை ஜெயில் அதிகாரிகள் முடிக்க முடியும்.

முதலில் வந்திருந்த கைதி, வெள்ளை *குர்தா பைஜாமாவில்* இருந்த தடித்த குட்டையான ஒரு *சேட்*. தடித்த பன்றி போலிருந்த அவர் கழுத்தில் மூன்று அல்லது நான்கு *தோலா* தங்கச்சங்கிலி ஒன்று மின்னியது. அவரது வலது மணிக்கட்டில் அதே அளவு கனமான ஒரு *கடாவும்*, ஒவ்வொரு கையின் மூன்று விரல்களிலும் கற்கள் பதித்த மோதிரங்களும் இருந்தன. மீதாவின் பார்வை அந்த வியாபாரியின் சட்டைப்பையின் *பாக்கெட்டில்* கைக்குட்டையின் கீழ் தொங்கிக் கொண்டிருந்த பணப்பை மீது பதிந்திருந்தது. அனுபவமிக்க அவனுடைய கூர்மையான பார்வை அதைத் துல்லியமாகக் கண்டறிந்தது.

'இது ஒரு அப்பாவி இரை. புதிய வீட்டிற்கு மணமகள் செல்வது போல அனைத்து ஆபரணங்களையும் மாட்டிக்கொண்டு ஜெயிலுக்கு வந்திருக்கிறான்! இந்த இடத்திற்குள் நுழைந்தவுடன் அவன் கொள்ளையடிக்கப்படுவான் என்று முட்டாளுக்குத் தெரியவில்லை'.

ஜெயிலின் விதிகளையும், வழிமுறைகளையும் பற்றி நன்கு அறிந்திருந்த மீதா, தன் கவலையைப் பாலாவுடன் பகிர்ந்து கொண்டான். "இவருடைய பணத்தின் உதவியினால் இவர் ஒரு சவுகரியமான பாசறையில் புகுந்து கொள்வார்" தன்னுடைய அனுபவத்தில் கூறினான், பாலா.

"அவருடைய பணம் நமக்கு எந்த வகையில் உதவும்" சொல்லிக் கொண்டே மீதா *சேட்* மீதிருந்த பார்வையை இரண்டாவது கைதியின் மீது திருப்பினான். சோகத்திலும், விரக்தியிலும் மூழ்கிப்போயிருந்த அவருடைய வயதை ஊகிப்பது கடினமாக இருந்தது. அவர் சில சமயம் இளமையாகத் தோற்றமளித்தாலும் அடுத்த சமயம் நடுத்தர வயதானவராகத் தோன்றினார்; அவருடைய பழைய சட்டை மற்றும் கால்சட்டை, அவர் ஒரு சாதாரணக் குடும்பத்தைச் சேர்ந்தவர் என்பதைச் சுட்டிக்காட்டியது. சிறையின் வழிமுறைகளப் பற்றி நன்றாக அறிந்திருந்தவர் போலத் தோற்றமளித்தார். அவருடைய பாக்கெட்டில் பணப்பையோ,

விரல்களில் மோதிரங்களோ ஏதுமில்லை. எனினும் சட்டைப்பையில் சில துண்டுக் காகிதங்களும் ஒருசில ரூபாய் நோட்டுகளும் இருந்ததாகத் தோன்றியது. புத்தகங்கள் கொண்ட ஒரு பை அவர் தோளில் தொங்கிக்கொண்டிருந்தது. பையைப் பார்த்து அவர் அரசியல் வழக்கில் தண்டனை விதிக்கப்பட்ட ஓர் அரசியல் ஆர்வலர் என்று யூகிக்க முடிந்தது. ஆனால், அவருடைய வெளிறிய முகம் வேறு எதையோ வெளிப்படுத்தியது.

'யார் இவர்? சரி, சரி, *வாரண்டி*ன் முத்திரையை உடைத்தவுடன் விரைவில் தெரிந்துவிடும்' என நினைத்துக்கொண்டே மீதா செயல்முறையின் அடுத்த கட்டத்திற்காகக் காத்திருந்தான்.

சேட் முதலில் வந்திருந்ததால் அவருடன் வந்த *ஹவல்தாரை* மற்றவர்களுக்கு முன்பாக விடுவிக்க வேண்டியிருந்தது. *முன்ஷி*யிடமிருந்து பச்சை அறிகுறி கிடைத்தவுடன், ஆற்றல் மிகுந்த *முன்ஷி* ஏற்கெனவே தயார் செய்து வைத்திருந்த ஆவணங்கள் இருந்த அலுவலகத்திற்குள் *ஹவல்தார்* அவரை அழைத்துச் சென்றார். சில நிமிடங்களில் கையேடுகள் பூர்த்தி செய்யப்பட்டு *பஹுன்ச்* ஹவல்தாரின் கைக்கு வந்துவிட்டது. *ஹவல்தாரு*ம் மகிழ்ச்சியுடன் *சேட்டை*, அப்பொழுது பணியிலிருந்த வயதான சிறை *வார்டரிடம்* ஒப்படைத்துவிட்டு மறைந்தார்.

பலமணி நேரம் *ஹவல்தாருடன்* சேர்ந்து பழகிவிட்டதால் *சேட்* அவருடன் நல்ல நட்பு கொண்டு விட்டார். அவர் சென்றவுடன் *சேட்* தனியாக இருப்பது போல் உணர்ந்தார். பயத்தில் நடுங்கி, வழி மறந்த மாடு போல் பதற்றத்துடன் சுற்றும் முற்றும் பார்த்தார்.

*சேட்டை*ப் பக்கத்தில் உட்கார வைத்துக்கொண்டு அந்த முதிய *வார்டர்* தன்னுடைய பணியைத் தொடங்கினார்: "தைரியமாக நேரத்தைச் செலவிடு. நம்பிக்கை இழந்தால், நேரம் ஒரு பெரிய மலையைத் தாண்டுவது போல் தோன்றும். நடக்கப் போவதை ஏற்றுக் கொண்டால் ஓராண்டு சில வினாடிகள் போல ஓடிவிடும்."

பாலாவும் மீதாவும் சிறைக்கு வருவது இது முதல் தடவை அல்ல. ஒவ்வொரு முறை அவர்கள் வரும்போதும் இதே அறிவுரைகள் அவர்களுக்குப் போதிக்கப்பட்டது. கைதிகளின் தன்னம்பிக்கை தளராமல் இருப்பதற்காக அரசாங்கம் முதிய *வார்டர்களை* இதற்காக நியமித்திருந்தது. பாலாவுக்கும் மீதாவுக்கும் இப்பொழுது மற்ற மனிதரைப் பற்றி மேலும் தெரிந்து கொள்ள ஆவலாக இருந்ததால், அடிக்கடி கேட்ட சொற்பொழிவிலிருந்து தங்கள் கவனத்தைத் திருப்பினார்கள். ஆனால், *வார்டருக்கு*த் தன் அரசாங்கக் கடமையை நிறைவேற்ற வேண்டி

யிருந்ததால் ஹரித்வாரின் *பண்டாவைப்* போல, மனப்பாடம் செய்து வைத்திருந்த மந்திரங்களைப் புதிதாக வந்திருந்த கைதிகளுக்கு ஓத வேண்டியிருந்தது.

"உங்களுக்கு விதிக்கப்பட்ட தண்டனையைத் தன்னடக்கத்துடன் ஏற்றுக் கொள்ளுங்கள். நீங்கள் குற்றம் செய்திருந்தால் இதை அதற்கான பச்சாதாபமாக நினைத்துக் கொண்டு அமைதியாக நேரத்தைச் செலவிடுங்கள். உங்களுடைய தவறான செயல்களின் பாதிப்பு அடுத்த ஜென்மம் வரை உங்களைப் பின் தொடராது. நீங்கள் நிரபராதியாக இருந்தும் தண்டிக்கப்பட்டு இருந்தால் அதை உங்களுடைய கடந்து போன பிறவியின் செயல்களுக்கான தண்டனையாக ஏற்றுக் கொள்ளுங்கள். உங்களுடைய அடுத்த பிறவியில் மகிழ்ச்சியை அடைவீர்கள்."

முதியவரின் அறிவுரைகளைக் கேட்டு மீதா மனதுக்குள்ளேயே புன்னகைத்துக் கொண்டான். பிரச்சாரம் முடிந்தவுடன் அமைதியாய்ப் போய்க் கொண்டிருக்கும் கைதிகளின் வாழ்க்கையை *வார்டர்* சிரமமானதாக மாற்றிவிடுவார். மீதா இதை அனுபவபூர்வமாக உணர்ந்திருந்தான்.

அடுத்து வந்த கைதி ஆவண வேலைக்காக அலுவலகத்தில் அழைக்கப்பட்டிருந்தார். பாலாவும் மற்றவர்களும், எப்படியும் அந்த முதிய வார்டரின் அறிவுறைகளைக் கேட்டுக் கொண்டிருக்கவில்லை மற்றும் *சேட்டின்* மனம் அலைக்கழிந்து கொண்டிருந்தது.

முதுமையான *வார்டரின்* கூந்தல், அவருடைய தலை மேல் அடித்த சூரியனின் வெப்பத்தினால் வெண்மையாக மாறவில்லை. அரசாங்கத்தின் செயல்துறைக் கட்டளைப்படி, புதிதாக வந்திருந்த கைதிகளுக்குச் சிறைச் சாலையின் சட்டங்களைப்பற்றியும், விதிமுறைகளைப் பற்றியும் ஆலோசனை மற்றும் விளக்கம் அளிக்க வேண்டிய கடமை சிறை அதிகாரிகளுடையதாக இருந்தது. இந்தப் பணி மூத்தவராகவும், அனுபவம் வாய்ந்தவராகவும் இருந்த அவரிடம், சிறைக் கண்காணிப்பாளரால் ஒப்படைக்கப்பட்டிருந்தது. அறிவுறை வழங்கியதுடன் அவருடைய கடமை முடிந்தது. மற்றவற்றை கைதிகள் தங்களுடைய சொந்த அனுபவத்தில் கற்றுக் கொள்வார்கள்.

தனது உத்தியோகப்பூர்வ கடமையை நிறைவேற்றிய பிறகு, அந்த வயதான *வார்டர்* ஒரு தனிப்பட்ட பணியைச் செய்யத் தொடங்கினார்.

"சேட்ஜியின் பெயர்?"

பாலா மற்றும் மீதாவின் ஆலையில் சரக்கில்லை என்பதை *வார்டர்* புரிந்து கொண்டார். ஆனால், மறுபுறம் *சேட்* அசலான எண்ணெய்க் கிணறு. எண்ணெய்க் கிணறுடன் நட்பு கொள்வது முதியவருக்கு அனுகூலமாக இருக்கும்.

“நான் *சேட்* சுபாஷ் ஜெயின், படிண்டாவின் பிரபலமான வியாபாரி.”

ஜெயின் விவரங்களை அளிக்கத் தொடங்கியவுடன் முதிய *வார்டர்* அவரை இடை மறித்தார்.

“நீங்கள் ஒரு *சேட்* என்பதை இப்பொழுது மறந்து விடவேண்டும். நீங்கள் தண்டனைக்குட்பட்ட ஒரு கைதி தவிர வேறு ஒன்றும் இல்லை. நீதிமன்றம் உங்களுக்குக் கடினமான சிறைத் தண்டனை விதித்துள்ளது. உங்களுடைய ஆடைகளும், நகைகளும் பறிமுதல் செய்யப்படும். தினமும் காலையில் நீங்கள் தொழிற்சாலைக்குச் சென்று உழைக்க வேண்டும். கைதிகளின் *காதி குர்தா பைஜாமா* - வெள்ளை நிறம் கொண்ட வேலையாட்களின் சீருடையை நீங்கள் அணிவீர்கள். உங்களுடைய செல்வத்தை மறந்து, தவிர்க்க முடியாததை நீங்கள் ஏற்றுக் கொள்ள வேண்டும் என்பதற்காக நான் இதை உங்களிடம் சொல்கிறேன். உண்மையை எதிர்கொண்டு, வேதனைப்படாமல் நாட்களைக் கழியுங்கள்.”

முதிய *வார்டரின்* அம்பு அதன் இலக்கை அடைந்தது. *சேட்டிற்கு* வியர்க்க ஆரம்பித்தது, அவருடைய கை கால்கள் நடுங்கின மற்றும் அவருடைய இதயம் வேகமாகத் துடித்தது.

“என் பேச்சைக் கேளுங்கள், *ஹவல்தார் ஸாஹிப்*” என்று கூறிக்கொண்டே ஜெயின் முதிய வார்டரின் தோளில் கைபோட்டு, அவரைச் சிறைக் கண்காணிப்பாளரின் காலி அலுவலகத்திற்குள் அழைத்துச் சென்றார். தட்டுத் தடுமாறி, பணப்பையிலிருந்து சில நோட்டுக்களை எடுத்து வெளியில் பரப்பி, *வார்டரின்* பாக்கெட்டில் திணித்தார்.

“நான் ஒரு *போன் கால்* செய்ய விரும்புகிறேன்.”

“இது ஒரு அரசாங்க *போன்*. இதைப் பயன்படுத்த எனக்குக்கூட அனுமதி இல்லை. உன்னைப் *போன்* செய்ய நான் எப்படி அனுமதிக்க முடியும்?”

“நான் *போனைத்* தவறாகப் பயன்படுத்த மாட்டேன். என்னுடைய உறவினருக்கு ஒரு செய்தி அனுப்ப வெண்டும், அவ்வளவு தான்.”

"நான் நீதிபதியிடம் பேசியிருக்கிறேன்; நான் விடுவிக்கப் பட்டிருக்க வேண்டும். ஆனால், என்ன நடந்தது என்று கடவுளுக்குத்தான் தெரியும்! அந்த நீதிபதி எனக்குத் தண்டனை அளித்து விட்டார். நான் உங்கள் கால்களில் விழுகிறேன். தயவு செய்து என்னை ஒரு போன் கால் செய்ய அனுமதியுங்கள். என்னுடைய ரத்தச் சக்கரை உயர்ந்து கொண்டிருக்கிறது. என்னுடைய இதயம் செயலிழக்கப்போகிறது. நான் இறந்து விடுவேன்."

"கவலைப்படாதே. ரோந்தில் வரும் ஹவல்தாருடன் பேசுவதற்கு உன்னை அனுமதிப்பேன். அவர் உன்னை மிகச் சிறந்த இடத்திற்கு அழைத்துச் செல்வார்."

"என்னுடன் என் ஊழியர் ஒருவர் வந்திருந்தார். என் நண்பர்களுக்கு அவர் தகவல் கொடுத்திருப்பார். என்னைப் பற்றிச் சிறை அதிகாரிகளிடம் பேசினார்களா, இல்லையா என்று மட்டும் என் நண்பர்களிடம் கேட்க விரும்புகிறேன்."

ஜெயினுக்கு நிமிர்ந்து நிற்பது சிரமமாகிக் கொண்டிருந்தது. மார்பு படபடக்கச் சிறைக் கண்காணிப்பாளரின் அறையில் கிடந்த நாற்காலியில் விழுந்து, வெடவெடக்கும் கைகளுடன் நூறு ரூபாய்கள் அடங்கிய நோட்டுக் கத்தையை எடுத்து வார்டரிடம் நீட்டினார்.

'இப்பொழுது இவன் சரியான வழிக்கு வந்திருக்கிறான்!' மகிழ்ச்சியில் வார்டரின் மனம் சிறிது நெகிழ ஆரம்பித்தது.

"கண்டிக்கப்படும் அபாயம் இருந்தும் கூட, உன்னை ஒரே ஒரு போன் கால் செய்ய அனுமதிக்கிறேன். இன்னொன்று கேட்காதே." வார்டர் தொலைபேசியை எடுத்து ஜெயின் முன் வைத்தார்.

பதட்டத்திலிருந்த ஜெயினுக்குச் சரியான எண் ஞாபகத்திற்கு வரவில்லை. ஒன்றன் பின் ஒன்றாக எண்களை அழுத்தி, தடுமாறி, பற்பல முயற்சிகளுக்குப் பிறகு அவரால் பேச முடிந்தது.

"நாங்கள் முயற்சி செய்து கொண்டிருக்கிறோம். மருத்துவர் கிளப்புக்குச் சென்றிருக்கிறார். சிறைக் கண்காணிப்பாளரும் ஒருவரைச் சந்திக்கச் சென்றிருக்கிறார். கவலைப்படாதீர்கள், ஒரு மணி நேரத்திற்குள் எல்லாம் சரியாகிவிடும்." ஆனால், பேசியபின் சேட்டின் அச்சம் குறைவதற்குப் பதிலாக அதிகமாயிற்று.

ஆவண வேலை முடியும் தறுவாயில் இருந்தது. இன்னும் சில நிமிடங்களில் ஜெயின், கள்வர்கள் மற்றும் ஜேப்படித் திருடர்களின்

நடுவில் தங்குவதற்கு அனுப்பப்படுவார். அதன் பிறகு காலை வரை யாரும் அவரைப் பற்றிக் கவலைப்பட மாட்டார்கள். சுத்தமான சூழ்நிலையில் வாழ்ந்து வழக்கப்பட்டவர் ஜெயின். மூக்கைத் துளைக்கும் துர்நாற்றம் வீசும் அந்த முகாமிலிருந்து அவருடைய சடலம் தான் வெளியில் வரும் என்பது நிச்சயம்.

"அரை மணி நேரத்தில் எனக்கு இன்னொரு கால் செய்ய வேண்டியிருக்கும்."

"ஆனால், சிறை முகாமில் தொலைபேசி கிடையாது."

"பின்னர் நான் என்ன செய்வது?"

"ஒன்றும் செய்ய முடியாது."

தன்னுடைய பணப்பையை மறுபடியும் எடுத்து வார்டரின் பாக்கெட்டுக்கு மாற்றினார், ஜெயின்.

"எல்லாவற்றுக்கும் ஒரு வழி உண்டு. ஒரு மணி நேரத்திற்குப் பிறகு இதே எண்ணில் பேசிவிட்டு என்ன செய்தி கிடைக்கிறதோ அதை என்னிடம் கொடுங்கள். உங்களை இதைவிட மேலும் சந்தோஷப்படுத்தி விடுகிறேன்."

"இது போதும். சொன்ன சொல்லைக் காப்பாற்றுபவன் நான். என் மேல் நம்பிக்கை வை. நமக்கு இன்னும் பல ஆண்டுகள் சேர்ந்து இருக்க வேண்டும். உத்தரவுகள் பின்பற்றப்படும்." செய்தியை அவருக்குத் தெரிவிப்பதாக உறுதியளித்துவிட்டு, ஜெயினை முன்புறமிருந்த அறைக்கு வார்டர் அழைத்து வந்தார். இதற்கிடையில் பாலா மற்றும் மீதாவின் ஆவண வேலையும் முடிவடைந்தது. வார்டரின் வருகைக்காகக் காத்திருந்த காவலாளன், அவர் அறைக்குள் நுழைந்தவுடன், சிறையின் உட்பக்கம் வழியாகச் சென்ற சிறிய கதவைத் திறந்து விட்டான்.

பணப்பையை ஜாக்கிரதையாகப் பத்திரப்படுத்திக் கொண்டே வார்டர், நான்கு கைதிகளையும் ஆட்டு மந்தை போலத் தள்ளிக் கொண்டு சக்கர் பக்கம் சென்றார். சிறைச்சாலையின் உள் வாயில்வழியாகச் சென்ற பொழுது, இனி இருபது ஆண்டுகளுக்குப் பிறகுதான் இந்த இரண்டு கதவுகளைப் பிரித்த இருபது கெஜம் மீண்டும் கடக்கப்படும் என்ற எண்ணம் மீதாவை மின்னல் போல் தாக்கியது.

அத்தியாயம் 3

சிறைச்சாலையின் உள் கதவுக்கருகில் சுமார் 50 கெஜம் இடைவெளியில் *சக்கர்* என்று அழைக்கப்பட்ட இரண்டு அறைகள் இருந்தன. சிறியதாக இருந்த அறை அலுவலகமாகவும் பெரிய அறை பண்டகச்சாலையாகவும் பயன்படுத்தப்பட்டன. இடையிலான பொது சுவரில் இரண்டு அறைகளை இணைக்கும் ஒரு கதவு இருந்தது. சிறிய அறைக்கு முன்னால் இருந்த 4 அடி தாழ்வாரத்தில் இரண்டு சிறிய இருக்கைகள் இருந்தன.

அலுவலகத்தில் ஒரு மேஜையும் இரண்டு நாற்காலிகளும் வைக்கப்பட்டிருந்தன. ஒன்றில் கைதிகளின் வெள்ளை உடையில் லாப் *சிங்* உட்கார்ந்திருந்தார். இவர் ஒரு கொலைக்குற்றத்தில் ஆயுள் தண்டனை அனுபவித்துக் கொண்டிருந்தார். படித்துப் புத்திசாலியாக இருந்த இவர், தலைமை *வார்டருக்கு* உதவுவதற்காக, *சக்கர் முன்ஷியாக* ஆக்கப்பட்டார்.

தண்டனை விதிக்கப்படுவதற்கு முன்னர் இவர் காவல்துறையில் *ஹவல்தாராக* இருந்தார். நேர்மை, விசுவாசம் மற்றும் காகித வேலைகளில் நிபுணரான இவர் மாவட்டம் முழுவதும் மதிக்கப்பட்டார். ஒவ்வொரு அதிகாரியும் இவரைத் தங்கள் அலுவலகத்தில் நியமிக்க விரும்பினர். ஆனால், இவரோ கேப்டனுக்கு நெருக்கமாக இருந்த அதிகாரியுடன்தான் வேலை செய்ய விரும்பினார். லாப்சிங் ஒரே சமயத்தில், அதிகாரியின் அனைத்துப் பரிவர்த்தனைகளுக்கும் நம்பத்தகுந்தவராகவும் அவருடைய துப்பாக்கிதாரி மற்றும் அவருடைய அனைத்துப் பரிமாற்றங்களையும் கவனித்துக்கொள்ளும் இடைத்தரகராகவும் செயல்பட்டார்.

லாப்சிங்கின் இந்தக் குணங்களே இவரைச் சிறைக்குள் கொண்டு வந்து சேர்த்துவிட்டது. கொலை வழக்குப் பதிவு செய்யப்பட்ட நேரத்தில் இவர், அந்தச் சுற்று வட்டாரத்தில் தீவிரவாதிகளுடன் போராடுவதில் பெயர் போனவரான, பயங்கரமான மெஹங்கா சிங்கின் துப்பாக்கி தாரியாக இருந்தார். இதனால் தனது முழுக் குடும்பத்தையும் மெஹங்கா சிங்குக்குத் தியாகம் செய்ய வேண்டியிருந்தது. எல்லாவற்றையும் இழந்த பின்னரும் அந்த மாநிலத்திலிருந்து பயங்கரவாதத்தை ஒழிப்பதற்கான தனது தீர்மானத்தை அவர் கைவிடவில்லை. அதனால் போலீஸ் வட்டாரத்தில் அவருடைய மதிப்பு அதிகரித்தது. இதனால் மெஹங்கா சிங்குக்கு அவர் விரும்பிய இடத்திற்கு மாற்றம் கிடைத்தது. அவர் சம்மந்தப்பட்ட எந்த ஒரு விஷயமும் முறையானதாக இருந்தாலும் சரி இல்லாவிட்டாலும் சரி, அதிகாரிகளால் அடக்கப்பட்டது. பல ஆபத்தான பயணங்களில் லாப்சிங் தன் உயிரைப் பணயம் வைத்து, முழுமனதுடன்

மெஹங்கா சிங்கை ஆதரித்தார். அவரும் இவருடைய தைரியத்தை முழுமனதுடன் மதித்தார். பயங்கரமான தீவிரவாதியை ஒழித்த பிறகு மெஹங்கா சிங்குக்குப் பதவி உயர்வு அல்லது வெகுமதி வழங்கப்பட்ட பொழுதெல்லாம் அவர் அதை லாப் சிங்குடன் பகிர்ந்து கொண்டார். இவ்வாறாக, ஹோம் கார்டாக இருந்த லாப் சிங் ஹவல்தாராக உயர்ந்தார்.

ஏழு வருடங்கள் சிறையிலிருந்த பின்னரும், மெஹங்கா சிங்கின் உத்தரவின் பேரில் துப்பாக்கிதாரியால் கடத்தப்பட்டுக் கொலை செய்யப்பட்ட தீவிரவாதியா ஜீதா அல்லது அவனுடைய குடும்பத்தினர் கூறியது போல், அவனுடைய எதிரிகளால் மெஹங்கா சிங்குக்கு ஐந்து லட்சம் ரூபாய் கொடுக்கப்பட்டுப் பொய்யாக அவனைத் தீவிரவாதி என்று அறிவிக்கப்பட்டு, கொல்லப்பட்டவனா அவன் என்று லாப் சிங்கிற்குப் புரியவில்லை.

எண்ணற்ற மற்ற சம்பவங்களைப் போலவே இம்முறையும் லாப் சிங் கேள்வி ஒன்றும் கேட்காமல் மெஹங்கா சிங்கின் கட்டளைப்படி ஜீதாவை ஒரு கால்வாயின் ஓரத்தில் அழைத்துச் சென்று சுட்டுக்கொன்று அவனுடைய உடலைக் கால்வாயில் எறிந்து விட்டார்.

போலீசார்கள் தீவிரவாதிகளுடன் நடத்தும் போலி என்கவுன்டர்களைப் பற்றிய மற்ற அறிக்கைகளைப் போல ஜீதா என்கவுன்டர் விவகாரமும் பத்திரிக்கைகளில் பதிவாகியிருந்தது. மெஹங்கா சிங்கைப் போல லாப் சிங்கும் இந்த அறிக்கைகளில் கவனம் செலுத்தவில்லை. மற்ற போலி என்கவுண்டர்களைப் போல இது குறித்தும் ஒரு விசாரணை நடத்தப்படும். எப்பொழுதும் போல மேலதிகாரிகள் இவர்களை விடுவித்து விடுவார்கள்.

மெஹங்கா சிங் ஒரு என்கவுன்டரில் வீர மரணமடைந்த பிறகு உள்ளுக்குள் குமுறிக் கொண்டிருந்த தீப்பொறி தீப்பிழம்பாக வெடித்தது மற்றும் மெஹங்கா சிங்கின் பதவி உயர்வுகளாலும், அவருடைய புகழ்பெற்ற தைரியத்தையும் கண்டு பொறாமை கொண்டிருந்த சில போலீஸ்காரர்கள் இதுவரை வெளிப்படுத்தப்படாத பழைய எலும்புக் கூடுகளைத் தோண்டியெடுக்க ஆரம்பித்தனர். புதைக்கப்பட்ட வழக்குகள் மீண்டும் விசாரணைக்கு வந்தன. பெரும்பாலான அதிகாரிகளுக்கு மெஹங்கா சிங்கின் சொத்தின் மேல் கண் இருந்தது. அவர் பல தீவிரவாதிகளைக் கொன்றிருந்தார் மற்றும் பல தடவைகள் ஒவ்வொரு தீவிரவாதியிடமிருந்தும் 50 லட்சம் ரூபாய்க்கு மேல் கைப்பற்றப்பட்டிருந்தது. இந்தப் பணமெல்லாம் அவரிடம் இருந்திருக்க வேண்டும். மெஹங்கா சிங்குக்கு வாரிசுகள் இல்லாததால் அவருடைய

ரகசிய புதையல் பற்றியும், *பினாமி* சொத்து பற்றியும் லாப் சிங்குக்குத் தெரிந்திருக்க வேண்டும் மற்றும் அவரை மிரட்டி அல்லது வற்புறுத்தி அந்த ரகசிய இடத்தைத் தெரிந்து கொண்டால் சொத்து பறிமுதல் செய்யப்படலாம் என்று கருதப்பட்டது.

இந்த நோக்கத்துடன் ஜீதாவைக் கொன்றதாக லாப் *சிங்* மற்றும் அவருடைய சக துப்பாக்கிதாரிகள் மீதும் கொலை வழக்குப் பதிவு செய்யப்பட்டது. கைது செய்யப்பட்ட பிறகு மெஹங்கா சிங்கின் சொத்தை வெளிப்படுத்தும்படி லாப் *சிங்* வற்புறுத்தப்பட்டார். விவரங்களைத் தங்களுடன் பகிர்ந்து கொண்டால் லாப் சிங்கை அப்ரூவராக அறிவித்து விடுதலை செய்து விடுவதாக அவர்கள் ஆசை காட்டினார்கள். மெஹங்கா *சிங்* நிறையச் சொத்து சேர்த்து வைத்திருந்தாரா என்பதைப்பற்றி லாப் சிங்குக்கு முற்றிலும் ஒன்றும் தெரியாது. அவர் தனது அதிகாரிகளை எந்தப் புதையலுக்கு அழைத்துச் செல்ல முடியும்? ஜீதா சுடப்பட்டதென்னவோ உண்மைதான். ஆனால், பேராசையினால் அல்ல.

ஆத்திரமடைந்த அதிகாரிகள் ஜீதாவின் மரணத்தின் முழுப் பழியையும் லாப்சிங்கின் தலையில் சுமத்திவிட்டார்கள். மற்ற துப்பாக்கிதாரிகள் அப்ரூவராக மாறி கொண்டார்கள். லாப் *சிங்* சிறைக்கு அனுப்பப்பட்டார். தன்னுடைய பாராட்டப்பட்ட சாதனைகளை எடுத்துச் சொல்லித் தான் நேர்மையானவர் என்பதை நிரூபிக்க அவர் பல முயற்சிகள் செய்தார். ஆனால், யாரும் நம்பத் தயாராக இல்லை. உயர்நீதிமன்றம் கூடப் புறக்கணித்து விட்டது. இவருடைய மறுப்புகளுக்கு ஒரே பதில்தான் கிடைத்தது: “சட்டத்தின் பாதுகாப்பாளர்களே அதைப் பரிகசிக்கும் வகையில் நடந்துகொண்டால் சாதாரண மனிதர்களை யார் காப்பாற்றுவார்?”

கனத்த இதயத்துடன் லாப் சிங்குக்குத் தனது விதியை ஏற்க வேண்டி இருந்தது. பாதித் தண்டனை முடிந்துவிட்டது; மீதமுள்ளதும் இதே முறையில் கடந்துவிடும். கடந்த ஒரு வருடமாக லாப் *சிங்* மிகவும் வசதியாக இருந்தார். இதற்கு முன்னர் சக கைதிகள் இவரை ‘போலீஸியா’ என்று கேலி செய்து இவரிடமிருந்து விலகியே இருந்தனர். சிறை அதிகாரிகளும் இவரை நம்பவில்லை. தன்னை ஒரு நேர்மையான மனிதர் என்று நிரூபிப்பதற்கு இவருக்கு ஐந்து வருடங்கள் கடினமாக உழைக்க வேண்டி இருந்தது.

இவரைச் சோதிக்கும் வகையில் முதலில் இவர், தொழிற்சாலையில் *முன்ஷியாக* நியமிக்கப்பட்டார். பிறகு பதவி உயர்வு கொடுக்கப்பட்டு, கிடங்குக்கு அனுப்பப்பட்டார். இரண்டு பதவிகளிலும்

லாப் *சிங்* தன்னுடைய கடமைகளைச் சாமர்த்தியமாகவும் நேர்மையாகவும் செய்தார். முந்தைய *முன்ஷிகளைப்* போலல்லாமல் அதிகாரிகளின் வருமானத்தை இரட்டிப்பாகவும், மும்மடங்காகவும் அதிகமாக்கிக் கொடுத்தார். பதிவு புத்தகங்கள் நல்ல நிலைமையில் பராமரிக்கப் பட்டிருந்தன மற்றும் கைதிகளிடம் இருந்தும் புகார் ஏதும் வரவில்லை.

இதற்கு முன்னர் இவர் செய்த தொண்டுகளுக்குப் பரிகாரமாகக் காவல்துறை இவரைப் பொய் வழக்கில் சிக்க வைத்து ஏமாற்றி விட்டது. ஆனால், சிறை அதிகாரிகள் இவருடைய நல்ல காரியங்களை அங்கீகரித்து இவருக்குச் *சக்கர் முன்ஷி* என்ற மிகவும் மதிக்கப்பட்ட பதவியைக் கொடுத்தார்கள்.

போலீஸ் துறையில் இருந்ததால் கைதிகளிடமிருந்து அதிகபட்ச பணம் எப்படிக் கறப்பது என்று லாப் சிங்குக்கு நன்றாகவே தெரிந்திருந்தது. அதிகாரிகளின் எதிர்பார்ப்புக்கு மாறாக, மாலையில் அவர் கொஞ்சம் அதிகமாகவே கொண்டு வந்து விடுவார். அதில் பத்துச் சதவிகிதம் பங்கு அவருடையதாக இருந்தது. மீதியைத் தலைமை *வார்டரிடம்* ஒப்படைத்து விடுவார். அந்தப் பணம் மற்றவர்களுக்கு எப்படி வினியோகப்பட்ட தென்பதைப்பற்றி அவர் கவலைபட்டதில்லை. ‘தங்க’ வாத்தாக விளங்கிய அவர், சிறையில் மிகவும் மதிக்கப்பட்டார்; நல்ல செல்வாக்கும் அதிகாரமும் பெற்றிருந்தார். அதிக பணம் சேகரிக்கும் நோக்கத்துடன் அவர் சில குறுக்கு வழிகளைப் பயன்படுத்தினாலும் யாரும் எதிர்ப்பு தெரிவிக்கவில்லை. இப்பொழுது 4 புதிய கைதிகள் சிறைக்குள் வந்திருந்தார்கள். ஒவ்வொருவரும் எவ்வாறு நடத்தப்பட வேண்டும்? தனது மனதில் திட்டம் போட்டுக் கொண்டிருந்தார் லாப் சிங்.

லாப் சிங்குக்கு அடுத்த நாற்காலியில் காக்கிச் சீருடையில் கம்பீரமாக வீற்றிருந்தார், *சக்கரின்* பொறுப்பாளரான தலைமை *வார்டர்.* இவரிடம் லாப் சிங்கின் அனைத்து குணங்களும் இருந்தன. சிறைக் கண்காணிப்பாளரின் முக்கிய நம்பகமானவர்களில் ஒருவராக இருந்ததால் இவர் இந்த முக்கிய பதவியை வகித்தார். இப்பொழுது லாப் சிங்கின் வலதுபக்கத்தில் நின்றிருந்த மற்றொரு கைதியை அவர் உதவிக்காக அழைத்திருந்தார். தலைமை *வார்டரின்* கண்களும் உள்பக்கம் இருந்த கதவின் மீது பதிந்திருந்தது. இதன் வழியே புதிய கைதிகள் முதிய வார்டரால் சக்கருக்குள் அழைத்துச் செல்லப்பட்டார்கள்.

கைதிகளுக்காகக் காத்திருந்ததை விட லாப் சிங்கும், நிஹால் சிங்கும் முதியவரின் தகவலுக்காக ஆர்வமாகக் காத்திருந்தார்கள். இந்தப்

புதிய கைதிகள் எவ்வளவு கொழுப்பு உள்ளவர்கள் என்பதைப் பற்றிய மதிப்புமிக்க விவரங்களை அவர் வழங்க வேண்டும். இந்தக் குறிப்புகளின் அடிப்படையில் நிஹால் சிங்கும் மற்றவர்களும் அவர்களின் ரத்தத்தை உறிஞ்சுவார்கள்.

முதிய *வார்டர்* நாலு கைதிகளையும் வராண்டாவிற்குக் கூட்டிவந்து அங்கிருந்த இருக்கைகளில் அமருமாறு தன் விரலால் சைகை காட்டிவிட்டு, காகிதங்களுடன் அலுவலகத்திற்குள் மறைந்தார். ஜெயினின் பாரமான சரீரம் ஒரு இருக்கையை முழுவதும் ஆக்கிரமித்துக் கொண்டது. மற்றதில் ஹக்கம் *சிங்* உட்கார்ந்து கொண்டார்.

அவர்களிடையில் நெருக்கிக் கொண்டு உட்காருவதற்குப் பதிலாக, பாலாவும் மீதாவும் தூரத்தில் தரையில் அமர விரும்பினார்கள். இனி இந்த நான்கு சுவர்களுக்குள் தங்கள் வாழ்நாள் முழுவதையும் கழிக்க வேண்டும். சொந்த விருப்பப்படி எதையும் செய்ய முடியாது. ஏதாவது ஒரு *வார்டர்* இவர்களைக் கையில் தடியுடன் விலங்குகளைப்போல் விரட்டுவார்கள். மூச்சுத் திணறுகிற இருண்ட முகாமில் எங்காவது கிடப்பதைவிட இந்த மாதிரித் திறந்த வெளியில் சில நிமிடங்கள் உட்காருவது நல்லது. வரலாற்றுத் தாள்களை நிரப்பிக் கைதிகளுக்கு அவர்களின் எண்களைக் குறித்துக் கொடுப்பதற்குச் சிறிது நேரம் ஆகிவிடும் என்று அவர்களுக்குத் தெரியும். இந்த எண்ணங்களுடன் சிறிது ஒதுங்கி நின்று இனிவரும் நாட்களை எப்படிச் சந்தோஷமாகவும் சுகமாகவும் ஆக்குவதென்று அவர்கள் சிந்திக்க ஆரம்பித்தார்கள்.

“நம் இருவரையும் ஒரே முகாமில் போடச்சொல்லிக் கெஞ்சிக் கேட்டுப் பார். சகோதரர்கள் போல நாம் இருவரும் நம்முடைய துக்கத்தை ஒருவருக்கொருவர் பகிர்ந்து கொண்டு நேரத்தைக் கழித்து விடலாம்.”

வரப்போகும் நாட்களைப் பற்றிப் பாலாதான் அதிகமாகக் கவலை பட்டான். அவர்கள் ஏழை என்றும் சிறை ஊழியர்களுக்குக் கொடுக்க அவர்களிடம் ஒரு பைசா கூடக் கிடையாது என்றும் அவனுக்குத் தெரியும். வெளி உலகில் இவர்கள் விட்டு வந்தவர்களில் எவரும் இவர்களுக்காக ஏதாவது கொண்டு வருவார்கள் என்ற நம்பிக்கை அவர்களுக்குத் துளிக் கூட இருக்கவில்லை. இவர்களைப் போன்ற அநாதைகள் *லங்கரின்* உலைக்குள் தள்ளப்பட்டார்கள் அல்லது முதுகெலும்பு உடைய மரம் அறுக்கும் ஆலைக்கு அனுப்பப்பட்டார்கள். அடிக்கடி போலீஸாரின் தடியடிகளால் பாலாவின் எலும்புகள் பலமற்றுப் போயிருந்தன. அவனது கால்களில் ஒன்று மிகவும் பலவீனமாக இருந்ததனால் அவனால் அதிக

எடையைச் சமாளிக்க முடியவில்லை. தேய்மானத்தினால் அவனது தோள்கள் மற்றும் முழங்கால்கள் எப்பொழுதும் சத்தமிட்டபடி இருந்தன. சிறு மாடிப்படிகளைக்கூட ஆதரவில்லாமல் ஏற முடியாத இவனால் எப்படிக் கனமான மரங்களைத் தூக்கிச் செல்ல முடியும்?

இப்பொழுதெல்லாம் அவனால் வேகமாக நடக்கக்கூட முடியவில்லை, விரைவில் மூச்சுத் திணற ஆரம்பித்து விடுகிறது. அவன் எந்த வகையிலும் கடினமாக உழைப்பதற்கு வழியே இல்லை.

அதிக அனுபவம் வாய்ந்தவனாகவும், நிறையப் பயணம் செய்தவனாகவும் இருந்த மீதா பாலாவைவிட அதிக அறிவாளியாகவும், அதிக சாமர்த்தியசாலியாகவும் இருந்தான். அதிகாரிகளிடம் எப்படிப் பேசுவது என்று அறிந்து வைத்திருந்தான். ஆனால், பாலா, மறுபுறம் களிமண் உருவமாக இருந்தான். அதிகாரி ஒருவர் கண்ணில் பட்ட மறு நிமிடமே வாயடைத்து நின்று விடுவான். தன்னுடைய பலவீனத்தை உணர்ந்த அவன் மீதாவிடம் அவர்களை ஒன்றாக வைத்திருக்குமாறு முயற்சி செய்வதற்கு வேண்டுக்கோள் விடுத்தான்.

“கவலைப்படாதே. என்னால் முடிந்த வரை நான் முயற்சி செய்கிறேன். ஆனால், அவர்கள் நாம் சொல்வதைக் கேட்பார்கள் என்று நீ நினைக்கிறாயா?”

மீதாவும் பாலாவுடன் இருக்க விரும்பினான். ஆனால், சிறை ஊழியர்களின் கொடூரமான மனநிலை மற்றும் அவர்களுடைய வக்கிரமான இயல்பைப்பற்றியும் அவன் அறிந்திருந்தான். அவர்களிடம் கேட்கப்பட்டதிற்கு நேர்மாறாகச் செய்வதில் அவர்கள் மிக மகிழ்ச்சி அடைந்தார்கள். இருந்தாலும் அவர்களுடன் பேச வேண்டும் என்று மீதா தீர்மானித்துக் கொண்டான்.

“ஜெயின் போன்ற ஒரு சேட்டுக்கு *முஷக்கதி*யாக நம்மை இருக்கச் சொன்னால் மிகச் சிறப்பாக இருக்கும்.”

மீதாவின் கண்கள் சேட்டின் மேல் பதிந்திருந்தன. அவர் நன்கு படித்தவராக இல்லாமல் இருக்கலாம். ஆனால், நிச்சயமாகப் பணக்காரர் மற்றும் வருமான வரி செலுத்துபவராக இருப்பார். இதன் அடிப்படையில் அவர் தனக்கு ‘பி’ வகுப்பு கேட்பார் மற்றும் அனுமதிக்கவும் படுவார். ‘பி’ வகுப்பு கைதிகள் மேம்பட்ட ரேஷன் பெற்றனர். அவர்களுக்குச் சமைக்கக் கைதிகளும் ஒதுக்கப்பட்டனர். இவ்வகைப் பணியில் ஈடுபட்ட கைதிகள் *முஷக்கதி* என்று அழைக்கப்பட்டனர். அவர்களில் ஒருவர்

சேட்டின் பணியில் *முஷக்கதியாக* நியமிக்கப்படுவார் மற்றும் அவர்களின் நேரம் வசதியாகக் கழிந்து விடும் என்று பாலாவும் மீதாவும் நம்பினார்கள்.

"இத்தகைய சொகுசை நமக்கு இலவசமாக யார் கொடுக்கப் போகிறார்கள்? அவர்கள் நிச்சயமாகப் பணம் கேட்பார்கள். நாம் அதை எங்கிருந்து கொண்டு வருவோம்? நமக்கு வேறு வழியில்லை, எலும்பை முறிக்கும் வேலைதான் செய்ய வேண்டும்."

"அவர்களிடம் மன்றாடுவதில் என்ன தப்பு? யாருக்குத் தெரியும், யாராவது நம் மீது இரக்கப் படலாம்" பாலாவின் வார்த்தைகளைக் கேட்டு மீதா சிரித்தான்.

"மற்றவர்களின் பொருள்களைக் கையாடிய பொழுதோ அல்லது *பாக்கெட்டிலிருந்து* திருடிய பொழுதோ நாம் சிறிது நின்று அவர்கள் அந்தப் பணத்தை எவ்வாறு சம்பாதித்தார்கள் என்று துளியாவது யோசனை செய்தோமா? நம்முடைய சகோதர சமூகம் சக்கருக்குள்ளும் இருக்கிறார்கள். அவர்கள் தங்களுடைய சொந்தப் பாக்கெட்டைப் பற்றிய கவலையில் மூழ்கி உள்ளார்கள், நம்முடைய நிர்ப்பந்தங்களும், தேவைகளும் பற்றி அல்ல."

"பரவாயில்லை. நமக்கு எது கிடைத்தாலும் சரி, நாம் இருவரும் ஒரே முகாமில் சேர்த்து வைக்கப்படுவதை மாத்திரம் நிச்சயப்படுத்திக் கொள். இல்லையெனில் நான் சில நாட்களில் நிச்சயமாக இறந்து விடுவேன்" பாலா பைத்தியக்காரனைப் போலத் தான் சொன்னதையே மீண்டும் மீண்டும் சொல்லிக்கொண்டிருந்தான்.

இருவரும் இதற்கு முன்பு அடிக்கடி சேர்ந்து சிறையில் நேரத்தைக் கழித்திருக்கிறார்கள். அப்பொழுது பாலா இவ்வளவு பயந்ததில்லை. அதென்னவோ இந்தத் தடவை அவன் மனம் தளர்ந்து, நம்பிக்கை இழந்து விட்டான். ஒருவேளை நீண்டகால இடைவெளிக்குப்பிறகு சிறைக்கு வந்ததனால் இருக்கலாம் இந்த முறை நீண்டகால தண்டனை கிடைத்ததால் இருக்கலாம் அல்லது அவன் இப்போது ஒரு *ஹவில்தாராகி* விட்டதால் இருக்கலாம்.

மீதா தன்னை எவ்வளவுதான் பலசாலியாகக் காட்டிக்கொள்ள முயற்சி செய்தாலும் அவனது மனமும் உள்ளுக்குள் அதே அச்சத்துடன் போராடிக் கொண்டிருந்தது.

அத்தியாயம் 4

பாலாவும் மீதாவும் வெளியில் உரையாடிக்கொண்டிருந்தபொழுது தலைமை *வார்டரும் முன்ஷியும்* புதிதாக வந்திருந்த கைதிகளின் ஆவணங்களை ஆய்வு செய்தனர். ஹக்கம் *சிங்* ஒரு வழக்கறிஞர். மனைவியை வரதட்சணைக்காகத் தொல்லை கொடுத்துத் தற்கொலை செய்துகொள்ளும் நிலைமைக்குத் தள்ளிவிட்டார் என்பதற்காக அவருக்கு ஆயுள் தண்டனை விதிக்கப்பட்டிருந்தது. அவருடைய ரகசிய விவரங்களை வெளியிடும் பொழுது, அவர் தகுந்த ஏற்பாடுகளுடன் சிறைக்கு வந்திருப்பதாக அந்த முதிய *வார்டர்* சுசா *சிங்* தெரிவித்தார். அவர் நிச்சயமாகச் சட்டத்தைப் பற்றி நன்றாக அறிந்தவர்தான். கூடுதல் பாதுகாப்புக்காகச் சிறைக் கையேடை மனப்பாடம் செய்து வைத்திருந்தார். எனவே, அவர் திறமையான முறையில் சமாளிக்கப்பட வேண்டும்.

லாப் *சிங்* வழக்கறிஞர்களை அறவே வெறுத்தார். அதனால் ஹக்கம் சிங்கைக் கையாளும் பொறுப்பைத் தானே ஏற்றுக்கொண்டார். சிறையில் தண்டனை அனுபவித்துக் கொண்டிருந்த கைதிகளில் பாதிபேர் வழக்கறிஞர்களின் பேராசை அல்லது அடாவடித்தனத்தால் அங்கு இருந்தார்கள் என்று லாப் *சிங்* நம்பினார். அவர் *ஹவில்தாராக* இருந்த பொழுது வழக்கறிஞர்கள் அவரைச் சுற்றி வலம் வந்தார்கள். நீதிமன்றத்திற்குச் சென்ற பொழுது ஒரு மதிப்புமிக்க மருமகனைப் போல அவர் நடத்தப்பட்டார். அவரும் அவர்களுக்கு உதவியாக இருந்தார். கொழுத்த கட்டணம் வசூலிக்கக் கூடிய வாடிக்கையாளர்களை வழக்கறிஞர்களிடம் அனுப்பி வைத்தார். அவர் மீது கொலைக் குற்றம் சுமத்தப்பட்ட பொழுது, ஆரம்ப காலத்தில் பல வழக்கறிஞர்கள் அவருக்காக வாதாட ஆர்வமாய் இருந்தார்கள். அதற்காகத் தங்கள் கட்டணத்தை ஒதுக்கிவிட்டு, தட்டச்சு முத்திரைச் செலவையும் அவர்களே ஏற்றுக் கொள்ள தயாராக இருந்தார்கள். வழக்கில் லாப் *சிங்* மேலும் மேலும் சிக்கிக்கொள்ள ஆரம்பித்த பிறகு வழக்கறிஞர்களும் மெதுவாக இவரை ஓரம் கட்ட ஆரம்பித்தனர். கடைசியில் ஒருவர் மட்டும்-ஜில் இவருக்காக வாதாடுவதற்காக எஞ்சியிருந்தார். ஒவ்வொரு விசாரணையின் போதும் ஏதாவது ஒரு சாக்கில் ஜில், லாப் சிங்கிடமிருந்து பணம் கறந்தார். சில சமயம் ஆவணங்களின் நகல் எடுக்கவும், சில சமயம் வருவாய் முத்திரை வாங்கவும் பணம் கேட்டார். சாட்சிகளின் வாக்குமூலம் ஆரம்பிக்கப்படும் முன்பே, தான் ஒரு சிறிய வழக்கறிஞர், கொலைக்குற்ற வழக்கைக் கையாளத் தகுதி இல்லாதவர் என்று கூறிக் கோப்பைத் திருப்பிக் கொடுத்து விட்டார். லாப்சிங் வழக்கை லாப்சிக்கந்தர் சிங்கிடம் ஒப்படைத்தார். அவர் மாபெரும் கட்டணத் தொகை கோரினார். கட்டணம்

செலுத்துவது ஒரு பெரிய பிரச்சனையாக லாப் சிங்குக்குத் தோன்ற வில்லை. ஆனால், சிக்கந்தர் *சிங்* தன்னுடைய ஜூனியர் வழக்கறிஞர்கள் மூலம் அவரைச் சூரையாடிய விதம், ஆத்திரத்தில் இன்றுவரை அவரைக் கொந்தளிக்க வைத்தது.

பெண்கள் வார்டுக்குச் செல்லும் சந்தர்ப்பம் சில தடவை லாப் சிங்குக்குக் கிடைத்தது. ஒவ்வொரு தடவையும் பெண் கைதிகள் பல வழக்கறிஞர்களின் பெயர்களைச் சொல்லிப் புலம்பினார்கள், அவர்களைச் சபித்தார்கள். சிலர் அவர்களின் பணத்தைக் கொள்ளை அடித்திருந்தார்கள் என்றால் மற்றும் சிலர் அவர்களைப் பாலியல் ரீதியில் சூரையாடியிருந்தார்கள்.

லாப் சிங்குக்கு இப்பொழுது ஒரு வழக்கறிஞர் குற்றவாளியாகக் கிடைத்து விட்டார். தன் சார்பாகவும் மற்ற கைதிகளின் சார்பாகவும் பழி வாங்க அவர் திட்டமிட்டார். ஹக்கம் சிங்கை அவமானபடுத்த, திட்டங்கள் தீட்ட ஆரம்பித்தார்.

மாவட்ட அதிகாரிகளுடன் கூட்டுச் சேர்ந்து சாலையின் நிலக்கரியையும் மற்றும் கட்டடங்களின் செங்கற்களையும், இரும்புத் தடிகளையும் 'சாப்பிட்ட' குற்றத்திற்காகச் சுபாஷ் ஜெயினுக்கு *5* வருட சிறைத் தண்டனை அளிக்கப்பட்டிருந்தது. சூசா சிங்கின் தகவல்படி நீதிபதி *சேட்டை* ஏமாற்றி விட்டார். அவருடன் சேர்ந்து குற்றம் சாட்டப்பட்ட இரண்டு பொறியாளர்கள் விடுதலை செய்யப்பட்டிருந்தனர். லஞ்சத்தின் முதல் தவணையைச் *சேட்* தனிப்பட்ட முறையில் நீதிபதியின் வீட்டிலேயே கொடுத்து விட்டிருந்தார். இரண்டாவது தவணை இடைத்தரகருக்கு அனுப்பப்பட்டிருந்தது. நிரபராதியென விடுதலை பெற்று விடுவாரென்று முழுமையாக நம்பிய அவர், தீர்ப்பு வழங்கும் பொழுது தன்னுடன் யாரையும் அழைத்து வராமல், ஓட்டுனருடன் தனியாகவே வந்துவிட்டார். தீர்ப்பு வந்த பிறகு ஏற்பட்ட குழப்பத்திலும் அவசரத்திலும் தனது நகைகளையும் பணத்தையும் ஓட்டுனரிடம் ஒப்படைக்க மறந்து போனார். மனஅழுத்தத்தினால் அவருடைய உபாதைகள் மோசமடையத் தொடங்கின. அவருடைய இரத்த அழுத்தம் மற்றும் சக்கரை அளவும் எல்லை மீறியது. அவருடைய இதயத்துடிப்பும் மிகவும் அதிகமாகியிருந்தது. அவருடைய உடல்நலக்குறைவையும் அச்சத்தையும் தனக்குச் சாதகமாக லாப் *சிங்* பயன்படுத்திக் கொள்ளலாம். *சேட்* ஏற்கெனவே சுசா சிங்குக்குக் கணிசமான ராசி கொடுத்து விட்டார். *சக்கர்* குழுவினருக்கும் வழங்குவதற்கு அவரிடம் நிறைய இருந்தது. அவர்கள்தான் *சேட்டிடமிருந்து* எவ்வளவு பிடுங்க வேண்டும் என்று முடிவு செய்வார்கள்.

மற்ற இரண்டு கைதிகளைப் பற்றி லாப் சிங்குக்கு ஓரளவு தெரிந்திருந்தது. செய்தித்தாள்களில் அவர்களின் விசாரணை பற்றிய அறிக்கை தினமும் வந்தபடி இருந்தது. அவர்கள் இருவர்மேலும் கவனமாக ஒரு கண் வைத்திருந்தார் அவர். அவர்களால் யாருக்கும் ஒன்றும் கொடுக்கவும் முடியாது, அவர்களால் யாரிடமிருந்தும் எதையும் வாங்கவும் முடியாது.

வழக்கறிஞரின் ஆவணங்கள் முதலில் முடிக்கப்பட வேண்டி இருந்ததால் ஹக்கம் சிங்கை அவர்கள் முன் ஆஜர்படுத்த உத்தரவிடப் பட்டது. ஹக்கம் சிங்கின் நிரப்பப்பட்ட வரலாற்றுத்தாள் *808* என்ற எண்ணைக் கொண்டிருந்தது. இது அவருடைய கைதி எண். எதிர்காலத்தில் ஹக்கம் *சிங்* வழக்கறிஞர் சாகிப் என்று கம்மியாகவும் இந்த எண்ணின் மூலம் அதிகமாகவும் அழைக்கப்படுவார்.

"வழக்கறிஞர் சாஹிப். நீங்கள் குற்ற விசாரணைக்காக இரண்டு வருடங்கள் சிறையில் இருந்ததாக உங்களுடைய ஆவண நிகழ்வுக் குறிப்பு சொல்கிறது. எனவே, உங்களுக்குச் சிறையின் விதிகளும் ஒழுங்கு முறைகளும் நன்கு பழக்கமாகி இருக்கும். இதோ உங்கள் தண்டனைக்கான வாரன்டை வாங்கிக் கொள்ளுங்கள். நான் வரலாற்று ஆவணத்தை நிரப்பவேண்டும். இப்பொழுது உண்மையாகப் பதில் அளிக்கவும்."

தலைமை *வார்டர்* கைதியிடம் அவருடைய பெயர், அவருடைய தந்தையின் பெயர், அவருடைய குற்றம் மற்றும் கல்வியறிவு பற்றிக் கேட்டார். இதற்குப் பின்பு அவருடைய உயரம், எடை, நோய், ஆர்வம் குறித்துக் கேள்விகள் தொடர்ந்தன. ஹக்கம் *சிங்* விவரங்களைக் கொடுத்தவுடன் லாப் *சிங் வாரன்டில்* அதைச் சரிபார்த்து விட்டு வரலாற்றுத் தாளில் குறித்துக்கொண்டார்.

சிறைக்குள் நுழையும் பொழுது கைதிகள் ஒருமுறை சோதனை செய்யப்பட்டனர். சிறைக்குள் அனுமதிக்கப்படாத சில பொருள்கள் அப்பொழுது பறிமுதல் செய்யப்பட்டன.

சக்கரில் மீண்டும் ஒருமுறை அவர்கள் சோதனைக்குட்பட்டார்கள். இங்கு கைதிகளின் தனிப்பட்ட உடைகள், நகைகள், பணம் மற்றும் அவருடைய சொந்தப் பொருள்கள் எல்லாம் பறிக்கப்பட்டுக் கிடங்கில் வைக்கப்பட்டது. இதற்கு ரசீது கொடுக்கப்பட்டது. அவர்கள் விடுவிக்கப்படும் பொழுது இப்பொருள்கள் அவர்களிடம் ஒப்படைக்கப்பட்டது. அவர்களுக்குப் பரிந்துரைக்கப்பட்ட சிறைச் சீருடை,

தரைவிரிப்பு, பாத்திரங்கள் மற்றும் தினசரி பயன்பட்ட பொருட்களும் ஸ்டோரிலிருந்து கொடுக்கப்பட்டது.

வரலாறு குறிப்புகளின் வேலை முடிந்தவுடன் தேடுதல் செயல்முறை தொடங்கியது.

"பையைக் காட்டு, அதில் என்ன இருக்கிறது?"

"ஒருசில புத்தகங்கள், ஒரு நோட்புக் (குறிப்பேடு), ஒரு பேனா (எழுதுகோல்)."

சிறைச்சாலை விதிகளின்படி ஒரு கைதிக்கு எழுதப்படிக்க அனுமதியுண்டு என்று ஹக்கம் சிங்குக்குத் தெரியும். அதனால் அவர் படிப்பதற்கும் எழுதுவதற்கும் சில சாதனங்களைத் தன்னோடு கொண்டு வந்திருந்தார். பையை முன்ஷியிடம் ஒப்படைக்க வேண்டிய அவசியம் இருந்ததாக அவர் கருதவில்லை.

"எனக்குக் காட்டு - அவை என்ன புத்தகங்கள்?"

வழக்கறிஞரின் எதிர்ப்பால் லாப் சிங் கோபமடைந்தார். அவர் தனது எரிச்சலை அடக்கிக் கொண்டார். ஆனால், பையை வாங்க கை நீட்டிய அவருடைய பேச்சு வார்த்தையிலும், பேசும் தோரணையிலும் இப்பொழுது வித்தியாசம் இருந்தது.

"இது சிறைக் கையேடு. இவை சில சட்டப் புத்தகங்கள். இவை உச்சநீதிமன்றத் தீர்ப்பின் நகல்கள்."

ஹக்கம் சிங் புத்தகங்களைப் பையிலிருந்து எடுத்து மேஜையின் மேல் வைத்தார்.

"சிறைக் கையேடா? இது உனக்கு எப்படிக் கிடைத்தது? 30 வருடங்களாக நான் இங்கு வேலை செய்கிறேன். இதுவரை கண்ணால் இதைக் கண்டதே இல்லை." நிஹால் சிங் சிறைக் கையேடைக் கையில் எடுத்துக்கொண்டு தன்னுடைய ஆச்சரியத்தை வெளிப்படுத்தினான்.

"வழக்குகளை வாதிடுவதற்காக வழக்கறிஞர்களுக்கு இது கொடுக்கப்படுகிறது."

"கைதிகளைத் தூண்டுவதற்காக இந்தப் புத்தகத்தை இங்கு நான் கொண்டு வந்திருக்கிறேன் என்று ஏன் சொல்ல மாட்டேன் என்கிறாய்? இதை உள்ளே எடுத்துச் செல்ல அனுமதி மறுக்கப்படுகிறது." இந்தப் புதிய எரிச்சலூட்டும் வார்த்தைகள் ஏற்கெனவே எரிந்து கொண்டிருந்த

லாப் சிங்கின் கோபத்தில் எண்ணெய் ஊற்றியதைப் போல் வேலை செய்தது.

"இல்லை, எல்லாக் கைதிகளுக்கும் இதைப் பற்றித் தெரிவிப்பது சிறை நிர்வாகத்தின் கடமை. இப்படிச் சொல்வது நான் அல்ல, இது உயர்நீதிமன்றத்தின் உத்தரவு."

"உயர்நீதிமன்றம் வழக்கறிஞர்களிடம் இதைச் சொல்லியிருக்கலாம். இந்தக் கட்டளைகளை நாங்கள் கடைப்பிடிப்பதில்லை. எங்களுக்குச் சிறைக்குள் அமைதியும் ஒழுங்குமுறையும் காப்பாற்ற வேண்டும். கைதிகளைத் தூண்டி விடாதீர்கள்." அனைத்து சிறை அதிகாரிகளையும் கடிக்கக் கூடிய நஞ்சுப் பாம்பை ஹக்கம் *சிங்* சிறைக்குள் கொண்டு வந்து விட்டதைப் போலத் தலைமை *வார்டர்* உணர்ந்தார்.

ஹக்கம் *சிங்* பேசாமல் இருந்தார்.

"இது ஆங்கிலத்தில் உள்ளது. எங்களுக்கு ஆங்கிலம் தெரியாது. நாளை பெரிய சாஹிப் வந்தவுடன் அவரிடம் காண்பிப்போம். அவர் அனுமதித்தால் அதை உங்களிடம் திருப்பிக் கொடுத்து விடுவோம்."

இவ்வாறு கூறிக்கொண்டே, லாப் *சிங்* புத்தகங்களை மீண்டும் பையில் போட்டு, அதன் மேல் பக்கம் சிங்கின் பெயர் மற்றும் எண்ணை எழுதிப் பக்கத்திலிருந்த பரண் மேல் வைத்தார்.

ஹக்கம் *சிங்* ஆட்சேபிக்கவில்லை. அவர்களும் ஒருவகையில் சரிதான். புத்தகங்கள் அடுத்த நாள் அவருக்குத் திரும்பவும் கொடுக்கப்படும்.

லாப் *சிங்* தவறாக எண்ணிக் கொண்டு விட்டார். ஹக்கம் *சிங்* கைதிகளைத் தூண்டிவிடுவதற்காகவோ அல்லது கட்சிக்காரரை வழக்குக்குத் தயார் செய்வதற்காகவோ சிறை ஏடைத் தன்னுடன் கொண்டு வரவில்லை. மாறாக, சிறையில் தங்கப்போகும் கடினமான நாட்களை முடிந்த அளவு வசதியாக ஆக்க அவர் விரும்பினார்.

அவர் மீதான குற்றச்சாட்டுகள் படிக்கப்பட்ட உடனே, எந்த அளவு தண்டனை கிடைக்கும் என்று ஹக்கம் சிங்கினால் ஊகித்துக் கொள்ள முடிந்தது. இந்த வழக்கின்வாதி ஒரு சாதாரண மனிதர் அல்ல, அவர் மாயா நகரின் பெயர்போன வக்கீல். தனது வழக்கைத் தாக்கல் செய்தபோது அனைத்துச் சட்ட அம்சங்களையும் மனதில் வைத்துக்கொண்டு உண்மைக்குப் புறம்பான திருப்பம் கொடுக்கப்பட்ட பதிப்பை வழங்கியிருந்தார்.

ரவீந்திராவின் மரணம் வரதட்சணை குறைவாகக் கொண்டு வந்ததற்காக, அவளுடைய மாமியார் வீட்டார்களால் துன்புறுத்தப்பட்டதால் ஏற்பட்டதென்பது உண்மையான காரணம் அல்ல, ஹக்கமின் சொற்ப வருமானம்தான் அதற்குக் காரணம்.

திருமணத்திற்கு முன்பே தன்னுடைய நிலைமையைப் பற்றிய விவரத்தை மாமனாரிடம் தெளிவாக எடுத்துக் கூறியிருந்தார் ஹக்கம் சிங். பெரும் நிதி கட்டுப்பாடுகளுக்கு இடையில் அவர் கல்வி கற்க நேரிட்டது. கல்வித் தகுதிச் சான்றுகளும், பட்டங்களும், உதவித் தொகையும் நன்றாகப் படித்ததற்கான விருதுகளையும் இவர் குவித்திருந்தாலும், இவரிடம் இல்லாதிருந்தது சொத்துக்களின் பதிவு பத்திரங்களும் வீடுகளும். ஹக்கம் சிங்கின் மாமனாரும் இதே போன்ற பின்னணியிலிருந்து வந்த வழக்கறிஞர்தான்.

சட்ட நீதிமன்றங்களில் பிரகாசிக்கத் திறமை தேவைப்பட்டது, அது ஹக்கம் சிங்கிடம் தாராளமாகவே இருந்தது. அவர் வெற்றியின் ஏணியில் மிக விரைவாக உயர்ந்து விடுவார் என்றும், தேர்ச்சி பெறுவதற்குப் பல ஆண்டுகள் எடுக்கக் கூடிய சட்டத்தின் சிக்கலான நுணுக்கங்களைத் தன்னுடைய திறமையான ஆதரவில், ஹக்கம் *சிங்* சில மாதங்களிலேயே கற்றுக் கொண்டு விடுவார் என்றும் மேஜர் *சிங்* நம்பினார். சாதக பாதகங்களை நன்றாக ஆராய்ந்த பிறகே மேஜர் *சிங்* இவரைத் தன் பெண்ணிற்குத் தேர்ந்தெடுத்து, திருமண சம்மதத்தை முடித்திருந்தார்.

மாயா நகர் போன்ற பெரிய நகரத்தில் வசிக்கும் ஒருவர் மண்டி போன்ற கிராமத்தில் இருக்கும் ஒருவருக்கு வாழ்க்கை படப் போவதைத் தயக்கத்துடன் எதிர்த்தாள் அவருடைய மகள். ஆனால், மேஜர் *சிங்* அவளுக்கு அறிவுரை கூறி எதிர்காலத்தைப் பற்றிச் சிந்தனை செய்யச் சொல்லி அடக்கிவிட்டார். வருங்காலத்தைப் பற்றி முன்னுரைத்த மேஜர் சிங், தொழிலில் மேலும் மேலும் வெற்றியடைந்து உயரத்திற்குப் போகப் போக வசிக்கும் இடத்தையும் ஹக்கம் *சிங்* மாற்றிக்கொண்டு விடுவார் என்றும் இன்னும் ஐந்தாறு வருடங்களில் ஹக்கம்சிங் உயர்நீதிமன்றத்தில் இருப்பார் என்றும் ஒரு நல்ல எதிர்காலத்தை நாம் விரும்பினால் அதற்காகச் சிலவற்றை விட்டுக் கொடுக்க வேண்டும் என்றும் கூறினார். அந்தச் சமயத்தில் ரவீந்திரா பிடிவாதமாக மறுத்திருந்தால் மேஜர் *சிங்* சிறிதும் யோசிக்காமல் ஒப்புக் கொண்டிருந்திருப்பார். ஆனால், நிகழ்வுகளின் ரயில், இயக்கத்தில் வந்த பிறகு சமயத்தை மாற்றுவது சாத்தியமில்லை.

விசாலமான சாலைகளில் வேகமாக ஓட்டுவதும், அடிக்கடி ஹோட்டல், கிளப்களுக்குச் சென்று விருந்துகளில் கலந்து கொள்ளும் பழக்கமும் கொண்ட ரவீந்திராவிற்குத் திருமணமாகி ஆறு மாதத்திற்குள்ளேயே அந்தச் சிறு கிராமத்தில் மூச்சு திணற ஆரம்பித்தது.

மூன்று மாதங்களுக்குப் பிறகு சம்பிரதாய சடங்குகளுக்காக வந்த பெண்ணின் பரிதாப முகத்தைப் பார்த்த மேஜர் சிங்கின் இதயம் கனத்தது. ஏதோ தப்பிதம் நடந்திருக்கும் என்று நினைத்த அவர், அவளுடைய தாயாரிடம் விஷயம் என்ன என்று கண்டறியச் சொன்னார். அது அப்படி ஒன்றும் பெரிய விஷயமில்லை என்று தெரிந்தது. அவள் நாகரீகமாக ஆடை அணிவதற்கு அவளுடைய மாமியார்-மாமனார் எதிர்ப்பு தெரிவித்தனர். திருமணமாகி மூன்றாவது நாளன்றே அவள் திரைப்படம் பார்க்கச் சென்றதும்கூட அவர்களுக்குப் பிடிக்கவில்லை. மண்டியில் அவளுக்குப் பிடித்த இட்லி தோசையை அனுபவிக்க வசதியிருக்கவில்லை. இது போன்ற அல்ப விஷயத்திற்காக 50 கிலோமீட்டர் அப்பால் இருந்த மாயா நகருக்குச் செல்வது அர்த்தமற்றதாகத் தோன்றியது.

மேஜர் சிங் மகளைப் பக்கத்தில் உட்கார வைத்து விஷயங்களை விளக்கினார். எண்ணற்ற குடும்பங்கள் செழித்தோங்கி, கிராமத்திலிருந்து வெளியேறிய சம்பவங்களைப் பற்றிச் சொன்னார். சாதகமான நல்ல நாட்கள் வெகு அருகிலேயே உள்ளன என்று உறுதியளித்தார். அமைதியடைந்த அவளும் கணவன் வீட்டுக்குச் சென்றுவிட்டாள்.

ஆனால், அடுத்த தடவை வந்தபொழுது அவள் மிகவும் வேதனையில் இருந்தாள். முதுகலைப் பட்டதாரியான அவள், ஒரு பள்ளிக்கூடத்தில் அல்லது கல்லூரியில் கல்வி கற்பித்து, தனது நேரத்தைக் கழிக்க விரும்பினாள்.

ஹக்கம் சிங்கின் குடும்பத்தார் மருமகளை ரூபாய் 1500 போன்ற ஒரு சிறு தொகைக்கு வேலைக்கு அனுப்ப இஷ்டப்படவில்லை. இந்தத் தடவையும் மேஜர் சிங் அவளுடைய கணவர் வீட்டாரை ஆதரித்துப் பேசினார். இந்த முறை ஒருவேளை ரவீந்திராவிற்குத் தந்தையின் மனப்பான்மை பிடிக்கவில்லை போலும். இதற்குப் பிறகு தந்தையை அணுகுவதை அவள் நிறுத்திக் கொண்டாள். மேலும் புகார் ஒன்றும் செய்யவுமில்லை. ஹக்கமும் தன் எண்ணங்களையும், உணர்வுகளையும் எவரிடமும் பகிர்ந்து கொள்ளவில்லை. மேஜர் சிங்கும், புத்திசாலியான தன் பெண், வாழ்க்கையில் எழுந்த புயலைத் தாங்கிக் கொண்டு விட்டாள், எல்லாம் இப்பொழுது சரியாகி விட்டது என்று நினைத்துக்கொண்டார்.

அவள் மின்விசிறியில் தொங்கித் தற்கொலை செய்து கொண்டுவிட்டாள் என்கிற செய்தி கிடைத்த பிறகுதான் நிலைமையின் தீவிரத்தை அவர் புரிந்து கொண்டார்.

ரவீந்திரா உயிருடன் இருந்தவரை மேஜர் சிங் மருமகனைத்தான் ஆதரித்தார். மகள் இறந்த பிறகு தகப்பனார் மனம் உடைந்துப் போனார். தன்னுடைய அலட்சியம் மற்றும் அக்கறையின்மையை நினைத்து மனம் நொந்து போனார். அவருடைய மகளுக்குச் சொல்லிக் கொடுத்ததைப் போலவே ஹக்கம் சிங்கின் பெற்றோர்களிடமும் பேசி விஷயங்களை விளக்க முயற்சி செய்திருக்க வேண்டும். மகளின் பேச்சைக் கேட்டிருக்க வேண்டும். அவள் இவ்வளவு சங்கடத்தில் இருந்திருந்தால், விவாகரத்து பெற்றுக்கொண்டு அந்தக் குடும்பத்தில் இருந்து விடுதலை பெற்றிருக்கலாம். துக்கத்திலும் மன அழுத்தத்திலும் சோர்ந்துபோன மேஜர் சிங், மௌனமாக இருந்ததற்காக ஹக்கம் சிங் மீது குற்றம் சாட்டினார். நிலைமையைப் புரிந்துகொண்டு ஹக்கம் சமாளித்திருக்க வேண்டும். குறைந்தபட்சம், மேஜர் சிங்கின் கவனத்திற்காவது கொண்டு வந்திருக்க வேண்டும்.

சட்டரீதியான அனைத்துச் சிக்கல்களையும் மனதில் கொண்டு பழியை முழுமையாக ஹக்கம் சிங்கின் மேல் சுமத்தி விட்டார் மேஜர் சிங். இதில் குறிப்பிடத்தக்க உண்மைக்குப் புறம்பான குற்றச்சாட்டு - ஹக்கம்சிங் ஆரம்பத்திலிருந்தே ரவீந்திரா கொண்டுவந்திருந்த வரதட்சணையால் அதிருப்தியடைந்திருந்தார் மற்றும் பெற்றோரிடமிருந்து ஒரு காரைக் கொண்டு வருவதற்காக அவளைத் தொந்தரவு செய்தார். மேஜர் சிங்கும் பல சந்தர்ப்பங்களில் அவருடைய பேராசையைத் தணிக்கப் பரிசுகளும், 10 அல்லது 20 ஆயிரம் வரை பணமும் கொடுத்துப் பார்த்தார். ஆனால், அவருடைய பசி சிறிது நாட்கள் அடங்கி மீண்டும் தலைகாட்ட ஆரம்பித்தது. அவருடைய மகள் தற்கொலை செய்து கொள்வதற்கு ஒரு மணி நேரத்திற்கு முன்பும் இந்தப் பிரச்சனையினால் கடுமையான விவாதம் ஏற்பட்டது, அதைப் பற்றிச் சொல்வதற்காக அவள் பெற்றோரை அழைத்தாள். அதன் பின்னர் தன்னுடைய துப்பட்டாவை மின்விசிறியில் மாட்டித் தற்கொலை செய்து கொண்டாள்.

வழக்கறிஞர்கள் இரவும் பகலும் சிரமப்பட்டுச் சாமர்த்தியமாகச் சாட்சிகளைத் தயார் செய்து, அனைவரும் சேர்ந்து ஹக்கம் சிங்கின் அடித்தளத்தையே வெட்டி வீழ்த்தினார்கள்.

விசாரணையின் பொழுது ஹக்கம் சிங்குக்கு மற்றொரு அநீதி ஏற்பட்டது. அவர் வழக்கறிஞராக இருந்த நீதிமன்றத்தில் வழக்கு

விசாரணைக்கு வந்தது மற்றும் வழக்கை வாதாடுவதற்காக மேஜர் *சிங்* மாயா நகரிலிருந்து வந்தார். ஹக்கம் *சிங்* ஒரு ஜூனியர் வழக்கறிஞராக இருந்ததனால் அவருடைய தொழில் வட்டாரத்திலிருந்து அவருக்கு உதவி அளிப்பதற்கு எவரும் ஒரு விரலைக் கூட அசைக்கவில்லை. ஆனால், மேஜர் *சிங்* ஜூனியர் மற்றும் சீனியர் வழக்கறிஞர்கள் புடைசூழ வந்தார். இது ஒரு வழக்கறிஞரின் மகளின் தனிப்பட்ட வழக்கு. ஒரு வழக்கறிஞரின் மகள் வரதட்சணை என்ற அரக்கனுக்குப் பலியாகி இருக்கிறாள். இது அனைத்து வழக்கறிஞர்களின் வேண்டுகோளாகி ஒரு நீதிபதியைப் பாரபட்சமற்ற நியாயமான தீர்ப்பைக் கொடுக்க உதவியது. குற்றம் சாட்டப்பட்டவரும் ஒரு வழக்கறிஞர் என்று சுட்டிக்காட்ட எவரும் நினைத்துப் பார்க்கவில்லை.

தண்டனை கிடைப்பது நிச்சயம் என்று உணர்ந்த ஹக்கம் *சிங்* தீவிரமாகச் சிறைக் கையேடை அலசத் தொடங்கினார். ஆனால், இது அவருக்கு உதவுவதற்குப் பதிலாகத் தீங்குதான் விளைவிக்கும் என்று தோன்றியது.

"சட்டைப் பையைக் காலி செய், இதெல்லாம் என்ன காகிதங்கள்?"

"சில முகவரிகள், தொலைபேசி எண்கள், சிறிது பணம்."

"நாங்கள் அரசாங்க அதிகாரிகள் உன்னைப்போலக் குற்றவாளி அல்ல. உன்னுடைய பணத்தைக் கொள்ளை அடிக்கப் போவதில்லை."

"சிறைக் கையேடு பிரகாரம் ரசீது பெற எனக்கு உரிமையுள்ளது."

"நீ ஒரு கைதி என்பதை இப்பொழுது மறந்துவிட்டாய். உன்னுடைய உரிமைகள் சிறைக் கதவுக்குப் பின்புறம் விடப்பட்டு விட்டது. ஒரு குற்றவாளியாய் இருந்தும் உண்ண உணவும் தலைக்கு மேல் கூரையும் உனக்குக் கிடைத்திருக்கு. இதற்கு நீ அரசாங்கத்திற்கு நன்றி சொல்ல வேண்டும்."

"இது உன்னுடைய தவறான எண்ணம். பல உரிமைகள் பறிக்கப்பட்டுள்ளன என்பதை நான் ஒப்புக்கொள்கிறேன். இதைத்தவிர பல அந்நிய சலுகைகள் எங்களுக்கு உண்டு. அனுமதிக்கப்பட்ட அந்த அதிகாரங்களைப் பற்றித்தான் நான் குறிப்பிடுகிறேன்."

"ஓய், எங்களுக்குச் சட்டம் கற்றுக் கொடுக்காதே. உன்னுடைய புத்திசாலித்தனத்தை வழக்கில் காண்பித்திருந்தாயானால் விடுதலையாகி இந்நேரம் சிறைக்குப் பதிலாக வீட்டில் இருந்திருப்பாய்."

தலைமை அதிகாரி ஹக்கம் சிங்கை அடக்க விரும்பினார். ஆனால், அவர் எளிதில் அமைதியாகிறவர் அல்ல.

"இந்தா உன்னுடைய சரியான உரிமையை வாங்கிக் கொள்." லாப் *சிங்* பக்கத்திலிருந்த பரணிலிருந்து ஒருசிறு மூட்டையை எடுத்து ஹக்கம் *சிங்* மீது வீசி எறிந்தார்.

மூட்டை நடுவிலேயே திறந்துகொண்டது. ஒரு ஜோடி பழைய அழுக்கான கசங்கிய குர்தா பைஜாமா வெளியில் தரையில் வந்து விழுந்தன.

"எனக்கு ஆயுள் தண்டனை விதிக்கப்பட்டுள்ளது. நான் புதிய ஆடைகளுக்கு உரிமையாளன்" ஹக்கம் *சிங்* பழைய ஆடைகளை ஏற்க மறுத்து விட்டார்.

"இனி நீ புதிய பாத்திரங்களும் வெள்ளை விரிப்புகளும் மென்மையான தலையணைகளும் வேண்டுமென்றும் கேட்பாய். எனக்கு 'பி' வர்க வசதிகளும் கொடுக்கவேண்டும் என்பாய்."

"நான் ஒரு இரட்டைப் பட்டதாரி. விவரம் கேட்க எனக்கு அதிகாரம் உண்டு. 'பி' வர்க்க சலுகையைக் கொடுப்பதால் எவரும் எனக்கு உதவியோ ஆதரிப்போ காட்டி விடவில்லை."

"சட்டம் உன்னுடைய மண்டைக்கு ஏறிவிட்டது என்று தெளிவாகத் தெரிகிறது. சிறைக் கையேடை மற்ற கைதிகளுக்குப் படித்துக் காட்டுவாய். சில நாட்களில் சிறையில் ஒரு கிளர்ச்சியைக் கிளப்பி விடுவாய். உன்னுடைய புத்தியைச் சரிசெய்வதற்கு உன்னைத் தனிச் சிறைக் கூடத்தில் அடைத்து, கடுமையான உடல் உழைப்பு கொடுக்க வேண்டும்."

ஹக்கம் சிங்கின் தொடர்ந்த கீழ்ப்படியாமையால் கோபமடைந்த நிஹால் சிங்கிற்கு அவனைக் கிடங்கிற்கு அழைத்துச் சென்று செம்மையாகச் சாட்டையடி கொடுக்க வேண்டும் என்று தோன்றியது. ஆனால், முதல் நாளன்றே ஒரு வழக்கறிஞர் மீது கை ஓங்க அவருக்குத் தைரியம் வரவில்லை.

தன்னுடைய ஆத்திரத்தை அடக்குவதற்கு, "கயிறு எரிந்து விட்டது. ஆனால், முறுக்குப் போகவில்லை" என்று முணுமுணுத்துக் கொண்டார்.

லாப் சிங்கின் ரத்தமும் கொதித்தது. ஒரு சிறை அதிகாரி பேசாமல் இருக்கும்பொழுது கைதியாகிய அவர் எதற்காக வெறுப்புணர்ச்சியை

உண்டாக்க வேண்டும்? அவருக்கும் இந்தச் சிக்கலான சூழ்நிலையை இழுத்தடிக்க விருப்பமிருக்கவில்லை.

"அவன் ஒரு வக்கீல்-அவனுடன் வீண்வாதம் வேண்டாம். செய்ய வேண்டிய வேலை இன்னும் நிறைய இருக்கிறது. கைதிகளைச் சிறைக் கூடத்தில் அடைக்கும் நேரம் முடிந்துவிட்டது. அங்கு முன்ஷி காத்திருப்பார் இனி இன்று இரவு இவனைப் பாத்ஷா கூடத்திற்கு அனுப்பி விடலாம். நாளை அவனைப் பெரிய சாஹிபிடம் ஒப்படைத்து விடலாம்."

"அவரே இவனுக்கு மெத்தை, மெத்தை விரிப்பு எல்லாம் கொடுத்து விடுவார்!"

தலைவரின் எண்ணமும் இதே திக்கில் சென்று கொண்டிருந்தது. பிச்சைக்காரர்களுக்கு ஒதுக்கப்பட்ட சிறைக்கூடம் பாத்ஷா கூடம் என்று அழைக்கப்பட்டது. புதுக் கைதி எவரேனும் எதிர்த்துக் கிளர்ச்சி செய்ய நினைத்தால் அவனை முதல் இரவு அங்கு அனுப்பி விடுவார்கள். இரவு முடியும் முன்னரே தன்னுடைய மடமையை உணர்ந்து அந்த நரகத்திலிருந்து வெளியே எடுக்கப்பட வேண்டுமென்று அவன் மன்றாடுவான். ஹக்கம் சிங்கை வசப்படுத்திக் கொண்டிருந்த சட்டம் என்ற பேயை வெளியேற்றுவதற்கு இதைச் செய்தாக வேண்டும்.

உடனுக்குடன் 'பாத்ஷா கூடம்' என்று வரலாற்றுத் தாளில் குறித்துவிட்டு அவரை அந்தக் கூடத்திற்குச் செல்லும் வழியைக் காட்டினார் லாப் சிங்.

அத்தியாயம் 5

ஹக்கம் சிங்கிற்கு ஏற்பட்ட பயங்கரமான நிலை பார்த்து ஜெயின் முகம் முன்பிருந்ததைவிட வெளிறியது. ஒரு வழக்கறிஞர் இப்படி நடத்தப்பட்டால், வெறும் பத்தாம் வகுப்பு தேர்ச்சி பெற்ற தன்னுடைய கதி என்னாவாகும் என்பது ஆண்டவனுக்குத்தான் தெரியும். இந்த எண்ணம் ஒன்றே அவரை ஒரேயடியாக வியர்க்க வைத்தது.

ஹக்கம் சிங்கின் சடங்குகள் முடிவதற்கு ஒரு மணி நேரம் ஆகிவிட்டது. இதற்குப் பிறகு ஜெயினின் முறை. சில நிமிடங்களுக்குள் அந்தச் *சிபாரிசியின்* செய்தி தொலைபேசியில் வரவில்லை என்றால், எந்த எரியும் நிலக்கரியில் இவரைத் தூக்கி எறிந்து விடுவார்களோ யாருக்குத் தெரியும்? அந்த முதிய *வார்டரைப்* பார்த்து ஜெயினுக்கு இப்பொழுது எரிச்சலாக இருந்தது. ஜெயின் கொடுத்த எண்ணில் பேசி அங்கிருந்து கிடைத்த பதிலை இவருக்கு இதுவரை தெரிவித்திருக்க வேண்டும். இதற்காகவே ஜெயின் ஒரு பெரும் தொகையை அவருக்கு அளித்திருந்தார். வேறு பல எண்ணங்களும் அவருடைய மனதில் அலைமோதின. ஒருவேளை சுசா சிங்குக்குத் திருப்திகரமான பதில் கிடைத்திருக்காது. ஏதாவது ஏற்பாடு ஆகியிருந்தால் *சக்கரில்* இருந்த சிறை அதிகாரிக்குத் தகவல் வந்திருக்கும். ஆனால், சக்கரில் தொலைபேசி கிடையாது. யாராவது நேரில் வந்து *சிபாரிசியின்* செய்தியை அங்கு கொடுக்க வேண்டும். இவர்கள் உள்ளே செல்லும் வரை எவரும் *சக்கர்* பக்கம் வரவில்லை. ஜெயின் ஆதரவாளர்கள் எந்த விதத்திலும் இதில் ஈடுபடவில்லை என்று நன்றாகத் தெரிந்தது. கனத்த இதயத்துடன் ஜெயின் கடவுளை வேண்டிக்கொண்டு அவர் முன் வந்திருந்த இந்தப் பிரச்சனையை எப்படிக் கையாளுவதென்று யோசிக்கத் தொடங்கினார்.

"எதற்காக மீண்டும் மீண்டும் உள் கதவைப் பார்த்துக் கொண்டே இருக்கிறீர்கள்? ஒருவேளை சுசாசிங் வருவாரென்று காத்திருக்கிறீர்கள் போலிருக்கிறது. அவர் எப்பொழுதோ வீட்டிற்குச் சென்று விட்டார்."

ஜெயினுடைய கவலையை நிஹால் *சிங்* புரிந்துகொண்டார். ஆவணங்களை லாப் சிங்கிடம் கொடுத்தவாறு *சேட்டை* நையாண்டி செய்தார் அவர்.

"தொலைபேசியில் செய்தி வரும் என்று காத்திருக்கிறீர்களா? பரவாயில்லை. உங்களுடைய சார்பாகச் சுசாசிங் எங்களிடம் பேசியுள்ளார். நாங்கள் உங்களைக் கவனித்துக் கொள்வோம்."

வரலாற்றுத் தாளை நிரப்பத் தொடங்குவதற்கு முன்பு, நுழை வாயிலில் இருந்த முன்புற அறையில் பணம் கைமாறிய விஷயம்

தனக்குத் தெரியும் என்று *சேட்*டுக்குத் தெரிவிக்க வேண்டியது அவசியமென்று நினைத்தார் லாப்சிங். குறிப்பைப் புரிந்து கொண்ட *சேட்* நிம்மதிப் பெருமூச்சு விட்டார்.

பணமும் தங்கமும் சுமந்து வரும் சுபாஷ் ஜெயின் போன்ற ஒரு *சேட்* அரிதாகத்தான் சிறைக்கு வந்தார்கள். லாப் *சிங்* ஒரு *முன்ஷி* என்பதில் சந்தேகம் இல்லை. ஆனால், எல்லாவற்றிற்கும் மேல் அவர் ஒரு கைதி தானே. அவர் விரும்பியவற்றை செய்ய அவருக்கு உரிமை இல்லை. *சீப் வார்டரி*ன் அனுமதி பெற்ற பிறகே *சேட்*டின் பணத்தை அவரால் சுரண்ட முடியும்.

"நாம் இவரைச் சூரையாடுவோமா?" தலைவரின் பக்கம் பார்த்தவாறு கேட்டார் *முன்ஷி.*

"நல்ல காரியம் செய்வதற்குக் கேட்க வேண்டுமா?" தலைவர் கண்களால் சம்மதமென்று ஜாடைக் காட்டினார்.

"நீ பணக்கார *சேட்* மாதிரித் தெரிகிறாய். வாழ்நாள் முழுவதும் கருப்புத் தங்கத்தை விற்று நிஜத் தங்கமாக மாற்றிக் கொண்டுள்ளாயென்று உன் ஆவணங்கள் கூறுகின்றன. விடுதலை அடைய உன் மாயாவை நீ ஏன் பயன்படுத்திக் கொள்ளவில்லை?"

"அது ஒரு நீண்ட கதை. அதைப்பற்றி வேறு சமயம் சொல்கிறேன். நான் ஏமாற்றப்பட்டு விட்டேன். விடுதலை பெறுவதற்காகப் பணத்தைத் தண்ணீர் போல இறைத்தேன். சாட்சிகள், வழக்கறிஞர்கள், ஏன் நீதிபதிக்கும் நான் நேரடியாகப் பணம் கொடுத்து எல்லார் கைகளையும் சூடாக்கினேன்."

"அது சரி, இப்பொழுது நீ என்ன செய்யப் விரும்புகிறாய்?" அதிக பீடிகை இல்லாமல் நேராகக் கணையை இலக்கு நோக்கி வீசினார் லாப் சிங்.

"நான் எல்லாவற்றிற்கும் தயாராக இருக்கிறேன். நீங்கள் சந்தோஷமாக இருக்க நான் ஏற்பாடு செய்கிறேன். இன்றைய இரவு வசதியாக ஓய்வெடுக்கட்டும். நாளை என் ஆட்கள் வந்து எல்லா ஏற்பாடுகளும் செய்து விடுவார்கள்."

தன்னுடைய *பைஜாமா*வில் இருந்த ரகசிய *பாக்கெட்டி*ல் கை விட்டு ஒரு வெல்வெட் (மென் பட்டுத்துணி) நகைப் பொட்டலத்தை உருவி எடுத்து அதிலிருந்து சில ஆயிரம் ரூபாய் நோட்டுகளை எடுத்து மேஜை மேல் வைத்தார் ஜெயின்.

"இது பத்தாயிரம் ரூபாய். எல்லாவற்றையும் வைத்துக் கொள்ளுங்கள். ரசீது, கூப்பன் எதுவும் எனக்குத் தேவையில்லை."

நிஹால் சிங் பணத்தை மேஜையின் இழுப்பறையில் வைத்தார். அந்தப் பணம் அவருடையச் சொந்தப் பையில் சென்றதா அல்லது அரசாங்க கஜானாவில் சென்றடைந்ததா என்று சேட் இப்பொழுது தெரிந்து கொள்வதை அவர் விரும்பவில்லை. இந்தப் பத்தாயிரம் ரூபாய்க்கு ரசீது கொடுக்கப்படுமா என்பதைப் பற்றியும் அவர் ஒன்றும் கூறவில்லை. பேசாமல் மற்ற வேலைகளைக் கவனிக்கத் தொடங்கினார்.

"சேட் சாஹிப் சிறைக்கூடத்திற்குள் பிரவேசிக்கும் முன்பு நீங்கள் அனைத்து ஆபரணங்களையும் கழற்ற வேண்டும். இது ஒரு சிறைச்சாலை. இங்கு கள்வர்களும் சமூகவிரோத உறுப்பினர்களும் அடைக்கப் பட்டுள்ளார்கள். இது எங்கள் ஆதிக்கத்தில் இல்லை. நீங்கள் சக்கரிலிருந்து வெளியே சென்றவுடன் அவர்கள் உங்களைக் கொள்ளை அடிப்பார்கள். உங்கள் மீதும் உங்கள் நகைகள் மீதும் பசி பிடித்த நாய் போல் பாய்வார்கள்."

தலைவருக்கும் நகைகளைக் கைப்பற்ற ஆசைதான். ஆனால், ஒரு ஆபத்தான இடத்திற்குச் செல்லப் போகிறோம் என்ற பயத்தை ஜெயின் மனதில் உண்டாக்கினால்தான் அது சாத்தியமாகும். அதற்கான அடித்தளத்தைக் கவனமாக உருவாக்கினார் அவர்.

ஜெயின் புத்திசாலி, தலைவரின் ஒவ்வொரு வார்த்தையின் அர்த்தத்தையும் புரிந்துகொண்டார். ஒரு வகையில் அவர் குறிப்பிட்டது, திருடர்கள் நிறைந்த கூடத்திற்கு அவரை அனுப்ப போகிறார்களென்று பொருள்பட்டது. பத்தாயிரம் போதாதென்பது இரண்டாவது மறைமுகக் குறிப்பாயிற்று. இப்பொழுது அவர்களுடைய கவனம் சேட்டின் தங்கத்தின் மீது இருந்தது. தங்கம் ஆபரணம் மட்டுமல்ல, துன்ப காலங்களில் உதவுவதற்கும்கூட என்று ஜெயினுடைய தாயார் எப்பொழுதும் சொல்வார். இந்தப் பழமொழி இன்று பலித்துவிட்டது. ஜெயின் தன்னுடைய சங்கிலி, மோதிரம் மற்றும் காப்புகளைக் கழற்றி மேஜை மீது வைத்தார்.

"எடை பார்க்கும் கருவி ஒன்று கொண்டு வாருங்கள்."

"மூன்று, மூன்று, ஆறு. சுமார் பன்னிரண்டு தோலா அளவு இருக்கும். இவற்றை எடை போட்டு என்ன பயன்? என்னிடம் நிறையச் சங்கிலிகளும், மோதிரங்களும் வீட்டில் இருக்கின்றன. இதை நீங்கள் வைத்துக் கொள்ளுங்கள். அதிகாரிகளுக்குப் பரிசாகக் கொடுங்கள். நான் உங்களுக்கு இன்னும் நிறையக் கொடுக்க முடியும். என்னுடைய

பிரத்தியேக உபயோகத்திற்காக ஒரு அறை, ஒரு கட்டில் மற்றும் மெத்தை ஒன்றிற்கும் ஏற்பாடு செய்துவிடுங்கள். அது போதும்.''

''என்ன யோசிக்கிறீர்கள் தலைவர் *ஸாஹிப்?*'' பேராசை நிறைந்த கண்களுடன் லாப்சிங் நிஹால் சிங்கைப் பார்த்தார்.

''*சேட்ஜி*யைக் கோபப்படுத்த நாம் விரும்பவில்லை இல்லையா? இந்தக் காப்பை நான் வைத்துக் கொள்கிறேன், சங்கிலியை நீ எடுத்துக் கொள்; மோதிரங்களைப் பெரிய ஸாஹிபுக்குக் கொடுத்துவிடலாம்'' என்று கூறியவாறு தலைவர் தன்னுடைய கைக்குட்டையை எடுத்து அதில் நகைகளைச் சுருட்டி எடுத்து ஒரு ரகசிய பைக்குள் போட்டுக்கொண்டார்.

தலைவர் வாயிலிருந்து '*சேட்ஜி*' என்ற வார்த்தைகள் வெளிவந்ததைக் கேட்ட பிறகு ஜெயின் சிறிது சமாதானம் அடைந்தார். நகைகள் அந்த ரகசிய பைக்குள் மறைந்ததும் அவருடைய முகம் மகிழ்ச்சியில் மினுமினுத்தது. தாயாரின் அறிவுரைக்கு மனதார நன்றி செலுத்தினார். அன்னையின் சொல்படி, எது எப்படி இருந்தாலும், செல்வத்தை ஒருபோதும் பிடித்து வைத்துக் கொள்ளாமல் எந்த வேகத்தில் சேர்த்தாரோ அதே வேகத்தில் செலவு செய்யும் பழக்கத்தையும் ஏற்படுத்திக் கொண்டிருந்தார் ஜெயின்.

முதல் நாளிலிருந்தே செல்வத்தைப் பயன்படுத்திக்கொண்டு அவர் மீதான வழக்குப் போலியானது என்று அவர் நிரூபித்துக் கொண்டிருந்தார். புலனாய்வு அதிகாரி பதிவு செய்திருந்த சில ஆவணங்களும் ஜெயின் ஒரு குற்றவாளி என்பதை விட நிரபராதி என்பதை அதிகமாகச் சித்தரித்தது. அவருடன் குற்றம்சாட்டப்பட்ட அதிகாரிகளைச் செலவு செய்ய ஜெயின் இடம் கொடுக்கவில்லை. அவர்களின் சட்டச் செலவையும் அவரே ஏற்றுக் கொண்டார். நீதிமன்றத்தில் ஐந்துக்குப் பதில் ஐம்பது செலவழிக்கத் தயாராக இருந்தார். இவ்வாறாக அடங்கா தீ போல எரிந்திருக்க வேண்டிய வழக்கு இரண்டு வருடங்களில் நிறைவு பெற்றது.

பதிவேடுகளில் எந்த ஒரு சான்றும் அவருக்கு எதிராகப் பதிவு செய்யப்படவில்லை என்று மார்பைத் தட்டிக் கொண்டு ஜெயினுடைய வழக்கறிஞர் அறிவித்தார். யாருக்கும் பணம் கொடுக்க வேண்டிய அவசியம் இல்லை. நீதிபதிக்கு ஜெயினை விடுவிப்பதைத் தவிர வேறு வழியில்லை என்றார். ஆனாலும் ஜெயின் ஐயத்திற்கு இடம் வைக்க விரும்பவில்லை. தன்னுடன் ஒரு *பிக்ஸரை* அழைத்துவந்து நீதிபதியுடன் நேருக்குநேர் பேசினார். பத்து லட்சத்துக்கு ஒப்பந்தம் முடிவு செய்யப் பட்டது. முதல் தவணையான ஐந்து லட்சத்தை அவர் நேரில் ஒப்படைத்து விட்டார். ஒப்பந்தத்தின் இரண்டாவது தவணை இடைத்தரகருக்குத்

தீர்ப்பிற்கு முந்தைய நாள் கொடுக்கப்பட்டது. ஜெயினுடன் குற்றம் சாட்டப்பட்டவரை நீதிபதி விடுதலை செய்துவிட்டார். ஜெயின் மேல் இடி ஏன் விழுந்ததென்று யாருக்கும் புரியவில்லை.

இந்தப் பெரும் பிரச்சனை அவரைத் திடீரென்று தாக்கியது. இவ்வகையான தண்டனை அளிக்கப்படும் என்று அனுமானம் இருந்திருந்தால் அவர் எல்லாச் சிறை அதிகாரிகளையும் முன்கூட்டியே சமாளித்திருப்பார். தற்பொழுது நிலைமையைக் கட்டுப்படுத்தி ஒருவாறு சமாளிக்க முடிந்ததற்கு, கடவுளுக்கு நன்றி கூறினார் ஜெயின். ஜெயின் கைதி எண் 809 ஆக இருந்திருக்க வேண்டும். அதை 811 ஆக மாற்றி அமைத்துக்கொடுத்தார் லாப் சிங்.

"இது ஒரு அதிர்ஷ்ட எண். இந்த எண்ணுள்ள கைதி அதிக நாட்கள் சிறையின் ரோடி சாப்பிடுவதில்லை."

"நான் மிகவும் கடமைப்பட்டுள்ளேன்."

ஜெயின் சொன்ன அந்த நன்றியின் விதம், அவருடைய விடுதலைக்கான உத்தரவைக் கேட்ட பிறகு கூறியதாக இருந்திருந்தால் பொருத்தமாக இருந்திருக்கும். ஹக்கம் சிங்குக்குச் சிறைக் கூடத்தைக் காண்பிக்கச் சென்ற ஸேவாதார் இப்பொழுது திரும்பி விட்டான். வேலை ஒன்றும் இல்லாமல் சும்மா நின்றிருந்த அவனை லாப்சிங் காரியத்தில் ஈடுபடுத்தினார்.

"இரண்டாம் எண் பரண் மேல் உள்ள துணி மூட்டையை எடுத்து என்னிடம் கொடு."

அந்தப் பரண் மீது புது ஆடைகள் இருந்தன. ஜெயினுக்கு லாப் சிங் அளித்த இரண்டாவது சலுகை இது.

"இப்பொழுது நீங்கள் அணிந்திருக்கும் குர்தா-பைஜமாவும் வெண்மையாகத்தான் இருக்கின்றன. வேண்டுமானால் கைதி எண் பேட்ஜை அதில் குத்திக் கொள்ளுங்கள்."

சலுகை அளிப்பதில் பின்தங்கியவராகத் தோன்ற விரும்பவில்லை நிஹால் சிங். கைதியின் உடைகளை வைத்துக்கொண்டு நின்றிருந்த அவனைப் பார்த்த ஜெயின் முகம் மீண்டும் வாடி உலர்ந்து போயிற்று.

"தலைவர் சாஹிப், சேட் சாஹிபின் நிலையைப் பாருங்கள். அவர் பயத்தில் வியர்த்துப் போயிருக்கிறார். குர்தா-பைஜாமா வியர்வையில் தெப்பமாக நனைந்து விட்டிருக்கின்றன. சேட்ஸாஹிபிற்குச் சிறிய மாரடைப்பு ஏற்பட்டிருக்கிறது என்று நினைக்கிறேன். நம் தலையில்

மரண சுமை வேறு வந்துவிழாமல் இருக்க வேண்டும். இப்பொழுது என் பேச்சைக் கேளுங்கள். இவரை மருத்துவமனையில் சேர்த்து விடுங்கள்."

லாப் சிங்கின் காகித வேலை முடிந்துவிட்டது. ஆவணத்தில் எல்லா விவரங்களும் குறித்தாயிற்று. ஒதுக்கப்படவேண்டிய சிறைக்கூடத்தின் எண் மாத்திரம் காலியாக விடப்பட்டிருந்தது.

"சரி சரி, பின்னர் இவரை மருத்துவமனைக்கு அனுப்பி விடுங்கள்."

தலைவர் சிரித்துக்கொண்டே லாப் சிங்கின் தந்திரத்தில் இணைந்து கொண்டார். சிறைச்சாலையின் மருத்துவமனை, கைதி மிகவும் வசதியாக இருக்கக்கூடிய இடம். எதிர்பாராமல் அவர் சிறைக்கு அனுப்பப்பட்டால் நேரடியாக மருத்துவமனைக்குச் சென்று விட வேண்டுமென்று ஜெயினுடைய நண்பர்கள் அவருக்கு முன்பே ஆலோசனை கூறி இருந்தார்கள்.

"அவரை மருத்துவமனையில் அனுமதிக்கப் பரிந்துரைக்கப்பட்டுள்ளது."

இதைக்கேட்ட ஜெயின் சந்தோஷத்தில் உணர்ச்சி வசப்பட்டார். பணக்கார மனிதர்களும் அதிகாரிகளும் செய்ய முடியாத மாபெரும் காரியத்தை ஒரு சாதாரண கைதி செய்துவிட்டார். ஜெயின் லாப் சிங்கின் முன்பு தலை குனிய ஆரம்பித்தார். ஆனால், பின்னர் தன்னைக் கட்டுப்படுத்திக் கொண்டார். இது லாப் சிங்கின் முயற்சியால் அல்ல, அந்த மகாமாயி லக்ஷ்மியின் அனுக்கிரகத்தால் சாத்தியமானது.

அத்தியாயம் 6

வீட்டில் விருந்தாளிகள் வந்திருந்தனர். இவர் திரும்புவதற்காகக் காத்திருப்பார்கள். இதை நினைவில் கொண்டு நிஹால் *சிங்* அங்கிருந்து கிளம்பத் தயாரானார். அவருடைய வேலை நேரம் எப்பொழுதோ முடிந்து விட்டது. கூடுதல் நேரத்துக்கான கொடு பணத்தையும் (காம்ப்பன் ஸேட்டரி அலவன்ஸ்) அவர் பெற்றுக் கொண்டு விட்டார்.

பாலாவும் மீதாவும் காத்திருப்பதும் அவருக்குத் தெரியும். அவர்களது சட்டைப்பை முழுதும் காலியென்றும், அவர்களிடமிருந்து எதையும் பெற முடியாதென்றும் அவர் அறிந்திருந்தார். மாறாக அவருக்குத் தன் பாக்கெட்டிலிருந்து அவர்களுக்காகப் பணம் செலவழிக்க வேண்டியிருக்கும்.

லாப் சிங்குக்குச் சிறைக்குள்ளேயே தங்க வேண்டியிருந்தது. அதனால் வேலை சீக்கிரமாக முடிந்தாலும் சரி அல்லது மாலையில் தாமதமாக இழுத்தடிக்கப்பட்டாலும் சரி, அவருக்கு எந்த வித்தியாசமும் இருக்கப்போவதில்லை. .

"அவர், தனியாகவே அவர்களைச் சமாளித்துக் கொள்வார்" என்று முழுப் பொறுப்பையும் லாப் சிங்கின் தோள்களின் மேல் போட்டுவிட்டு நிஹால் *சிங்* வீட்டிற்குச் சென்று விட்டார்.

"சகோதரரே உங்களுக்குக் கொடுப்பதற்கு எங்களிடம் ஒன்றுமில்லை. நாங்கள் ஏழை மக்கள். கைதான பொழுது போலீஸ்காரர் தைத்துக் கொடுத்த ஒரே குர்தா பைஜாமா தான் எங்களிடம் உள்ளது. இப்பொழுது அதுவும் தேய்ந்து போய் விட்டது."

மீதா காலியான தன் சட்டைப் பையைக் காண்பித்தான்.

"எனக்குத் தெரியும். என்னைப்போல் நீங்கள் இருவரும் ஒரு போலி வழக்கில் சிக்கியுள்ளீர்கள் என்றும் நான் அறிவேன்."

'பொய் வழக்கில் சிக்கி விட்டீர்கள்' என்று கூறிய பொழுது அவர் முகத்தில் அதுவரை இருந்த ஆணவம் மறைந்து பாலா மற்றும் மீதாவின் முகத்தில் இருப்பதுபோன்ற தூய்மையான வெகுளித்தனம் தெரிந்தது.

பாலா, மீதா இருவரும் குற்றமற்றவர்கள் என்று நிரூபிப்பதற்காக உருவாக்கப்பட்ட குழுவின் போராட்டத்தைப் பற்றித் தினசரி பத்திரிகைகளில் செய்திகள் பிரசுரிக்கப்பட்டு வந்தன. காவல்துறையின்

ஊழியரான லாப் *சிங்* விசாரணை நிறுவனங்களின் நடைமுறைகளைப் பற்றி நன்றாகவே அறிந்திருந்தார். அந்த அனுபவத்தின் அடிப்படையில் இவர்கள் இருவரும் நிரபராதிகள் என்று அவர் ஆரம்பத்திலேயே முடிவு செய்திருந்தார். இவர்களுக்கு நிச்சயமாகத் தண்டனை வழங்கப்படும் என்றும் அவர் அறிந்திருந்தார். இவர்கள்தான் குற்றவாளிகள் என்று நிரூபிக்க அரசாங்கம் குறியாக இருந்தது.

லாப் சிங்கின் யூகம் தவறாகவில்லை. நீதி, சட்டம் எல்லாவற்றையும் பரிகசிக்கும் வகையில் இருவரையும் கொலைகாரர்கள் என்று நீதிமன்றம் தீர்மானித்துவிட்டது. கடவுள் கிருபையால் அவர்களுக்கு ஆயுள் தண்டனை விதிக்கப்பட்டது, மரண தண்டனை அல்ல. இதோ இப்பொழுது இவ்விருவரும் சிறை சீருடைக்காக இவர் முன் காத்து நின்றார்கள்.

இவர்களை லாப் *சிங்* விடுதலை செய்யவும் முடியாது, சிறையிலிருந்து வெளியே அனுப்பவும் முடியாது. அவரால் செய்ய முடிந்ததைச் செய்யத் தொடங்கினார். "இது ஒரு அப்பாவிக் கைதியின் அனுதாபத்தை மற்றொரு அப்பாவிக் கைதிக்குக் காட்டுவதற்காக" என்றவாறு பரண் மேலிருந்த இரண்டு புது ஆடைகள் நிறைந்த பொட்டலங்களை எடுத்து ஒவ்வொருவரிடமும் நீட்டினார்.

நிரபராதியாக இருந்த போதிலும் தண்டனை அனுபவிக்க வேண்டிய வேதனை லாப் சிங்கைத் தவிர வேறு யாருக்கும் நன்றாகப் புரியாது. ஜீதாவின் வாரிசுகள், சாட்சிகள், நீதிமன்றம், எல்லோரும் அவரைக் கொலை குற்றவாளியாகக் கருதினாலும் அவர் தன்னை நிரபராதி என்றே கருதினார்.

ஒவ்வொரு தீவிரவாதியின் குடும்பத்தாரும் தங்கள் மனிதன் பால் போலத் தூய்மையானவன் என்றுதான் கருதுகிறார்கள். தான் செய்த தவறான செயல்களைப் பட்டியலிட்டு, குடும்பத்தினருக்குக் கொடுத்திருக்க மாட்டான் இல்லையா! நடந்த சம்பவங்களைப் பற்றிய உண்மை போலீசுக்கு மட்டுமே தெரிந்திருக்கும். ஜீத்தின் குடும்பத்தினரும் அவன் நேர்மையானவன் என்ற தவறான எண்ணத்தில் இருந்திருப்பார்கள். லாப் சிங்கை ஜீத்திடம் அனுப்புவதற்கு முன்பு, ஜீத் ஒரு 'அ' பிரிவு பயங்கரவாதி என்றும் அவன் தலைக்கு அரசாங்கம் ஒரு லட்ச ரூபாய் வெகுமானம் அறிவித்திருந்தார்கள் என்றும் மெஹங்கா *சிங்* அவரிடம் கூறியிருந்தார். அந்த வெகுமதியும் அவர்களுக்குக் கிடைத்தது. அதிலிருந்து லாப் *சிங்* தன் பங்கைப் பெற்றுக் கொண்டார். ஜீத்தைக் கொல்வதற்காக மெஹங்கா *சிங்* நியமிக்கப்பட்டார் என்றும் அதற்காக

அவர் தனது உத்தியோகபூர்வ அதிகாரத்தைத் தவறாகப் பயன்படுத்தினாரென்றும் அவரால் எப்படி நம்ப முடியும்? ஜீத் நிரபராதி என்று அறிந்திருந்தால், லாப் *சிங்* ஒருபோதும் அவனைச் சுட்டுக் கொன்றிருக்கமாட்டார். அதிகாரி ஒருவர் அப்பாவி மனிதனைக் கொல்வதற்காக அவரைத் தவறாகப் பயன்படுத்திக் கொண்டால் இதில் அவருடைய குற்றமென்ன? ஒரு சிப்பாய்க்கு எப்படியும் தன் கடமையைச் செய்யத்தானே வேண்டும்.

'மெஹங்கா சிங், மக்களைக் கொன்று செல்வம் சம்பாதித்தார்' என்ற அதிகாரிகளின் குற்றச்சாட்டுகளும் லாப் சிங்கிற்குத் தவறாகத் தோன்றியது. தீவிரவாதியைப் பணத்துடன் பிடித்த ஒரு சம்பவம் கூட அவருக்கு ஞாபகமில்லை. மெஹங்கா சிங்கின் மகள்களும், மகன்களும் கொல்லப்பட்ட பிறகு அவர் பித்துபிடித்தவர் போலாகிவிட்டிருந்தார். பணத்தின் மோகம் அவரிடமிருந்து அறவே அகன்று விட்டிருந்தது. மற்றவர்களைப் போல வெகுமதியாகக் கிடைத்த பணம் முழுவதையும் அவர் தானே வைத்துக்கொண்டதில்லை. ஒவ்வொரு பணியாளருக்கும் அவருக்குரிய பங்கைக் கொடுத்தார். அதனால், ஜீத் காரணமில்லாமல் கொல்லப்படவில்லையென்று லாப் *சிங்* நிச்சயமாக நம்பினார்.

பொய்வழக்குகளில் சிறைக்கு அனுப்பப்பட்ட எல்லாக் கைதிகளும் அவருடைய சொந்த சகோதர சமூகத்தினர் போல அவருக்குத் தோன்றியது. லாப் *சிங்* எப்பொழுதும் அவர்களிடம் பரிவுடன் நடந்து கொண்டார். இந்தப் பரிதாப உணர்வே அவர் முன்னால் நின்றிருந்த அந்த இரண்டு நபர்கள் மீதும் பொங்கி ஓடியது.

புது ஆடைகளைக் கையில் பிடித்திருந்த பாலா மற்றும் மீதா கனவு காண்கிறோம் என்று நினைத்தார்கள். ஒரு வழக்கறிஞரிடம் அவ்வளவு முரட்டுத்தனமாக நடந்து கொண்ட இந்த மனிதர் - இவர்களிடம் ஏன் இவ்வளவு கருணை காட்டுகிறார்? ஒன்றும் புரியாமல் இருவரும் அசையாமல் நின்றார்கள்.

"மூத்த சகோதரரே-எனக்குத் தயவு செய்து இன்னொரு உதவி செய்யுங்கள். நான் தனியாள். நான் வசதியாகத் தங்குவதற்கு ஏதாவது கொண்டு வந்து கொடுப்பதற்கு எனக்குக் குடும்பம் கிடையாது. தயவு செய்து மேலே போர்த்திக் கொள்ளவோ அல்லது தரையில் விரித்து உறங்கவோ ஒரு பழைய போர்வை கொடுத்து உதவுங்கள்." துணிச்சல் பெற்ற மீதா லாப் சிங்கின் தாராள மனப்பான்மையைத் தனக்குச் சாதகமாகப் பயன்படுத்திக்கொள்ள முயன்றான்.

"ஒன்று ஏன், ஒவ்வொருவரும் இரண்டு எடுத்துக் கொள்ளுங்கள்! இது உங்களுடைய உரிமை. உள்ளே சென்று நான்கு விரிப்புகள் எடுத்துக்கொள்ளுங்கள்." மூடப்பட்டிருந்த அறையின் பக்கம் சைகை செய்தார் லாப்சிங். பாலா பதற்றமடையத் தொடங்கினான், மீதா வரம்பு மீறுகிறான். நிச்சயமாகச் செம்ம அடி வாங்கப் போகிறான்.

திருட்டுத் தொழிலில் மேதாவியான மீதா, அந்த இருண்ட அறைக்குள்ளிருந்து மந்திரவாதியைப் போல இரண்டு புதிய விரிப்புகளை எடுத்து வந்துவிட்டான்.

"வேறு ஏதேனும் வேண்டுமென்றால் இப்போதே வாங்கிக் கொள்ளுங்கள். உங்களுக்குரிய உரிமைகள் வழங்கப்படவில்லை என்று பின்னர் புகார் செய்யாதீர்கள்."

"சகோதரரே தயவுசெய்து சில பாத்திரங்களும் கொடுத்து விடுங்கள். நாங்கள் கேட்டால் எவரும் ஒரு சின்ன கிண்ணத்தைக் கூட எங்களுக்குக் கொடுக்க மாட்டார்கள். நாங்கள் பசியால் சாகக் கூடும்."

மீதா எதைச் சுட்டிக் காட்டுகிறான் என்று லாப்சிங் புரிந்து கொண்டார். அவன் ஒரு தலித் என்பதால் மற்ற கைதிகள் அவர்களுடைய பாத்திரங்களை இவனுடன் பகிர்ந்து கொள்ள மறுப்பார்கள்.

"மற்ற கைதிகளுக்கு நாங்கள் பாத்திரங்கள் கொடுப்பதில்லை. அவர்கள் தங்கள் வீட்டிலிருந்து அவற்றை வரவழைத்துக் கொண்டு விடுகிறார்கள். இந்த வகையில் சிறை அதிகாரிகள் கொஞ்சம் பணத்தை மிச்சம் செய்துகொள்கிறார்கள். இந்தா, அந்தத் தொட்டியிலிருந்து ஒரு கிண்ணம் ஒரு தட்டு மற்றும் ஒரு குவளையை எடுத்துக்கொள்ளுங்கள்."

மீதா உடனே ஒரு செட் பாத்திரங்களைப் பாலாவிடம் கொடுத்துவிட்டு மற்றொன்றைத் தான் வைத்துக்கொண்டான். பாலாவுக்கு எண் 809 மற்றும் மீதாவுக்கு எண் 810 ஒதுக்கப்பட்டது. இருவரும் பழைய உடைகளைக் கழற்றிக் காகிதப் பைக்குள் போட்டு பரண் மேல் வைத்துவிட்டுப் புதுச் சீருடைகளை அணிந்து கொண்டார்கள்.

இப்பொழுது நடவடிக்கையின் மிக முக்கியமான பகுதி வந்தது- இவர்களை எந்த நரகத்திற்கு அனுப்பலாம்? இதைப் பற்றிய அறிக்கையை லாப் சிங் இன்னும் வெளியிடவில்லை.

குடும்பப்பின்னணி என்று சொல்லிக் கொள்வதற்கு இருவருக்கும் எதுவுமில்லை. மீதாவுக்கு யாரும் இல்லை. பாலாவுக்கு எல்லோரும்

இருந்தபோதிலும் வாஸ்த்தவத்தில் அவன் தனியாள்தான். இரண்டு வேளைச் சோற்றுக்கு அடுப்பைப் பற்ற வைக்கக் கவலைப்பட்டுக் கொண்டிருக்கும் குடும்பத்தார், சிறையிலிருக்கும் கைதிக்குக் களி கொண்டு வர மாட்டார்கள். குடும்பத்தைப் பராமரிக்க அவன் சிறையில் வேலை செய்து, வருவாயை வீட்டிற்கு அனுப்ப வேண்டியிருந்தது. ஏதாவது நல்ல வேலை கிடைத்தால்தான் இது சாத்தியமாகும்.

பாலா மௌனமாக மீதாவின் முகத்தைப் பார்த்தான். யாருக்குத் தெரியும் இவன் எந்தத் தெய்வங்களை ஆராதிக்கிறானென்று இவனுடைய ஆசைகள் அனைத்தும் நிறைவேறிக் கொண்டிருக்கின்றன!

“இவர்களை எந்த முகாமிற்கு அனுப்பலாம்?” சிந்தனையில் மூழ்கியிருந்த லாப் சிங் திடீரென்று சத்தமாக முணுமுணுத்தார்.

லாப் சிங்கின் கேள்விக்குப் பாலாவிடம் விடை இருந்தது. இவர்களைச் சேட்டின் பணிவிடைக்காக அவருடைய முஷக்கதியாகப் போட்டுவிடலாம். ஆனால், இதைப் பரிந்துரைக்க அவனுக்குத் துணிவில்லை. ஆசை பொங்கும் கண்களுடன் மீதாவைப் பார்த்தான். போர்வை மற்றும் பாத்திரங்கள் வாங்கிக்கொண்டதைப் போல எப்படியாவது சமாளித்து இந்த விருப்பத்தையும் நிறைவேற்றிக்கொண்டு விடுவான் என்று அவன் நம்பினான்.

“வெளியில் நிற்கும் சேட்டுடன் எங்களை இணைத்து விடுங்கள். நிரம்பிய வயிற்றுடன் இரவில் தூங்கும் பொழுது நாங்கள் உங்களை ஆசீர்வதிப்போம்.”

மீதாவின் அச்சம் முழுமையாக மறைந்து போயிருந்தது. இப்பொழுது அவன் தயக்கமின்றித் தைரியமாக உதவி கேட்டான்.

“அவர் ஒரு இறக்கை கொண்ட பறவை. இப்பொழுது மருத்துவமனையில் இருக்கிறார். சில நாட்களில் ஏதாவது ஒரு ஏற்பாடு செய்து கொண்டு அங்கிருந்தும் வெளியேறி விடுவார். ஆரம்பத்திலிருந்தே சரியான நபருடன் இருப்பதுதான் நல்லது.”

இவர்களுக்கு ஏற்ற நபரைத் தேர்ந்தெடுப்பதற்காக லாப் சிங் தன் எதிரிலிருந்த பதிவேட்டின் பக்கங்களைப் புரட்ட ஆரம்பித்தார்.

“இதோ, மீதா என் சகோதரனே, உன்னுடைய பிரச்சனை தீர்ந்துவிட்டது. புலி கூடத்திற்கு நீ சென்று விடலாம், அங்கிருந்த ஒரு சேவாதார் இன்று ஜாமீனில் விடுவிக்கப் பட்டுள்ளார்.”

“நான் அங்கு என்ன செய்வேன்? அங்குள்ளவர்கள் என் உயிரையே வேட்டையாடி விடுவார்கள்.”

“ஞாபகம் இருக்கட்டும். ஆவணங்களில் பாலாவைப் போல நீயும் ஒரு தீவிரவாதி.”

“அதெல்லாம் சரிதான். நான் அங்கு உயிர் பிழைக்க முடியாது.”

“இல்லை, அது அப்படி இல்லை. அங்கு சென்று பார். நீ எனக்கு நன்றி சொல்வாய்.”

“நல்லது” கனத்த மனதுடன் தயங்கிக்கொண்டே மீதாவுக்கு ஒப்புக்கொள்ள வேண்டியிருந்தது.

“என்னையும் மீதாவுடன் அங்கேயே அனுப்பிவிடுங்கள்.”

தனியாக விடப்பட்ட பயத்தில் பாலா முதல் தடவையாகத் தன் வாயைத் திறந்தான்.

“துப்புரவாகச் சவரம் செய்தவன் நீ. தாடியும் மீசையும் கொண்ட சீக்கியன் அல்ல. நீ அங்கு செல்ல முடியாது.”

“பின் மீதாவையும் அங்கு அனுப்பாதீர்கள். எங்கள் இருவரையும் ஒரே சிறைக்கூடத்திற்கு அனுப்புங்கள்.”

“எதற்காக இவ்வளவு பயப்படுகிறாய்? நீ ஆயுள் தண்டனை அனுபவிக்க வேண்டும். எண்ணற்ற முறைகள் நீங்கள் இருவரும் சேர்ந்து இருப்பீர்கள், பிரிந்திருக்கும் நேரமும் வரும். சந்தர்ப்பத்திற்கேற்ப நடந்துகொள்ளக் கற்றுக்கொள். இதைவிட மேம்பட்ட இடத்திற்கு உன்னை அனுப்பி வைக்கிறேன்” மூத்த சகோதரரைப் போலப் பாலாவிற்குக் கனிவாக விளக்கினார் லாப்சிங்.

“நீ செல்வந்தரின் வீட்டுக்குச் சென்று விடு. அங்கு சுதந்திரமான, படித்த கைதிகள் உள்ளனர். அவர்களுடைய சகவாசத்தில் வயிறு நிறையச் சாப்பிடுவாய், கொஞ்சம் ஏதாவது நல்லதைக் கற்றும் கொள்வாய்.”

பாலாவின் பதிலுக்குக் காத்திராமல் லாப் சிங் ஆவணத்தின் நெடுவரிசைகளை நிரப்பிக்கொண்டு அவர்களுடன் சிறைக் கூடத்திற்குப் புறப்பட்டார்.

அத்தியாயம் 7

சிறிது நேரத்திற்கு முன்புவரை ஹக்கம் சிங் தாகம் மற்றும் பசியினால் பீடிக்கப்பட்டு மோசமான நிலையில் இருந்தார். வயிற்றில் நடனமாடிக் கொண்டிருந்த பசி என்ற பெருச்சாளி கூட - உள்ளூர் கூற்றுப்படி - பசிக்கொடுமையினால் இறந்து விட்டது போலிருந்தது. உண்ண வேண்டும் என்ற உணர்வு கொஞ்சம் கொஞ்சமாகத் தணிந்து கொண்டே போயிற்று. அதற்கு நேர்மாறாக, மறுபுறம், தாகம் நேரடி விகிதத்தில் அதிகரித்துக் கொண்டே போயிற்று. சிறைக் கூடத்திற்குச் சென்று சிறிது தண்ணீர் குடிக்கத் துடித்தார் ஹக்கம் சிங்.

முன்னர், வழக்கு விசாரணையின் பொழுது சில வருடங்கள் சிறையிலிருந்த அவர், 'பாத்ஷா' கைதிகளைப்பற்றிக் கேள்விப்பட்டதே இல்லை. முன்ஷியுடன் நடந்த மோதலின் பொழுது, 'பாத்ஷா' என்று அந்தச் சிறைக் கூடம் பெயரிடப்பட்டிருந்த போதிலும் அது நரகத்திற்குக் குறைவானதல்ல என்பது தெளிவாயிற்று.

சேவாதாருடன் சென்றுகொண்டிருந்தபொழுது அந்த இடத்தைப் பற்றி இன்னும் கொஞ்சம் தெரிந்து கொள்ள விரும்பினார் ஹக்கம் சிங். ஆனால், வறண்ட தொண்டையிலிருந்து ஒரு வார்த்தை கூட வெளியில் வரவில்லை. அவர் எவரிடமிருந்தாவது ஏதாவது கெஞ்சிக் கேட்கப் போகிறார் என்றோ அல்லது இதற்கு முன்பு அவருக்கு நியாயம் கிடைத்திருக்கிறதென்றோ அர்த்தமில்லை. தனக்கு வழங்கப்பட்டதைக் கடவுளால் அனுப்பப்பட்டதென்று ஏற்றுக்கொண்டு மகிழ்ச்சியாக இருக்க முயற்சித்தார். எனவே, அமைதியாக இலக்கை நோக்கிச் செல்வதே சிறந்ததென்று நினைத்து நடந்தார் அவர்.

"சகோதரனே நீ ஒரு வக்கீல்தானே? மக்களை விடுவிக்கும் வக்கீல்களும் தண்டனைக்கு உள்ளாக்கப்படுகிறார்களா?"

இதை ஜகத் அப்பாவித்தனமாகக் கேட்டானா அல்லது வழக்கறிஞர் சமூகத்தினர் அனைவரையும் அவமானப்படுத்தும் வகையில் கேள்வி தொடுத்தானா என்று ஹக்கம் சிங்கிற்குப் புரியவில்லை. முதலில் அந்தக் கேள்வி அவருக்கு எரிச்சலூட்டியது. ஆனால், அதில் ஆழமான பொருள் அடங்கி இருந்ததாகத் தோன்றிய பின்னர் அவருடைய மனநிலை மாறியது. சேவாதார் ஒரு குறிப்பிடத்தக்க பிரச்சனையை எழுப்பியிருக்கிறான், தீர்வு காண வேண்டிய தகுதி பெற்ற விஷயம் அது என்று அவருக்குத் தோன்றியது. இதற்கு அவர் பதில் அளித்தே தீர வேண்டும்.

"எந்தக் குற்றத்திற்காக இங்கு அனுப்பப்பட்டு இருக்கிறாய் என்று முதலில் நீ எனக்குச் சொல்ல வேண்டும். நாம் நீதிமன்றத்தில் நிற்கவில்லை. அதனால் அணுவளவும் பொய்க்கு இடமளிக்காமல் நிஜத்தைச் சொல். அதன் பிறகுதான் நான் உன் கேள்விக்குப் பதில் அளிக்க முடியும்" ஹக்கம் சிங்கின் தொண்டையில் பிரச்சனை இருந்த பொழுதிலும் சேவாதாரின் ஆவலைத் தீர்த்து வைக்க அவர் ஆர்வமாயிருந்தார்.

"நான் பொதுப்பணித்துறையில் தொழிலாளியாக இருந்தேன், அதே சமயம் கிடங்கில் காவலனாகவும் பணியாற்றினேன். வேலை முடிந்த பிறகு கட்டுமானப் பொருள்களை அதிகாரிகள் விற்றுவிடுவார்கள். அவர்களின் உத்தரவில் நான் ஒருநாள் தார் நிலக்கரி நிறைந்த பாரவண்டியை(ட்ரக்) மாயா நகரத்திற்கு எடுத்துச் சென்றேன்..."

"போதும் பேசாமல் இரு! இதற்குப் பிறகு என்ன நடந்திருக்கும் என்று நான் சொல்கிறேன். அங்கு செல்லும் வழியில் போலீசார் உன்னைச் சூழ்ந்து கொண்டு அடித்து உண்மையைச் சொல்லக் கட்டாயப் படுத்தினார்கள். உன்னுடைய வாக்குமூலத்தின் அடிப்படையில் அதிகாரியைச் சம்பவத்தின் இடத்திற்கு அழைத்தார்கள். பின்னர் இரு தரப்பினரும் ஒரு ஒப்பந்தம் செய்து கொண்டார்கள். அதன்படி அதிகாரி மாட்டிக்கொள்ளாமல் விடுபட்டு விட்டார். உன்மேல் தார் நிலக்கரி திருடியதாக வழக்குப்பதிவு செய்யப்பட்டது. அவர்களைக் காட்டிக் கொடுத்ததற்காகக் கோபமுற்ற அதிகாரிகள் உன்னை வேலை நீக்கம் செய்து உன்னைத் தானே உன் விதியைச் சமாளித்துக் கொள்ள விட்டுவிட்டார்கள். தேவையான பணவசதி இல்லாமையால் உன்னால் நல்ல வழக்கறிஞரை நியமிக்க முடியவில்லை, சாட்சிகளுக்கு லஞ்சப்பணம் கொடுக்க முடியவில்லை, பொது வழக்கறிஞரின் பையைப் பணத்தினால் நிரப்ப முடியவில்லை. நீதிபதியை அணுக முடியவில்லை. இதன் விளைவாக உன்னைத் திருடன் என்று முத்திரையிட்டுச் சிறையில் தள்ளி விட்டார்கள். இதே பிரச்சனைகள் உன்னை மேல்முறையீடு செய்வதிலிருந்து தடுத்தன. நான் சொல்வது சரிதானே?"

ஜகத் ஆச்சரியத்தால் திகைத்துப் போய்விட்டான். ஜகத்சிங்கின் கடந்த காலம், நிகழ்காலம் மற்றும் எதிர்கால வாழ்க்கையைப்பற்றி அனைத்தும் அறிந்த தெய்வீக ஆசீர்வாதம் பெற்ற சந்நியாசியைப் போல ஹக்கம் சிங் அவனுக்குத் தோன்றினார்.

"இதேபோன்று என்னுடனும் நடந்தது. வழக்குப் புலனாய்வின் பொழுதும் சரி விசாரணையின் பொழுதும் சரி, பொய்யும் நிஜமும்

அங்கீகரிக்கப்படுவதில்லை. நீதிமன்றத்தில், சாட்சிகளுக்கும் வழக்கறிஞர்களுக்குமிடையில் நுண்ணறிவு மற்றும் புத்திசாலித்தனத்தின் போட்டி நடக்கிறது. கூர்மையான புத்தியுள்ள கட்சி வென்று விடுகிறது. நீதி என்று ஒன்றும் கிடையாது. என்னுடைய விஷயத்தில் வழக்குத் தொடுத்தவர் மற்றொரு வழக்கறிஞர், என்னைவிட மிகவும் அனுபவம் வாய்ந்தவர். என்னைச் சிறைக்கு அனுப்ப சாதுர்யமாகச் சட்ட நுட்பங்களைப் பயன்படுத்திக் கொண்டார். 'சத்தியம்' என்ற என் ஆயுதம் அழிக்கப்பட்டது. என்னுடைய பட்டப்படிப்பு பயனற்று பூஜ்ஜியமாயிற்று''.

ஜகத்துக்குப் பேசப் பிடிக்கும். சும்மா பொழுது போக்குவதற்காக ஒரு கேள்வியைக் கேட்டான். ஆனால், வழக்கறிஞரின் சில வாக்கியங்கள், இத்தனை வருடங்களாக அவனைச் சங்கடப்படுத்திக் கொண்டிருந்த புதிரை ஒரு நொடியில் தீர்த்து வைத்து விட்டன. நிரபராதியான அவனை நீதிமன்றம் ஏன் குற்றவாளியென அறிவித்தது என்பதை அவன் இப்பொழுது தெரிந்து கொண்டான். வழக்கறிஞரின் ஞானத்திற்குத் தலைக்குனிந்து மரியாதை செலுத்தினார்.

கைதிகளின் குடியமைப்பு சிறிது தூரத்தில் இருந்தது. ஜக்தர் மேலும் பேச விரும்பினான். ஆனால், அவனுடைய மனதில் எழுந்த வினாக்கள் அனைத்தும் திடீரென்று உலர்ந்து போய்விட்டது போலிருந்தது. மேலும் கேட்கவேண்டிய கேள்விகளைப்பற்றி யோசிக்கும்வரை அமைதியாக இருக்கத் தீர்மானித்தான்.

ஹக்கம் சிங்கிற்கும் பேச ஆசைதான். ஆனால், அவரது வறண்ட தொண்டையானது அவருடன் ஒத்துழைக்கவில்லை. நடந்து சென்ற பொழுது மென்மையான காற்று அவர்கள் முகத்தில் வீசியது. அது நறுமணத்தைச் சுமந்து வந்ததா அல்லது துர்நாற்றத்தையா என்பதைப் பொறுத்து அது எந்தக் கூடத்திலிருந்து எழும்பியதென்பதை அவர்களுக்குத் தெரிவித்தது. சமையல் எண்ணை, மசாலா பொருட்கள் ஆகியவற்றின் மணம் மாறி, சிறுநீர் மற்றும் மலத்தின் துர்நாற்றம் வீச ஆரம்பித்தவுடன் பாத்ஷா கலத்திலிருந்து அவர்கள் அதிக தூரத்தில் இல்லை என்பதை ஹக்கம் சிங் புரிந்து கொண்டார்.

"இந்தக் குடியிருப்பில் வாழும் *பாத்ஷாக்கள்* யார்?"

ஹக்கம் சிங்கினால் நீண்ட நேரம் தனது ஆர்வத்தை அடக்க முடியவில்லை. அவருடைய புதிய தோழர்கள் யார் என்று அறிந்து கொள்ள விரும்பினார் அவர்.

“ஏழைப் பிச்சைக்காரர்களைப் பரிகசிப்பதற்காக அவர்களைப் பாத்ஷாக்களென்று அழைக்கிறார்கள்.”

அங்கு வசிக்கும் வினோதமான பிச்சைக்காரர்களின் பின்னணியைப்பற்றி அவனுக்குத் தெரிந்தவற்றைச் சொல்ல ஆரம்பித்தான் ஜக்தர். குளிர் காலங்களில் திறந்த வானத்தின் கீழ் உயிர் பிழைப்பது கடினமான பிறகு, கோவில், பேருந்து மற்றும் ரயில் நிலையங்களிலிருந்து பிச்சைக்காரர்கள் கடும் குளிரிலிருந்து தப்பிக்கச் சிறைக்கு வந்து விடுகிறார்கள். களவு, சூதாட்டம், பந்தயம் முதலிய சட்டப் புறம்பான சிறு குற்றங்களுக்காகத் தண்டிக்கப்பட்ட இவர்களின் மீது போலீசார் வழக்குப் பதிவு செய்து விடுகிறார்கள். இது இவர்களின் தேவையைப் பூர்த்தி செய்து விடுகிறது. இவர்களுக்குத் தலைக்கு மேல் கூரை கிடைத்து விடுகிறது.

இம்முறைகேடு, வழக்கத்திற்கு மாறான பருவத்தில் வந்து தாக்கியிருந்தது. காவல்துறை தலைவர் ஐரோப்பா சென்று அங்கிருந்த பிச்சைக்காரர்களைப் பற்றி ஆராய்ச்சி செய்து, அதன் அடிப்படையில் பெரும்பாலான இரவலருக்கு இது குடும்பத் தொழிலாக உள்ளதென்ற முடிவுக்கு வந்தார். மாயா நகரைக் குற்றச் செயல் இல்லாது வைத்திருக்கவும், பொது இடங்களில் மக்கள் பிச்சை எடுப்பவர்களால் துன்புறுத்தப்படுவதைத் தடுக்கவும் காவல்துறையினர் இவர்களைக் காவலில் வைக்கும் ஒரு திட்டத்தைத் தொடங்கியிருந்தனர்.

அறுபது நபர்கள் தங்கும் வகையில் இந்தக் கூடம் கட்டபட்டிருந்தது. நூற்றுக்கும் மேற்பட்ட கைதிகள் உள்ளே இருந்தனர். வேறு காலியான வெற்றுக் கூடாரம் அங்கு இல்லை மற்றும் இந்தப் பிச்சைகாரர்களைத் தங்களுடன் வைத்துக்கொள்ள மற்ற கூடாரத்தின் கைதிகள் தயாராக இல்லை. பணபலம் கொண்ட சில பிச்சைக்காரர்களால் மட்டுமே ஜாமீன் வாங்கி வெளியில் செல்ல முடிந்தது. மற்றவர்கள் குற்றத்தை ஒப்புக் கொண்டு இப்பொழுது தண்டனையை நிறைவேற்றிக் கொண்டிருக்கின்றனர்.

பிச்சைக்காரர்களின் சோகக்கதையைக் கேட்ட ஹக்கம் சிங் நினைத்தார், ‘அப்படியானல் இது என் பணத்திற்கான ரசீதை நான் கேட்டதற்காக எனக்கு அளிக்கப்பட்ட தண்டனையா?’ அவர் மனம் சோர்ந்து போனார். ‘பரவாயில்லை. நிஜமாகவே ஏதாவது நடக்கும் பொழுது அதைச் சமாளித்துக் கொள்ளலாம். பாலத்தின் அருகில் வந்த பிறகு அதைக் கடக்கலாம் என்று சொல்லக் கேட்டிருக்கிறோமில்லையா? எல்லாவற்றிற்கும் மேலாக இந்த மக்களும் ஏதோ ஒரு தாயின்

மகன்கள்தானே?' ஹக்கம் *சிங்* தன்னுடைய தீர்மானத்தை வலுப்படுத்திக்கொண்டு கூடாரத்தின் வாயிலை நோக்கி நடந்தார்.

கூடத்தின் பிரதான வாயிலில் நின்றிருந்த காவலாளி, ஜக்தரின் கையிலிருந்த வரலாற்றுத் தாளையும், அவன் முன் நின்றிருந்த மனிதரையும் பார்த்தவுடன் புரிந்துகொண்டு விட்டான். சக்கரில் இந்தக் கைதி மடத்தனமான தவறு செய்திருக்க வேண்டும். அந்தத் தவறுக்காக *முன்ஷி* அல்லது தலைமை வார்டர் இவருக்கு இந்தத் தண்டனையை விதித்திருப்பார். புதிய பறவை இன்று இரவு இந்த நரகத்தில் கழிக்கும்.

"அப்படியானால், சகோதரனே, நீ ஒரு சகோதரனா அல்லது *மலாங்கா?*" ஜக்தரை அனுப்பியபின் ஹக்கம் சிங்கை வாயிலின் வழியாக உள்ளே அழைத்துச் சென்ற காவலாளி தன்னுடைய சந்தேகத்தைத் தீர்த்துக் கொள்ள விரும்பினான்.

"உனக்கு என்ன தோன்றுகிறதோ அப்படியே முடிவு செய்து கொள். அப்படி நான் சகோதரனில்லை, ஆனால், இப்பொழுது நான் அவர்களில் ஒருவன். போதுமான பணமிருந்த போதும் நான் *மலாங்க்* தான்."

ஒவ்வொரு நிலையிலும் அநீதியைச் சந்தித்து ஆத்திரத்தில் குமுறிக் கொண்டிருந்த ஹக்கம் *சிங்* இவ்வாறாகத் தன்னை அறிமுகப்படுத்திக் கொண்டார். காவலாளிக்கு ஹக்கம் *சிங்* கூறியது ஒன்றும் புரியவில்லை. அமைதியாக, கைதி முன்ஷியிடம் அவரை அழைத்துச் செல்ல ஆயத்தமானான்.

ஆயுள் தண்டனை விதிக்கப்பட்ட கைதிக்கு அவசரப்பட முடியாது, அவருடைய விருப்பம் எதிலும் செல்லாது. அவர் ஒவ்வொரு கட்டளைக்கும் அடிப்பணிய வேண்டும். எனவே, ஹக்கம் *சிங்* எல்லா உத்தரவுகளுக்கும் கீழ்ப்பணிய ஆரம்பித்தார். இப்பொழுது அவர் அவசரத்தில் இருந்த ஒரே விஷயம் அவருடைய தாகத்தைத் தணிப்பதுதான்.

பிரதான வாயிலுக்கு நேர் எதிரில் ஒரு சிறிய சமையலறை இருந்தது. இங்கு கைதிகளுக்கு அவர்களின் பருப்பில் மசாலா பொருள்களைச் சேர்க்க வசதி செய்யப்பட்டிருந்தது. அங்கு ஒரு தொட்டியும் பாத்திரங்கள் கழுவ குழாயும் இருந்தது. குழாயிலோ அல்லது தொட்டியிலோ தண்ணீர் இருக்குமென்று நினைத்த ஹக்கம், முன்ஷியிடம் அனுமதி வாங்கிக் கொண்டு தண்ணீருக்காகத் தொட்டியின் பக்கம் சென்றார்.

ஆனால், எங்கும் ஒரு சொட்டுக் கூட இல்லை. நாள் முழுவதிலும் இரண்டு மணி நேரம் மட்டுமே அங்கு தண்ணீரின் ஓட்டமிருந்தது - அதுவும் மெல்லியதாக ஒரு குழந்தை சிறுநீர் கழிப்பதைப்போல். புட்டியில் நிரப்பவும், பாத்திரங்கள் கழுவவும் கைதிகளிடையே அடிக்கடி மோதல் உண்டாயிற்று. தண்ணீர் எங்கிருந்துதான் வரும்?

அழுக்கடைந்த பாத்திரங்களால் நிரம்பியிருந்த தொட்டிக்குள்ளிருந்து குப்பென்று துர்நாற்றம் எழும்பிக் கொண்டிருந்தது. அருவருப்பு அலை தன் மீது வீசியதைப் போல் உணர்ந்த ஹக்கம் *சிங்* தண்ணீர் தேடும் படலத்தை நடுவிலேயே கைவிட்டுத் திரும்பினார்.

"கொஞ்சம் தண்ணீர் வேண்டுமா?" ஹக்கமின் சங்கடத்தைப் புரிந்துகொண்ட *முன்ஷி* கேட்டார்.

ஒப்புதல் தலையசைப்பு கிடைத்த பிறகு முன்ஷி தன்னுடைய குடிநீர் குவளையை நீட்டினார், "இந்தா எவ்வளவு வேண்டுமோ அவ்வளவு குடித்துக்கொள்."

குவளையிலிருந்த தண்ணீரையெல்லாம் குடித்த பிறகும் ஹக்கமின் தாகம் தணிந்திருக்காது. ஆனால், நல்ல மனிதர் ஒருவர் உதவிக்காக ஒரு விரலை நீட்டும் பொழுது அவருடைய கையை முழுவதும் பற்றிக்கொண்டு விடுவது நன்றாக இருக்காதல்லவா? ஆதலால் ஒரு வாயளவுடன் நிறுத்திக் கொண்டார்.

லங்கர் முடிந்து விட்டிருந்தது. எண்ணும் பணியும் முடிந்தாயிற்று. சிறைக்கூடத்தைத் தாழிடவேண்டும். இதற்கு அரை மணி நேர கால தாமதம் அனுமதிக்கப்பட்டது. முன்ஷி விரும்பியிருந்தால் புதுக் கைதியைக் கூடத்திற்குள் தள்ளி, வாயிலைப் பூட்டித் தன் கடமையிலிருந்து விடுபட்டிருக்கலாம். ஆனால், ஒரு படித்த இளைஞனைத் தேவைக்கு ஒரு மணி நேரத்திற்கு முன்பே அந்த நரகத்திற்கு அனுப்ப அவருடைய மனசாட்சி இடம் கொடுக்கவில்லை.

ஹக்கம் *சிங்* மீது பரிதாபப்படுவதற்கு முன்ஷிக்கு மற்றொரு காரணமும் இருந்தது. ஹக்கம் சிங்கைப்போலவே முன்ஷி குல்வந்தும், லாப் சிங்கினால் துன்புறுத்தப்பட்டிருந்தார். கடுமையான உழைப்பு மற்றும் பல வேண்டுகோளுக்குப் பிறகு அவர் முன்ஷி பதவியை அடைந்திருந்தார். அவருடைய விடுதலைக்கு மூன்று மாதங்கள் எஞ்சி இருந்தன. வீட்டிற்குச் செல்லும் பொழுது கொஞ்சம் பணம் எடுத்துச் செல்ல வேண்டுமென்று நினைத்திருந்த அவருடைய நம்பிக்கைகள் அனைத்தையும் லாப் *சிங்* சிதைத்து விட்டார்.

குல்வந்த் *சிங்* பத்தாவது வரை படித்திருந்தார். சர்தாரின் குளத்திலிருந்து மீன்களைக் களவாடிய குற்றத்திற்காக அவருக்கு இரண்டு ஆண்டுகள் சிறைத் தண்டனை விதிக்கப்பட்டிருந்தது. மீனை அவர் திருடியதென்னவோ உண்மைதான் - அதைச் சாப்பிட வேண்டுமென்ற அல்ப ஆசையைப் பூர்த்தி செய்து கொள்ளத்தானே தவிர அதை விற்பதற்காக அல்ல. ஒருமுறை மற்ற சிறுவர்களுடன் சந்தையில் அவர் மீன் *பகோரா* சாப்பிட்டார். அதன் பிறகு மீண்டும் ஒருமுறை அதை ருசித்து ஆசைத்தீரச் சாப்பிட வேண்டுமென்று ஏங்கிக்கொண்டிருந்தார். கிராமத்தின் பேருந்து நிலையத்தின் அருகில் ஒரு தள்ளு வண்டியில் கால் கிலோ *பகோரா* பத்து ரூபாய்க்கு விற்கப்பட்டது. ஒரு மாதம் முழுவதிலும் பத்து ரூபாய் சேகரிப்பது அவருக்குக் கஷ்டம். தவிர, அந்த அல்ப தொகையில் எடை போடும் சாதனத்தில் ஒட்டிக்கொள்ளுமளவு மீன் கூடக் கிடைக்காது. அவர் இரண்டு கிலோ மீன்களை வலையடித்துத் திருடிக்கொண்டார். ஒப்பந்தக்காரரின் கூற்றுப்படி அங்கிருந்து மீன் தினசரி திருடப்பட்டு வந்தது. ஒருவேளை அவர் சொல்வதும் சரியாக இருக்கலாம் மீன் வேறொருவரால் திருடப்பட்டது, ஆனால், பிடிப்பட்டதென்னவோ குல்வந்த். தன்னுடைய முதல் திருட்டிலேயே அவர் தண்டிக்கப்பட்டு விட்டார்.

முதல் இரண்டு மாதங்கள் குல்வந்த் சிறைப் பண்ணையில் வேலை செய்தார். கடினமாக உழைத்து, சிறைக் கண்காளிப்பாளரின் கவனத்தைக் கவர்ந்த அவரைப்பற்றி மேலும் தெரிந்து கொள்ளவதற்காக, *ப்ரோபேஷன்* அதிகாரியின் சான்றிதழைப் பார்க்க விரும்பினார் அவர். அவருடைய ஒப்புதலுக்குப் பிறகு சிறைக் கண்காணிப்பாளர் அவரைக் கிராமத்திலிருந்த தன் பண்ணைக்கு அனுப்பி வைத்தார். *ஜக்தரும்* அவருடன் சென்றார். கண்காணிப்பாளர் அவர்களிடம், “நீங்கள் நேர்மையாக வேலை செய்தால் உங்கள் ஒருநாள் வேலை இரண்டாகக் கணக்கிடப்பட்டு, தண்டனை பாதியாகக் குறைக்கப்படும்” என்று உறுதியளித்தார்.

விரைவில் வீட்டிற்குச் செல்ல விரும்பிய அவர்கள் இரவும் பகலும் வேலை செய்தார்கள். கண்காணிப்பாளர் அவரது வாக்குறுதியைக் காப்பாற்றினார். அவர்களுக்கு மன்னிப்பு அளித்து அவர்களது இரண்டாண்டு தண்டனையை ஒண்ணே காலாண்டாகக் குறைத்துக் கொடுத்தார். அவர் மற்றொரு சலுகையும் வழங்கினார். மீதமுள்ள மூன்று மாதங்களுக்கு *ஜக்தர்* மற்றும் குல்வந்தை *முன்ஷி* ஆக்கினார்.

ஜக்தர் புத்திசாலி. லாப்சிங்கைச் சமாளித்து, தன்னைச் *சக்கரில் சேவாதாராக* நியமித்துக் கொண்டு விட்டார். குல்வந்திடம் கொடுப்பதற்கு

ஒன்றுமிருக்கவில்லை. கண்காணிப்பாளரின் பண்ணையில் அவர்கள் எதைச் சாப்பிடுகிறார்கள், எவ்வளவு சாப்பிடுகிறார்களென்ற கட்டுப்பாடு ஒன்றும் இருக்கவில்லை. ஆனால், ரொக்கமாக அவர்களுக்கு ஒன்றும் கிடைக்கவில்லை. அவருடைய கணக்கில் பைசா காசில்லை. தாயார் ஒரு விதவை. அவர்கள் வீட்டில் எவ்வாறு அடுப்பு எரிந்தது என்பது அந்தக் கடவுளுக்குத்தான் தெரியும். தன் சொந்த வசதிகளுக்காக அவள் மேல் பாரத்தைச் சுமத்த அவர் விரும்பவில்லை. ஒரு நல்ல முகாமில் *முன்ஷி*யாக நியமிக்கபடுவதற்கு நிச்சயமாக லாப்சிங்கிற்குப் பணம் கொடுக்க வேண்டியிருக்கும். அதில் அவர் தவறிவிட்டார்.

அதிகாரியின் உத்தரவுக்கிணங்க லாப்சிங் அவரை *முன்ஷி*யாக என்னவோ மாற்றி கொடுத்தார். ஆனால், அவருக்குக் கொடுக்கப்பட்ட இந்த முகாம், அவருக்கு ஆறுதலுக்குப் பதிலாகத் தண்டனையாக விளங்கியது.

இருப்பினும் குல்வந்த் சந்தோஷமாக இருந்தார். இன்னும் சில நாட்களே எஞ்சியிருந்தன. அதன் பிறகு, பிரபல பழமொழிக்கேற்ப அவருடைய ‘ஏழரை ஆண்டு சனி’ முடிந்து விடும்.

இந்த விசித்திரமான துக்கப்பகிர்வு காரணமாக, தன்னால் எவ்வளவு முடியுமோ அவ்வளவு வசதிகளை ஹக்கமிற்குச் செய்து கொடுக்கத் தீர்மானித்தார் குல்வந்த்.

“உண்ண ஏதாவது இருக்கிறதா?”

அவர்களிடையே உருவாகிய நெருக்கத்தைப் பயன்படுத்திக் கொள்ள விரும்பினார் ஹக்கம் சிங்.

“கொஞ்சம் ஏதாவது மிச்சமிருக்கலாம். இல்லையெனில் நீங்கள் காலைவரை பசியுடன் இருக்க வேண்டி வரும். இந்தப் பிச்சைகாரர்களின் வயிறு, ஒருபோதும் நிரப்பப்படாத அடிப்பகுதியில்லாத கிணறுகள் போன்றவை. இவர்களுக்குக் கொடுக்கப்பட்ட அனைத்தையும் முழுமையாகக் காலி செய்து விடுகிறார்கள்.”

ஹக்கம் பசியுடனிருந்தார். இது குல்வந்தை வருத்தமடையச் செய்தது. ஆனால், இதற்குத் தீர்வு அளிக்க அவரிடம் எதுவுமில்லை.

“பரவாயில்லை, எனக்கு இன்னும் கொஞ்சம் தண்ணீர் கொடுங்கள்.”

ஹக்கம் தண்ணீர் குடிக்க ஆரம்பித்தபொழுது வெளியில் காலடி ஓசை கேட்டது. தரோகாவின் உதவியாளர் அவரது ரோந்து பணியில் வந்து கொண்டிருந்தார். இந்நேரம் வரை ஹக்கம் சிங் முகாமின் வெளியிலிருப்பதைப் பார்த்தால் கோபம் கொள்வார். கண்டனத்திலிருந்து தப்பிப்பதற்காகக் குல்வந்த் ஹக்கமை முகாமினுள் தள்ளிக் கதவை மூடித்தாளிட்டுச் சாவியை எடுத்துக்கொண்டு வாயிலுக்குச் சென்றார்.

"எல்லாம் சரியாயிருக்கிறதா?"

குல்வந்திடமிருந்து சாவியை வாங்கிச் சட்டைப்பையில் போட்டுக் கொண்டவாறு தரோகாவின் உதவியாளர் தனது வழக்கமான கேள்வியைக் கேட்டார்.

"ஆமாம், ஐயா!"

இவ்வாறாக முன்ஷி அவரது அன்றாட பதிலையளித்துத் தனது கடமையை முடித்துக் கொண்டார்.

அத்தியாயம் 8

சக்கரிலிருந்து ஜெயின் வெளியே வருவதற்குள் இருள் சூழ்ந்து விட்டிருந்தது. அனைத்துக் கைதிகளும் சூரிய அஸ்தமனத்திற்கு முன்பே அவரவர் கலங்களுக்குச் சென்று விட்டிருந்தனர். லங்கர் விநியோகிக்கப்பட்டிருந்தது. இதற்குப் பிறகு கைதிகள் எண்ணப்பட்டு அவரவர்கள் முகாமில் பூட்டப்படுவார்கள்.

வீசும் காற்றைத் தடுக்கக்கூடிய ஒரு மரம் கூடச் சிறை வளாகத்தில் இருக்கவில்லை. லேசான காற்றுகூடச் சிறைக்குள் நுழைந்தவுடன் திடீரென்று வலுவடைந்து சூறைக்காற்றாக மாறி, மணலுடன் கூடிச் சுழன்று வந்து முகத்தில் அடித்தது.

கண் பார்வைக்கு எட்டியவரை ஜெயினுக்கு, அவனையும் சேவாதாரையும் தவிர சிறையில் வேறு எவரும் இருந்ததாகத் தெரிய வில்லை. ஹைனாக்களின் அலறல் சுற்றுப்புறத்தை மேலும் திகிலுறச் செய்தது.

சேவாதார் வேகமாக நடை போட்டான். அவனுடைய பூட்டப்பட வேண்டிய நேரம் நெருங்கி விட்டது. தனது முகாமிற்குத் திரும்புவதற்கான அவசரத்தில் இருந்தான் அவன். தாமதமாகிவிட்டால் லங்கர் பங்கீடு செய்யப்பட்டுவிடும். அவனுக்குப் பசியுடன் ஒரு இரவைக் கழிக்க நேரிடும்.

எவ்வளவு முயன்றும் ஜெயினுக்குச் சேவாதாரின் நடையோடு நடைபோட முடியவில்லை. காரில் பயணம் செய்து பழகிய அவருக்கு வேகமாகச் சில காலடிகள் எடுத்து வைப்பதற்குள் மூச்சுத் திணறியது, இதயத் துடிப்பு துரிதமாகியது. எந்த நிமிடத்திலும் வலுவிழந்து சரிந்து விழக்கூடுமென்று அஞ்சினார் அவர்.

இப்பொழுது அவர் ஒரு கைதியானதால் சிறை விதிகளுக்குக் கீழ்ப்படிய வேண்டிய கட்டாயம் ஏற்பட்டிருந்தது. மருத்துவமனைக்கு நடந்து செல்வதைத் தவிர வேறு வழியில்லை. அதனால் மனதில் எழுந்த அச்சங்களைப் புறக்கணித்து, முன்னால் விரைந்து சென்றுகொண்டிருந்த சேவாதாருடன் சேர்ந்து நடைபோட முயன்றார்.

தண்டனை அறிவிக்கப்பட்ட தருணத்திலிருந்து இதுவரை, ஜெயின் ஒரு காரியத்தில் மட்டுமே கண்ணும் கருத்துமாக முயற்சிகளைச் செய்து கொண்டிருந்தார்; ஏதாவது அழுக்கடைந்த கூடாரத்தில் அடைக்கப்படுவதை விட எப்படியாவது மருத்துவமனையில் சேர்ந்துவிட அனுமதி பெற்றுவிட வேண்டும். உயர் ரத்த அழுத்தம், நீரிழிவு நோய், பலவீனமான இதயம் போன்ற பல கடுமையான நோய்களால் அவருடைய உடல் நலம்

பாதிக்கப்பட்டு மிக மோசமான நிலையிலிருந்தது. நாளொன்றுக்கு மும்முறை மாத்திரைக் குவியலை விழுங்கினார். அதன் பிறகுதான் அவருடைய நாள் நிம்மதியாகக் கழிந்தது.

வெளி உதவியில்லாமல் மருத்துவமனையில் அனுமதி கிடைத்த பின்னர் அவருடைய மனம் நிம்மதி அடைந்தது. இப்பொழுது இந்த முழு விவகாரத்தின் லாபம் மற்றும் நஷ்டத்தைக் கணக்கிட்டுப் பார்த்தார்.

வழக்குப் பதிவு செய்யப்பட்டத்திலிருந்து கணக்கிட்டுப் பார்த்தால் அவர் இதுவரை சுமார் பதினைந்து லட்சம் ரூபாய் வரை செலவு செய்து விட்டார். அதிகாரிகளின் வீடுகளில் சோதனை நடத்தப்பட்டபொழுது அவர் வீட்டிலிருக்கவில்லை. தில்லி சென்றிருந்தார். அவர் விரும்பியிருந்தால் வெளிநாட்டுக்குப் பறந்து சென்று விஷயம் அடங்கும் வரை காத்திருந்திருக்கலாம். மல்டி-விசிட்-விசா அதாவது பல தடவை அயல் நாடு செல்லும் நுழைவுச் சான்றும் அவரிடமிருந்தது. மற்றும் அவருக்கு ஒவ்வொரு நாட்டிலும் பரவலாக நண்பர்களிருந்தனர். அவருடைய ஆலோசகர்களின் அறிவுரைகளின்படி, போலீசாரால் அவர் தாக்கப் படலாமென்பதைப் பற்றியும் கவலைப்படாமல் அவர் போலீசிடம் சரணடைந்தார். காவலில் அனுப்பப்பட்ட அந்த நான்கு நாட்கள் அவருக்கு நிறைய அவமானங்களைச் சகித்துக் கொள்ள வேண்டியிருந்தது. தனது தொழிலைத் தொடரவும், அதிகாரிகளைச் சந்தோஷமாக வைத்திருக்கவும் அவருக்கு இந்தக் கசப்புக் கஷாயத்தைக் குடிக்க வேண்டியிருந்தது. இந்தத் திட்டத்தில் அவர் வெற்றியடைந்தார். சேட்டின் பெருந்தன்மை அதிகாரிகளால் பாராட்டப்பட்டது. அவருடைய ஒப்பந்தம் ஒன்று கூட ரத்துச் செய்யப்படவில்லை. விசாரணையின் பொழுதும்கூட அதிகாரிகளை ஒரு காலணா காசு செலவிட ஜெயின் அனுமதிக்கவில்லை. அதிகாரிகளுக்காகத் தக்க வைக்கப்பட்ட வழக்கறிஞர்களின் கட்டணம் செலுத்துவதிலிருந்து சாட்சிகளின் வாக்குமூலங்களைத் திரும்பப் பெறச் செய்வது மற்றும் நீதிபதிக்கு லஞ்சம் கொடுப்பது வரை எல்லாவற்றிற்கும் பணம் செலவழித்தது ஜெயின்தான்.

கடைசி நிமிடத்தில் அதிகாரிகள் ஒருவேளை அவரை ஏமாற்றியிருக்கலாம். அவர்கள் அனைவரும் குற்றச்சாட்டிலிருந்து தங்களை விடுவிப்பதற்கான ஏற்பாடுகளைச் செய்து கொண்டனர். ஆனால், ஜெயினை விடுவிப்பதற்கான முயற்சி ஏதும் செய்யவில்லை என்று தெரிந்தது. ஒவ்வொரு அதிகாரியும் மற்றவரை விட ஒரு படி மேலே இருந்தார் - நிர்வாகப் பொறியாளர், ஓய்வு பெற்ற காவல் துறையாளரின் மருமகன், துணைப் பிரிவு அதிகாரியின் மாமன் ஒரு மாவட்ட நீதிபதி, துணிச்சலான மனிதன். இளைய பொறியாளரின் மாமனார் போக்குவரத்துத் தொழிலில்

இருந்ததால் அவர் எல்லார் மீதும் ஆதிக்கம் செலுத்தினார். டிரைவர், கண்டக்டர் போல அமைச்சர்கள் அவர் வீட்டைச்சுற்றி முற்றுகையிட்டனர். ஜெயின் பணத்தைச் செலவழித்திருந்தார், ஆனால், விடுதலை பெற்றதென்னவோ அவர்கள்!

மற்ற எல்லாச் செலவுகளும் கிணற்றில் கொண்டு போய்ப் கொட்டினாற்போலாயின. அவருக்குத் தண்டனை வழங்கிய நீதிபதி ஏதாவது வற்புறுத்தலினால் அப்படிச் செய்திருக்க வேண்டும். சிறையிலிருந்து வெளிவந்தவுடன் நீதிபதியின் வீட்டிற்குச் சென்று இந்த மர்ம ரகசியத்தைத் தீர்த்துக் கொள்ள வேண்டுமென்று ஜெயின் எண்ணிக்கொண்டார்.

த்யோதி மற்றும் *சக்கரில்* பணத்தை அவ்வாறு செலவழித்ததற்காக அவர் இப்பொழுது வருந்தினார். பதற்றத்தில் தேவையில்லாமல் பணத்தைத் தண்ணீரைப் போல் வாரி இறைத்து விட்டார். தனது பணப்பையில் ரொக்கம் எவ்வளவு இருந்ததென்று அவருக்குச் சரியாக நினைவில்லை. சுமார் ஏழு முதல் எட்டு ஆயிரம் ரூபாய் வரை இருந்திருக்கலாம். உள் *பாக்கெட்டில்* ரொக்கம் ரூபாய் பத்தாயிரம்; சுமார் பதினைந்து, இருபது ஆயிரம் மதிப்புள்ள தங்கம் - அவர் மொத்தம் சுமார் முப்பது, முப்பத்தைந்து ஆயிரம் ரூபாய் வீணாகத் தொலைத்து விட்டார். மருத்துவமனையில் ஒரு இரவு தங்குவதற்குச் செலவழிக்க வேண்டிய தொகை இவ்வளவென்றால் அடுத்த ஐந்தாண்டுகள் எப்படிக் கழியும்? ஜெயின் இந்தக் கவலையில் மூழ்கினார்.

கஞ்சனைப்போல் சிந்திப்பது அவருக்குப் பிடிக்கவில்லை. எனவே, மனதைத் திசை திருப்புவதற்காக அவ்வப்பொழுது நெடுந்தூரம்வரை பரவியிருந்த சிறைச்சாலையை ஆராய்ந்தார்.

எண்பது ஏக்கருக்கு மேல் பரந்து விரிந்திருந்த சிறைச்சாலை ஜெயினுக்குப் பரிச்சயமானதல்ல என்பதல்ல. இன்று அவர் இங்கு ஒரு கைதியாக வந்திருக்கலாம், ஆனால், ஒரு காலத்தில் அந்த இடம் தனக்குச் சொந்தமானது போல் அங்கு சுற்றியிருக்கிறார். சுமார் 12-13 ஆண்டுகளுக்கு முன்பு சிறைச்சாலை கட்டப்பட்டபொழுது, விரைவாக முடிப்பதற்காக வேலை பிரிக்கப்பட்டது. சிறைச்சாலையின் பிரம்மாண்டமான மதில் சுவர்களை நிர்மாணிப்பதற்கான ஒப்பந்தம் ஜெயினுடைய தாய் மாமனுக்குக் கொடுக்கப் பட்டது. அந்தச் சமயத்தில் ஜெயின் அவரிடமிருந்து ஒப்பந்த வர்த்தகத் தொழிலைக் கற்றுக் கொண்டிருந்தார். மாமாவுக்குப் பல இடங்களில் வேலை நடந்து கொண்டிருந்ததால் சிறையின் பணியை ஜெயின் மேற்பார்வையிட்டார்.

முப்பது அடி உயரமிருந்த வெளிப்புறச் சுவர் சுற்றிலும் பூசி மெழுகப்பட்டிருந்தது. *குர்மாலாவினால்* பல தடவை மென்மையாக்கப் பட்டுப் பிளாஸ்திரி செய்யப்பட்ட அதன் மீது ஒரு கைவைத்தால் கூடச் சரிந்து கீழே வந்து விடும். ஒரு நாயோ அல்லது பூனையோ அத்தகைய உயர்ந்த சுவரில் ஏற முடியாது; ஒரு மானுடனுக்கு அவ்வாறு செய்வது நிச்சயமாகச் சாத்தியமில்லை. கைதி எவனாவது விவேகமற்று இதை முயற்சித்தால் உயரத்திலிருந்த மூன்றடி முள்வேலியில் அவன் சிக்கிக் கொண்டு விடுவான். சில கம்பிகளில் மின்சாரம் பாய்ந்து கொண்டிருந்ததால் அதன் மீது வந்தமர்ந்த பறவை கல்லைப்போல் கீழே வீழ்ந்தது. இத்தகைய சிக்கலான வளாகத்திலிருந்து உயிருடன் வெளியே வருவது எந்த மனிதனுக்கும் சாத்தியமில்லை.

உட்புறச் சுவர் நெடுகிலும் சிறையின் மிகப்பெரிய பண்ணை அமைந்திருந்தது. இந்தப் பண்ணை இரட்டைக் குறிக்கோளை நிறைவேற்றியது. கைதிகள் இப்பண்ணையின் வேலையில் ஈடுபடுத்தப் பட்டனர். சிறை சமையலறைக்கான தானியங்கள் மற்றும் காய்கறிகள் அங்கு பயிரிடப்பட்டன. பண்ணை முடிவடைந்த இடத்திலிருந்து உள்சுவர் தொடங்கியது. இந்தக் சுவர் வெளிச்சுவரைப் போல அவ்வளவு உயரமில்லை. ஆனால், ஒரு கைதி அதன் மேலிருந்து குதிக்கும் அளவு சிறியதாகவுமிருக்கவில்லை.

உள் சுவர் நெடுகிலும் இருபது அடி இடைவெளியில் பதினைந்து அடி அகலமான தார்ச் சாலை இருந்தது. அது இரவும் பகலும் தவறாமல் ரோந்து காவல்துறையினரின் கண்காணிப்பிலிருந்தது. தேவைப்பட்டால் ஜீப் மற்றும் பிற வாகனங்களை அதில் ஓட்டிச்செல்ல முடிந்தது.

சாலையின் மறுபுறம் இருந்த சிறைச்சாலையின் முகாம்களின் பின்புறம், சாலையை நோக்கி அமைந்திருந்தன. குடியிருப்பு முகாம்களின் பின்புற சுவரில் பெரிய, வலுவான இரும்புக் கம்பிகள் பொருத்தப் பட்டிருந்தன. ஒளி மற்றும் காற்று இந்த இடைவெளிகளின் வழியே கைதிகளை வந்தடைந்தது. ரோந்து போலீஸாருக்கும் கைதிகளின் நடவடிக்கைகளைக் கண்காணிக்க இது உதவியது. இரும்புக் கம்பிகள் மெல்லிய கம்பி வலையால் மூடப்பட்டிருந்தது. இந்த வலை ஈக்கள் மற்றும் கொசுக்களிலிருந்து கைதிகளைப் பாதுகாத்தது. மற்றும் கைதிகள் வீசி எறிந்த குப்பையிலிருந்து ரோந்து காவல்துறையினரையும் காப்பாற்றியது.

அனைத்துக் குடியிருப்புகளின் நுழைவாயில்களும் உள்நோக்கி மற்றொரு சாலையின் பக்கம் திறந்து கொண்டன. ரோந்து போலீஸால்

காக்கப்பட்ட இந்தச் சாலையும் ஒரு பகிரப்பட்ட முற்றத்தில் போய்ச் சேர்ந்து கொண்டது. முற்றத்தின் நடுவில் காவற்காரனால் இரவும் பகலும் பாதுகாக்கப்பட்ட தேடல் விளக்குகள் கொண்ட ஒரு மையக் கோபுரம் இருந்தது. இந்தக் கோபுரத்தின் வலதுபுறத்தில் ஒரு குர்த்வாரா மற்றும் அதையொட்டி ஒரு கோவிலும் இருந்தது. இடது புறத்தில் ஒரு உணவகமும் அதற்கடுத்து ஒரு சிறிய அலுவலகமும் இருந்தன.

கைதிகளின் குடியிருப்பின் எதிரில் ஒரு தொழிற்சாலையும் மற்றும் பள்ளிக்கூடத்துடன் இணைந்த ஒரு நூலகமும் இருந்தன. வலது புறத்தில் ஒரு விளையாட்டு மைதானம் இருந்தது. மருத்துவமனை விளையாட்டு மைதானத்திற்கு எதிரில் இருந்தது. மருத்துவமனையை அடைய ஒருவனுக்குப் பல குடியிருப்புகளைக் கடந்து நடந்து செல்ல வேண்டியிருந்தது.

பல்வேறு ஒலிகள் வெளிவந்து கொண்டிருந்த முகாம்களினுள் எட்டிப் பார்த்துக்கொண்டே நடந்தார் ஜெயின். ஒன்றிலிருந்து தொலைக்காட்சி நிகழ்ச்சி காதில் விழுந்தது, கைதிகள் நிகழ்ச்சிகளில் மூழ்கிவிட்டார்கள் போல் தோன்றியது. மற்றொரு கலத்திலிருந்து சிரிப்பு, நகைச்சுவை, சங்கீதம், நடனமென்று பல்வேறு ஒலி அலைகள் எதிரொலித்தன. ஜெயினுக்கு ஆச்சரியமாக இருந்தது. தண்டனைக்குள்ளாகியிருந்த கைதிகள் இவ்வாறு சிரித்து விளையாட முடியுமா?

ஜெயின் நடந்த வேகத்தைப் பார்த்த சேவாதார், அன்றிரவு நிச்சயமாகப் பட்டினிதானிருக்க வேண்டுமென்று முடிவுக்கு வந்தான். சிறைக் கூடத்திலிருந்து ஒன்றும் கிடைக்கப் போவதில்லை. இரவு உணவிற்கு மருத்துவமனையிலேயே ஏன் ஏதாவது ஏற்பாடு செய்து கொண்டுவிடக் கூடாது? இந்த எண்ணம் மனதில் தோன்றியதும் சேவாதார் தனது வேகத்தை ஜெயினுடன் பொருந்துமளவு குறைத்துக் கொண்டு அவருடன் நட்பு கொள்ள முயன்றான்.

"நீங்கள் என்னை அடையாளம் கண்டு கொள்ளவில்லையா சேட் சாஹிப்?"

மெய்யாகவே ஜெயின் அவனை அடையாளம் கண்டு கொள்ளவில்லை. ஆனால், அவர் சக்கரினுள் நுழைந்தவுடனே சேவாதார் அவர் யாரென்று தெரிந்து கொண்டு விட்டான், ஆனால், பேசாமலிருந்தான். ஒரு அரசனுக்கும் சாதாரண மனிதனுக்கும் இடையிலான வேறுபாடு! ஒப்பந்தக்காரர் ஜெயின், பாதி

மாவட்டத்தினுரிமையாளர், இவனோ தண்டனைக்குள்ளான ஒரு சாதாரணத் தொழிலாளி.

இப்பொழுது அவனுக்கு மௌனத்தைக் கலைப்பது மிகவும் அவசியம்.

“இல்லை” *சேவாதாரின்* வார்த்தைகளில் அதிக கவனம் செலுத்தாமலே ஜெயின் சுருக்கமாகப் பதிலளித்தார்.

“நான் ஜக்தர் சிங், நகரத்திலிருந்த கடையில் காவலனாக இருந்த தொழிலாளி. எங்கள் கடையிலிருந்து உங்களுக்குத் தார் நிலக்கரி அனுப்பப்பட்டது. அப்பொழுது நான்தான் பாதியை மட்டுமே இறக்கிவிட்டு முழுமையாக இறக்கியதாகப் பதிவு செய்வேன். பதிலுக்கு ஸாஹிப்கள் கணக்கிடலுக்கு என்னையே உங்களிடம் அனுப்புவார்கள்.”

ஜெயின் இப்பொழுதும் ஜக்தரைத் தெரிந்து கொள்ளவில்லை. “ஆம், எனக்கு நினைவிருக்கிறது” அவர் பொய்யாகவே பதிலளித்தார்.

ஜக்தர் போன்ற ஏராளமான தொழிலாளர்கள் அதிகாரிகளுக்கான பணத்தைச் சேகரிப்பதற்காக நாள் முழுவதும் அவரிடம் வந்தார்கள். ஜெயினின் *முன்ஷி* கணக்குகளைக் கவனித்துக் கொண்டான்; ஜெயின் அவருடைய *முன்ஷி* தயாரித்த ஆவணங்களை வெறுமனே ஒரு கண்ணோட்டம் விட்டுப் பணத்தை ஒப்படைத்தார்.

சாதாரண நாட்களாக இருந்திருந்தால் இருபது ரூபாய் கொடுத்து அந்த மனிதனின் வாயை அவர் மூடியிருப்பார். ஆனால், இப்பொழுது அவரிடம் பணமும் இல்லை, அப்படிச் செய்வது அவருக்கு நன்மை தரக்கூடியதுமில்லை. மாறாக இவனுடன் நட்பு கொள்வது அவசியமாயிற்று. ஒரு கள்ள நாணயத்திற்குக் கூடப் பயன்பாடுகள் உண்டென்று எண்ணிக்கொண்டே ஜெயின், ஜக்தர் சொல்வதைக் கவனத்துடன் கேட்டார்.

பின்னர் அவருக்கு நினைவுக்கு வந்தது,: தார் நிலக்கரி விற்பனை செய்த துணைப் பிரதேச அதிகாரி ஒருவர் கையும் களவுமாகப் பிடிக்கப்பட்டாரென்ற அந்தச் சம்பவம். இந்த மனிதன் ஒருவேளை அந்த வழக்கில் தண்டிக்கப்பட்டிருக்கலாம் என்ற அவருடைய யூகம் முற்றிலும் சரியாக இருந்தது.

அதே துணை பிரதேச அதிகாரி மூலம்தான் ஜக்தர் இத்துறையில் அறிமுகப்படுத்தப்பட்டான். இங்கு வருவதற்கு முன்பு அவன் அதிகாரிகளுக்கு விரும்பிப் பணிவிடை செய்யும் தொழிலாளியாக

இருந்தான். அவனது சேவையின் வெகுமதியாகத் துணை பிரதேச அதிகாரி வாங்கிக் கொடுத்த அந்த நிரந்தர வேலை அவனுக்கு வந்து சேர்ந்தது.

அந்தத் துரதிர்ஷ்டமான நாளன்று அவன் தார் நிலக்கரி பீப்பாய்களை ஒரு தொழிற்சாலை சொந்தகாரருக்கு விற்றிருக்கலாம். ஆனால், அதன் உண்மையான மதிப்பில் பாதித் தொகை மட்டுமே அவனுக்குக் கிடைத்திருக்கும். அதனால் மக்களின் வீடுகளின் கூரைகளில் தார் நிலக்கரி பூசும் ஒரு தொழிலாளியுடன் அவன் ஒப்பந்தம் செய்து கொண்டான். அங்கு அவனுக்குச் சரியான தொகை நிச்சயமாகக் கிடைத்து விடுமென்று அவன் நம்பினான்.

அன்றைய தினம் பீப்பாய்களைக் குடிசைகளில் இறக்கியவுடனேயே போலீஸார் ஜக்தரைச் சுற்றி வளைத்துக் கொண்டனர். சில உதைகள் மற்றும் சில அடிகள்-அவன் முழுக் கதையையும் உளறிவிட்டான். டிரைவராலும் அடிகளைத் தாங்கிக்கொள்ள முடியவில்லை. மாயாநகரின் தொழிற்சாலையின் பெயர் மற்றும் முகவரியை அவன் போலீஸாருக்குக் கொடுத்து விட்டான்.

அன்று மாலை ஜக்தர் மற்றும் ஓட்டுனர் ஆகியோருடன் துணை பிரதேச அதிகாரியும் காவல் நிலையத்தில் அமர்ந்திருந்தனர். இரவானவுடன் அதிகாரி வெளியே செல்ல அனுமதிக்கப்பட்டார். அடுத்த நாள் ஓட்டுனரும் விடுவிக்கப்பட்டார், அவருடன் அவருடைய லாரியும் விடப்பட்டது.

ஜக்தர் நீதிமன்றம் சென்ற பொழுது, அரசாங்கத்தின் தார் நிலக்கரி திருடியதாக அவன் மீது வழக்குப் பதிவு செய்யப்பட்டிருப்பதைக் கண்டான். ஓட்டுனரைச் சாட்சியாகக் கொண்டு துணைப் பிரதேச அதிகாரியால் வழக்குப் பதிவு செய்யப்பட்டிருந்தது. போலீஸார் உண்மையில் 80 பீப்பாய்களை நிலையத்தில் இறக்கியிருந்தனர், ஆனால், ஜக்தரிடமிருந்து 40 பீப்பாய்கள் கைப்பற்றப்பட்டதாக அறிவித்தனர். மற்ற 40 பீப்பாய்கள் எங்கு போய்ச் சேர்ந்தனவென்று இந்நாள்வரை ஜக்தருக்குப் புரியவில்லை.

காவல் நிலையத்தில் மட்டுமில்லாமல் நீதிமன்றத்திலும் அதிகாரி மற்றும் டிரைவர் முழுப் பொய்யைக் கூறினர். நீதிமன்றம் பொய்களை உண்மையென ஏற்றுக் கொண்டது. அந்தப் பொய்மை காரணமாகத்தான் ஜக்தர் இப்பொழுது மூன்றாண்டு காலச் சிறைத் தண்டனை அனுபவித்துக் கொண்டிருந்தான்.

"மருத்துவர் ஸாஹிபுக்கு உன்னைத் தெரியுமா?"

ஜக்தர் தன்னுடைய பாராயணத்தை முடித்தவுடன் உடனடியாகக் கவனிக்கப்பட வேண்டிய விஷயத்திற்கு வந்தார் ஜெயின்.

"ஆம், ஐயா. அவர் வீட்டிலொரு எருமை மாடு வைத்திருக்கிறார். அதற்குத் தீவனம் போன்றவற்றைக் கொடுப்பதற்கு நான் அங்கு செல்கிறேன். அதன் பாலையும் நான் கறக்கிறேன்."

"அப்படியானால் எனக்கு ஒரு உதவி செய். என்னை அவருக்கு அறிமுகப்படுத்தி வை. என்னைப் பொறுத்தவரை பணம் பெரிய பிரச்சனை இல்லை என்பது உனக்குத் தெரியும். எனினும் தற்பொழுது என் சட்டைப்பை காலியாக உள்ளது. பணம் எல்லாம் வெளியில் செலவழிந்து விட்டது. காலையில் இன்னும் வரும். இன்றிரவு எனக்கு உத்தரவாதம் அளிப்பவனாக இருந்துகொள்; அவர் என்னை மருத்துவமனையில் அனுமதித்து ஒரு நல்ல இடத்தைக் கொடுக்கட்டும்."

"அது பரவாயில்லை. நான் மருத்துவரிடம் பேசுகிறேன். என் பேச்சை அவர் கேட்பார்."

ஜக்தர் பேசி முடிக்கும் முன்பே மருத்துவமனையிலிருந்து மருத்துவர் சக்திகுமார், அவர்களை நோக்கி வருவதை அவர்களால் பார்க்க முடிந்தது.

"அவர்தான் டாக்டர் ஸாஹிப்."

மருத்துவரை நோக்கிச் சைகை செய்து அவருடைய வருகையை ஜெயினுக்கு அறிவித்தான் ஜக்தர். வேகமாக இவர்களை அணுகிய மருத்துவர், ஜெயினைப்பார்த்துக் கேட்டார், "நீ தான் சேட் ஜெயின் ஸாஹிபா?"

மருத்துவரின் உதட்டில் தன் பெயரைக் கேட்ட ஜெயினுக்குப் பெரும் நிம்மதி உண்டாயிற்று. ஜெயினுடைய ஆட்கள் அவரை அணுக முடிந்ததென்பது தெளிவாயிற்று.

"ஆம், ஸாஹிப்!" ஜக்தர் ஆவணங்களை மருத்துவரிடம் ஒப்படைத்தான். ஜக்தரை அனுப்பிவிட்டு, மருத்துவர் ஜெயினைத் தன்னுடன் மருத்துவமனைக்கு அழைத்துச் சென்றார்.

சக்கருக்குத் திரும்பிய ஜக்தர் ஏமாற்றத்தின் சிகரத்திலிருந்தான். பசித்திருந்த அவன் வயிறு இரவு முழுவதும் அவனை நிச்சயமாகத் தூங்க விடப்போவதில்லை.

அத்தியாயம் 9

பாதிக்கும் மேற்பட்ட பிச்சைக்காரர்கள் தொற்று நோயால் பாதிக்கப்பட்டிருந்தனர். சிலருக்குக் காசநோய், சிலருக்கு ஆஸ்துமா, மற்றவர்களுக்குச் சொறி-சிரங்கு மற்றும் அரிக்கும் தோலழற்சி நோய் போன்ற வியாதிகளிருந்தன.

மருத்துவரின் உத்தரவில், நோய்கள் பரவாமல் தடுப்பதற்காக, முகாமின் கதவுகள் மற்றும் ஜன்னல்கள் சாக்குத்துணியால் மூடப்பட்டிருந்தன. கிருமிகள் வெளியில் பரவாமல் சாக்குகள் தடுத்தன. ஆனால், துர்நாற்றம் அதனுள்ளிருந்தும் ஊடுருவி வெளியே வந்தது.

கதவுகளும் ஜன்னல்களும் மூடி மறைக்கப்பட்டிருந்ததால் உள்ளே அடைக்கப்பட்டிருந்த அம்ருவுக்கு வெளியில் என்ன நடக்கிறதென்று அறிய வாய்ப்பில்லை. சுற்றிலும் கிளம்பிய கிசுகிசுக்கள், அவனைப்போன்ற மற்றொரு கைதி அந்த நரகத்தில் தள்ளப்படப்போகிறான் என்பதை அவனுக்கு அறிவித்தது.

துணை கண்காணிப்பாளரின் மகனின் பிறந்த நாளைக் கொண்டாடுவதற்காக அவர் வீட்டில் ஒரு விருந்துக்கு ஏற்பாடு செய்யப்பட்டுள்ளதாகச் *சக்கரில்* அம்ருவுக்குக் கூறப்பட்டது. ஸாஹிபுக்குத் தேவைப்பட்ட ஒரு விஸ்கி (ஒரு வகை சாராயம்) பெட்டியை அம்ருவுக்கு ஏற்பாடு செய்ய வேண்டியிருந்தது.

அம்ரு ஒரு ஏழை மனிதன். ஒரு ஓடையின் கரையோரம் வசித்து வந்தான். சாராயம் காய்ச்சி விற்பது அவனது குடும்பத் தொழில். தனது வீட்டில் தயாரிக்கப்பட்ட மதுபானங்கள் வழங்குவதற்கு அவனால் ஏற்பாடு செய்ய முடியும். ஆனால், ஒரு பெட்டி விஸ்கிக்கான பணம் ரூபாய் இரண்டாயிரம் அவனிடமில்லை.

அம்ருவிடம் இவ்வளவு பணமிருந்தால் அவன் சிறைக்குத்தான் ஏன் வருவான்? சட்ட விரோதமாக மதுபானம் காய்ச்சுவதற்காக நிலத்தைத் தயார் செய்த குற்றத்திற்காக இரண்டு ஆண்டுகள் சிறைத் தண்டனை மற்றும் ஐயாயிரம் ரூபாய் அபராதமும் அவனுக்கு விதிக்கப்பட்டது. அவனுடைய தொழிலில் ஐயாயிரம் ரூபாயென்பது ஒரு வருடம் முழுவதும் கடுமையாக உழைத்த பின்னரும் சம்பாதிக்க முடியாத ஒரு தொகையாகும். அம்ருவால் அபராதத் தொகையைச் செலுத்த முடியாததால் அவன் சிறைக்கு அனுப்பப்பட்டான். இன்னும் சில நாட்களில் அவனது குடும்பத்தினர் மேல்முறையீடு செய்வார்கள். நீதிபதி தண்டனையை மறு ஆய்வு செய்வார். பின்னர் அவன் ஜாமீனில்

விடுவிக்கப்படுவான். மேல்முறையீட்டு வழக்கறிஞர் ரூபாய் மூவாயிரம் கட்டணம் கேட்பார். இந்தச் சமயத்தில் அந்தப் பணத்திற்கும் ஏற்பாடு செய்ய வழியில்லை.

விஸ்கி வழங்க மறுத்ததன் விளைவுதான் அம்ருவுக்குக் கிடைத்த இந்தத் தேவையற்ற தண்டனை. முந்தைய நாள் மாலை இந்தக் கலத்திற்கு அனுப்பப்பட்ட பொழுது, விஸ்கிக்கு ஏற்பாடு செய்யும் வரை அவன் இந்தக் கலத்தில் வைக்கப்படுவான் என்று லாப் *சிங்* மிரட்டியிருந்தார்.

இருபத்தி நான்கு மணி நேரம் கடந்தாயிற்று, அந்தக் கலத்திலிருந்து ஒரே ஒரு கைதி மட்டுமே வெளியில் சென்றிருந்தான். இரண்டாயிரம் ரூபாய் அனுப்புமாறு அவனுடைய குடும்பத்தாருக்கு அவன் மூலம் அம்ரு செய்தி அனுப்பியிருந்தான்.

வெளியே சென்ற கைதி ஜமீன்தார்களின் மேற்பார்வையாளராக இருந்தவன். அவர்களின் கட்டளைக்குட்பட்டு ஜமீன்தாரின் போட்டியாளர்களின் நிலத்தை உழுதிருந்தான். வேறொருவரின் நிலத்தை அபகரித்த குற்றத்திற்காக அவனுக்கு ஒரு வருடம் சிறைத் தண்டனை விதிக்கப்பட்டது. *கரிந்தா* தனது எஜமானர்களிடம் விசுவாசமாக இருந்ததால் அவர்களும் அவனைக் கைவிடவில்லை. ஒரு உயர்தர வழக்கறிஞரை நியமித்து மேல்முறையீடு செய்தார்கள். ஜமீன்தார்களின் அந்தஸ்திற்கேற்ப *கரிந்தா*விடம் இரண்டாயிரம் ரூபாய் கோரினான் லாப் சிங். அவர்களும் பணத்தை அவன் முகத்தில் வீசி எறிந்துவிட்டு அவர்களுடைய கரிந்தாவை முகாமிலிருந்து வெளியே அழைத்துச் சென்று விட்டனர்.

கரிந்தா அவனுடைய குடும்பத்தாருக்குச் செய்தி கொடுக்க மறந்து விட்டானா அல்லது அவர்களால் பணத்திற்கு ஏற்பாடு செய்ய முடியவில்லையா என்று அம்ருவுக்குத் தெரியவில்லை. அவனுக்குத் தெரிந்ததெல்லாம் இதுதான் - அவனை முகாமிலிருந்து விடுவிக்க வெளியிலிருந்து எந்த அழைப்பும் வரவில்லை.

“இவர் வக்கீல் ஸாஹிப். இவரைக் கவனித்துக்கொள்” முகாமைப் பூட்டுவதற்கு முன்பு *முன்ஷி* அம்ருவிடம் பரிந்துரைத்தான்.

குல்வந்த் *சிங்* அவர்களிருவரையும் இலக்காக்கி கேலி செய்திருக்கிறாரென்று அம்ருவுக்குத் தோன்றியது. விருந்தினர் வந்தால் வரவேற்கப்பட்டு ஒரு நல்ல இடத்தில் அமருமாறு கூறி உபசரிக்கப் படுகிறார்கள். முந்தைய தினத்திலிருந்து அம்ருவுக்கு முள்ளின் மேலிருப்பதைப் போலிருந்தது. அந்தக் கலத்தில் அடங்கக்கூடியதற்கும்

மேலான எண்ணற்ற கைதிகள் அடைக்கப்பட்டிருந்ததால் உட்காருவதற்கோ அல்லது படுப்பதற்கோ இடம் கிடைப்பது இருக்கட்டும், நிமிர்ந்து நிற்கக்கூட இடமிருக்கவில்லை. அவர்களில் பலர் தோளோடு தோள் நெருக்கிக் கொண்டு நின்றிருந்தனர், ஒருவராலும் திரும்பக்கூட முடியவில்லை. தாழ்வாரங்களுக்கு இடையிலான நடைபாதைகளிலும் கைதிகள் திணிக்கப்பட்டிருந்தனர். இந்தப் பிச்சைக்காரர்கள் எந்தப் போதை பொருளை உட்கொண்டு தூங்கி விடுகிறார்களென்று அந்தக் கடவுளுக்கே வெளிச்சம். அவர்களில் எவரும் இரவு முழுவதும் விழித்திருப்பதில்லை. அவர்களில் ஒருவர் கழிவறைக்குச் சென்றால் அந்த இடத்தில் இளைப்பாறுவதற்கு யாராவது ஒருவன் விரைந்து வருவான். ஆனால், காலியான இடத்தை அவன் அடையும் முன்பே பக்கத்தில் தூங்குபவன் அங்கு உருண்டு கொண்டு விடுவான் அல்லது தனது கால்களை நீட்டிக்கொண்டு அந்த வெற்றிடத்தை நிரப்பிக் கொள்வான்.

சில நேரங்களில் போதைப் பொருள்களின் பிரச்சனையினால் அவர்கள் வசைமொழிகளைப் பயன்படுத்தி ஒருவரையொருவர் திட்டிக் கொண்டு கூச்சலிட்டு ஆரவாரம் செய்தார்கள். ஆனால், ஒரு விஷயத்தில் அவர்களிடையே ஒப்பிடமுடியாத ஒற்றுமையிருந்தது. அவர்களில் ஒருவனுடைய இடத்தை வேறு எவரும் ஆக்கிரமிக்க அனுமதிக்கவே மாட்டார்கள். அவர்கள் எந்த மொழி பேசுகிறார்களென்று யாருக்கும் தெரியாது. கழிவறையிலிருந்து கைதி திரும்பும் வரை மாத்திரம் உட்கார விரும்புவதாக அம்ரு அவர்களிடம் பல முறை மன்றாடினான். ஆனால், ஒருவரும் அவன் மீது பரிதாபப்படவில்லை. காதுகளில் எண்ணெய் ஊற்றிக்கொண்டவர்கள் போல அவர்கள் அவனுடைய அவல நிலையைப் பார்த்துக்கொண்டு செவிடர்களாக நின்றார்கள்.

தொடர்ந்து நின்றுகொண்டிருந்ததால் அம்ருவின் கால்கள் வீங்கிப் போயிருந்தன. அவனால் வேறொருவரை அங்கு எப்படி வரவேற்க முடியும்? மற்றொரு நபரை அவன் எவ்வாறு கவனித்துக் கொள்வான்?

ஹக்கம் பசியுடனிருப்பாரென்று தனது சொந்த அனுபவத்தின் அடிப்படையில் அம்ரு அறிந்திருந்தான். முறைப்படி விருந்தினருக்குச் சாப்பிட ஏதாவது கொடுத்து உபசாரம் செய்ய வேண்டுமென்பதுதான் மரியாதை. ஆனால், அம்ரு இந்தச் சம்பிரதாயங்களைக் கடைபிடிக்கும் நிலையிலில்லை.

முந்தைய நாள் அம்ரு முகாமில் அடைக்கப்படும் முன்பே, கைதிகள் வயிறு புடைக்கத் தின்று விட்டு, ஏகமாக ஏப்பம் விட்டுக் கொண்டு வயிறு நிரம்பிவிட்டதை வெளிப்படுத்திக் கொண்டிருந்தனர்.

சிலர் தங்கள் குவளையில் சிறிது தால் மற்றும் ரொட்டி வைத்திருந்தனர். அம்ரு பசியுடன் இருப்பதை அவர்கள் அறிந்திருந்தார்கள். ஆனால், அவனுக்கு உதவ யாரும் முன்வரவில்லை. அப்படியும், அவர்கள் சாப்பிட ஏதாவது அளித்திருந்தாலும் அந்த உணவை உண்பதைவிடப் பசியுடனிருப்பதை அம்ரு விரும்பியிருப்பான்.

அம்ரு தன் பண்ணையில் பன்றிகளை வளர்த்திருக்கிறான். குப்பை கூளங்களில் வாழ்வதும் அழுகிய பொருள்களை உண்பதும் அந்த மிருகங்களுக்குப் பிடிக்கும். இந்தப் பிச்சைக்காரர்களின் பழக்க வழக்கங்கள் அந்தப் பன்றிகளை விட மிக மோசமாக இருப்பதாக அவனுக்குத் தோன்றியது. அவர்களைப் பார்த்தால் பிறந்ததிலிருந்து இதுவரை குளிக்கவேயில்லை போலிருந்தது. பாதிக்கும் மேற்பட்டவர்களின் முகத்தில் காடு போல் முடி வளர்ந்திருந்தது. பல் தூரிகை, பற்பசை போன்றவற்றைப் பற்றி அவர்களுக்கு ஒன்றும் தெரியவில்லை போலும், பற்களின் மேல் மஞ்சள் படிந்திருந்தது மற்றும் வாய் திறந்த நிமிடத்தில் குப்பென்று துர்நாற்றம் வெளியில் வீசியது. அவர்களின் கை, கால்கள் மற்றும் மூட்டுகளில் அழுக்குப் படிந்து கெட்டியாக இறுகியிருந்தது. குதிகால்கள் வெடித்து விரிந்திருந்தன. அவர்களின் மேலிருந்த பல்வேறு வெட்டுக் காயங்களில் ஈக்கள் மொய்த்துக் கொண்டிருந்தன. உணவு உண்ண நிலையான நேரமொன்றும் அவர்களுக்கு இருக்கவில்லை.

உண்பதற்கு ஏதாவது கிடைக்கும் பொழுதெல்லாம் உடனடியாக அதை விழுங்கிக் கொண்டார்கள். நடைப் பயிற்சி அல்லது அசைந்து நகரும் பழக்கம் இல்லாமையால் உணவு ஜீரணமாகாமல் அவர்களின் வயிறு பலூன் போல் வீங்கியிருந்தது. வெளியில் செரிமானத்திற்காக அவர்கள் மது அருந்தினார்கள். ஆனால், சிறையில் அவர்களால் அதைப் பெற முடியவில்லை. மோசமான செரிமானம் காரணமாக அவர்கள் எந்நேரத்திலும் காற்றை வெளியேற்றிக் கொண்டே இருந்தார்கள். இதிலிருந்து எழும்பிய பயங்கரமான துர்நாற்றம் அம்ருவுக்குக் குமட்டலை உண்டாக்கியது. எவருடைய குடலிலிருந்து காற்று வெளியேறவில்லையோ அவர்கள் சத்தத்துடன் புளித்த ஏப்பம் விட்டுக் கொண்டிருந்தனர். இதுவும் அருவருப்பை உண்டாக்கியது. இதெல்லாவற்றிற்கும் மேலாக, துர்நாற்றம் வெளியேற விடாமல் முகாமைச் சாக்குத் துணியினால் உறையிட்டு, மூடி, நிலைமையை மோசமாக்கினார்கள் சிறைவாசிகள். இதனால் துர்நாற்றத்தைச் சுவாசித்து நேராகத் தங்கள் நுறையீரலுக்குள் உள்ளிழுக்க வேண்டிய கட்டாயம் கைதிகளுக்கு உண்டாகியிருந்தது.

ஒருவேளை பிச்சைக்காரர்கள் இம்முறையில் வாழ்ந்து பழகி இருக்கலாம். அதனால் சுற்றிலுமிருந்த மோசமான சூழ்நிலைபற்றி அவர்கள் கவலைப்படவில்லை. ஆனால், அம்ருவால் இதைத் தாங்கிக்கொள்ள முடியவில்லை. தன்னை ஒரு எரிவாயு அரங்கிற்குள் வீசி எறிந்து விட்டதைப் போல் அவனுக்குத் தோன்றியது.

தாலுடன் சோறு கலந்து சாப்பிடும் பிராந்தியத்திலிருந்து பிச்சைக்காரர்கள் வந்திருந்திருக்கலாம். *தாலுடன்* ரொட்டியை எவ்வாறு சாப்பிட வேண்டுமென்று அவர்களுக்குத் தெரியவில்லை போலும் என்று அம்ரு நினைத்துக்கொண்டான். அவர்கள் ரொட்டித்துண்டுகளை நீர் திரவம் போலிருந்த *தாலில்* போட்டு விரல்களால் வழித்து எடுத்துக் கொண்டார்கள். அவர்களின் விரல்களினிடையே *தால்* வழிந்து முழங்கை வரை சென்றது. அவர்களும் விரல்களை நக்கிச் சுத்தம் செய்துகொண்டே கீழே கைவரை சென்று விடுகிறார்கள். *தால்* அவர்களின் தாடியில் சொட்டியது. எனினும் அவர்கள் அதைச் சுத்தம் செய்ய எந்த முயற்சியும் செய்வதில்லை. அவர்கள் இவ்வாறு சாப்பிடுவதைப் பார்த்து அம்ரு வெறுப்படைந்து முகத்தைத் திருப்பிக் கொண்டான்.

பிச்சைக்காரர்களின் குவளைகளைப் பார்த்து அம்ரு திகைத்துப் போனான். குழாயில் தண்ணீர் இல்லாததால் பாத்திரங்களை நன்றாகக் கழுவாமலிருப்பதற்குச் சிறந்த சாக்கு அவர்களுக்குக் கிடைத்து விட்டது. *தால்* காய்ந்து குவளைகளின் உள்ளேயும் வெளியிலும் ஓடுபோல் இறுகியிருந்தது. மூடப்படாமல் கிண்ணங்களில் கிடந்த ரொட்டியின் மேல் ஈக்கள் ரீங்காரமிட்டுக் கொண்டிருந்தன. கை கழுவக்கூடத் தண்ணீர் இல்லாததால் தங்களுடைய *தால்* படிந்த விரல்கள் மற்றும் கைகளை அவர்கள் தங்கள் *குர்தாவிலோ* அல்லது *தோதியிலோ* துடைத்துக் கொண்டனர்.

கைதிகளுக்குப் பாத்திரம் கழுவுவதற்கே தண்ணீர் கொடுக்க முடியாத நிலையிருந்த பொழுது துணி துவைப்பதற்கு அவர்களுக்கு எங்கிருந்து தண்ணீர் கிடைக்கப் போகிறது? அவர்களைப் பார்த்தால், முதன் முறை ஆடைகளை அணிந்ததிலிருந்து அவர்களில் யாரும் அவற்றைத் துவைக்கவேயில்லை போலிருந்தது. ஆடைகள் அழுக்குப் படிந்து பிசுக்கேறியிருந்தன. அவர்களில் சிலர் *தோதி* அணிந்திருந்தனர்; பெரும்பாலோர் பிசுக்குப் படிந்த அரைக் காற்சட்டை அணிந்திருந்தினர். அவர்களின் போர்வைகளில் துளைகள் மற்றும் கம்பளிகளில் ஏராளமான ஒட்டுகளும் போடப்பட்டிருந்தன. இவைகளும், எண்ணெய்ச் செக்கில் வேலை செய்பவன் ஒருவன் இவற்றால் செக்கைச் சுத்தம் செய்து தூக்கி எறிந்திருப்பதுபோல் தோற்றமளித்தன.

அம்ருவின் வெறுப்புணர்வு அதிகரித்துக்கொண்டேயிருந்தது. அவர்களுடைய கைகளிருந்து ஒரு ரொட்டியை வாங்கிக்கொண்டு சாப்பிடுவதைப் பற்றி அவனால் நினைத்துக் கூடப் பார்க்க முடியவில்லை.

காலைத் தேநீர் சிறுநீர் போல் இருந்தது. தேநீர் மற்றும் பீடி இல்லாமல் அம்ருவினால் காலைக் கடன்களை முடிக்க முடியவில்லை. முதலில் தேநீர் மீதிருந்த அடங்கா ஆசையைக் கொல்வது முக்கியம். இதைத் தவிர அவன் முன் மற்றொரு பிரச்சனையும் வந்து நின்றிருந்தது. முந்தைய நாள் லாப் *சிங்* அவனுக்குப் பாத்திரங்களைக் கொடுக்கவில்லை. தனது சக கைதிகளின் குவளைகளைப் பகிர்ந்து கொள்ள அவனது மனம் இடம் கொடுக்கவில்லை. அதனால் தேநீரில்லாமலே அவனுக்குச் சமாளிக்க வேண்டியிருந்தது.

சிறையில் பீடி புகைப்பது குறித்து எந்தத் தடையும் இருக்கவில்லை. அதிர்ஷ்டவசமாக அம்ருவின் பீடிக் கட்டு பறிமுதல் செய்யப்படாமல் இருந்தது. வெளியில் செல்ல அனுமதி கிடைத்தவுடன் அவன் சுகமாக இரண்டைப் புகைத்துக் கொண்டான். தேநீருக்கு ஈடு செய்ய இன்னொன்றையும் புகைத்தான்.

எனினும், பாரத்தைக் குறைப்பதற்காகக் கழிவறைக்கு அவன் சென்றபொழுது, உந்துதல் மீண்டும் நேராகக் குடல் வழியே மேலே எழும்பி நின்றது. கழிவறையின் இருக்கை மற்றும் பிற இடங்களும் அசுத்தமாக இருந்தன. தண்ணீர் அல்லது சிறுநீர் சகதியை அடித்து வந்து கதவைத் தாண்டி, தாழ்வாரங்கள் வரை ஓடச்செய்திருந்தது. காலணிகள் அழுக்காகாமல் ஒருவர் இருக்கைவரை செல்ல முடியாது. ஆடைகளை அசுத்தப்படுத்தாமல் ஒருவரால் அதன்மீது உட்கார முடியாது. நிச்சயமாகக் குழாயில் தண்ணீர் கிடையாது. அவன் எவ்வாறு கழுவிக் கொள்வான்? *ப்லஷ்க்குப்* பக்கத்திலிருந்த கை கழுவுவதற்கான குழாயில் தண்ணீர் வற்றியிருந்தது. இதிலிருந்து தண்ணீர் எடுப்பதற்குப் பல கைதிகள் குழாயுடன் போராடியிருப்பார்கள் போல் தோன்றியது. அவர்களின் கைகளிலிருந்த அசுத்தம் குழாய்க்கு மாற்றப் பட்டிருந்தது. குளிப்பதற்கான குளியலறைகளும் இதே நிலையிலிருந்தன. பல கைதிகள் அவசரத்தில் அவற்றையும் அசுத்தப்படுத்தியிருந்தார்கள். அம்ரு தனது தலைப் பாகையை அகற்றித் தலை மற்றும் முகத்தில் சுற்றிக் கொண்டு மலம் கழிக்க முயன்றான். ஆனால், அவனால் முடியவில்லை.

காலியாகாத வயிற்றில் பசிக்கு இடமேயில்லை. ஆனாலும் காலை *லங்கரின்* பொழுது விநியோகிக்கப்பட்ட இரண்டு ரொட்டிகளை அவன் வாங்கிக் கொண்டான். ஒன்றினைக் கிண்ணவடிவமாகச் செய்து கொண்டு

தாலை நடுவில் ஊற்றிக் கொண்டான். ஆனால், நீர் போலிருந்த *தாலை* அவன் வாயில் சிறிது வைக்கும் முன்பே தாரையாகத் தரையில் ஒழுகி விழுந்தது. ரொட்டிகளிலிருந்து பூச்சிக்கொல்லி மருந்தின் நாற்றம் வீசியது. அவன் இரண்டு வாய் சாப்பிட்டான். அதுவே அவனுக்குப் போதுமென்றாகி விட்டது. மீதமிருந்த ஒன்றரை ரொட்டியைப் பக்கத்திலிருந்தவனின் கிண்ணத்தில் வைத்து விட்டு எழுந்து விட்டான். அதற்குப் பிறகு அவனுக்கு இன்னொரு ரொட்டியைப் பார்க்ககூட விருப்பம் இருக்கவில்லை. ரொட்டியைப் பார்த்தவுடன் அவனுக்குப் பசிக்குப் பதிலாக வெறுப்புதான் ஏற்பட்டது. அவனுடைய வயிறு இன்னும் காலியாகாததால் கொஞ்சம் வலிக்கத் தொடங்கியது. வலி அதிகரிக்கக்கூடும். இங்கு மருந்துகள் கிடைப்பதற்கு எந்த வசதியும் இல்லை. வலி அதிகரித்தால் என்ன ஆகுமென்ற கவலை அம்ருவை ஆட்கொண்டது.

இந்த முகாமில் கைதிகள் இறப்பது சாதாரண விஷயமாக இருந்தது. முந்திய வாரம் ஒரு பிச்சைக்காரன் அங்கு இறந்து விட்டதாக *முன்ஷி* அவனிடம் கூறியிருந்தார். இப்பொழுது இன்னொருவன் இறக்கும் நேரம் வந்தாயிற்று.

பிச்சைக்காரன் ஒருவன் காய்ச்சலில் துடித்துக்கொண்டு ஒரு இடத்தில் படுத்துகிடந்தான். அவனுடைய சக பிச்சைக்காரர்கள் எந்த உலோகத்தால் செய்யப்பட்டவர்களென்று கடவுள் அறிவர். ஒருவரும் அவன் எப்படி இருக்கிறானென்று வந்து பார்க்கவில்லை. வெவ்வேறு காடுகளிருந்து திரட்டிய மரக்கட்டைகள் ஓரிடத்தில் சேர்க்கப்பட்டதைப் போல் ஒருவித சகோதரதத்துவ உணர்ச்சிச்சியும் இல்லாமல் அவர்கள் இருப்பதாக அம்ருவுக்குத் தோன்றியது.

ஒவ்வொரு அறிக்கையிலும் அந்தக் குறிப்பிட்ட நோயாளியின் நோயைப் பற்றி *முன்ஷி* குறிப்பிட்டிருந்தார். ஆனால், மருத்துவருக்கு அந்த முகாமிற்கு வந்து பார்வையிட நேரம் கிடைக்கவில்லை. முந்தைய நாள் நான்காம் வர்க்கத்து ஊழியர் ஒருவர் முகாமிற்கு வந்திருந்தார். கைதியைப் பரிசோதித்துவிட்டு அவன் தன் கடைசி சுவாசத்தை எடுத்துக் கொண்டிருக்கிறானென்றும், அவனை மருத்துவமனைக்கு மாற்றுவதில் எந்த அர்த்தமும் இல்லை என்றும் முடிவாக அவர் கூறிவிட்டார். இந்த முகாமில்தான் அவன் தன்னுடைய இறுதி மூச்சை எடுக்க வேண்டியிருக்கும். மதியம் முதல் அவன் செயலற்றுக் கிடந்தான். ஆனால், அம்ருவைத் தவிர வேறு எவரும் கவலைப்பட்டதாகத் தெரியவில்லை. கைதியின் முகத்திலிருந்த துணியை அகற்றி அவன் எப்படியிருக்கிறான்

என்று பார்க்க அம்ரு விரும்பினான். ஆனால், மற்றவர்களுக்குப் பயந்து உந்துதலை அடக்கிக் கொண்டான்.

இனி எப்பொழுது வேண்டுமானாலும் சிறை வண்டி வந்து ஏதோ ஒரு நாயோ அல்லது பூனையோ போலக் கைதியின் சடலத்தைத் தூக்கிப் போட்டுக்கொண்டு போய்விடுமென்று அவனுக்குத் தெரியும். கைதியிடமிருந்த பயன்படக்கூடிய பொருட்களைச் சிறை ஊழியர்கள் பறித்துக் கொண்டு விடுவார்கள்; மிச்சமிருப்பதை மற்ற கைதிகள் தங்களுக்குள் பங்கிட்டுக் கொண்டு விடுவார்கள். காலியான இடத்தைக் கைப்பற்ற ஒரு போராட்டம் நடக்கும். சில ஜோராவர் அந்த இடத்தின் உரிமை கோருவார்கள். ஆனால், அம்ரு அந்த ஜோராவர்களில் ஒருவன் அல்ல.

பிச்சைக்காரனின் மரணத்திற்குப் பிறகு நடக்கபோகும் நிகழ்வுகளின் சங்கிலித்தொடரிலிருந்து தன் மனதைத் திருப்பிக்கொண்டு லாப் சிங்கைப் பற்றிச் சிந்திக்கத் தொடங்கினான் அம்ரு.

அம்ருவால் ஹக்கமுக்கு எதுவும் கொடுக்க முடியவில்லை. ஆனால், அவருடைய பிரச்சனைகளில் ஒன்றை அவன் தீர்க்கலாம். இந்தப் பிரச்சனையுடன்தான் இருபத்திநான்கு மணி நேரமாக அம்ரு போராடிக் கொண்டிருந்தான். பஞ்சாபி பாஷையறிந்த பிச்சைக்காரன் ஒருவனும் அங்கு இல்லை. தெரிந்திருந்தவர்களும் அவனுடன் பேசத் தயாராக இல்லை. கடந்த இருபத்திநான்கு மணி நேரத்தில் தேநீர் மற்றும் லங்கர் விநியோகத்திற்காக மூன்று மணி நேரம் மட்டுமே கூடம் திறக்கப்பட்டது. அந்த மூன்று மணி நேரத்தில் அவன் முன்ஷி மற்றும் காவலனுடன் சில நிமிடங்கள் பேசினான். அவர்களுடன் பேசியதில் சிறிது நிம்மதி கிடைத்தது. இல்லையெனில் அமைதியற்ற மனதில் சுழன்ற எண்ணங்களால் அவன் பைத்தியம் பிடித்தவன் போல் ஆகிவிட்டிருந்தான். மீண்டும் மீண்டும் அவனது எண்ணங்கள் சிறையிலிருந்து தப்புவதிலும், லாப் சிங்கை வயிற்றில் குத்துவதிலும் அல்லது கிணற்றில் குதிப்பதிலுமே சென்று கொண்டிருந்தன. இவ்வளவு பலவீனமாகவும், உதவியற்றவனாகவும் அம்ரு ஒருபோதும் உணர்ந்ததில்லை. இந்த இருபத்திநான்கு மணி நேரத்தில் அவனுள் ஏதோ நடந்து விட்டது; இப்பொழுது, சரியா தவறா என்பதைப்பற்றிச் சிந்தனை செய்யாமல் அவனால் எதை வேண்டுமானாலும் செய்ய முடியுமென்று நினைத்தான்.

தன்னுடைய அனுபவங்களைப் பற்றி மீண்டும் மீண்டும் ஹக்கம் சிங்கிடம் சொல்லி அவரைச் சலிப்படையச் செய்யக் கூடாதென்று அம்ருவுக்குத் தோன்றியது. வழக்கறிஞர் சொல்வதைக் கேட்டபிறகு

அவனுடையச் சொந்த எண்ணங்களும் திசை மாறின. அவருக்கு வழங்குவதற்குத் தன்னிடமும் ஏதோ ஒன்று இருக்கிறதென்கிற எண்ணத்தில் மகிழ்ச்சியடைந்த அம்ரு தனது புதிய தோழனைத் திறந்த கரங்களுடன் வரவேற்றான்.

ஹக்கம் *சிங்* அம்ருவின் வார்த்தைகளைக் கேட்டுக் கொண்டார். அதே சமயம் சக்கரவர்த்திகளையும் அவர்களின் முகாமையும் ஆய்வு செய்தார்.

சிறை அதிகாரிகள் மிகவும் தாராளமாகச் சக்கரவர்த்திகளுக்கு ஒரு வசதியை அளித்திருந்தினர். தங்கள் பைகள் மற்றும் படுக்கைகளைக் கொண்டு வர அவர்களுக்கு அனுமதியிருந்தது. தங்கள் உடைமைகள் திருட்டுப் போய்விடுமோ என்று கவலையிலிருந்த பிச்சைக்காரர்கள் தங்களுடைய பைகள், சாக்குகள் மற்றும் மூட்டைகளை மார்புடன் இறுகப்பற்றிக் கொண்டு உட்கார்ந்திருந்தினர். உடைமைகளை அலமாரியில் வைத்திருந்தவர்களின் கவனம் முழுவதும் எல்லா நேரமும் அந்த அலமாரிகளின் மேலேயே பதிந்திருந்தது.

"லாப் *சிங்* நமக்கு அநீதி இழைத்திருக்கிறார். பூனைகள் நாய்களை விடவும் மோசமான இந்த விலங்குகளின் குகையில் அவர் வேண்டுமென்றே நம்மைத் தள்ளியுள்ளார்" லாப் *சிங்* மீது தனது இதயத்திலிருந்த வெறுப்பை அம்ரு வெளிப்படுத்தினான். அதே வெறுப்பு இப்பொழுது இந்தப் பிச்சைக்காரர்கள் மீதும் அவனுக்கு உண்டாயிற்று.

"இந்தத் துரதிருஷ்டம் பிடித்த ஏழை ஆத்மாக்களைப் போலவே நீயும் குற்றாவாளியென்று சட்டம் தீர்மானித்துள்ளது. என் கருத்தில் நீயும் குற்றவாளியல்ல, இந்த மக்களும் துரதிருஷ்டசாலிகளென்று அழைக்கப்பட கூடியவரல்ல. அரசாங்கம் விற்பனைக்கூடங்களில் மதுபானத்தை விற்கிறது. நரகத்திலிருக்கும் புழுக்களைவிட மோசமான வாழ்க்கை நடத்திக்கொண்டு வயிற்றை நிரப்புவதற்காகப் பிச்சையெடுக்கும் நிலைக்கு இவர்கள் தள்ளப்பட்டிருப்பதற்கான பொறுப்பு இவர்களிடத்தில் இல்லை, மற்றவர்களிடம் தான் இருக்கிறது. அவர்கள் யாரென்று நீ நினைக்கிறாய்? வா, நான் விளக்குகிறேன்."

ஹக்கம் சிங் அம்ருவின் மன உளைச்சலைத் தணிக்க விரும்பினார். இதைச் செய்ய முதலில் அவனது உடல் அசௌகரியத்தை அகற்ற வேண்டியது அவசியமாக இருந்தது. சிறிது நேரம் உட்கார்ந்து ஓய்வெடுக்கக்கூடிய இடத்தைத் தேடிச் சுற்றிலும் பார்வையிட்டார்.

சிறைச்சாலையின் தடித்த, உயரமான சுவர்களில் சில நீண்ட, அகலமான அலமாரிகள் கட்டப்பட்டிருந்தன. அவற்றில் பிச்சைகாரர்களின் உடைமைகள் திணிக்கபட்டிருந்தன. பொருள்களை அலமாரியின் ஒரு பரணுக்கு நகர்த்திவிட்டு மற்றதை உட்காருவதற்கோ அல்லது படுத்துக் கொள்வதற்கோ பயன்படுத்த முடியும்.

எல்லாப் பொருள்களையும் ஒன்றிலிருந்து மற்றொன்றுக்கு மாற்றி விட்டு ஹக்கம் காலி அலமாரியில் குதித்தார்.

தனது முட்டாள்தனத்தை அம்ரு இப்பொழுது உணர்ந்தான். தேவையில்லாமல் இரவு முழுவதும் தனது கால்களை அவன் சித்திரவதைச் செய்து விட்டான். இந்தத் தீர்வைப்பற்றி அவன் ஏன் சிந்திக்கவில்லை? வழக்கறிஞரின் புத்திசாலித்தனத்தை மெச்சிக்கொண்டே அவனும் பரண் மீது குதித்து அவர் அருகில் அமர்ந்து கொண்டான். அவனுக்கு மிகவும் பயனுள்ளதைப் பற்றி வழக்கறிஞர் ஏதாவது கூறுவார் என்று அவன் முழுமையாக நம்பினான்.

அத்தியாயம் 10

ஐந்து மணிக்கு வேலை முடிந்து வீட்டிற்கு வந்ததிலிருந்து மருத்துவரின் நண்பர்கள் மற்றும் உறவினர்களிடமிருந்து மேலுக்கு மேல் தொலைபேசி அழைப்புகள் வந்து அவரைத் திணர அடித்து விட்டது. அவர்களுக்குப் பரிச்சயமான சுபாஷ் ஜெயின் சற்று முன்னர் சிறைக்கு அனுப்பப்பட்டிருந்தார். பல வியாதிகளால் அவதிப்பட்டுக் கொண்டிருக்கும் அவருக்குச் சரியான சமயத்தில் மருத்துவ உதவி கிடைக்கவில்லை யென்றால் அடுத்த நாள் காலை சூரியனுதிக்கும் நேரத்தில் அவர் பரலோகமெய்தி விடுவார்.

மருத்துவர் மிகச் சோர்வாக வீட்டிற்கு வந்திருந்தார். அவருக்குச் சிறிது ஓய்வு தேவைப்பட்டது. தொலைபேசியை முடக்கிவிட்டு படுத்தவுடன் யாரோ கதவு மணியை அடித்தார்கள்.

வந்தவர் சிறை அமைச்சரின் மைத்துனர். அவர் வெறும் சிபாரிசுடன் அல்லாமல் ஒரு கூடை பழங்கள் மற்றும் ஒரு உறை முழுதும் பணத்துடன் வந்திருந்தார். அமைச்சரிடம் முடியாதென்று சொல்லும் துணிவு மருத்துவரிடமில்லை. எப்படியும், அவர் எதிர்பார்த்ததை அனுப்பியிருந்தார் அமைச்சர். தவிர்க்க முடியாமல் மருத்துவருக்கு வந்த வழியே மருத்துவமனைக்குத் திரும்பிச் செல்ல வேண்டியிருந்தது.

உள்ளே நுழைந்ததும், நூறு ரூபாய் நோட்டுகள் நிரப்பபட்ட உறைக்குள் பார்த்தார். சில ஐநூறு ரூபாய் நோட்டுகளும் இருந்தன. தொகை திருப்திகரமாக இருந்தது. அதனால் பணிக்குத் திரும்புவதில் அவருக்கு அதிகம் வருத்தமிருக்கவில்லை.

சிறை மருத்துவமனை இருபது கட்டில்களைக் கொண்டிருந்தது. பெரும்பாலும் 1500 நோயாளிகள் அங்கு இருந்தனர். அவர்களில் பாதிக்கும் மேற்பட்டவர் அனேகமாக மன அழுத்தத்தினால் பாதிக்கப்பட்டு நோய்வாய்ப்பட்டிருந்தனர். கட்டில்களை ஐம்பதாக அதிகரிக்க மருத்துவர்கள் பலமுறை பரிந்துரைத்தார்கள். ஆனால், ஒவ்வொரு முறையும் நிராகரிக்கப்பட்டது. நகரங்களில் பெரிய மருத்துவமனைகள் திறக்கும் நிலையில் அரசாங்கமிருக்கவில்லை மற்றும் கைதிகளுக்குக் கூடுதல் வசதிகள் வழங்குகிறார் என்ற கடும் விமர்சனத்திற்கு ஆளாகச் சிறை அமைச்சர் விரும்பவில்லை.

மருத்துவமனை இரட்டை மாடிகளாகக் கட்டப்பட்டிருந்தது. இரண்டு தளத்திலும் நோயாளிகளுக்குத் தனி அறையிருந்தது. நிர்வாகத்தை எளிதாக்குவதற்காக மருத்துவர் சில மாற்றங்களைச் செய்திருந்தார். தரைத் தளத்தின் அறையில் பதினைந்து கட்டில்கள் இருந்தன. கடுமையாக

நோய் வாய்ப்பட்டிருந்த கைதிகளுக்கு இங்கு உறைவிடம் வழங்கப் பட்டது. இந்தத் தளத்திலிருந்த அனைத்து நோயாளிகளையும் மருத்துவர் பரிசோதித்தார். அறுவை மருத்துவ அறை மற்றும் மருந்தகமும் இங்கு இருந்தன.

அடுத்த தளத்தில் ஐந்து கட்டில்கள் மட்டுமே இருந்தன. இந்த அறையில் மிக முக்கியமான நபர்கள்/நோயாளிகள் தங்க வைக்கப்பட்டனர். முதல் மாடியில் இருந்ததால் அது சுத்தமாகவும் காற்றோட்டமாகவும் இருந்தது. இந்தத் தளத்தில் தொலைக்காட்சி மற்றும் குளிர்சாதனமும் இருந்தது. இந்தத் தளத்திலும் மருந்துகள் வைத்துக் கொள்வதற்காக, அரசாங்கத்தால் வழங்கப்பட்ட, குளிர்சாதனப் பெட்டி இருந்தது. நோயாளிகளுக்குப் பால், முட்டை, எலுமிச்சை மற்றும் ரொட்டி வழங்க அரசாங்கம் ஏற்பாடு செய்தது. மருத்துவர் பரிந்துரைத்தால் சிறப்பு உணவு வெளியிலிருந்து வரவழைக்கப்படுவதற்கு அனுமதி இருந்தது. இந்த நோயாளிகளைச் சந்தோஷமாக வைத்திருக்க மருத்துவர் தனது முழு அதிகாரத்தையும் பயன்படுத்தினார். பெரும்பாலும் கீழ்த்தளத்திலிருந்த நோயாளிகளுக்காக அனுப்பப்பட்ட சிறப்பு உணவுகள் மேலே வந்தது.

நிலைமை இந்தப் பழமொழியை உணர்த்துவதாகத் தோன்றியது 'ஏக் அனார் செள பீமார்' - அனைத்து நோய்களுக்கும் ஒரு மருந்து;அதை அடைய நெக்கி தள்ளும் நூறு கரங்கள். ஒவ்வொரு கைதியும் இந்த அறையில் அனுமதிக்கப்படவேண்டும் என்று விரும்பினான். ஏற்கெனவே தங்கியிருந்த ஒரு நோயாளியை வெளியேற்றிய பிறகே அங்கு மற்றொருவரை அனுமதிக்க முடியும். நிஜமாகவே நோய்வாய்ப்பட்டவர் யாரும் அங்கு இல்லை, பின் யாரை வெளியேற்றலாம்? இந்தச் சிக்கலான விஷயத்தைத் தீர்க்கவே, மருத்துவர் முதலில் மருத்துவமனைக்குச் சென்றார்.

ஜெயினுக்காக எந்தக் கட்டிலைக் காலி செய்யலாம்? ஒவ்வொரு தேர்வு பற்றியும் மருத்துவர் பரிசீலனை செய்தார். ஒன்றாம் எண் கட்டிலுக்குக் குர்நாம் *சிங்* உரிமை கொண்டாடினார். அங்கு நடத்தி வந்த அவருடைய தொழில் சம்பந்தமான கணக்குகளைச் சரிபார்க்கச் சில மாதங்களுக்கு ஒருமுறை ஒரு வாரத்திற்கு அவர் சிறைக்கு வந்தார். *1500 கைதிகளில் 1300 பேர்* ஏதேனும் ஒரு வடிவத்தில் *ஓபியம்* அல்லது *ஸ்மேக்* போன்ற போதைப் பொருளுக்கு அடிமையாகியிருந்தனர். ஒவ்வொருவரின் போதைப் பழக்கத்திற்கும் ஏற்ப அவர்களுக்கு அதைக் குர்நாம் *சிங்* வழங்கினார். அவருடைய பொருட்கள் சிற்றுண்டி சாலையிலிருந்து பெண்கள் அறைக்குக் கொண்டு வரப்பட்டது. வேறு இடத்திலிருந்து போதைப்பொருள்கள் உள்ளே வந்தால் சிறைக்கூடத்தில்

மிகுந்த பிரச்சனை ஏற்பட்டுவிடும். பல சந்தர்ப்பங்களில், நீதிமன்ற வழக்கு விசாரணைக்காகச் சென்ற கைதிகள், அங்கிருந்து தேவைக்கு அதிகமான போதைப்பொருட்களை வாங்கிக் கொண்டு, திரும்பி வந்து, துணிச்சலுடன் மலிவான விலைக்கு விற்க முயற்சித்த பொழுது, குர்நாம் சிங்கின் கைக்கூலிகள் அவர்களை அடித்தனர். நீதிபதிகளுடன் அவர் என்ன ஒப்பந்தம் செய்தாரென்று யாருக்கும் தெரியாது. அவர் விரும்பிய பொழுது சிறைக்கு வந்தார்; விரும்பிய பொழுது வெளியேறினார்.

இந்தத் தடவை சாட்சியாக நீதிமன்றத்திற்குச் சென்ற பொழுது, குர்நாம் சிங்கின் நடவடிக்கைகள் அனைத்தையும் வெளிப்படுத்தி, பந்தயம், சூதாட்டம் போன்ற குற்றங்களுக்காக அவர் மீது சில வழக்குகளைப் பதிவு செய்தார் மருத்துவர். ஆனால், தீர்ப்பை நிலுவையில் வைத்திருக்கக் குர்நாமிடம் வழிகளிருந்தன. அவர் சிறைக்கு வர விரும்பிய போதெல்லாம் தனக்கு ஜாமீன் உத்தரவாதம் அளித்தவரை அழைத்து ஜாமீன் தொகையைத் திரும்பப் பெறுமாறு கேட்டுக்கொள்வார். புதிய ஜாமீன் தொகை ஏற்பாடு செய்யப்படும்வரை, அதாவது அவர் வெளியில் திரும்பி வர விரும்பும் வரை, நீதிபதி அவரைச் சிறைக்கு அனுப்பிவிடுவார். குர்நாமிடம் நிஜமாகவே ஒரு அலாவுதீன் விளக்கு இருந்தது. மருத்துவரிடமிருந்து தான் ஒரு இதய நோயாளி என்ற சான்றிதழை அவர் பெற்றிருந்தார். இந்தச் சான்றிதழின் அடிப்படையில் கைதாணையுடன் மற்றொரு உத்தரவையும் நீதிபதி அறிவித்து விடுவார். "கைதியின் நோயைக் கவனத்தில் கொண்டு அவரை மருத்துவமனையில் மருத்துவ மேற்பார்வையில் வைத்திருக்க ஏற்பாடுகள் செய்யப்பட வேண்டும்."

குர்நாம் கடந்த எட்டு ஆண்டுகளாக இவ்வாறு செய்து கொண்டிருந்தார். அவர் இருக்கும்வரை சிறையில் ஒரு பீடி விற்கக் கூட எவனுக்கும் தைரியமிருக்காது. சிறைக் கண்காணிப்பாளர் இவருடன் அனுசரித்து ஒத்துழைத்துப் போனால் அவருக்கு ஒரு குறிப்பிட்ட பங்கு கிடைத்தது. ஆனால், அவர் பிடிவாதமாக மறுத்துவிட்டால் குர்நாம் மேலிடத்திலிருந்து அச்சுறுத்தல்களைப் பிறப்பித்து விடுவார். ஒருமுறை ஒரு சிறையதிகாரி "போதைப் பொருள் கூடாது" என்ற பணியின் கீழ், இது போன்ற அனைத்துப் பொருட்களையும் சிறைக்குள் நுழைவதைத் தடுக்க முயன்றார். ஆனால், ஒரு வாரத்திற்குள் பணி முடிந்து அதிகாரி மாற்றப்பட்டார். மற்றொரு முறை ஒரு அதிகாரி தனக்குப் பரிச்சயமான மனிதரைக் குர்நாமிற்கு எதிராகப் போட்டியாளராக நிற்க வைக்க முயற்சித்தார். அந்த அதிகாரிக்கு எதிராகச் சிறையில் போராட்டம் நடந்தது. பின்னர் அவருக்கு மன்னிப்பு கேட்க வேண்டியிருந்தது மற்றும் கடினமான முயற்சிக்குப் பிறகே அவர்களின் தொல்லையிலிருந்து விடுபட முடிந்தது.

அந்த நாளுக்குப் பிறகு குர்நாமின் பக்கம் திரும்பிப் பார்க்கக்கூட எவருக்கும் தைரியமிருக்கவில்லை. அவர் ஒரு முகாமிலிருந்து மற்றொன்றிற்குச் செல்வார், எவரும் தடுக்க மாட்டார்கள். இத்தகைய ஒருவரின் படுக்கையைக் காலி செய்யும் துணிவு மருத்துவருக்கு இருக்குமா என்ன?

படுக்கை எண் 2 சுர்ஜன் சிங்கினுடையது. இரண்டு ஆண்டுகளுக்கு முன்பு அவர் மாயாநகரில் ஒரு நிதி நிறுவனத்தைத் தொடங்கியிருந்தார். கடன் வாங்குவதுடன் வங்கிகள் வழங்கியதைவிட ஒன்றரை மடங்கு அதிக வட்டி விகிதத்தில் மக்களுக்குக் கடன் கொடுத்தார். 5 ஆண்டுகளுக்குப் பதிலாக 3 ஆண்டுகளுக்கு நிரந்தர வைப்பு நிதியில் பணத்தை அவர் வைத்தார். அவரது வட்டி விகிதம் அதிகமாக இருந்ததால் தொழிலாள வர்க்க மக்கள் முதலீடு செய்ய தங்கள் பணத்தை அவரிடம் கொடுக்க ஆரம்பித்தனர். பணியிலிருந்தவர்களுக்கும் ஓய்வு பெற்ற அரசு ஊழியர்களுக்கும் பாதுகாப்பாக முதலீடு செய்து லாபம் பெறுவதற்கு இதை விடச் சிறந்த வழி தென்படவில்லை. விரைவில் அவர் ஏராளமான பணத்தைக் குவித்துப் பல போக்குவரத்து வாகனங்களை வாங்கினார். அவருடைய நிதி நிறுவனம் லாரிகள் மற்றும் டெம்போக்கள் வாங்குவதற்குக் கடன் கொடுப்பதாக வார்த்தை பரவியது. அவரது அலுவலகத்திற்கு வெளியே நின்ற புதிய லாரிகளின் வரிசை அவருடைய நிறுவனத்தின் மேல் நம்பிக்கையை உண்டாக்கியது. பெரிய அளவில் முதலீடு செய்யும் நபர்களின் எண்ணிக்கை அதிகரித்தது. மூன்று ஆண்டுகளை அவர் விளையாட்டாகக் கழித்தார். முதலீடு செய்யப்பட்ட தொகை திருப்பித் தரும் நேரம் வந்தவுடன் அவருடைய சிம்மாசனம் தள்ளாடத் தொடங்கியது. சில முதலீட்டாளர்கள் வெறுங்கையுடன் திரும்பிச் சென்ற பிறகு சூழ்நிலை மர்மகரமாக ஆயிற்று. வதந்திகள் காட்டுத்தீ போல் பரவின. பணத்தைத் திரும்பிக் கோரும் மக்களின் வரிசை நீண்டு கொண்டே போயிற்று.

சுர்ஜனின் ஆலோசகர்கள் தப்பி ஓடுவதே சிறந்த வழி என்று பரிந்துரைத்தனர். அவர் தன் வாகனங்கள் அனைத்தையும் முதலிலேயே கல்கத்தா அனுப்பி வைத்திருந்தார். ஓர் இரவு தன் அலுவலகத்தைக் காலி செய்துவிட்டுத் தானும் ஒரு வாகனத்தில் ஏறிச் சென்றுவிட்டார். மக்கள் எதிர்ப்புத் தெரிவித்தனர்; ஊர்வலங்கள் மற்றும் உள்ளிருப்புகள் நடந்தன. ஒன்றும் பயனில்லை. மோசடி செய்ததாகப் போலீசார் வழக்குப் பதிவு செய்தனர். ஆனால், கல்கத்தா சென்று அவரைக் கைது செய்ய எவருக்கும் தைரியமிருக்கவில்லை. போலீசார் அங்கு சென்றார்கள். ஆனால், வெற்றியில்லாமல் திரும்பினார்கள். மக்கள் சோர்வடைந்து இறுதியில் தவிர்க்க முடியாததை ஏற்றுக் கொண்டனர். விவகாரத்தின்

தீவிரம் முழுமையாக அடங்கிய பிறகு அவர் தானாகவே சரணடைந்தார். அவருடைய பெரும்பாலான சொத்துக்கள் சட்டபூர்வமாக ஜப்தி செய்யப்பட்டிருந்ததால் அவர் சரணைடைந்த பின்னரே அவற்றை விற்க முடியும். இதற்குப் பின்னர் என்ன நடக்குமென்று எல்லோருக்கும் தெரியும். சில மாதங்கள் சிறையிலிருந்த பின்னர் அவருக்கு ஜாமீன் கிடைத்து விடும். கிறுக்குப் பிடித்த கோபக்காரர்களுக்குப் பாதிப் பணத்தைத் திருப்பிக் கொடுத்து விட்டு அவர்களுடன் ஒப்பந்தம் செய்து கொண்டு விடுவார். மற்றவர்களைத் தவிர்த்து ஏய்த்து விடுவார்.

சிறைக்கு வருவதற்கு முன்பே அவர் சிறைக் கண்காணிப்பாளருடன் குடும்பத் தொடர்பு ஏற்படுத்திக் கொண்டார். கண்காணிப்பாளரே அவரை அழைத்துச் சென்று மருத்துவரின் பராமரிப்பில் ஒப்படைத்தார். மாலையில் சில சமயங்களில் கண்காணிப்பாளர் மருத்துவமனைக்கு வந்தார். மற்ற சமயங்களில் சுர்ஜன் அவர் வீட்டிற்குச் சென்று விடுவார். விடிய விடிய சாராயம் நீர் போல் ஓடும். மொத்தத்தில், மருத்துவர் ஏன் இந்த மது பானத்தை முடக்க போகிறார்?

மூன்றாவது கட்டிலில் மருத்துவரின் சொந்தகாரரே இருந்தார். அவருடைய அடிநிலக்கிடங்கில் இருந்த அரசாங்கத்தின் சேமிப்பான 20 லட்சம் மதிப்புள்ள தானியங்களை அவர் விற்றுப் பணத்தை முழுங்கி விட்டார். குர்காவில் தனது மகனுக்காக ஒரு தொழிற்சாலை அமைக்க அவர் அந்தத் தொகையைப் பயன்படுத்திக்கொண்டார். அவருக்கு எதிராக அரசாங்கம் எந்தவொரு நடவடிக்கையும் எடுக்க முடியாதவாறு நான்கு ஆண்டுகள் வெற்றிகரமாகத் தடுத்தார். அவருடைய சொத்து மற்றும் செல்வம் அனைத்தும் பாதுகாப்பாக இருப்பதை உறுதி செய்த பின்னரே வழக்குப்பதிவு செய்யப்பட்டது. இருபது அல்லது முப்பது நாட்கள் உள்ளேயிருந்த பின்னர் அவருக்கு ஜாமீன் கிடைத்து விடும். அந்தக் காலகட்டத்தில் அவரை மருத்துவமனையில் தங்க வைக்க மருத்துவர் அவருடன் ஒப்பந்தம் செய்து கொண்டார். ஒரு வாரத்திற்குள் ஒப்பந்தத்தை ரத்து செய்து பெரும் தொகையை இழப்பதை அவரால் தாங்க முடியாது.

நான்காவது கட்டிலில் அமர்நாத் இருந்தார். அவர்தான் தனது மருமகளை வரதட்சணைக்காகப் பலி கொடுத்தவர். இவர் எதிர்க்கட்சியில் இருந்த ஒரு எம்.எல்.ஏ.வின் உறவினர். ஒரு நாளில் இருமுறை இவருக்கு எம்.எல்.ஏ.வின் வீட்டிலிருந்து உணவு வந்தது. எதிர்கட்சியில் உள்ளவர்களுக்கு எவ்விதமான தனி உரிமையும் அளிக்கக்கூடாது என்று அரசாங்கம் தொடர்ந்து கூறலாம். ஆனால், கண்ணாடி மாளிகையில் வசிப்பவர்கள் கற்களை வீச முடியாது. ஆட்சியில் உள்ள எம்.எல்.ஏ.

க்களின் கோபத்தைச் சிறை அதிகாரிகளால் தாங்கிக் கொள்ள முடியும். அவர்கள் எப்படியும் விதான் சபாவில் கலகம் ஏற்படுத்த மாட்டார்களே. ஆனால், எதிர்க்கட்சி எம்.எல்.ஏ.க்கள் பிரச்சனைகளுக்காகக் காத்திருந்தனர். மற்ற கட்சிக்குத் தன்னுடைய தாடியைப் பிடித்திழுக்க ஏன் இடம் கொடுக்க வேண்டும்?

ஐந்தாவது கட்டிலில் ஒரு கரும்பாம்பு வசித்தது. கருநிறம் கொண்ட தீபா, காவல் துறையில் துணைக் கண்காணிப்பாளர் பதவியிலிருந்து நீக்கப்பட்டவர். சேவையிலிருந்த பொழுதே அவர் கடைகள், நிலம் மற்றும் பங்களாக்கள் போன்று சர்ச்சைக்குரிய சொத்துக்களை வாங்கத் தொடங்கினார். அவற்றைப் பாதி விலையில் வாங்கி, அவருடைய சீருடை அதிகாரத்தைத் தவறாகப் பயன்படுத்திகொண்டு குடியிருப்பவர்களைக் கட்டாயப்படுத்தி வெளியேற்றினார். இதன் பிறகு சொத்தை அதன் இரு மடங்கு மதிப்புக்கு விற்றார். இந்தத் தொழிலில் போலீஸ்காரர்கள் மற்றும் சமூக விரோத நடவடிக்கைகளில் ஈடுபட்டிருந்தவர்கள் சிலரையும் அவர் கூட்டு சேர்த்துக் கொண்டிருந்தார். சில சக்திவாய்ந்த நபர்களுக்கு எதிராகச் செயல்பட நேர்ந்த பொழுது அவர்கள் அவரை ஒரு கொலை வழக்கில் சிக்க வைத்துப் பதவி நீக்கமும் செய்து விட்டார்கள். வேலையின் வரையறைகளிருந்து விடுபட்டவுடன் தன்னுடைய காவல்துறை அனுபவத்தை முழுமையாகப் பயன்படுத்தத் தொடங்கினார் தீபா. ஓய்வு பெற்ற காவல்துறை பணியாளர்கள், ராணுவ வீரர்கள் மற்றும் கத்தி கையாள்கிறவர்களுடன் சேர்ந்து ஒரு பாதுகாப்பு நிறுவனத்தை அமைத்தார். பாதுகாப்பு வழங்கும் போர்வையில் சட்டவிரோதமாகச் சொத்துக்களைக் கைப்பற்றுபவர்கள் அல்லது உடைமைகளைப் பிடுங்க விரும்புவோர்களுக்குக் குண்டர்களை ஏற்பாடு செய்து கொடுத்தார். இது போன்ற ஒரு நடவடிக்கையின் பொழுது, அவருடைய குழு இரட்டைக் கொலை செய்து விட்டது. தீபாவுடன் அவருடைய குழுவினருக்கும் ஆயுள் தண்டனை விதிக்கப்பட்டது. அவருடைய தோழர்கள் சிறைக் கூடத்தில் உடலுருக உழைத்து அழுகிக்கொண்டிருக்கும் நேரத்தில், இங்கு தீபா, சுகமாகத் தங்கிக் கொண்டு வசதிகளை அனுபவித்துக் கொண்டு, வெளியே செல்லும் வழிகளைத் தேடிக்கொண்டிருந்தார். அவருடன் சச்சரவில் ஈடுபடுவது மருத்துவருக்குச் சரியாகாது.

இப்பொழுது ஒரே ஒரு வழிதான் எஞ்சியிருந்தது. அவரது சிறப்பு அதிகாரத்தைப் பயன்படுத்துதல். இந்தக் கைதியை ஒரு ஆபத்தான தொற்று நோயால் பாதிக்கப்பட்டவராகப் பதிவு செய்ய வேண்டும். மற்றும் அவரை இதற்காகத் தனியாக ஒதுக்கப்பட்டிருந்த சிறப்பு அறையில் தனிமைப்படுத்த வேண்டுமென்று பரிந்துரைக்க வேண்டும். இந்த அறை, காகிதத்தில் மட்டுமே தனிமைப்படுத்தப்பட்டிருந்தது.

இதுவரை இத்தகைய காரியத்திற்கு இது பயன்படுத்தப்படவில்லை. இது பெரும்பாலும் குடி அமர்வுகள் மற்றும் ரகசிய கூட்டங்கள் கூடுவதற்கு உபயோகப்படுத்தப் பட்டது. ஜெயினை உண்மையிலேயே அங்கு வைத்திருக்கவேண்டிய அவசியமில்லை. எழுத்துருவில் அவர் அந்த அறைக்குள் தனிமைப்படுத்தப் படுவார். யதார்த்தத்தில் அவர் மற்ற கைதிகளுடன் அமர்ந்து வம்பளந்து கொண்டிருப்பார்.

அவரது பிரச்சனைக்குத் தீர்வு கிடைத்த பிறகு, மருத்துவர் ஜெயினைத் தேடிச் சக்கருக்குச் சென்றார். ஜெயினின் கொழுத்த உடல் அமைப்பும், வெளுத்த மேனியும் அவரை அடையாளம் காணப் போதுமானதாக இருந்தது. இந்த அடிப்படையில்தான் மருத்துவமனை நோக்கிச் செல்லும் புதிய கைதியைச் '*சேட் ஜெயின்*' என்று மருத்துவர் வரவேற்றார்.

"மன்னிக்கவும். நான் இங்கு வருவதில் தாமதமாகி விட்டது. நோய்வாய்ப்பட்டிருப்பதாக நீங்களே அறிவிப்பு கொண்டு வந்து விட்டது ரொம்ப நல்ல விஷயம்."

"பாவம் *முன்ஷி* , நல்ல மனிதர். என் வேண்டுகோளை ஏற்றுக் கொண்டார்" தைரியமடைந்த ஜெயின் *முன்ஷி*யைப் புகழ்ந்து பேசினார். ஓடையில் தங்க விரும்புபவருக்கு முதலையுடன் பகைமை கூடாதல்லவா. *முன்ஷி*யுடன் ஒன்றாக இணைய மீண்டும் சந்தர்ப்பம் ஏற்படலாமென்பதை மனதில் கொண்டு சத்தியத்தின் மீது முக்காடிட்டார் அவர்.

'ஹும்... நிச்சயமாக அவர் உங்கள் வேண்டுகோளை ஏற்றுக் கொண்டுள்ளார். உங்கள் *பாக்கெட்டுகளை* முழுவதும் காலி செய்திருப்பார். அவர்களிருவரையும் பற்றி எனக்குத் தெரியாதா என்ன!' மருத்துவர் மனதில் எண்ணிக்கொண்டார். ஆனால், முற்றிலும் வேறுபட்ட ஒன்றைக் கூறினார்.

"அவர் செய்திருக்காவிட்டால், நான் அதைச் செய்திருப்பேன். நீங்கள் சிறையிலிடப்பட்டிருந்த கூடத்திற்குச் சென்று, மருத்துவ பரிசோதனை செய்த பிறகு நீங்கள் நோய்வாய்ப்பட்டிருப்பதாக அறிவித்துச் சிகிச்சைக்காக மருத்துவமனைக்குக் கொண்டு வந்திருப்பேன்."

கைதியின் ஆவணங்களை ஆராய்ந்து கொண்டே மருத்துவர் மருத்துவமனையை நோக்கி நடந்தார். அவரது அலுவலகம் முதல் தளத்தில் இருந்தது, *சேட்டை* நேராக அங்கு அழைத்துச் சென்றார். மூலையில் ஒரு சிறு குளிர்சாதனப் பெட்டியிருந்தது. குளிர்சாதன பெட்டி குளிர்ச்சியான பானங்கள், பழங்கள் மற்றும் இனிப்புகளால் நிரம்பி

இருந்ததால் குளிர் சேமிப்பில் வைக்கப்பட வேண்டிய மருந்துகள் அதில் அரிதாகவே காணப்பட்டன.

மருத்துவர் ஒரு கேம்பா கோலாவைக் குளிர்சாதன பெட்டியிலிருந்து எடுத்து ஜெயினிடம் நீட்டினார். "காலையிலிருந்து உங்கள் தொண்டை வறண்டு போயிருக்கும். முதலில் தாகத்தைத் தணித்துக் கொள்ளுங்கள். மருத்துவ பரிசோதனை பின்னர் செய்வோம்."

ஜெயினுக்கு உண்மையிலேயே தாகத்தினால் உயிர் போய்க் கொண்டிருந்தது. அவர் பல முறை நீர் ஆதாரத்தைத் தேடினார். குளிர்சாதன பெட்டியை விடுங்கள், அவருடைய கண்களில் ஒரு தண்ணீர் பானையோ அல்லது குழாயோ இதுவரை தென்படவில்லை. சம்பவங்கள் வெளிவந்த வேகத்தில் அவருக்கு எவரிடமும் குடிக்க, தண்ணீர் கேட்பதற்குக்கூடத் தைரியமிருக்கவில்லை.

உண்பதும், குடிப்பதும் முடிந்த பின்னர் மருத்துவர் தனது கருவிகளை எடுத்து அவருடைய ரத்த அழுத்ததிலிருந்து இதய துடிப்புவரை முழுமையாகப் பரிசோதனை செய்தார்.

ஜெயினின் நண்பர்கள் அனைவரின் கூற்றும் உண்மைதான். மன அழுத்தத்தினால் அவருடைய முக்கிய உடல் உறுப்புகளின் அளவீடுகள் ஆபத்துக் குறிக்கு மேலே இருந்தன. மன அழுத்தத்திலிருந்து விடுபட அவருக்கு உடனடியாக மருந்துகள் தேவைப்பட்டன. ஆனால், இதற்கான ஒரு மருந்தும் மருத்துவமனை கையிருப்பில் இல்லை.

"என் ரத்த அழுத்தம் உயர்ந்துள்ளதை என்னால் உணர முடிகிறது. என்னிடம் மருந்துகள் இல்லை. இந்த எதிர்பாராத விஷயம் நடக்குமென்று நான் நினைக்கவில்லை."

"மன்னிக்கவும். இந்த மருந்துகள் மருத்துவமனையில் கிடையாது. என் பையில் சில மாத்திரைகள் இருக்கலாம். அவற்றை நான் தருகிறேன்."

"மருந்துகளுக்கு ஏதாவது ஏற்பாடு செய்யுங்கள். இல்லையெனில் இரவு எப்படிக் கழியும்?"

"மருந்துகளுக்கு ஏற்பாடு ஆகிவிடும், ஆனால், அவை சிறிது விலை அதிகமாகயிருக்கும்."

"அது பரவாயில்லை. ஆனால், அது காலை வரை கடனில் இருக்க வேண்டியிருக்கும். இந்நேரத்தில் என்னிடம் ஒரு பைசா கூடக் கிடையாது." 'சேட்' என்ற சொல் பொதுவாக 'ஜெயினு'டன் தொடர்புற்றிருந்தது. அவர் இயல்பாகவே ஒரு வர்த்தகர்.

"அதைப்பற்றிக் கவலைப் படாதீர்கள். நான் உங்களுடைய உத்திரவாதியாக இருக்கிறேன். நீங்கள் ஓடியா போய்விடுவீர்கள்!"

"இந்த நேரத்தில் யார் மருந்து கொண்டு வருவார்கள்? நீங்கள் செய்வீர்களா?"

மருந்துகள் இல்லாதது ஜெயினை மேலும் சலனமடையச் செய்தது. அவற்றை வாங்குவது குறித்து அவர் சங்கடத்திலாழ்ந்தார்.

"கவலைப்படாதீர்கள். நாம் அதை உள்ளே பெற்றுக் கொள்ளலாம்."

ஜெயினின் ஆர்வத்தைத் தீர்ப்பதற்காக உள்ளே கிடைக்கும் மருந்துகளின் ரகசியத்தை வெளிப்படுத்தினார் மருத்துவர்.

சிறைச்சாலையின் மருந்தாளர், சிறைநல வாரியத்தின் உறுப்பினரான சர்தாரிலாலின் மருமகன். அவர் சிறைக்குள் மருந்துகள் விற்றார். சர்தாரிலால் ஒரு மொத்த மருந்துக் கடையின் உரிமையாளர் மற்றும் சுகாதார அமைச்சரின் தூரத்து உறவினரும் கூட. அமைச்சரின் சிபாரிசுகளினால் அவர் பொதுநல வாரியத்தின் உறுப்பினராகச் சேர்க்கப்பட்டார். வாரியத்தில் தனது பதவியின் அடிப்படையில், சிறையில் மருந்துகள் வழங்கும் ஒப்பந்தத்தைச் சர்தாரிலால் பெற்றார். இப்பொழுது தன்னுடைய பதவியை முற்றிலும் பயன்படுத்திக்கொண்டு சிறை அதிகாரிகள் மீது ஆதிக்கம் செலுத்தினார். தங்கு தடையின்றி உள்ளேயும் வெளியேயும் போகும் சுதந்திரத்தைப் பெற்றார். சிறைச்சாலையின் சுதந்திரத்தை முழுவதும் பயன்படுத்திக் கொள்ள அவர் தன் மருமகனை உள்ளே கொண்டு வந்தார். சிறையிலிருந்த மருந்துகளனைத்தும் மருந்தாளரின் கட்டுப்பாட்டில் இருந்தது. அரசாங்க மருந்துகளை அவரால் வெளியில் எளிதாக விற்க முடிந்தது. அதற்குப் பதிலாகத் தனது சொந்த மருந்துப் பெட்டிகளை உள்ளே கொண்டு வந்தார். அவற்றையே மருத்துவரும் பரிந்துரைத்தார். கைதிகள் மருந்துகளை மருந்தாளரிடம் வங்கினார்கள். கைதிகளுக்கு வெளியிலிருந்து மருந்துகள் பெறுவதற்கு நாட்கணக்கில் காத்திருக்க வேண்டியில்லாததால் அவர்கள் சந்தோஷமாக இருந்தார்கள். வாக்குறுதியளிக்கபட்ட பங்கு கிடைத்ததால் மருத்துவரும் சந்தோஷப்பட்டார். கைதிகள் இருமடங்கு விகிதத்தில் மருந்துகளைப் பெற்றதால் இவற்றிலிருந்து சிறு பகுதி அதிகாரிகளின் பாக்கெட்டில் செல்ல வாய்ப்பிருந்ததால் அவர்களும் சந்தொஷப்பட்டனர். இதனால் கிடங்கையோ அல்லது லங்கரையோ மேற்பார்வையிட உறுப்பினர் செல்லவே மாட்டாரென்றும் அர்த்தமாயிற்று. மற்றும், அவர் கைதிகளைச் சந்திப்பதோ அல்லது பதிவேடுகளைப் பார்வையிடவோ மாட்டார்; அவர்

முன் வைக்கப்பட்ட எந்தப் பத்திரத்திலும் கேள்வியொன்றும் கேட்காமல் கையெழுத்திடுவார்.

எனவே, ஜெயினுக்குத் தன் மருந்துகள் கிடைக்காதென்று கவலைப்படத் தேவையில்லை.

ஜெயினுக்கு உணவைப்பற்றியும் கவலைப்பட வேண்டியிருக்க வில்லை. நோயாளிகளுக்குச் சிறப்பு உணவுக்கான ஏற்பாடுகளை அரசாங்கம் செய்திருந்தது. அந்த உணவைத் தயாரிக்க மருத்துவ மனையில் ஒரு சமையலறைகூட இருந்தது. சமையலறையிலிருந்து நாள் முழுவதும் துறுவல் கறிகள் மற்றும் காரமான தாளிப்பு வாசனைகளும் எழும்பிக் கொண்டேயிருந்தன. ஜெயினுக்குக் குறிப்பிட்ட உணவு ஏதாவது வேண்டுமா? அந்த உணவும் அவருக்குக் கிடைத்தது.

"உங்களுக்குச் சூப் அல்லது பிரத்யேகமாக ஏதாவது வேண்டுமானால் அதை வீட்டிலிருந்து வரவழைத்து விடுகிறேன்."

மருத்துவரின் வீட்டிற்கான உணவும் இதே சமையலறையிலிருந்து அனுப்பப்பட்டது. விசேஷ தினங்களில் சிறப்பு உணவு வீட்டில் தயாரிக்கப்பட்டு இங்கு கொண்டு வரப்பட்டது. அந்தச் சந்தர்ப்பங்களில் கூட மருத்துவரின் மனைவிக்கு அடுப்பங்கரையில் கைகளை எரிக்க வேண்டியிருக்கவில்லை. அவருடைய வீட்டுச் சமையலறையின் வேலை அனைத்தையும் கைதிகளே செய்து கொடுத்தனர்.

"கவலைப்படத் தேவையில்லை. நான் உங்களை மற்ற நோயாளிகளுக்கு அறிமுகப்படுத்திவிடுகிறேன். ஒவ்வொரு மாலையும் மதுபானம் மற்றும் சோடா நிறைந்த கூடை அவர்களுக்காக வருகிறது. உங்களையும் தங்கள் குழுவில் சேர்த்துக் கொள்வார்கள்."

ஜெயின் எதிர்கொள்ளக் கூடிய ஒவ்வொரு பிரச்சனையையும் மருத்துவர் தீர்ப்பதாகத் தோன்றியது. அவருடைய நண்பர்கள் அந்தப் பாரத்தை மருத்துவரின் தோள்களில் சுமத்தியிருந்தார்கள். அவர் அந்தப் பொறுப்பை நன்கு நிறைவேற்றிக் கொண்டிருந்தார். ஜெயினுக்குச் சுத்தமான படுக்கை விரிப்புடன் கட்டில் ஒதுக்கப்பட்டது. மருத்துவரின் உத்தரவாதத்துடன் சக நோயாளிகள் அனைவருக்கும் அவர் அறிமுகப்படுத்தப்பட்டார்.

சுகமான தூக்கத்தை அனுபவிப்பதில் தனக்கு ஒன்றும் சிரமமிருக்காதென்று ஜெயின் இப்பொழுது முற்றிலும் திருப்தி அடைந்தார்.

அத்தியாயம் 11

சிங்கங்கங்களின் முகாமின் காவலர், நீண்டு வளர்ந்த தாடி வைத்திருந்தார். சீருடைக்குப் பதிலாக வெளிர் நீல நிறத்தில் குர்தா-பைஜாமா அணிந்திருந்தார். அவருடைய கால்களில் ஒளிர் தகடுகள் இழைக்கபட்ட காலணிகள் இருந்தன. சட்டப்படி ஒவ்வொரு கூடத்தின் காவலனும் ஒரு துப்பாக்கி வைத்திருப்பது கட்டாயமென்றாலும் இவர் கையில் ஒன்றும் வைத்திருக்கவில்லை. இவர் ஒரு காவலரா அல்லது 'சிங்கமா'-சிங் கா என்பதை மீதா கண்டு பிடிக்க முயன்றான்.

மீதாவை வெளியில் காத்திருக்கச் சொல்லிவிட்டு அவனுடைய ஆவணங்களை எடுத்துக்கொண்டு முன்ஷியிடம் சென்றார் காவலர். சும்மா நின்றிருந்த மீதா தன்னுடைய புதிய விடுதியைப் பார்வையிடத் தொடங்கினான்.

மீதா இதுவரை பல சிறைகளில் இருந்திருக்கிறான். அவனது அனுபவத்தில் பெரும்பாலான சிறைக்கூடங்களில் முற்றங்களிருந்தன. அவை பயனற்று, காலியாகக் கிடந்தன. அவை முக்கியமாகக் கைதிகள் நடை பயில்வதற்கும், விளையாடுவதற்கும், உடற்பயிற்சி செய்வதற்கும் வழங்கப்பட்ட வசதியாகும். ஆனால், இதற்கெல்லாம் சரியான உபகரணங்கள் இல்லாததால், அவை அரிதாகவே பயன்படுத்தப்பட்டன.

ஆனால், இந்த அடைப்பின் முற்றம் ரொம்பவே வித்தியாசமாக இருந்தது. சிறைக் கூடங்கள் அமைந்திருந்த இடங்களைத் தவிர சுற்றிலும் பசுமையான மரங்களிருந்தன. மரங்களின் நெடுகிலும் நடந்து செல்வதற்கு சிமெண்ட் பாதையிருந்தது. முற்றத்தின் எஞ்சிய பகுதி அமெரிக்க புற்களால் மறைக்கப்பட்டிருந்தது. புல்வெளி இரண்டாகப் பிரிக்கப்பட்டிருந்தது; ஒரு பாதியில் கைப்பந்து வலையும், மற்றொன்றில் பூப்பந்து மைதானமும் இருந்தது. மூலையில் ஒரு சிறிய குத்துச் சண்டை வளையம் இருந்தது.

தற்காலிக சமையலறைகள் சரக்குச் சேமிப்பறைகளாகப் பயன்படுத்தப்பட்டன. அவை நெய் டப்பாக்கள், பால் பவுடர் அட்டைப் பெட்டிக்கள், கோதுமை மாவு, கடலை மாவு, மசாலா பொருட்கள் மற்றும் பல வகைப்பட்ட சில்லறை சாமான்கள் நிறைந்த சாக்குகளால் நிரம்பி வழிந்து கொண்டிருந்தன.

சேமிப்பறைக்குப் பக்கத்தில் விளிம்பு வரை தூய்மையான நீர் நிரம்பிய தண்ணீர்த் தொட்டி இருந்தது. திறந்திருந்த குழாய் தன்னுடைய ஆசிர்வாதத்தைக் கொட்டிக் கொண்டிருக்க, தண்ணீர் நிரம்பித்

தொட்டியின் சுவர்களின் மேலிருந்து வழிந்தோடி, கால்வாய்களின் வழியே புல்வெளியில் பாய்ந்தது. அருகில், ஒரு சிறிய மர மேடையில் பிளாஸ்டிக் வாளிகள் மற்றும் குளியல் சோப்பும் இருந்தது. சேமிப்பறையிலிருந்து வாயிற்கதவு வரை கம்பிகள் கட்டப்பட்டிருந்தன. இவற்றின் மேல் உலருவதற்காகத் தொங்கப் போட்டிருந்த கைதிகளின் ஆடைகள் படபடத்தன. வண்ண மயமான தலைப்பாகைகள், *கச்சாக்கள்* மற்றும் வெண்ணிற *குர்தா-பைஜாமா* செட்கள், கைதிகள் சீக்கிய கால்சா சமூகத்தைச் சேர்ந்தவர்களென்பதைப் பிரகடனப்படுத்தின.

சிறிது நேரத்தில் திரும்பி வந்த காவலர் அவனுடைய கைகளைப் பிடித்து *முன்ஷியிடம்* அழைத்துச் சென்றார்.

மஞ்சள் தலைப் பாகை, நீண்ட தாடி மற்றும் திடமான இரும்பு வளையல் அணிந்திருந்த *முன்ஷி* தன் சிவந்த கண்களால் மீதாவைத் தலையிலிருந்து கால்வரை மதிப்பீட்டாளரைப் போல் கூர்ந்தாராய்ந்தார். இந்த விசித்திரமான தேர்வுப் பரிசோதனை மீதாவின் உள்ளே மையபாகம் வரை சென்று அவனை உலுக்கியது. சூழ்ச்சியுட்பட்டு விட்டோம் என்று எண்ணிய மீதா, லாப் சிங்கை மனதில் சபிக்கத் தொடங்கினான்.

"சரி, நீதான் மீட்புப் பணத்திற்காகக் குழந்தைகளைக் கடத்திச் செல்லும் மனிதன், மீதாவா; கோரிக்கை பூர்த்தி செய்யப்படாவிட்டால் அவர்களைக் கொன்று விடுகிறவன், ஒரு அச்சமூட்டும் பயங்கரவாதி. நீ பன்டியைக் கடத்தவுமில்லை, கொல்லவுமில்லை என்று எங்களுக்குத் தெரியும். எங்களின் சிங்கங்களில் நீ ஒருவனல்ல என்பதும் அறிவோம். ஆனால், நீதிமன்றம் உன்னை அவ்வாறு அறிவித்திருப்பதால் உன்னை இந்தக் கூடத்தில் வரவேற்கிறேன்."

முன்ஷி எழுந்து நின்று மீதாவை முதுகில் தட்டிக் கொடுத்துவிட்டுக் கலத்திற்குள் அழைத்துச் சென்றார்.

கூடத்தின் உட்புற சூழ்நிலை ஒரு நல்ல *குருத்வாராவைப்* போலிருந்தது. புதிதாக வெள்ளையடிக்கபட்ட சுவர்கள் பளபளத்தன. அனைத்துச் சுவர்களும் குருக்களின் பெரிய படங்களால் நிறப்பப் பட்டிருந்தன. நடுவிலிருந்த வெற்றிடத்தில் *குர்பானியிலிருந்து* சில வரிகள் கிறுக்கப்பட்டிருந்தன. *'ஜபை பான் லாகியோ தபைரெளஸ் ஜாகியோ; ஸவா லாக் ஸே ஏக் லடாஉன் தபி கோபிந்த் சிங் நாம் கஹாவு* மற்றும் *புர்ஜா புர்ஜா காடி மேரே காபு நா சோடை கேத்'* போன்ற உன்னத கவித்துவமிக்க வரிகள், கைதிகள் தங்களது போராட்டத்தைத் தொடர ஊக்கமளிக்கும் விதத்தில் முக்கியமான இடங்களில் வைக்கப்பட்டிருந்தன.

சிறைக்கூடத்தினுள்ளேயிருந்த மேடையின் மேல் நான்கு நாற்காலிகளும் கையால் பூவேலைப்பாடு செய்யப்பட்ட மேஜை விரிப்புகள் கொண்ட இரண்டு மேஜைகள் மற்றும் எழுதுவதற்கான உபகரணங்களும் இருந்தன. அருகில் புத்தகங்கள் மற்றும் செய்தித்தாள்கள் அடங்கிய முக்காலியும் இருந்தது. இரவு முழுவதும் ஒரு ஒளி விளக்கு எரிந்து கொண்டிருக்க வேண்டுமென்று சிறையேடில் குறிப்பிடப்பட்டிருந்தது. அங்கு ஒரு விளக்கு இருந்ததென்னவோ உண்மைதான். ஆனால், அது வேறு வடிவம் கொண்டிருந்தது. துளைகள் போடப் பட்ட ஒரு கிலோகிராம் வெற்று நெய் டப்பாவில் அது பொருத்தப் பட்டிருந்தது. குறைந்த உயரத்தில் விளக்கை இடைநிறுத்த கூடுதல் கம்பி பயன்படுத்தப் பட்டிருந்தது இந்த ஒளி படிக்க விரும்புவர்களுக்கு மேஜை விளக்காகப் பயன்பட்டது. அதே சமயத்தில் மற்றவர்களும் நிம்மதியாக ஓய்வெடுக்க முடிந்தது. ஒரு அலமாரியின் பலகையில் இரும்பு டிரங்கு பெட்டிகள், கைபெட்டிகள், மெத்தைகள், வானொலிப் பெட்டி மற்றும் பிற பொருள்களும் இருந்தன. மற்ற பரண்களில் தங்க முலாம் பூசப்பட்ட சட்டமிட்ட சிங் தியாகிகளின் படங்கள் வைக்கப் பட்டிருந்தன.

ஒரு பெரிய சுவரில் இரு புறங்களிலும் ஒலிபெருக்கிகள் அடங்கிய தொலைக்காட்சிப் பெட்டி பொருத்தப்பட்டிருந்தது. சில இளைஞர்கள் தியான நிலையில் உட்கார்ந்திருந்தனர். குர்பாணியின் மெல்லிசை அவர்களை மேலுள்ளவருடன் ஒன்றிணைய உதவியது. சிறைக்கூடத்தின் மற்றொரு மேடையில் வெள்ளைப் போர்வைகளால் போர்த்தப்பட்ட தரைவிரிப்புகள் விரிக்கப் பட்டிருந்தன. அவற்றின் மேல், இருக்கைக்குப் பயன்படும் நீள உருண்டைத் தலையணைகள் வைக்கப்பட்டிருந்தன. மேடை முடியுமிடத்தில் ஒரு கம்பளியின் மீது ஜாதேதார் உட்கார்ந்திருந்தார்.

ஜாதேதார் மத உடை அணிந்திருந்தார். அவரது முகம் அமைதியாக இருந்தது. அவரது கண்களிலிருந்து ஒளி பிரகாசித்தது. மீதா யார்? அவன் ஏன் இந்தக் கூடத்திற்கு அனுப்பப்பட்டிருக்கிறான்? ஜாதேதார் இதைப் பற்றியெல்லாம் ஏற்கெனவே அறிந்திருந்தார். மீதா மரியாதையுடன் அவரை வணங்கினான். அவர் தன் வலது கையைத் தூக்கி ஆசிர்வதித்தார்.

"சிறை அதிகாரிகள் உன்னை ஒரு வேலைக்காரனாக இங்கு அனுப்பியுள்ளார்கள். ஆனால், நாங்கள் உன்னை அப்படிக் கருதவில்லை. நீ எங்கள் சகோதரர். அரசாங்கத்தின் தீர்ப்பை ஏற்றுக்

கொண்டு உனக்குச் *சிங்* போல் உடை அணிவிப்போம். நாங்கள் உன் கையில் ஒரு இயந்திரத் துப்பாக்கியைக் கொடுப்போம். முதலில் எல்லாக் கெட்ட பழக்கங்களிலிருந்தும் உன்னை நீ விடுவித்துக் கொள்ள வேண்டும். தினமும் பிரார்த்தனை செய்யக் கற்றுக்கொள். இப்பொழுது *லங்காரியிடம்* சென்று அவன் சொல்வதைச் செய்."

"உங்கள் இஷ்டம் போல்" என்றான் மீதா பணிவுடன்.

ஜாதேதாரின் கை கீழே தாழ்ந்தவுடன் மீதாவின் பக்கத்தில் அமர்ந்திருந்த ஒரு *சிங்* எழுந்து அவனைக் கூடத்தின் நடுவிலிருந்த கதவின் வழியாக *லங்கருக்கு* அழைத்துச் சென்றான். கதவு வழியாகச் சென்ற உடனேயே இடது புறத்தில் நான்கு கழிப்பறைகளும், குளியலறைகளும் இருந்தன. அங்கு கழிவுத்தொட்டிகள், கண்ணாடிகள், கைகள் கழுவ சோப்பு மற்றும் துண்டுகளும் இருந்தன. கழிவறைக் கலயங்களிலிருந்து புதிதாகத் தெளிக்கப்பட்ட பீனைலின் வாசனை எழும்பியது. வலது புறத்தில் அதே அளவிலான இடத்தில், வீட்டைப் போலவே பாத்திரங்கள் நிறைந்த பலகைகள் பொருத்தப்பட்ட ஒரு சமையலறை உருவாக்கப் பட்டிருந்தது. நடுவிலிருந்த அலமாரியில் முந்திரி, பாதாம், திராட்சை மற்றும் தர்பூசணி விதைகள் நிறைந்த ஜாடிகள் இருந்தன.

அவர்கள் *லங்கரினுள்* நுழைந்தபொழுது சமையல்காரன் பாத்திரங்களைக் கழுவிக் கொண்டிருந்தான். *லங்கர்* முடிந்து விட்டதென்று மீதா உணர்ந்தான்.

லங்காரியின் முகம் மீதாவை மீண்டும் குழப்பத்தில் ஆழ்த்தியது. அவன் நாற்பது வயதான நேப்பாளியைப் போல் தோன்றினான்; அவன் தாடியோ மீசையோ வைத்திருக்கவில்லை, இருப்பினும் ஒரு சிங்கின் உடைகளை அணிந்திருந்தான், 'இந்தப் புதிர்களை நான் பின்னர் தீர்த்துக் கொள்கிறேன். முதலில் என் வயிற்றின் நெருப்பைத் தணித்துக் கொள்கிறேன்' *லங்காரியிடம்* தன்னை அறிமுகப்படுத்திக் கொள்ளும் ஆசாரங்களில் ஈடுபடாமல் மீதா அவனிடம் நேரடியாகக் கேட்டான்:

"பாபா, எனக்குப் பசிக்கிறது. சாப்பிட ஏதாவது இருக்கா?"

"நிச்சயமாக இருக்கும். நான் உடனே ஏதாவது செய்து கொடுக்கிறேன். இந்தா இப்போதைக்கு ஹல்வா பிரசாதத்தை ருசித்துக் கொள்." ஒரு பெரிய பாத்திரத்தின் மூடியை உயர்த்திக் கரண்டியால் சிறிது ஹல்வாவை ஒரு கிண்ணத்திலிட்டு மீதாவுக்குக் கொடுத்தான் *லங்காரி.*

பிரசாதத்தை விழுங்கும் முன்பு மீதா தனது கைகளைக் கூப்பி நன்றி செலுத்தினான். வயிறு நிரம்பிய பிறகு எல்லாம் வல்லவனுக்கு நன்றி செலுத்தியது போலவே லாப் சிங்கிற்கும் நன்றி தெரிவித்துக் கொண்டான். அவரால்தான் அவனது வாழ்க்கையில் முதன் முறையாகப் பலவிதமான விரும்பதக்க உணவுகளை உண்ணும் பாக்கியம் அவனுக்குக் கிட்டியிருந்தது.

அத்தியாயம் 12

தன்னால் தாங்கக் கூடியதைவிட அதிகமாகச் சாப்பிட்ட பாலா இடைவிடாத ஏப்பங்களினால் அவதியுற்றான். இருப்பினும் லாப் சிங்கின் எல்லையற்ற தாராள மனபான்மைக்காக அவர் மீது தொடர்ந்து ஆசீர்வாதம் பொழிந்து கொண்டிருந்தான். பணியாளர்களின் அறையில் சுத்தமான படுக்கையில் படுத்திருந்த அவன், மீதாவையும் நினைத்துக் கொண்டான். "நாங்கள் இரவில் முழு வயிற்றுடன் உறங்கும் பொழுது உங்களை ஆசிர்வதிப்போம்" என்று முந்தைய தினம் லாப் சிங்கிடம் சக்கரில் அவன் கூறியது நிஜமே.

பாலா பல சிறைகளுக்குள் நுழைந்திருக்கிறான். ஆனால், சிறைக்குள் ஒரு பங்களாவும் அதில் மன்னர்கள் போல் வாழும் கைதிகளையும் அவன் பார்த்தது இதுவே முதல் தடவையாகும்.

விசாரித்ததில், எமர்ஜென்சி காலத்தில் உயர் அரசியல் தலைவர்களை வீட்டுக் காவலில் வைத்திருப்பதற்காக இந்தப் பங்களா கட்டப்பட்டதாகக் கூறப்பட்டது. தலைவர்களின் வசதிகளை மனதில் கொண்டு, சிறைக்கூடங்களின் சத்தத்திலிருந்து வெகு தூரத்தில், ஒரு மூலையில் பங்களா அமைக்கப் பட்டிருந்தது. விருந்தினர் ஓடிவிடும் அபாயமில்லாததால் வெளிச்சுவர் வழக்கமான ஒன்பது அடி உயரத்திற்குப் பதிலாக நான்கு அடியே வைக்கப்பட்டிருந்தது.

தலைவர்களின் செரிமானத்திற்கும், முக்கியமான விஷயங்களைப் பற்றிச் சிந்திக்கவும் அவர்களுக்குச் சிறுநடை பயில வேண்டியிருந்தது. இதைக் கருத்தில் கொண்டு பங்களாவிற்கு வெளியில் பரந்த புல்வெளிகள் அமைக்கப்பட்டிருந்தன. மென்மையான புல் மற்றும் பல வகையான வண்ணமயமான பூக்களுமிருந்தன. அவர்கள் கதிரொளியின் சுகத்தை அனுபவிப்பதற்காக, நாள் முழுவதும் புல்வெளியில் பிரம்பு நாற்காலிகள் போட்டுக் கிடந்தன.

பங்களாவில் இரட்டைப் படுக்கைகள் கொண்ட நான்கு படுக்கை அறைகள் இருந்தன. படிக்கவும், எழுதவும் விளக்குடன் கூடிய ஒரு சிறிய மேஜை மற்றும் வருகையாளர்களுக்காக இரண்டு நபர் உட்காரக் கூடிய இரண்டு நீள் சாய்விருக்கைகளும் வைக்கப்பட்டிருந்தன. மையத்தில் ஒரு அருந்தக மேஜையும் இருந்தது. சுவர்களில் ஓவியங்கள் தொங்கிக் கொண்டிருந்தன, குழல் விளக்குகள் அறைகளில் பிரகாசித்தன மற்றும் வெளிர் நீல நிற விளக்கு இரவில் ஒளி வீசியது. துணிகளுக்காக ஒரு அலமாரி, ஒரு ஒப்பனை மேஜை மற்றும் கோடை காலத்திற்காகக்

குளிரூட்டி என்று தட்டு முட்டுச் சாதனங்கள் பொருத்தப்பட்டு அறைகள் தயார் செய்யப்பட்டிருந்தன. ஒவ்வொரு படுக்கை அறையுடனும் சூடான தண்ணீருக்காகக் கொதிகலம், ஒரு தொட்டி மற்றும் துவாலைக் குழாய் பொருத்தப்பட்ட குளியலறை இணைக்கப்பட்டிருந்தது.

பொது வரவேற்பறையில் மூன்று நபர்கள் அமரக்கூடிய நான்கு நீள் சாய்விருக்கைகள் போடப்பட்டிருந்தன. மையத்தில் கண்ணாடி பொருத்தப்பட்ட பெரிய மேசையின் மேல் புதியதாக மலர்ந்த பூக்கள் ஒரு குவளையில் வைக்கப்பட்டிருந்தது. ஒரு பக்கத்தில் முலாம் பூசிய அட்டைகளில் பிணைக்கப்பட்ட பல அழகான புத்தகங்கள் கொண்ட கண்ணாடி அலமாரி இருந்தது. பத்திரிக்கைகள், செய்தித்தாள்கள், சுவரில் காந்தி, நேரு மற்றும் போஸின் உருவப்படங்களும் இருந்தன.

வரவேற்பறையின் ஒரு பக்கத்தில், ஆறு இருக்கைகளுடன் ஒரு உணவருந்தும் மேஜை, ஸோடா, பெப்சி மற்றும் இறைச்சிப் பொருட்கள் நிரப்பபட்ட குளிர்சாதனப் பெட்டியுடன் கூடிய ஒரு உணவறையிருந்தது. மற்றொரு பக்கத்தில் எல்லா வகையான நவீன உபகரணங்கள் அடங்கிய சமையலறையிருந்தது.

சிறிது காலமாக அரசியல் சூழ்நிலை அமைதியாக இருந்ததால் தலைவர்கள் கைது செய்யப்படுவது குறைந்திருந்தது. தகுந்த கைதிகள் இல்லாததால் பங்களா மூடப்பட்டிருந்தது. சில சமயங்களில் இது கிடங்காகப் பயன்பட்டது.

மக்களுக்குத் தொண்டு செய்ய வேண்டுமென்று மிகுந்த ஆர்வத்துடனிருந்த முதல்வர் கட்சியின் சட்டசபை உறுப்பினர் ஒருவர், கொலை வழக்கில் தண்டிக்கபட்டார். அவர் ஒரு பின்தங்கிய மாவட்டத்தைச் சேர்ந்தவர். அங்கு பத்துக் கிராமங்களுக்கு ஒரு பள்ளிகூடம் அரிதாகவே காணப்பட்டது. பள்ளியிருந்தாலும் ஆசிரியர்கள் இருக்கவில்லை. மருத்துவர்களின் பற்றாக்குறைகளால் மருத்துவமனைகளிலும் இதே போன்ற நிலைமை நிலவியது. மின்சாரம் இருந்தது. ஆனால், குழாய்கிணறு இயங்க மின்சார இணைப்பு இருக்கவில்லை. ஆளும் கட்சியின் சட்ட சபை உறுப்பினரான அவர் தன்னுடைய வேலையே எல்லாவற்றிற்கும் மேலாக முதன்மையாக இருக்க வேண்டுமென்று எண்ணினார்.

உற்சாகம் பொங்க புதிய திட்டங்கள் வகுத்து அரசாங்கத்தின் முன் அவர் வைத்தார். திட்டங்களில் பெரும்பாலானவை சில அதிகாரிகளின் மேஜையிலேயே காலாவதியாயின. சிலது தட்டுத் தடுமாறி

ஒரு மந்திரியிடம் போய்ச் சேர்ந்தாலும் ஏதாவது சாக்குப் போக்குடன் தள்ளுபடி செய்யப்பட்டது.

இது நசத்தர் *சிங்* ஒருவரின் பிரச்சனையாக மாத்திரம் இருக்கவில்லை. மற்ற சட்டசபை உறுப்பினர்களின் கதையும் இதே போன்றுதான் இருந்தது. அவர்களின் தொகுதியாளர்கள் அவர்களுடைய நலனுக்காக ஒன்றுமே செய்யப்படவில்லை என்று கருதினால் அடுத்த தேர்தலில் தோற்று விடுவார்களென்றும் அவர்கள் அஞ்சினார்கள்.

இந்தச் சட்டசபை உறுப்பினர்கள் ஒன்று கூடி ஒரு தனிப்பட்ட குழுவை உருவாக்கி அரசாங்கத்தை இணங்க வைக்க முயற்சித்தனர். அவர்களின் ஒற்றுமையை வலியுறுத்த ஒருவருக்கொருவர் வீடுகளில் சந்தித்து, தேநீர் அல்லது உணவு பகிர்ந்து கொண்டனர். சட்டசபையில் அரசாங்கத்திற்கு எதிராக முடக்கிய தொனியில் பேசிய அவர்களின் குரல், கட்சிக் கூட்டங்களில் சற்று ஓங்கியே ஒலித்தது. ஒன்றிணைந்து அவர்கள் எழுப்பிய குரலுக்குப் பலன் கிடைக்க ஆரம்பித்தது. முதலில் அமைச்சர்களின் தொகுதிகளுக்கு ஒப்புதல் அளிக்கப்பட்ட பள்ளிக்கூடங்களும், மருத்துவமனைகளும் இப்பொழுது மாற்றப்பட்டு அதற்குப் பதிலாக, இந்தச் சட்டசபை உறுப்பினர்களின் பகுதிக்கு வந்தன. மண் பாதைகள் பக்கா சாலைகளாக மாறத்தொடங்கின.

இக்குழுவின் அதிகரிக்கும் சக்தி, முதலமைச்சரின் மனதில் அபாய மணிகளை அடித்தது. "என்னுடைய பூனைகள் இப்பொழுது என்னையே மிரட்டுகின்றனவா" சிடுசிடுத்த அமைச்சர், கிளர்ச்சியென்கிற பாம்பைப் பொந்திலிருந்து கிளம்பும் முன்பே நசுக்கிவிட, தகுந்த வாய்ப்புகளைத் தேட ஆரம்பித்தார். சில மாதங்களில் பறவை தானாகவே அவர் காலடியில் வந்திறங்கியது.

சட்டசபை உறுப்பினராகத் தேர்ந்தெடுக்கப்படுவதற்கு முன்பு பத்து வருடங்கள் வரை நசத்தர் *சிங்* தன் கிராமத்தின் *சர்பஞ்ச்* ஆக இருந்தார். கில்ஸின் ஆதரவு மற்றும் அவர்களின் வாக்குகளின் அடிப்படையில் அவர் *சர்பஞ்ச்* ஆகியிருந்தார். அவர்களின் ஆதரவுக்குக் கைமாறாக இருபது ஏக்கர் நிலத்தை அவர்களுக்குக் குத்தகைக்குக் கொடுத்திருந்தார். *சர்பஞ்சின்* கட்டளையை எதிர்க்க எவருக்கும் தைரியமிருக்கவில்லை. ஒவ்வொரு ஆண்டும் சில நூறு ரூபாய்களால் மட்டுமே தொகை உயர்த்தப்பட்டு, ஏலம் கில்ஸுக்கு அனுகூலமாகவே ஒப்பந்தம் செய்யப்பட்டது.

முந்தைய தேர்தல்களில் நசத்தர் சிங்கின் கிராமத்து *சர்பஞ்ச்* பதவி *தலித்*களுக்காக ஒதுக்கப்பட்டிருந்தது. ஆனால், அவரது குழுவில் தேர்தலில் வெற்றி பெறக்கூடிய *தலித்* நபர் எவரும் இருக்கவில்லை. தங்களுடைய முந்தைய தோல்விக்கு, பழிவாங்குவதற்காக *நம்பர்தார்*கள் முழுமனதுடன் மாதா சிங்கை ஆதரித்தனர். *சர்பஞ்ச்* பதவிப்பிரமாணம் எடுக்கும் பொழுது கூடவே அவர் மற்றொரு சத்தியம் செய்தார், "இது ஒரு தேர்தல் ஆகும். இந்தத் தேர்தலில் ஜெயித்தவர் *நம்பர்தார்*கள், நானில்லை. நான் வெறும் முத்திரை பொறிப்புக் கருவி. அவர்கள் எங்கு சொன்னாலும் நான் கண்ணை மூடிக்கொண்டு என் கட்டை விரலைப் பதித்து விடுவேன்."

கில்ஸின் நிலம், *நம்பர்தார்*களின் கண்களில் சிறு துகள் போல் உறுத்தியது. காகிதத்தில் மட்டுமே நடத்தபட்ட ஏலத்தைப்பற்றிய செய்தி, *நம்பர்தார்*கள் நிலத்தை உழ ஆரம்பித்த பின்னரே கில்ஸுக்குத் தெரிய வந்தது. சட்டமன்ற உறுப்பினர் நகரத்தின் வெளியே சென்றிருந்ததால் அவர்கள் அமைதியாக இருந்தனர். மற்றும் அவர் இல்லாத பொழுது நிலைமையைக் கட்டுபடுத்துவது கடினம். எனினும், நசத்தர் *சிங்* திரும்பிய உடன் அவர்களும் நிலத்தை உழத்தொடங்கினார்கள். இரு தரப்பினரும் நிலத்தில் தங்களுடைய உரிமையைக் கோரத் தொடங்கினர்.

*நம்பர்தார்*களிடம் எரிச்சலடைந்திருந்த நசத்தர் *சிங்* புது *சர்பஞ்*சிடமும் கோபம் கொண்டிருந்தார். தேவையில்லாமல் அவர் கட்சி அரசியலை ஊக்குவிப்பதாக அவருக்குத் தோன்றியது. ஏலம் ஒரு பொது இடத்தில் நடத்தப்பட்டிருந்தால் சட்டசபை உறுப்பினர் தானே நிலத்திற்கான உரிமைகளை அவர்களுக்கு வாங்கிக் கொடுத்திருப்பார். ஏமாற்றல் என்பது அவரால் பொறுத்துக் கொள்ள முடியாததாக இருந்தது.

நிலம் அவர்களின் விரல்களிலிருந்து நழுவுவதைப் பார்த்த *நம்பர்தார்*கள் சிக்கலுக்குப் புதிய திருப்பத்தைக் கொடுத்தனர். அவர்கள் கிராமத்திலும், செய்தித்தாள்களிலும் அவதூறுகள் பரப்பத் தொடங்கினார்கள்;

'ஒரு *தலித் சர்பஞ்ச்*சாக இருப்பதைப் பார்க்கப் பிடிக்காதவர் நசத்தர் சிங். அவரை அவமானப்படுத்தும் பொருட்டு பஞ்சாயத்தில் ஒருமனதாக அங்கீரிக்கப்பட்ட திட்டங்கள் நடைமுறைபடுத்தப்படாமல் செய்கிறார். அவர் *சர்பஞ்ச்*சைப் பதவியிலிருந்து அகற்ற சதி செய்து கொண்டிருக்கிறார்.'

சீற்றமடைந்த மாதா சிங் சட்டசபை உறுப்பினருக்கு எதிராகப் பேரணி எடுத்து, ஆர்ப்பாட்டம் செய்யவதற்காக தன் சகோதர குழுவினரையும் தனக்கு ஆதரவாக அழைத்துக் கொண்டார். அரசாங்கத்தைத் தொந்தரவு செய்வதற்கு ஒரு கைப்பிடியை எதிர்க்கட்சியினர் கண்டுபிடித்து விட்டனர். எதிர்க்கட்சியின் தலைவர் ஒரு செய்தியாளர் கூட்டத்திற்கு ஏற்பாடு செய்து அதில் *தலித் சர்பஞ்ச்*சுக்குத் தனது ஆதரவைத் தெரிவித்தார்.

முதலமைச்சரின் நிலை ஏற்கெனவே சிறிது ஆட்டம் கொண்டிருந்தது. எதிர்க்கட்சியினர் தேவையில்லாமல் மேலும் பலம் பெறுவதை அனுமதிக்க அவர் தயாராக இல்லை. நசத்தர் சிங்கை உடனே தலைநகருக்கு வரவழைத்துக் கில்ஸால் ஆக்கிரமிக்கப்பட்டிருந்த நிலத்தை உடனடியாகக் காலி செய்ய உத்தரவிட்டார்.

முதலமைச்சர் கருதியது போல் நசத்தர் சிங்கிற்கு அது அவ்வளவு எளிதாக இருக்கவில்லை. கில்ஸ் எப்போதும் அவரது வலது கைபோல் பக்கபலமாக அவர் பக்கத்தில் நின்றார்கள். தேர்தலின் பொழுதும் அவர்களின் பணம் தண்ணீர் போல் இறைந்தது. மற்றும் வாக்களிப்பதை அவர்கள் தனிப்பட்ட முறையில் மேற்பார்வையிட்டனர். நசத்தர் அவர்களுக்காக ஏதாவது செய்ய வேண்டுமென்று அவர்கள் எதிர்ப்பார்த்தது இதுவே முதல் முறையாகும். அதனால் இப்பொழுது அவர்களுக்குப் புறமுதுகு காட்ட அவரால் முடியவில்லை. இதற்காகப் பாம்பைத் தாக்கப் பயன்படுத்திய தடி உடையாமலே அதைக் கொல்வதற்கான ஒரு தீர்வைத் தேடினார்.

குழப்பத்தில் சிக்கிய தன் நண்பரைப் பார்த்த கில்ஸ், தாங்களே ஒரு தீர்ப்பை அளித்தனர். வெறும் நான்கு பிகா நிலத்திற்காக அவர்கள் பேராசைப்படவில்லை, அவர்களைப் பொறுத்தவரை இது அவர்களுக்கு மிக மதிப்புக்குரிய விஷயமாயிருந்தது, எல்லாவற்றுக்கும் மேலாக, அவர்களுடைய கை மேலோங்கியிருப்பதை அவர்கள் விரும்பினார்கள். நிலத்தைப் பாதியாகப் பிரிக்க அவர்கள் ஒப்புக்கொண்டனர். சமரச வாய்ப்பைக் கண்ட எதிரிகள் தாங்கள் வென்றுவிட்டதாக எண்ணிக் கொண்டு, கில்ஸ் முழு பகுதியையும் காலி செய்ய வேண்டுமென்ற தங்களுடைய கோரிக்கையில் பிடிவாதமாக இருந்தனர்.

சட்டமன்ற உறுப்பினரும் இலக்கில்லாமல் சுடவில்லை. அவர் மாதா சிங்கின் *பஞ்ச்* ஆதரவாளர்களை அணுக ஆரம்பித்தார். இரண்டு பேர் இவருடைய திட்டத்திற்கு ஒத்துக் கொண்டனர். மூலோபாயம்

தெளிவாக இருந்தது. கில்ஸின் கோரிக்கை ஏற்றுக் கொள்ளப்பட்டு, புதிதாக ஏலம் நடத்தப்பட வேண்டும். ஏலத்தில் கில்ஸ் பங்கேற்க மாட்டார்கள். நிலம் தானாக நம்பர்தார்களிடமே இருந்துவிடும். எல்லாருடைய மானமும் காப்பாற்றப்படும். யாருடைய மரியாதையும் கெடாது.

திட்டத்திற்கு இறுதி தொடுகைகள் கொடுக்கப் பஞ்சாயத்துக் கூட்டம் அழைக்கப்பட்டது. இதில் இருதரப்பின் ஆதரவாளர்களும் அழைப்பின்றியே வந்து கலந்து கொண்டனர். சில பஞ்ச் உறுப்பினர்களுடன் சட்டசபை உறுப்பினர், பஞ்சாயத்தின் ஒரு மூடப்பட்ட அறையில் அமர்ந்துகொண்டு மூலோபாயத்தின் இறுதிக் கட்டத்தைப் பற்றிக் கலந்துரையாடினார். சில பரஸ்பர நண்பர்களும் அவருடன் இருந்தனர்.

எடுக்கப்படப்போகும் முடிவைப் பற்றிக் கடைசி நிமிடத்தில் நம்பர்தார்களுக்குத் தெரியவந்தது. அவர்கள் கோபமுற்றனர். இன்று சட்டசபை உறுப்பினர் பஞ்ச் குழுவினர் சிலரைப் பிரித்திருக்கிறார். நாளை பஞ்சாயத்திலும் அவர் இதையே செய்வார். சமரச ஒப்பந்தம் தடுக்கப்பட வேண்டும்.

பஞ்சாயத்து ஒரு முடிவை எட்டுவதற்கு முன்பு நம்பர்தார்கள் சர்பஞ்சிடம் சென்று பஞ்சின் சில உறுப்பினர்களின் துரோகத்தைப் பற்றிக் கூறினார்கள். தன்னுடைய சர்பஞ்ச் பதவி நழுவுவதை உணர்ந்த மாதா சிங் கொதித்தெழுந்தார். ஒரு நொடியில் நம்பர்தார்கள் முழு சூழ்நிலையையும் மாற்றி விட்டார்கள்.

புதிய திட்டத்தின்படி, கில்ஸ் பின்வாங்குவதில் காண்பித்த தாமதத்திற்குத் தன்னுடைய ஆட்சேபணையைத் தெரிவித்தார் ஒரு பஞ்ச். அவர்கள் முழு நிலத்தையும் காலி செய்ய வேண்டுமென்று கோரினார் இன்னொருவர். நம்பர்தார்களின் ஆதரவாளர்கள் இந்தப் பஞ்ச்களின் ஆதரவில் கோஷங்கள் எழுப்பினர். விரைவில் ஒரு பெரிய கிளர்ச்சி ஏற்பட்டது. சிலர் கில்ஸை ஆதரித்துப் பேசினார்கள், மற்றவர்கள் நம்பர்தார்களை ஊக்குவித்தார்கள். சிலர் சர்பஞ்சை நிந்தனை செய்ய ஆரம்பித்தனர் மற்றும் பலர் நசத்தரை ஏசினர்.

பெரிதாகிக்கொண்டே போன சண்டை நிலைமையை மாற்றிவிட்டது. சட்டசபை உறுப்பினரின் மூடிய அறைக்குள் நடந்த முன்மொழியப்பட்ட சமரசத்தின் நிபந்தனைகள் அங்கிருந்து வெளிப்பட்டு, பொது மக்களின் நடுவில் வந்து எல்லாருக்கும் தெரிந்து விடுமென்ற அபாயம் ஏற்பட்டது. ஒரு மூர்க்கன், நசத்தரை அறையினுள்ளிருந்து வெளியில் வர

வேண்டுமென்று கூறினான். வேறொருவன் அதை எதிர்த்தான். குழப்பம் ஏற்பட்டுக் கூட்டம் இரண்டாகப் பிரிந்தது. ஒரு குழுவில் சர்பஞ்சின் ஆதரவாளர்களிருந்தனர், மற்றது சட்டசபை உறுப்பினரின் பக்கமிருந்தது.

எங்கிருந்தோ பறந்து வந்த ஒரு கல் சர்பஞ்சின் ஆதரவாளர்கள் மேல் விழுந்தது. உடனடியாகக் கற்களின் மழை தொடர்ந்தது. போரிடும் குழுக்களைச் சமாதானப்படுத்த யாரேனும் முன்வந்தால் அவர்களும் தாக்கப்பட்டனர். வன்முறையில் இறங்கும் கூட்டத்தைப் பார்த்த துப்பாக்கிதாரிகளுக்குத் தங்களுடைய கடமை நினைவுக்கு வர, மூடிய அறைக்கு முன்னால் இருந்த தங்கள் இடங்களில் நின்று கொண்டனர்.

துப்பாக்கியுடன் தயாராக இருந்த துப்பாக்கிதாரிகளைப் பார்த்த கூட்டத்தினர் பலரும் கிளர்ந்தெழுந்தனர். உக்கிர கலகக்கார கும்பல் இப்பொழுது காவல்காரர்களை நிந்திக்க ஆரம்பித்தது. ஒருவர் துப்பாக்கி தாரர்களின் மீது காலணியை வீசினார். "அவர்களைக் கொல்லுங்கள்" என்ற கோஷங்கள் கேட்கப்பட்டன.

தங்களுடைய உயிருக்கு ஆபத்து ஏற்பட்டிருப்பதை உணர்ந்த துப்பாக்கிதாரிகள் கூட்டத்தை எச்சரித்துக் கலையச்சொன்னார்கள். ஆனால், சிதறுவதற்குப் பதிலாகக் கூட்டம் பெரிதாகிக்கொண்டே போயிற்று. அவர்கள் துப்பாக்கிதாரர்களின் துப்பாக்கிகளைப் பறிக்கும் நோக்கத்துடன், ஆவேசத்துடன் கூச்சலிட்டுக்கொண்டே அவர்களை நோக்கி முன்னேறினார்கள்.

பயந்து போன காவலர்கள் முதலில் காற்றில் சுட்டனர். துப்பாக்கி தாரிகளில் ஒருவர் தலையில் கழியால் தாக்கப்பட்டபொழுது, மற்றொருவர் தாக்கியவரைச் சுட்டார். அவர் அந்த இடத்திலேயே சரிந்து விழுந்தார். கூட்டத்திலிருந்த சிலர் சிறிது பின்வாங்கினார்கள் மற்றும் சிலர் முன்னோக்கி விரைந்தனர். முன்னோக்கி நகர்ந்தவர்களைத் தடுத்து நிறுத்துவதற்காகத் துப்பாக்கி ஏந்தியவர்கள் அவர்களின் கால்களை நோக்கிச் சுட்டனர், கால்கள் நின்றன. துப்பாக்கிச் சத்தம் கேட்டு நசத்தர் வெளியே வந்தார். ஆனால், அதற்குள் கேடு ஏற்பட்டுவிட்டது.

துப்பாக்கி ஏந்தியவர்கள், அவர்களின் கடமைக்கேற்ப, சட்டசபை உறுப்பினரை அவரது வாகனத்திற்கு அழைத்துச் சென்று அவரை ஒரு ஆபத்தான சூழ்நிலையிலிருந்து அகற்றினார்கள்.

நம்பர்தார்கள் சூழ்நிலையை முற்றிலும் தங்களுக்கு அனுகூலமாகப் பயன்படுத்திக் கொண்டார்கள். இறந்த மனிதன் ஒரு *தலித். நம்பர்தார்கள்*

தங்களுடைய ஆதரவாளர்களுடன் தர்னாவில் அமர்ந்து விட்டனர். "துப்பாக்கி ஏந்தியவர்களை ஊக்குவித்த சட்டசபை உறுப்பினர் மீது கொலைக்குற்றம் சாட்டப்படும் வரை நாங்கள் இந்தச் சடலத்தை இங்கிருந்து அகற்ற அனுமதிக்கமாட்டோம்" என்று அறிவித்துக் கோஷங்கள் எழுப்பினர்.

அங்கிருந்தவர்கள் இந்தக் கோரிக்கைக்கு ஆட்சேபணை தெரிவித்தனர். நசத்தர் நிரபராதி மற்றும் துப்பாக்கிதாரிகள் ஆத்திரமூட்டப் பட்டதால்தான் சுட்டிருக்கிறார்கள். ஆனால், யாரும் அவர்களுடைய பேச்சைக் கேட்கத் தயாராக இல்லை.

பக்கத்து கிராமத்திலிருந்து தலித்துகள் லாரிகள் மற்றும் தள்ளு வண்டிகளில் இந்த இடத்திற்கு வந்து கொண்டிருக்கிறார்களென்ற செய்தி காவல்துறையினருக்குக் கிடைத்தது. வழக்குப்பதிவு செய்வதில் தாமதமானால் நிலைமை இன்னும் மோசமாகி விடக்கூடும்.

நிலைமையைச் சமாளிப்பதற்காக, காவல்துறையினருக்குச் சட்டசபை உறுப்பினரையும் இந்த விஷயத்தில் உட்படுத்தி ஆவணங்களைத் தாக்கல் செய்ய வேண்டியிருந்தது. சட்டசபை உறுப்பினரான அவர் தன்னைப் பின்னர் இதிலிருந்து விடுவித்துக் கொண்டு விடுவாரென்று அவர்கள் கருதினார்கள்.

சட்டசபை உறுப்பினரோ, தான் நிரபராதியானதால் காவல் துறையினரிடம் பேசி, தன்னுடைய பெயரை வழக்கிலிருந்து நீக்க வேண்டுமென்று முதலமைச்சரைத் தொந்தரவு செய்ய ஆரம்பித்தார். முதலமைச்சர் 'சட்டம் அனைவருக்கும் சமம்' என்பதில் உறுதியாக இருந்தார்.

மாறாக நசத்தர் சிங்கை, தைரியமாக நீதிமன்றத்தில் ஆஜராகும்படி ஆலோசனை வழங்க ஆரம்பித்தார். "நீதிமன்றத்தில் ஆஜரானவுடன் பொது மக்களின் கோபம் தணிந்து விடும். பின்னர் உன்னை ஜாமீனில் விடுவித்து உன் பெயரையும் வழக்கிலிருந்து அகற்றி விடுகிறேன்" என்று கூறி அவரைச் சமாதானம் செய்ய முயன்றார்.

முழுத் திட்டத்திலும் ஏதோ மர்ம வாடை வீசியதால் சட்டசபை உறுப்பினரின் கூட்டணி இந்த ஆலோசனைக்கு உட்படவில்லை. நசத்தர் தோல்வியை ஒப்புகொண்டால் கட்சியின் இருப்பே பாதிக்கப்படும் மற்றும் அதன் விளைவு இன்றோ அல்லது நாளையோ ஒவ்வொருவராக அவர்கள் அனைவரையும் பாதிக்கும் என்று அவர்கள் கருதினார்கள்.

தன் கட்சியின் ஆலோசனைப்படி நசத்தர் எதிர்பார்ப்பு ஜாமீனுக்கு விண்ணப்பித்தார். அரசு வழக்கறிஞர் மற்றும் காவல்துறையினர் தீவிர முயற்சிகள் செய்து ஜாமீனை ரத்துச் செய்தனர். எல்லாக் கதவுகளும் அடைக்கப்பட்ட பிறகு சட்டமன்ற உறுப்பினர் காவற்படையின் முன்னிலையில் சரணடைய நிச்சயித்துக் கொண்டார். அவருக்கு ஆதரவாக மக்கள் கோஷங்கள் எழுப்பினர்; ஊர்வலங்கள் எடுத்தனர் மற்றும் காவல் துறையினரின் அநீதியை எதிர்த்துக் கூட்டங்கள் ஏற்பாடு செய்தனர். இறுதியில், மலர் மாலைகள் சாத்தி அவரைக் காவல் நிலையத்தில் விட்டு விட்டனர்.

சிறையினுள் உட்கார்ந்திருந்த சட்டசபை உறுப்பினருக்கு மோசமான செய்திகள் கிடைக்க ஆரம்பித்தன. ‘முதலமைச்சர் மிகவும் கோபத்திலிருக்கிறார். குரு சொல்வதைச் சீடன் கேட்பதில்லை என்று கூறுகிறார்.’ பின்னர், முழு மாநிலத்திலிருந்தும் குரல்கள் எழும்ப ஆரம்பித்தன “அபராதி சட்டமன்ற உறுப்பினர் பதவியிலிருந்து விலக வேண்டும்!” இந்தக் கோரிக்கை முதலில் எதிர்க் கட்சியினரிடமிருந்து மட்டுமே வந்தது. ஆனால், மெதுவாக இவர் கட்சியிலிருந்தும் வெளிவர ஆரம்பித்தது, நசத்தரின் ஆதரவாளர்கள் கோரிக்கை எங்கிருந்து எழும்ப ஆரம்பித்தது என்பதைப்பற்றிய அறிகுறிகளைத் தேடிய பொழுது, அது முதல்வரின் கட்டளைப்படி எழுப்பப்பட்டதென்று கண்டறிந்தனர்.

“தனக்கு எதிராக வழக்குப்பதிவு செய்யப்பட்ட சட்டசபை உறுப்பினர், நான் ஒருவன் மாத்திரம் அல்ல, இன்னும் பலரும் இருக்கிறார்கள். சட்டமன்ற உறுப்பினர் மற்றும் நிர்வாகிகள் பலர் இதே சந்தர்ப்ப சூழ்நிலையில் உள்ளனர். அவர்களில் சிலர் அமைச்சராகவும் இருக்கிறார்கள். நீதி மன்றம் என்னைக் குற்றவாளி என்று அறிவிக்கும்வரை நான் ராஜினாமா செய்ய மாட்டேன்” என்று அந்தத் தர்க்கத்தின் அடிப்படையில் பதவியிலிருந்து விலக மறுத்துவிட்டார் சட்டசபை உறுப்பினர். முதல்வர் இந்தச் சவாலை ஏற்றுக் கொண்டார்.

பல ஆண்டுகள் வரை இழுத்து, பறிக்க வேண்டிய வழக்கு சில மாதங்களிலேயே முடிவு பெற்றது. சட்டமன்ற உறுப்பினர் விடுவிக்கப் படுவாரென்று மக்கள் நம்பினார்கள். அவருக்கு எதிராகச் சான்றளிக்க இரண்டு சாட்சிகள் மட்டுமேயிருந்தன. ஆனால், அவருக்கு அனுகூலமாக நாற்பது பேர் இருந்தனர். அவருடைய ஆதரவாளர்கள் நீதிபதியை அணுகியபொழுது, “நாற்பது பேர் என்ன சொல்கிறார்களென்று நான் கேட்க வேண்டும்” என்று மாத்திரம் கூறினார்.

ஆனால், தீர்ப்பு வழங்கும் நேரத்தில் எந்தப் பாம்பு அவருடைய காதுகளில் என்ன ஓதிற்று என்று யாருக்குத் தெரியும்? வழக்குத் தொடர்ந்தவர்களை ஆதரித்த இரண்டு சாட்சிகளின் சான்றில் அதிக கனம் இருந்ததாக அவருக்குத் தோன்றியது. அவர் துப்பாக்கிதாரிகளுடன் சேர்த்து, சட்டசபை உறுப்பினரையும் குற்றவாளியென்று அறிவித்து விட்டார்.

குற்றவாளியென்ற தீர்ப்பு அறிவிக்கப்பட்டவுடன் அவருடைய கட்சியிலிருந்த மற்றவர்கள் எச்சரிக்கையடைந்தனர். வழக்கின் இழை எங்கிருந்து ஆரம்பித்து எங்கு போய் முடிந்தது என்று எல்லோராலும் காண முடிந்தது. இந்தக் கொலை ஒரு சதித் திட்டத்தின் விளைவாக ஏற்பட்டதென்று பலர் உணர ஆரம்பித்தனர். சிறைச்சாலை செல்லும் நிலை ஏற்பட்டவுடன் சட்டமன்ற உறுப்பினர் ஒன்றாகத் தேநீர் குடிப்பதை விட்டுவிட்டனர் மற்றும் குழுவிலுள்ள மற்றவர்களைப் பற்றிப் பேசுவதையும் நிறுத்திக்கொண்டனர்.

நசத்தர் சிங்கின் அரசியல் நண்பர்கள் அவருக்கு எந்த அளவு ஆதரவாக நின்றனர் என்பதைப்பற்றி மக்கள் கவலைப்படவில்லை. அவரது பகுதியில் வசித்த பெரும்பாலோர் சத்தியத்திற்காகத் தோளோடு தோளிணைந்து நின்றார்கள். வாய்ப்புக் கிடைத்த பொழுதெல்லாம் தங்கள் தலைவரின் ஆதரவில் குரல்களை உறுதியுடன் எழுப்பினார்கள். “சட்டசபை உறுப்பினர் விடுவிக்கபடவில்லையென்றால் இடைத் தேர்தலில் அவரது மனைவியை நிறுத்தி அமோக வெற்றி பெறுவோம்” என்று கோவில்களுக்கும், *குருத்வாராக்களுக்கும்* சென்று சத்தியம் செய்தார்கள்.

மக்களின் உள்ளுணர்வை முதலமைச்சர் உணர ஆரம்பித்தார். அப்படியும் அவர் நசத்தரின் தனிப்பட்ட எதிரி அல்லவே. சட்டமன்ற உறுப்பினரின் குழுவைப் பல பிரிவுகளாகப் பிரித்ததன் மூலம் அவர் தன்னுடைய யோஜனையை நிறைவேற்றிக் கொண்டு விட்டார். இப்பொழுது இடைவெளிகளைக் குறைக்க முற்பட்டார். முதல்வரின் இந்தப் புது திட்டத்தின் கீழ் நசத்தருக்கு ‘வீடு போன்ற’ வசதிகள் வழங்க வேண்டுமென்று சிறை அதிகாரிகள் அறிவுறுத்தப்பட்டனர். சிறை நிர்வாகம் ஏற்கெனவே அத்தகைய ஒரு வாய்ப்பைத் தேடிக்கொண்டிருந்தது.

பல ஆண்டுகளாக மூடிக்கிடந்த பங்களாவை, ஏதாவது ஒரு சாக்கில் கைதிகளுக்குத் திறந்துவிட வேண்டுமென்று, சிறைத் துறையின் மிக உயர்ந்த அதிகாரி சிறைக் கண்காளிப்பாளரைப் பல மாதங்களாக

வற்புறுத்திக் கொண்டிருந்தார். பொது ஆய்வாளரின் பள்ளித் தோழர் மற்றும் நெருங்கிய நண்பருமான துணை ஆய்வாளர் சதீந்தர் குமார், இந்தச் சிறையில் ஒரு கைதியாக இருந்தார். அவர் தனது நண்பருக்கு 'வீடு' போன்ற சூழ்நிலையைக் கொடுக்க விரும்பினார். இது பங்களாவின் கதவுகளைத் திறப்பதன் மூலமே சாத்தியமாகும்.

சில ஆண்டுகளுக்கு முன்பு, சதீந்தர் குமார் மாயா நகரில் வேலையில் இருந்தபொழுது அழகு ராணியான 'மிஸ் இந்தியா', நாதியாவைக் காதலித்தார். நாதியா கருவுற்றிருப்பதைப் பற்றிய செய்தி, பத்திரிக்கைகளில் வெளி வந்த பொழுது பலருடன் சேர்ந்து சதீந்தரும் இரவுகளைத் தூக்கமில்லாமல் கழித்தார். ஒரு பத்திரிக்கை சதீந்தர் குமாரைத் தந்தை என்றும், மற்றொன்று நாதியா கர்ப்பமாவதற்கு ஒரு இளம் மத்தியமந்திரிதான் காரணம் என்றும் அறிவித்தது.

சதீந்தரின் மனைவி ஒரு கல்லூரியில் பேராசிரியராக இருந்தார். அவரது மகள் இளங்கலை பட்டத்திற்காகப் படித்துக் கொண்டிருந்தாள், அவரது மகன் பன்னிரண்டாம் வகுப்பிலிருந்தான். அவர்கள் அனைவரும் தினசரி பத்திரிக்கைகள் படித்தனர். நாதியாவைப் பற்றிய செய்திகள் பத்திரிக்கைகளில் வெளிவந்தவுடன் வீட்டில் பதற்றம் ஏற்பட்டது. அவர்கள் வெளிப்படையாக ஒன்றும் கூறவில்லை என்றாலும் கோபத்தை அவர்களால் ஓரளவுதான் மறைக்க முடிந்தது.

நாதியா அவரிடம், "நீ என் குழந்தையின் தந்தை" என்று கூறிக்கொண்டிருந்தாள். இது பொய் என்று சதீந்தருக்குத் தோன்றியது. ஒவ்வொரு பெண்ணும் தன் விசுவாசத்தை நிரூபிப்பதற்கு இதையே தான் சொல்கிறாள். குழந்தையைக் கருக்கலைப்பு செய்ய வேண்டுமென்று சதீந்தர் விரும்பினார். குழந்தை பிறக்க வேண்டுமென்று நாதியா விரும்பினாள். அவள் திருமணம் செய்து கொள்வதில் ஆர்வம் காட்டவில்லை. ஆனால், குழந்தைக்குத் தந்தையின் பெயர் கிடைக்க வேண்டுமென்று விரும்பினாள்.

மோசமான நாட்கள் தன் முன்னால் ஊசலாடுவதை, சதீந்தரால் பார்க்க முடிந்தது. பிரச்சனை உடனடியாகத் தீர்க்கப் படாவிட்டால் அவரது குடும்பம் சிதைந்து விடும். இந்த எண்ணத்தினால் மிகவும் கவலையடைந்த அவர் இரண்டு கொலையாளிகளைப் பணியமர்த்தி நாதியாவை என்றென்றைக்கும் அமைதியடையச் செய்துவிட்டார். காவல்துறை யிலிருந்த அவரது துணை அதிகாரிகள் கொலையைத் தற்கொலையென்று அறிவித்து வழக்கைத் தள்ளுபடிச் செய்து விட்டனர்.

இது இவ்வாறு வழியிலிருந்து அகற்றப்பட்டவுடன், காவல்துறைத் தலைவர் அமைதியாக, நன்றாகத் தூங்கினார். ஆனால், அந்த இளம் மத்திய அமைச்சர் கவலையடைந்தார். நாதியா அவரது தூக்கத்தில் தோன்றி அவரைப் பரிகாசம் செய்தாள், "நான் உங்களுடையவளாக இருந்தேன். குழந்தையும் உங்களுடையதுதான். இரட்டைக் கொலை நடந்துள்ளது. நீங்கள் இதற்குப் பழி வாங்க வேண்டும்."

கொலை செய்வதற்கு அமர்த்தப்பட்டிருந்த கொலையாளிகள் பிடிக்கப்படும் வரை அமைச்சர் உளவுத்துறை நிறுவனங்களை எச்சரிக்கையோடும், விழிப்போடும் வைத்திருந்தார். கொலையாளிகள் கைது செய்யப்பட்டனர்; பத்திரிக்கையாளர்கள் முன் நிறுத்தப்பட்டனர்; மற்றும் சதி அம்பலப்படுத்தப்பட்டது. இதற்குப் பின்னர்தான் அமைச்சர் ஓரளவு நிம்மதி அடைந்தார்.

அவருடைய வழக்கு விசாரணைக்கு வருவதற்காகக் காத்திருந்த சதீந்தர், இப்பொழுது சிறைச்சாலையின் காற்றைச் சுவாசித்துக் கொண்டிருந்தார். கடந்த மூன்று மாதங்களில் பொது ஆய்வாளர் மூன்று முறை சிறையைப் பார்வையிட வந்தார். 'பி வகுப்பு பகுதியில் இருப்பது அசாதரணமாகத் தோன்றுகிறது' என்கிற ஒரே குறைதான் சதீந்தருக்கு ஒவ்வொரு முறையும் இருந்தது.

பொது ஆய்வாளர் தனது நண்பருக்கு எல்லா வகையிலும் உதவ தயாராகயிருந்தார். ஆனால், மத்திய மந்திரி கண்ணும் கருத்துமாய் இவரைக் கண்காணித்துக் கொண்டிருந்தார். சிறைக்கு வெளியிலோ அல்லது ஏதாவது அதிகாரியின் வீட்டிலோ இரவைக் கழிக்க, சதீந்தரை அழைத்துச் செல்ல முடியவில்லை. எல்லாப் பிரச்சனைகளுக்கும் ஒரே தீர்வு இருந்தது. சிறையிலிருந்த பங்களாவை எப்படியாவது மீண்டும் திறக்க வேண்டும். அதற்குப் பிறகு பங்களாவுக்குள் நடனங்கள் அல்லது இன்ப களியாட்டம்-எது நடந்தாலும் மத்திய அமைச்சரோ, ஏன் சிறை புறக்காவல்காரர்கள் கூடத் தெரிந்து கொள்ள முடியாது.

பங்களாவைத் திறப்பதற்கு ஒரு விண்ணப்பம் அனுப்புமாறு பொது ஆய்வாளர் சிறைக் கண்காணிப்பாளரை இடைவிடாது வற்புறுத்திக் கொண்டே இருந்தார். மற்றதை அவர் கவனித்துக் கொண்டு விடுவதாகச் சொன்னார்.

கண்காணிப்பாளரும் இதையேதான் விரும்பினார். தன் குழந்தைகளுக்குக் கல்வி கற்பிப்பதற்காக அவருக்குத் தினமும் பேராசிரியரைக் காலையிலும் மாலையிலும் சிறைக்கூடத்திலிருந்து

வெளியில் கொண்டு செல்ல வேண்டியிருந்தது. பிற கைதிகள் இதை எதிர்த்தனர். ஒன்றுக்கும் உதவாத தனது மருமகனுக்குப் பயிற்சி அளித்து அவனை ஓரளவு ஆற்றலுடையவனாகச் செய்ததன் மூலம் பேராசிரியர் அவருக்குப் பெரிய உதவியைச் செய்திருந்தார். பிளஸ் டூ தேர்வில் தேர்ச்சி பெற நான்கு ஆண்டுகள் எடுத்துக்கொண்ட பையன், முதல் முயற்சியிலேயே மருத்துவ நுழைவு தேர்வில் தேர்ச்சி பெற்று மருத்துவக் கல்லூரியில் நுழைய அனுமதி பெற்றான். பேராசிரியர் தற்பொழுது கண்காணிப்பாளரின் மகனுக்குக் கல்வி கற்றுக் கொடுத்துக் கொண்டிருந்தார். "பேராசிரியர் சூத்திரங்களை விளக்குவதில் மந்திரவாதி. பல மாதங்களாகப் புரிந்து கொள்ள முடியாதவை, இப்பொழுது நிமிடத்தில் மனதில் புகுந்து விடுகிறது" என்று அவருடைய மகன் கூறினான்.

முதல்கட்ட பரீட்சைகளில் சிறுவன் சிறப்பாக மதிப்பெண்கள் பெற்றிருந்தான். இறுதித் தேர்வு முடிவுகளும் நல்ல பலனைத் தருமென்று கண்காணிப்பாளர் நம்பினார். அதற்குக் கைமாறாகத் தன் நண்பருக்கு அவர் சில சலுகைகள் கொடுத்துக் கொண்டிருந்தார். இதற்கு மற்ற கைதிகள் ஆட்சேபித்தனர்.

பேராசிரியரைப் பங்களாவுக்கு மாற்ற விரும்பினார் அவர். அங்கு சிறைக்கூடமில்லை, பூட்டு இல்லை; *முன்ஷியோ* அல்லது கைதிகளின் தினசரி நடவடிக்கைகள் பற்றிய விவர பட்டியல் அட்டவணையோ இருக்கவில்லை. கைதி எங்கு செல்ல விரும்புகிறாரோ, எப்பொழுது செல்ல விரும்புகிறாரோ அப்பொழுது செல்லலாம்.

சிறை அதிகாரிகள் இந்த வாய்ப்பை முழுமையாகப் பயன்படுத்திக் கொண்டனர். பங்களா திறக்கப்பட வேண்டுமென்ற பரிந்துரையுடன் மற்றொரு ஆலோசனையும் மேற்பார்வையாளர் அனுப்பினார், "பங்களா ஒரு மலைபோல் மிக பிரம்மாண்டமானது. அதில் ஒரே ஒரு கைதியை வைத்திருப்பது தனியறை சிறைத் தண்டனை போலாகும் மற்றும் சிறை விதிகளுக்குப் புறம்பாகும். சட்டசபை உறுப்பினருடன் வேறு சில கைதிகளையும் அங்கு வைத்திருக்க அனுமதி கோரப்படுகிறது."

மேல் அதிகாரிகள் உடனே இந்த ஆலோசனையை ஏற்றுக் கொண்டனர். சட்டமன்ற உறுப்பினருடன் சேர்ந்து சதீந்தர் குமார் மற்றும் பேராசிரியரும் மகிழ்ச்சிகரமான வாழ்க்கை நடத்தத் தொடங்கினர். லாப் சிங்கின் ஆசிர்வாதத்தினால் பாலாவும் இந்த மகிழ்ச்சியில் பங்கேற்பாளரானான். "ஒரு காலத்தில் ஜெய்பிரகாஷ் நாராயண் அந்தப்

பங்களாவில் இருந்தார்" என்று சிலர் கூறினர், சிலர் சந்திரசேகரைக் குறிப்பிட்டனர். ஆனால், இதற்கு முன்பு யார் இங்கு சிறையில் அடைக்கப்பட்டிருந்தார்கள் என்பதைப் பற்றி, பாலா கவலைப்படவில்லை. வெறும் ஒரு தொழிலாளியாக இருந்தபோதிலும் அவன் இப்பொழுது இந்தப் பங்களாவில் வசிக்கிறான் என்பதில் பெருமிதம் கொண்டான்.

அத்தியாயம் 13

பாலாவுக்கும் மீதாவுக்கும் இவ்வாறான கடுமையான தண்டனையை நீதிமன்றம் வழங்குமென்பது சமிதி எதிர்ப்பார்க்காத ஒன்று. காவல்துறையினரின் சாட்சிகளை அவர்களுக்கு எதிராக மாற்றி, தற்காப்புக்காகப் பல புகழ்பெற்ற சாட்சிகளையும் வழங்கியதினால் அவர்கள் நிரபராதி என்று நிரூபிக்கும் நோக்கத்தைச் சமிதி நிறைவேற்றி விட்டார்களென்று நினைத்தார்கள். ஆனால், நீதிமன்றம் அவர்களின் வேண்டுகோள்களுக்குச் செவி சாய்க்கவில்லை. அரசுதரப்பு சான்றாளர்களின் சாட்சிகளை ஏற்றுக் கொண்டு பாலாவும், மீதாவும் கொலை குற்றவாளிகளென்று அறிவித்து ஆயுள் தண்டனை அளித்து விட்டது.

பாலாவும் மீதாவும் சில அற்ப குற்றங்கள் செய்தார்களென்பதும், அவர்கள் குற்றப் பின்னணி உடையவர்களென்பதும் எல்லோரும் அறிந்ததே. பதினைந்து நாட்களுக்கொருமுறை அவர்களைக் காவல் நிலையத்தில் பார்க்க முடிந்தது. ஆனால், இப்பொழுது அவர்கள் சீர்திருத்தப்பட்டு ஜேப்படிக்கொள்ளை மற்றும் திருட்டுக்குப் பதிலாகத் தங்கள் பிழைப்பிற்காகக் கடுமையாக உழைக்க ஆரம்பித்திருந்தார்கள்.

பிரபல சமுதாயப் பணியாளரின் பேரன் கடத்தப் பட்டான். குறிப்பு தாமதமாகக் கிடைத்ததால் மீட்கும் தொகையைச் சரியான நேரத்தில் செலுத்த முடியவில்லை. அதிருப்தி அடைந்த கடத்தல்காரர்கள், சிறுவன் பன்டியைக் கொன்று, அவனது உடலைக் கால்நடை மருத்துவமனையின் வளாகத்தில் வீசி எறிந்தனர்.

முதலமைச்சர் அந்த நகரத்தைச் சேர்ந்தவரானதால் அந்தத் தொடர்பின் அடிப்படையில் கொலையாளிகளை உடனே பிடிக்குமாறு குடிமக்கள் அவரை வற்புறுத்தினர். உணர்ச்சிவசப்பட்ட முதலமைச்சர் பன்டியின் இறுதிச் சடங்குகள் முடிவடைவதற்குள் கொலையாளிகள் பிடிக்கப்படுவார்களென்று அறிவித்தார். பதற்றமடைந்த காவல்துறையினர் முந்தைய குற்றவாளிகள் அனைவருடைய கோப்புக்களையும் திறந்தனர். சந்தேகத்திற்குட்பட்ட ஒவ்வொரு நபரும் பிடிக்கப்பட்டு அடிக்கப்பட்டனர். அடியிலிருந்து தப்பித்துக்கொள்ள பாலாவும் மீதாவும் தானாகவே வந்து சரணடைந்தனர். மதிக்கப்பட்ட மக்களால் அவர்கள் கொண்டு வரப்பட்டதால் உடல் ரீதியான வேதனைகளிலிருந்து அவர்கள் தப்பினார்கள்.

அந்த இருண்ட காலகட்டத்தில் பாபா குரிதத் *சிங்* உட்பட சமிதியின் பல ஆர்வலர்கள் சிறைச்சாலைக் காற்றைச் சுவாசிக்க நேரிட்டது. அவர்கள் அனைவரும் பாலா மற்றும் மீதாவைக் காவல் நிலையத்தில் அமர்ந்திருப்பதைப் பார்த்தனர்.

ஈமச்சடங்குகள் முடியும் நாள் நெருங்கிக் கொண்டிருக்க, வெற்றி கைக்கு எட்டாமல் இருந்த நிலையில் காவல்துறையினர் தங்களைக் காப்பாற்றிக்கொள்ள ஒரு சுலபமான வழியைத் தேடினர். அவர்கள், பாலாவுக்கும் மீதாவுக்கும் தீவிரவாதிகளின் சீருடைகளை அணிவித்து நகரத்திற்கு வெளியே கொண்டு சென்று காவல் துறையினருடன் மோதலில் கைது செய்யப்பட்டதாக அறிமுகப்படுத்தி வைத்தனர். அவர்கள் கைது செய்யப்பட்ட நேரத்தில் குர்மீத் *சிங்* பொது வக்கீலாக இருந்தார். மீதாவை நேர்மையின் பாதையில் கொண்டு வருவதில் முக்கியப் பங்கு மேற்கொண்டிருந்தார். ஜீவன் ஆததி அவருடைய நண்பர். ஜீவனின் கடையில் தினசரிக் கூலி வேலை பார்த்தவனின் மகன் பாலா. ஜீவனின் பரிந்துறையின் பேரில் குர்மீத் மீதாவையும் காவல்நிலையத்திற்கு அழைத்து வந்திருந்தார்.

வேலை நிமித்தம் குர்மீத் நிலையத்திற்கு வந்த பொழுதெல்லாம் அவர்களைச் சந்தித்தார். மற்றும் விசாரணை முடிந்ததும் அவர்கள் விடுவிக்கப்பட வேண்டுமென்று தொடர்ந்து பரிந்துரைத்தார். சந்தேகத்துக்குரியவர்களின் எண்ணிக்கை அதிகமாக இருந்ததால் காவல் துறையினரின் பொறுப்பு மிகவும் அதிகமாகி விட்டிருந்தது. பாலாவும் மீதாவும் பழைய அபராதிகளானதால் காவல்துறையினர் எப்படி வேலை செய்தார்கள் என்று அவர்கள் அறிந்திருந்தனர். அவர்களுடைய விடுதலை தாமதமாகிக் கொண்டே போயிற்று.

பாலாவும் மீதாவும் பயங்கரமான தீவிரவாதிகளென்று முத்திரை யடிக்கப்பட்ட பொழுது குர்மீத் அவர்களுக்கு எதிராக ஆஜராகும்படி கேட்டுக் கொள்ளப்பட்டார். அவரால் இந்த அநீதியைப் பொறுத்துக் கொள்ள முடியவில்லை. தனது உத்தியோகபூர்வ சீருடையை அரசாங்கத்திடம் ஒப்படைத்து விட்டு அப்பாவிகளின் பக்கத்தில் சேர முடிவு செய்தார்.

குர்மீத்தின் தன்னூக்கம் பாபா குரிதத் *சிங்* மற்றும் அவரது தலைமையில் பணிபுரிந்த அனைவரையும் ஊக்குவித்தது. ஒப்புமையுடைய எண்ணம் கொண்ட மக்கள் அனைவரும் 'மக்கள் போராட்ட சமிதி' என்ற பெயரில் ஒன்று கூடினர். நிரபராதிகளை விடுவிக்கச் சமிதி நீண்ட

போராட்டத்தை நடத்தியது. ஆனால், முயற்சிகளில் வெற்றி பெற அதனால் முடியவில்லை. எனினும் தோல்வியை ஒப்புக்கொண்டு சாந்தமாக வீட்டில் உட்காரக் கூடியவர்களில்லை அவர்கள்.

போராட்டத்தைத் துரிதப்படுத்த என்ன உத்திகளைப் பயன்படுத்த வேண்டுமென்று விவாதிக்க ஒரு தனிப்பட்ட கூட்டம் கூட்டப்பட்டது.

“குர்மீத் சிங், உன்னுடைய அரசாங்க அமைப்பு நிஜமாகவே விசித்திரமானது! தவறான சாட்சிகளின் அறிக்கைகளை உண்மையென ஏற்றுக்கொண்டு, நீதிபதி இரண்டு அப்பாவிகளைக் குற்றவாளியென அறிவித்தார்! காவல் துறையினரின் சட்டவிரோதச் செயலுக்கு அதிகாரப்பூர்வ ஒப்புதல் முத்திரை வழங்கப் பட்டுள்ளது. இனிக் காவல் துறையும் அமைதியடைந்து விடும். காவல் நிலையத்திலோ அல்லது நீதி மன்றத்திலோ கால் கூட வைக்காமலே விடுவிக்கப் பட்ட உண்மையான அபராதிகளின் பக்கம் திரும்பிப் பார்க்கக்கூட இனி அவர்களுக்கு அவசியமிருக்காது.”

குறிப்பிட்ட நேரத்திற்கு முன்பே கூட்டத்திற்கு வந்திருந்த குர்மீத் சிங்குடன் சட்ட அமைப்பிலுள்ள தவறான குறைபாடுகளைப் பற்றி ஆலோசனை செய்து கொண்டிருந்தார் பாபா.

“இந்த விஷயத்தின் மறுபக்கத்தைப் பார்த்தால் அது இதேயளவு அதிர்ச்சியூட்டுவதாக இருக்கிறது. வழக்குச் சந்தேகத்திற்கு அப்பாற்பட்டு நிரூபிக்கபடவில்லையென்று கூறி, குற்றவாளிகள் அடிக்கடி விடுவிக்கப் படுகிறார்கள். பின்னர் காவல்துறையினர் மேலும் எதுவும் செய்ய வேண்டாமென்று மீண்டும் ஓய்வமைதியுடன் உட்கார்ந்து விடுகிறார்கள். வேதனையில் ஆழ்ந்த பாதிக்கப்பட்டவரின் உறவினர் ‘எங்களுடைய மனிதர் கொல்லப்பட்டுள்ளார். இவர்கள் கொலையாளிகளில்லையென்றால் பின்னர் யார்? யார் அவர்களைக் கைது செய்வார்?’ என்று கேட்கிறார்கள். காது கேளாமல் ஊமையாக நிற்கும் நம்முடைய சட்டம் அவர்களுக்கு ஒரு பதிலும் சொல்லாது.”

குர்மீத்தின் விமர்சனத்தைக் கேட்ட பாபாவின் கவலை அதிகரித்தது.

“ஆகவே, சாமானிய மக்கள் இந்தச் சட்ட அமைப்பிலிருந்து நியாயம் கிடைக்குமென்று எதிர்பார்க்கவே கூடாதென்று பொருளா!”

“நீங்கள் அப்படிச் சொல்லலாம்.”

“ஒடுக்கு முறையின் அனைத்து வரம்புகளையும் கடந்த பிறகுதான் மக்கள் நீதி மன்றங்களின் கதவுகளைத் தட்டுகிறார்கள். இப்பொழுது மக்களின் நம்பிக்கையின் இந்தக் கடைசிச் சுடரும் மங்கலாகிவிட்டதென்று தோன்றுகிறது. பாபாஜி நீங்கள்தான் ஏதாவது செய்ய வேண்டும்.”

அடுத்து ஷாமு பேசினார். அவர், ஏதாவது என்ன எது வேண்டுமானாலும் செய்ய ஆர்வமாயிருந்தார். “பாலாவையும் மீதாவையும் விடுவிப்பதன் மூலம் பிரச்சனை தீர்ந்து விடாது. நம்முடைய போராட்டத்தின் வரம்பை நாம் விரிவு படுத்த வேண்டும்.”

புரட்சிகர முன்னணியின் ராஜீந்தர் பிரச்சனையின் மூலத்தை அறிந்திருந்தார். அவர் தன் திறமையைக் காட்ட ஆரம்பித்தார்.

“நீங்கள் அனைவரும் சொல்வது சரிதான். கவலைப்படத் தேவையில்லை. நாம் சரியான பாதையில் செல்கிறோம். பாலா மற்றும் மீதாவுக்காகப் போராடுவதன் மூலம் சட்ட அமைப்பின் மக்கள்-விரோத அம்சத்தை வெளிச்சத்திற்குக் கொண்டு வருகிறோம். இந்தச் சட்டமைப்பு முறைக்கு எதிராகப் போராடுவதன் மூலம் நாம் உண்மையில் அரசாங்கத்திற்கு எதிராகப் போராடுகிறோம். வாய்ப்பு வரும்பொழுது சரியான நடவடிக்கைகள் எடுக்கப்படும். தற்பொழுது நாம் எந்தப் பிரச்சனையைத் தீர்க்கக் கூடியிருக்கிறோமோ அதைப்பற்றி மாத்திரமே சிந்திக்க வேண்டும்.”

அனைத்து நிர்வாகிகளும் வந்த பிறகு, பாபா அன்றைய நிகழ்ச்சி நிரல் பக்கம் பேச்சைத் திருப்பினார்.

“பாலாவும் மீதாவும் தண்டிக்கப்பட்ட பிறகு மக்கள் மற்றும் சமிதியின் ஆதரவாளர்களின் மன உறுதி குறைந்து விட்டது. அவர்களின் உற்சாகத்தை மீண்டும் புதுப்பிக்க ஜாமீன் செயல்முறையைப் பயன்படுத்த வேண்டும்” என்று ராஜீந்தர் கருத்து தெரிவித்தார்.

ஜாமீன் விண்ணப்பம் அவ்வளவு விரைவில் அங்கீரிக்கப்படும் என்று குர்மீத்திற்குத் தோன்றவில்லை. அது எந்தக் காரணங்களினால் நிராகரிக்கப் படலாமென்று கணக்கிடத் தொடங்கினார்.

“காவல்துறையினர் இதை ஒரு ‘பயங்கரவாத’ சம்பவம் என்று கூறி விளம்பர படுத்தியுள்ளனர். இந்த நடவடிக்கையும் ‘பயங்கரவாத’ நடவடிக்கையென்று வாதாடலாம். பாலாவும் மீதாவும் தீவிரவாதிகளல்ல. இது நீதிபதிக்குத் தெரியும். இந்த ஒரே காரணத்தினால்தான் அச்சமின்றி

அவர்களுக்குத் தண்டனை வழங்கினார். செய்தித் தாள்கள் மற்றும் அரசாங்கம் இரண்டும் நீதிபதியின் தைரியத்தைப் புகழ்ந்து பாடினர். மற்ற அனைத்து நீதிபதிகளும் அவர்களின் பாதையைப் பின்பற்றுவார்களென்று நம்பினார்கள். பாலா மற்றும் மீதாவின் ஜாமீன் விண்ணப்பத்திற்கு உடனடியாக ஒப்புதல் அளிப்பதன் மூலம் நீதிபதிகளின் மன உறுதியைக் குறைக்கும் ஆபத்தான காரியத்தை உயர்நீதிமன்றம் செய்யாது.

இந்தச் சம்பவத்தில் ஒரு அப்பாவி குழந்தை கொல்லப்பட்டுள்ளது. கொலைக் குற்றம் சாட்டப்பட்ட கொலைகாரர்களுக்கு நிவாரணமளிக்க நீதிமன்றம் தயங்கும். இதைத் தவிர பாலா மற்றும் மீதாவின் பின்னணியும் அவர்கள் ஜாமீன் பெற தடங்கலாக இருக்கும். பல சதாப்தங்களுக்கு முன்னாலிருந்த பழைய கோப்புகள், கல்லறைகளிலிருந்து தோண்டி எடுக்கப்படும். நீதி மன்றத்தில் வழக்கைத் தொடர்ந்துள்ள இளைஞர் சங்கம் மற்றும் அரசாங்கம் இதன் செயல்பாட்டில் நிச்சயம் தலையிடும்.''

வக்கீல்களின் வாதங்களில் தகுதியிருந்தது. ஜாமீனுக்கு விண்ணப்பிக்கும் கருத்து நிராகரிக்கப் பட்டது.

''இந்த முடிவுக்கு எதிராக நாம் மேல்முறையீடு செய்யலாம். அது பத்து ஆண்டுகளுக்குப் பிறகு விசாரணைக்கு வரும். அதுவரை நாம் மடியின் மேல் கைகளை மடித்து வைத்துக் கொண்டு, ஒன்றும் செய்யாமல், பேசாமல் இங்கு உட்கார்ந்திருக்க வேண்டுமா? ஸங்கர்ஷ் சமிதி கலைக்கப்பட வேண்டுமா? போராட்டம் குறைக்கபட வேண்டுமா?''

போராட்டத்தின் வேகம் குறைந்து விடுமென்ற கவலையிலிருந்தார் ராஜீந்தர். அவர் தனது அச்சத்தை வெளிப்படையாகத் தெரிவித்தார்.

கூட்டம் தொடங்குவதற்கு முன்பு பாபா மற்றும் குர்மீத் சிங்கிற்கிடையில் உரையாடல் நடந்தது. அந்தச் சமயத்திலிருந்து ஒரு புதுக் கருத்து பாபாவின் மனதில் மீண்டும் மீண்டும் எழும்பிக் கொண்டேயிருந்தது. சமிதி ஒரு பெரிய தவறு செய்து விட்டதாக பாபாவுக்குத் தோன்றியது; இதுவரை அவர்கள் ஒரு-பட்ச போர் தொடுத்துக் கொண்டிருந்தார்கள். பாலா மற்றும் மீதா நிரபராதி என்று நிரூபிப்பதற்கான போர். பன்டியின் கொலையாளிகள் வேறு யாரோ என்று சமிதிக்குத் தெரியும். பாலா மற்றும் மீதா மீது குற்றத்தைத் திணித்ததன் மூலம் காவல்துறையினர் தங்கள் கடமையிலிருந்து விலகி விட்டனர். இந்த வேலையைச் சமிதி செய்திருக்க வேண்டும்.

கொலையாளிகளைத் துரத்திச் சென்று கண்டு பிடித்துப் பொது மக்கள் மற்றும் நீதிமன்றத்தின் முன் கொண்டு வந்து நிறுத்தியிருக்க வேண்டும்.

பிழையைத் திருத்துவதற்கு இன்னும் நேரம் இருந்தது; நிலைமையை இப்பொழுதும் காப்பாற்ற முடியும். இந்த முடிவை நோக்கி முயற்சிகள் இந்நாள் முதலே ஆரம்பிக்க வேண்டும். இதைச் செய்வதன் மூலம் ஒரே சமயத்தில் சமிதியின் ஆதரவாளர் வட்டம் அதிரிகரிப்பதுடன், காவல்துறை மற்றும் நீதித்துறையின் ஊழலும் அம்பலமாகும்.

போராட்டத்திற்காகப் பாபா பரிந்துரைத்த இந்தப் புதிய பாதை உடனடியாக ஏற்கப்பட்டது. வழக்கறிஞர் பியாரேலால் மற்றொரு ஆலோசனை வழங்கினார். "உண்மையான கொலையாளிகளின் தடயங்கள் எதுவும் கிடைக்காத வரை பாலா மற்றும் மீதாவுக்கு எதிராகச் சான்றளித்த சாட்சிகளுக்கு ஆலோசனை அளித்து, அவர்களின் பிழையை அவர்களுக்கு உணர்த்த வேண்டும். அவர்கள் ஒப்புக்கொண்டால் அவர்களுடைய உண்மையான அறிக்கைகள் சத்தியப் பிரமாணத்திற்குப் பிறகு பதிவு செய்யப்பட வேண்டும். புதிய உண்மைகளின் அடிப்படையில், புதிய முறையில் புலனாய்வு செய்யக் காவல்துறையினரைக் கட்டாயப்படுத்த வேண்டும். அவர்களை விடுதலை செய்ய நீதிமன்றமும் வற்புறுத்தப்பட வேண்டும்."

இந்த ஆலோசனையும் நல்லதாகவும் செயல்படுத்தக்கதாகவும் தோன்றியது.

இந்த வழக்கினால் மக்களிடையே ஏற்பட்டுள்ள விழிப்புணர்வையும் பரப்பரப்பையும் நடைமுறையில் அப்பொழுது இருந்த நிலையில் அப்படியே வைத்திருக்க விரும்பினார் மேக்ராஜ். சட்டத்தின் தாடையில் சிக்கிக் கொண்டுள்ள பாலா, மீதா போன்ற எண்ணற்றவர்களுக்கு ஏதாவது செய்ய வேண்டும்.

'ஒருவேளை, ஆனால்' என்ற பதிலுக்கெல்லாம் இடமேயிருக்க வில்லை. முடிவு உடனடியாக எடுக்கப்பட்டது. "நாளை முதல் சமிதி புது வழக்குகளை எடுத்துக்கொள்ளும்."

கூட்டத்தின் முடிவில் பாபா அறிவித்தார், "பாலாவுக்கும் மீதாவுக்கும் இழைக்கப்பட்ட அநீதியை எதிர்த்து நம்முடைய கோபத்தைத் தெரிவிக்கும் வகையில் நாளை ஒரு பெரிய எதிர்ப்பு ஆர்ப்பாட்டம் இருக்கும். சட்டப் பகுதிகளின் துருபிடித்த நிலை பற்றியும் அது

மக்களுக்கு எதிரானதென்பதைப் பற்றியும் மக்களுக்கு விழிப்புணர்வு ஏற்படுத்தப்படும். அரசாங்கத்திற்கு எதிரான போராட்டத்தின் ஆரம்பத்தைப் பற்றி ஒரு அறிவிப்பு கொடுக்கப்படும். இன்று சமிதி எடுத்த புதிய முடிவுகள் பற்றி மக்கள் அறிவிக்கப்படுவார்கள்."

உற்சாகமுற்ற ஆதரவாளர்கள் வரவிருக்கும் பணிக்குத் தயாராக உடனே எழுந்து நின்றார்கள்.

அத்தியாயம் 14

இந்தச் சிறைக்கூடத்தில் மீதாவின் இது பதினைந்தாம் நாள். *சிங்களின் தடுப்பணைகளிலோ அல்லது ஜாதேதாரின் கலங்களிலோ நுழைய அவனுக்கு அனுமதியிருக்கவில்லை. அவன் சமையலறையில் தூங்க உத்தரவிடப்பட்டிருந்தான்.*

குழந்தைப் பருவத்திலிருந்து மீதா முற்றிலும் தனியாக இருந்தான். சிறைச்சாலை அவனுக்கு, வெளியுலகில் இருந்த ஒரு வீடு போலிருந்தது. குறிப்பாகச் சொல்லப்போனால் சிறைச் சாலை பற்றியோ, ஏன், தனியாக இருப்பது பற்றியோ கூட அவன் பயப்படவில்லை. மீதாவின் தொழிலே அப்படிப்பட்டது! ஆந்தைகள் போல் இரவில் விழித்திருப்பது அவனுக்குப் பழக்கமாயிருந்தது. ஆனால், இந்தக் கலத்திற்கு வந்ததிலிருந்து சூரியன் உதித்த பிறகே அவன் விழித்தெழுந்தான்.

அன்றிரவு அவன் *சிங்-*களுக்காகத் தயாரிக்கப்பட்ட தனிப்பட்ட குங்குமப்பூ கலந்த பாலைக் குடிக்க மறந்து போயிருந்தான். அதனால் தான் அவன் நள்ளிரவில் விழித்துக் கொண்டான் போலும்.

சிறைச்சாலை அமைதியாக வெறிச்சோடிக் கிடந்தது. சோர்வுற்ற கைதிகள் அனைவரும் ஆழ்ந்த தூக்கத்திலிருந்தார்கள். சிறைச்சாலைக்குள் சுவர்கோழிகளின் குறுவொலிகளும், குள்ளநரிகளின் ஓலமும் கேட்டிருக்க வேண்டும். ஆனால், இசையின் ஒலியுடன் மற்றும் வேறு சில சத்தங்களும் கேட்டன. இந்த ஒலிகள் அவனைப் பயத்தாலும் பதற்றத்தாலும் நிரப்பி விட்டன.

மீதா பல ஆண்டுகளாகத் திருடனாக இருந்தான். பல வீடுகளை உடைத்துக்கொண்டு நுழைந்திருக்கிறான். கத்தி மற்றும் உளி ஒலிகளை அன்றாட சத்தங்களால் எப்படி மறைப்பதென்று அவனுக்குத் தெரியும். மீதாவின் அனுபவம் இதே போன்று ஏதோ ஒன்று நடப்பதாக அவனுக்கு உணர்த்தியது.

இந்தத் துளையிடுதல் எங்கே நடக்கிறது, யார் இதைச் செய்கிறார்கள்? இத்தகைய சில கேள்விகள் அவன் மனதில் எழுந்தன. இந்தக் கலத்திற்கு வந்ததிலிருந்து இத்தகைய விசித்திரமான சந்தேகங்கள் அவனை ஆக்கிரமித்துக் கொண்டிருந்தன.

கடந்த சில ஆண்டுகளாகக் கடத்தல், கொள்ளை மற்றும் கொலை சம்பவங்கள் அதிகரித்துக் கொண்டிருந்தன. இந்தக் குற்றங்கள் *சிங்-*களால் செய்யப்படுகிறது என்று அனைவருக்கும் தெரியும். அவர்களின்

நம்பிக்கையும், துணிச்சலும் ஒரு உயர் மட்டத்தில் இருந்தது. அவர்கள் நூற்றுக்கணக்கானவர்களை, ஒரே அடியில் மரணத்தின் பாதையில் அனுப்பி விடுவார்கள். காவல்துறையினர் அவர்களைப் பிடிக்க மாட்டார்கள்; நீதி மன்றங்கள் அவர்களைத் தண்டிக்காது. அவர்களுக்கு ஆயுதத்திற்கோ அல்லது பணத்திற்கோ பற்றாக்குறை இருக்கவில்லை.

முரட்டுதனமான மற்றும் மிகவும் ஆபத்தான குற்றவாளிகளுடன் மீதா தொடர்பு கொண்டிருக்கிறான். ஆனால், அவர்களில் ஒருவர் கூட, *சிங்* -களைப்போல் அத்தனை துணிச்சல்காரர்களாக இருக்கவில்லை.

இந்தச் *சிங்*-கள் யார்? அவர்கள் எங்கிருந்து ஆயுதங்களைப் பெற்றார்கள்? அப்பாவிகளை அவர்கள் ஏன் கொன்றார்கள்? குற்றங்கள் செய்தபின் எங்கே ஒளிந்து கொள்கிறார்கள்? மீதாவை விடுங்கள், இதற்கெல்லாம் பதில் யாருக்கும் தெரியாது. *சிங்* -களில் ஒருவரைப் பார்த்து அவருடன் நீண்ட உரையாடல் மேற்கொள்ள மிகவும் ஆசைப்பட்டான் மீதா. ஆனால், பல முயற்சிகளுக்குப் பிறகும் அவனால் ஒருவரைக்கூடச் சந்திக்கமுடியவில்லை. மேலும், சிறைக்கூடத்தில் சிறைப்படுத்தப்பட்ட ஒரு *சிங்*காவது அவன் கற்பனையில் வரைந்து பார்த்த படத்துடன் பொருந்தவில்லை. இவர்களனைவரும் அமைதியாகவும், நாள் முழுவதும் மதப்பாடல்களைப் பாடிக்கொண்டும் பொழுதைக் கழித்தனர்.

சிறைக்கூடத்திலிருந்த ஒன்பது சிங்களில் நான்கு பேர்கள் பல்வேறு *ஜாதேபந்தி*யின் தலைவர்கள். ஒவ்வொரு *ஜாதேதாரின்* பேரிலும் ஏராளமான வழக்குகள் பதிவு செய்யப்பட்டிருந்தன.

ஜைலா சிபாஹிதான் கூடுதலான வெறித்தனமான கருத்துக்கள் கொண்டவரென்று அரசாங்கம் நினைத்தது. அவரது *ஜாதேபந்திகள்* அந்த மாநிலத்திலிருந்த அனைத்து இந்துக்களையும் அழித்துவிடும் சவாலை ஏற்றுக் கொண்டிருந்தார்கள். அதற்காக அவர்கள் ரயில் பெட்டிகளைத் துப்பாக்கியால் சுட்டார்கள் அல்லது இந்துக்களைப் பேருந்துகளிலிருந்து வெளியில் இழுத்துக் கொன்றார்கள். மற்ற வழக்குகளுடன், ஜைலாவின் பேரில், ஆறு பேர்களிருந்த மத்திய ரிசர்வ் போலீஸ் படையின் வண்டியைக் கொளுத்தி அவர்களைக் கொன்றதாகப் பழி சுமத்தபட்டிருந்தது.

சுகே ஜெர்னேலின் *ஜாதேபந்தி* நட்பு நாடுகளுடன் தொடர்பு ஏற்படுத்திக் கொண்டு அவர்களிடமிருந்து ஆயுதங்களைப் பெற்றுக் கொண்டது; ஆயுதங்கள் வாங்குவதற்காக வங்கிகளைக் கொள்ளையடித்தது; இளைஞர்களை *ஜாதேபந்தியில்* அங்கத்தினர்களாகச்

சேர்த்துக் கொண்டு அவர்களைப் பயிற்சி முகாம்களுக்கு அனுப்பி வைத்தது. குறிப்பிட்ட ஒரு மாவட்ட காவல்துறை, அவர்களிடமிருந்து ஏ.கே. 47 துப்பாக்கிகளை மீட்டெடுத்ததாகச் சவால் விட்டது. இன்னொன்று அவர்களிடம் ஆர்.டி.எக்ஸ். வெடிப்பொருள்கள் இருந்ததாகவும், மேலும் மற்றொன்று, பதுக்கி வைக்கப்பட்டிருந்த வெளிநாட்டுக் கைத்துப்பாக்கிகளைக் கண்டெடுத்ததாகவும் அறிவித்தன.

வணிகர்கள், மருத்துவர்கள் மற்றும் வழக்கறிஞர்களைக் கடத்திச் சென்று, அவர்களிடமிருந்து மாபெரும் பணம் மீட்புத் தொகையாகப் பிடுங்குவதில் தானேவாலியாவின் ஜாதேபந்தி வல்லவர்கள். இந்த வழக்குகள் அவர்களின் மீது பதிவு செய்யப்பட்டிருந்தன.

மித்தேயின் ஜாதேபந்தி, எதிர்க்கும் குரல்களை அடக்குவதில் நிபுணர்கள். காவல் துறை அதிகாரிகளையும், போலி என் கவுன்டர்களில் சிங்களைக் கொன்ற காவல் நிலைய அதிகாரிகளையும் மித்தே கொன்றிருந்தார். காவல் துறையினரின் பரிந்துரையாளர்களான இரண்டு நீதிபதிகளை அவர், நெரிசலான வழக்கு மன்ற அறையில் தோட்டாக்களால் துளைத்து விட்டார். சிங்களைத் தண்டிக்கக் காத்திருந்த ஒரு அமர்வு நீதிபதி தனது எழுதுகோல் பயனற்றுப் போய்விட்டதை உணர்ந்தார். ஒரு மத்திய மந்திரியின் மருமகனைக் கொலை செய்வதற்காக ஜாதேபந்தி திட்டமிட்ட பொழுது, முழு மாநிலத்தின் காவல் படை, மித்தேவைத் துரத்திச் சென்று அவரைக் கம்பிகளுக்குப் பின்னால் அடைத்த பிறகே நிம்மதி மூச்சு விட்டது.

பல ஆண்டுகள் சிறையில் கழித்த போதிலும் ஜாதேதார்கள், அவரவர் ஜாதேபந்திகளின் தலைவர்களாக நிலைத்திருந்தனர். அவர்களுக்கு எதிராக எந்தவொரு வழக்கும் நிலுவையில் இல்லாத மாவட்டம் எதுவும் அந்த மாநிலத்தில் இருக்கவில்லை. வாரத்தில் ஆறு நாட்கள் அவர்கள் பல்வேறு வழக்கு விசாரணைகளில் கலந்து கொள்ள வெளியே சென்றார்கள். புலனாய்வு அமைப்புகள் அவர்களைக் கூர்ந்து கவனித்துக் கொண்டே பின்தொடர்ந்தார்கள்- அப்படியிருந்தும் தங்கள் ஆதரவாளர்களைச் சந்தித்து அவர்கள் தகவல்களைப் பரிமாறிக் கொண்டனர். நடக்கவிருக்கும் குற்றங்களைப் பற்றிச் சிங்களுக்கு இருந்த அளவு தகவல்கள் புலனாய்வு அமைப்புகளுக்கு இருக்கவில்லை.

சிறைச்சாலைக்கு வெளியே ஜாதேபந்திகள் அவர்களின் தலைவர்களின் கட்டளைகளை நிறைவேற்றும் பணியில் ஈடுபடுத்தப் பட்டனர். உள்ளே ஜாதேதார்கள் சுகேவைத் தங்கள் தலைவராகக் கருதினர். ஒரு குறிப்பிட்ட விஷயத்தில் ஒருமித்த கருத்தை எட்ட

முடியவில்லை என்றால் அவருடைய வார்த்தையே முடிவானதாகக் கருதப்பட்டது.

சிங்-கள் கொடூரமானவர்களென்று அரசாங்கம் கருதியது. மீதாவுக்கு, செயல்களிலும் நடத்தைகளிலும் அவர்கள் மென்மையானவர்களாகத் தென்பட்டனர். *ஜாதேபந்தியில்* ஒருவரின் அந்தஸ்து எவ்வளவு உயரத்திலிருந்ததோ அவ்வளவே தூய்மையாக அவரது பண்புமிருந்தது. அரசாங்கம் உண்மையைச் சொல்கிறதா அல்லது அவனது சொந்த கண்களா? மீதாவால் இந்தப் புதிரைத் தீர்க்க முடியவில்லை.

நான்கு *ஜாதேதார்களும்* ஒரே மாதிரித் தெரிந்தனர். அவர்களில் சுகா யார், ஜைலா யார் என்று மீதாவுக்குத் தெரியவில்லை. அவன் அவர்களை எப்படி அடையாளம் கண்டு கொள்வான்? நாள் முழுவதும் வழக்கு விசாரணைக்காக அவர்கள் வெளியிலிருந்தார்கள். திரும்பியவுடன் உடனடியாகத் தங்கள் கலத்துக்குள் பதுங்கிக் கொண்டனர்.

சிங்-கள் தங்கியிருந்த கலங்கள் எண்ணிக்கையில் ஆறு இருந்தன. வெளியில் மூன்றடி தாழ்வாரம் இருந்தது. அதன் ஒரு முனை மூடப்பட்டு, மறுமுனை சிறைக்கூடத்தின் முக்கிய தாழ்வாரத்துடன் இணைக்கப்பட்டிருந்தது. இரண்டு தாழ்வாரங்களுக்குமிடையில் ஒரு பெரிய இரும்பு வாயிற்கதவு இருந்தது. அது பெரும்பாலான நேரம் மூடப்பட்டிருந்தது. இந்தக் கதவு கலத்திலிருந்த கைதிகளை மற்ற சாதாரண கைதிகளிடமிருந்து பிரித்தது.

இந்தக் கலங்கள் உண்மையில் கட்டுப்படுத்த முடியாத கைதிகளை வைப்பதற்காகக் கட்டப்பட்டிருந்தன. ஆனால், *சிங்*-கள் கலத்திற்குள் வந்ததிலிருந்து இவை அதற்காகப் பயன்படுத்தப்படவில்லை. முடிந்தவரை ஒருசில *ஜாதேதார்கள்* மாத்திரம் அந்தக் கலங்களில் தங்க அனுமதிக்கப்பட வேண்டுமென்று *சிங்க*-ள் சிறை அதிகாரிகளை வற்புறுத்தினர். கொஞ்சம் முணுமுணுப்புகளுக்குப் பிறகு *தரோகா* அவர்களின் கோரிக்கைகளுக்கு ஒப்புக் கொண்டார்.

ஜாதேதார்கள் அந்தக் கலங்களில் தண்டனைக்காக வைக்கப்படவில்லை. எனவே, அவர்களின் கலங்கள் பூட்டப்படாமலிருந்தன.. அவர்களுக்குத் தாழ்வாரத்தில் உலாவுவதற்கும் ஒருவர் கலத்திலிருந்து மற்றொருவர் கலத்திற்குச் செல்வதற்கும் சுதந்திரமிருந்தது. அவர்களின் மதச்சார்பை மனதில் கொண்டு *குர்பானியைக்* கேட்க நீதிமன்றம் அனுமதி அளித்திருந்தது. அங்கே கலங்களில் ஒளி விளக்குகளிருந்தன. ஆனால், *பிளக் சாக்கெட்* இல்லை. அதனால் *சிங்*-களின் *டேப் ரெகார்டர்கள்*

மற்றும் குர்பானி கேசட்டுகள், பயனற்றுச் சுற்றிலும் இறைந்து கிடந்தன. மின்சார கம்பிகளுக்குத் தாங்களே ஏற்பாடு செய்து கொள்வதாகக்கூறி, கலங்களில் மின்சார சாக்கெட் வழங்கப்பட வேண்டுமென்று அவர்கள் கோரினார்கள். பிளக்ஸ் வழங்கப்பட வேண்டுமென்று நீதிமன்றம் உத்தரவுகள் பிறப்பித்தது. விரைவில் கலங்களிலிருந்து மெல்லிசை பாடல்கள் எதிரொலிக்க, அங்கு ஒரு புனித சூழ்நிலை உருவாகியது.

வெளியில் இருள் சூழ்ந்திருக்கும் போதே தங்கள் காலைக் கடன்களை முடித்துக் கொள்வதற்காகச் *சிங்*-கள் எழுந்து விடுவார்கள். சமையலறை அந்தக் கலத்திலிருந்து தொலைவில் அமைந்திருந்ததால் அங்கிருந்த கலங்களில் ஒன்று லங்காரிக்குக் கொடுக்கப்பட்டிருந்தது, மற்றது தாற்காலிக சமையலறையாக மாறியது. நாள் முழுவதும் *லங்காரி ஜாதேதார்*களின் மத்தியில் தங்கியிருந்ததால் அவனுக்கு யார் தானேவாலியா, யார் மித்தா என்று நிச்சயமாகத் தெரிந்திருக்கும். ஆனால், லங்காரியிடம் விசாரித்த பொழுது அவன் எருமை மாட்டைப் போல் தலையசைத்தான். "ஜாதேதார்கள் ஒருவருக்கொருவர் பெயர் சொல்லி உரையாடுவதில்லை" அவன் உண்மையைச் சொன்னானா? மீதாவுக்கு உறுதியாகத் தெரியவில்லை.

ஜாதேதார்களின் பின்னணி நிலையைப் பற்றியும் லங்காரி ஒன்றும் வெளிப்படுத்தவில்லை. ஆனால், தன்னைப்பற்றிப் பேசும் பொழுது அவன் எதையும் மறைக்கவில்லை.

கொலை வழக்கில் குற்றம் சாற்றப்படுமுன்பு மாயாநகரில் ஒரு மூன்றாம் விகித விடுதியில் லங்காரி சமையல்காரனாக இருந்தான். சமையலறையில் வேலையில்லாதபொழுது பணியாளரின் பணிகளை மேற்கொண்டான். விடுதியின் முக்கிய வருமானம் அங்கு அடிக்கடி காதல் சுகத்தின் இன்பத்தில் ஈடுபடுவதற்காக வந்த தம்பதிகளிடமிருந்து வந்தது. உரிமையாளர் கட்டணங்களை வேண்டுமென்றே குறைவாக வைத்திருந்தார். ஆனால், சோடா, மது மற்றும் சிற்றுண்டி வகைகள் இதை ஈடு செய்துவிடும். உரிமையாளருக்கும் வாடிக்கையாளர்களுக்கு மிடையே கட்டண விஷயத்தில் அடிக்கடி சண்டை உண்டாகும். விவேகமான வாடிக்கையாளர் நிலைமையை ஏற்றுக் கொள்வார். ஆனால், சில முட்டாள்கள் வன்முறையில் இறங்கி விடுவார்கள். விடுதியில் நடந்த நடவடிக்கைகளைப் பற்றிக் காவல்துறையினர் அறிந்திருந்தனர். ஆனால், அவர்கள் உரிமையாளருடன் கூட்டிணைந்திருந்தனர். சண்டை, சச்சரவு ஒருபோதும் வாடிக்கையாளருக்கு நன்மை விளைவித்ததில்லை; ஏனென்றால், கடமை வழுவாத காவல்துறையினர் எப்பொழுதும்

உரிமையாளரை ஆதரித்தார்கள். தேவைப்பட்டால், பணியாளர்களுக்கு வாடிக்கையாளருடன் நியாயப்படுத்திப் பேச வேண்டியிருந்தது அல்லது அவ்வப்பொழுது வன்முறையில் இறங்கவும் வேண்டியிருந்தது.

சிறிது அதிகமாகப் போட்டுக்கொண்ட பிறகு, உரிமையாளர் தம்பதிகளின் இன்பத்தைக் கெடுத்துவிட்டு, அந்தப் பெண்களை வலுக்கட்டாயமாக ஆக்கிரமித்துக் கொள்வார். சில வாடிக்கையாளர் விட்டு விடுவார்கள். ஏனென்றால் சண்டை ஏற்பட்டால் காவல்துறையினர் உள்ளே வருவார்கள், அப்படி அவர்கள் வந்தார்களேயானால் தங்களுடைய நற்பெயர் நாசமாகுமென்று அவர்கள் அறிந்திருந்தார்கள்.

ஓர் இரவு, உரிமையாளர் சண்டையிட்ட பொழுது அது எல்லை மீறியது. வாடிக்கையாளர் கெஞ்சினார், “இந்தப் பெண் ஒரு தொழில் முறை துணைவி அல்ல. எனக்கு நிச்சயதார்த்தமான பெண்.” இதற்கு உரிமையாளர் பதிலளித்தார், “இங்கே வந்து பிடிப்பட்ட எல்லா மனிதர்களும் இதையேதான் சொல்கிறார்கள்.”

அந்தப் பெண், தன்னைப் பாதுகாத்துக் கொள்ளும் முயற்சியில், ஒரு குடத்தை எடுத்தாள், அதால் உரிமையாளரின் தோளைத் தாக்கினாள். அவளுடைய தோழன் அவரை அடக்கிக் கட்டுபாட்டிற்குள் கொண்டு வந்த பொழுது, விஷயம் அறிந்த பணியாளர்கள், தங்கள் முதலாளியை விடுவிப்பதற்காகக் கழி மற்றும் கம்புகள் தாங்கிக் கொண்டு வந்தனர். வாடிக்கையாளர், தன்னைத் தற்காத்துக் கொள்வதற்காகப் பின்னோக்கி சுவர் பக்கம் சென்ற பொழுது தடை-வேலியில் தடுக்கித் தரையில் விழுந்தார். வீழ்ச்சியின் அந்தக் கணத்திலேயே அவரது கழுத்து முறிந்தது. அவருடைய வருங்கால மனைவியின் அறிக்கையின் அடிப்படையில் வழக்குப்பதிவு செய்யப்பட்டது.

உரிமையாளரின் அறிவுறுத்தலின் பேரில் செயல்பட்ட காவல் துறையினர் மொத்தப் பழியையும் *லங்காரி*யின் மீது போட்டனர். அதே சமயம் உரிமையாளர், தன் செல்வாக்கைப்பற்றித் தம்பட்டமடித்து அவன் அவரை நம்புமாறு செய்தார்.

“உனக்காக ஒரு பெரிய வழக்கறிஞரை நியமிக்கிறேன். சாட்சிகளை அவர்களுக்கு விரோதமாக மாறச்செய்து அவர்களின் அறிக்கைகளைத் திரும்பப் பெறச் செய்கிறேன். ஒரு மாதத்திற்குள் நான் உன்னை விடுவிப்பேன்.” விசுவாசத்தில் திளைத்த *லங்காரி* குற்றத்தை ஒப்புக்கொண்டான்.

அவனுடைய ஆவணங்கள் நீதிமன்றத்தில் ஆஜர்படுத்தப் பட்டவுடன் விடுதியின் உரிமையாளர் அவனைக் கைகழுவி விட்டார். ஒரு வழக்கறிஞரை நியமிப்பதும், சாட்சிகளுக்காகப் பணம் செலவழிப்பதும் இருக்கட்டும், அதற்குப் பிறகு அவனைச் சந்திக்கக்கூட அவர் வரவில்லை.

இருப்பினும் நேபாளச் சமூகம் அவனைப் பாதுகாக்க முயற்சி செய்தது. பல நேபாளர்கள் அதிகாரிகளின் இல்லங்களில் உதவியாளர்களாக வேலை புரிந்தனர். அவர்கள் அதிகாரிகளின் மனைவிகளிடம் நல்லத்தனமாகப் பேசித் தங்கள் கணவர்களை *லங்காரி*யின் சார்பில் நீதிபதியிடம் சிபாரிசு செய்ய வேண்டினர். பிரச்சனை கவலைக்குரியதாக இருந்தது மற்றும் கொலைக் குற்றம் சாட்டப்பட்டவரை வாய்மொழி பரிந்துறைகளால் மட்டும் விடுவிக்க முடியாது. ஆனாலும் நீதிபதி சில சலுகைகளை வழங்கினார். கொலைக் குற்றச்சாட்டை நிராகரித்த அவர், கடுமையான காயத்தை ஏற்படுத்திய குற்றவாளியெனத் தீர்ப்பளித்து, அந்தச் சிறிய குற்றத்திற்காக ஏழு ஆண்டுகள் சிறைத் தண்டனை விதித்தார்.

ஒரு *லங்காரி*யாயிருந்தது இந்த நேபாளனுக்கு மிகவும் பயனுள்ளதாக இருந்தது. நன்றாகச் சமைப்பவருக்குச் சிறைச்சாலையில் எப்பொழுதும் அதிக தேவை இருந்தது. கைதிகள் அவனைத் தங்கள் பணியாளராகப் பெற, கோரிக்கைகள் அனுப்பத் தொடங்கினர். சிறைச்சாலையின் அமைச்சர் வரை பரிந்துரைகள் சென்றன. கைதிகள் நல வாரிய உறுப்பினர்கள் தனிப்பட்ட முறையில் சிறைக்கு விஜயம் செய்தனர்.

*சிங்*கள் ஏலக்கோரிக்கைகளில் வெற்றி பெற்றனர். உத்தரவுகள் பிறப்பிக்கப்பட்டவுடன் வேண்டுகோள்களும் பரிந்துரைகளும் நின்றன. *லங்காரி* அந்தக் குறிப்பிட்ட கலத்தின் பகுதிக்குள் நுழைந்தான். இப்பொழுது இரண்டு வருடங்களாகச் *சிங்*-களுக்காக *லங்கர்* தயாரித்து வந்தான்.

அவன் ஏற்கெனவே சிறிதளவு பஞ்சாபி மொழி அறிந்திருந்தான். எஞ்சியதை அவர்களிடமிருந்து கற்றுக் கொண்டான். அவன் இன்னும் தாடி மற்றும் மீசை வைத்துக் கொள்ளவில்லை. ஆனால், தலைமுடியை நீளமாக வளர விட்டிருந்தான். *சிங்*-களிடம் கடமைப் பட்டிருந்ததாலும், அவர்களின் செல்வாக்கின் விளைவினாலும் அவர்களின் *அம்ரித்*தை அருந்தி முழு அளவில் '*சிங்*' காக முந்தைய ஆண்டு மாறியிருந்தான்

அவன். இனி அவன் *லங்காரி* இல்லை, இப்பொழுது அவன் ரஞ்சித் சிங்.

சிறைக்குள் சிறைச்சாலை அமைச்சரை விடச் *சிங்*-கள் அதிக செல்வாக்குள்ளவர்களாகத் திகழ்ந்தனர் என்று *லங்காரி* பெருமைப்பட்டுக் கொள்வதை ஜீரணிக்க மீதாவுக்குக் கடினமாக இருந்தது. இருப்பினும் உண்மையில் அதுதான் நிஜம். அதனால்தான் இந்தக் குறிப்பிட்ட அடைப்பில் நியதி, கட்டுப்பாடு எதுவும் நடைமுறையில் இருக்கவில்லை. காலையிலும் மாலையிலும் ஆஜரானவர்களின் எண்ணிக்கை எடுக்கப்பட வில்லை மற்றும் அந்தச் சிறைக்கூடம் பூட்டப்படவுமில்லை. அந்தக் கலத்தின் புறக்காவலர் ஒரு *சிங்*-காக இருந்ததைப்போலவே ஆய்வு செய்யும் பணியாளரும் ஒரு *சிங்.*

வாராந்திர வருகைகள் தந்த தரோகா வெறும் சம்பிரதாயத்தை நிறைவேற்றினார். அவர் கலத்தின் வாயிலில் நின்று கொண்டு *சிங்* களிடம் எப்படி இருக்கிறீர்களென்று விசாரிப்பார். அவர்களின் புகார்கள் மற்றும் பிரச்சனைகளைக் கேட்டுக்கொண்டு அவற்றிற்கான தீர்வுகள் அளிப்பதாக உறுதியளித்து அவர் வழியே சென்று விடுவார்.

சிறை அதிகாரிகளின் மீது *சிங்*-களுக்கு இருந்த செல்வாக்கு, கேட்பதற்கு அவ்வளவு எளிதாக இருந்ததைப்போல் அவ்வளவு சுலபமாக ஏற்படவில்லை. அதை அடைவதற்கு அவர்களுக்கு அரும்பாடு பட வேண்டியிருந்தது.

ஆரம்பத்தில் ஒன்று அல்லது இரண்டு *சிங்* மட்டுமே பிடிபட்டனர். அவர்கள் முதல் நம்பர் எதிரியாகக் கருதப்பட்டுக் கண்டிப்புடன் நடத்தப்பட்டனர். கைவிலங்கிடப்பட்டு, சங்கலியால் பிணைக்கப்பட்டு வளாகங்களுக்குப் பதிலாகக் கலங்களில் பட்டினியாகவும் தாகத்துடனும் வைக்கப்பட்டனர். இரவில் தூங்கவும் அவர்களுக்கு அனுமதியிருக்கவில்லை.

சிறையில் *சிங்*-கின் எண்ணிக்கை அதிகரிக்க ஆரம்பித்த அதே விகிதத்தில் அதிகாரிகளின் கஷ்டங்களும் அதிகரித்தன. வெவ்வேறு தடுப்பணைகளிலிருந்த அவர்கள் எல்லோரும் வெளியில் எடுக்கப்பட்டு ஓரிடத்திற்குக் கொண்டு வரப்பட்டனர். வெளியிலும், கூரைகளிலும் ஆயுதம் தாங்கிய காவலர்கள் நிறுத்தி வைக்கப்பட்டனர்.

இந்தத் தினசரி அநீதிகளால் மனமுடைந்த *சிங்* ஒரு தீர்மானத்திற்கு வந்தனர். 'நாம் வீர மரணத்திற்குத் தயாராக வேண்டும். ஏதாவது ஒரு

சாக்கில் சிறை அதிகாரிகளுடன் சண்டை போட்டு அவர்களுக்கு ஒரு பாடம் கற்பிக்க வேண்டும்.'

*குருபர்வா*வுக்கு ஒரு வாரத்திற்கு முன்பு அவர்கள் ஒரு கோரிக்கையை முன்வைத்தனர். "இந்த ஆண்டு *குருபர்வா*வைச் சிறையின் *குருத்வாரா*வில் கொண்டாடுவோம்." இந்தக் கோரிக்கை சிறைக் கண்காணிப்பாளருக்கு ஏற்கப்படுவதாகயில்லை. சுமார் அரை கிலோ மீட்டரளவு இடம் சிங்-கின் வளாகத்தைச் சிறை *குருத்வாரா*விலிருந்து பிரித்தது. அந்த வழிப்பாடு தலத்திற்குச் சாதாரணக் கைதிகளும் வருகை தருவார்களென்று எதிபார்க்கப்பட்டது. அவர்களும் சிங்-களும் அங்கு ஒருங்கிணைவது ஆபத்தாக இருக்கும்.

சிங் அவர்களுக்கு உறுதியளித்தனர், "*குருபர்வா*வின் சமயத்தில் நாங்கள் எந்தப் பிரச்சனையும் ஏற்படுத்த மாட்டோம், தப்பிக்கவும் முயற்சி செய்யமாட்டோம்." ஆனால், இந்த உறுதிமொழி செவிடன் காதில் ஊதின சங்கு போலாயிற்று. இரவு முழுவதும் அந்த வளாகத்திலிருந்து முழக்கங்கள் எதிரொலித்தன. காலையில் கண்டன விரதம் தொடங்கப்பட்டது.

கவலைகொண்ட *தரோகா* இந்த விஷயத்தைக் காவல்துறைத் தலைவரின் கவனத்திற்குக் கொண்டு வந்தார். ஒரு இறந்த பாம்பைக் கழுத்தில் மாட்டிக்கொள்ள அவர் தயாராகவில்லை. ஒவ்வொரு சிங்கின் பேரிலும் சுமார் இருபது வழக்குகள் பதிவு செய்யப்பட்டிருந்தன. வழக்கு விசாரணைகள் விரைவாக முடிக்கப்பட்டு ஒவ்வொரு வழக்கிலும் அவர்கள் குற்றவாளிகளல்ல என்று அறிவிக்கப்பட்டாலும் அவர்களுக்குப் பதினைந்து வருடங்கள் சிறையில் அழுக வேண்டியிருக்கும். '*சிங்* தங்களைச் சிங்கங்களென்று குறிப்பிடுகிறார்கள். எலிகளைப்போல் கூண்டில் அடைந்து கிடப்பதை அவர்களால் ஏற்றுக் கொள்ள முடியாது. எதிரியை நம்பக்கூடாது மற்றும் அவர்கள் தப்பிக்க ஒரு வாய்ப்புக் கொடுக்கக் கூடாது.' இந்தப் பிரச்சனையில் *தரோகா*வின் கருத்துடன் காவல்துறை தலைவர் ஒத்துப்போனார்.

*குருத்வாரா*வில் *குருபர்வா* கொண்டாடப்படும் செய்தி கோப்புகளிலிருந்து தப்பி மாநிலம் முழுவதும் பரவியது. மாநிலத்தின் மற்ற சிறைகளில் வைக்கப்பட்டிருந்த *சிங்*கும் உண்ணாவிரதத்தில் இறங்கினர். கைதிகளின் மத உரிமைகளைக் கட்டுப் படுத்தும் சட்டத்தை மனித உரிமைக் குழுக்கள் கடுமையாகக் கண்டனம் செய்தன. சில சீக்கிய *ஜாதேபந்தி* ஒரு கருப்பு தின எதிர்ப்புப் போராட்டத்திற்கு அழைப்பு

விடுத்தனர். உள்ளூரப் புகைந்து கொண்டிருக்கும் அனற்கொழுந்துகள் சேதம் விளைவிக்கக்கூடிய பெரும் கிளர்ச்சியாக மாறி வெடிப்பதைத் தடுக்க வேண்டும் மற்றும் நிலைமையைக் கட்டுப்படுத்தும் நடுத்தர பாதையைக் கண்டுபிடிக்க முயற்சிகள் செய்ய வேண்டுமென்றும் புலனாய்வு அமைப்புகள் அரசாங்கத்தை எச்சரித்தன.

ஒவ்வொருவரும் தனியாகச் செல்ல வேண்டும் மற்றும் செல்லும் பொழுது கைவிலங்கு பூட்டப்படும் என்ற நிபந்தனையுடன் சிங்குக்குக் *குருத்வாரா* செல்ல அனுமதி வழங்கப்பட்டது. இந்த நிபந்தனை சிங்கிற்கு ஏற்றுக் கொள்ளப்படுவதாக இல்லை. இறுதியில் முதலமைச்சரின் தலையீட்டால் பிரச்சனை தீர்க்கப்பட்டது.

சாதாரணக் கைதிகள் வளாகத்தில் அடைக்கப்பட்டனர். மூடப்பட்ட வேன்களில் *சிங் குருத்வாரா*வுக்குக் கொண்டு செல்லப்பட்டுத் திரும்பினர். அப்பொழுது சிறைச்சாலை உள்ளேயும் வெளியிலும் மத்திய ஆயுத காவல் ரோந்து பணி நிலைநாட்டப்பட்டு, பாதுகாப்பு நடவடிக்கைகள் இறுக்கப்பட்டன. *சிங்*-குக்கு முன்னால் அரசாங்கம் தலைகுனிய வேண்டியிருந்தது. இந்தச் செயலால் அதன் நற்பெயர் பாதிக்கப்பட்டது.

தரோகா திறமையற்றவரென்று முத்திரையடிக்கப்பட்டு இடமாற்றம் செய்யப்பட்டார். சிங்கின் முக்கியத்துவம் மேலோங்கியது. புதிய *தரோகா*வுக்கு ஓய்வு பெறுவதற்கு ஒரு வருடம் இருந்தது. எஞ்சிய வேலை நாட்களை நிம்மதியாகக் கழிக்க விரும்பிய அவர் *சிங்*கிற்குச் சலுகை மேல் சலுகை வழங்கினார். வெளியில் இடமாற்றல் செய்யப்பட்ட *தரோகா*, சிறைக்குள் ஒரு உலர்ந்த பால் பொடி குவளையைக்கூட நுழைய அனுமதிக்க மாட்டார். புதிய ஆள் இந்தக் கெடுபிடியைத் தளர்த்தினார். முதலில் சிறைக் கிடங்கில் கிடைக்காத பொருள்கள் உள்ளே கொண்டு வர அனுமதிக்கப்பட்டன. பின்னர் பிரஸாதத்துக்காக *ஹல்வா* சமைக்க வேண்டிய நெய், முந்திரி மற்றும் பாதாம் கொண்டு வரப்பட்டது. பின்னர் கோதுமை மாவு, கடலை மாவுக்கு அனுமதியளிக்கப்பட்டது. இதற்கடுத்து பழங்கள், பானங்கள் மற்றும் பதனம் செய்யப்பட்ட பொருள்கள் பின்தொடர்ந்தன. ஓராண்டு மின்னி மறைந்தது. இவ்வளவு விரைவில் *தரோகா* ஓய்வு பெற வேண்டிய நேரம் வந்து விட்டதென்று ஒருவரும் உணரவில்லை.

இப்பொழுது அவருக்குப் பதிலாக வந்திருந்த *தரோகா*, முன்பிருந்த பணி நிமித்தத்தின் பொழுது நிகழ்ந்த சம்பவத்தினால் இரண்டு ஆண்டுகள் தாற்காலிக பணி நீக்கம் செய்யப்பட்டிருந்தார். பெரும் முயற்சிகள் மேற்கொண்ட பிறகு இடைநீக்கம் ரத்துச் செய்யப்பட்டு

இப்பொழுது மீண்டும் வேலையில் சேர்ந்திருந்தார். அவர் முன்னர் இடுகையிடப்பட்ட சிறையில், பல லாரிகள் நிரம்பக்கூடிய மண்ணைத் தோண்டி எடுத்து, எட்டு அடி ஆழமும் முப்பது அடி நீளமும் கொண்ட சுரங்கப் பாதையை *சிங்* அமைத்திருந்தனர். ஆனால், அவர்கள் ஒரு தவறு செய்து விட்டிருந்தனர். சிறைச்சாலையின் வெளிப்புறச்சுவரின் அடித்தளம் தரையில் பதினைந்து அடி கீழே அமைக்கப்பட்டுள்ளதென்று அவர்களுக்குத் தெரியவில்லை. அவர்களின் நம்பிக்கைகள் சிதைந்தன. பாடுபட்டு உழைத்துத் தோண்டிய சுரங்கத்தை அவர்களுக்கு மூட வேண்டியிருந்தது. இத்தனைக்குப் பிறகும் இந்த முட்டாள் தரோகாவுக்கு அதைப்பற்றிய சிறு அறிகுறியுமிருக்கவில்லை.

ஒரு பழமொழியின்படி, சூடான பாலில் சூடுபட்டவர், குளிர்ந்த மோரைக்கூட எச்சரிக்கையுடன் உறிஞ்சினார். முந்தைய இடுகையில் தோண்டுவதற்கான கருவிகள், நெய் மற்றும் கோதுமை மாவு சாக்கு பைகளில் சிறையினுள் கொண்டு வரப்பட்டன. அதனால் வளாகத்திற்குள் கொண்டு வரப்படும் பொருள்களை அவர் வரையறைப்படுத்த விரும்பினார்.

சிறைக் காவலரிலிருந்து பிரதிநிதிவரை அனைவரும் அவர் சொல்வதை எதிர்த்தனர். வளாகங்களில் அடைக்கப்பட்டிருந்த *சிங்* மிகவும் ஆபத்தானவர்கள் என்றும் தங்கள் கடமைகளை மிகவும் சிரமப்பட்டு நிறைவேற்ற முடிந்ததால் உயிருடன் இருக்கும் ஒவ்வொரு தினத்தையும் தங்களுடைய வெற்றியாகக் கணக்கிட்டுக் கொண்டிருந்தார்கள் என்றும் கூறினார்கள். சிங்-குடன் சண்டை சச்சரவில் ஈடுபட்டுத் தங்கள் உயிருக்கு ஆபத்தை ஏற்படுத்திக் கொள்ள அவர்கள் விரும்பவில்லை.

இவர்களின் எதிர்ப்பு, மற்ற பிரச்சனைகளில் வேரூன்றியிருப்பதை தரோகா புரிந்து கொண்டார். சிங்-குக்குப் பக்தர்களின் பஞ்சமிருக்கவில்லை. டேராக்களிலிருந்தும், குருத்வாராக்களிலிருந்தும் வேன் மற்றும் டெம்போக்களில் உணவுப் பொருள்கள் நிரப்பப்பட்டு அவர்களுக்காக வந்தன. இவை *சிங்-கால்* மட்டுமல்லாமல் சிறை அதிகாரிகளாலும் சுவைக்கப்பட்டன. ஆரம்பத்தில் எஞ்சியவற்றை மாத்திரம் சிறை ஊழியர்கள் எடுத்துக் கொண்டார்கள். பின்னர் பொருள்கள் சிறைக்கு வந்தவுடனேயே விநியோக செயல்முறை தொடங்கியது. முன்னர் கீழ்நிலை ஊழியர்கள் மட்டும் பொருட்களை வாங்கிக் கொண்டார்கள். பிறகு உயர் மட்டத்திலிருந்தவர்களுக்கும் இதன் சுவை தெரிய வர, நெய், முந்திரி மற்றும் பாதாம் நிறைந்த டின்கள் மேல்வரை செல்ல ஆரம்பித்தன.

ஊழியர்கள் இந்த வசதியை இழக்க விரும்பவில்லை. ஆனால், ஏற்பாடுகள் சீராகத் தொடர்வதற்குப் பணியிலிருந்த ஊழியர்களின் முழுமையான ஒத்துழைப்பு வேண்டியிருந்தது. தன் உணர்ச்சிகளை முடக்கிக் கொண்ட தரோகா, தனது நியதிகளில் சில திருத்தங்களைச் செய்தார்.

"இனிமேல் செலவாகும் அளவு பொருள்கள் மாத்திரம் சிறைக்குள் கொண்டுவரப்படும். உள்ளே வரும் தீக்குச்சி அடங்கிய பெட்டிக்கூடத் தரோகாவின் முன்னிலையில் சோதனை செய்யப்படும்."

அதிருப்தி அடைந்த ஊழியர்கள் சிங்கைக் கிளறினர், "எந்த நிமிடத்திலும் வளாகம் சோதனை செய்யப்படலாம். உங்களுடைய வளாகம்கூட மாற்றப்படலாம்." *சிங்* கவலைப்பட ஆரம்பித்தனர். இது நடந்தால் ஆண்டு முழுவதும் அவர்கள் மேற்கொண்ட முயற்சிகளனைத்தும் வீணாகி விடும் மற்றும் விரைவில் விடுவிக்கப்படும் நம்பிக்கையும் சிதைந்துவிடும்.

வளாகத்தின் சோதனைகள் தடுக்கப்பட வேண்டும். வளாகத்தில் எந்த மாற்றமும் இருக்க கூடாது - ஆனால், இதை எவ்வாறு நிறுத்துவது? இந்தச் சிக்கலைத் தீர்ப்பதற்கான கலந்துரையாடல்கள் ஜாதேதார்களிடையே பல நாட்கள் வரை நீடித்தன.

அடுத்த வாரம் தரோகா அங்கு வருகை தந்த பொழுது *சிங்* அவரை அச்சுறுத்தினர், "உள்ளே வரும் ரேஷன்களைச் சோதனை செய்தல் எங்களுக்கு ஏற்கக்கூடியது அல்ல. நாங்கள் இதை அவமதிப்பாகக் கருதுகிறோம். உடனடியாக இதை நிறுத்துங்கள் அல்லது பின்விளைவுகளுக்குத் தயாராகுங்கள்."

ஆனால், தரோகா அதிக மனஉறுதி பெற்றிருந்தார். அவர்களின் மிரட்டல்களை வெறுமனே ஒரு காதால் கேட்டு மற்றொன்றின் வழியாக வெளியேற்றினார்.

அவரது அடுத்த வருகையின் பொழுது ஜாதேதார் தானே அவரைத் தூண்டி விட்டார், "வெளியிலிருக்கும் சிங்-குக்கு நாங்கள் *ஹுகும்நாமா* அனுப்புகிறோம். உங்களுடைய நடத்தையைச் சரி செய்து கொள்ளுங்கள், இல்லாவிட்டால் நீங்கள் கொலை செய்யப்படுவீர்கள்." இந்த வருகைக்கு மூன்று நாட்களுக்குப் பிறகு நினைத்துப் பார்க்க முடியாதது நடந்தது.

நீதி மன்றத்திற்குச் செல்லும் வழியில் இரண்டு *சிங்* கொல்லப்பட்டு, உடனுக்குடன் தியாகிகளென்று குறிப்பிடப்பட்டனர். இதைச்

செய்தித்தாள்கள் இவ்வாறு தெரிவித்தன: 'இயற்கையின் அழைப்பிற்கேற்ப தங்களுடைய பாரத்தை வெளியேற்றும் சாக்கில் வடிகால் அருகே ஒரு பாலத்தில் வேனை நிறுத்துமாறு *சிங்* கேட்டுக் கொண்டனர். அவர்கள் காவலர்களைத் தங்கள் கை விலங்குகளால் மீண்டும் மீண்டும் குத்தி காயப்படுத்தினர். பின்னர் தப்பி ஓடுவதற்காக அருகில் நிறுத்தப்பட்டிருந்த ஜீப்பில் ஏறினர். ஆனால், எச்சரிக்கையுடனிருந்த காவல் துறையினர் அவர்களது திட்டம் வெற்றி பெறாது தடுத்து விட்டனர். காவல் துறையினருக்கும் ஜீப்பிலிருந்த சிங்-குக்கும் இடையே இரண்டு மணி நேர துப்பாக்கிச் சண்டைக்குப் பிறகு தப்பித்த *சிங்* கொல்லப் பட்டனர். மற்றவர்கள் ஓடி விட்டனர்.'

உண்மையில், கொல்லப்பட்ட இரண்டு சிங்கும் சிறைக்கு வெளியிலிருந்த சிங்-குக்கு *ஹுகம்நாமா* எடுத்துச் சென்றிருந்தனர். இதைப்பற்றித் *தரோகா*விற்கு எப்படியோ தெரிந்துவிட்டது. அதனால்தான் *என்கவுண்டர்* நடத்தியிருக்கிறாரென்று *ஜாதேதார்* சந்தேகித்தனர்.

சிங் தங்களுடைய விருந்துக்கு ஏற்பாடு செய்வதற்கு முன்னர் தலைமை தளபதி பழி வாங்கி விட்டார். வெளியிலிருந்த *சிங்*, நீதிமன்ற அறையில் தோட்டாக்கள் பொழிந்து, வழக்கு விசாரணைக்காக வந்திருந்த நான்கு *சிங்*கை விடுவிப்பதில் வெற்றியடைந்தனர். இதுதான் மெய்யான என்கவுன்டர். வித்தியாசம் என்னவென்றால் இச்சம்பவத்தில் கைதிகளுக்குப் பதிலாகக் காவல் பணியாளர் கொல்லப்பட்டனர்.

சிங் தப்பித்த உடனே *தரோகா*வின் இல்லத்தில் இருள் சூழ்ந்தது. *என்கவுண்டரின்* இரண்டு மணி நேரத்திற்குள் அவரது தொலைபேசி ஒலிக்கத் தொடங்கியது: "*தரோகா*வும் அவரது குடும்பத்தினரும் இந்த உலகத்திலிருந்து கிளம்பத் தயாராக வேண்டும்."

இது நிராகரிக்கபட வேண்டிய சாதாரண விஷயமல்ல. இத்தகைய அச்சுறுத்தல்களை லேசாக எடுத்துக் கொள்ளக் கூடாது. எனவே, *தரோகா* இதைப்பற்றி உயர் அதிகாரிகளிடம் பேசினார். பதவியிலிருந்தவர்கள் இவருடைய நலனைக்கருதி, இவரை எச்சரிக்கையுடன் இருக்கச் சொல்லி, *சிங்*கிடம் மன்னிப்பு கோரிச் சண்டையை நிறுத்துவதற்கான வழி வகுக்கச் சொன்னார்கள். செல்வாக்குமிக்க அதிகாரிகள், அவருடைய வீட்டிற்கு மேம்பட்ட பாதுகாப்பு மற்றும் அவரது மெய்காப்பாளராகக் கூடுதல் துப்பாக்கிதாரிகளை அனுப்பி வைக்கவும் பரிந்துரைத்தார்கள்.

எந்தவொரு ஆலோசனையும் கண்காணிப்பளருக்கு ஒத்துகொள்ள தக்கதாக இல்லை. அவர் ஒரு ராஜ்புத். மன்னிப்பு கேட்பது அவரது

இயல்பில் இல்லை. அவர் இறக்கத் தயாராக இருந்தார். ஆனால், தோல்வியில் தலை வணங்க விரும்பவில்லை. அந்த அச்சுறுத்தல் வெறும் வெற்று அச்சுறுத்தல் அல்ல. அது எந்த நேரத்திலும் யதார்த்தமாக மாறக்கூடும் மற்றும் மேம்பட்ட பாதுகாப்பு கிடைத்தாலும் அதைத் தடுக்கமுடியாது.

தரோகாவின் உறவினர்கள் ஒரு பரிகாரத்தைப் பரிந்துரைத்தனர். “பாருங்கள், உங்கள் மீது பிரச்சனை வந்திறங்கி விட்டது. உதவிக்கு அரசாங்கத்தையோ அல்லது அதிகாரிகளையோ நாடுவது பயனற்றது. அரசு உங்களுக்குப் போலி உத்தரவாதங்களைத் தவிர வேறொன்றும் கொடுக்காது. பேசாமல் குடும்பத்துடன் கனடாவுக்குக் குடிபெயர்ந்து விடுங்கள். இது உங்களுக்கு நல்லது. கனாடாவில் நிறைய உறவினர்கள் உள்ளனர். உடனடியாக உதவிக்கு வருவார்கள். நிலைமை எப்பொழுதும் ஒரே மாதிரியாக இருக்காது. தற்பொழுது இங்கு தீவிரவாத நிலை மோசமடைந்து வருகிறது. அது தணிந்தவுடன் நீங்கள் மீண்டும் திரும்பி வரலாம்.”

தரோகாவும் அவரது குடும்பத்தினரும் ஓடி விட்டதாக வதந்திகள் சுற்றிலும் பரவின. சிலர் அவரைக் கோழையென்றும் ஓடிவிட்டவரென்றும் விவரித்தனர். ‘சிங் அவரைக் கொன்று விட்டார்கள். காவற்படையின் மனோபலம் ஒரேயடியாக மூழ்காமலிருக்க அரசாங்கம் செய்தியை மறைக்கிறது’ என்றும் சிலர் கூறினர்.

காவல் துறையின் மனோபலம் வீழ்ச்சியடைவதிலிருந்து தடுக்கப்பட்டதா என்று உறுதியாகக் கூற முடியாது. ஆனால், *சிங்* நிச்சயமாக எதை வேண்டுமானாலும் செய்வார்கள், அவர்களைக் கண்டிக்க ஒருவராலும் முடியாதென்பது வெளிப்பட்டது.

இப்பொழுது நள்ளிரவில் *சிங்* அதே பழைய நடவடிக்கைகளில் ஈடுபட்டிருந்தனர். சமையலறை தரையில் தனியாகப் படுத்துக் கொண்டிருந்த மீதாவுக்கு இப்போது நிலைமை தெளிவாகப் புரிய ஆரம்பித்த பிறகு ஓரளவு அமைதியை அனுபவிக்க ஆரம்பித்தான்: சிறையிலிருந்து தப்பிக்கச் *சிங்* சுரங்கப் பாதை தோண்டிக் கொண்டிருந்தார்கள்.

அவனை நச்சரித்துக் கொண்டிருந்த கணிக்க முடியாத விஷயங்களுக்கு விடை இப்பொழுது மீதாவால் தெரிந்து கொள்ள முடிந்தது. வளாகத்தின் அலமாரி தட்டுகளிலும், திரைச் சீலைகளின் பின்னாலிருந்த சாக்குகளிலும் என்ன இருந்தது? மல்யுத்த அரங்கில்

ஈரமான மண் தினமும் காலையில் எங்கிருந்து வந்தது? ஒவ்வொரு மாலையிலும் உலர்ந்த மண் எங்கு மறைந்தது? *ஜாதேதாரின்* கலங்களுடன் இணைக்கப்பட்டிருந்த கழிவறைகள் மீண்டும் மீண்டும் ஏன் பயன்படுத்த பட்டன? *லங்காரி* தினமும் தன்னுடைய கலத்திற்கு இவ்வளவு சீக்கிரம் ஓய்வெடுக்க ஏன் சென்று விடுகிறான்? அவன் நாள் முழுவதும் ஏன் தூங்குகிறான்? தனது கிராமத்திற்குத் திரும்பிச் செல்ல வேண்டுமென்று கனவு ஏன் காண்கிறான்? ஒரு பயணத்தில் தன்னுடைய சொந்த வீட்டிற்கு அவனையும் அழைத்துச் செல்வதாக மீதாவிற்கு ஏன் உறுதியளித்தான்?

தனது சந்தேகங்களுக்கு விடை கண்டு பிடித்தவுடன் மீதா நடுங்க ஆரம்பித்தான். *சிங்*-குடன் சேர்ந்து அவன் சிறையிலிருந்து தப்பிக்க வேண்டுமா அல்லது அவர்களிடமிருந்து தப்பிக்க வளாகத்திலிருந்து ஓட வேண்டுமா? இப்பொழுது எழுந்த புதிய கேள்விகளுக்குப் பதில் தேடத் தொடங்கினான் மீதா.

அத்தியாயம் 15

காலையிலிருந்து *ஜாதேதார்* பஞ்சாயத்துக்குக் கூடியிருப்பதைப் போல் ஒன்று கூடி கும்பலாக உட்கார்ந்திருந்தனர். சில முக்கியமான பிரச்சனைகள் விவாதிக்கப்பட்டன, அவற்றில் சிலவற்றை மீதா அறிந்திருந்தான். அதில் ஒன்று மீதாவைச் சார்ந்ததாகவே இருந்தது.

கடந்த வாரம் *ஜாதேதார்* ஒரு அறிவிப்பு வெளியிட்டிருந்தனர்:

"நீ நிரபராதியென்று எங்களுக்குத் தெரியும். இந்த உண்மையை அனைவருக்கும் தெரியப்படுத்த வேண்டும். வெளியிலிருக்கும் *சிங்*குக்கு நான் ஒரு *ஹுகம்நாமா* அனுப்பியுள்ளேன். பண்டியின் கொலையாளிகள் வரை செல்ல வழிவகுக்கும் தடயங்களை அவர்கள் தேடிக் கண்டு பிடிப்பார்கள்."

பண்டியின் கொலையாளிகளின் பெயர்களும், இருப்பிடங்களும் இதுவரை கண்டு பிடிக்கப்பட்டிருக்க வேண்டும். அவர்களை எவ்வாறு கையாள்வது என்று தீர்மானிக்கப் படவேண்டியிருந்தது.

இரண்டாவது பிரச்சனை, ஒரு பெண் பக்தரைப் பாலியல் பலாத்காரம் செய்ததற்காகப் பத்து ஆண்டுகள் சிறைத் தண்டனை விதிக்கப்பட்டிருந்த *டேராவின் சாதுவைப்* பற்றியது. முதல் நாளிலிருந்து *சாது*, தான் சமயப் பற்றுள்ள மனிதன் என்றும் அதனால் மதம் சார்ந்த சுற்றுச் சூழல் நிரம்பிய வளாகத்தில் தான் வைக்கப் பட வேண்டுமென்றும் சிறை அதிகாரிகளைத் தொந்தரவு செய்து கொண்டிருந்தார்.

இருப்பினும் இந்தக் கோரிக்கையை *ஜாதேதார்* ஏற்கவில்லை. *சாது*வின் தலையில் நூறு கொலைக்குற்றங்கள் இருந்திருந்தாலும் அவருக்குத் தங்கள் வளாகத்தில் சரணாலயம் அளித்திருப்பார்கள். ஆனால், கற்பழிப்பு போன்ற கொடூரமான குற்றம் சாட்டப்பட்ட ஒருவரைத் தங்கள் சமீபத்தில் வைத்துக் கொள்ள அவர்கள் தயாராக இல்லை.

"நான் நிரபராதி" சாது பலமுறை கெஞ்சினார், "என் எதிரிகள் என்னைப் பொய் வழக்கில் மாட்டி விட்டார்கள்."

சிறைக்கு வருவதற்கு முன்பு, பூதாகாரமான வெற்று சுடுகாட்டை அழகான *டேராவாக* மாற்றியமைத்திருந்தார் *சாது*. அவரது சமய பற்றினாலும், கவர்ச்சியான தனிப் பண்பினாலும் லட்சக்கணக்கான ஆதரவாளர்கள் ஈர்க்கப்பட்டனர். மாதத்தின் ஆரம்பத்திலும் மற்றும் அமாவாசையிலும் *டேராவில்* ஒரு *அம்ரித்* பிரசங்கம் நடைபெற்றது. பல

வெளிநாட்டுப் பக்தர்கள் *டேராவில்* சேர்ந்திருந்தனர். அவருடைய ஆதரவாளர்களுக்காக ஒரு *லங்கர்* அறை மற்றும் *கீர்தன்* பாடுவதற்காக இரண்டு பெரிய அரங்குகளையும் அவர் கட்டியிருந்தார். பணம் கொட்டிக்கொண்டிருந்தது, ஒவ்வொரு நாளும் கூடுதல் நிலங்கள் கையகப்பட்டன. பைசாக்கி பண்டிகையின் பொழுது ஒரு காரை, *சாதுவுக்குப்* பரிசளிக்கத் திட்டமிருந்தது. அவருக்கு *விசா* வழங்கப்பட்டிருந்தது. பிரசங்கங்கள் கொடுக்க அவர் அமெரிக்கா மற்றும் கனாடா செல்ல தயாராகிக்கொண்டிருந்தார்.

சாதுவின் புகழ் அவர்களின் எதிரிகளின் இதயங்களில் முள் போல் குத்தியது. அவர்கள் அவரை *டேராவிலிருந்து* வெளியேற்றச் சதி செய்ய ஆரம்பித்தனர்.

முதலில் கிராமத்தின் *சர்பஞ்சின்* ஒத்துழைப்புடன், *டேராவின்* நிர்வாகத்திற்காக ஐந்து பேர் கொண்ட குழுவை அவர்கள் அமைத்தார்கள். முதல் கூட்டத்தில், பணப்பெட்டி பூட்டப்பட்டுச் சாவியுடன் குழுவிடம் ஒப்படைக்கப்படும் என்றும் பக்தர்கள் அளித்த பணம் தணிக்கை செய்யப்படுமென்றும் *டேராவின்* நிலம் குத்தகைக்கு விடப்படும் என்றும் பரிந்துரைக்கப்பட்டது. இவை ஏற்றுக் கொள்ளப்பட்டு அதன்படி தீர்மானங்கள் நிறைவேற்றப்பட்டன.

சாதுவின் பக்தர்கள் அவ்வளவு எளிதில் சளைத்து விடுபவர்களல்ல. அவர்கள் *டேராவின்* நுழைவாயிலில் குறிப்பிட்ட இடங்களில் துப்பாக்கியுடன் நின்று கொண்டனர். பயந்த எதிரிகளால் அவர்களைத் தைரியமாக எதிர்கொள்ளவோ அல்லது *டேராவில்* நுழையவோ முடியவில்லை.

பின்னர் சாதுவின் நற்பெயரைக் கெடுக்க, புதிய சதித்திட்டம் தீட்டப்பட்டது. *டேராவின்* ஓட்டுனரின் *பாக்கெட்டுகளில்* பணக்கட்டுகள் திணிக்கப்பட்டு 'வாங்கப்பட்டார்'. அவரது மனைவியும் சதித் திட்டத்திற்கு உடந்தை ஆக்கப் பட்டாள்.

சதித் திட்டத்திற்கு ஏற்ப ஓட்டுனரின் மனைவி கத்தினாள், "யாராவது எனக்கு உதவுங்கள்! *சாது* என்னைத் தன் *ஸ்தானுக்கு* அழைத்துக் கற்பழிக்க முயற்சி செய்தார்." நகரத்துக்குச் சென்றிருக்க வேண்டிய அவளுடைய கணவர் திடீரென்று திரும்பினார். மனைவியின் கூக்குரலைக் கேட்ட அவர், அவளைக் காப்பாற்றுவதற்காக விரைந்து, போராடி, *சாதுவின்* பிடியிலிருந்து விடுவித்தார்.

அறிக்கை தாக்கல் செய்யப்பட்டவுடனேயே சாதுவைக் காவல் துறையினர் கைது செய்தனர். உடனடியாக அவருடைய எதிரிகள் *டேராவின்* ஆதிக்கத்தைக் கைப்பற்றினர். காவல் துறையினரும், நீதிபதியும், *டேரா* சம்பாதித்த பணத்தினால் வாங்கப்பட்டனர். லஞ்சத்தின் வலிமையால் *சாது* சிறைக்கு அனுப்பப் பட்டார்.

தனது களங்கமற்ற தன்மையை வெளிப்படுத்திய *சாது* கூறினார், "ஓட்டுனரின் வீட்டிற்கும் *ஸ்தானுக்கும்* இடையில் ஐந்து ஏக்கர் நிலமுள்ளது, ஒரு இளம் பெண் நள்ளிரவில் *ஸ்தானுக்கு* ஏன் வந்தாள்? நகரம் *டேராவிலிருந்து* இருபது மைல் தொலைவில் உள்ளது. ஓட்டுனர் நடக்கப் போவதை எப்படிக் கணித்தார்? இதெல்லாம் இட்டுக்கட்டப்பட்ட கட்டுக்கதை."

உலகியல் நீதிமன்றம் *சாதுவின்* வேண்டுகோளுக்குச் செவி சாய்க்கவில்லை. இப்பொழுது அவர் தன்னுடைய நியாய வேண்டுகோளைச் சமயம் சார்ந்த மனிதர்களிடம், சத்தியத்தின் நீதி மன்றத்தில் தீர்ப்புக்காகக் கொண்டு வந்திருந்தார்.

அவரது வார்த்தைகளில் சத்தியத்தின் ஒலி ஊடுருவியதாக உணர்ந்த *ஜாதேதார்*, வெளியிலிருந்த சிங்கிடம் ஒரு விவரக்குறிப்பு கேட்டிருப்பதாகக் கூறினார். நிரபராதி எனக் கண்டறியப்பட்டால் அவரை விடுவிப்பதோடு *டேராவின்* மீதிருந்த அதிகாரத்தை மீண்டும் பெறவும் உதவுவதாக உறுதியளித்தார்.

வெளியிலிருந்த *சிங்*, தானியத்தைத் தவிட்டிலிருந்து பிரித்தெடுப்பதைப்போல், கூர்ந்தாராய்ந்து, தங்கள் அறிக்கையில் சரியான விவரங்கள் அனைத்தையும் அனுப்பியிருந்தனர். இதுவும் அன்றைய *பஞ்சாயத்தில்* விவாதிக்கப்படவேண்டிய விஷயமாக இருந்தது.

கட்டடங்கள் சூழ்ந்த சதுர திறந்த வெளியில் அமர்ந்திருந்த மீதா மனக்கலக்கத்தில் இருந்தான். அன்று மற்றொரு முடிவும் எடுக்கப் படுமென்ற விரும்பத் தகாத எண்ணம் தோன்றியது; *சிங்கின்* உத்தரவுக்குக் கீழ்ப்படியாத குற்றத்திற்காக அந்த வளாகத்திலிருந்து அவன் வெளியே அனுப்பப்படுவான்.

முதல் நாளன்றே *சிங்* அவனை ஒரு சீக்கியராக மாறச் சொன்னார்கள். ஆனால், அதை அவன் சாதாரணமாக நினைத்து அலட்சியப்படுத்தி விட்டான். இப்பொழுது *லங்காரியுடன்* தோழமை கொண்டிருந்த இவனுக்குப் பலமுறை அவன் தொடர்ந்து சொல்லிக் கொண்டேயிருந்தான்.

"உன்னைச் சிங்காக ஆவதற்கு அழைத்ததன் மூலம் அவர்கள் உனக்கு ஒரு உதவி செய்திருக்கிறார்கள். அவர்கள் சொல்வதைக்கேட்டு உடனடியாகச் சிங்காக மாறி விடு. இப்பொழுது உன்னை ஒரு சிங்காக நீதிபதி பார்த்தாரேயானால் உடனே உன்னை விடுவித்து விடுவார். சிறையில் ஏன் அழுகுகிறாய்? வெளியே சென்று சமூகத்திற்காக வேலை செய். ஜேப்படித் திருட்டுக்குப் பதில் சேட்களின் பொக்கிஷத்தைக் கொள்ளையடி. இரக்கமற்ற காவல்துறையினரின் வயிற்றைக் கிழித்து விடு. நீ பிழைத்தால் சொர்க்கத்தின் சுகத்தை அனுபவிப்பாய். இறந்தால் சமூகத்தின் தியாகியாகப் போற்றப்பட்டு உன் பெயர் வரலாற்றில் பதிக்கப்படும். சமிதியைத் திருப்தி செய்வதை நிறுத்திக்கொள். அவர்கள் சொல்வதைக்கேட்டுக் குற்ற வாழ்க்கையை விட்டாய். அதற்குப் பதிலாக உனக்குக் கிடைத்தது என்ன? ஆயுள் தண்டனை- அதுவும் ஒரு போலி வழக்கில்! அதிக பட்சம், உன்னுடைய வழக்கு மீள் பரிசீலனைக்கு வரும் வரை அவர்கள் உன்னுடன் நிற்பார்கள். பின்னர் வேறொருவரின் வேலையில் ஈடுபட்டு உன்னைப் பற்றி எல்லாம் மறந்து விடுவார்கள்."

லங்காரியின் வார்த்தைகளைக் கேட்டுக்கொண்டிருந்த மீதாவுக்கு அவன் சொன்னது சரியாகப் பட்டது. சத்தியம் மற்றும் நேர்மையை அடித்தளமாகக் கொண்டு கடுமையாக உழைத்து வாழ்பவர்களைச் சமூகம் பொருட்படுத்துவதுமில்லை, மதிப்பதுமில்லை. பின் ஏன் அவன் சாக்கடையில் வாழும் புழுவைப் போல் வாழ வேண்டும்? எல்லோரும் எப்போதாவது இறக்கத்தான் வேண்டும். அவன் தைரியமாக ஏன் இறக்கக் கூடாது?

லங்காரியின் இரண்டாவது விஷயமும் சரியாகப் பட்டது. ஒரு மாதமாக வளாகத்தில் நுழைவதற்காகச் சிங்கிடம் மன்றாடிக் கொண்டிருந்தார் சாது. வளாகத்தில் நுழைவதிருக்கட்டும், அவருக்குச் சிங்கின் கணநேர தரிசனம் கூடக் கிட்டவில்லை.

ஆனால், லங்காரி சொன்ன மூன்றாவது விஷயத்துடன் மீதா வேறுபட்டான். சமிதியின் உறுப்பினர்கள் அவனுக்கு நிறைய உதவி செய்திருந்தார்கள். பிரச்சனையின் பொழுது அவர்கள் தங்கள் ஆதரவை வழங்கி இராவிட்டால் பாலாவும் மீதாவும் எப்பொழுதோ தூக்கிலிடப்பட்டிருப்பார்கள். சமிதி அவர்களைக் கைவிடப்போவதில்லை. அவர்கள் உயர்நீதி மன்றத்தில் மேல்முறையீடு செய்திருந்தார்கள். அவர்களை எப்படியாவது நிச்சயமாக விடுவிப்பார்களென்று அவர்கள் கூறியிருந்தார்கள். அவர்கள் தங்கள் வாக்கைக் காப்பாற்றுபவர்களென்று எல்லோரும் அறிந்திருந்தார்கள்.

மீதா இருதலைக் கொள்ளி எறும்பின் நிலையில் இருந்தான். சிங்கின் உணர்ச்சி ஆவேசத்துடன் செல்ல வேண்டுமா அல்லது சமிதியின் கட்டுபாட்டுடனா? சிறையிலிருந்து தப்பிக்க வேண்டுமா அல்லது கௌரவமாக வெளியில் வர வேண்டுமா? அவனுக்கும் அவனைப் போன்றவர்களுக்கும் இழைக்கப்பட்ட அநீதிக்கு *ஸ்டென்* துப்பாக்கி எடுத்துப் பழிவாங்க வேண்டுமா அல்லது சமிதியைப் போல் பொதுமக்களின் ஆதரவைப் பெற அவர்களிடையே நற்கருத்து உண்டாக்க முயற்சி செய்ய வேண்டுமா? அவன் எங்கு செல்ல வேண்டும்? பயங்கரமான சிக்கலில் மீதா ஊசலாடிக்கொண்டிருந்தான்.

ஆனால், *ஜாதேதார்* ஏற்கெனவே ஒரு முடிவுக்கு வந்திருந்தார்.

சாட்யா வளாகத்திலிருந்து சாதுவை வரவழைக்கச் *சிங்-கில்* ஒருவர் அனுப்பப்பட்டார். முடிவு தனக்கு ஆதரவாக இருக்குமென்ற நம்பிக்கையுடன் வெறுங்காலுடன் சாது அவர்களிடம் சென்றான்.

வெளியிலிருந்த *சிங்* அனுப்பியிருந்த அறிக்கை முதலில் வாசிக்கப்பட்டது.

"அவர் ஒரு உண்மையான சாதுவும் அல்ல, சந்நியாசியும் அல்ல. அவர் ஒரு நயவஞ்சகர்; காங்க்ரா நீதிமன்றத்தில் கொலைக் குற்றம் சாட்டப்பட்டு ஓடித் தலைமறைவானவர். மூன்று வருடங்கள் தலைமறைவாக இருந்த பொழுது அவர் ஒரு *டேராவில்* ஒளிந்திருந்தார். அங்கு மக்களைக் கொள்ளையடிப்பதற்காக அவர்களின் மத உணர்வை எவ்வாறு கையாள்வதென்பதைக் கற்றுக் கொண்டார். அவரின் இயல்பிலிருந்த மிருகத்தனம் மறைந்ததற்கான எந்த அறிகுறியும் இல்லை. ஓட்டுனரின் மனைவி மட்டுமல்ல வேறு சில பெண்களையும் அவர் பாலியல் பலாத்காரம் செய்திருக்கிறார். சரியான நேரத்தில் ஓட்டுனர் சம்பவ இடத்திற்கு வந்தது ஒரு பொய். வழக்கை வலிமையாக்க, காவல் துறையினர் இதைச் சொல்லும்படி அவரிடம் கூறினார்கள். *குர்பானியை* விளக்குவதோ அல்லது பொழிப்புரை செய்வதோ விடுங்கள், அதிலுள்ள ஒரு பாசுரத்தை அவரால் உச்சரிக்கக் கூட முடியாது. கிராமவாசிகள் சொல்வது சரிதான்; அவர்கள் என்ன செய்தார்களோ அது சரியான செயலாகும்."

இந்த வகையில் மக்களைத் தவறான வழியில் இட்டுச் சென்ற ஒருவர் சிறைக்குள்ளேயே கொல்லப்பட வேண்டுமென்று வெளியிலிருந்த *சிங்* கருதினர்.

இவ்வாறு தனது வழக்கின் வெளிப்படுத்தப்படாத உண்மைத் தகவல்கள் வாசிக்கப்பட்டதைக் கேட்ட சாது நடுங்கத் தொடங்கி, மன்னிப்பு கேட்டுக்கொண்டு அவர்களின் கால்களில் விழுந்தார். முதலில் அவரது முகம் கறுப்பாக்கப்பட்டது. பின்பு காலணிகளால் தாக்கப்பட்டு அவர் வளாகத்திலிருந்து வெளியேற்றப்பட்டார்.

அவர்களுக்குக் கீழ்ப்படியாதலால் இதேமாதிரி தீர்வு தனக்கும் கிடைக்குமென்று மீதா அஞ்சினான். ஆனால், கோபத்திற்குப் பதிலாக அன்போடு அவன் அழைக்கப்பட்டான். *ஜாதேதாரின்* முதல்வர் அவனுக்கு அறிவுறை கூறிச் சமாதானப்படுத்த முயன்றார்.

"பன்டியின் கொலையாளிகள் மிகவும் புத்திசாலிகள். அவர்கள் ஒரு தடயமும் விட்டு செல்லவில்லை. முழு சம்பவமும் காவல் துறையினரால் திட்டமிட்டுச் செய்யப்பட்டுள்ளது. ஆனால், நீ கவலைப்பட வேண்டியதில்லை. *சிங்* அவர்களை நிச்சயமாகத் தேடி அலைந்து பிடித்து, உயர்நீதிமன்றத்தில் ஆஜர்படுத்தி, குற்றத்தை ஒப்பு கொள்ளச் செய்து விடுவார்கள். அவர்கள் சிறைக்கு அனுப்பப்படுவார்கள், நீ விடுவிக்கப்படுவாய்."

ஜாதேதாரின் இந்த உறுதிமொழி மீதாவைக் குழப்பத்திலிருந்து விடுவித்தது. அன்றிலிருந்து அவன் முடியைக் கத்திரித்து ஒழுங்கு படுத்துவதை நிறுத்தி விட்டு, *நித்தேம்* ஓத ஆரம்பித்து அனைத்து வகையிலும் ஒரு சிங்காக மாறுவதென்று முடிவு செய்தான்.

அத்தியாயம் 16

அமைச்சரவை அமைச்சர்களின் சபை, இரவு நெடுநேரம் வரை நடந்தது. எடுக்கப்பட்ட முடிவைப் பற்றிய செய்தி கிடைத்தவுடன், அமைச்சர்கள் என்ன முடிவு செய்தார்களென்பதை, கண்காணிப்பாளர் ஓடி வந்து, அமைதியின்றி விட்டு விட்டுத் தூங்கிக் கொண்டிருந்த நசத்தர் சிங்கிடம் சொல்வதற்காக அவரை எழுப்பினார். அதே நேரத்தில் அரசாங்கத்திடமிருந்து ஒரு உறுதிமொழியையும் வழங்கினார்: "இந்த நடவடிக்கை ரகசியமாக வைக்கப்பட்டுள்ளது. நீ விடுவிக்கப்படும்வரை இதைப் பற்றிய சிறு அறிகுறி கூட ஒருவருக்கும் கிடைக்காது. உத்தரவு தனிப்பட்ட தூதர் மூலம் வரும்; நீ செய்ய வேண்டியதெல்லாம் சிறையிலிருந்து வெளியேறத் தயாராயிருப்பதுதான்."

அந்த நேரத்தில், பங்களாவில் நான்கு கைதிகள் இருந்தனர்- சட்டமன்ற உறுப்பினர், பேராசிரியர், *லங்காரி* மற்றும் பாலா. பேராசிரியர், ராமு, *லங்காரி* ஆகியோரின் விடுதலை நசத்தருடன் இணைந்திருந்தது. கண்காணிப்பாளர் வெளியேறியவுடன், சட்டமன்ற உறுப்பினர் இவர்களுக்கும் அந்த நற்செய்தியை அளித்தார்.

சந்தோஷத்திற்குப் பதிலாக, அந்த நேரத்திலிருந்து நான்கு கைதிகளும் அமைதியின்றிப் படுக்கையில் முன்னும் பின்னும் புரண்டனர்.

முதல்வர் தன்னை இப்பொழுதும் முழுமனதுடன் மன்னிக்கவில்லை என்று சட்டமன்ற உறுப்பினர் எண்ணினார். நசத்தரின் கண்ணீரைத் துடைப்பதற்கான ஒரு சூழ்ச்சியாக இந்த உத்தரவை அவர் அனுப்பலாம். பின்னர் ஏதாவது சாக்கில் அது யதார்த்தமாக மாறுவதைத் தடுத்து விடலாம். இவ்வாறு முன்னர் இருமுறை நடந்திருந்தது. அது மீண்டும் நடக்கலாம் என்று சட்டமன்ற உறுப்பினர் அஞ்சினார்.

ராமு அதைப் போன்ற சிந்தனையிலிருந்தான். அவன் ஒரு குற்றவாளியல்ல. உயர் வர்க்க மக்கள் விரும்பிய உணவு வகைகளைச் சமைக்கவும், பரிமாறவும் மட்டுமே அவன் அறிந்திருந்தான். இதனாலேயே அவன் சிறையில் தூக்கி எறியப்பட்டான். ஒவ்வொரு முறை உயர் அதிகாரிகள் சிறைக்கு விஜயம் செய்தபொழுதும் சதீந்தர் குமார் ஒரேயொரு கோரிக்கையை அவர்கள் முன் வைத்தார்: "எனக்கு ஒரு நல்ல *லங்காரி* கொண்டு வாருங்கள்."

கண்காணிப்பாளர் ஒருவர் பின் ஒருவராக இருபது *லங்காரி*களை அளித்தார். ஆனால், ஒருவர்கூடச் சரிப்பட்டு வரவில்லை. ஒருவனுக்குத்

தாம்பாளத்தைச் சரியாகப் பிடிக்கத் தெரியவில்லையென்றால் இன்னொருவனுக்குக் குடிகலத்தை மூடுவதற்கான சரியான முறை புரியவில்லை. ஒருவனிடம் சாஹிபுடன் பேசும் சரியான பாணியில்லை என்றால் மற்றவனிடம் ஒரு அறைக்குள் நுழையும் சரியான பாங்கில்லை. ஒருவன் சரியான சூப் தயாரிக்கவில்லை; இன்னொருவனுக்குத் திருப்திகரமான பிரியாணி செய்ய முடியவில்லை. இது தற்காலிக பணி நீக்கம் செய்யப்பட்ட காவற்துறையினரின் விடுதியல்ல; ஒரு சிறைச்சாலை. லங்காரி கைதிகளிடையிலிருந்துதான் கொண்டு வரப்பட வேண்டும். சாஹிபுக்கு ஏற்ற பொருத்தமான லங்காரி கைதி அவருக்கு எங்கிருந்து கிடைப்பான்? இந்தக் குழப்பத்துடன் போராடிய கண்காணிப்பாளர், இறுதியில் பிரச்சனையைத் தீர்ப்பதற்காக, காவல்துறைத் தலைவரின் உதவியை நாடினார்.

காவற்துறையினர் ஒரு சாதாரண தங்குவிடுதியில் சோதனை நடத்தி, உரிமம் இல்லாமல் மதுபானம் பரிமாறியதற்காக மேலாளரையும், ஒரு பணியாளரையும் பிடித்தனர். "நீங்கள் இந்தப் பிரச்சனையிலிருந்து வெளியேற விரும்பினால் உங்கள் பணியாளரைச் சில மாதங்களுக்கு மறந்து விடுங்கள்" அவர்கள் மேலாளரிடம் வெளிப்படையாகச் சொன்னார்கள்.

மேலாளர் அவர்கள் முன்பு இரண்டு உள்ளங்கைகள் சேர வேண்டுதலுடன் நின்றார், "என்னிடம் இதைப்போல் இருபது பணியாளர்கள் உள்ளனர். நீங்கள் விரும்பும் வரை இவனை வைத்துக் கொள்ளுங்கள்."

ராமு முழுமனதுடன் செயல்படுவதை உறுதி செய்வதற்காகக் கண்காணிப்பாளர் அவனுக்கு நம்பிக்கையூட்டினார், "சாஹிப் இங்கு சில நாள் விருந்தினர்தான். அவருக்கு உன்னைப் பிடித்திருந்தால் போகும் பொழுது உன்னையும் அழைத்துச் செல்வார் மற்றும் காவற்படையில் வேலையும் வாங்கிக் கொடுப்பார்." சீக்கிரத்தில் விடுதலை மற்றும் காவல்துறையில் ஒரு வேலை என்ற கனவுகளை மனதில் கொண்டு பகலிலும், இரவிலும் எல்லா நேரங்களிலும் ராமு சாஹிபுக்காகப் பணியாற்றினான்.

துரதிர்ஷ்டவசமாகச் சதீந்தரின் விடுதலைக்கான உத்தரவு, சட்டமன்ற உறுப்பினருக்கு முன்பாக வந்தது. நசத்தருக்கும் ராமுவின் செயலாற்றல் பிடித்திருந்தது. அவர் அவனிடம் கூறினார், "நானும் சீக்கிரமாக விடுவிக்கப்படப் போகிறேன். சில நாட்களுக்காக வேறொரு சமையற்காரர் எங்கிருந்து கிடைப்பார்? இன்னும் சில கடினமான நாட்களை

இங்கு கழித்து விடு. நான் உன்னை என்னுடன் அழைத்துச் செல்கிறேன்.'' இதைச் சொல்லிச் சசீந்தருக்கு ராமுவின் மேலிருந்த பிடிப்பைத் தன்னிடம் மாற்றிக் கொண்டார், சட்டமன்ற உறுப்பினர். நாட்கள் கடந்தன, மாதங்களும் கடந்தன ஆனால், இருவருக்கும் சிறையிலிருந்தும் விடுதலை கிடைக்கவில்லை, பரஸ்பரம் ஒருவருக்கொருவரிடமிருந்தும் சுதந்திரம் கிடைக்கவில்லை. எது எவ்வாறாயினும் அவனுக்கு நசத்தரிடமிருந்து மட்டுமே விடுதலை கிடைக்குமென்று ராமுவுக்குத் தோன்றியது. மற்றொரு செல்வாக்கு மிக்க கைதி, நிச்சயமாக அவனை அடக்கியாளும் அதிகாரத்தைப் பறித்துக் கொண்டு அவனை அழைத்துச் சென்று விடுவான்.

பாலாவின் கவலை அவர்களிடமிருந்து வேறுபட்டது. அவன் ஆயுள் தண்டனை அனுபவித்து வந்தான். வேறொருவர் விடுவிக்கப் படுவதிலும் இவனுக்கும் ஒரு சம்பந்தமும் கிடையாது. லாப் சிங் என்ற தலைசிறந்த ஒரு மனிதர் அவனை எலியிலிருந்து இளவரசனாக மாற்றிச் சொர்க்கத்தை அனுபவிப்பதற்காக இங்கு அனுப்பியிருந்தார். கட்டுப்பாடில்லாமல் சாப்பிட்டுக் கொண்டு, கவலை இல்லா வாழ்க்கை வாழ்ந்து கொண்டிருந்த அவனுக்கு நல்ல பானை போன்ற வயிறும், கணிசமாகக் கழுத்தும் தடித்துப் போயிருந்தது. சட்டமன்ற உறுப்பினர் விடுவிக்கப்பட்ட உடன் இவனது சொர்க்கம் துண்டுகளாகி விடும். திரும்பவும் எலியாக மாறும் எண்ணம் மனதில் வந்த பொழுதெல்லாம் அவன் நடுங்க ஆரம்பித்தான். படுக்கையில் படுத்துக் கொண்டு பாலா, உறுப்பினரின் விடுதலை எப்படியாவது தடுக்கப்பட்டு விட வேண்டுமென்று பிரார்த்தனை செய்தான்.

பாலா பல சிறைச்சாலகளைப் பார்த்திருந்தான் மற்றும் பல சிறை ஊழியர்களைச் சமாளித்திருந்தான். அவர்கள் அனைவரும் விதி விலக்கில்லாமல் முரடர்களாயிருந்தனர். ஆனால், இந்த பங்களாவின் எல்லைக்குள் ஏதோ மாயாஜாலம் நடந்தது. அதிகாரிகள் வாயில்வழியே உள்ளே அடியெடுத்து வைத்தவுடனே மெழுகு மாதிரி மென்மையாக மாறி, வளர்ப்பு விலங்குகளைப்போல் வாலை ஆட்டினார்கள்.

மக்கள் பங்களாவை அதிர்ஷ்டத்தின் அறிகுறியாகக் கருதினர். இது சில வருடங்களுக்கு ஒருமுறை அரிதாகத் திறக்கப்பட்டது. இப்படி நடந்த பொழுதெல்லாம் இது பல சேவகர்களை அரசர்களாக மாற்றியது.

அவசரகால நிலையின் பொழுது சேகர் பாபா சிறையிலிடப்பட்டார். சிறைச்சாலையின் துணை அலுவலர்களில் ஒருவர் அவருடைய ஆதரவாளர். அரசாங்க விதிகளைக் கொடி கட்டிப் பறக்கவிட்டு,

தன்னுடைய வேலையைப் பணயம் வைத்து விசுவாசத்துடன் அரசியல்வாதிக்கு அவர் சேவை செய்தார். அப்போதிருந்த அரசாங்கம் மீண்டும் ஆட்சிக்கு வரவில்லை. சேகர் சாஹிப் ஒரு முக்கியமான பதவிக்கு வந்தார். கஷ்ட காலத்தில் உதவிய நண்பரை அவர் மறக்கவில்லை. பதவியேற்றவுடனே அவரைத் துணை அலுவரிலிருந்து கண்காணிப்பாளர் பதவிக்கு உயர்த்தினார். பின்னர் அவருக்குச் சிறப்புப் பதவி உயர்வு கொடுத்துச் சிறைச்சாலைகளின் தலைவராக்கினார். அவர் ஓய்வு பெறவிருந்த பொழுது அவருக்கு இரண்டு ஆண்டு கால நீட்டிப்பு வழங்கப்பட்டது. சேகர் சாஹிபின் கட்டுபாட்டுக்குள் அவருடைய சேவையில் இருந்தவரை துணை அலுவலர் சந்தோஷமாக அனுபவித்தார்.

பின்னர், பல ஆண்டுகளுக்குப் பிறகு, பர்னாலா சாஹிப்பிற்காகக் கலம் திறக்கப்பட்டது. அவரை நல்ல மனநிலையில் வைத்திருக்க ஒரு சுறுசுறுப்பான கைதியைத் துணைக்கு அனுப்பினார்கள். அவர் தன்னுடைய நகைச்சுவையாலும், சாதுர்யத்தாலும், விரைவில் பர்னாலாவின் இதயத்தில் இடம் செய்து கொண்டார். சிறையிலிருந்து வெளியில் வந்தவுடன் முதலில் பர்னாலா, அந்த உற்சாகமான, வாக்குத் திறமை மிக்க கைதியை சட்டமன்ற உறுப்பினர் ஆக்கினார். பின்னர் தன்னுடைய அரசாங்கத்தை அமைத்த பொழுது அவருக்கு ஒரு மந்திரி பதவியை அளித்தார். தற்சமயம் திரு. வாயாடி மாநில அரசாங்கத்தின் உயர் மட்டங்களில் இடம் பெற்றிருந்தார்.

நீண்ட காலத்திற்குப் பிறகு அதிர்ஷ்டம் பங்களாவை நோக்கிப் புன்னகைத்தது. சிறை ஊழியர்கள் வரலாற்றிலிருந்து பாடம் கற்றுக் கொண்டனர். அவர்களில் ஒருவர் அமைச்சராக வெண்டுமென்ற விருப்பத்தை மனதில் கொண்டிருந்தார் மற்றும் இன்னொருவர் ஒரு பிரிவின் தலைவராக விரும்பலாம்; அதனால் அங்கு தங்கியிருந்த கைதிகள் போலி முகஸ்துதி செய்யப்பட்டனர்.

நசத்தரின் கிரக திசை இறக்கத்தில் இருந்த பொழுது சிறை ஊழியர் அவரைத் தவிர்த்தனர். அவரது வாகனம் தடத்திற்குத் திரும்புவது போல் தோன்றியவுடன் அவர்களும் தங்கள் போக்கை மாற்றிக் கொண்டனர். பங்களாவைத் திறக்க உத்தரவு கிடைத்தவுடன் குருவுக்கும் சீடருக்கும் இடையில் சம்பந்தம் சீராகிக் கொண்டிருக்கிறதென்று கண்காணிப்பாளர் புரிந்து கொண்டார். முதல்வரின் ஒரு சமிக்ஞையில் சட்டமன்ற உறுப்பினர் சிறைக்கு அனுப்பப்பட்டார் என்றும் நீதி மன்றத்திலிருந்த பாதி நீதிபதிகள் முதல்வரால் நியமிக்கபட்டவர்களென்றும் எல்லோருக்கும் தெரியும். அவர் இவரிடம் கருணை காட்டினால்

சட்டமன்ற உறுப்பினர் விடுவிக்கப்படுவது நிச்சயம். நசத்தர் இப்பொழுதும் இளம் வயதினர். அரசியலில் இன்னும் வெகு தூரம் செல்வார். முன்னறிவு கொண்ட கண்காணிப்பாளரால் இப்பொழுதே அவரை முதல் அமைச்சராகக் கற்பனை செய்ய முடிந்தது.

இதேபோல், சதீந்தர் குமார், ஒரு உயர் காவல்துறை அதிகாரியாக இருந்தார். கஷ்டகாலம் எப்படியும் சீக்கிரம் கடந்து விடும். அதன் பிறகு, எந்த நேரத்தில் வேண்டுமானாலும் அவர் காவல் படையின் தலைவராக நியமிக்கப் படலாம். சிறையில் அடைக்கப்பட்டு, சோர்வுற்றிருந்தாலும், இப்பொழுதும் அவர் மிகவும் சக்திசாலி, தாழ்ந்த மட்டத்தில் இருந்த ஊழியர்களின் வருங்காலத்தை மாற்றக் கூடியவர். அவரைச் சௌகரியமாக வைத்திருப்பது அவருடைய கீழ்நிலையிலிருந்த ஊழியர்களின் கடமையாக இருந்தது.

முக்கியமான கைதிகள் விரைவில் அங்கிருந்து வெளியேறுவார்களென்று எதிர்பார்க்கப்பட்டது. கண்காணிப்பாளர் ஒரு நிமிடம்கூட வீணடிக்கவில்லை. சிறை ஊழியர்களின் வசிப்பிடங்கள் சிறைச்சாலையின் பின்புறத்தில் அமைந்திருந்தன. பங்களாவுக்கும் வீடுகளுக்கும் நடுவில் சிறு கதவு கொண்ட ஒரு சுவர் இருந்தது. இந்தக் கதவையும் அதனால் கிடைத்த பாதை வழியையும் கண்காணிப்பாளர் இப்பொழுது முழுமையாகப் பயன்படுத்திக் கொண்டார்.

காலையில் அலுவலகத்திற்குச் செல்லும் பொழுது கதவைத் தட்டி மூன்று கைதிகளுக்கும் குதூகலமாகக் காலை வணக்கம் கூறி, "நீங்கள் இரவில் எந்தச் சிரமமும் இல்லாமல் இருந்தீர்களென்று நம்புகிறேன்..." என்று சொல்லிக்கொண்டே அந்த இடத்தைத் தனிப்பட்ட முறையில் மேற்பார்வையிட்டு, ஒழுங்காகச் சுத்தம் செய்யப்பட்டிருக்கிறதா என்று பார்ப்பார். சமையல்காரரிடம், சமையலுக்குத் தேவையானது ஏதாவது குறைபடுகிறதா என்று கேட்பார். கைதிகளுக்குச் சேவை செய்த இரு நபர்களையும் சேவைகளில் எந்த வகைக் குறைபாடிருந்தாலும் இருண்ட சிறைக்கூடத்தில் அடைத்துப் பூட்டி விடுவதாக எச்சரிப்பார்.

அவரது கடமை நேரம் முடிந்ததும், வீட்டிற்குத் திரும்பும் வழியில், இதே சடங்கைப் பின்பற்றுவார். பின்னர் குளித்துப் புத்துணர்ச்சி பெற்று பங்களாவினுள் வந்து விடுவார். பின்னர், கண்ணாடிக் குவளைகளின் ஓசைகளுடன், அரட்டை மற்றும் கவிதை சபையும் நடைபெறும்.

சட்டமன்ற உறுப்பினரும், துணை பொது ஆய்வாளரும் சிறை நிர்வாகத்தால் மிகவும் சந்தோஷப்பட்டனர். அவர்களுக்கு 'வீடு போன்ற

வசதிகள்' வழங்கப்பட வேண்டுமென்ற அரசாங்க உத்தரவு முழுமையாகக் கடைப் பிடிக்கப்பட்டது.

சிறைச் சாலைக்குப் பதிலாகச் சட்டமன்ற உறுப்பினர் ஒரு வீட்டில் வசித்துவந்தார். அவரது உணவைத் தயாரிக்கவும், பரிமாறவும் ஒரு மேன்மையான சமையற்காரரும், துணிமணிகளைத் துவைத்து, காலணிகளுக்கு மெருகூட்டி, கால்களைப் பிடித்து விட, முழுநேரம் சேவையில் ஆஜராகப் பாலாவும் இருந்தனர்.

பகல் நேரத்தில் அவரைச் சந்திக்க வந்தவர்கள் அவரைச் சுறுசுறுப்பாக வைத்திருந்தனர். அங்கு வருபவர்களின் எண்ணிக்கை வரையறுக்கப்படவில்லை. அவர்கள் பரிசீலனைக்கும் உட்படுத்தப்பட வில்லை. கதிரவன் தலைக்கு மேல் ஏறியவுடன் அவர்கள் வர ஆரம்பித்து விடுவார்கள், இரவு வெகு நேரம்வரை அங்கிருப்பார்கள். எவரும் வெறுங்கையுடன் வரவில்லை. அவர்கள், பால் பீப்பாய்கள், பராட்டா நிறைந்த பெட்டிகள், ரொட்டி மற்றும் வெண்ணெய், முட்டைகள் நிறைந்த தாம்பாளங்கள், மதுபான புட்டிகள் அல்லது பாத்திரத்தில் காரசாரமான முகலாய் கோழிக்கறி போன்றவற்றைக் கொண்டு வந்தார்கள். இவை நான்கு பேருக்கு அதிகமாக இருந்ததால், எஞ்சியவை மாலையில் ஊழியர்களின் குடியிருப்புகளுக்குச் சென்றடைந்தது. பங்களாவில் இருந்த கைதிகளுடன் சேர்ந்து அவர்களும் அற்புதமாக நேரத்தை அனுபவித்தனர்.

என்ன இருந்தாலும் சிறை சிறைதானே. நல்ல உணவு மாத்திரம் எல்லாம் இல்லையே. பகல் நேரம், வந்தவர்களுடன் பேசுவதிலும் அங்கும் இங்கும் உலாவுவதிலும் கடந்து விடும். ஆனால், இரவு நேரம் மிகுந்த அமைதியின்மையைக் கொண்டு வந்தது. கண்ணீர் நிறைந்த கண்களுடன் மனைவி அல்லது மடியிலேற ஆவலாய் நிற்கும் கைக்குழந்தையின் உருவம் அவர் முன் வந்து போயிற்று. ஒரு தந்தையின் துக்கம் நிறைந்த பெருமூச்சும், ஒரு தாயின் புலம்பலும் கேட்பதாகத் தோன்றியது. வயல்கள் வெறிச்சோடி கிடப்பது போலவும், அவரது அரசியல் எதிர்காலம் இருளில் மூடிமறைக்கப்பட்டிருப்பது போலவும் அவர் கற்பனை செய்தார்.

இதற்குப் பின்னர் சட்டமன்ற உறுப்பினர் அமைதி இழந்து சிறையிலிருப்பதற்குப் பொறுமையற்றுப் போய் விட்டார். "நீங்கள் எனக்கு ஏற்கெனவே நிறைய அன்பு காட்டியுள்ளீர்கள். தயவு செய்து எனக்காக ஒரு காரியம் செய்யுங்கள். என் விடுதலைக்கு நம்பகமான ஒரு வழி கண்டு பிடியுங்கள்" என்று அவர் கண்காணிப்பாளரிடம் கெஞ்சினார். அதே நேரத்தில் சிறைச்சாலை அமைச்சரையும், இம்மாதிரி ஒரு

வேண்டுகோள் இருந்தால் அது வழங்கப்படுமென்பதைக் குறிப்பாகத் தெரிவிக்க வைத்தார்.

கண்காணிப்பாளரின் மனம் இப்பொழுது பரபரப்புடன் வேலை செய்ய ஆரம்பித்தது. கைதிகளின் பிரச்சனைகளைப் புரிந்து கொண்டு, அதற்குத் தீர்வு காண்பது சிறைப் பிரிவின் வேலை. கண்காணிப்பாளர் பயபக்தியுடன் தனது கடமையை நிறைவேற்ற, சிறைக் குறிப்பேட்டை நன்கு ஆராய்ந்து, இறுதியில் ஒரு முடிவுக்கு வந்தார்.

"முந்தைய நாட்களில் கைதிகளை சுவருக்குப் பின்னால் வைத்திருப்பதின் நோக்கம், அவர்களைத் தண்டிப்பதற்காக இருந்தது. இப்பொழுது அவர்களைச் சீர்திருத்தி நல்ல குடிமக்களாக மாற்ற உதவ வேண்டுமென்பது குறிக்கோள். அவர்களின் மனம், உடல் மற்றும் சமூகப் பிரச்சனைகளைக் கண்டறிந்து அவற்றைத் தீர்க்க முயற்சி செய்ய வேண்டும். அப்பொழுதுதான் இந்தக் குறிக்கோளை அடைய முடியும். கைதிகளை நீண்ட காலம் குடும்பத்தினரிடமிருந்து பிரித்து வைத்தால் அவர்களின் மன நோய் கோளாறுகள் நிச்சயமாக மோசமடையும். எனவே, அவர்களின் மனதைச் சம நிலையில் வைத்துக் கொள்ள அவர்கள் வீட்டிற்குச் செல்ல எவ்வளவு வாய்ப்புகள் முடியுமோ அவ்வளவை நாம் அளிக்க வேண்டும்."

பின்னர், கைதிகளுக்கு இந்த வாய்ப்பை வழங்குவதற்குத் தற்போதுள்ள விதிகளை எவ்வாறு மாற்றியமைக்கலாம் என்று அரசாங்கத்திற்குப் பரிந்துரைத்தார். ஒரு வருடம் சிறைத் தண்டனை அனுபவித்த பிறகு கைதி ஒரு மாதம் *பரோல்* பெறலாம் என்று தற்போதைய விதியில் குறிப்பிடப்பட்டுள்ளது. நீதி மன்றத்தில் விசாரணைக்காகக் காத்திருந்த நபர்களுக்கு இந்த வசதி இருக்கவில்லை. கைது செய்யப்பட்ட கட்டத்திலிருந்து வழக்கு விசாரணைக்கு வரும்வரை அவர்கள் சிறையில் அழுக வேண்டியிருந்தது. நீதி மன்றங்கள் வழக்குகளால் நிறைந்திருந்தது. வழக்கு விசாரணைக்கு வருவதற்குப் பல ஆண்டுகள் பிடித்தன. சில சமயம் பத்து ஆண்டுகள் அல்லது கூடுதலாகவும் இருக்கலாம்.

மற்ற கைதிகளைப்போல் விசாரணைக்கு உட்பட்டவர்களும் *பரோலில்* விடுவிக்கப்படுவதற்கான வசதியைப் பெற வேண்டும் என்று கண்காணிப்பாளர் ஆலோசனை வழங்கினார். ஒரு வருடம் சிறைத் தண்டனை அனுபவித்த பிறகே *பரோல்* வழங்கப்படும் என்கிற விதி தளர்த்தப் பட வேண்டும் மற்றும் கைதிகள் விரும்பும் பொழுது *பரோலில்* செல்ல அனுமதிக்கப்பட வேண்டும். ஒரு மாதம் *பரோல்* மிகவும்

குறைவாக இருந்ததால் இது ஆறு மாதங்களுக்கு நீட்டிக்கப்பட வேண்டும். ஒரு கைதி எப்படியும் முழு தண்டனை அனுபவித்தே ஆகவேண்டும். நீண்ட காலம் *பரோலில்* இருந்தால் அவருடைய விடுதலை தாமதமாகும். இது அரசாங்கத்தை எவ்வாறு பாதிக்கும்?

அரசாங்க விதிகளில் மற்றொரு திருத்தம் செய்ய ஒரு ஆலோசனையும் நிர்வாகம் அளித்தது. தற்பொழுது கைதிக்கு அவனது மருத்துவ சிகிச்சைக்காகப் *பரோல்* அனுமதிக்கப்பட்டது. அவனுடைய உறவினர்களைக் கவனித்துக் கொள்ளும் கடமையும் கைதியுடையதாகும் என்பதால் இந்த விதியின் வரையறையில் நெருங்கிய உறவினர்களும் உள்ளடக்கப்பட வேண்டுமென்று பரிந்துரைக்கப்பட்டது.

இத்தகைய சலுகைகளினால் கைதியின் மனக்கசப்பு படிப்படியாகக் குறைந்து சீர்திருத்தத்திற்கான வாய்ப்பு அதிகமாகும். சிறைச் சாலைகளின் தலைவர் இந்த முன்மொழிவுரையை உருவாக்கும் பொழுது தன்னுடைய நண்பரை மனதில் கொண்டிருந்தார். ஏனெனில், விசாரணைக்கு உட்பட்டவர்கள் *பரோலில்* விடுவிப்பதற்கான திட்டம் ஏற்றுக் கொள்ளப்பட்டவுடன் சதீந்தர் *சிங்* விடுவிக்கப்படுவார். *பரோலில்* இருக்கும்பொழுது கோபமடைந்திருந்த முதலாளியைச் சமாதானப்படுத்தி, *பரோல்* முடிவடைவதற்குள் அவர் விடுதலை ஆகிவிடலாம்.

கண்காணிப்பாளர் பரிந்துரைகளைத் தனது ஒப்புதலுடன் சிறை அமைச்சரின் மேஜை மேல் வைப்பதற்காக அனுப்பினார்.

சிறை அமைச்சர், தனது நண்பரையும் நினைவு கூர்ந்து கொண்டார். முன்மொழியப்பட்ட திருத்தம் அங்கீரிக்கப்பட்டவுடன் நசத்தர் *சிங்* நீண்ட *பரோலில்* செல்வார் என்று அவருக்குத் தெரியும். உறவினர்கள் நோய்வாய்ப்பட்டுக் கொண்டே இருப்பார்கள். நசத்தரின் ஒவ்வொரு உறவினரின் சிகிச்சையின் பொழுதும் *பரோல்* ஒப்புதல் அளிப்பது அமைச்சருக்கு எளிதாகிவிடும். அவரது முறையீடு ஏற்றுக்கொள்ளப்படும் வரை அவர் *பரோலில்* இருந்து விடுவார்.

அனைத்து விதிமுறைகளையும் பூர்த்தி செய்து அமைச்சர், கோப்பை முதல்வரின் அலுவலகத்திற்கு அனுப்பினார். முதல்வர், தனது ஒப்புதல் முத்திரை இட்டு அதை முன்மொழியப்பட்ட மந்திரிசபைக் கூட்டத்தின் நிகழ்ச்சி நிரலில் வைத்தார்.

நிகழ்ச்சி நிரலின் ஒரு பிரதி 'பாதிக்கப்பட்டவர்களின் நலம் விரும்பிகள்' என்ற குழுவின் கைகளில் சிக்கியது. இந்தக் குழு, குற்றச்

செயல்களால் பாதிக்கப் பட்டவர்களின் உரிமைகளுக்காகப் பணியாற்றியது. குழுவினர் முன்மொழியப்பட்ட திருத்தங்களுக்கு எதிராக ஆர்ப்பாட்டம் செய்யத் தொடங்கினர். "குற்றவாளிகளின் நலனை மாத்திரம் ஏன் கருத வேண்டும்? தயவு தாட்சண்யம் இல்லாமல் இவர்களால் வெட்டிக் கொல்லப்பட்ட, பெற்றோர்கள் இல்லாமல் அனாதையாக்கப்பட்ட குழந்தைகளின் கண்ணீரை ஏன் புறக்கணிக்க வேண்டும்? பாலியல் பலாத்காரம் செய்யப்பட்டு, வீட்டிலும் வெளியிலும் அமைதி கிடைக்காமல், அவமானத்தை எதிர்கொள்ள வேண்டிய இளம் பெண்களின் பாழடைந்து கிடக்கும் எதிர்காலத்தைப் பற்றி ஏன் சிந்திக்கக்கூடாது? பாதிக்கப்பட்ட பக்கத்திற்கும் ஒரு மனிதாபிமான அணுகுமுறை தேவை. தண்டனை விதிக்கப்பட்டவுடனே குற்றவாளிகள் விடுவிக்கப்பட்டால் பாதிக்கப்பட்ட வர்கள் மற்றும் அவர்களின் குடும்பத்தாரின் இதயங்களில் பாம்புகளை அவிழ்த்து நெளிய விட்டது போல் ஆகாதா? விரும்பும் பொழுதெல்லாம் *பரோல்* பெறுவதற்கான உரிமை அவர்களுக்குக் கிடைத்துவிட்டால் அவர்கள் வாழ்நாள் முழுவதும் சிறை செல்ல விரும்ப மாட்டார்கள். *பரோல்* எவ்வளவு காலம் நீட்டிக்கப்படும்? விசாரணைக்குட்பட்டவர்கள் வெளியில் வந்து சாட்சிகளை அச்சுறுத்துவார்கள். மிரட்டுதலால் அவர்கள் அடிபணியவில்லையென்றால் அவர்களுடைய படைப்பாளர்களைச் சந்திக்க அனுப்பப்படுவார்கள். எத்தனை வழக்குகளில் மேலும் குற்றங்கள் செய்ய அவர்களுக்குப் *பரோல்* வழங்குவீர்கள்? தனியார் லாபங்களுக்காகக் குற்றவாளிகளைத் தண்டித்து, சிறைக்கு அனுப்பிக் கொள்கைகளைக் கேலிக் கூத்தாக்காதீர்கள்" என்று சுற்றிலும் சொல்லிக் கொண்டே சென்றனர்.

பாதிக்கப்பட்டவர்களின் ஆதரவில் இந்த அமைப்பு வைத்த வாதங்கள் மற்றவர்களை விழிப்படையச் செய்தது. திருத்தங்களை எதிர்க்கும் தீர்மானங்கள் பல்வேறு இடங்களில் ஏற்றுக்கொள்ளப்பட்டன. விமர்சனங்களுக்குப் பயந்து அரசாங்கத்திற்கு அவசரமாகப் பின்வாங்க வேண்டியிருந்தது. 'அத்தகைய ஒரு திட்டமும் இல்லை' என்ற ஒரு அறிக்கை கொடுக்க முதல்வர் நிர்பந்திக்கப்பட்டார் மற்றும் திருத்தங்கள் செய்யப்பட்ட கோப்பு தற்சமயத்திற்கு ஒத்திவைக்கப்பட்டது.

பயனற்றுப் போய்விட்ட ஒரு கணை கண்காணிப்பாளரின் அம்புக் கூட்டைக் காலி செய்து விடாது. அவர் இன்னொன்றை வெளியில் எடுத்தார். தற்போதுள்ள விதிகளைத் திருத்துவதில் அரசாங்கத்திற்குப் பிரச்சனையிருந்தால் கவலை தேவையில்லை. மாறாக ஏற்கெனவேயிருந்த விதிகள் மூலம் அது மதிப்பு வாய்ந்த கைதிகளுக்கு உதவக்கூடும்.

"பொதுமக்களின் நன்மதிப்பு நசத்தருக்குச் சாதகமாக இருந்தது. ஒவ்வொரு நாளும் மக்கள் அவருடைய விடுதலை கோரி, கோஷங்கள் எழுப்பி, ஊர்வலங்கள் அணிவகுத்துச் சென்றார்கள். அரசாங்கம் ஏற்கெனவே நடத்திய ரகசிய புலனாய்வில், துப்பாக்கி ஏந்தியவர்கள் ஒருவரின் உதவியுமின்றி, தாங்களாகவே கொலைகளைச் செய்தார்களென்றும், அதில் சட்டமன்ற உறுப்பினரின் ஒரு பங்கும் இல்லையென்றும் கண்டறியப்பட்டது. ஜனநாயகத்தில் பொதுக்கருத்து மிகவும் முக்கியத்துவம் வாய்ந்தது. அரசாங்கம் பொதுமக்களின் உணர்வுகளை மதிக்க வேண்டும். எனவே, பொது நன்மையை மனதில் கொண்டு அவர் மீதான வழக்கைத் திரும்பப் பெற வேண்டும்."

இதற்கான விண்ணப்பத்தை அரசாங்கம் நீதி மன்றத்தில் வைத்தது. இதன் சிறு சூசகம் துப்பாக்கி ஏந்தியவர்களின் வழக்கறிஞர்களிடம் சென்றடைந்தது. அவர்கள் உடனடியாக, அரசாங்கம் ஒருபக்க சார்பான முறையில் நடந்து கொள்கிறார்களென்று கூறி அதன் பாதையில் தடங்கல் செய்து, இத்தகைய மனு தாக்கல் செய்யப்படுவதற்கு எதிர்ப்புத் தெரிவிக்கத் தொடங்கினர். துப்பாக்கி ஏந்தியவர்கள் தங்கள் கடமையைச் செய்து கொண்டிருந்ததால், அவர்கள் நிரபராதி. அவர்கள் அனைவர் பெயரிலுமிருந்த வழக்குகள் திரும்பப் பெறப்பட வேண்டும் அல்லது அவர்கள் அனைவரும் ஒரே மாதிரிச் சமமாகப் பார்க்கப்பட வேண்டும். உயர்நீதி மன்றம், துப்பாக்கி ஏந்தியவர்களின் வழக்கறிஞர்களுடன் உடன்பட்டது. உயர்நீதிமன்றத்தின் தலையீட்டினால் மீண்டும் நசத்தரின் விடுதலை தாமதிக்கப் பட்டது.

இதற்கிடையில் சதீந்தர் குமாரின் பகடை அவருக்கு ஆதரவாக உருண்டது. நிறையக் கோரிக்கைகள் மற்றும் முகப்புகழ்ச்சிகளுக்குப் பிறகு அவரால் மத்திய அமைச்சருடன் சமாதானம் செய்து கொள்ள முடிந்தது. அமைச்சர் சிறிது தளர்வடைந்தவுடன் நீதிபதிக்கு லஞ்சம் கொடுத்து, தனது ஜாமீன் விண்ணப்பத்தை அங்கீகாரம் செய்து வாங்கிக் கொண்டு அவர் மறைந்து விட்டார்.

தனியாக விடப்பட்ட பிறகு இப்பொழுது நசத்தருக்குச் சிறை இன்னும் அதிகம் சகிக்க முடியாததாகத் தோன்ற ஆரம்பித்தது. அவர் மேலும் மேலும் அமைதியற்றவராக உணரத் தொடங்கினார். சிறை அமைச்சர் மூலம் சிறை நிர்வாகத்தை நிர்பந்தப் படுத்த ஆரம்பித்தார்.

சிறைக் கண்காணிப்பாளர் புரூஸ் மன்னரின் கதையை மனப்பாடம் செய்திருந்தார். தோல்வியை அவர் ஒப்புக்கொள்ளப் போவதில்லை.

சட்டமன்ற உறுப்பினரை விடுவிப்பதற்கான புது வழிகளைத் தேட ஆரம்பித்தார் அவர்.

அரசாங்கத்திற்கு உண்மையிலேயே ஒரு கைதியைக் காப்பாற்ற அதிக விருப்பம் இருந்தால் அதை நிறைவேற்றுவதற்கான வழிகளுக்கு அரசாங்க அதிகாரிகளுக்குப் பஞ்சமில்லை. முதலமைச்சர் விரும்பினால் தூக்கு மேடையில் நிற்கும் மனிதனுக்கு உயிர் வரம் கொடுக்க முடியும். அரசியல் அமைப்பு, எந்தவொரு குற்றவாளிக்கும் எந்தவொரு குற்றத்திற்காகவும் மன்னிப்பு வழங்கும் உரிமையை அரசாங்கத்திற்குக் கொடுத்திருக்கிறது என்று நினைவுபடுத்தினார் கண்காணிப்பாளர். சில சட்டப் பிரச்சனைகளினால் கைதிக்கு நியாயம் கிடைக்காத பொழுதும், நீதிமன்றம் விரும்பியும் கூட அவனுக்கு நீதி வழங்க முடியாத பொழுதும், இத்தகைய சூழ்நிலையைச் சமாளிக்க இதைப் பயன்படுத்தும் உரிமை அரசாங்கத்திற்குக் கொடுக்கப்பட்டிருந்தது. இந்த உரிமையை அரசாங்கம் பெரும்பாலும் தன்னுடைய ஆதரவாளர்களுக்கு உதவுவதற்காகப் பயன்படுத்தியது என்பது முற்றிலும் வேறுபட்ட விஷயம்.

இந்த அதிகாரம், சில வழக்குகளில் கடும் குற்றச்சாட்டுகள் சாட்டப்பட்ட குற்றவாளிகளை விடுவிக்க வெற்றிகரமாகப் பயன்படுத்தப் பட்டிருந்தது. விடுபட்ட குற்றவாளிகள் ஓசைப்படாமல் வீட்டிற்குச் சென்று விட்டதைப் பற்றிக் கண்காணிப்பாளர் குறிப்பிட்டார். விடுவிக்கப்பட்ட அறிகுறி எதுவும் அமைப்புக்கள் அல்லது நீதிமன்றம்வரை எட்டக் கூடவில்லை.

இரண்டு மாணவர்களைக் கொலை செய்ததாகச் சஞ்சய் கான் மீது குற்றம் சாட்டப் பட்டது. முதிய பெற்றோரின் ஒரே பிள்ளையானதால், அவனைச் சிறைக்கு அனுப்பிவிட்டால் அவர்களைக் கவனித்துக் கொள்ள யாரும் இருக்க மாட்டார்கள் என்ற போலி சாக்கில் அவன் மன்னிக்கப் பட்டான்.

குழந்தைகளைக் கடத்தி, வீதியில் பிச்சையெடுக்கக் கட்டாயப்படுத்திய கொடிய கும்பலின் தலைவர் பிரதாப் சிங்கின் மனைவி மிகவும் நோய்வாய்ப்பட்டிருந்தார். அவள் எந்த நிமிடத்திலும் இறக்கக் கூடும். கணவரின் மடியில் தலை சாய்த்து, தனது கடைசி மூச்சை எடுக்கலாம் என்பதற்காக அவனை மன்னிப்பதற்கு அரசாங்கம் அதனுடைய தனி உரிமையைப் பயன்படுத்தியது.

ஹெராயின் கடத்தலுக்காக இருபது ஆண்டுகள் சிறைத் தண்டனை அனுபவித்து வந்த பெர்னாண்டஸுக்கு மிகச் சிறிய குழந்தைகள்

இருந்தனர். அவரை விடுவிக்க வேண்டும் என்ற வேண்டுகோள் குழந்தைகளிடமிருந்து வந்திருந்தது. குழந்தைகளைச் சந்தோஷப் படுத்துவதற்காக, அரசாங்கத்திற்கு அதன் சிறப்பு அதிகாரத்தைப் பயன்படுத்த வேண்டியிருந்தது.

சட்டமன்ற உறுப்பினரின் வழக்கு இவற்றில் எல்லாவற்றையும் விட வலுவானதாக இருந்தது. தண்டனை அரசியல் காரணங்களினால் கொடுக்கபட்டிருந்தது. இப்பொழுது இரு தரப்பினரும் அவர்களின் வேறுபாடுகளைத் தீர்த்துக் கொண்டாயிற்று. கிராமத்தில் அமைதியும், சாந்தியும் நிலவியது. இது நீடிக்க வேண்டுமானால் மக்களின் பிரதிநிதி அங்கு அவர்களின் மத்தியில் இருக்க வேண்டியது மிக முக்கியம். சட்டமன்ற உறுப்பினரின் மீதமுள்ள தண்டனை இந்த அடிப்படையில் மன்னிக்கப்பட வேண்டும்.

இரும்புடன் சேர்த்து விறகையும் வெளியேற்றும் நோக்கத்துடன் பேராசிரியரின் விடுதலைக்காக ஒரு விண்ணப்பத்தைத் தாக்கல் செய்தார் கண்காணிப்பாளர். தனது ஆய்வகத்தில் ஒரு மாணவரைப் பாலியல் பலாத்காரம் செய்த குற்றச்சாட்டில் பேராசிரியர் சிறையில் அடைக்கப் பட்டிருந்தார். அதை அவர் மறுத்தார். “நான் மாயா நகருக்குப் புதியதாக வந்தவன். இங்கு வந்தவுடன் மிகவும் பிரபலமானேன். பசி மற்றும் வறுமையினால் மடிந்து கொண்டிருந்த மற்ற ஆசிரியர்களுக்கு என்னுடைய கீர்த்தியைப் பார்க்கப் பிடிக்கவில்லை. என் மீது பொய்க் குற்றம் சாட்டச் சதி செய்தனர். என் பேத்திகளின் வயதையொத்த இளம் மாணவர்களுடன் நான், இந்த வயதில், முறைகேடாக நடந்து கொள்வேன் என்று நீங்கள் நினைக்கிறீர்களா?'' என்று கேட்டார். உண்மை என்னவென்று யாருக்கும் தெரியாது. கண்காணிப்பாளர் பரிந்துரைத்தார், “குற்றச்சாட்டுக்கள் உண்மையென்று வைத்துக்கொண்டாலும் உயர் அறிவுள்ள அறிஞரை, உணர்ச்சி வசப்பட்ட தருணத்தில் செய்த சிறு பிழைக்காக வாழ்நாள் முழுவதும் சிறையில் வைத்திருப்பது சரியில்லை. பேராசிரியரால் கற்பிக்கப்பட்ட ஏராளமான மாணவர்கள் இப்பொழுது மருத்துவர்களாகவும், பொறியாளர்களாகவும், விஞ்ஞானிகளாகவும் உள்ளனர். வெளியிலுள்ள இளைஞர்களுக்கு வழிகாட்டுதல் தேவை. அதனால் இவருக்கு மன்னிப்பு வழங்கப்பட வேண்டும்.''

மன்னிப்பு உத்தரவில் ஆளுநரின் கையொப்பம் தேவைப்பட்டது. ஆனால், அவரை அடைவதற்கு முன்பு கோப்பு பல உச்சி மாநாடுகளை ஏறி, கடந்து செல்ல வேண்டியிருந்தது. பேராசிரியரை, பிரதிநிதித்துவ படுத்திய மக்களிடம் இந்தக் கடினமான பயணத்திற்கான உற்சாகம்

இருக்கவில்லை. அதனால் கண்காணிப்பாளர், மிகப் புத்திசாலித்தனமாகத் தனது கோப்பைச் சட்டமன்ற உறுப்பினருடைய கோப்புடன் பிணைத்து விட்டு யானை கடந்து சென்றால் வாலும் செல்லும் என்று முடிவு செய்தார். அன்றிரவே யானை மற்றும் அதன் வால் இரண்டும் கடந்து சென்று விட்டது என்ற நற்செய்தியைத் தெரிவிக்க வந்தார் அவர்.

எனினும் இந்தச் செய்தியால் குறிப்பாக யாரும் மகிழ்ச்சியடைய வில்லை. இந்தத் தடவை அவர்களின் முயற்சி பலனைத் தருமென்று இதயத்தால் உணர்ந்தாலும், இந்த உத்தரவு வெறும் ஏமாற்று வேலையே ஒழிய அவர்களுக்குத் தண்டனையை அனுபவிக்க வேண்டி வருமென்று அவர்கள் மனம் கூறியது. இந்தக் குழப்பத்தில் தடுமாறிக்கொண்டு காலை முழுவதும் காத்திருந்தனர், மதியம் வந்தது. அதனுடன் உத்தரவிற்குப் பதிலாக வந்தது கெட்ட செய்தி.

“மீண்டும் ஒரு உள்ளாள், ஒரு உளவாளி எல்லாவற்றையும் பாழாக்கிவிட்டார். ஆவணங்கள், பாதிக்கப்பட்ட அமைப்பின் நலம் விழைபவர்களை அடைந்துள்ளது. அதன் அலுவலர்கள் இச்சமயம் உயர்நீதிமன்றத்தில் அமர்ந்து கொண்டு பேராணை மனு தயாரித்துக் கொண்டிருக்கிறார்கள். அரசாங்கம் அதன் அதிகாரங்களைத் தவறாகப் பயன்படுத்துவதோடு, தங்கள் வழக்கைப் பலப்படுத்துவதற்காக ஏராளமான ஆதரவாளர்களைத் திரட்டியுள்ளது என்று அவர்கள் கோபப்படுகிறார்கள். பெர்னாண்டஸுக்கு மனைவியும் இல்லை என்று அவர்கள் கண்டு பிடித்துள்ளார்கள். எனவே, அவனுடைய குழந்தைகள் அவனுக்காக ஏங்குகிறார்கள் என்ற கேள்விக்கு இடமேயில்லை. விடுதலையான பிறகு அவன் மறுபடியும் ஹெராயின் கடத்தத் தொடங்கி, இப்பொழுது டெல்லிக் காவல்துறையினரின் காவலில் இருக்கிறான். தெருவில் ஒரு வழிப்போக்கனைக் கத்தியால் குத்தியதற்காக, சஞ்சய் கான் மீண்டும் சிறையில் உள்ளான். பிரதாப் சிங்கின் வீடு பூட்டப்பட்டுள்ளது. அவன் தெற்கு டெல்லியிலிருந்து குழந்தைகளைக் கடத்தப் போய்விட்டான். அமைப்பு, கடந்த காலத்தைப் பற்றியல்ல, எதிர்காலத்தைப் பற்றிக் கவலைப் படுகிறது. எண்ணிலடங்கா பெர்னாண்டஸ், கான் மற்றும் பிரதாப் சிங்-களை அரசு விடுவிக்கத் திட்டமிட்டுக்கொண்டிருக்கிறது. ஆயுள் தண்டனை விதிக்கப்பட்டுள்ள ஒரு கைதியை ஆறு மாதத்திலேயே விடுவிப்பதன் மூலம், அரசு ஒரு பக்கம் நீதிமன்றங்களை ஏளனம் செய்வதோடு, மறுபுறம் குடிமக்களின் பாதுகாப்புக்கு ஆபத்தை உண்டாக்குகிறது என்று அமைப்பு கூறியது. எனவே, இத்தகைய நியாயமற்ற வெளியீடுகள் நிறுத்தப் பட வேண்டும்.”

செய்தியைக் கேட்ட நசத்தரின் முகம் வெளுத்துப் போயிற்று. அவர் மறுபுறமிருந்த பேராசிரியர், ராமு மற்றும் பாலாவின் பக்கத்தில் உட்கார்ந்து கொள்ளச் சென்றுவிட்டார். ராமு அழ ஆரம்பித்தான்.

“வீட்டில் ஒரு குழந்தை எதிர்பார்க்கப்படுகிறது. நான் பல விஷயங்களைப்பற்றிக் கனவு கண்டேன். மனைவியை ஒவ்வொரு மாதமும் மருத்துவ ஆய்வுக்கு அழைத்துச் சென்று, சாப்பிடுவதற்குச் சிறந்த உணவு வாங்கிக் கொடுத்து, அவளை மிகவும் சந்தோஷமாக வைத்துக் கொள்ளத் திட்டமிட்டிருந்தேன். எனது அனைத்துத் திட்டங்களும் வெற்றாகி விட்டன. என் மனைவி வீட்டில் தனியாக உட்கார்ந்து கொண்டு நாள் முழுவதும் அழுது கொண்டிருக்கிறாள். பணக்காரர்களின் வீடுகளைச் சுத்தம் செய்து உயிர்வாழச் சிறிது சம்பாதித்துக் கொள்கிறாள்.”

அதிக நாட்கள் அங்கு இல்லாதிருந்தால் அவனது குழந்தை இறக்கலாம்; யாராவது அவனுடைய மனைவியை மயக்கிக் கவர்ந்திழுத்துச் சென்று விடலாம்; அமைதியான மற்றும் பாதுகாப்பான அவனது குடும்ப அமைப்பு முறிந்து விடலாம் என்று ராமு பயந்தான். ராமுவின் வார்த்தைகளைக் கேட்டபின் பாலா சட்டமன்ற உறுப்பினர் மேல் எரிச்சல் கொண்டான், ‘தனது சொந்த வெளியீட்டிற்காக இவ்வளவு பொறுமையற்று இருக்கின்ற ஒருவருக்கு ராமுவின் இதயத்தில் உண்டான வலியை எப்படி உணர முடியவில்லை? ஆயுள் தண்டனை அனுபவித்துக் கொண்டிருந்ததால் சிறையில் இருக்க வேண்டியது சட்டமன்ற உறுப்பினரின் நிர்ப்பந்தமாயிற்று. ஆனால், ராமுவின் விடுதலைக்குச் சட்ட ரீதியான தடை எதுவும் இல்லை. சட்டமன்ற உறுப்பினரின் ஒரு கையொப்பம் தேவை, அவ்வளவுதான். ஒருவரின் சுதந்திரத்தை விட நாவின் சுவை நசத்தருக்கு ஏன் அதிகமாக இருக்கிறது என்று ஆச்சரியமாக இருக்கிறது!’ ஆனால், ராமுவைப் போலவே பாலாவும் உள்ளூர இதயத்தில் சோகப்பட முடிந்ததே தவிர அவன் உணர்ந்ததை வெளிப்படையாய்ச் சொல்ல முடியவில்லை.

பிற்பகல் நேரத்திற்குப் பின்னர் மேலும் சில செய்திகள் வந்தன. “விசாரணை நடந்து கொண்டிருக்கிறது. கடும் குற்றம் செய்து மொத்தமாக விடுவிக்கப்பட்டுள்ளவர்கள் மற்றும் விடுவிக்கப்பட்டுக் கொண்டிருக்கும், கடும் குற்றம் செய்த கைதிகளின் எண்ணிக்கைகளையும் பார்த்து உயர்நீதிமன்றம் திகைத்து விட்டது.”

ராமு முகத்தையும் தலையையும் ஒரு விரிப்பால் மூடிக் கொண்டு படுத்துக் கொண்டான். பாலா சிறு காரியங்களில் தன்னை ஈடுபடுத்திக் கொண்டான்.

மாலையில் அவர்கள் அஞ்சிய செய்தி வந்தது. "அரசாங்கம் கடுமையாகக் கண்டிக்கப் பட்டுள்ளது. இச்சமயம் இத்தகைய வெளியீடுகளை நிறுத்த நீதிமன்றம் உத்தரவிட்டுள்ளது. கடந்த மூன்று ஆண்டுகளில் விடுவிக்கப் பட்ட கைதிகள் யார்? அவர்களின் குற்றம் என்ன? அடுத்த மூன்று ஆண்டுகளில் யாருடைய வெளியீடு திட்டமிடப்பட்டுள்ளது? இவற்றைத் தீர்மானிக்க ஒரு மெய்மை அறிக்கைக்கு உத்தரவிடப் பட்டுள்ளது."

இது மற்றவர்களுக்கு மோசமான செய்தியாக இருந்தது. ஆனால், பாலாவுக்கு நல்லதாக இருந்தது. பங்களா இன்னும் சிறிது காலம் திறந்திருக்கும். பாலாவுக்குச் சுகத்தின் சில தருணங்கள் இன்னும் கிடைக்கும். காலையில் இதற்காகத்தான் பிரார்த்தனை செய்திருந்தாலும், ராமுவின் உற்சாகமிழந்த முகத்தைப் பார்த்து, பாலா தன்னுடைய பிரார்த்தனை நிறைவேறியதற்கு வருத்தப்பட்டான்.

அத்தியாயம் 17

காவல் நிலையத்தில் ஒருபுறம் ஆட்கள் குறைந்து விட்டிருந் தார்கள், மறுபுறம் புலனாய்வு அமைப்புக்களிடமிருந்து கண்டிப்பான அறிவுறுத்தல்கள் கிடைத்திருந்தன: "பயங்கரவாதிகளுக்கு ஆதரவாகக் கூட்டங்கள் நடத்தப் படுகின்றன. உணர்ச்சி வசப்பட்ட கும்பல் எதையும் செய்ய முடியும். உள்ளூர்க் காவல்துறையினர் மிகுந்த எச்சரிக்கையுடன் இருக்க வேண்டும்."

தலைமை அதிகாரியான மனிந்திரா, தானே கூட்டங்களைக் கண்காணித்துக்கொண்டிருந்த அந்த அணியை வழிநடத்தினார். நீடித்த நோயினால் படுத்த படுக்கையாக இருந்த அவர் முழுவதும் மீளவில்லை. இப்பொழுதும் கூட அடுக்கடுக்காய் வரும் தும்மல் அவரை ஆட்கொண்டது; அவரது தொண்டை வலித்தது, அவரது முழு உடம்பும் வலித்தது. உஷ்ணமும் தூசியும் அவரைத் துன்புறுத்தின.

அவருக்கிருந்த மனச்சோர்வு அவரது சரீர அசௌகரியத்தை அதிகரித்தது. அந்த மாநிலத்தின் முழுக் காவல் துறையினரால் இரண்டு ஆண்டுகளாக அவிழ்க்க முடியாத குழப்பமான சிக்கலடைந்த பந்து, அதாவது பண்டி கொலை வழக்கு, மனிந்திராவால் தனியாகத் தீர்க்கப் பட்டது. கொலையாளிகள் கைது செய்யப்பட்டு அவர்களின் ஒப்புதல் வாக்குமூலம் பெறப்பட்டது. ஆனால், பாராட்டுகள், பதவி உயர்வு மற்றும் வெகுமதிகளுக்குப் பதிலாக அரசாங்கம் அவரைப் புறக்கணித்ததோடு கொலைக்காரர்களை விடுவித்தும் விட்டது.

இது பல மாதங்களுக்கு முன்பானது. ஆனால், மனிந்திராவின் சினம் இன்னும் குளிரவில்லை. என்ன ஆனாலும் சரி, கொலையாளிகளைக் கைது செய்வதென்று அவர் தீர்மானித்தார். தகவலாளியின் அடையாளத்தை ரகசியமாக வைத்திருப்பதோடு, குற்றவாளிகளைத் தாக்கிப் பிடிப்பதற்குப் போதுமான சக்திவாய்ந்த அல்லது அச்சமற்ற நபர்களை அவர் தேடிக்கொண்டிருந்தார்.

ஏராளமான பேச்சாளர்களைக் குழு அழைத்திருந்தது. நிகழ்ச்சி அனுமன் வாலைப்போல் நீண்டு கொண்டே போயிற்று. மனிந்திரா முணுமுணுத்துக்கொண்டே தனது வாகனத்திற்குச் சென்று, அறை உணர்வற்ற நிலையில், பின் இருக்கையில் சாய்ந்து, கூட்டம் முடிவதற்காகக் காத்திருந்தார். நிறைவாக, கடைசிப் பேச்சாளர் மேடைக்கு வருவார் என்று நிர்வாகக் குழு அறிவித்தது.

பாபா குர்திட்டா சிங் உரையாற்றியபொழுது பார்வையாளர் களுக்கு மயிர்கூசல் உண்டாயிற்று. பாபாவின் கருத்துக்களுடன் மனிந்தரா சிங் உடன்படவில்லையென்றாலும் அவருடைய அப்பட்டமான கூற்றுக்களைக் கேட்டு மகிழ்ந்தார். இப்பொழுது தன்னுடைய மீதமுள்ள உடல்பலத்தைத் திரட்டிக் கொண்டு அவரது பேச்சில் கவனம் செலுத்த ஆரம்பித்தார்.

'கொள்ளையடிக்கும் அரசாங்கம் மற்றும் கொள்ளையடிக்கப்படும் குடிமக்கள்' அடிக்கடி திரும்பத் திரும்பச் சொல்லப்பட்ட இச்சொற்றொடரை அவர் பலமுறை கேட்டிருக்கிறார். அதே பழைய விஷயத்தைக் கேட்டுச் சலித்துக் கொண்டிருந்த அவர் கண்களை மூட ஆரம்பித்த பொழுது பாபா திடீரென்று ஒரு அறிவிப்பை வெளியிட்டார். "சமிதி ஒரு தவறு செய்துள்ளது. அதை விரைவில் சரி செய்வோம். நாங்கள் பன்டியின் உண்மையான கொலையாளிகளைத் தேடி நீதிமன்றத்தில் ஆஜர்படுத்துவோம்."

இந்த வார்த்தைகளைக் கேட்டவுடனே மனிந்தரா சிங்கின் இதயம் ஒரு அழகான ரோஜா போல் மலர்ந்தது. உடலின் பல்வேறு பகுதிகளிலிருந்த வலியும், வேதனையும் மறைந்து போய், சஞ்சீவினியின் உயிர் கொடுக்கும் பண்புகளை முகர்ந்து உள்ளிழுத்திருந்ததைப் போல் அவர் புது மலர்ச்சி பெற்றுப் பலசாலியாக உணர்ந்தார்.

இந்தச் சரியான தருணத்தில் அவர் இத்தகைய சமிதியைத் தேடிக் கொண்டிருந்தார். இந்த நற்செயலுக்காக, பாபா மக்களின் ஒத்துழைப்பை நாடினார். 'உண்மையான கொலையாளிகளைப் பிடிக்க நான் உங்களுக்கு உதவுவேன்' மனிந்திரா தனக்குள் சொல்லிக் கொண்டு பாபாவின் வேண்டுகோளுக்கு ஆதரவாக, தனது பங்களிப்பை உறுதியளித்தார்.

'பொதுவாக மக்கள்தான் காவல் துறையினரை அணுகுவார்கள். இன்று காவல்துறை மக்கள் பிரதிநிதியை அணுகும்' என்று நினைத்த மனிந்திரா கூட்டம் கலைவதற்காகக் காத்திருந்தார்.

தகவலறிந்தவர் ஒருவர் ஒருநாள் அவரிடம் வந்த பொழுதுதான் தகவலாளர் பணம் சம்பாதிப்பதற்கான வாய்ப்புக்காக மட்டும் அல்லாமல் சில நல்ல நோக்கங்களாலும் உந்தப்படுகிறார்கள் என்று மனிந்திரா உணர்ந்தார். ஒருவேளை நியாயத்திற்கான உறுதியான ஆசையாக இருக்கலாம். அவருடைய தகவலாளர் அவரை நச்சரித்துக்கொண்டே இருந்தார்: "டாபாவைச் சோதனை செய்யுங்கள். போதை மருந்து

வியாபாரம், விபசாரம் இந்த இரண்டு முறை கேடான தொழில்களும் இதன் வளாகத்தில் செயல்பட்டு வருகின்றன.''

இந்த *டாபா* மனிந்திராவின் நண்பரின் உறவினருக்குச் சொந்தமானது. அதன் திறப்பு விழாவன்று அவரது நண்பர் அவரிடம் வந்து அதன் நலனைப் பாதுகாக்க வேண்டும் என்று வேண்டிக்கொண்டார். ஒருவர் தலையை மொட்டையடித்தவுடனே ஆலங்கட்டி மழை பெய்தால் கடவுள் தான் காப்பாற்ற வேண்டும்!

மூன்று நாட்கள்வரை தகவல் கொடுத்தவரை விசாரித்தார் மனிந்திரா. *டாபா*வைச் சுற்றியுள்ள பகுதியில் ரோந்து செல்ல இரண்டு காவல்துறையினரை அவர் நியமித்தார். காவல்துறையினர் சுற்றி நடப்பதை உரிமையாளர் பார்த்துவிட்டு எச்சரிக்கை அடைந்து விடுவார் மற்றும் வாடிக்கையாளர்களும் நிலைமையின் தீவிரத்தைப் புரிந்து கொண்டு அங்கு அடிக்கடி வருவதை நிறுத்திக் கொள்வார்களென்றும் நினைத்தார். ஆயினும் மிகுந்த தன்னம்பிக்கையுடனிருந்த உரிமையாளர், வாடிக்கையாளர்கள் இருவரும் இதைச் சட்டைசெய்யவே இல்லை .

மனிந்திரா தன்னுடைய தகவலாளியின் மனதை நோகச் செய்யும் நிலையில் இல்லை. ஏனென்றால் அவர் மிகவும் பயனுள்ள தடயங்கள் கொடுப்பதற்கு ஏதுவாக இருந்தார். மனிந்திரா அந்த இடத்தைச் சோதனை செய்யவில்லையென்றால் தகவலாளி அதை வேறொருவர் மூலம் செய்து முடிப்பார். 'சரி, அதைச் செய்வோம், அவர்களின் சட்டைக்கழுத்துப் பட்டையைப் பிடித்திழுத்து, கொஞ்சம் பணம் வாங்கிக் கொண்டு, பிறகு விட்டு விடலாம். இருதரப்பினரும் மகிழ்ச்சியடைந்து விடுவார்கள்' என்று மனிந்திரா நினைத்தார். தகவலாளரும் அவருடைய கட்டணத்தொகை கிடைத்த பிறகு அவரை நச்சரிப்பதை நிறுத்தி விடுவார்.

அவர்கள் பணம் ஈட்டுகிற ஆதாய மூலமாக, சிற்றின்பத்தில் ஈடுப்பட்டிருந்த, ஒரு நூல் உற்பத்தி ஆலை உரிமையாளரின் புதல்வனைப் பிடித்துக் கொண்டனர். அவனுடைய தோழியின் உடைகள் மற்றும் ஒப்பனைப் பொருள்கள் அவள் ஒரு நல்ல குடும்பத்திலிருந்து வந்தவள் என்று நினைக்கத் தோன்றியது. ஆனால், அவள் ஸான்ஸி மரபினைச் சேர்ந்த தாரோ என்றும், தன்னுடைய சேவைக்காக முன்னூறு ரூபாய் கட்டணம் பெற்றாளென்றும் தெரிய வந்தது.

சுரீரென ஓரிரு அறைகளுக்குப் பிறகு அந்த இளைஞன் வெளிப்படுத்தியதை மனிந்திராவினால் முதலில் நம்ப முடியவில்லை. குடிபோதையில், காவல்துறையினரின் பயத்தினால் அவன் ஏதோ

உளறியிருக்கிறானென்று நினைத்தார். உண்மையைத் தெரிந்து கொண்டு வாக்குமூலம் வாங்குவதற்காக, அவர் ஓட்டுனர் மீதும் அடிகளின் மழை பெய்தார். வழக்கு மெய்யானதென்று உறுதி செய்வதற்காக, இந்தக் குற்றங்களில் மும்முரமாக ஈடுபட்டிருந்த கூட்டாளியான நேபாள ஓட்டுனரையும் பிடித்தார். அவரும் ஒப்பு கொண்டார்.

டாபா உரிமையாளரிடமிருந்து மனிந்திரா ஐநூறு ரூபாய் வாங்கிக் கொண்டு, தகவலாளருக்குக் கொடுத்துவிட்டு, தாரோவையும் உரிமையாளரையும் எச்சரிக்கை செய்து விடுவித்து விட்டார். அவரிடம் இப்பொழுது ஒரு ரகசிய புதையலின் சாவி இருந்தது. பாலியல் கோரும் அல்ப வழக்கில் அவருக்கு என்ன இருந்தது?

மற்ற மூவரும் பன்டியின் கடத்தல்காரர்கள் மற்றும் கொலை காரர்களும் கூட. ஹர்மன்பீர் பணத்திற்காக இக்குற்றத்தைச் செய்ய வில்லை. ஏனென்றால் அவனிடம் இருந்த செல்வத்தை நீங்கள் தீயிட்டுக் கொளுத்தினால் கூட எல்லாவற்றையும் அழிக்க முடியாது. அவ்வளவு சொத்து இருந்தது அவனிடம் அளவுக்கு மீறிச் செல்லமும், விளையாட்டாகச் செலவழிக்க அதிகமான பணமும் கொடுக்கப்பட்டு முழுவதிலும் பாழாய்ப் போன பிள்ளை அவன். தொழிலில் மும்முரமாக ஈடுபட்டிருந்த தகப்பனுக்கோ அல்லது சமுதாய பணிகளில் சுழன்று கொண்டிருந்த தாய்க்கோ அவன் மேல் கவனம் செலுத்த நேரமில்லை. தங்கள் பிள்ளை வயதுக்கு மேல் எப்பொழுது முதிர்ச்சி அடைந்தான்; கல்லூரி மற்றும் பயிற்சி வகுப்புகளுக்குப் பதிலாகத் தங்கு விடுதிகளுக்கும், கேளிக்கை விடுதிகளுக்கும் எப்பொழுது செல்ல ஆரம்பித்தான்; பியரிலிருந்து ஆரம்பித்த அவனுடைய கீழ்நோக்கிய பயணம் *ஹெராயின்* வரை செல்ல வழி வகுத்தது எப்போது? அவனுடைய பாலியலுந்தலை அதிகரித்துக் கொள்ளும் விருப்பம் அவனைப் போதைப் பொருள்களும், பழிச் செயல்களும் நிறைந்த மறைவிடங்களுக்கு எப்பொழுது கொண்டு சென்றது; இதைப்பற்றி எல்லாம் அவர்கள் உணரக்கூடவில்லை.

ஹர்மன்பீர் இரவு நெடு நேரம்வரை வெளியில் இருக்க விரும்பிய பொழுதெல்லாம் அவனுடைய ஊழியர்கள் அதற்குத் தடையாயிருந்தனர். அந்தத் தடங்கலையும் அவன் விரைவில் தீர்த்துக் கொண்டான். முதலில், விடுதிக்கு வெளியில் காரில் காத்திருந்த அவனுடைய ஓட்டுனருக்கு அந்த உயர்ந்த சுவர்களுக்குப் பின்னால் நடந்ததைக் கற்பனை மட்டுமே செய்ய முடிந்தது. சீக்கிரமே அந்தக் கற்பனைகள் அனைத்தையும் நிறைவேற்ற அவரை உள்ளே அழைத்துச் செல்ல ஆரம்பித்தான் ஹர்மன்பீர்.

தாபா பியர் குடிப்பதை மிகவும் விரும்பினார். முன்பு, புட்டிகளில் எஞ்சியிருந்த துளிகளைச் சிரமப்பட்டுச் சேகரித்து, பானத்திற்கான தன் தாகத்தைத் தீர்த்துக் கொள்ளும் பழக்கத்திலிருந்தார். ஹர்மன்பீர் இப்பொழுது அவருக்கு வெளிநாட்டு ஸ்காட்ச் சுவைக்கக் கொடுத்தான். தயவுகளின் பாரத்தினால் அவனுடைய வேலைக்காரர்கள் அவனுக்கு அடிமைகளாகி அவனுடைய ஆணைக்கிணங்கி, பொம்மலாட்டு பொம்மைகள் போல் நடனமாடத் தயாராயிருந்தனர்.

ஹர்மன்பீருக்கு அவனுடைய ஆசைகளைப் பூர்த்திச் செய்து கொள்வதற்கான வசதிக்குக் குறையிருக்கவில்லை என்றாலும், சிறிது பணம் பெறுவதற்குக் கூட அவனுக்குப் பல நபர்களிடம் செல்ல வேண்டியிருந்தது. முதலில் அவனுடைய தந்தையின் ஒப்புதலை பெற வேண்டியிருந்தது. பிறகு மேலாளரிடம் சென்று சீட்டைப்பெற்றுப் பணத்தைப் பெற்றுக் கொள்ள, காசாளரிடம் செல்ல வேண்டியிருந்தது. இந்த முழு செயல்முறை அவனுக்கு இடர்பாடாகவும் தர்மசங்கடமாகவும் இருந்தது.

இதைச் சமாளிக்க அவன் சொந்தமாக நிதி ஆதாரம் உருவாக்க ஒரு திட்டத்தை வகுத்தான். ஒவ்வொரு நாளும் பத்திரிக்கைகளில் கடத்தல்கள் மற்றும் மீட்புப் பணக் கோரிக்கைகளைப்பற்றிய கதைகள் வந்தவாறு இருந்தன. ஹர்மன்பீர் ஒரு தீவிர திரைப்பட வெறியனும் கூட. திரைப்பட கதாநாயகர்களின் வினோதமான ஆட்டபாட்டங்கள் அவனுக்குப் புதுக் கருத்துக்களை எழுச்சியூட்டும் மூல ஆதாரமாக விளங்கின. தனது திட்டங்களை அவன் தன்னுடைய கூட்டாளிகளுடன் கலந்தாலோசித்தான். அடிமைகளின் கடமை சிந்திப்பதும் ஆலோசிப்பதும் அல்ல; கட்டளைகளுக்குக் கீழ்ப்படிவதுதான். அவர்கள் உடனே ஒப்புக் கொண்டார்கள்.

அடுத்த நாளே தாபாவும் ஓட்டுனரும் இத்திட்டத்தைச் செயலில் காட்டினர். ஒரு பணக்கார சிறுவனைப் பள்ளிக்கு வெளியிலிருந்து பிடித்துக் கொண்டார்கள். பின்னர் வேலைக்காரன் அவனை ஆலையின் காம்பௌன்டிலிருந்த தனது வசிப்பிடத்திற்கு அழைத்துச் சென்றான். இதற்கிடையில் ஓட்டுனர் அரைகுறை பஞ்சாபியில் ஒரு குறிப்பை எழுதி பையனின் பாதுகாப்பாளரிடம் அனுப்பினார். ஒரு மணி நேரத்திற்குள் மீட்புப் பணம் நியமிக்கப்பட்ட இடத்தை வந்தடைந்தது. அவர்களின் இந்த ‘வருவாய்’ மூலம் மூவரும் ஒரு வாரத்தை மிக நன்றாக அனுபவித்தார்கள்.

பணம் முழுவதும் செலவழிந்தவுடன் அதே செயலை மீண்டும் செய்து மறுபடியும் வெற்றியடைந்தனர். அவர்களுக்கு நல்ல தொகை கிடைத்தது மற்றும் அதில் அவர்களின் பங்கேற்பைப் பற்றிச் சிறு அறிகுறி கூட எவருக்கும் இருக்கவில்லை. மேம்பட்ட தன்னம்பிக்கையுடன், அடுத்த வாரம் அவர்கள் பன்டியைக் கடத்திக்கொண்டு வந்தார்கள்.

பன்டியின் காப்பாளர்கள் சதித் திட்டத்தைப் பற்றி ஒன்றும் யோசிக்காமல், கடத்தல் குறித்துக் காவற்துறையினருக்குத் தகவல் கொடுத்தார்கள். காவல்துறை நடவடிக்கை எடுத்தது. ஊரில் ஊரடங்கு உத்தரவு அறிவிக்கப்பட்டது மற்றும் வீட்டுக்கு வீடு தேடல்கள் மேற்கொள்ளப்பட்டன.

சிக்கிக் கொண்ட ஹர்மனுக்குப் பன்டியைப் பல நாட்கள் தாபாவின் வசிப்பிடத்தில் மறைத்து வைக்கவேண்டிய கட்டாயம் ஏற்பட்டது. ஆலையின் வெளிப்புற சுவர் பத்தடி உயரமும் அதன்மேல் இரண்டு அடி உயர முள் வேலியும் இருந்தது. எந்தவொரு கடத்தல்காரருக்கும் ஒரு குழந்தையுடன் சுவரின் மேல் ஏறி குதிப்பது சாத்தியமில்லை. ஆலையில் இரண்டு வாயில்கள் இருந்தன. அவை எல்லா நேரங்களிலும் காவலர்களால் நிர்வகிக்கப்பட்டன. உள்ளே சென்ற அனைவரும் சோதனைக்குட்பட்ட பிறகு அவருடைய பெயர், விலாசம் முதலிய விவரங்கள் பதிவேட்டில் பதிவு செய்யப் பட்டது.

இந்தக் காரணத்தினால்தான் காவல்துறையினர் ஊரின் ஒவ்வொரு அங்குல இடத்தைச் சோதனை செய்த பொழுதும் கூட ஆலைக்குள் செல்லவில்லை. ஆலை உரிமையாளரின் மகனே கறுப்பு வண்ணக் கண்ணாடி ஜன்னல்கள் கொண்ட காரில் பன்டியை அழைத்துச் சென்றிருப்பான் என்றும் உரிமையாளரின் செல்வாக்கும், நற்பெயரும் ஹர்மனைக் கையும் களவுமாகப் பிடிபடுவதைத் தடுத்து விட்டது என்றும் யாரும் கனவு கூடக் கண்டிருக்க முடியாது.

பன்டியின் அழுகைச் சத்தம் அக்கம் பக்கத்து வீடுகளில் கேட்கக் கூடாதென்பதற்காக அவனை எல்லா நேரத்திலும் மயக்க நிலையில் வைத்திருந்தனர். உணவுப் பற்றாக்குறையும் அளவுக்கு அதிகமான மயக்க மருந்தும், இறுதியில் அவனைக் கொன்றுவிட்டது. கிடைத்த முதல் வாய்ப்பில், ஆலைக்கு வெளியிலிருந்த கற்சுரங்கங்களில் உடலைப் போட்டு அப்புறப்படுத்திவிட்டனர். இந்த விஷயம், டாபா திடீர் சோதனைக்குட்பட்ட அந்த அதிர்ச்சியூட்டும் நாள்வரை ரகசியமாகவே இருந்தது. அப்போதும்கூட ஹர்மன்பீர் தானே ரகசியத்தை

வெளிப்படுத்தியதால்தான் அது வெளிச்சத்திற்கு வந்தது. மேற்கொண்டு நடவடிக்கைகள் எடுப்பதற்காக மனிந்திரா அவர்களை நிலையத்திற்கு அழைத்துச் சென்றார். ஆலை மேலாளர் விரைவில் அவர்களை அங்கு பின்தொடர்ந்தார். அந்தச் சமயத்தில் மும்பையிலிருந்த அரோரா சாஹிப்புக்கு அவருடைய மகன் குடிபோதையில் கைது செய்யப்பட்ட செய்தியை யாரோ கொடுத்திருந்தார்கள். அரோரா சாஹிபின் செல்வாக்கு உயர் மட்டங்களில் பரவியிருந்தது என்றாலும் ஒரு சிறிய விஷயத்திற்காகச் சலுகை பெற அவர் விரும்பவில்லை. மும்பையிலிருந்தபடியே அவர் தனது மேலாளரைச் சரியான ஆட்களுக்குப் பணம் கொடுத்து விஷயத்தை அமுக்கி விடும்படி அறிவுறுத்தினார்.

மனிந்திரா நன்றி மறப்பவர் அல்ல. ஒவ்வொரு மாதமும் காவல் துறையினர் ஆலையிலிருந்து ஒரு குறிப்பட்ட தொகையைப் பெற்றார்கள். இதைத் தவிர வேறு சிறு செலவுகளையும் அவ்வப்போது அது கவனித்துக் கொண்டது. எனினும் ஹர்மன் செய்த குற்றத்திற்குப் பிறகு அவனை விடுவிப்பது மனிந்திராவிற்குச் சாத்தியமில்லை.

குற்றங்களைப் பற்றி அறிந்து கொண்ட மனிந்திராவின் காலடியிலிருந்த பூமி நழுவியது. அவர் உடனே ஆலை உரிமையாளருடன் தொடர்பு கொண்டார். உரிமையாளர் அவரிடம் மன்றாடினார். ஆனால், மனிந்திரா இம்மியளவும் அசையவில்லை. அவருக்கு விருதுகள் மற்றும் பணி உயர்வு போன்ற வாய்ப்புகளை விடப் பணத்தின் சபலம் அவ்வளவு சக்திவாய்ந்ததாக இருக்கவில்லை. மனிந்திராவை அடிபணிய வைக்க முடியாதென்று தெரிந்த பிறகு அரோரா சாஹிப் மேலுள்ளவர்களின் எண்களைச் சுழற்ற ஆரம்பித்தார். பலன் உடனே தெரிய ஆரம்பித்தது.

தலைவர் ஒரு முக்கியமான கூட்டத்தில் இருந்தார். அவர் உடனடியாக வெளியே அழைக்கப்பட்டார் மற்றும் அவர் சார்பாக மனிந்திர் சிங்குக்கு உத்தரவுகள் கொடுக்கப்பட்டன: "நிலைமையை மதிப்பிடுவதற்காக நான் நகரத்திற்கு வருகிறேன், நான் அங்கு வரும்வரை எந்த நடவடிக்கையும் எடுக்கக் கூடாது."

தன் மகனுக்குச் சொல்லிக் கொடுப்பது போலத் தலைவர் மனிந்திராவுக்குச் சொல்லிச் சமாதானப் படுத்த முயன்றார், "பண்டி கொலை வழக்கு ஒரு முடிவுக்குக் கொண்டுவரப் பட்டுள்ளது. நீதி மன்றம் அதன் தீர்ப்பை வழங்கியுள்ளது. அனைத்துச் சாட்சிகளும் பாலா மற்றும் மீதா கொலையாளிகள் என்று ஏற்றுச் சான்று அளித்திருக்கின்றனர். போர்க் களத்தின் நடுவில் குதிரைகளை மாற்றுவது முட்டாள்தனமாக இருக்கும்.

பாலாவும் மீதாவும் உண்மையில் நிரபராதியென்று வலியுறுத்தினால் காவல்துறை மற்றும் அரசாங்கம் இரண்டும் பரிகசிக்கப்படும். தவறுக்குப் பொறுப்பாளியாகக் காவல்துறை அதிகாரிகள் முதலில் சுட்டிக் காட்டப்படுவார்கள். அவர்களில் பலருக்கு வேலை இழக்க வேண்டிய கட்டாயம் ஏற்படும். சமிதி ஏற்கெனவே காவல் துறையினருக்கும், அரசாங்கத்திற்கும் பெரிய தொல்லையாக உள்ளதென்று நிரூபித்துள்ளது. மக்களை நமக்கெதிராகத் தூண்டுவதற்கு இப்பொழுது அவர்களுக்கு ஒரு வாய்ப்பு கிடைத்து விடும். முதலமைச்சர் தனிப்பட்ட முறையில் வழக்கைக் கண்காணித்து வருகிறார். அவர் ஒருபோதும் கைது செய்ய ஒப்புதல் கொடுக்க மாட்டார். அரோரா சாஹிபுக்கு எல்லாரையும் தெரியும். இது அவரது மரியாதை மற்றும் நற்பெயர் பற்றிய விஷயமாகும். அவருடன் பகைமை நம்மால் தாங்க இயலாது."

கீழ்ப்பணியாளருக்குப் புத்திமதி கூறித் தனது கடமையை நிறைவேற்றினார் தலைவர். மேற்கொண்டு நடவடிக்கைகள் ஆரம்பிப்பதற்கு மனிந்திராவிற்கு அனுமதி பெறத் தேவையிருக்கவில்லை. அவர் தனது மௌனத்தைக் கலைக்காததைப் பார்த்து எரிச்சலடைந்த தலைவர் குற்றம் சாட்டப்பட்டவர்களை அழைத்து அறிவுறை கூறி மேலாளரிடம் ஒப்படைத்தார்.

அன்றிரவு மேலாளர் ஐம்பதாயிரம் ரூபாய் எடுத்துகொண்டு மனிந்திராவின் இருப்பிடத்திற்கு வந்தார். மனிந்தராவுக்கு மரியாதை செலுத்தி அவரைச் சமாதானப்படுத்தும்படி தலைவர் அவருக்கு உத்தரவளித்திருந்தார். தலைவரின் கோபத்திற்குப் பயந்த மனிந்திராவினால் சண்டை-சச்சரவு உண்டாக்க முடியவில்லை. ஆனால், காயமடைந்த பாம்பைப் போல் இதுவரை விஷத்தைச் சேமித்து வைத்திருந்தார்.

தாக்குவதற்கு இப்பொழுது அருமையான வாய்ப்பு அவருக்குக் கிடைத்து விட்டது.

அத்தியாயம் 18

நிஜமான குற்றவாளிகள் யார் என்று அறிவிப்பதற்கு முன்பு சமிதி உண்மையைத் தனிப்பட்ட முறையில் சரிபார்க்க விரும்பியது. அதற்காக, அடுத்த நாள் அதிகாலையில் சங்கர்தாஸ் என்ற முகவர் வீட்டிற்குப் பாபா சென்றார். அவருடைய மகன்தான் முதன் முதலில் கடத்தப்பட்டவன். இந்தச் சம்பவத்தைப் பற்றி வேறு யாராவது கேட்டிருந்தால் சங்கர்தாஸ் அவரைச் சினங்கொண்ட காளையைப் போல் முட்டித் தள்ளியிருப்பார். ஆனால், பாபாவிடம் பொய் சொல்ல அவருக்குத் துணிவில்லை.

வீடு திரும்பிய பிறகு சிறுவன் கடத்தல்காரர்களைப் பற்றிக் கொடுத்த விவரங்கள், அவர்கள் ஹர்மன்பீர் மற்றும் அவருடைய கூட்டாளிகளுடையது என்பதை உறுதிப்படுத்தியது. கறுப்பு வண்ண ஜன்னல்கள் கொண்ட, ஒரு சர்தாரால் இயக்கப்பட்ட காரில், டிட்டு அழைத்துச் செல்லப்பட்டிருந்தான். அவருடன் இருந்த மற்றவர் ஒரு இந்து. பணியாளரின் இருப்பிடம் போல் தோன்றிய ஒரு இடத்தில் டிட்டு வைக்கப்பட்டிருந்தான். குற்றவாளிகள் இன்றில்லாவிட்டால் நாளை கைது செய்யப்படுவார்கள் என்ற நம்பிக்கையில் சங்கர்தாஸ், மீட்பு பணம் கோரி கடத்தல்காரர்கள் எழுதிய குறிப்புச் சீட்டைப் பத்திரமாக வைத்திருந்தார். அதை இப்பொழுது அவர் பாபாவிடம் ஒப்படைத்தார்.

ஜீவன், வங்கி மேலாளரின் அலுவலகத்திற்குச் சென்றார். அவருடைய வங்கிக் கிளையில் அவருடைய கணக்கு இருந்தது. தவிர, அவர்களிருவரும் நல்ல நண்பர்களும் கூட. வங்கி மேலாளரும் அனைத்து விவரங்களையும் உறுதிப் படுத்தினார். இரண்டு கடிதங்களும் ஒரு கையெழுத்து நிபுணரால் ஆராயப்பட்டது. இரண்டும் ஒரே நபரால் எழுதப்பட்டதென்று கண்டறியப்பட்டது. இந்த அறிக்கை கிடைத்த பிறகு புள்ளிகள் விரைவாக ஒன்றோடொன்று இணைக்கப் பட்டன.

பன்டியின் பாதுகாவலர்களுக்கு எழுதப்பட்ட கடிதங்களும் கவனமாகப் பாதுகாக்கப் பட்டிருந்தால் மிகவும் கடினமான, சிக்கல்கள் மிகுந்த முடிச்சு, இன்னும் சீக்கிரமாக அவிழ்ந்திருக்கும். உண்மையில், வாஸ்த்தவமான கடிதங்களைக் கோப்புகளிலிருந்து அகற்றி, பாலாவைக்

கட்டாயப்படுத்தி எழுதி வாங்கிய குறிப்புகளுடன் மாற்றி வைத்து விட்டனர் காவல் துறையினர்.

இறுதியாக ஒரு முடிவுக்கு வருவதற்கு முன்பு மேலும் விசாரணை செய்ய வேண்டிய அவசியமிருப்பதாகச் சமிதிக்குத் தோன்றியது.

நூல் ஆலையின் தொழிற்சங்கத் தலைவர்களை ராஜேந்திரா எச்சரித்தார்: "குற்றம் சாட்டப்பட்ட மூவரின் மேல் ஒரு கண் வைத்திருங்கள். அவ்வப்பொழுது அவர்களின் நடவடிக்கைகளைப் பற்றிச் சமிதிக்கு அறிவித்துக் கொண்டிருங்கள்."

மூன்று நாட்களுக்குப் பிறகு சமிதிக்கு அதன் முதல் தகவல் கிடைத்தது. ஹர்மன்பீர் இரண்டு மாதங்களாக, பங்களாவினுள் தென்பட வில்லையென்று அங்கு பணிபுரியும் ஊழியர்கள் வெளிப்படுத்தினர். முதலில் அவர் டெல்லிக்கு அனுப்பப்பட்டார், பின்னர் வெளிநாட்டுக்குச் செல்லும் விமானத்தில் தப்பிவிட அவருக்கு ஏற்பாடு செய்யப்பட்டது. அவர் எந்த நாட்டிற்கு அனுப்பப்பட்டாரென்றும் எந்த உறவினருடன் தங்கியிருக்கிறாரென்றும் ஊழியர்கள் கண்டுபிடிக்க முயற்சி செய்து கொண்டிருந்தனர்.

ஆலை உரிமையாளர் இரண்டு ஊழியர்களிடம் மிகவும் அதிருப்தி அடைந்திருந்தார். தன்னுடைய மகனை வழிதவறச் செய்தார்களென்று நம்பிய அவர், அவர்களிருவரையும் வெளியேற்றிவிட்டார்.

ஆலை உரிமையாளர் சார்பாக ஒரு வதந்தி பரப்பப் பட்டது: "நேபாள பையன் நேபாளத்திற்குத் தப்பி ஓடி விட்டான்." ஆனால், இது உண்மையல்ல என்று ஆதாரங்கள் விளக்கின. உரிமையாளர் முதலில் தாபாவை டெல்லியிலிருந்து அழைத்து வந்திருந்தார். அவர் அவரைத் திரும்பவும் அங்கு உறவினர்களிடம் எச்சரிக்கையுடன் அனுப்பி விட்டார், "அவரைச் சீக்கிரமாக மறைந்து போகச் செய்யுங்கள். காவல் துறையினர் எந்த நிமிடத்திலும் அவரைக் கைது செய்ய அங்கு வந்திறங்குவார்கள்." இந்த அறிவுறுத்தலுக்குப் பிறகு தாபா ஒரு தொலைதூர இடத்திற்கு அனுப்பப்பட்டார். ஆனால், தொழிற்சங்க உறுப்பினர்கள் அவருடன் தொடர்பு கொள்ளும் தருவாயில் இருந்தனர்.

போதை மருந்துக்கு அடிமையாகி விட்ட ஓட்டுனர் தற்பொழுது அறைகுறை நினைவுடன், அரசாங்க மருத்துவமனையின் போதைப் பொருள் அடிமையிலிருந்து நீக்கும் பிரிவில், மருந்தை நிறுத்தியதால் வரும் பின்விளைவுகளால் பாதிக்கப்பட்டு உயிருக்கு மன்றாடிக் கொண்டிருந்தார். பாரா மருத்துவ ஊழியர்களின் உதவியுடன் அவருடைய கையெழுத்துப் பெறப்பட்டது. சங்கர் தாஸ் மற்றும் மேலாளருக்கு எழுதிய கடிதங்கள் இவரால்தான் எழுதப் பட்டது என்று உறுதிப்படுத்தப்பட்டது.

இந்த அறிக்கை கிடைத்தவுடன் சமிதி உறுப்பினர்கள் பத்திரிக்கையாளர்களின் கூட்டம் ஒன்றை அழைத்துப் பன்டியின் கொலையாளிகளின் பெயர்களை அறிவித்தார்கள்.

அத்தியாயம் 19

அன்று இரவு சுந்தருக்கும் அவருடைய தோழர்களுக்கும் தெரியவந்தது: அவர்களின் எண்ணிக்கை விரைவில் அதிகரிக்கப் போகிறது.

அந்தக் கலத்தில் வைத்திருந்தவர்களைப் '*பத்மாஷ்*' என்று சிறை அதிகாரிகள் குறிப்பிட்டனர். எனவே, சிறைச்சாலை பதிவுகளில் இது *பத்மாஷின்* கலம் என்று அழைக்கப்பட்டது. ஆனால், கைதிகள் தங்களைத் துணிச்சலான போர் வீரர்கள் என்று கூறிக் கொண்டனர், அவர்கள் வீரச் செயல்களுக்காகச் சிறையில் அடைக்கப்பட்டுள்ளனர் என்று வாதாடினர். அவர்களது விளக்கத்தை ஏற்றுக் கொண்ட மற்ற கைதிகள் இந்தக் கலத்தைப் '*பஹாதுர்*' கலம் என்று குறிப்பிட்டனர்.

அந்தக் கலத்திற்கு வரவிருக்கும் பாலா எத்தகைய துணிச்சலான செயல்களைச் செய்திருக்கிறான்? அவன் எப்படிப்பட்ட வல்லமை வாய்ந்த மாவீரன்? கைதிகள் காலையிலிருந்து தங்களுக்குள் கலந்தாலோசித்து இதைப்பற்றிக் கண்டுபிடிக்க முயற்சித்தனர்.

மூன்று மாதங்களாக அவர்களுக்காகக் கடுமையாக உழைத்துக் கொண்டிருந்தவனுடைய பின்னணியைப் பற்றி நினைத்துப் பார்க்க, அந்தப் பங்களாவில் இருந்த கைதிகளுக்கு நேரமிருக்கவில்லை. அவன் ஒரு நல்ல மனிதன். அவர்களுக்காக விசுவாசத்துடன் வேலை செய்தான் என்பதே அவர்களுக்குப் போதுமானது.

தனது சேவகர் ஒரு தீவிரவாதி என்று தெரிந்ததும் சட்டமன்ற உறுப்பினரின் இதயம் வேகமாகத் துடித்தது. ஒரு *சிங்* அவருடைய காலணிகளை மெருகூட்டி, கால்களைப் பிடித்து உருவிவிடுவதாக ஏதாவது தீவிரவாதி அமைப்புக்குத் தெரிந்து விட்டால் அவர்கள் கடுங்கோபமடைந்து, இவருக்கு எதிராகக் கட்டளை பிறப்பிக்கக் கூடும். இது ஒருவேளை முதலமைச்சரின் முன்கூட்டி திட்டமிடப்பட்ட சில்மிஷமாக இருக்கலாம்: 'அவர் பயங்கரவாதிகளுடன் தொடர்புடையவர். அவருடைய விடுதலையை நிறுத்துவதற்கு இது ஒரு நல்ல சாக்காக அமையும்.' லோக் சங்கர்ஷ் சமிதி என்கிற அமைப்பு பாலாவின் வழக்கிற்காகப் போராடிக்கொண்டிருந்தது. அவர் சிறையில் ஐந்து நட்சத்திர வசதிகள் பெறுவதை, அவர்கள் கண்டு பிடித்து விடுவார்கள் என்று சட்டமன்ற உறுப்பினர் அஞ்சினார்.

கவலைப்பட்ட சட்டமன்ற உறுப்பினர் சிறைக் கண்காணிப்பாளரிடம் புகார் செய்தார், “நீங்கள் வேண்டுமென்றே என் உயிருக்கு ஆபத்து ஏற்படுத்தியிருக்கிறீர்களா?”

கண்காணிப்பாளர் சத்தியம் செய்தார், “பாலா ஒரு ஆபத்தான மனிதன் அல்ல. அவனுக்குத் தீவிரவாதிகளுடன் எந்தத் தொடர்பும் கிடையாது. அவன் முடியைச் சிறியதாக வெட்டியிருப்பது இதற்குப் போதுமான சான்றாகும். அவன் ஒரு தீவிரவாதியாக இருந்திருந்தால் அவன் *சிங்*களின் கலத்திற்கு அனுப்பப்பட்டிருக்க மாட்டானா? ஆனால், உங்களுக்கு இன்னமும் சந்தேகமிருந்தால் அவனை இங்கிருந்து விரட்டி விடலாம்.”

பங்களாவில் உட்கார்ந்திருந்த பொழுதே பாலாவை எந்தக் கலத்திற்கு அனுப்புவதென்று கண்காணிப்பாளர் நிச்சயம் செய்து கொண்டுவிட்டார். பாலாவின் நண்பர்கள் *பன்சி* கலத்தில் அடைக்கப்பட்டிருந்தனர். ஆனால், இந்தத் தடவை அவன் திருட்டோ அல்லது ஜேப்படிக் கொள்ளைக்கோ தண்டிக்கப்படாததால் அவனை அங்கு அனுப்ப முடியவில்லை. நீதிமன்றம் அவனைத் தீவிரவாதி என்று கூறியிருந்தது. ஆனால், *சிங்* அவனைத் தங்கள் கலத்தில் நுழைய அனுமதிக்கவில்லை. *பத்மாஷ்* கலம் இந்தக் கொலைக்காரனுக்கு மிகவும் உகந்ததாக இருக்கும். இந்த உத்தரவுக்குக் கீழ்ப்படிந்துதான் பாலா இப்பொழுது *பத்மாஷ், பஹாதுர்* கலத்திற்குள் நுழைந்தான்.

நன்றாக யோசனை செய்த பிறகு சுந்தரும் அவர் தோழர்களும், பாலா மற்றும் மீதா ஒரு செல்வந்தருடன் பிரச்சனையில் ஈடுபடவில்லை என்ற முடிவுக்கு வந்தனர். கோரப்பட்ட பணமும் அற்ப தொகையாக இருந்தது. இந்தச் செயலுக்கு எந்தத் தீவிரவாதி அமைப்பும் பொறுப்பேற்கவுமில்லை, குற்றத்தை ஒப்புக் கொள்ளவுமில்லை. ஆகையால் பாலா தீவிரவாதி இல்லை.

ஆனால், அவன் எப்படியும் நிச்சயமாக ஒரு குறிப்பிடத்தக்க சக்தியாக மதிக்கப்பட்டான். அவன் காரணமாக ஒரு நகரம் இரண்டு குழுக்களாகப் பிரிந்து விட்டிருந்தது. மேலாதிக்கம் கொண்ட குழு அவனை முழுமையாக ஆதரித்து அவனை விடுவிக்க மிகுதியான முயற்சிகளை எடுத்துக் கொண்டிருந்தது. சுந்தரும் அவரது தோழர்களும் ஒரு குழப்பத்தில் இருந்தனர். பாலாவை மாவீரன் என்று வரவேற்பதா அல்லது அற்பத் திருடன் என்று கருதிச் சில்லரை வேலைகளைச் செய்ய வைப்பதா.

அனைத்து *பஹாதுர்*களிலும் சுந்தர் அதிக புத்திசாலி மற்றும் மிகச் சுறுசுறுப்பானவர். எனவே, பாலாவைப் பற்றிய உண்மையை அறிய அவர் பரிந்துரைக்கப்பட்டார்.

கலம் சிறியதாகவே இருந்தது. கைதிகளும் எண்ணிக்கையில் குறைவாகவே இருந்தனர். எனவே, பாலாவிற்கு இடம் பெறுவதில் சிரமம் இருக்கவில்லை. பாயை விரித்துக் கொண்ட பாலா, தனது புதிய சூழலைத் தெரிந்து கொள்வதற்காகச் சுற்றிலும் ஒரு நோட்டம் விட்டான். இரண்டு தளங்களில் தரைவிரிப்புகள் போலத் தோற்றமளித்த வண்ணமயமான விரிப்புகள் இருந்தன. பரண்கள் மேல் விலை உயர்ந்த பொருள்கள் சுமத்தப் பட்டிருந்தன. பாலா மகிழ்ச்சியாகப் பெருமூச்சு விட்டான். இந்தக் கலத்தில் இருந்த கைதிகள், பணக்கார, செல்வாக்குமிக்க குடும்பங்களிலிருந்து வந்தவர்கள். இங்கேயும் அவனுடைய நேரம் நன்றாகக் கழிந்து விடும் என்று அவன் நினைத்துக் கொண்டான். சடங்குகளை முடித்து விட்டு இளைப்பாறத் தன்னை நீட்டிக் கொண்ட அவனைச் சக கைதிகள் சூழ்ந்து கொண்டனர்.

"நீ எப்படி *பஹாதுர்* ஆக முடியும்? ஒரு குழந்தையைக் கொன்றாய்- அதுவும் வெறும் ஐந்தாயிரம் ரூபாய்க்காக!"

"நான் ஒருவரையும் கொல்லவில்லை! நான் பொய்க் குற்றம் சாட்டப்பட்டுள்ளேன்!" திடீரென்று கையைப் பிடித்து மூர்க்கத்தனமாக உலுக்கப்பட்டதில் அச்சமுற்ற பாலா தான் நிரபராதி என்பதை வலியுறுத்தினான்.

"நான் ஒரு கொலையாளி அல்ல, நான் நிரபராதி! முட்டாளே! இதை வழக்கறிஞர்கள் தங்கள் வாடிகையாளர்களுக்கு நீதிமன்றத்தில் திரும்பிச் சொல்வதற்காகக் கற்பிக்கிறார்கள். இப்பொழுது நீ நீதிமன்றத்தில் இல்லை, சிறையில் இருக்கிறாய். இங்கு எல்லோரும் உண்மையைப் பேசுகிறார்கள். உண்மையைச் சொல்வதற்கு மீண்டும் தண்டனை கிடையாது. நான் முதலில் என்னுடைய சொந்த செயல்பாடுகளைப் பற்றி உனக்குச் சொல்கிறேன். அதன் பிறகு உன்னுடையதை வெளிப்படுத்துவதில் உனக்குத் தயக்கம் இருக்காது. நான் இதுவரை மூன்று கொலைகள் செய்திருக்கிறேன். இரண்டினைப் பற்றிய தடயங்களை இன்றுவரை யாராலும் கண்டுபிடிக்க முடியவில்லை. ஆனால், மூன்றாவதில் நான் பிடிபட்டேன்." சுந்தர் தன்னுடைய வீரச் செயல்களைப்பற்றிய சம்பவங்களை விவரிக்கத் தொடங்கினான்.

ஒரு *சேட்*டின் கட்டளையின்படி அவருடைய மைத்துனியின் கணவரைக் கொன்றது, சுந்தர் செய்த முதல் கொலை. அவர்கள் வணிக பங்காளிகளாக இருந்தார்கள் மற்றும் நன்றாகச் சம்பாதித்து நல்வாழ்க்கை வாழ்ந்தார்கள். இலாபத்தைச் சரிசமமாகப் பகிர்ந்து கொள்வதில் பிரச்சனை ஏற்பட்டு, அவர்களிடையே சண்டை சச்சரவு தோன்ற ஆரம்பித்து, விரைவில் அது தீவரமாகிப் பழிவாங்கும் ரத்த-வெறியாயிற்று. மற்றவர் அவரைக் கொல்லுமுன் *சேட்* சுந்தரிடம் உதவி கோரி வந்தார். மைத்துனர் சாக்கடையில் தற்செயலாக விழுந்தாரா அல்லது அதில் தள்ளப்பட்டாரா என்று இன்றும் யாருக்கும் தெரியாது.

இரண்டாவது கொலைக்கான பின்னணியும் முதல் கொலையைப் போலவே இருந்தது. வீட்டு உரிமையாளருக்கும் அவருடைய வீட்டில் குடியிருப்பவருக்குமிடையே சண்டை ஏற்பட்டது. இரண்டு தசாப்தங்களுக்கு முன்னர் வீட்டு உரிமையாளருக்கு ஹுக்கா நிரப்புவராக குடியிருந்தவர் இருந்தார். அவரது நீண்ட ஆண்டு சேவைக்கான வெகுமதியாக ஒரு கடை ஆரம்பிக்க பணமும், அதை அமைக்க இடமும் வாடகைக்குக் கொடுத்தார் உரிமையாளர். கடின உழைப்பாளியான அந்த வேலைக்காரர், நன்றாக முன்னேறினார். கடை ஒரு தொழிற்சாலையாக மாறியது. உரிமையாளர் தன்னுடைய ஊழியரின் வெற்றிகண்டு பொறாமைப் படவில்லை.

தொழிற்சாலை அருகில் ஒரு புறவழிச்சாலை கட்டபட்ட பொழுது பிரச்சனை ஆரம்பித்தது. நிலத்தின் விலை நூறு மடங்கு ஏறியது. புறவழிச்சாலையில் வாகன *ஷோரூம்*கள் அமைக்கப்பட்டன. டாடா நிறுவனத்திற்கு அந்த இடம் பிடித்துப்போய் இவர்களுக்கு ஒரு வாய்ப்பு கொடுத்தனர். தொழிற்சாலை காலி செய்யப்பட்டு அந்த இடத்தை ஒரு மாபெரும் *ஷோரூ*மாக மாற்றினால், உரிமையாளர்களை முழு மாவட்டத்திற்கும் விநியோகஸ்தர்களாக நிறுவனம் நியமிக்கும். இதைக் கேட்ட முந்தைய உரிமையாளரின் மகன்கள் பேராசைப் பட ஆரம்பித்தனர். நிறுவனம் மதிக்கத்தக்கது. அதன் நற்பெயரின் பலத்தில் விற்பனை செய்தது. ஒன்று அல்லது இரண்டு வாகனங்கள் ஒவ்வொரு நாளும் விற்கப்பட்டன. மஞ்சத்தில் உட்கார்ந்து கொண்டு லட்சக் கணக்கில் சம்பாதிக்கலாம். கடந்தகால உதவிகளை நினைவூட்டித் தொழிற்சாலையைக் காலி செய்ய ஊழியரை நெருக்க ஆரம்பித்தனர். அவருக்கு இழப்பு ஏற்படக்கூடாது என்பதற்காக, அதே அளவிலான

நிலத்தை வேறு இடத்தில் கொடுப்பதற்கும் முன்வந்தார்கள். ஆனால், ஊழியர் அவர்கள் பேச்சிற்கு இணங்குபவராகத் தெரியவில்லை. கடைசியில் உரிமையாளர்களுக்குத் தோல்வியென்கிற கசப்பான மாத்திரையை விழுங்கவேண்டியிருந்தது. ஒரு லாரி தற்செயலாக ஊழியரின் மேல் ஏறியதா அல்லது அது ஒரு திட்டமிட்ட செயலா என்று இன்னும் தெரியவில்லை.

சுந்தர் பிடிபட வேண்டும் என்று விதிக்கப் பட்டிருந்த பொழுது அது நடந்தது. கனடாவிலிருந்து வந்த ஒரு பெண் கிராமத்திலிருந்த ஒரு பையனைக் காதலித்தாள். அவளுடைய உறவினர்கள் அவள் சுற்றிப் பார்ப்பதற்காக ஒரு மாதத்திற்கு ஒரு சீருந்தை வாடகைக்கு எடுத்திருந்தனர். அந்தப் பையன் அதன் ஓட்டுனராக இருந்தான். அவனுடைய வெகு உற்சாகமான இயல்பு அந்தப் பெண்ணை வசீகரித்தது. அவள் கனடாவின் வண்ணங்களையும், காட்சிகளையும் மறந்து அவனைத் திருமணம் செய்து கொண்டாள். ஆனால், இந்தத் திருமணம் கனடாவில் இருந்த அவளது பெற்றோர்களை ஆழ்ந்த அவமானத்தில் ஆழ்த்தியது. கனடாவிலிருந்த அவர்கள், தங்கள் உறவினர்களைக் கொண்டு, தங்கள் மகளை மயக்கித் திருமணம் செய்து கொள்வதற்கு ஊக்குவித்த பையன் மேல் வழக்குப் பதிவு செய்தனர். ஆனால், அவளது பெற்றோரின் திட்டம் ஈடேர அவள் அனுமதிக்கவில்லை. அவள், "நான் என்னுடைய சொந்த விருப்பத்தில் இவனைத் திருமணம் செய்து கொண்டேன்" என்று கூறுவதற்காக நீதிமன்றத்தில் ஆஜரானாள். வெளி நாட்டிலிருந்து வந்த பெண்ணின் வாக்குமூலத்தைப் புறக்கணிப்பது நீதிபதிக்குக் கஷ்டமாயிருந்தது. அவர் வழக்கைத் தள்ளுபடி செய்து விட்டார். அவர்களின் உறவு இப்பொழுது சட்டப்பூர்வ ஒப்புதல் முத்திரை பெற்றது. பெண்ணின் பெற்றோரின் கோபம் எல்லையைத் தாண்டியது. தங்கள் அவமானத்திற்குப் பழி வாங்க அவர்கள் சுந்தருடன் தொடர்பு கொண்டனர். இரண்டு கொலைகள் செய்த பிறகு சுந்தரின் மனஉறுதி உச்சத்தில் இருந்தது. பெருந்தொகை வாங்கிக் கொண்ட பிறகு அவன் மூன்றாவதையும் செய்து முடித்தான். உள்ளூர்க் காவல்துறையினர் அதை அடக்கி விட்டனர். ஆனால், கனடிய அதிகாரிகள் இந்த விஷயத்தில் தலையிட்டபொழுது ஏனோ-தானோ என்று தடயங்களைத் தேட வேண்டியிருந்தது. அவ்வாறு செய்யும் பொழுது அவர்கள் இறுதியாகச் சுந்தரை அடைந்தனர்.

ஆனால், அவன் வருந்தவில்லை. குற்றத்தைக் கண்கூடாகக் கண்ட சாட்சி யாருமில்லை. இறுதியில் அவன் விடுவிக்கப்படுவான். விடுதலைக்குப் பிறகு வெளியுலகில் அவன் இதே செயலில் மீண்டும் ஈடுபடுவான்.

“இதோ நான் மூன்று கொலைகளையும் ஒப்புக் கொண்டேன். உன்னால் எவ்வளவு முடியுமோ அவ்வளவு எனக்குத் தீங்கு செய்வதற்கு முயற்சி செய்.” சுந்தர் பேசிக் கொண்டே மார்பைத் தட்டிக் கொண்டான். “நான் மட்டுமல்ல இங்குள்ள அனைவரும் தங்கள் வீரச் செயல்களைப் பற்றிக் கதைகள் சொல்கிறார்கள். இதைக்கேள் இப்பொழுது; இவனது சொந்த வார்த்தைகளில் இவனது கதை.”

“கரம்ஜித் தனது தந்தையின் கொலைக்கு இருபது ஆண்டுகளுக்குப் பிறகு பழி வாங்கினான். குற்றத்திற்காகச் சிறைக்கு வந்த பிறகு, ஒரு நல்ல செயலைச் செய்த திருப்தியில் அவனது உடலில் குறைந்தபட்சம் ஒரு லிட்டர் அளவு ரத்தமாவது அதிகரித்திருக்க வேண்டும். அவனது வயதான தாத்தா மற்றும் விதவைத் தாய் பெருமகிழ்ச்சி அடைந்தனர். அவனுடைய தாத்தா கிராமத்திலும் அதற்கு அப்பாலும் சென்று அவனுடைய வீரப்புகழ் பாடினார்.

நிஜத்தில் அவன் ஒரு சமூக சேவை செய்திருந்தான். கிராமத்து நாற்சந்தியில் அந்தக் கிராமத்தின் முரடனை வெட்டி வீழ்த்தி, அவன் முகத்தில் சிறுநீர் கழித்து, தாடியைச் சீவி, உடலைத் துண்டம் துண்டமாக வெட்டிப் போட்டுவிட்டான். அந்தப் போக்கிரி ஒரு சதாப்தமாகக் கிராமத்தைப் பீதி அடைய வைத்திருந்தான். பெண்களை வீட்டை விட்டு வெளியில் வர முடியாதபடி கஷ்டப்படுத்தினான். அவன் கொலை செய்யப்பட்ட அன்றிரவு, கொண்டாட்டத்தில் கிராமம் முழுவதும் விளக்குகளால் அலங்கரிக்கப்பட்டது. கரம்ஜித் விசாரணைக்காக நீதிமன்றம் சென்ற பொழுது அவனுடைய வீரப்புகழ் பாடிய அவனது கிராமத்தினர் எல்லோரையும் அவன் சந்தித்தான். கிராமத்தாரின் ஐக்கிய முன்னணிக்குப் பயந்து கொண்டு கண்கூடாகக் கண்ட சாட்சிகள் தங்கள் வாக்கு மூலத்தைக் கொடுக்க மறுத்து விட்டனர் என்று காவல் துறையினர் கருதினர். இதனால் அவன் எந்த நேரத்திலும் விடுபடலாம் என்றாயிற்று. ஒரு பெரிய ஊர்வலத்தில் வீட்டிற்கு அழைத்துச் சென்று அவனை ஒருமித்தமாகச் சர்பஞ்சாகத் தேர்ந்தெடுப்பதென்று கிராமத்தினர் தீர்மானித்தார்கள். கரம்ஜித் அந்த நாளுக்காகப் பொறுமையின்றிக் காத்திருந்தான்.

அவதார் தனது தாய் வழிப் பாட்டியைக் கொன்று விட்டான். அவனுக்குத் தாய்வழி மாமன் எவரும் இல்லை. தனது பாட்டியை உள்ளங்கைக்குள் அடக்கி வைத்திருந்த அவனுடைய மூத்த அத்தை, பத்து ஏக்கர் நிலத்தைத் தன் பெயரில் மாற்றிக் கொள்ளச் சதி செய்து கொண்டிருந்தாள். ஒரு வதந்தி அவதாருக்கு வந்து சேர்ந்தது, "அத்தை *தெஹஸில்* அலுவலகத்திற்குச் சென்று ஒரு உயில் பதிவு செய்து கொண்டு விட்டாள்." இது உண்மையானால் அவர்களுடைய வாழ்க்கை நரகமாகி விடும். அவனுடைய தந்தைக்கு ஒரு வெற்று இரண்டு ஏக்கர் நிலம் சொந்த பரம்பரைச் சொத்தாகக் கிடைக்கும். பாட்டியிடமிருந்து கிடைக்கப் போகும் நிலத்தின் அடிப்படையில் அவதாருக்கு ஒரு திருமணக் கோரிக்கை வந்திருந்தது. அந்த நிலம் கிடைக்கவில்லையானால் அவனுடைய மற்ற உடன்பிறப்புகளும் திருமணம் செய்துகொள்ள முடியாது. பெற்றோர்களினால் ஊக்குவிக்கப்பட்டபின் அத்தையைப் பார்க்கச் சென்ற அவன், வயதான பாட்டியை காரில் அவனுடன் கட்டாயப்படுத்தி அழைத்துச் சென்றான். அவளுடைய நிலமெல்லாம் தன் தாயின் பெயரில் மாற்றி வாங்கிக் கொண்ட பின் அவளுடைய கழுத்தை நெறித்துக் கொன்றான். அத்தை வருவதற்குள் அந்த வயதான மூதாட்டியாரின் கடைசி சடங்குகள் முடிவடைந்து விட்டிருந்தன.

அவதார் மீது கொலை வழக்குப் பதிவு செய்யப்பட்டது. ஆனால், அந்த வயதான மூதாட்டியார் உண்மையில் கொலைச் செய்யப் பட்டாரா? எந்த ஆதாரமும் இல்லை. நேரில் பார்த்த சாட்சிகள் இல்லாததால் அவன் இறுதியில் விடுவிக்கப்படுவான். ஆகையால் சமரசம் செய்து கொண்டு அவளுடைய பங்காக ஒருசில ஏக்கர் நிலங்களை ஏற்றுக் கொள்வது நல்லதென்று அவளுடைய வழக்கறிஞர் அவளுக்கு எடுத்துரைத்தார். சிக்கிக் கொண்ட அத்தை மூன்று ஏக்கர் நிலத்தை ஏற்றுக்கொண்டு அமைதியாக வீட்டிற்குச் சென்றார். இந்த வழக்கிற்கு நிதியளிக்க ஒரு ஏக்கர் விற்கப்பட்டது. இன்னும் ஆறு ஏக்கர் மீதம் இருந்ததால் குடும்பம் முழுவதும் அவதாருக்கு என்றென்றும் கடமை பட்டிருந்தது. அவர்கள் தங்கள் நன்றியைத் தாராளமாகவே காட்டினர். இன்னும் சொல்லப் போனால் அவர்கள் இவனுடைய கால்களைக் கழுவி, அந்தத் தண்ணீரைக் குடிக்கவும் தயாராக இருந்தனர். அவன் நீதி மன்றத்தில், 'நான் அந்த வயதான மூதாட்டியாரைக் கொல்லவில்லை' என்று அறிவித்தான். ஆனால், இங்கு சகோதர சமுதாயத்தினரின் மத்தியில் தனது குற்றத்தை வீரத்துடன் மார்பைத்தட்டிக் கொண்டு அறிவித்தான்.

இரட்டைக் கொலைக் குற்றம் சாட்டப்பட்டதனால் ரெஹ்மானும் அவனது தோழர்களும் அதைப் பற்றி வருந்தவில்லை. அஹ்மதிய முஸ்லிம்களின் சக்தி கணிசமாக அதிகரித்து வந்தது. அந்தப் பகுதியில் ஒருசில நாட்களில் இரண்டு மசூதிகள் மற்றும் மூன்று மதரஸாக்களை அவர்கள் கட்டிக் கொண்டனர். அவர்களைப் பின்பற்றுவர்களும் வளர்ந்து கொண்டிருந்தனர். அஹ்மதியாக்கள், ரெஹ்மானுக்கும் அவனைப் போன்றவர்களுக்கும் ஒரு கருப்பு பாம்பைப் போல ஆபத்தானவர்களாக இருந்தனர். குட்டி பாம்புகளை எவ்வளவு சீக்கிரம் முடியுமோ அவ்வளவு சீக்கிரம் நசுக்க வேண்டும் என்று ரெஹ்மான் குழுவின் உலாமாக்கள் கூறினார்கள். வாய்ப்புக் கிடைத்தவுடன் அவர்களின் சில இளம் குழந்தைகளைக் கடத்தி, மசூதிக்குள் கொண்டு வந்து அடித்துக் கொன்று அவர்களை *ஜஹன்னுமுக்கு* அனுப்பி வைத்தனர்.

ரெஹ்மானும் அவனது முழு சமூகமும் இந்தச் செயலைக் குறித்துப் பெருமிதம் கொண்டனர். வெள்ளிக்கிழமை பிரார்த்தனையின் பொழுது அவனது துணிச்சல் புகழப்பட்டு மற்ற இளைஞர்களை ஊக்குவிக்கும் மேற்கோளாகக் காட்டப்பட்டது.

“கொலை செய்ததாக இப்பொழுது ஒப்புக் கொள்வாயா? உன்னை ஒரு துணிச்சலான மனிதனென்று நம்புவதோடு எங்கள் சகோதர சமுதாயத்தில் உன்னை ஏற்றுக் கொள்வோம்.” பாலாவை உண்மையை உளரவைப்பதற்காக, சுந்தர் எல்லா முயற்சிகளும் செய்து பார்த்தான்.

“உண்மையைச் சொல்கிறேன் தம்பி. நான் கொலை செய்யவில்லை. முன்பு நான் ஒரு குட்டித் திருடனாக இருந்தேன். இப்பொழுது அதைக் கூட நிறுத்தி விட்டேன்.”

“சரி, இதற்கு முன் செய்யவில்லையென்றால் இப்பொழுது செய். குட்டித் திருட்டில் கிடைக்கபோவது ஒன்றுமில்லை. பெரிய குற்றம் செய்து மிரட்டி நிறையப் பணம் பறித்துக்கொள். எங்களுடைய கும்பலில் சேர்ந்து கொள். கொலை செய்யாமலே நீ தண்டிக்கப்பட்டுள்ளாய். இதோ பார், என்னுடன் சேர்ந்த பிறகு பொது மக்களின் முழுப் பார்வையில் நீ கொலை செய்தால் கூட விடுவிக்கப்படுவாய். இதோ இதற்காக நாம் கை குலுக்கலாம்.”

சுந்தரின் கையைக் குலுக்க, பாலா விரும்பவில்லை. ஆனால், அவ்வாறு செய்ய மறுத்துவிட்டு, அவன் வாழ வேண்டிய குளத்திலிருந்த

முதலையோடு பகைமை ஏற்படுத்திக் கொள்ள அவன் விரும்பவில்லை. அவன் பேசாமல் இருந்தான்.

சுந்தர் அனுபவசாலி. பல நதிகளின் தண்ணீரை ருசி பார்த்திருந்ததால் அவன் உடனே எண்ணிக் கொண்டான்: 'பாலா ஒரு சாதாரண ஆளல்ல. அவன் ஒரு புதிர். அதனால் தான் அவன் பல குழுவினருடன் தோளோடு தோள் நின்று நடக்கிறான்.'

இந்த நேரத்தில் பேசாமல் இருப்பதே சிறந்ததென்று சுந்தருக்குத் தோன்றியது. "சரி, அதைப் பற்றி யோசித்து எனக்குத் தெரியப்படுத்து." சொல்லி விட்டுச் சுந்தர் மௌனமானான்.

அத்தியாயம் 20

பன்டியின் உண்மையான கொலையாளிகளின் பெயர்கள் வெளியிடப்பட்டது. ஹர்மன்பீர் மற்றும் அவனுடைய ஊழியர்களுக்கு எதிராகச் சமிதி சேகரித்திருந்த சான்றுகள் பொது மக்கள் முன் கொண்டுவரப் பட்டன. அவர்களைக் கைது செய்ய வேண்டும் என்ற கோரிக்கை வலுக்க ஆரம்பித்தது. சமிதியை ஆதரித்த மக்களின் எண்ணிக்கை ஒவ்வொரு நாளும் அதிகரித்துக்கொண்டிருந்தது.

மக்களிடையே ஓர் எண்ணம் வளர்ந்து கொண்டிருந்தது. 'காவல் துறையினருக்கு உண்மையான கொலையாளிகளை ஒருநாள் கைது செய்தாக வேண்டியிருக்கும். பின்னர் பாலாவும் மீதாவும் விடுவிக்கப்படுவார்கள். அவர்களுக்கு எதிராகப் போலி சாட்சி அளித்தவர்கள் கைதிக் கூண்டில் நிற்க வைக்கப்படுவார்கள்.'

யுவா சங்கம் மற்றும் காவல் துறையினரின் கட்டாயத்தினால் வாக்குமூலம் கொடுத்திருந்த சாட்சிகளினிடையே அச்சத்தின் மின்னோட்டம் ஓடியது. அழிவு நெருங்கியதாகக் கருதிய அவர்கள் போட்டி போட்டுக் கொண்டு இதிலிருந்து தப்பிக்க முயன்றனர்.

சமிதி அவர்களை ஒரு நிபந்தனையுடன் விடுவிக்கத் தயாராக இருந்தது. அவர்கள் தவறு செய்தார்களென்றும், தவறான சாட்சியம் அளித்தார்களென்றும் ஏற்றுக் கொண்டு சமிதிக்கு எழுத்துபூர்வ வாக்குமூலம் வழங்க வேண்டும். சமிதி அதன் கொள்கையில் தெளிவாக இருந்தது: அதன் சண்டை அமைப்புடன்தான், எந்தவொறு தனி நபருடன் அல்ல.

யுவா சங்கத்தினரும் அதன் வழக்கறிஞர்களும், சாட்சிகள் அத்தகைய எந்தவொறு காரியமும் செய்யாமல் தடுப்பதற்குக் கடுமையான முயற்சிகளை மேற்கொண்டனர். அவர்களைப் பயமுறுத்தினார்கள், "நீதி மன்றம் உங்களுடைய வாக்குமூலத்தை ஏற்றுக் கொண்டு பாலாவுக்கும் மீதாவுக்கும் தண்டனை விதித்துள்ளது. சமிதி அவர்களைக் காப்பாற்றுவதற்காகவே இந்தப் புதுக் கதையை இட்டுக்கட்டியுள்ளது; பண்டியின் வழக்கு நடப்பதற்கு முன்பு உண்மையில் எந்தக் கடத்தலும் நடக்கவில்லை, மீட்புத் தொகை எதுவும் செலுத்தப் படவில்லை. வங்கி மேலாளரும், சங்கர்தாஸும் இரண்டு வருடங்கள் ஏன் பேசாமல் இருந்தார்கள்? உண்மை என்னவென்றால் ஓட்டுனரின் போதை மருந்துகள் நிறுத்தப்பட்டதால் விரும்பத் தகாத எதிர் வினைகளின் வேதனையில் அவன் உள்ளான். அவனுடைய இயலாமையைப்

பயன்படுத்திக் கொண்டு சமிதி அவனை வற்புறுத்தி இணங்க வைத்துள்ளது. அவனை முந்திய தேதியிட்ட மிரட்டும் கடிதங்களை இப்பொழுது எழுதச் செய்துள்ளனர். அவர்களின் பணிக்கு நிதி பங்களிப்பதற்கு நகரத்தின் செல்வந்தர்கள் மிரட்டப்படுகிறார்கள். ஆனால், அரசாங்கம் இவர்களுடைய குரங்கு சேட்டையால் பயப்படப் போகிறதில்லை. சமிதியால் ஏமாற்றப்பட்டு எழுத்துப்பூர்வ வாக்குமூலம் அளித்துவிட்டு உங்கள் கழுத்துக்கு நீங்களே தூக்குக் கயிற்றை மாட்டிக் கொள்ளத் தயாராகாதீர்கள்."

பயந்து போன சாட்சிகளுக்கு எந்தப் பக்கம் நிற்பதென்று தெரியவில்லை.

பாலா மற்றும் மீதாவின் குற்றத்தை நிரூபிப்பதற்காக, காவல் துறையினர் சாட்சிகளிடமிருந்து ஒரு கத்தை வாக்குமூலங்களை எழுதி வாங்கியிருந்தனர். இதற்கு முன்பு அவர்களில் பலர் பாலா மற்றும் மீதாவுக்குக் குற்றத்தில் பங்கில்லையென்று உறுதியாக உண்மையைக் கூறியிருந்தனர். அதற்கு பின்னர் அந்த நான்கு சாட்சிகள் காவல்துறையினரின் பயிற்சியின்படி வாக்குமூலம் கொடுத்திருந்தார்கள்.

குற்றம் சாட்டப்பட்ட இருவரையும் காவல்துறையினர் அவன் முன்னிலையில் விசாரித்ததாகவும், அவர்கள் இருவரும் ஒப்புக் கொண்டதாகவும் ராம்ஸ்வரூப் கூறியிருந்தான். அவன் கூற்றின்படி, மீதா அவர்களை இடிபாடுகளிருந்த இடத்திற்கு அழைத்துச் சென்று பன்டியைக் கொல்லப் பயன்படுத்தப்பட்ட தடியை மீட்டெடுக்க உதவினான் மற்றும் பாலா அவர்களைத் தன் வீட்டிற்கு அழைத்துச் சென்றபொழுது, கடத்தப்பட்ட சமயத்தில் பன்டி அணிந்திருந்த சீருடையை அங்கிருந்து அவர்கள் கைப்பற்றினர்கள்.

தேஸ்ராஜ் சமையலறைப் பாத்திரங்கள் விற்கும் கடையை நடத்தி வந்தான். அவன் உடைந்த பொருள்களை விலைக்கும் வாங்கினான். திருட்டுப் பொருள்களை விற்க பாலா அவனிடம் வந்தான். அவ்வாறு அவர்கள் ஒருவருக்கொருவர் அறிமுகமானார்கள். லாலாஜியின் வீட்டுக்கெதிரில் ஒரு பானையின் கீழே மீட்பு குறிப்புச் சீட்டு வைக்கப் பட்டிருந்தது. அந்தப் பானை சில நாட்களுக்கு முன்பு பாலாவினால் அவனுடைய கடையிலிருந்து வாங்கப் பட்டதென்று அவன் கூறினான். அவன் தனது பெயரையும் அதில் பொறித்துக் கொண்டிருந்தான். இவ்வாறு தேஸ்ராஜ் பாலாவைக் குற்றத்துடன் இணைத்தான்.

மூன்றாவது சாட்சியான கமல் பிரசாத், கமலா அச்சகத்தின் உரிமையாளர். மீதா அவரை அச்சுறுத்தி மீட்பு குறிப்பு எழுதப்பட்ட தன் முகவரியுடைய கடிதத்தாளை அச்சிடவைத்தான் என்று கூறினார்.

ராம்ஸ்வரூப் யுவா சங்கத்தின் பிரதான் மற்றும் லாலாஜியின் விசுவாசமுள்ள சீடனும் கூட. அவனது தலைமையில் யுவா சங்கத்தினர் நீண்ட போராட்டம் நடத்தி, முதலில், பன்டியின் கொலைக்காரர்களைக் கைது செய்ய வேண்டுமென்றும், பிறகு அவர்கள் தூக்கிலடப்பட வேண்டுமென்றும் கோரினர். பாலாவும் மீதாவும் நிரபராதியா என்பதைப் பற்றி அவர்கள் கவலைப்படவில்லை. அவர்கள் தங்களுடைய முந்தைய நிலைப்பாட்டில் பிடிவாதமாக உறுதியாக இருந்தனர்.

தங்களைக் காப்பாற்றிக்கொள்ள அவர்கள் இப்பொழுது எந்தப் பாதையில் செல்வது? இந்த விஷயத்தைப்பற்றிக் கலந்தாலோசிப்பதற்காகக் சாட்சிகள் ராம்ஸ்வரூப்புடன் தொடர்பு கொண்ட பொழுது அவர்களுக்கு ஒரு திட்டவட்டமான பதில் கிடைத்தது, "நான் யாருக்கும் பயப்படவில்லை. என்னை நியாயப்படுத்தி விளக்க நான் விரும்பவுமில்லை." ராம்ஸ்வரூப் ஒருவர் மாத்திரம் லாலாஜியின் சீடனில்லை, மற்ற மூவரும் அவரைப் பின்பற்றுவர்களாக இருந்தனர்.

லாலாஜியின் ஆதரவு மற்றும் ஆசீர்வாதங்களுடன், லாலாஜியின் முயற்சியால் நிறுவப்பட்ட கீதா பவனின் *பிரதானாக* தேஸ்ராஜ் நியமிக்கப்பட்டான். லாலாஜிக்காக அவன் புனித கீதா மீது சத்தியம் செய்து ஒரு பொய்யைக் கூறியிருந்தான். "இவர்கள் பன்டியின் உண்மையான கொலையாளிகள். சட்ட ரீதியான தடைகளைச் சமாளிக்கச் சில சமயம் பொய் சொல்ல வேண்டியது அவசியம்" என்று அப்பொழுது இவனுக்கு உறுதி அளிக்கப் பட்டது. இந்தப் பொய்யை அவன் உண்மையென ஏற்றுக் கொண்டு, சாட்சிக் கூண்டில் பொய் சத்தியம் செய்துவிட்டான்.

கமல் பிரஸாத் பெயரளவில் மாத்திரம் *பிரதானாக* இருந்தான். உண்மையான சக்தி லாலாஜியிடமிருந்தது. குறிப்பு கடிதத்தாளை அவன், மீதாவின் கட்டளையில் அச்சிடவில்லை. அதை அவன் காவல் துறையினரின் அறிவுறுத்தல்களின்படி அச்சடித்திருந்தான். இவ்வாறு செய்யுமாறு ராம்ஸ்வரூபே அவனுக்கு அறிவுறுத்தியிருந்தான்.

ராதேஷ்யாமும் இதே போன்ற நிலையில் இருந்தான். ஓர் உணவகத்தில் அசுத்தமான பாத்திரங்களைக் கழுவும் வேலைக்காரனாகப் பணியாற்றிய அவனை, லாலாஜி உதவி செய்து வாழ்க்கையில்

உயர்த்தியதால் அவன் இப்பொழுது ஒரு கடையின் உரிமையாளனாகி இருந்தான். லாலாஜியின் நன்றிக் கடனை அடைப்பதற்காக அவன், பாலாவும் மீதாவும் குற்றத்திற்கான சதித் திட்டத்தை அவனுடைய கடையில் தீட்டினார்களென்ற கதையை இட்டுக்கட்டினான். குறுக்கு விசாரணையின் பொழுது எதிர்தரப்பு வக்கீல் அவனுடைய பொய்யைக் கண்டுபிடித்து விட்டார்கள். ஆனாலும் நீதிமன்றம் அவர்களைக் குற்றவாளியாகக் கருதியது. ஏனென்று கடவுளுக்குத்தான் தெரியும்.

இந்தச் சாட்சிகள் இப்பொழுது வழி காட்டலுக்காக லாலாஜி பக்கம் திரும்பினர். அவரும் சிக்கலில் இருந்தார். உண்மை முழுமையாக வெளிப்படுத்தப்பட்டு, சரிபார்க்கப்பட்டு உறுதி அளிக்கப்படும்வரை காத்திருக்கும்படி அவர் கூறினார்.

சாட்சிகள் வர்த்தகர்கள். நீண்ட காலம் தொந்தரவில் சிக்கிக் கொண்டு தங்களுடைய வணிகத்தைப் புறக்கணிக்க அவர்களால் முடியாது. மேலும், சங்கர்ஷ் சமிதி அவர்களை விரைவில் ஒரு முடிவுக்கு வருவதற்கு நிர்பந்தப் படுத்திக் கொண்டிருந்தது.

முதல் விசாரணையின் பொழுதும், வாக்குமூலம் பதிவு செய்யப் பட்டபொழுதும், இவர்கள் பல காவல்துறை அதிகாரிகளின் முன் ஆஜர்படுத்தப்பட்டனர். அவர்கள் ஒவ்வொருவரும் மார்பைத் தட்டிக் கொண்டு, “உங்கள் வாக்குமூலத்தை அச்சமின்றிக் கொடுங்கள் உங்கள் பக்கம் பார்வையைச் செலுத்தக்கூட யாரும் துணிய மாட்டார்கள்” என்று வலியுறுத்தினார்கள். அந்த அதிகாரிகளில் யாரும் இப்பொழுது அருகில் இல்லை; சிலர் தலைநகருக்குச் சென்றிருந்தார்கள் மற்றும் சிலர் எல்லைப் பகுதிகளில் பணியில் சென்றிருந்தனர்.

முதலில் அவர்கள் எல்லையில் உள்ள விசாரணை அதிகாரியைச் சந்திக்கச் சென்றார்கள். அவரைப் பார்க்க வேண்டுமென்ற இவர்களது கோரிக்கையை இரண்டு நாட்கள் வரை அவர் புறக்கணித்தார். இறுதியில் சந்தித்த பொழுது அவர்களை அடையாளம் கண்டு கொள்ள மறுத்து விட்டார். அவர் சொன்னதெல்லாம், “நான் நூற்றுக்கணக்கான வழக்குகளை விசாரித்து ஆயிரக்கணக்கான சாட்சிகளின் வாக்குமூலங்களை எழுதியுள்ளேன். எத்தனை பெயர்களை நான் நினைவில் வைத்துக் கொள்ள முடியும்?”

அவருடைய ஞாபக சக்தியை, பெயர்கள் மற்றும் முகவரிகளுடன் தூண்டிய பொழுது அவர் ஆக்ரோஷமானார். “இது என்னை மிகக் கஷ்டத்துக்குள்ளாக்கிய ஒரு வழக்கு. இது மீண்டும் திறக்கப் பட்டால்

எல்லாருக்கும் முன்பாக, தூக்குக் கயிறு என் கழுத்தில் இருக்கும். நான் என் தோலைக் காப்பாற்றிக் கொள்வதா அல்லது உங்களைப் பற்றிக் கவலைப்படுவதா?"

இதற்குப் பின்னர் தலைவரின் உதவியை நாடி அவர்கள் தலைநகருக்கு வந்தனர். தலைவர் அவர்களை அங்கீகரித்ததோடு மட்டுமல்லாமல் தேநீர் மற்றும் சிற்றுண்டி வழங்கி உபசரித்து அவர்களுக்கு அறிவுரை வழங்கினார், "நீங்கள் தற்போதைய தலைவரைச் சந்திக்க வேண்டும். பாதுகாப்புக்காக ஆயுததாரிகளை உங்களுக்கு அளிக்குமாறு அவரிடம் கேளுங்கள்." அவர்களின் இக்கட்டான நிலை கண்டு அனுதாபம் கொண்டு அவர், தன்னுடைய பின்னுரிமையாளரைக் கூப்பிட்டு இவர்களின் வழக்கைச் சிபாரிசு செய்தார். இவர்கள் வீடு திரும்பும் பொழுது அவரைச் சந்தித்தார்கள். ஆனால், அவரும் தன்னுடைய இயலாமையைத் தெரிவித்தார்.

"நூற்றுக்கணக்கான வழக்குகளில் ஆயிரக்கணக்கான சாட்சிகள் இதை எதிர் கொள்ள வேண்டியிருக்கிறது. ஒரு சாட்சியாக மாறுவதற்கு முன்பு நீங்கள் நன்றாகச் சிந்தனை செய்திருக்க வேண்டும். எத்தனை பேரின் பாதுகாப்பிற்கு நான் பொறுப்பேற்க முடியும்? இருப்பினும், என்னால் ஒரு காரியம் செய்ய முடியும். மெய்க்காப்பாளர்களுக்கான ஏற்பாடுகளை நீங்களே செய்து கொள்ளுங்கள். ஆயுதங்களுக்கும், உரிமங்களுக்கும் நான் ஏற்பாடு செய்கிறேன்."

மூன்று சாட்சிகளும் சமய ஈடுபாடு கொண்ட நேர்மையான மனிதர்கள். உண்மையைச் சொல்வதாகச் சர்வவல்லவன் மீது சத்தியம் செய்திருந்தார்கள். மக்கள் இப்பொழுது, இவர்களின் நேர்மையைக் குறித்துக் கேள்விகள் எழுப்பினார்கள். இவர்கள் பொய் சொன்னார்கள் என்பதில் ஐயமேயில்லை. தவிர, இவர்கள் வஞ்சகத்தால் பொய்மையில் விழுந்தார்களென்பதும் அதே அளவு உண்மை.

சாட்சிகளின் மனசாட்சி இப்பொழுது இவர்களை நிந்திக்கத் தொடங்கியது. பாலாவும் மீதாவும் கொலையாளிகளாக இருக்கலாம். ஆனால், குற்றத்துடன் அவர்களை இணைக்கக் கூடிய எந்தச் செயலையுமே அவர்கள் செய்ததை இவர்கள் பார்க்கவில்லை. இவர்கள் நீதிமன்றத்தில் கூறியது பொய். நீதிமன்றம் அந்தப் பொய்யை நிஜமென்று ஏற்றுக் கொண்டது. இவர்களின் பொய் இரண்டு நிரபராதிகளைச் சிறைக்கு அனுப்பி விட்டது. சமிதி கூறுவதைப் போல் அவர்களிருவரும் நிரபராதி என்றால் அவர்கள் தண்டனை பெறுவதற்குக் காரணமாக இருந்த இவர்கள் மீது அந்தப் பாவம் வந்து சேரும்.

இந்தச் சுமையை இனிமேலும் சுமக்கக் கூடாதென்று இவர்கள் நிச்சயம் செய்தனர். இவர்கள் செய்த பாவத்திற்குப் பரிகாரமாக, உண்மையை உறுதிப்படுத்தும் பிரமாணப்பத்திரத்தைத் தாக்கல் செய்வதற்கு நீதிமன்றம் சென்றனர். பிரமாணப் பத்திரத்தைச் சமிதியிடம் ஒப்படைத்த இவர்கள், "அனைத்துத் தரப்பினருக்கும் நியாயம் கிடைக்க வேண்டும். நாங்கள் செய்த தவறுக்காக எந்தத் தண்டனை வழங்கப்பட்டாலும் அதை அனுபவிக்கத் தயாராக இருக்கிறோம்" என்று உறுதியளித்தனர்.

பாவத்தின் சுமையிலிருந்து தங்களை விலக்கிக் கொண்ட சாட்சிகள் இப்பொழுது நீதிக்காகக் காத்திருந்தனர்.

அத்தியாயம் 21

பஞ்சி வளாகத்தை நோக்கிச் சென்று கொண்டிருந்த மீதா நரகத்திலிருந்து தப்பியதைப்போல் உணர்ந்தான். அங்கு ஒரு வருடம் தங்கியிருந்த பிறகும் கூட அவனுக்கு அந்தத் தங்கல் ஆறுதளிக்கக் கூடியதாக இருக்கவில்லை.

முதல் சில மாதங்கள் அவன் பெருமளவில் கனவுகள் கண்டான். சர்தார் ஆகவேண்டுமென்ற எண்ணம் அவனை முழுமையாக ஆட்கொண்டது. அந்த மரபினரின் முதல்நிலை கொள்கைகளுக்கிணங்கித் தலைமுடி மற்றும் தாடி வளர்க்க ஆரம்பித்தான். நித்திய சடங்கு பிரார்த்தனைகளைச் சொல்ல ஆரம்பித்தான் மற்றும் முந்தைய நண்பர்களுடைய சகவாசத்தை துண்டித்துக் கொண்டான். கட்டாயத்தினால் ஒருசில முறை சமிதி மக்களைச் சந்தித்தான். தனக்குச் சகோதரனைப் போலிருந்த பாலா எந்த நரகத்தில் வேதனை பட்டுக் கொண்டிருக்கிறான் என்று அவன் கவலைப்படவோ, பொருட்படுத்தவோ இல்லை. ஆனால், அவன் சிங்-களுடன் எவ்வளவுகெவ்வளவு நெருங்கினானோ அவ்வளவுக்கவ்வளவு ஏமாற்றமடைந்தான்.

பெயர்கள் எழுதப்பட்ட காகிதச்சீட்டுக்களை ஒரு பானையில் சிங் போடுவதைப் பாலா பார்த்தான். எவருடைய பெயர்கள் பானையிலிருந்து எடுக்கப்பட்டதோ அவர்களை, ஆதி, அந்தம் இல்லாத ஆற்றின் மறுபுறம் அழைத்துச் செல்ல உத்தரவு பிறப்பிக்கப்பட்டது. மருத்துவர்கள், வழக்கறிஞர்கள் மற்றும் வணிகர்களைக் கடத்திக் கொண்டு பெரும் மீட்டுத்தொகையை அவர்கள் வசூலித்தனர். அந்தப் பணத்திலிருந்து அண்டை நாடுகளிலிருந்து ஆயுதங்களை வாங்கிக் கொண்டனர். பின்னர் சோளவயலில் விசைப்பொறியைச் செலுத்துவதைப்போல் கொடூரமான ஆயுதங்களால் அப்பாவிகளை வெட்டி வீழ்த்தினர்.

சுரங்கப்பாதையின் வேலை கிட்டத்தட்ட முடிந்துவிட்டது என்று அவனுக்குத் தெரிய வந்தது. அவர்கள் எந்த நிமிடமும் சிறையிலிருந்து மறைந்து விடக்கூடும். சிறையிலிருந்து தப்பிக்கும் எண்ணம் மீதாவுக்கு இருக்கவில்லை. ஒரு பதினைந்து நாட்களில் அவன் திரும்பவும் பிடிபட்டு விடுவான் என்று அவனுக்குத் தெரியும். சிங்-களுக்கும் இவனை உடன் அழைத்துச் செல்ல விருப்பம் ஏதும் இருக்கவில்லை.

சிங்-கள் சிறையிலிருந்து தப்பிய பிறகு தனது கதி என்னவாகும் என்று மீதாவுக்கு நன்றாகவே தெரியும். அச்சமுற்று, அவனுடைய மனம்

சிங்கிடமிருந்து விலகுவதற்கான வழியைத் தேடி அலைந்தது. ஆனால், அவனுடைய முட்டாள் மனதினால் எந்தவிதமான தீர்வையும் பரிந்துரைக்க முடியவில்லை. பின்னர் அரசாங்கமே, மீதாவைக் காப்பாற்றுவதற்காக, இந்தப் பிரச்சனையிலிருந்து தப்பி வெளியே வர ஒரு வழியை வழங்கியது.

சிறையில் அவர்களைக் கட்டுப் படுத்துவதற்கு அரசாங்கம் ஒரு புதியதிட்டத்தை உருவாக்கியிருக்கிறதென்று *சிங்* தங்கள் ரகசிய ஆதாரங்கள் மூலம் கண்டு பிடித்தனர்.

நீதிமன்ற வழக்குகள் மெதுவாக நகர்ந்ததால் அரசாங்கம் நீண்ட சமயமாக வேதனைப்பட்டுக் கொண்டிருந்தது. *சிங்குகளின்* மேல் வழக்குகள் வெகு வேகமாக அதிகரித்துக் கொண்டே போய்க் கொண்டிருந்தன. ஆனால், ஆய்வு முடிவுகள் கிட்டத் தட்ட பூஜ்ஜியமாக இருந்தது. இறுதியாகத் தீர்ப்பளிக்கப்பட்ட வழக்குகளின் முடிவுகளும் திருப்திகரமாக இருக்கவில்லை. சிங்குகளை விசாரணைக்காகத் தொலைதூர நகரங்களில் உள்ள நீதிமன்றங்களுக்கு அழைத்துச் செல்ல வேண்டியிருந்தது. ஒவ்வொரு தீவிரவாதிக்கும் குறைந்தது ஒரு குண்டு துளைக்காத வாகனம் மற்றும் நான்கு காவல் துறையினரின் குழுமமும் தேவைப்பட்டது. மாநிலத்தின் பாதி காவல்துறையினர் இப்பணியில் ஈடுபட்டிருந்தனர். விசாரணைக்குச் செல்லும் வழியில் வெளி உதவியுடன் சிங்குகள் தப்பித்துக் கொள்ளும் சம்பவங்கள் டஜன் கணக்கில் அதிகரிக்க ஆரம்பித்தன. என்கவுண்டர்களில் காவல்துறையினர் கொல்லப்பட்ட பொழுதும், காயமடைந்தபொழுதும், அவை உண்மையான என்கவுண்டர்களென்று மக்கள் நினைத்தனர். மற்றவை அரசாங்கத்தின் பொய்யுரை என்று நிராகரித்துவிட்டுக் காவல் துறையினரின் காவலிலிருந்து தப்பி ஓட முயற்சி செய்தவர், போலி சாக்கில் கொல்லப்பட்டதாக முடிவு செய்தனர். அவமதிப்புக்கு அஞ்சிய அரசாங்கம் செலவுகளைக் குறைக்க ஒரு திட்டத்தை உருவாக்கியது. நாபா சிறைச் சாலை ஓர் அதிக பட்ச பாதுகாப்பு சிறையென்று அறிவிக்கப்பட்டது. அதன் சுற்றிலும் பாதுகாப்பு நடவடிக்கைகள் இறுக்கப்பட்டன. தற்போதிருந்த சட்டங்களில் மாற்றங்கள் செய்யப்பட்டு ஒரு சிறப்பு நீதிமன்றம் அமைக்கப்பட்டது மற்றும் இந்த நீதிமன்றத்தின் நீதிபதி சிறை வளாகத்திலேயே உட்காரவேண்டும் என்று முடிவு செய்யப்பட்டது. பல்வேறு நீதிமன்றங்களில் நிலுவையிலிருந்த வழக்குகள் மாற்றப்பட்டன மற்றும் மற்ற அனைத்துச் சிறைகளில் சிறைப்படுத்தப்பட்ட *சிங்*-களை நாபா சிறைக்கு மாற்றும்படி உத்தரவு பிறப்பிக்கப்பட்டது.

இந்தப் புதிய கொள்கையின்படி சிறைச்சாலையிலிருந்த *சிங்*கள் வெளியேறத் தயாராக இருக்குமாறு கேட்டுக்கொள்ளப்பட வேண்டுமென்று கூறப்பட்டது. இதைப்பற்றிக் கேள்விப்பட்டவுடன் ஜாதேதார்கள் சுரங்கப் பாதையின் முனேற்றத்தைப் பற்றி ஆராய்ந்து மதிப்பிட ஒரு சந்திப்பிற்கு ஏற்பாடு செய்தனர். சுரங்கப்பாதை ஒருபோதும் குறித்த காலத்தில் முடிக்கப் படமுடியாதென்ற வேதனையான உண்மை தெளிவான பிறகு கனத்த இதயத்துடன் அவர்கள் ஒரு முடிவுக்கு வந்தார்கள். அவர்களின் தப்பிக்கும் திட்டம் பற்றி அரசாங்கத்திற்குத் தெரியாதபடி சுரங்கப்பாதை நிரப்பப்படும்.

ஒரு வருடத்தின் முயற்சிகளைப் பூமியின் கீழ் புதைத்து விட்டு அவர்கள் இப்பொழுது புறப்பாடுக்கான உத்தரவிற்காகக் காத்திருந்தனர். சிங்குகளுடன் ஒரு வருடம் தங்கியிருந்த மீதா அவர்களுடைய சகவாசத்தில் ஒரு சர்தாராகி விட்டான். நீதிமன்றம் ஏற்கெனவே அவனை ஒரு தீவிரவாதியென்று அறிவித்திருந்ததால் ஜாதேதார்கள் அவனையும் தங்களுடன் நாபா அழைத்துச் செல்ல விரும்பினர்.

சிறைக் கண்காணிப்பாளர் இந்த வேண்டுகோள் குறித்து, தனது கருத்து வேறுபாட்டை வெளிப்படுத்தினார். தீவிரவாதியாகத் தண்டிக்கப்பட்டிருந்தாலும் நிச்சயமாக அவன் அவர்களில் ஒருவனல்ல. சிங்குகளின் பட்டியலிலிருந்து மீதாவின் பெயரை நீக்குவதற்கான ஒரு விண்ணப்பத்துடன் ஒரு அறிக்கையை அவர் அரசாங்கத்திற்கு அனுப்பி வைத்தார். 'மீதா படிப்படியாக சிங்-களின் ஆதிக்கத்திற்குப் பலியாகிக் கொண்டிருக்கிறான். அவனை நாபாவுக்கு அனுப்பினால் அவன் நிச்சயமாக ஒரு தீவிரவாதியாகிவிடுவான்.'

ஏற்கெனவே தங்கள் சொந்த விருப்பப்படி தீவிரவாதியானவர்களைக் கட்டுப்படுத்துவது அரசாங்கத்திற்குக் கடினமாக இருந்தது. இப்பொழுது ஒரு சாதாரண கைதிக்கும் அவ்வாறு மாறும் வாய்ப்பைக் கொடுத்து அபாயத்தைத் தாங்க அவர்களால் முடியாது. கண்காணிப்பாளரின் குறிப்பை ஏற்றுக் கொண்டு, அரசாங்கம் மீதாவின் பெயரைச் *சிங்* பட்டியலிலிருந்து நீக்கி விட்டது.

அன்றைய தினம் சிங்குகள் நாபாவுக்கு அனுப்பப் பட்டபொழுது மீதா பஞ்சி வளாகத்திற்கு மாற்றப்பட்டான். சிங்-கள் கைதிகளின் சீருடை அணிய மறுத்து விட்டுத் தங்கள் உடையைத் தானே தீர்மானித்துக் கொண்டார்கள். குர்தா-பைஜாமா மற்றும் தலையில் கறுப்புத் தலைப்பாகை. குளிர் காலத்தில் அவர்கள் கதகதப்பான ஒரு கறுப்புக் கம்பளியால் தங்களைப் போர்த்திக் கொண்டனர். அவர்களைப் பின்பற்றி மீதாவும்

அதே மாதிரி ஆடைகளை அணியத் தொடங்கியிருந்தான். ஆரம்பத்தில் அவன் அந்த உடைகளிலேயே சுற்றிக் கொண்டிருந்தான். ஆனால், இப்பொழுது அவன் அந்தச் சீருடையில் சலிப்படையத்தொடங்கி, வளாகத்திற்குச் சென்று அவற்றை அகற்ற விரும்பினான்.

மீதா *சிங்*-களைப்பற்றி என்ன நினைத்திருந்தாலும் அவர்கள் அவனிடம் அன்புணர்வே கொண்டிருந்தனர். பிரிவதற்கு முன்னால் அவனுக்குச் சில பரிசுகளைக் கொடுத்திருந்தனர். அவற்றில் ஒன்று தங்க கைக்கடிகாரம், மற்றொன்று ஒரு சிறிய வானொலிப் பெட்டி. ஒரு பருத்தி இழையிலிருந்து நெய்யப்பட்ட காதி பையில் இரண்டு ஜோடி புதிய *குர்தா-பைஜாமா* இருந்தன. கதகதப்பான ஒரு கம்பளி, ஒரு வெள்ளைப் போர்வை, சில புதிய பாத்திரங்களுமிருந்தன. கோவா லட்டு மற்றும் *பஞ்சிரி* அடங்கிய நான்கு கிலோ கொள்கலன் அவனது கையில் இருந்தது.

சிங்-களின் சேவாதார் என்பதால் கைதிகள் மட்டுமல்ல, சிறை ஊழியர்களும் அவனைக் கண்டு பயந்தார்கள். அவனுடைய அதிகாரத்தினாலும், செல்வாக்கினாலும் அவன் சோதனை செய்யப்படாமல், சூறையாடப் படாமல் வளாகத்திற்குள் அனுமதிக்கப்படுவான் என்று மீதா நினைத்திருந்தான்.

ஒரு காவல்துறை அதிகாரியின் தாயார் இறந்துவிட்டால் அவரது இறுதிச் சடங்கில் ஆயிரக் கணக்கான அண்டிப்பிழைப்பவர்கள் கூட்டம் கூடிவிடுவார்கள். ஆனால், ஒரு காவல்துறை அதிகாரி இறந்தால், சுற்றிலும் பத்துக் கூட்டாளிகள் கூட இருக்க மாட்டார்கள் என்ற பழமொழியை அவன் கேட்டிருந்தான். அதே போன்ற ஒன்று இப்பொழுது நடக்கிறதென்று தெளிவாயிற்று. *சிங்*-களின் அதிகாரம் அவர்களுடன் மறைந்து விட்டது.

பஞ்சி வளாகத்தின் முன்ஷி, மீதாவை மற்ற சாதாரண கைதிகளைப் போலவே நடத்தினார். முன்ஷி தொல்லை தருபவராக இருந்தால் இனிப்புகள் நிறைந்த பெட்டியை அவரிடம் ஒப்படைத்து விடலாம் என்று மீதா ஏற்கெனவே யோசித்து வைத்திருந்தான். மால்க் பாகோவின் ஹல்வா பூரியிலிருந்து ஒடுக்கப்பட்டவர்களின் ரத்தத்தின் துர்நாற்றம் வீசுவதைப் போல் மீதாவுக்குத் தோன்றியது.

முன்ஷி பிடிவாதக்காரராக இருந்தால் அவருக்கு ஆடைகள் கொண்ட பையைக் கொடுத்து விடலாம். இவ்வாறு அவன்

நினைத்ததெல்லாம் இப்பொழுது அவனுக்குப் பயனற்று போய் விட்டது. இருப்பினும் அவனுக்குக் கடிகாரம் மற்றும் வானொலிப் பெட்டியின் மேல் ஓர் ஈர்ப்பும், பற்றும் இருந்தது. முன்ஷி பழஞ்சொல்படி, திருடர்களின் உறவினராக உருவெடுத்தார். மீதாவுக்கு எந்தப் பொருள்கள் மிகவும் பிடித்தமானதாக இருந்ததோ அவற்றைப் பாய்ந்து பறித்துக் கொண்டார். சோர்வுடன் ஒரே மூச்சில் பொறுமையை முழுங்கிக் கொண்டு, மீதா வளாகத்திற்குள் நுழைந்தான்.

அத்தியாயம் 22

உணவை முடித்துக் கொண்ட கைதிகள் ஆங்காங்கே கூட்டம் கூடி அமர்ந்து கொண்டு சீட்டு விளையாடிக் கொண்டும், பாடிக்கொண்டும், பாங் தயாரித்துக் கொண்டும், பரவசத்தின் உச்ச நிலையை அடைவதற்குச் *சல்பா* புகைத்துக்கொண்டுமிருந்தனர்.

தனது ‘வேலையில்’ முழுவதும் மூழ்கி, ஓராண்டில் சுமார் எட்டு மாதங்கள் சிறையில் இருந்த நாட்கள் மீதாவுக்கு நினைவுக்கு வந்தன. அவனுக்குச் சிறை ஒரு *மேலா* போல் இருந்தது. பெரும்பாலான சக கைதிகள் சம வயதினராக இருந்தனர். ஒரே தொழிலைச் செய்தனர் மற்றும் ஒரே மாதிரியான கருத்துக்களைப் பகிர்ந்து கொண்டனர். வேடிக்கை, நல்ல நகைச்சுவை, விளையாட்டென்று நாள் முழுவதும் மின்னலென ஓடிவிடும்.

அந்த நாட்களில் மீதாவுக்குப் புற்றீசல் போல் திடீரெனத் தோன்றிய நண்பர்களின் பெரிய வட்டாரமிருந்தது. ஒருமுறை அவனை டெல்லி சிறையிலும் மற்றொரு முறை குலுவிலிருந்த சிறையிலும் அடைக்க வேண்டியிருந்தது. அவனை அறிந்தவர்கள் அங்கும் அவனுக்குக் கிடைத்தனர்.

மீதா பல ஆண்டுகளுக்கு முன்பு தன்னுடைய தொழிலை விட்டு விட்டான். அவ்வாறு செய்யும் பொழுது, என்ன ஆனாலும் அவன் ஒருபோதும் அதற்குத் திரும்பமாட்டான் என்று உறுதியுடன் முடிவெடுத் திருந்தான். அதனால் அவன் தன்னுடைய பழைய தோழர்களுடைய நட்பைத் துண்டித்து விட்டிருந்தான். அவன் எங்கு குடியிருந்தான் என்று யாரிடமும் சொல்லவுமில்லை, எவருடைய விலாசத்தையும் கேட்கவுமில்லை.

அந்த முடிவுக்கு அவன் இப்பொழுது வருந்தினான். மலை போன்ற கஷ்டங்கள் ஒருநாள் அவன் மீது வந்து விழுமென்று யார் அறிந்திருக்க முடியும்? மீதமிருந்த அவனுடைய வாழ்நாட்களை அவன் சிறையில் கழிக்க வேண்டியிருக்குமென்று யார் அறிந்திருந்தார்கள்?

எனினும் மீதா இன்னும் முழுமையாக நம்பிக்கையைக் கைவிட வில்லை. ஒருவேளை இங்கும் தெரிந்தவர் யாரையாவது அவன் சந்திக்கக் கூடும், நேரத்தைத் தோழமையுடன் கழிக்க முடியும் என்று அவனுக்குத் தோன்றியது.

மற்ற வளாகங்களைப் போல் இதுவும் கொள்ளளவிற்கு நிரம்பி இருந்தது. அவனது பாயை விரித்துக் கொள்ள கொஞ்சம் இடமாவது கிடைக்குமா? கண்கள் ஒரு மூலையிலிருந்து மற்றொன்றுக்குப் பாய, அவன் அந்த இடத்தை உன்னிப்பாக ஆராய்ந்து பார்க்க ஆரம்பித்தான். அவன் இதில் ஈடுபட்டிருந்த பொழுது சீட்டு விளையாடிக்கொண்டிருந்த கும்பலிலிருந்து கனமான சாரீரம் கொண்ட ஓர் ஆள் எழுந்தான். மீதாவின் கால்களைப் பயபக்தியுடன் தொட்டுவிட்டு, 'மீதா உஸ்தாத்' என்று கூவியவாறு அவனைக் கெட்டியாகக் கட்டிப் பிடித்து அணைத்துக் கொண்டான்.

"போலா, நீயா?" அரவணைப்பைச் சிறிது தளர்த்தியவுடனே அவனை மீதா அடையாளம் கண்டு கொண்டான். போலா அவனுக்குப் பிடித்தமான சீடனாக இருந்தான். அவனைத் தன் மகன் போல் அக்கறையுடன் மீதா கவனித்துக் கொண்டான்.

போலாவின் தாயார் காசநோயால் பாதிக்கப்பட்டு இறந்த பொழுது அவனுக்கு ஆறு வயதே ஆகியிருந்தது. மாயாஜாலக் கதைகளிலும் நீதிக்கதைகளிலும் ஒருவர் படித்திருந்த அத்தனை சித்திரவதைகளுக்கும் அவனுடைய வளர்ப்புத் தாயார் அவனை உட்படுத்தினார். தினசரி சண்டை சச்சரவினால் சலித்துப் போன அவன், வீட்டை விட்டு ஓடி ஒரு ரயில் வண்டியில் ஏறிக் கொண்டான். மீதாவும் அந்த வண்டியிலிருந்தான். அவன் ஓர் 'இலக்கை' தேடிச்சென்று கொண்டிருந்தான். ரயில் வண்டி அம்பாலாவில் நின்றது. பயணிகள் அனைவரும் இறங்கி வீட்டிற்குச் சென்று விட்டனர். பயந்து போன போலா புலம்ப ஆரம்பித்தான். தனது தேடலை அப்படியே நிறுத்திக்கொண்ட மீதா, கவனத்தை அந்தச் சிறுவனின் மேல் செலுத்தினான். ஒரு பெண் குரங்கு குழந்தையை அணைப்பதைப்போல் அவனைத் தன் மார்புடன் அணைத்துக் கொண்டான்.

மீதாவிடம் போலாவுக்குக் கொடுக்கச் செல்வம் ஒன்றும் இருக்கவில்லை. அவன் அந்தத் தொழிலில் கற்றுக் கொண்டதை எல்லாம் போலாவின் மடியில் காலி செய்தான். சில நாட்களில் அந்த இளைஞன் தேர்ச்சி பெற்றுத் தன்னுடைய இரையைத் தானே வேட்டையாட ஆரம்பித்தான்.

தனது நடவடிக்கைகளைக் கைவிடுவதற்கு முன்பு, மீதா போலாவைத் தன் வாரிசாக அறிவித்தான். ஜேப்படித்திருடர்கள் சமுதாயத்துடன் பேசி அவனுக்குச் சொந்தமாக ஒரு பகுதியும் வாங்கிக் கொடுத்தான்.

"உஸ்தாத், நீங்கள் தொழிலை விட்டு விட்டீர்களே, பின் எப்படி இங்கு வந்தீர்கள்?" மீதாவின் தகரப் பெட்டியையும், பையையும் வாங்கிக் கொண்டு தன்னுடைய இடத்திற்கு அழைத்துச் சென்று கொண்டே போலா கேட்டான். மீதா அவனிடம் தன்னுடைய சோகக்கதையைச் சுருக்கமாக சொன்னான்.

"இவர்தான் என்னுடைய உஸ்தாத், மீதா, இவரைப் பற்றித்தான் நாள் முழுவதும் பேசிக் கொண்டிருக்கிறேன்" போலா அவனைத் தன் தோழர்களுக்கு மிகுந்த பெருமையுடன் அறிமுகப்படுத்தினான்.

அவர்களுடைய சொந்த உஸ்தாதுக்கு உஸ்தாதாக இருந்த மனிதனுக்கு மரியாதை கொடுக்கும் வகையில் அவர்கள் எல்லோரும் எழுந்து நின்று, ஒவ்வொருவராக வந்து அவனுடைய கால்களைத் தொட்டு ஆசிர்வாதம் பெற்றுக் கொண்டனர்.

போலாவின் சீடர்கள் ஒரு கம்பளியை இரண்டாக மடித்துப் பாய் மீது விரித்தனர். அதை அவர்கள் உஸ்தாத் மட்டுமே உட்காரக்கூடிய கத்தி என்றனர். போலா தன்னுடைய இருக்கையை மரியாதையுடன் மீதாவுக்குக் கொடுத்துவிட்டு மற்ற சீடர்களுடன் உட்கார்ந்து கொண்டான்.

அங்கு சீடர்களின் உஸ்தாதாக இருக்க மீதா இஷ்டப்படவில்லை. கம்பளியை எடுத்து ஒரு பக்கத்தில் வைத்து விட்டு, மற்ற சாதாரண கைதிகளைப் போல் பாய் மீது உட்கார்ந்து கொண்டான். உஸ்தாதின் இந்தக் குறிப்பைப் போலா புரிந்து கொண்டான். அவனுக்கும் தனது உஸ்தாதை மீண்டும் குற்றங்கள் நிறைந்த உலகில் ஈடுபடுத்த விருப்பம் இருக்கவில்லை.

"உஸ்தாத், நீங்கள் ஒரு *சிங்* ஆகிவிட்டீர்களா?" மீதாவின் உடையைப் பார்த்து ஊகித்த அவன் கேட்டான்.

"இல்லை, இந்த எலுமிச்சைப்பழம் மற்ற எலுமிச்சபழங்களின் நடுவில் தன்னைக் கண்ட பொழுது அவற்றின் நிறத்தை ஏற்றுக்கொள்ள ஆரம்பித்தது." பின்னர், *சிங்* வளாகத்தில் அவனுடைய அனுபவங்களின் உள்கதைகளைப்பற்றி மீதா விவரிக்க ஆரம்பித்தான்.

"எனவே, முதலில் இந்த ஆடையை மாற்றுகிறேன். இது புலனுணர்வை ஏமாற்றக் கூடும்" கூறிக்கொண்டே தன்னுடைய பையைத் தூக்கிய மீதா, அதிலிருந்து, முந்தைய தினம் லாப் *சிங்* அவனுக்குப் பரிசளித்திருந்த புதிய குர்தா-பைஜாமாவை எடுத்து அணிந்து கொண்டான்.

தனது *உஸ்தாது*க்கு வெளிப்படுத்தப்படாத ஆசை இருப்பதாக, போலாவுக்குத் தோன்றியது. அவனுடைய புரிதலுக்கேற்ப, முதலில் சிறிது புகையிலையும், பின்னர் அவனுக்குப் பிடித்த *போ∴ர் ஸ்க்வேர்* சிகரெட்டுகளும் வழங்கினான். பீடியும் சிகரெட்டும் பல ஆண்டுகளுக்கு முன்பே மீதா நிறுத்தி விட்டான். அவனுக்குப் புகையிலையின் மேல் ஒரு வெறுப்பு உண்டாகியிருந்தது. இப்பொழுது அவனுக்குப் புகையிலை மெல்லவோ, சிகரெட் புகைக்கவோ விருப்பமிருக்கவில்லை. எனினும் அவன் ஒரு *சிங்* இல்லை என்பதைச் சக கைதிகளுக்கு நிரூபிப்பதற்காக அவனுக்கு வழங்கப்பட்ட புகையிலையை வாங்கிக் கொண்டு சிகரெட்டும் புகைத்தான்.

“*உஸ்தாத்*, நாம் இப்பொழுது ஒரு சுற்று *ஸ்மேக்* எடுத்துக் கொள்ளலாம்.” புகையிலை அல்லது சிகரெட் மட்டுமே அளித்ததில் திருப்தி அடையாத நந்து, மாட்சிமிக்க உஸ்தாதை எவ்வளவு முடியுமோ அவ்வளவு மகிழ்விக்க விரும்பினான்.

“அப்ப போலா, நீ இப்பொழுது *உஸ்தாத்* ஆகி விட்டாயா?” சந்தோஷத்திற்குப் பதிலாக மீதாவுக்கு வருத்தம்தான் உண்டாயிற்று.

“ஒருவர் *சாது* அல்லது சந்நியாசியாக மாறினால் என்ன நடக்கிறது என்று பார்த்துவிட்டீர்கள் இல்லையா, *உஸ்தாத்*? விபச்சாரம் மற்றும் அத்தகைய நடவடிக்கைகளை ஒருவர் கைவிடலாம். ஆனால், குண்டர்கள் அவர்களை நிம்மதியாக இருக்க விட மாட்டார்கள். நான் இங்கு வசதியாக இருக்கிறேன். இவர்கள் என்னுடைய சீடர்கள். இவர்களைப்பற்றி எல்லாவற்றையும் உங்களுக்குச் சொல்கிறேன்.”

தன்னுடைய கையை முதலில் அவன் நந்துவின் தோள் மீது வைத்தான். நந்துவின் தகப்பனார் ஒரு சூளையில் செங்கல் தயாரிப்பாளராக இருந்தார். சூளையிலிருந்து நூறு கெஜத்தொலைவில் ஒரு பள்ளி இருந்தது. தனது மகன் படித்து விட்டு இந்த வெறுப்பூட்டும் வாழ்க்கையிலிருந்து வெளியேறும் வழியைப் பார்க்க வேண்டுமென்று தந்தை விரும்பினார். அவன் அரசாங்க ஊழியனாகாவிட்டாலும், குறைந்த பட்சம், அந்தச் சூளையின் *முன்ஷி*யாக ஆகமுடியுமே. அவர் தன் மகனை மிகுந்த நம்பிக்கையுடன் பள்ளிக்கு அனுப்பினார். ஆனால், அந்தப் பள்ளி அரசாங்கத்தால் நடத்தப்பட்ட நிறுவனம். அங்கு பெண் ஆசிரியர்கள் நாள் முழுவதும் கம்பளிச் சட்டைகள் பின்னிக்கொண்டும், அரட்டை அடித்துக் கொண்டுமிருந்தனர். பள்ளிப் பாடங்களைச் செய்வதற்கு உதவக் கூடியவர் யாரும் அவன் வீட்டில் இருக்கவில்லை.

பாட வேலைகளை முடிக்கா விட்டால், ஆசிரியர்கள் அவனை அடித்தார்கள். அவன் படிப்பில் சிறந்து விளங்கவில்லை என்பதால், வீட்டில் அவன் தந்தை அவனை அடித்தார். அடிகளைத் தவிர்க்க அவன் பள்ளியிலிருந்து ஓடி, சில சமயம் ரயில் நிலையத்திலும், பல சமயம் பேருந்து நிலையத்திலும் உட்கார்ந்து கொள்வான். போலாவும், நந்துவும் முதலில் பேருந்து நிலையத்தில் சந்தித்தனர். நந்து உடனே தனது குடும்பத்தை விட்டு வெளியேறி நிரந்தரமாகப் போலாவுடன் சேர்ந்து கொண்டான்.

இரண்டாவது சீடன் ராஜு பஹாடியா. அவனது தந்தை மலைக்கு மறுபக்கத்தில் இருந்து வந்தார். நாய்க் குட்டிக்களைப்போல் குழந்தைகளைப் பெற்றுக் கொண்டார். ஒரு மகனுக்கு ஆறு முதல் ஏழு வயதானவுடன் அவனைக் கொண்டு போய் *ஹல்வாய்* கடையில் விட்டு விடுவார். அவனுக்கு உணவளிக்கும் பொறுப்பு *ஹல்வாயினு*டையதாயிற்று. தந்தை அவனிடமிருந்து ஒரு வருடத்துச் சம்பளத்தை வாங்கிக் கொண்டு வெளியேறிவிடுவார். அவனுக்குப் பன்னிரண்டு அல்லது பதின்மூன்று வயதானவுடன் திருமணம் செய்து விட்டு, மருமகளை வீட்டில் வைத்துக் கொண்டு இருவரின் வருவாயில் சுகமாக வாழ்க்கையை அனுபவிப்பார்.

தீபாவளி நெருங்க ஆரம்பித்தவுடன் *ஹல்வாயின்* வேலை அதிகரித்தது. தன் ஊழியர்களை *ஹல்வாய்* நீலா, மும்முரமாக வேலையில் ஈடுபடுத்தி வைத்தான். சிறுவர்களுக்கு அலுப்புத் தட்டாமல் இருப்பதற்காக, *போஸ்த்* கொதிக்க வைத்து அவர்களைக் குடிக்கச் செய்தான். சில சமயம் அவன் அவர்களுக்கு *அபின்* கொடுத்தான். மற்றவர்களைப்போல் ராஜுவும் *போஸ்த்து*க்கு அடிமையானான். ஆனால், தீபாவளிக்குப் பிறகு *போஸ்தும்* இருக்காது, *அபினும்* இருக்காது. அவனது சம்பளத்திலிருந்து பணம் எதுவும் எடுக்க அவனுக்கு அனுமதி இருக்கவில்லை. *போஸ்த்* விற்ற சிலர் அதை அவர்களிடமிருந்து எப்படி விலைக்கு வாங்குவதென்று அவனுக்குக் கற்றுக் கொடுத்தனர், "*ஹல்வாய்* நல்ல பணம் சம்பாதிக்கிறார். தினமும் நான்கு அல்லது ஐந்து ரூபாய் காணாமல் போனால் கவனத்திற்கு வராது." எனினும் நாள் முடிவில் பணம் குறைவதைப் பார்த்த *ஹல்வாய்க்கு*ச் சந்தேகம் உண்டாயிற்று; அவன் பொறி வைத்து, ஓர் எலி உணவைத் திருட முயற்சி செய்வதைப்போல் ராஜுவைக் கையும் களவுமாகப் பிடித்து அவனை அடித்துவிட்டு வேலையிலிருந்து நீக்கி விட்டான். தந்தையும் நொறுக்குவார் என்று பயந்த ராஜு, அந்த நகரத்தை விட்டு வெளியேறுவதற்கான வழிகளைப்பற்றி யோசிக்க ஆரம்பித்தான்.

ஹல்வாயின் கடை சரியாக ரயில் நிலையத்திற்கு வெளியில் அமைந்திருந்தது. போலா தனது ஓய்வு நேரத்தை அங்கே கழித்தான். அவர்கள் இருவரும் ஒருவருக்கொருவர் பரிச்சயமானவர்கள். கஷ்டமான சமயத்தில் போலா அவனுக்கு ஆதரவளித்தான். அதன் பிறகு ராஜு அவனை நிழல் போல் எல்லா நேரத்திலும் பின்தொடரத் தொடங்கினான்.

போலாவின் சீடர்கள் மீதாவுக்கு முழுமனதுடனும், நேர்மையுடனும் சேவை செய்தனர். இப்பொழுது அவனுடைய முறை. அவர்கள் காட்டிய அன்பாதரவைத் திருப்பிச் செலுத்தி, தனது கடைமையை நிறைவேற்றும் வகையில் மீதா, தன் பையிலிருந்து எஃகு தட்டுகளை எடுத்து அவற்றின் மீது எல்லா லட்டுக்களையும், பஞ்சிரியையும் பரப்பினான். "இதோ, இது உங்கள் வாயை இனிப்பூட்டுவதற்கு" போலாவின் பக்கம் தட்டுகளை மீதா சாய்த்துக் கொடுத்தான்.

மகிழ்ச்சியில் பித்துப் பிடித்த போலா, இந்தச் சிறந்த விருந்தில் கலந்துகொள்வதற்குத் தன் நண்பர்களை அழைத்தான். தனது உஸ்தாதுடன் உண்டான அனுபவங்களைப் பற்றி விவரித்துக் கொண்டே அவன் லட்டுக்களைத் தோழர்களுக்கு விநியோகித்தான்.

பின்னர், போலா தன்னைப் பற்றிய பல குறிப்புகளை உஸ்தாதுக்குக் கொடுத்தான். முன்பு தனிமையில் விடப்படும் பொழுது பதற்றமடைந்த அந்தப் போலாவின் பெயரைக்கேட்டு இப்பொழுது மக்கள் திகில் அடைந்தனர். வெறும் ஐநூறு ரூபாய்க்காக அவன் ஜேப்படிக் கொள்ளையில் ஈடுபடவில்லை, மாறாக மக்களைக் கொல்வதற்கான ஒப்பந்தங்களை ஏற்றுக் கொண்டான். பாத்திரங்கள் திருடியதற்காகவோ அல்லது அதைப் போன்ற அல்ப விஷயங்களுக்காகவோ அவன் சிறைக்கு வரவில்லை. அவனுடைய உஸ்தாதைப் போல் அவன் மீதும் கொலைக் குற்றம் சாட்டப்பட்டிருந்தது. அவன் சிறையில் சில நாட்களுக்கான விருந்தினராகவே இருந்தான். வெளியிலிருந்த அவனது நண்பர்கள் எல்லா ஏற்பாடுகளும் செய்து வைத்திருந்தனர். அவனுடைய வழக்கு விசாரணைக்கு வந்தவுடனே அவன் விடுவிக்கப்படுவான்.

மீதா போலி வழக்கில் தண்டிக்கப்பட்டதில் பில்லு உஸ்தாத் வருத்தப்பட்டான். இந்தத் தண்டனைக்காகச் சாட்சிகளே காரணமாயிருந்ததால், அவர்களுக்குப் பாடம் கற்பிக்க விரும்பிய அவன், இந்த விஷயத்தில் உதவ முன்வந்தான். "போலா, எனக்கு ஏதாவது வேலை கொடுங்கள். நீங்கள் சரியென்று ஒரு வார்த்தை சொல்லுங்கள், உஸ்தாதுக்கு எதிராக பொய் வாக்குமூலம் கொடுத்த சாட்சிகளைத்

தண்டிப்பதற்கு ஒரு *ஹுக்கும் நாமா* வெளியிடுகிறேன்.” இது வெற்று ஆடம்பரப் பேச்சல்ல. அவன் சொன்னதை அவனால் நிச்சயமாகச் செய்ய முடிந்தது.

பில்லுவை மக்கள் ‘ரயில் நிலையத்தின் *பாத்ஷா*’ என்று அழைத்தார்கள். இது, அவனுடைய தாயார் ரயில் பாலத்தில் அமர்ந்து கொண்டு பிச்சையெடுக்கும் பிச்சைக்காரி என்பதனால் அல்ல, மாறாக ரயில் நிலையத்தில் நடந்த ஒவ்வொரு அக்கிரமச் செயலும் அவன் அனுமதி கொடுத்த பிறகே மேற்கொள்ளப்பட்டது என்பதற்காக.

பயணிகளுடன் தொடர்பு கொண்டு, அவர்களின் நம்பிக்கையைப் பெற்று, பின்னர் அவர்களுக்குப் போதைப் பொருள் கலந்த உணவை வழங்குவதில் பில்லு குழுவினர் கை தேர்ந்தவர்கள். பயணிகள் மயக்கமடைந்தவுடன், அந்தக் குழு அவர்களின் உடைமைகளை எடுத்துக் கொண்டு மறைந்து விடும். அது ஒரு சிறிய நிலையமாக இருந்ததால், ஒவ்வொரு நாளும் சில பலியாட்களை மாத்திரம் குறி வைக்க முடிந்தது. சில மாதங்களாக அவனுடைய கிரக நிலை இறக்கத்திலிருந்தது. இதேபோன்ற அணுகுமுறையுடன் மற்றொரு குழு நிலையத்திற்கு வந்து மூன்று அல்லது நான்கு நாட்களுக்குள் பதினெட்டு முதல் இருபது தங்கச் சங்கிலிகளைப் பறித்துக் கொண்டது. ரயில்வே இலாகா மற்றும் ரயில்வே காவல்துறையினரின் பெயர் மோசமாக ஆரம்பித்து, விஷயம் மேலே டெல்லி வரை சென்றடைந்தது. பயணிகளை எச்சரிக்க ரயில்வே துறையினர் மாபெரும் பலகைகள் அமைத்து, பதினைந்து நிமிடத்திற்கு ஒருமுறை ஒலிபெருக்கியில் அறிக்கைகள் வெளியிட்டனர். இவ்வாறு எச்சரிக்கப்பட்ட பயணிகள் அந்நியர்களுடன் சாப்பிடுவது இருக்கட்டும், பேசுவதைக்கூட நிறுத்திக் கொண்டனர்.

பில்லுவின் குழுவினருக்குத் தங்கள் செயல் முறையை மாற்ற வேண்டியிருந்தது. விஷயம் சிறிது அடங்குவதற்காக அவர்கள் காத்திருந்தனர்.

பயணிகளை ஏற்றிச் செல்வதற்காக அவர்கள் ஒரு பழைய முச்சக்கர வாகனம் வாங்கி நிலையத்தின் வெளியில் நிற்க வைத்தனர். அவர்கள் குழுவின் இரண்டு அல்லது மூன்று உறுப்பினர்கள் பயணிகளைப்போல் அதில் அமர்ந்து கொண்டார்கள். பணக்கார வாடிக்கையாளர் வாகனத்தில் ஏறியவுடன், கிளம்பி, வெறிச்சோடிய இடத்தை அடைந்த பிறகு அவனைக் கொள்ளையடித்தார்கள். சில பயணிகள் எதுவுமில்லாமல் வீடு திரும்பினார்கள். சிலர் காவல்

நிலையத்திற்குச் சென்றார்கள். சிறிது நடவடிக்கை மற்றும் கொஞ்சம் இங்கும் அங்கும் தேடுவது போல் வேஷம் போட்டுக் காவல் துறையினர் விஷயத்தை மறைத்து அடக்கம் செய்து விடுவார்கள்.

ஆனால், ஒரு துணிச்சலான பயணி இவர்களின் பாதையில் தடையாக நின்றான். அவன் ஒரு சமயத்தில் டெம்போ சங்கத்தின் பிரதானாக இருந்தான் மற்றும் அனைத்து டெம்போ ஓட்டுனர்களையும் அறிந்திருந்தான். அவன் காவல் நிலையத்திற்குச் சென்று பில்லு மற்றும் மற்றவர்கள் பற்றிய விவரங்களைக் கொடுத்து, காவல்துறைக் கட்டுப்பாடு அறையிலிருந்து அனைத்துப் போக்குவரத்துத் தடை இடுக்கைகளையும் எச்சரிக்கை செய்யச் சொன்னான். இவ்வாறு தயாராக இருந்த காவல் துறையினர் குழுவினர் கலைவதற்கு முன்பு அவர்களைப் பிடிப்பதில் வெற்றி கண்டனர்.

பில்லுவைப் பொறுத்தவரை சிறைச்சாலை, அவன் அடிக்கடி வந்து செல்லும் அவனுடைய மாமியார் வீடு போலிருந்தது. இந்தத் தடவை சிறைக்கு வந்ததில் அவன் சந்தோஷப்பட்டான். பல்வேறு குழுக்களின் உஸ்தாத்களை ஒன்றிணைத்து ஒரு தொழிற்சங்கம் ஆரம்பித்திருந்த போலாவை அவன் சிறையில் சந்தித்தான். இந்தச் சங்கத்தில் சேர்வதற்குப் பில்லுவும் அழைக்கப்பட்டான். தொழிலின் பல தந்திரங்களை அவன் ஏற்கெனவே அறிந்திருந்தான். குற்றச் சாட்டிலிருந்து எப்படி விடுவித்துக் கொள்வதென்கிற தந்திரத்தை இப்பொழுது தொழிற்சங்கம் அவனுக்குக் கற்பித்தது. முக்கியமான, பயனுள்ள வழிகளில் ஒன்று, சாட்சிகளை அச்சுறுத்தி அவர்களின் வாக்குமூலத்தை ரத்து செய்யக் கட்டாயப் படுத்துதல். அவனுடைய குழு முழுவதும் சிறையில் இருந்தது. வெளியில் இருந்த சாட்சிகளை யார் பயமுறுத்துவார்கள்? அவன் தொழிற்சங்க உறுப்பினரானவுடன் இந்தப் பிரச்சனையும் தீர்க்கப்பட்டது. "நீங்கள் நீதிமன்றத்திற்குச் சென்று வாக்குமூலம் கொடுத்தீர்களானால், வெளியில் காலடி வைத்த அந்த நிமிடமே, உஸ்தாத் பெறுகிற தண்டனையை விட இரண்டு மடங்கு தண்டனை உங்களுக்கு வழங்கப்படும்" என்று வெளியிலிருந்த உறுப்பினர்கள் சாட்சிகளிடம் தெளிவாக எடுத்துக் கூறினர். பதட்டமடைந்த சாட்சிகள், நடுங்க ஆரம்பித்தனர். பில்லுவின் வழக்குச் சம்பந்தப்பட்ட சாட்சிகள் பிறழ் சான்றுரைஞர்களாக மாறினர். பில்லு இப்பொழுது விடுவிக்கப்படவுள்ளான்.

"பைத்தியக்கார மனிதனே, என்னுடைய வழக்கு ஏற்கெனவே முடிவு செய்யப்பட்டுள்ளது. இப்பொழுது எந்தச் சாட்சிகளைப் பிறழ் சான்றுரைஞர்களாக மாற்றப் போகிறீர்கள்?" என்று சிரித்த மீதா, அவனது

ஆலோசனைக்கு நன்றி கூறி விட்டு, அவனுடைய வழக்கில் அன்றைய தேதிவரை நடந்த நிகழ்ச்சிகளைப் பற்றியும், தற்போதைய நிலையைப் பற்றியும் விளக்கினான்.

"பின்னர் நாம் என்ன செய்வோமென்றால், ஒரு மிகச் சிறந்த உயர்நீதிமன்ற வழக்கறிஞரை நியமிப்போம். அவர் முதலில் உங்களுக்கு ஜாமீன் பெறுவார், பின்னர் விடுவிப்பார். பணத்திற்குத் தொழிற்சங்கம் ஏற்பாடு செய்யும்."

மீதாவுக்கு உதவி வழங்குவதில் தான் பின்தங்கியிருப்பதாகக் காட்டிக்கொள்ள உஸ்தாத் நீலே கான் விரும்பவில்லை. தொழிற்சங்கத்தில் சேர்ந்ததன் மூலம் அவன் மிகவும் பயனடைந்த விஷயம், இப்பொழுது அவன் வழங்கிய ஆலோசனை ஆகும். 'ஒற்றுமையில் வலிமை உள்ளது' என்ற அடிபட்டு பழமைப்பட்டுப் போன சொற்றொடரின் முக்கியத்துவத்தை, தொழிற்சங்கத்தின் உறுப்பினராக மாறிய பின்னரே நீலே கான் புரிந்து கொண்டான்.

அவனது குழுவில் ஏழு உறுப்பினர்கள் இருந்தார்கள். அவர்கள் எல்லோரும் இப்பொழுது அவனுடன் சிறையில் இருந்தனர். 'கறுப்புக் காற்சட்டைக் குழு' என்று பிரபலமாக அழைக்கப்பட்ட இவர்கள் எப்போதும் இப்படி இருக்கவில்லை. மூல முதலாக இவர்கள் பீகாரிலிருந்து வேலை தேடி வந்தவர்கள். வந்தவுடன் அவர்களுக்கு ஒரு தொழிற்சாலையில் வேலை கிடைத்தது. அவர்களின் நிதி நிலைமை மேம்பட்டது. இந்த முன்னேற்றம் அவர்கள் குற்றவாளிகளாக மாறுவதற்கான அடித்தளத்தை அமைத்தது. ஹோலி பண்டிகையின் பொழுது அவர்கள் மது பானம் அருந்தி கொண்டாட்டத்தில் ஈடுபட்டனர். இது கலவர கும்மாளத்திற்கு வழி வகுத்து, சீக்கிரத்தில் சண்டையாக மாறியது. இந்தச் சண்டை அவர்களை அன்றிரவு சிறைக்கு அழைத்துச் சென்றது.

அவர்களை விடுவிப்பதற்காக, காவல் துறையினர் கோரிய பணம் அவர்களிடம் இருக்கவில்லை என்பது மட்டுமல்ல, அவர்களுக்குப் பணம் கொடுக்கும் எண்ணமே இருக்கவில்லை. சண்டையின் பொழுது அவர்கள் யாருடைய தலையையும் பிளக்கவில்லை என்று தர்க்கம் செய்து வெறும் கார சாரமான வாய்மொழி வாதங்களில் மாத்திரம் ஈடுபட்டதாகக் கூறினர். துன்புற்ற கட்சியினருடன் சமரசமாகிவிட்டதென்றும், சில நாட்களில் விடுவிக்கப் படுவார்களென்றும் எதிர்பார்க்கப்பட்டது. ஆனால், இந்த விஷயம் முற்றிலும் மாறுபட்ட திருப்பத்தை எடுத்தது.

முந்தைய மாதம், அந்தக் குறிப்பிட்ட காவல் நிலைய அதிகாரிகள், கொள்ளையடிக்கத் தயாராகிக் கொண்டிருந்த நான்கு கும்பல்களைக் கைது செய்திருந்தார்கள். சதித் திட்டத்தில் பங்கேற்றிருந்த மற்றொரு கும்பலை மாத இறுதிவரை அவர்களால் பிடிக்க முடியவில்லை. மேலதிகாரிகளின் கண்டனத்திற்கு அஞ்சிய அவர்கள், கோரிய பணமும் கிடைக்காததனால் கோபம் கொண்டு, நீலே மற்றும் அவனது தோழர்கள் கொள்ளையடிக்க சதி செய்ததாகக் குற்றம் சாட்டி அவர்கள் மீது வழக்குப் பதிவு செய்தனர். வழக்கை வலுப்படுத்த, ஒருவனிடம் நாட்டுத் துப்பாக்கி இருந்தாகவும், மற்றொருவன் ஒரு குத்துவாள் வைத்திருந்ததாகவும் காவல் துறையினர் அதிகாரபூர்வமாக எழுத்தில் பதிவு செய்து விட்டனர்.

அந்த நாட்களில் மெய்யான 'கறுப்பு காற்சட்டைக் குழு', விறுவிறுப்பாய் வேலை செய்து கொண்டிருந்தது. ஒவ்வொரு நாளும் திருட்டு, பறித்தல், அடிதடி சண்டைகள் பற்றிய அறிக்கைகள் வெளி வந்து கொண்டிருந்தன. இதை மனதில் கொண்டு நீதிபதி முதலில் அவர்களுக்கு ஜாமீன் கொடுக்க மறுத்தார். பின்னர் விசாரணைகளை விரைவாக நடத்தி அவர்கள் ஒவ்வொருவருக்கும் மூன்று ஆண்டுகள் சிறைவாச தண்டனை வழங்கினார். இதற்குப் பிறகு, போரியா சமூகத்தைச் சேர்ந்த உண்மையான 'கறுப்பு காற்சட்டைக் குழு'வினரும் கைது செய்யப்பட்டு நீலே கான் வளாகத்திலேயே அடைக்கப்பட்டிருப்பதை உணர்ந்தனர். தங்கள் சகோதர சமூகத்தினராகக் கருதிப் போரியா, அவர்களையும் தங்கள் கும்பலில் சேர்த்துக் கொண்டு தங்கள் தொழிலின் அனைத்து நுட்பங்களையும் கற்றுக்கொடுத்தனர்.

மூன்று ஆண்டுகளில் அவர்கள் எந்தத் திறன்களையும் பெறவுமில்லை, பெற வேண்டியது அவசியம் என்று கருதவுமில்லை. கடின உழைப்புக்குப் பிறகு பெறக் கிடைத்ததை விட இந்தத் தொழிலில் ஒவ்வொரு நாளும் எளிதாகச் சம்பாதிக்க முடிந்தது, அவர்களுக்கு அதிக கவர்ச்சிகரமாக இருந்தது. கைது செய்யப்படுவதும், விடுவிக்கப் படுவதுமாக இப்பொழுது அவர்களின் வாழ்க்கை மாறி மாறிப் போய்க் கொண்டிருந்தது.

நீலே கானின் உஸ்தாத் மாநிலம் முழுவதும் இயங்கினான். எல்லா இடங்களிலும் நிலையான கட்டணத்தில், நிரந்தர அடிப்படையில் அவன் வழக்கறிஞர்களைப் பணியமர்த்தியிருந்தான். குழுவின் ஓர் உறுப்பினர் கைது செய்யப்பட்டவுடனே, உயர் நீதிமன்றத்திற்கு, "என்னுடைய வாடிக்கையாளரை ரயில் நிலையத்திலிருந்து காவல் துறையினர் பிடித்துக் கொண்டு போயிருக்கிறார்கள். அவன் மீது போலி வழக்கில் குற்றம்

சாட்டப்படுமென்று அஞ்சப்படுகிறது" என்று தந்தி அனுப்பி விட்டு, அவனுடைய பாதுகாப்புக்கான வழக்கமான ஏற்பாடுகளை வழக்கறிஞர் செய்ய ஆரம்பிப்பார். கைது செய்யப்பட்ட உறுப்பினர் மீது எந்தக் குற்றச்சாட்டுக்களைச் சுமத்தலாமென்ற விஷயத்தைப் பற்றிக் காவல் துறையினர் பல நாட்கள் சிந்திப்பார்கள். கைது செய்யப்பட்டதாக, காவல் துறையினர் பதிவு செய்வதற்கு முன்பே கைது செய்யப்பட்டதைத் தந்தி நிரூபித்துவிடும். சந்தேகத்தின் அடிப்படையில் அவர்கள் விடுவிக்கப்பட்டார்கள்.

போரியாக்களால் கற்பிக்கப்பட்ட இந்தத் தந்திரத்தைப் பற்றி நீலே கான் மற்ற தொழிற்சங்க உறுப்பினர்களிடம் கூறினான். அவர்கள் அதை உடனடியாக ஏற்றுக் கொண்டனர். தொழிற்சங்கம் உயர்நீதிமன்றம் வரை நிரந்தரமாக வழக்கறிஞர்களைப் பணி அமர்த்தியிருந்தது. அவர்கள் அனைவரும் முற்றிலும் முதல்தரமானவர்கள். ஒவ்வொரு மாதமும் ஒரு நிலையான ஊதியத்தின் வாய்ப்பினால் ஈர்க்கப்பட்டு நல்ல வழக்கறிஞர்கள் கூட அவர்களுக்காக மலிவான விலையில் ஆஜராகத் தயாராக இருந்தனர். இந்த ஏற்பாட்டினால் இரு கட்சிகளும் பயனடைந்தன. ஒவ்வொரு உறுப்பினருக்கும் மாதம் இறுநூறு அல்லது முன்னூறு ரூபாய் பங்களிக்க வேண்டியிருந்தது. வழக்கறிஞர்களைப் பொறுத்தவரை, அவர்களின் பணப்பானை துளித்துளியாக நிரப்பப் பட்டு வந்தது.

தொழிற்சங்கத்தின் இந்த முயற்சி நல்ல பலன்களைத் கொடுத்தது. முன்பு, காவல்துறையினர், குற்றம் சாட்டப்பட்டவரை நிலையத்தில் பல நாட்கள்வரை உட்கார வைத்திருப்பார்கள். இப்பொழுது தொழிற்சங்க வழக்கறிஞர் நீதிமன்றத்தைத் திடீர் சோதனை நடத்துமாறு கூறுவதனால் அச்சமுற்ற காவல்துறையினருக்குக் கைது செய்தவுடனே வழக்குத் தாக்கல் செய்ய வேண்டியிருந்தது. முன்பு நீதிபதி, குற்றம் சாட்டப்பட்டவர்களைக் காரணமே இல்லாமல் வாரக்கணக்கில் கூட நிலையத்தின் தடுப்புக் காவலில் அனுப்பி விடுவார். இப்பொழுது அவர் அப்படிச் சில நாட்களுக்கு மேல் செய்ய முடியாது. எலும்புகள் இனி நொறுக்கப்படாது. முன்பு காவல் துறையினர் எதையோ மீட்டெடுப்பார்கள் முற்றிலும் மாறுபட்ட எதையோ பதிவு செய்வார்கள். இந்தத் தில்லு-முல்லுக்கெல்லாம் இடம் இப்பொழுது குறைவாகவே இருந்தது. வழக்கறிஞர்களுக்குச் செலுத்த வெண்டிய கொழுத்த கட்டணத்தைப் பற்றிய கவலையில், முன்பு, குட்டி குற்றவாளிகள் மேல் முறையீடு செய்ய மாட்டார்கள். இதனால் பலர், பொய் வழக்குகளில் தண்டனைக்கு உட்படுத்தப்பட்டனர். இப்பொழுது ஒவ்வொரு தீர்வும் மீள் பரிசீலனை செய்யப்பட்டது, பெரும்பாலானவை ஏற்றுக் கொள்ளப்பட்டன.

எனவே, தொழிற்சங்கத்தினரால் *உஸ்தாதுக்கும்* ஒரு வழக்கறிஞர் பணியமர்த்தப்படுவார் என்று நீலே கான் நம்பினான்.

"இல்லை, சகோதரரே, சமிதி எனக்காகப் போராடுகிறது. எனக்கு அவர்கள் மீது முழு நம்பிக்கை இருக்கிறது. என்னுடைய முறையீடு ஏற்றுக்கொள்ளப்படும் வரை அவர்கள் ஓய்வெடுக்க மாட்டார்கள்" மீதாவுக்குத் தன்னுடைய ஆதரவாளர்கள் மீது நம்பிக்கையிருந்தது.

"*உஸ்தாத்*, சமிதி மக்களைப் பின்னால் விட்டு விடுங்கள். அந்தக் குமாஸ்தாக்களால் ஒன்றும் செய்ய இயலாது. இரும்பை எதிர்த்துப் போராட நமக்கு இரும்பு தேவை. இந்த வழக்கை எங்களிடம் ஒப்படைத்து விடுங்கள். அதற்குப் பிறகு நாங்கள் சாதிக்கப் போவதைப் பாருங்கள். சில நாட்களுக்குள் உங்களை விடுவித்து விடுவோம்" பான்டா ஃஔஜி கையால் தொடையை அறைந்து கொண்டே வீரமாக வீம்பு பேசினான்.

அபின் மற்றும் *போஸ்த்* விற்பனைக் கும்பலின் தலைவனாக இருந்தான் பான்டா. ராணுவத்தில் தனது ஓய்வூதியத்திற்குத் தகுதி பெற்றவுடன் அவன் சுகே *நம்பர்தாரின்* மெய்காப்பாளன் ஆனான். சுகே ஓர் *அபின்* கடத்தல்காரன். அவனுடைய கார் *அபின்* கொண்டு செல்லப்பட்ட வாகனத்தின் முன் தொடரும். வழியில் ஏதாவது தடையிருந்தால் நீக்கிக்கொண்டு, செல்ல வேண்டிய இடத்திற்குச் சிக்கலில்லாமல் போய்ச் சேரும்.

சுகாவின் *போஸ்த்* நிரம்பிய ஒரு டிரக் கைப்பற்றப்பட்ட சமயத்திலிருந்து பான்டாவின் மோசமான நாட்கள் தொடங்கின. பான்டாவுக்கு இந்தச் செயலில் ஒரு கையிருக்கிறதென்று சந்தேகித்த சுகா பான்டாவுடன் அன்று வந்திருந்தான். உண்மையை அறிந்து கொள்வதற்காகத் தனக்கு நன்கு தெரிந்த தானேதார் மூலம் அவனைக் கைதுசெய்தான் சுகா. பான்டா குற்றமற்றவன் என்று தானேதார் அறிவித்ததை, சுகா நம்பவில்லை. மிகவும் சிரமப்பட்டுப் பான்டாவுக்குத் தண்டனை வாங்கிக் கொடுத்தான்.

படோடியாவின் டிரக் ஓட்டுனரான மஹிந்தர் பான்டாவின் தோழன். வழக்கமாக ராஜஸ்தானிலிருந்து *போஸ்த்* நிரப்பப்பட்ட டிரக்களை அவன் தான் ஓட்டினான். மஹிந்தரின் தலைவிதி - படோடியாவின் மரணம் ஒரு கார் விபத்தில் ஏற்பட்டது. மஹிந்தர் சொந்தமாக வியாபாரத்தை நடத்த மிகவும் முயற்சி செய்த போதிலும் பெரிய வர்த்தகர்கள் அவனை அவர்களுடைய காலடிவரை கூட வர அனுமதிக்கவில்லை. முதல் முயற்சியிலேயே அவன் கைது செய்யப்பட்டான். பான்டாவும் மஹிந்தரும்

முன்பே பரிச்சயமானவர்கள். இப்பொழுது சிறையில் உறுதியான நண்பர்களாக மாறினர். வெளியில் வந்த பிறகு தொழிலை மறுபடியும் தொடங்கி அதில் ஓரளவு வெற்றியும் கண்டனர். காவல்துறையினருடன் இவர்களுக்கு இருந்த உடன்பாடுதான் இவர்களுடைய வெற்றிக்குக் காரணம் என்று தொழிற்சங்கத்தினருக்குக் கூறப்பட்டது.

இதை மனதில் கொண்டு தொழிற்சங்கம் காவல்துறையினரிடம் பேசி, அதிகாரிகள் வகித்த பதவிக்குத் தகுந்தவாறு, ஒவ்வொரு மாதமும் ஒரு நிலையான தொகைக்கு அவர்களுடன் ஒப்பந்தம் செய்து கொண்டது. உறுப்பினர்கள் இப்பொழுது நிம்மதியாக விடப்பட்டனர். முன்னர் ஜேப்படித்திருட்டில் எவனுக்காவது ஐநூறு ரூபாய் கிடைத்தால், அதிலிருந்து காவல் துறையினர் நானூறு ரூபாய் எடுத்துக் கொண்டார்கள். இப்பொழுது உறுப்பினருக்குச் செய்ய வேண்டியதெல்லாம் உறுப்பினர்-கட்டணப்பணத்தைச் செலுத்துவது தான். மற்ற எல்லாவற்றையும் *பிரதான்* கவனித்துக் கொண்டார். பாருங்கள் ஒற்றுமையுடன் எப்படிச் செழிப்பு வருகிறது! இப்பொழுது யாராவது ஜேப்படித் திருட்டில் பத்தாயிரம் பெற்றாலும் ஐந்து பெற்றாலும்; ஐம்பதாயிரம் அல்லது ஐந்தாயிரம் மதிப்புள்ள பொருள்களைத் திருடினாலும்; ஐந்து கிலோ அபின் அல்லது ஐந்து சாக்குகள் போஸ்த் விற்றாலும் காவல்துறை அவர்களைத் தொந்தரவு செய்வதில்லை.

இந்த அனுபவத்தின் அடிப்படையில், மீதாவும் தொழிற்சங்கத்தின் உறுப்பினராகித் தனது கவலைகள் அனைத்தையும் மறந்துவிட வேண்டுமென்று பான்டா விரும்பினான்.

"முன்னர் நானும் உங்களைப் போல இதே மாதிரி நினைத்தேன். ஆனால், நண்பர்களே, இது ஒரு நல்ல வாழ்க்கை நடத்துவதற்கான வழி அல்ல. நான் சோகமாக இருந்தாலும் சரி, சந்தோஷமாக இருந்தாலும் சரி, முந்தைய பாதையை இனிமேலும் மிதிக்க நான் விரும்பவில்லை."

மீதா மீது தவறாகக் குற்றம் சாட்டப்பட்ட அநீதியை நினைத்து போலா உணர்ச்சி வசப்படத் தொடங்கினான்.

"பரவாயில்லை, சமிதிகாரர்கள் இங்கு வரட்டும். உங்கள் அனைவரையும் அவர்களுக்கு அறிமுகப்படுத்துகிறேன். அதன் பிறகு சரியான பாதை என்ன என்பதை நாம் அறிந்து கொள்வோம்." மீதாவிடம் மேலும் நம்பத்தகுந்த வாதங்களை வழங்குவதற்கான திறன் இருக்க வில்லை. அதனால் மீதமுள்ள பகுதியைச் சமிதியிடம் விட்டு விட்டான்.

"யார் 'சரியான பாதையில்' இருக்கிறார்கள், யார் 'தவறானதில்' என்பதை நாம் ஒதுக்கி வைப்போம். வாருங்கள், உஸ்தாதுடன் நமது சந்திப்பைக் கொண்டாடுவோம்" தனது கைகளிலிருந்த லட்டு மற்றும் பஞ்சிரியின் சிறு துண்டுகளைத் தட்டி விட்டுக் கொண்டே வாதங்களுக்கு முற்றுப் புள்ளி வைத்தவாறு நீலே கான் அறிவித்தான். அவர்கள் அனைவரும் அன்று இரவு நடைபெறப் போகும் கொண்டாட்டத்திற்கான ஏற்பாட்டைப் பற்றித் திட்டமிட ஆரம்பித்தார்கள்.

அத்தியாயம் 23

சங்கர்ஷ் சமிதியால் செய்யப்பட்ட பணிகள் வாய் வார்த்தையால் தொலை தூரம் வரை பரவத் தொடங்கியது. காவல்துறையினரால் நியாயமற்ற முறையில் நடத்தப்பட்ட மக்கள் தங்கள் முறையீடுகளுடன் சமிதியிடம் வரத் தொடங்கினர். போலி வழக்குகளில் குற்றம் சாட்டப் பட்டவர்களிடமிருந்தும், சிறையில் அழுகிக்கொண்டிருக்கும் அப்பாவிகளிடமிருந்தும் முறையீடுகள் ஊற்றுக்கள் போல் பெருமளவில் வரத்தொடங்கின. அந்தப் பகுதியில் பணி புரிந்த சிறிய அமைப்புகளுக்குக் காவல்துறையினரையும், நீதிமன்றத்தையும், அரசாங்கத்தையும் கையாளும் திறமை இல்லாததால் அவை சமிதியின் பக்கம் திரும்பின. சிறு நீர்த் துளிகள் சேர்ந்து வலிமை மிக்க கடலின் வடிவத்தை எடுக்க முடியும். கடலில் சேர விரும்பிய சிறிய அமைப்புகள் அவர்களின் ஒத்துழைப்பை வழங்கியதுடன் தங்கள் சொந்தப் பிரச்சனைகளையும் கொண்டு வர ஆரம்பித்தன.

சங்கர்ஷ் சமிதியின் மனஉறுதியும் உயர்ந்தது. ‘பாலாவையும் மீதாவையும் மட்டும் விடுவித்தால் போதாது. நமது கவனத்திற்குக் கொண்டு வரப்பட்ட, அவர்களைப்போல் குற்றம் சாட்டப்பட்டவர்களின் எண்ணிக்கை நாளுக்குநாள் அதிகரித்துக் கொண்டே போகிறது. அவர்கள் அனைவரைப் பற்றியும் நாம் சிந்திக்க வேண்டும்’ என்று ஆர்வலர்களுக்கு இப்பொழுது தோன்ற ஆரம்பித்தது.

காவல் நிலையங்கள் மற்றும் நீதி மன்றங்களின் வரையறைக்குள் மட்டுமே தங்களைக் கட்டுப் படுத்திக் கொண்டால் லட்சியத்தை அடைய முடியாதென்று சமிதி உணர ஆரம்பித்தது. போராட்டத்தின் சுற்று வட்டாரம் விரிவாக்கப்பட வேண்டும்; போராட்டத்தைத் தெருவிற்குக் கொண்டு வர வேண்டும்; பொது மக்களை இதில் ஈடுபடுத்த வேண்டும்.

ஆலோசனைகள் மற்றும் பரிசீலனைகளுக்குப் பிறகு, காவல் துறையினராலோ அல்லது நீதிமன்றத்தினாலோ அநீதி இழைக்கப்பட்ட ஒவ்வொரு நபருக்காகவும் சமிதி சட்டப் போர் நடத்துமென்று அது அறிவித்தது. இந்த அறிவிப்பு வந்தவுடன், முதலில் ஆதரவுக்காகக் கையை நீட்டியது, ஸ்ட்ரீ சபா என்ற பெண்கள் அமைப்பு. மிகுந்த அநீதிக்கு ஆளாகிக் கஷ்டப்படும் பெண்களின் வழக்குகளில் அதற்கு உதவி தேவைப் பட்டது. பணப் பற்றாக்குறையினாலும், சட்டத்தைப் பற்றிய அறிவு குறைவினாலும் உயர்ந்த குறிக்கோள் இருந்தபோதிலும் கஷ்டத்திலிருந்த பெண்களுக்குச் சபாவால் உதவ முடியவில்லை.

பெண்களை மயக்கி, கட்டாயப்படுத்தி விபசாரத்தில் ஈடுபடுத்திய நீலம் என்ற பெண்மணி சிறையிலடைக்கப்பபட்டிருந்தாள். அவளுக்கு உடனடியாகச் சட்ட உதவி வழங்கப் படவேண்டுமென்று சபாவின் தலைவரான இந்திரஜித் கவர் தீவிரமாகப் பரிந்துரைத்தார். எய்ட்ஸ் என்ற பயங்கரமான வியாதியால் தாக்கப்பட்டிருந்த நீலம் ஒரு வாரத்திற்குள் சிறையிலிருந்து வெளியில் வரவில்லையென்றால் அவளுடைய சடலம் தான் வருமென்பது நிச்சயம். இவ்வாறு நடந்தால், சபாவின் கவனக் குறைவினாலும், புறக்கணிப்பினாலும் நீலமின் இந்தப் பரிதாபகரமான நிலை ஏற்பட்டதென்ற பழிக்குச் சபா பொறுப்பாளியாக்கப்படும்.

அந்த நாட்களில், ஒரு பிரம்மாண்டமான விபசாரத் தொழிலைக் காவல் துறையினர் முறியடித்ததால் அவர்களின் பாராட்டுக்களால் செய்தித்தாள்கள் நிறைந்திருந்தன. திடீர் சோதனையின் பொழுது, தலைவி நீலம் வீட்டிலிருந்து ஒரு பதினாறு வயது சிறுமி மீட்கப்பட்டாள். நீலம் அந்தச் சிறுமியை எவ்வாறு இந்த மோசமான தொழிலுக்குக் கொண்டு வந்தாள், அவளை எவ்வாறு கீழ்த்தரமான நிலைக்கு ஆளாக்கினாள் என்ற கதைகள், நிலைமைக்கேற்ப மசாலா போடப்பட்டு ஊடகங்களில் தோன்ற ஆரம்பித்தன.

காவல்துறையினருக்குக் கொடுத்த வாக்குமூலத்தில் தான் ஒரு அனாதை என்றும், சிறு வயதிலிருந்தே அப்படித்தான் என்றும் அந்தப் பெண் கூறியிருந்தாள். நீலம் அவளது தாய்வழி மாமனின் மனைவி. ராஜி என்ற பெண்ணை அவளுடைய பாதுகாவலராக இருந்த தந்தை வழி மாமனின் மனைவியிடமிருந்து, அன்புடன் பேணி, நன்றாக வளர்ப்பதாக வாக்களித்துவிட்டு நீலம் அழைத்துக் கொண்டு வந்திருந்தாள். ஆனால், பெண் பருவ வயதை அடைந்தவுடன் அவளுடைய அத்தை அவளுக்கு விலை பேச ஆரம்பித்தாள். பணப் பேராசையில் நீலம், ராஜியை ஒரே இரவில் ஐந்து அல்லது ஏழு வாடிக்கைக்காரர்களுக்கு வழங்கினாள். அந்தக் குடிகாரர்களுக்கு ஒரு பெண் கிடைப்பதே கடினமாக இருந்தது. பசிவெறி பிடித்த ஓநாய்கள் போன்று அவளைக் கிழித்தெறிந்து அவள் மீது விழுந்தார்கள். பல கருக்கலைப்புகளுக்கு அவள் உட்படுத்தப் பட்டாள். மருத்துவக் கவனிப்பு சரியாக இல்லாததால் அவளுக்கு உட்புறக் காயங்கள் ஏற்பட்டு, அதிலிருந்து சீழ் வெளியேற ஆரம்பித்தது. காவல் துறையினரின் திடீர் சோதனைகளுக்குப் பயந்த நீலம் ஒவ்வொரு மாதமும் வீட்டை மாற்றினாள். ஆறு மாதத்திற்கு ஒருமுறை ஒரு கிராமத்திலிருந்து மற்றொன்றுக்குச் சென்றாள். கைது செய்யப்பட்ட பொழுதிருந்த ராஜியின் நிலை நீலத்தின் காட்டுமிராண்டித்தனமான இயல்பிற்குச் சான்றளித்தது.

ஒரு வாரம் வரை குளிக்காததால் பெண்ணின் துர்நாற்றம் ஆகாயத்தை எட்டியது. அவளது உடைகள் அழுக்காகவும், ஒட்டுகள் நிறைந்ததாகவும் இருந்தன. அவளது கைகளிலும் கால்களிலும் அழுக்கு அப்பிக் கொண்டிருந்தது. அந்த இளம் வயதில் அவள் பல நோய்களால் பாதிக்கப் பட்டிருந்தாள். இதைப் பொறுத்துக்கொண்டு ஆண்கள் அவள் அருகில் எப்படித்தான் சென்றார்கள் என்பது ஒரு மர்மமாக இருந்தது. இதுபோன்ற பல சிறுமிகளை நீலம் தனது கட்டுப்பாட்டில் வைத்திருந்தாள் என்று காவல்துறை மற்றொரு அறிக்கையை வெளிப்படுத்தியது. அவள் ரகசியமாகச் சிறுமிகளின் நிர்வாணப்படங்கள் எடுத்து, பின்னர் புகைப் படங்களின் அடிப்படையில் அவர்களை அச்சுருத்தினாள். அவமதிப்பிற்குப் பயந்த பெண்கள் அவள் விரும்பியதையே செய்தார்கள்.

பத்திரிக்கைகளில் வந்த செய்திகளைப் படித்த ஸ்ட்ரீ சபாக்காரர்கள் செயலில் இறங்கி நீலத்தின் அட்டூழியங்களுக்கு எதிர்ப்புத் தெரிவிக்கும் ஊர்வலம் நடத்தி, அவளுக்குக் கடுமையான தண்டனை வழங்க வேண்டுமென்று கோரினார்கள். நீதிமன்றத்தில் முறையிட்டு ராஜியை நாரி நிகேதன்-பெண்கள் இல்லத்திற்கு அனுப்புவதற்குப் பதிலாகத் தங்கள் பாதுகாப்பில் வைத்துக் கொள்ள அனுமதி வாங்கிக் கொண்டார்கள்.

ஸ்ட்ரீ சபாவின் முழு ஆதரவும், அனுதாபமும் அவளுக்குக் கிடைத்துவிட்டதென்ற நம்பிக்கை உண்டான பிறகு, அவர்களுடைய கவனிப்பில் உருகிய ராஜி அவளுடைய அனுபவங்களை அவர்களிடம் விவரித்தாள். அந்தக் கதை இதுவரை ஏற்றுக் கொள்ளப்பட்டு, புழக்கத்திலிருந்த விரிவுரைகளை முழுவதும் மாற்றிவிட்டது.

உண்மையில் நீலம் ராஜியின் தாயார். இது தெரிந்தால் நிச்சயமாக அவமானம் உண்டாகும் என்று இதைத் தவிர்ப்பதற்காக, அவளைத் தன் மருமகளென்று நீலம் குறிப்பிட்டாள். ராஜியின் தந்தை ஒரு டிரக் ஓட்டுபவன். பெரும்பாலான நேரம் பயணத்திலிருந்தான் மற்றும் எய்ட்ஸ் நோயால் பாதிக்கப்பட்டான். அவனுடைய முதலாளிக்கு இதைப்பற்றித் தெரிந்தவுடன் அவனை வேலையிலிருந்து நீக்கிவிட்டார். அவர்களிடமிருந்த அனைத்துப் பணமும் அவனைக் காப்பாற்ற முடியவில்லை. ஆனால், இறப்பதற்கு முன்பு இந்த நோயை நீலத்திற்குப் பரிசாக அளித்துச் சென்றான். நீலத்திற்குத் தன்னைக் கவனித்துக் கொள்ளவோ, தன் பெண்ணைப் பாதுகாக்கவோ முடியவில்லை. தெருவில் சுற்றிக்கொண்டிருந்த ஒவ்வொருவனுக்கும் அவள் மேல் ஒரு கண் இருந்தது. அவள் இளமையாகவும், ஆதரவற்றவளாகவும் இருக்கிறாள் என்று நினைத்து அவர்களில் பலர் அவளைச் சிக்க வைக்க முயன்றார்கள்.

என்றாவது ஒருநாள் அந்தப் பெண் ஏலத்தில் விடப்படுவாள் என்ற தவிர்க்க முடியாத விஷயத்தை ஏற்றுக் கொண்ட நீலம் அவளைத் தானே தொழிலில் கொண்டு வந்தாள்.

அவளுடைய தர்க்கம்: மகிழ்ச்சியை, அது நீடிக்கும் வரை அனுபவிக்க வேண்டும். எனினும் உடலை விற்றும் கூட லௌகீக சுகம் அவளுக்குக் கிடைக்கவில்லை. வாடிக்கையாளர் விருப்பப்பட்டால் சிறிது பணம் தந்தார்கள். இல்லையென்றால் அவளைக் கட்டாயப்படுத்திப் பயன்படுத்திக் கொண்டு விட்டுப் பணம் செலுத்தாமல் சென்று விடுவார்கள். ஆதரவற்ற பெண்கள் வேறொருவருடன் போட்டியிடவோ, இக்கட்டான நிலைபற்றிக் கிளர்ச்சி செய்யவோ முடியாது. இறுதியில் ராஜி இந்த நிலைமைக்கு வந்ததுக்கு இதுதான் முக்கியமான காரணம். குற்றம் சாட்டப்பட்டதைப் போல் நீலம் சிறுமிகளின் நிர்வாணப் படங்கள் எடுக்கவுமில்லை, யாரையும் இந்தத் தொழிலை மேற்கொள்ளக் கட்டாயப்படுத்தவுமில்லை.

காவல்துறையின் பொய்யை அம்பலமாக்குவதற்கு ஸ்த்ரீ சபா இப்பொழுது, பொதுக் கூட்டங்கள் நடத்தத் தொடங்கியது. வெளிப்பாடுக்குப் பயந்த காவல்துறை ஒரு குற்ற அறிக்கை தயார் செய்து நீதிமன்றத்தில் தாக்கல் செய்தது. ஒரு மனுவுடன் காவல் நிலையத்திற்குச் சென்ற சபாவின் பிரதிநிதிகள் தலைவரின் இனிமையான வார்த்தைகளுடன் திருப்பி அனுப்பட்டனர். "இந்த விவகாரம் இப்பொழுது நீதிமன்றத்தின் பரிசீலனையில் உள்ளது. எந்த முடிவும் அங்குதான் எடுக்கப்படும். காவல்துறையினரால் ஒன்றும் செய்ய முடியாது. உங்கள் வழக்கை நீங்கள் நீதி மன்றத்தில் வைக்க வேண்டும்."

நீதிமன்ற ஆராய்வில் இருந்த விஷயங்களில் தலையிட சபா பயந்தது. ஊர்வலங்கள், பொதுக் கூட்டங்கள் போன்ற அனைத்து நடவடிக்கைகளையும் நிறுத்தி விட்டு அமைதியாகி விட்டது. விஷயம் நீதி மன்ற விசாரணையிலிருந்தாலும் பொதுக் கருத்து மாற்றப் படலாம் என்பதை, சங்கர்ஷ் சமிதி தெரிந்து கொண்டதைப் போல் இவர்களும் அறிந்து கொண்டனர்.

நீலத்தின் நிலை நாளுக்குநாள் மோசமாகிக் கொண்டே போயிற்று. சிறை மருத்துவர் வேண்டுமென்றே அவளுடைய நோயின் மெய்ம்மையை மறைத்தார். அவளுக்குச் சிறை மருத்துவமனையிலோ அல்லது நகர பொதுத்துறை மருத்துவமனையிலோ எந்தச் சிகிச்சையும் அளிக்கப் படவில்லை. அவள் ஜாமீனில் விடுவிக்கப்பட்டால் மட்டுமே ஏதாவது

செய்ய முடியும். சமிதி அவளுடைய ஜாமீனுக்கு ஏற்பாடு செய்தால், சபா அவளுடைய மருத்துவ சிகிச்சைக்கு உதவி அளிக்கும்.

சமிதி உடனே நீலத்தின் வழக்கின் வாதத்தை எடுத்துக் கொண்டது. இதனால் ஊக்குவிக்கப்பட்ட சபா இன்னொன்றைக் கொண்டு வந்தனர்.

காதலனுடன் சேர்ந்து கணவனைக் கொல்வதற்குச் சதி செய்ததாகக் குற்றம் சாட்டப் பட்ட பிரீட்டோவும் நீலத்தைப் போல் சிறையில் இருந்தாள். அவளுடைய மாமனார் தன்னுடைய மூன்று ஏக்கர் சொத்தைப் பூனைகளுக்கு ரொட்டித் துண்டு போடுவதைப் போல் தூக்கி எறிந்து விட்டார். தன் தந்தையைப் பார்த்துக் கொள்வதைப் போல் பயபக்தியுடன் அவருடைய கடைசி மூச்சு வரை அவருக்குப் பிரீட்டோ பணிவிடை செய்தாள். அவருடைய சொத்தைப் பெற வேண்டுமென்று அவள் விரும்பினாள். "உன் சொத்தை உன் முட்டிக்குள் வைத்திருக்கும் வரை நீ மரியாதையுடன் நடத்தப்படுவாய்" என்று யாரோ அவரிடம் கண்டிப்புடன் கூறியிருந்தார்கள். அவர் இறக்கும் வரை மதிப்புடன் பார்த்துக் கொள்ளப் பட்டார். ஆனால், அந்த வயதான மனிதன் பிரீட்டோவின் பணிவிடைகளுக்கு எந்த மதிப்பும் கொடுக்கவில்லை.

வயதானவரின் கண்கள் நிரந்தரமாக மூடிய பின்பு பிரீட்டோவின் மூத்த மைத்துனன் சொத்தில் தனது பங்கைக் கோரி வழக்குத் தொடுத்தான். பிரீட்டோ பின் தங்கவில்லை. அந்த வயதான மனிதர், பதிவு செய்யப்பட்ட உயில் ஒன்றும் விட்டுச் செல்லவில்லை. ஆனால், தன்னுடைய கட்டைவிரல் ரேகை பதித்த வெற்று ஆவணங்களை அவளிடம் கொடுத்திருந்தார். பிரீட்டோ உடனே, அந்த ஆவணங்களில் அனைத்துச் சொத்துக்களும் அவளுடையதென்று உயில் எழுதி உரிமை கோரி நீதி மன்றத்தில் தாக்குதல் செய்தாள்.

நலம் விழைபவர்கள் சமரசம் ஏற்படுத்த அனைத்து முயற்சிகளும் செய்தனர். பிரீட்டோ பக்தியுடன் அவனுடைய தந்தைக்குச் சேவை செய்ததால் அந்த நிலத்தைப் பெற அவளுக்கு உரிமையிருந்தது என்று அவர்கள் மூத்த சகோதரருக்கு விளக்கினார்கள். ஆனால், அண்ணன் பிடிவாதமாய் இருந்ததுடன், "வயதானவர் பட்டினி கிடந்து இறந்தார், அவருடைய உடலில் புழுக்கள் ஊடுருவிக்கொண்டிருந்தன. உயில் நகல் செய்யப்பட்டது" என்று குற்றம் சாட்டினான்.

அவனுடைய வழக்குப் பலவீனமானதென்று மூத்த சகோதரன் அறிந்திருந்தான். நீதிமன்றத்தின் அனைத்து நடவடிக்கைகளும் முடிந்து விட்டன. தீர்ப்பு எந்த நேரத்திலும் வரலாம். நிலம் தனது கைகளிலிருந்து

நழுவதைப்பார்த்த அவன், தனது மனைவியின் சகோதரர்களுடன் கூடிக் கலந்துரையாடினான். அவர்கள் தினமும் பிரீட்டோவை அச்சுறுத்தி, துன்புறுத்த ஆரம்பித்தனர்.

“நல்லதனமாக நிலத்தை விட்டுக் கொடுத்துவிடு. இல்லையென்றால் நீயும் உன் கணவரும் துண்டம் துண்டமாக வெட்டப்படுவீர்கள்.” பிரீட்டோ பயப்படுபவள் அல்ல. தைரியமாகத் தீர்ப்பிற்காகக் காத்திருந்தாள். தீர்ப்பிற்கு முந்தைய நாள் இரவு, அவர்கள் வீட்டிற்கு யாரோ ஒருவன் வந்து அவள் கணவனை அழைத்தான். அந்நியன் சந்தில் நின்றுக்கொண்டு அரை மணி நேரம் அவனுடன் விவாதித்துக் கொண்டிருந்தான். பிறகு கணவனை அவனுடன் எங்கோ வருமாறு வற்புறுத்த ஆரம்பித்தான். பிரீட்டோ அவனைத் தடுக்க முயன்றாள். ஆனால், கணவன் அவள் சொல்வதைக் கேளாமல் முன்பின் தெரியாத அந்த ஆளுடன் சென்று விட்டான். துடிக்கும் இதயத்துடன் பிரீட்டோ அவர்களைப் பின்தொடர்ந்தாள்.

கால்வாயின் பாலத்தின் அருகில், நினைத்தும் பார்க்க முடியாதது நேர்ந்தது. கற்களுக்கிடையில் மறைந்திருந்த நான்கைந்து மனிதர்கள் நீண்ட வாள்கள் மற்றும் பட்டாக் கத்திக்கள் ஏந்தியவாறு பாய்ந்து வந்து அவளுடைய கணவனின் உடலைத் துண்டங்களாக வெட்டிப் போட்டனர். பிறகு வீராப்புடன் சவால்கள் விடுத்து விட்டு மறைந்தனர்.

கொலையாளிகளின் தலையும், முகமும் மூடப்பட்டிருந்தது மற்றும் அவர்களுடைய உடம்பு ஒரு போர்வையினால் போர்த்தப்பட்டிருந்தது. அப்படியும், அவளுடைய மைத்துனனையும், அவனது மனைவியின் சகோதரர்களையும் அவர்களது உடலமைப்பினாலும், அவர்கள் நடக்கும் பாணியிலிருந்தும் பிரீட்டோ அடையாளம் கண்டு கொண்டு விட்டாள்.

அந்த நேரத்தில் பிரீட்டோவின் வாக்குமூலத்தின் அடிப்படையில் அவர்கள் கைது செய்யப்படவிருந்தனர். ஆனால், கைது செய்யப் படுவதற்கு முன்பே, செல்வாக்கு மிகுந்த சகோதரர்கள் வழக்கை முற்றிலும் மாறுபட்ட திசையில் திருப்பிவிட்டனர். நான்கு போலி சாட்சிகளை வைத்துக்கொண்டு காவல் துறையினர், பிரீட்டோ, அவளுடைய தந்தை மற்றும் அவளுடைய காதலன் என்று கூறப்பட்ட ஓர் அந்நியனும் அவளுடைய கணவனைக் கொன்றவர்கள் என்று உறுதிப்படுத்தினர். வழக்கை வலிமைப்படுத்த, காதலன் என்று குற்றம் சாட்டப்பட்டவனின் கையெழுத்திடப்பட்ட ஒப்புதல் வாக்குமூலம் பெற்றுக் கொண்டனர்.

அவர்களின் காதல் சம்பவம் பல ஆண்டுகள் முன்பானதென்றும் அவளுக்குத் திருமணமான பின்பும் அவர்கள் ரகசியமாகச் சந்தித்தார்களென்றும் பிரீட்டோவின் காதலன் அறிவித்தான். மற்றும் பிரீட்டோ அவளைவிடப் பத்து வயது முதிர்ந்த தனது கணவனிடமிருந்து விடுதலை பெற விரும்பினாள் என்றும் ஒரு கல்லால் இரண்டு பறவைகளைக் கொல்ல ஒரு திட்டத்தை உருவாக்கினாள் என்றும் கூறினான். அவள் கணவனை ஒழிப்பதுடன் மூத்த சகோதரனையும் அவனது மைத்துனர்களையும் நீண்ட ஆண்டுகள் சிறைக்குள் தள்ளி விடலாம். ஓரளவு போதுமான நிலப்பரப்பைக் கைப்பற்றிய பின்னர், அதைக் காதலனுடன் அனுபவிக்கலாம். அந்த நிலம் மற்றும் காதலியினால் ஈர்க்கப்பட்ட அவன், அவளுடைய திட்டத்திற்கு ஒத்துக் கொண்டு அவளுடைய கணவனைக் கொன்று விட்டான் என்றெல்லாம் கூறினான்.

பிரீட்டோவின் தந்தை அவளுடன் சிறையிலிருந்தார். அவளுடைய மூத்த மைத்துனன் மற்றும் அவனுடைய கூட்டாளிகள் அவளுடைய சகோதரனை அச்சுறுத்தினார்கள், “நீ கிராமத்திலோ அல்லது நீதி மன்றத்திலோ யாரையாவது அணுக முயற்சித்தால் உன்னையும் ஒரு வழக்கில் சிக்க வைத்திடுவோம்.” பயந்த நரோடி ஒப்புக்கொண்டு பதுங்கிக் கொண்டான்.

வலிமை வாய்ந்த மைத்துனன் பிரீட்டோவின் நிலம் மற்றும் வீட்டை அபகரித்துக் கொண்டான். அவளுடைய மற்ற உறவினர்கள் அனைவரும் பயந்து பின்வாங்கினர். தற்காத்துக்கொள்ளத் தனியாக விடப்பட்ட பிரீட்டோ ஸ்ட்ரீ ஸபாவை அணுகினாள். தனது சொந்த ஆதாரங்கள் மூலம் விஷயத்தை ஆராய்ந்த ஸபா, அவளுடைய வியாக்கியானம் உண்மையெனக் கண்டறிந்தது. ஆனால், ஒரு வழக்கறிஞரைப் பணியமர்த்தவோ, நிலம் அல்லது வீட்டைக் காலி செய்யவோ தகுதி அதனிடம் இருக்கவில்லை. இதை சமிதியால் செய்ய முடியும். இந்தக் கோரிக்கையையும் சமிதி இப்பொழுது ஏற்றுக்கொண்டது.

அத்தியாயம் 24

ஏழைக் குழந்தைகளின் நலனுக்காகச் சில படித்த இளைஞர்களால் நிறுவப்பட்ட ஹெல்ப் லைன் என்ற அமைப்பு, தனது செயற்பாடுகளை விரிவுபடுத்த விரும்பியது. பள்ளிக் குழந்தைகளுக்குச் சீருடைகள், புத்தகங்கள் மற்றும் எழுது பொருள்கள் வினியோகித்து அதன் பணியை அது தொடங்கியிருந்தது. அது நல்ல பலன்கள் கொடுத்ததைக் கண்ட நகரத்தின் மதிப்பிற்குரிய மக்கள் உதவி வழங்க முன்வந்தனர்.

பலவீனமான ஏழைக்குழந்தைகளுக்குக் கல்வியுடன் மருத்துவ உதவியும் வழங்க ஆரம்பிப்பதற்கு அந்த இளைஞர்களை இது ஊக்குவித்தது. குழந்தைகளை மாதம் ஒருமுறை இலவச மருத்துவப் பரிசோதனை செய்ய இரண்டு மருத்துவர்களுக்கு அவர்கள் ஏற்பாடு செய்தனர். மருந்துகள் மற்றும் பிற தேவைகளுக்கான செலவுகளுக்கான பொறுப்பு, என். ஆர். ஐ. (குடியுரிமை இல்லாத இந்திய) சங்கத்தினரால் ஏற்றுக் கொள்ளப் பட்டது.

இதற்கு முன்பு ஒரு ரயில் நிலையத்தைக்கூடப் பார்த்திராத கிராமத்துக் குழந்தைகள், இரண்டு மாதங்களுக்கு ஒருமுறை க்ரீன் டிரான்ஸ்போர்ட் கம்பனியாரால் ஏற்பாடு செய்யப்பட்ட பேருந்தில் மலைக் குன்றுகளுக்கு உல்லாசப் பயணம் செய்ய அழைத்துச் செல்லப்பட்டனர். லாரிகள் சங்கத்தினரால் லங்கர் ஏற்பாடு செய்யப் பட்டது.

கடந்த சில வாரங்களாக ஹெல்ப் லைன் ஒரு புதிய பிரச்சனையில் சிக்கிக் கொண்டிருந்தது. சிறைக்கூண்டில் அடைக்கப்பட்டிருந்த குழந்தைகளுக்காக அவர்கள் ஏதாவது செய்ய வேண்டுமென்று நகர மக்கள் வற்புறுத்திக் கொண்டிருந்தார்கள். கஷ்டத்திலிருந்த குழந்தைகளுக்கு உதவி செய்ய ஹெல்ப் லைன் விரும்பினாலும் எப்படிச் செய்வதென்று அவர்களுக்குப் புரியவில்லை. ஹெல்ப் லைன் இயக்குனர் டார்செம், சிறை அதிகாரிகளுடன் பல முறை ஆலோசனை நடத்தினார். அவர் சிறையிலிருந்த குழந்தைகளின் பின்னணியைப் பற்றித் தெரிந்து கொண்டு அவர்களை எப்படி விடுவிக்கலாம் என்பதைப்பற்றி அறிந்து கொண்டார்.

சிறையிலிருந்த பதிநான்கு குழந்தைகளில் இரண்டு சிறுவர்கள் ஆயுள் தண்டனை அனுபவித்துக்கொண்டிருந்த கைதிகளின் குழந்தைகள். இந்தக் கைதிகளில் ஒருவர் ஷீலா, ஒரு பெண். மாமியாரைக் கழுத்து நெரித்துக் கொன்றதாகக் குற்றம் சாட்டப்பட்ட இவள் கைது செய்யப் பட்டபொழுது கர்ப்பமாக இருந்தாள். மாமியார் வீட்டுக்காரர்கள் அவளுக்கு

எதிராகக் குரல் கொடுத்தனர். அவளுடைய சொந்த பெற்றோர் கூட அவளை அணுகி இந்தக் காரியத்தை அவள் ஏன் செய்தாளென்று கேட்கவில்லை. ஷீலாவின் உறவினரும் அவளுடைய மாமியார் வீட்டுக்காரர்களின் பேச்சைக் கேட்டுக்கொண்டு அவளுடைய வயிற்றிலிருந்த குழந்தை முறை கேடானதென்று ஏற்றுக்கொண்டனர்.

மற்றொரு சிறுவன் சிறையில் இறந்த பிச்சைக்காரனின் ஆறு வயது மகன். அவனைப் பற்றி யாருக்கும் எதுவும் தெரியாது. சில பிச்சைக்காரர்கள் அவனைப் பெறுவதற்கான உரிமை கோரி வந்தனர். ஆனால், மாவட்ட நிர்வாகம் அவனை அவர்களிடம் ஒப்படைப்பது சரியென்று கருதவில்லை. ஏனென்றால் இறுதியில் அவர்கள் அவனையும் ஒரு பிச்சைக்காரனாக்கி விடுவார்கள். இதன் விளைவாக அவன் இப்பொழுது ஒரு காரணமும் இல்லாமல் சிறையில் அடைக்கப் பட்டிருந்தான். ஆரம்பத்தில் பல ஜோடிகள் அவனைத் தத்தெடுத்துக் கொள்வதற்கு முன்வந்தனர். ஆனால், குழந்தை பார்ப்பதற்குக் கவர்ச்சிகரமாகவோ அல்லது மிகச் சுறுசுறுப்பாகவோ அல்லது புத்திசாலியாகவோ இருக்கவில்லை. ஒன்பது வயதான பிறகும் கூட அவனால் ஒரு புத்தகத்தைச் சரியாகப் பிடிக்க முடியவில்லை. தவிர, அவனுடைய பிச்சைக்காரப் பின்னணியும் ஜோடிகள் தத்தெடுப்பதைத் தடுத்தது.

மூன்றாவது சிறுவன் ரயில் நிலையத்தில் ஒரு பூரி வண்டியில் அழுக்குப் பாத்திரங்களைக் கழுவிக் கொண்டிருக்கும் பொழுது கண்டெடுக்கப்பட்டான். மனைவியுடன் சண்டையிட்ட பிறகு இவனுடைய தந்தை ரயிலடியில் பாய்ந்து விழுந்து தற்கொலை செய்து கொண்டான். இவனுடைய தாயார் ஒரு புதிய கணவனைத் தேடிக் கொண்டாள். அவள் இவனை ரயில் வண்டி நிலைய பரப்ப மேடையில் விட்டு வேறு இடத்திற்குச் செல்லும் ரயிலில் ஏறிக் கொண்டாள். பசியைப் போக்க அவன் அழுக்குப் பாத்திரங்கள் கழுவ ஆரம்பித்தான். அதற்குப் பதிலாக அவனுக்கு உணவென்ற பெயரில் கிடைத்ததெல்லாம் அழுக்குப் பாத்திரங்களில் எஞ்சியிருந்த துண்டங்கள் மட்டுமே. ஜேப்படித் திருடர்களைப் பிடிக்க, காவல்துறையினர் ரயில் நிலையத்தில் திடீர் சோதனை நடத்திய பொழுது, தற்செயலாக இவன் அவர்கள் கைகளில் வந்து சேர்ந்தான். இவனுடைய தாயார் இப்பொழுது சிறை அதிகாரிகளுடன் தொடர்பு கொண்டிருந்தாள். புதிய கணவனுக்குப் பயந்து அவள் அவனை விடுவித்துத் தன்னுடன் அழைத்துச் செல்லவுமில்லை, வேறு யாரையும் அவ்வாறு செய்ய அனுமதிக்கவுமில்லை. அவன் பெரியவனான பிறகு அவனை ஒரு கடை உரிமையாளரிடம் வேலையில்

அமர்த்தி, அவனுடைய வருவாயில் வாழ்ந்து விடலாமென்று அவள் காத்திருந்தாள்.

சிறையிலிருந்த மற்ற குழந்தைகளுக்குக் குற்றப் பின்னணி இருந்தது. ஒருவன் திருடும் பொழுது பிடிக்கப்பட்டான், மற்றொருவன் ஜேபிலிருந்து களவாடும் பொழுது பிடிபட்டான். ஒருவன் சூதாட்டத்திற்கு அடிமையாகியிருந்தானென்றால், இன்னொருவன் *ஹெராயினுக்கு.* இன்னொரு சிறுவனின் தந்தை ஒரு கொலையாளி, தனது செயல்களுக்குக் கத்தியைப் பயன்படுத்தினான். மற்றும் ஒருவனின் தாயார் ஒரு விலைமாது.

ஹெல்ப் லைன் முதல் மூவரைப்பற்றி அதிகமாகக் கவலைப்பட்டது. ஏனென்றால், தொழில்முறைக் குற்றவாளிகளின் சகவாசத்தில் வைக்கப்பட்டிருந்த குழந்தைகளும் குற்றவாளிகளைப் பின்பற்றுவார்களென்று அது அஞ்சியது. அவர்கள் ஏற்கெனவே *பீடி* மற்றும் சிகரெட்டுகள் புகைக்கத் தொடங்கியிருந்தனர். சிறையிலிருந்து வெளியில் கொண்டு வரப்படவில்லையென்றால் அவர்களும் குற்றவியல் வழிகளில் வடிவமைக்கப் படுவார்கள். பிறப்பிலிருந்தே குற்றப் புத்தகம் கற்பிக்கப்பட்ட ஒருவர் வயதான பிறகு என்னவாக இருப்பார்? பதிலை ஊகிப்பது மிகக் கடினமில்லை.

மூன்று குழந்தைகளையும் ஜாமீனில் விடுவிக்கச் சிறை அதிகாரிகள் தயாராக இருந்தனர். ஆனால், அவர்களுக்கு நல்ல பராமரிப்பு வழங்கும் பொறுப்பை யார் ஏற்றுக்கொள்வார்கள்? விடுவிக்கப்பட்ட பிறகு அவர்களை எங்கே தங்க வைப்பார்கள்?

துன்புறுத்தப்பட்டவர்களுக்கும் ஏழை மக்களுக்கும் இலவச சட்ட உதவி வழங்குவதாகச் சங்கர்ஷ் சமிதி அறிவித்திருப்பதான வதந்திகளைப் பற்றி ஹெல்ப் லைன்காரர்களும் கேள்விப்பட்டிருந்தார்கள். இந்தச் செய்தியை ஸ்ட்ரீ ஸபாவின் *பிரதான்* உறுதிப் படுத்தினார். ஸபாவால் ஆறு மாதங்களில் செய்ய முடியாததைச் சமிதி ஆறே நாட்களில் செய்து முடித்தது.

நீலம் ஜாமீனில் விடுவிக்கப் படவேண்டுமென்று ஸ்ட்ரீ ஸபா விரும்பிதை, சமிதி விரும்பியிருந்தால் இதற்கு ஒரு மணி நேரத்திற்குள் ஏற்பாடு செய்திருக்கலாம். ஆனால், இந்தச் சமயத்தில் சிறையிலிருந்து ஜாமீனில் வெளியில் வருவது அவளுக்கு நல்லதல்ல. அவள் ஓர் ஆபத்தான நோயால் தாக்கப்பட்டிருந்தாள். இதன் சிகிச்சை செலவும் மிக அதிகம். அவளுடைய மருத்துவச் செலவுகளை ஸபாவாலோ அல்லது

சமிதியாலோ தாங்க முடியாது. அவளுடைய சிகிச்சைச் செலவு அரசாங்கத்தின் பொறுப்பாகத் தான் இருக்க வேண்டும்.

நீலம் நல்ல மருத்துவர்களால் பரிசோதிக்கப் பட வேண்டுமென்று ஒரு விண்ணப்பத்தை, சங்கர்ஷ் சமிதி நீதிமன்றத்தில் தாக்கல் செய்தது. இது ஏற்றுக் கொள்ளப்பட்டது. நீலம் சிகிச்சைக்காக அந்த மாநிலத்தின் மிகச் சிறந்த மருத்துவமனையில் அனுமதிக்கப்பட வேண்டுமென்று உத்தரவிடப்பட்டது. நீலம் நீதித் துறைக் காவலில் இருந்ததால் அவளது உடல்நிலை குறித்துப் பதினைந்து நாட்களுக்கொருமுறை அறிக்கை அனுப்ப வேண்டியிருந்தது. இதனால் அவளைக் கவனித்துக் கொண்டிருந்த மருத்துவர்களுக்குக் கூடுதல் கவனத்துடன் இருக்க வேண்டியிருந்தது. அவளுடைய உடல்நிலை மேம்பட்டது மற்றும் அவள் எந்த நேரத்திலும் மருத்துவமனையிலிருந்து வெளியில் வர அனுமதிக்கப்படுவாளென்று எதிர்பார்க்கப் பட்டது. மருத்துவமனையிலிருந்து வெளியில் வந்தவுடன் அவளை ஜாமீனில் விடுவிக்கச் சமிதி திட்டமிட்டுக் கொண்டிருந்தது.

ப்ரீட்டோவின் வழக்கில் தீர்வு காண ஸபாவுக்கும், சமிதிக்கும் நீண்ட போர் தொடுக்க வேண்டியிருந்தது. தகுந்த வழக்கறிஞர் இல்லாத தால், முன்பு, கீழ் நீதிமன்றத்தில் அவளுடைய ஜாமீன் விண்ணப்பம் நிராகரிக்கப்பட்டிருந்தது. போதுமான பண வசதி இல்லாததால் அவளுடைய உறவினர்களால் ஒரு நல்ல வழக்கறிஞரைப் பணியமர்த்த முடியவில்லை. எல்லாவற்றிற்கும் மேலாக நீங்கள் எந்த அளவு சர்க்கரை போடுகிறீர்களோ அவ்வளவு தானே புட்டு இனிமையாக இருக்கும்! புதிய வழக்கறிஞர் சட்டத் தொழில் நுட்பங்களைக் கையாள போதுமான செயலாற்றல் மிக்கவராக இருக்கவில்லை. மைத்துனரின் வழக்கறிஞரால் அவர் அச்சுறுத்தி அடக்கப் பட்டார். அதனால் ஒரு புதிய விண்ணப்பம் உயர்நீதிமன்றத்தில் தாக்கல் செய்ய வேண்டியிருந்தது.

சம்பவம் குறித்துக் காவல்துறையினருக்குத் தகவல் கொடுத்ததே ப்ரீட்டோ தான். இறந்தவன் அவளுடைய கணவன். மூன்றாவது பிரதிவாதி அவளுடைய காதலனென்று நிரூபிப்பதற்கு எந்த ஆதாரமும் இருக்கவில்லை மற்றும் மூன்று பிரதிவாதிகளிடையே சதி உடன்படிக்கை இருந்ததென்று நிரூபிக்க எந்தச் சான்றும் இல்லை. இரண்டு பொய் வாக்குமூலங்கள் பெற்றுக் கொண்ட காவல்துறையால், அவளுடைய மைத்துனனும், அவனுடைய உறவினர்களும் நிரபராதியென்று உறுதிப் படுத்த முடிந்தது. ப்ரீட்டோவும் மற்றவர்களும் குற்றவாளியெனப் பழி சுமத்தப்பட்டனர். அந்த இறந்த மனிதனின் உண்மையான

கொலையாளிகள் யார்? இந்த விவாதத்தில் இரண்டு கட்சிகள் ஈடுபட்டிருந்தனர். ஒரு குழுவை வெளியில் சுதந்திரமாகச் சுற்ற அனுமதித்து மற்றதை சிறையில் அடைத்து வைத்திருப்பது அநியாயமாகத் தோன்றியது. சமிதியின் இந்த வாதம் நீதிமன்றத்தின் ஆதரவைப் பெற்றது. அனைவருக்கும் ஜாமீன் அளிக்கப்பட்டது.

சிறையிலிருந்து விடுவிக்கப்பட்டவுடன் ப்ரீட்டோவுக்கு ஒரு புதிய பிரச்சனையை எதிர்கொள்ள வேண்டியிருந்தது. அவள் இப்பொழுது எங்கு போவாள்? அவளுடைய எதிரிகள் அவளுடைய வீட்டையும். நிலத்தையும் அபகரித்துக் கொண்டு விட்டிருந்தனர்.

இந்தத் தருவாயில் சமிதி அவளைக் கை விடவில்லை. பிரச்சனைக்கு ஒரு நீடித்த தீர்வு காண்பதற்கு இரு அமைப்புகளும் சேர்ந்து ஒரு கூட்டு முன்னணியைத் தொடங்கினார்கள். அவர்கள் ஆர்ப்பாட்டங்களும் ஊர்வலங்களும் நடத்தினார்கள். காவல்துறையினர் நிலைமையறிந்து கொண்டு நடவடிக்கையில் இறங்கிய பிறகு, அவளுடைய வீடு இறுதியில் அவளுடையதாயிற்று.

“சங்கர்ஷ் சமிதியிடம் சென்று உதவி பெறுங்கள். தேவைப்பட்டால், உங்கள் உதவியையும் வழங்குங்கள். ஒன்றுபட்ட போராட்டத்தின் மூலம் தான் பிரச்சனைகள் தீர்க்கப்படும்” என்று ஸ்ட்ரீ ஸபாவின் *பிரதான்*, ஹெல்ப் லைனிலிருந்து மக்களுக்கு அறிவுறுத்தினார்.

பிரதானின் மிக்க பயனுடைய ஆலோசனை கைத்தட்டல்களுடன் வரவேற்கபட்டது. சமிதியினர், தங்கள் சார்பில், சட்ட விஷயங்கள் அறிந்தவர்களை ஆலோசனைக்காக அழைத்தனர்.

“ஹெல்ப் லைன் உறுப்பினரின் கவலை நியாயமானது தான். எல்லாவற்றுக்கும் மேலாக, அழுகிய ஆப்பிள்களினால் அவற்றிற்கிடையே இருக்கும் நல்ல ஆப்பிள்களும் அழுகி விடும். ஆனால், இங்கு தவறு நல்ல ஆப்பிள்களினாலோ அல்லது கெட்ட ஆப்பிள்களினாலோ இல்லை. அது சட்டம் தயாரிப்பவர்கள் மீதிருந்தது. அவர்கள் கப்பலில் ஏறி வெளி நாடுகளுக்குச் சென்று விடுகிறார்கள். அங்கிருந்து அவர்களுடைய சட்டம் சார்ந்த வரைவுகளைக் கொண்டு வருகிறார்கள். திரும்பிய பின் அனைத்தையும் நம் மீது பயிற்சி செய்கிறார்கள். இளம் பருவக் குற்றவாளிகளின் அணுகுமுறைச் சட்டம், இதற்கு ஒரு எடுத்துக்காட்டு. பிற நாடுகளில், வீடற்றவர்கள் மற்றும் நடைபாதையில் காணப்படும் ஆதரவற்ற குழந்தைகளுக்கான சட்டம், இளம் பருவக் குற்றவாளிகளுக்கான சட்டத்திலிருந்து வேறுபட்டது. அவர்களை நல்ல

குடிமக்களாக மாற்றும் நோக்கத்துடன் தனித்தன்மை வாய்ந்த காப்பகங்களில் அவர்கள் வைக்கப்பட்டுத் தனிப்பட்ட முறையில் நடத்தப்படுகிறார்கள். இங்கு நடப்பது என்னவென்றால், கழுதைகளும் குதிரைகளும் ஒன்றாக ஒரே கயிற்றில் இணைத்து விடப்படுகிறார்கள். அவர்களுக்குக் குற்றத்திற்கான பாதை எளிதாகி விடுகிறது." ஆதரவற்ற குழந்தைகளின் கதையைப் பற்றி விவரிக்கும்பொழுது குர்மீத் தனது வேதனையை இவ்வாறு வெளிப்படுத்தினார்.

அந்தச் சட்டங்களைப் படித்துச் சாதாரண மனிதன் நிஜமாகவே மகிழ்ச்சியடைகிறான். அதன் இலட்சியங்களைப் பெருமையுடன் அது இவ்வாறு விவரிக்கிறது: "குழந்தைகள் சாதாரண குற்றவாளியிடமிருந்து ஒதுக்கி வைக்கப்படுவார்கள். அவர்களின் உளவியல் பிரச்சனைகளைத் தீர்த்து வைப்பதற்குச் சிறைக்குள் மனநல மருத்துவர்கள் இருப்பார்கள். ஆரோக்கியமான உடல் வளர்ச்சியை ஊக்குவிக்கும் சத்தான உணவு அவர்களுக்குக் கொடுக்கப்படும். அவர்களுக்குக் கல்வி கற்றுக் கொடுப்பதற்கு நல்ல ஏற்பாடுகள் செய்யப்படும். அவர்களுடைய பல பண்புத் திறன்கள் வளர்ச்சி பெறுவதற்கு இசை மற்றும் நுண்கலை ஆசிரியர்களும் அங்கு இருப்பார்கள். காப்பாளர் மென்மையான இதயமுள்ள பெண்மணியாக இருப்பாள். சிறை ஒரு விடுதி போலிருக்கும். ஆனால், உண்மையில் நடப்பது இதற்கெல்லாம் முழுவதிலும் எதிரானது. வயதான கைதிகள் போராடி அவர்களுக்கு உரியதைப் பெற்றுக் கொள்கிறார்கள். ஆனால், குழந்தைகளால் பேசக்கூட முடியாது" குர்மீத்துக்கு உண்டான அதே அளவு துயரத்துடன் பியாரேலால் கூறினார்.

குர்மீத் குழந்தைகளின் தற்போதைய நிலைமையைப் பற்றி மட்டுமல்லாமல் அவர்களுடைய எதிர்காலத்தைப் பற்றியும் கவலைப் பட்டார். அதை அவர் ஹெல்ப் லைன் உறுப்பினர்களுடன் பகிர்ந்து கொண்டார். "குழந்தைகளை விடுவிப்பதில் சிரமம் ஒன்றும் இல்லை. நாம் சிறையிலிருந்து வெளியில் கொண்டு வர விரும்பும் அவர்கள் குற்றவாளிகள் இல்லை. அவர்கள் ஆதரவற்ற குழந்தைகள். அவர்களுக்கு நல்ல பராமரிப்பு அளிப்பதாக உறுதி அளித்துவிட்டு எந்தவொரு நிறுவனமும் அவர்களை வெளியே கொண்டு வர முடியும். சட்டம் இதை அனுமதிப்பதுடன் இவ்வகையான விஷயங்களுக்கு உண்மையில் ஊக்கமும் அளிக்கிறது. ஆனால், பிரச்சனை இப்பொழுது இதுதான்: குழந்தைகள் எங்கே போவார்கள்? அவர்களை யார் கவனித்துக் கொள்வார்கள்?"

தனது நிறுவனத்தில் வரையறைகளிருப்பதை டார்செம் நேரடியாக ஒப்புக் கொண்டார், "இந்தப் பிரச்சனைக்குத் தீர்வு எங்களிடம் இப்பொழுது இல்லை. குழந்தைகள் விவகாரங்களைக் கையாள்வதில் எங்களுக்கு அனுபவம் இல்லை. ஆனால், நாம் உதவிக்காக இதை விடப் பெரிய நிறுவனத்தை அணுகலாம்."

"ஒரு தீர்வு இருக்கிறது. நீதிமன்றத்தின் கதவைத் தட்டுவோம். அப்பாவிக் குழந்தைகளைக் குற்றவாளிகளுடன் வைத்திருக்கக் கூடாது என்றும் அவர்களை மேலும் தவறுகள் செய்வதிலிருந்து தடுக்கவும், சட்டப்படி அவர்களுக்குக் கிடைக்கவேண்டிய அனைத்து வசதிகளும் அவர்களால் பெற முடியுமென்று உறுதி செய்யவும் நீதிமன்றம் ஒரு உத்தரவு பிறப்பிக்க வேண்டுமென்று கேட்டுக்கொள்வோம்." குழந்தைகளின் நிலைமையில் ஒரு மாற்றம் கொண்டு வரப்படும் வரை இந்தப் பிரச்சனையைச் சட்டப்பூர்வமாகக் கையாள விரும்பினார் குர்மீத்.

"குழந்தைகள் குற்றவாளிகளிடமிருந்து பிரிக்கப்பட்டு, நல்ல உணவும் பெற்று, அவர்களின் கல்விக்கான ஏற்பாடுகளும் செய்யப்பட்டு விட்டால் இப்போதைக்கு இது போதுமானது."

பேச்சு வார்த்தைக்குப் பிறகு எடுக்கப் பட்ட முடிவிற்கு டார்செம் தனது திருப்தியை வெளிப்படுத்தினார். பின்னர், தங்கள் வேலைகளிலும், எடுத்த முடிவை யதார்த்தத்தில் மாற்றுவதற்கான முயற்சிகளிலும் அவர்கள் மும்முரமாக ஈடுபட்டனர்.

அத்தியாயம் 25

தனது கருத்துக்கள் பொது மக்கள் வரை சென்றடைய, சங்கர்ஷ் சமிதி அதன் திட்டமிட்ட உத்திகளைச் செயலில் காட்டத் தொடங்கியது. இந்தத் தடவை ப்ரீட்டோவை ஜாமீனில் விடுவிக்க ஏற்பாடு செய்த பின்னர் அதன் நடவடிக்கைகளை நீதிமன்றம் வரை மாத்திரம் சமிதி வைத்துக் கொள்ளவில்லை. அவளுடைய நிலமும் வீடும் காலி செய்வதற்கான துவக்க முயற்சியும் எடுத்துக் கொண்டது.

“சட்டம் எத்தனை வளைந்து கொடுக்கும் தன்மை கொண்டுள்ளது! சக்தி வாய்ந்த நபர்கள் தங்கள் சொந்த நலன்களைப் பாதுகாப்பதற்காக அதை இப்படியும் அப்படியும் முறுக்கி முடக்குகிறார்கள். காவல் துறையினர் நிரபராதிகளின் ஆதரவில் நிற்பதற்குப் பதிலாகச் செல்வந்தர்களின் பக்கம் சாய்கிறார்கள்!” அமைப்பு முறையிலிருந்த தவறுகள் அனைத்தையும் மக்களுக்குத் தெரியப்படுத்துவதற்காகச் சமிதி, ஸ்ட்ரீ ஸபாவுடன் கூட்டு சேர்ந்து இப்பொழுது நகரங்களில் மட்டுமில்லாமல் கிராமங்களிலும் கூட்டங்களை நடத்தியது.

ஆரம்பத்திலிருந்தே ப்ரீட்டோவின் மைத்துனன் தன்னா, தனது கிராமத்து மக்களைக் கூட்டங்களில் கலந்து கொள்ளாமல் தடுக்க முயற்சி செய்தான். காவல்துறையும் அந்தப் பகுதியில் ரோந்துப் பணியை அதிகரித்தது. ஸபா மற்றும் சமிதியினருக்கு அச்சுறுத்தல்கள் வர ஆரம்பித்தன. ஆனால், கூடுதலான அளவில் மக்கள், கூட்டத்தில் கலந்து கொள்ள ஆரம்பித்தனர். தவிர அண்டை அயல் கிராமத்து மக்களும் இந்தப் போராட்டத்தில் பங்கேற்க ஆரம்பித்தவுடன், ப்ரீட்டோவின் நிலம் மற்றும் வீட்டைத் தான் ஆக்கிரமித்திருப்பது சரியென்று நிரூபிப்பது தன்னாவுக்குக் கடினமாயிற்று. சட்ட விரோதமாக ஆக்கிரமித்தவர்களைக் காவல்துறையினர் ஏன் வெளியேற்றவில்லை என்ற செய்திகள் பத்திரிக்கைகளில் வெளிவந்தவுடன் காவல்துறையினருக்குத் தங்கள் மானத்தைக் காப்பாற்றிக் கொள்வதே கடினமாகிவிட்டது.

முதலில் காவல்துறையினர் தன்னாவிடமிருந்து விலகிக் கொண்டனர். பின்னர், பயந்து போன தன்னா, சொத்துக்கான தனது கோரிக்கையைக் கைவிட்டான். ஊக்கமடைந்த ஸ்ட்ரீ ஸபா, புதிய கோணத்தைத் திறந்தார்கள்.

“கொலை தொடர்பாக மற்றொரு உயர் மட்ட விசாரணை நடக்கட்டும். நிரபராதிகள் மீதான வழக்கு அகற்றப் பட்டு உண்மையான கொலையாளிகள் கைது செய்யப்பட வேண்டும்” இந்தக் கோரிக்கையுடன் புதிய போராட்டம் தொடங்கியது.

சமிதி ஸபாவுடன் திடமாக நின்றது. அவர்கள் உயர்நீதிமன்றத்தில் மனு தாக்கல் செய்து புதிய விசாரணைக்கான உத்தரவைப் பெற்றுக் கொண்டார்கள். சிக்கிக் கொண்ட காவல்துறையினர் இப்போது விஷயத்தை மீண்டும் ஆராயத்தொடங்கினர். மூத்த காவல்துறை அதிகாரிகள், இந்தக் கொலை தன்னா மற்றும் அவனது மைத்துனர்களால் செய்யப்பட்டதென்று முடிவு செய்தனர். இனி எந்த நிமிடமும் கைது செய்யப்படலாமென்று பயந்த தன்னா, இப்பொழுது தன்னைக் காத்துக் கொள்ளப் பதற்றத்துடன் இங்கும் அங்கும் ஓடிக்கொண்டிருந்தான்.

இந்தக் கூட்டுப் போராட்டத்திற்குப் பிறகு, ஸபாவுக்கும் சமிதிக்கும் இடையிலான உறவு சூடான சாதத்துடன் கலந்த நெய் போல உறுதியாகப் பிணைக்கப்பட்டது. ஒருவர் போர் தொடங்கினால், மற்றொருவர் கேட்கப்படாமலே அவருடன் சேர்ந்து கொண்டார். ஹெல்ப் லைனுக்குச் சட்டப் பூர்வமான இயல்புடைய விஷயங்களில் உதவி தேவைப்பட்டது. நீதிமன்றத்தில் மனு தாக்கல் செய்தவுடன் இந்தப் பிரச்சனை தீர்ந்துவிட்டது. ஆதரவற்ற குழந்தைகள் இளம்குற்றவாளிகளிடமிருந்து பிரிக்கப்பட்டனர். அதே நேரத்தில் முடிந்தவரை எல்லா வசதிகளும் அவர்களுக்குக் கிடைக்க வேண்டுமென்றும் உத்தரவிடப்பட்டது.

சமுதாயத்தின் இளைஞர் பகுதியினர் சமிதியிடம் மிகுந்த நன்றி உணர்வு கொண்டனர். நான்காம் வகுப்பு ஊழியர்களுக்குச் சட்ட உதவி தேவைப்பட்ட பொழுது ஹெல்ப் லைன், சமிதியிடம் முழு ஆதரவு கோரியது. இந்தக் குழுவின் உறுப்பினர்களில் ஒருவர் அரசு மருத்துவமனையில் பணி புரிந்தார். ஒரு மாதம் முன்பு, உணவு ஆய்வாளருடன் சேர்ந்து மருத்துவமனைத் தலைவர் உணவு மாதிரிகள் சோதிக்கும் ஓர் இயக்கத்தைத் துவங்கியிருந்தார். பல உணவகங்களில் மாதம் ஒரு நிலையான லஞ்சம் கொடுப்பது வழக்கத்தில் இருந்தது. உணவு ஆய்வாளர் முன்கூட்டியே ஆய்வைப்பற்றி எச்சரித்திருந்தார். ஆனால், ஆய்வுக் குழு வருவதற்கு முன்பே ஏதோ ஒரு சாக்கில் கடையின் அடைப்புகளை அன்று கீழிறக்கி மூடிவிட்டு அவர்கள் மறைந்து விட்டனர். இந்த வருகையின் பொழுது சிலர் ஒப்பந்தம் செய்து கொண்டனர். எங்கெல்லாம் உரிமையாளர்களுக்கு ஆய்வுக் குழுவினருடன்'சரியாக' எப்படிப் 'பேசுவது' என்று தெரியவில்லையோ அங்கெல்லாம் உணவு மாதிரி எடுக்கப்பட்டது.

மாதிரி எடுக்கப் புறப்பட்ட அணியின் நோக்கம் தீங்கு விளைவிக்கும் உணவுப் பொருள்களின் விற்பனையைத் தடுப்பதற்காக இருக்கவில்லை. மக்களின் உள்ளத்தில் அச்சத்தை உண்டாக்கவும், மாத-பங்கு கொடுக்காதவர்களுக்கு ஒரு பாடம் கற்பிக்கவும், தங்களின் சொந்த

பைகளை நிரப்பிக் கொள்வதும் அவர்களுடைய நோக்கமாக இருந்தது. அதே நேரத்தில், அவர்களுக்கு, திணைக்களத்தால் நிர்ணயிக்கப்பட்ட மாதிரிகளைச் சேகரித்து, தேவையான ஆவணங்களைத் தாக்கல் செய்ய வேண்டிய வெற்று சம்பிரதாயத்தை அவதானிக்க வேண்டியிருந்தது.

அணியின் உறுப்பினர் அனைவரும் இந்தக் கடமையை நிறைவேற்றுவதில் தீவிர வைராக்கியத்துடன் இருந்தனர். அறியாமல் மாதிரி கொடுக்க வேண்டியிருந்த கடைக்காரர்களுக்கு, இந்த நிலைமையிலிருந்து வெளியில் வருவதற்கான வழிகளைக் குழு உறுப்பினர்களே பரிந்துரைத்தனர். "கட்டணம் கொடுங்கள். மாதிரிகள் திரும்பி வரும் வழியில் வாய்க்காலில் வீசப்படும்" கடைக்காரர்களில் ஒருவருக்கு உதவும் வகையில் தெரிவிக்கப் பட்டது.

"முதலில் உங்கள் தயாரிப்பைத் தனியார் ஆய்வகத்தில் சோதிக்கவும். அது ஆமோதிக்கப் பட்டவுடன் எங்களிடம் கொண்டு வாருங்கள். நாங்கள் மாதிரிகளை மாற்றி விடுவோம். அது தானாகவே அங்கீகரிக்கப்படும்" என்பது மற்றவருக்கு வழங்கப் பட்ட அறிவுரை.

மருத்துவர் சலுகைகள் வழங்கினார். ஆனால், *நிஹாங்க்களின்* முறையில் அனைத்துக் கடைக்காரர்களும் ஐந்தாயிரம் ரூபாய் கொடுக்குமாறு கேட்டுக் கொள்ளப்பட்டனர். தப்பி ஓடும் திருடனின் கோவணத்தைப் பிடித்ததைப் போல், குறைந்த பட்சம் ஏதாவது கிடைத்ததே என்று காரணம் காட்டி அவர் வெறும் இருநூறு ரூபாயில் மகிழ்ச்சியுடன் ஒத்துக் கொண்டார்.

ஆனால், நீனா ஊறுகாய் தொழிற்சாலையில், ஒப்பந்தம் நீண்ட காலத்திற்குத் தடைப்பட்டு விட்டது. தொழிற்சாலையின் உரிமையாளரின் பெயர் நீனா. அவளது கணவர் *பாபட் படீ* துறையில் பணியாற்றியவர். அவர் நகரத்தின் மிகவும் சக்திவாய்ந்தவராக திகழ்ந்தவர். ஓராண்டு முன்பு அவர் ஒரு விபத்தில் கொல்லப்பட்டார். ஆறு மாதங்கள் வரை நீனா, கதறிப் புலம்பிக் கொண்டு வீட்டில் உட்கார்ந்திருந்தாள். தொடர்ந்து வீட்டில் அடுப்பெரிவது கஷ்டமான பிறகு, அவளுடைய உடன் பிறந்தவர்களும், அவளுடைய கணவரின் நண்பர்களும் அவள் ஏதாவது செய்தாக வேண்டுமென்று கூறினார்கள். நீனாவின் சகோதரியின் கணவர் பஞ்ச்குலாவில் ஓர் ஊறுகாய்த் தொழிற்சாலை வைத்திருந்தார். அவர் தன் நிபுணரை அனுப்பி, அவளும் அத்தகைய ஓர் ஊறுகாய் தொழிற்சாலை அமைக்க உதவினார். பழைய கடைக்காரர்கள் வேறு எந்தத் தொழிற்சாலையிலிருந்தும் ஊறுகாய் வாங்காமல் அவளுடைய தொழிற்சாலையின் பொருள்களையே விற்று, அவளை ஊக்குவித்தனர்.

அவர்கள் அவளுக்கு அறிவுறையும் வழங்கினர், "சகோதரி, நீங்கள் சரியான அர்த்தத்தில் வெற்றி பெற நினைத்தால் ஊறுகாய்களின் தரத்தை நன்னிலையில் தொடர்ந்து பராமரிப்பதில் உறுதியாய் இருங்கள்." நீனாவும் எப்பொழுதும் அவ்வாறே செய்வதாக உறுதி கூறினாள்.

ஆய்வாளர் அவளுடைய தொழிற்சாலையின் ஒவ்வொரு ஊறுகாயின் மாதிரி எடுத்துக் கொண்டாலும், அவை மிகக் கடுமையான சோதனைகளிலும் தேர்ச்சி பெற்று விடுமென்று நீனா உறுதியாக இருந்தாள். ஆனால், ஆய்வாளர் அவளுடைய பொருள்களின் தரம் பற்றிக் கவலைப்படவில்லை. அவர் விரும்பியதெல்லாம் அவருடைய மாத ஊதியமே. இந்தத் தொழிற்சாலை ஆறு மாதங்களாக இயங்கிக் கொண்டிருந்த போதிலும் இதைப்பற்றி அவருக்குத் தெரியாமலிருந்ததைக் குறித்து அவர் ஆச்சரியப்பட்டார்.

நீனாவிற்கு ஒரு பாடம் கற்பிப்பதற்காக அவர் நான்கு மாதிரிகள் எடுத்துக் கொண்டார். அதே நேரத்தில், அவளுடைய அப்பாவி முகத்தைப் பார்த்த அவருள் இரக்கம் தோன்ற ஆரம்பித்தது. அவளுடைய சந்தேகங்களை விரட்டும் முயற்சியுடன் அவர் விளக்கினார், "சகோதரி, உங்கள் தயாரிப்புகளின் தரம் குறித்து இவ்வளவு பெருமைப் படாதீர்கள். இந்த மாதிரிகளைச் சோதிக்கும் நபர்கள் ராஜா ஹரிஷ்சந்திரா போன்றவர்கள் அல்ல. நாங்கள் பரிந்துரைக்கும் மாதிரிகள் மட்டுமே தேர்ச்சி பெறும்; மற்றவை யாவும் தோல்வி அடையும். உங்கள் பிடிவாதத்தை ஒதுக்கி வைத்துவிட்டு எங்களுடன் பேசுங்கள்."

நீனா புரிந்து கொண்டாள். தனது பணப்பெட்டியைத் திறந்து தேடியதில் ஏழு அல்லது எட்டு நூறு ரூபாய்கள் கிடைத்தன. அவள் அனைத்தையும் உணவு ஆய்வாளரிடம் கொடுத்தாள்.

"இது எப்படிப் போதும்? மாதம் ஆயிரம் ரூபாய் விகிதத்தில் கணக்கிட்டால், முந்தைய பாக்கி தொகை ஆறாயிரம் ஆகிறது. அடுத்த மூன்று மாதங்களுக்கு முன்பணம் மூன்று. மற்றும் இந்த மாதிரிகளைத் தூக்கி எறிவதற்குச் செலுத்த வேண்டிய பணம் வேறு. குறைந்தது பத்தாயிரமாவது எடுக்கவேண்டும்." மாதத்திற்கு ஓராயிரம் ரூபாய் கூடச் சம்பாத்தியம் இல்லை என்று அவள் முறையிட்டு மன்றாடினாள்.

ஆய்வாளர் அசையவில்லை. "ஒரு கொட்டிலில் தேநீர் விற்கும் பயலிடமிருந்து மாதம் முன்னூறு ரூபாய் வாங்கிக் கொள்கிறேன். சேரி பகுதிகளில் உள்ள மளிகைக்காரர்களிடமிருந்து ஐநூறு பெற்றுக் கொள்கிறேன். உங்கள் தொழிற்சாலையிலிருந்து குறைந்தது ஆயிரம் ரூபாயாவது எனக்கு வேண்டும்."

பயந்து போன நீனா ஒப்புக் கொண்டாள். இரண்டு கட்சிகளும் இப்பொழுது ஒரு உடன்பாட்டிற்கு வந்தனர். மீதமுள்ள பணத்தை நீனா ஒரு வாரத்திற்குள் கொடுப்பதாகவும், முழு கட்டணத்தையும் பெற்ற பிறகு மாதிரிகளைக் குழு திரும்பக் கொடுத்து விடுவார்கள் என்றும் எதிர்காலத்தில் அவளுடைய தொழிற்சாலை பக்கம் கூட அவர்கள் பார்க்க மாட்டார்கள் என்றும் ஒப்பந்தம் ஆயிற்று. மூன்றாவது நாளன்று உதவியாளர் தொழிற்சாலை வந்தடைந்தார். கவலையுடன் நீனா அவருக்கு இன்னும் ஆயிரத்தைக் கொடுத்தாள்.

அன்று மாலை அவள் தனது கணவரின் சகோதரர்களுடன் கலந்து ஆலோசனை நடத்தினாள். இவ்வளவு பணம் கொடுப்பதற்குப் பதில் தொழிற்சாலையை மூடி விடுவது நல்லதென்று அவளுக்குத் தோன்றியது. கடுங்கோபமடைந்த மைத்துனர்கள் சங்-காரர்களுடன் பேசினர். அவர்கள் நீனாவைக் கண்காணிப்புத் துறைக்கு அழைத்துச் சென்றனர்.

கண்காணிப்புப் பிரிவு இத்தகைய ஒரு புகாருக்காகக் காத்திருந்தது. உணவு ஆய்வாளர் தனது மாதாந்திர வசூல் தொகையைத் தொடர்ந்து சேகரித்துக் கொண்டிருந்தார். ஆனால், ஏதாவது காரணம் காட்டி அவர்களுடைய பங்கை அனுப்பாதிருந்தார். அவருக்குப் பாடம் கற்பிக்க இப்பொழுது அவர்களுக்கு அபாரமான வாய்ப்பு கிடைத்து விட்டது. அந்தக் குழுவினரைக் கையும் களவுமாகப் பிடிக்க இது ஓர் அருமையான வாய்ப்பு.

"நாளை அவர்களைத் தொழிற்சாலைக்கு அழைத்து, கையும் களவுமாகக் கைது செய்யுங்கள்."

எனினும், நீனா அவர்களிடம் கேட்டுக் கொண்ட பிறகும் கூட மருத்துவரோ அல்லது உணவு ஆய்வாளரோ பணம் பெற வரவில்லை. வந்தவர் ஓர் உதவியாளர்.

அவரைக் கைது செய்ய வேண்டாமென்று கண்காணிப்புத் துறையினரிடம் நீனா வேண்டுகோள் விடுத்தாள். ஆனால், எந்தப் பயனும் இருக்கவில்லை. கண்காணிப்புக் குழுவிலிருந்த ஒருவர் உதவியாளரைப் பிடித்துக் கொண்டார். மற்றொருவர், மருத்துவர் மருத்துவமனைக்குச் சென்றிருந்தபொழுது அவரது வீட்டில் திடீர் சோதனை நடத்தினார். அவர் உடனே தப்பி ஓடி விட்டார். மருத்துவர் அவர்களின் பிடியில் வரவில்லை, என்றாலும் குழுவிற்குப் பெரிய அளவில் பணம், பாத்திரங்கள், வங்கி அறிக்கைகள், பல்வேறு சொத்துப் பதிவேடுகள் எல்லாம் கிடைத்தன.

அடுத்த நாள் மருத்துவரின் பூர்வீகத்தைப் பற்றிய விரிவான விளக்கம் செய்தித்தாள்களில் வெளிவந்தன. அவர் ஒரு சாதாரண எழுத்தரின் மகன். பட்டப்படிப்பை முடிப்பதற்காகக் கடன் வாங்கியிருந்தார். படிப்பில் சிறந்து விளங்கியதால் கல்லூரியிலிருந்து வெளியில் வந்தவுடனேயே அவருக்கு வேலை கிடைத்து விட்டது. கண்டு பிடிக்கப் பட்ட அனைத்துச் சொத்துகளும் சந்தேகப்படத்தக்க விதத்தில் சம்பாதிக்கப் பட்டுள்ளது.

மூன்று நாட்களுக்குள் மருத்துவர் அனைவரின் வாயையும் அடைத்துவிட்டார். முதலில் அவர் எதிர்பார்ப்பு ஜாமீன் பெற்றுக் கொண்டார். சில உண்மையான மற்றும் சில போலி ஆவணங்களை முன்வைத்து, அவர் தனது அனைத்து அதிகாரபூர்வ ஆவணங்கள் மற்றும் ரொக்கப் பணத்தையும் திரும்பப் பெற்றுக் கொண்டார்.

உணவு ஆய்வாளர் அதிக புத்திசாலி. அவர் முதல் நாளே, உயர் பதவியிலிருந்த ஒருவரைக் கண்காணிப்புத் துறையினரிடம் தொலை பேசியில் பேசச் சொன்னார். எதிர்பார்ப்பு ஜாமீனுக்கு விண்ணப்பிக்காமலே அவர் முதல் தடவையிலேயே நிரபராதி என்று அறிவிக்கப்பட்டார்.

மருத்துவர் ஒரு வாரம் கழித்து வேலைக்குத் திரும்பினார் மற்றும் உயர் மட்ட விசாரணை கோரி ஒரு மனு தாக்கல் செய்தார். தன்னை நிரபராதியென்று நிரூபித்துக் கொண்ட பிறகு உதவியாளர் மீது வழக்குப் பதிவு செய்தார். உதவியாளர் சங்கம் அதிகாரிகளிடம் கோபமாகயிருந்தது. அதிகாரிகள் தங்களைக் காப்பாற்றிக் கொண்டு விட்டனர். ஆனால், பாவம் இந்த ஏழை மனிதனைச் சிக்கலில் மாட்டி விட்டனர். “உதவியாளரின் கட்டணம் என்ன ஐயாயிரம் ரூபாயா? இவ்வளவு அதிகமா? இந்தத் தொகையைப் பெற்றுக் கொண்டு அவன் நீனாவுக்கு எந்த வகையில் உதவி செய்திருப்பான்? என்ன செய்வதாக இருந்தாலும் அதை அதிகாரிகளினால் மட்டுமே செய்திருக்க முடியும்.” ஆனால், அவர்களுடைய முறையீடுகளைக் கேட்க யாரும் தயாராக இல்லை-கண்காணிப்புப் பிரிவும் கூட.

உதவியாளர் லஞ்சம் கோரவுமில்லை, அவள் அவனுக்கு ஒன்றும் கொடுக்கவுமில்லை. உண்மையில், தொகை அதிகாரிகளால் கோரப்பட்டது என்ற நீனாவின் வாக்குமூலத்தைக் குறித்து அந்தப் பிரிவின் நபர்கள் ஒன்றும் நடவடிக்கை எடுக்காமல் சும்மா உட்கார்ந்திருந்தனர். அவளது வாக்குமூலத்தைப் படிக்கக் கூட யாரும் தயாராக இருக்கவில்லை.

தொழிற்சங்கம் இப்பொழுது, அதிகாரிகளை எதிர்த்து ஒரு தர்ணா நடத்தத் திட்டமிட்டது. இந்தத் தகவலுடன் மருத்துவர் உடனே அவர்களுடைய மேலதிகாரிகளின் அலுவலகத்தை அடைந்தார். “ஒரு எதிர்ப்புக் கூட்டத்திற்கு ஏற்பாடு செய்தீர்களானால், அதற்கு முன்பே நீங்கள் ஊர்வலமாக வெளியே அழைத்துச் செல்லப் படுவீர்கள்!” என்று ஒவ்வொரு அதிகாரியும் தனது உதவியாளரை எச்சரித்தார். பதட்டமடைந்த உதவியாளர்கள், அதற்குப் பிறகு, உள்ளிருப்பு ஆர்ப்பாட்டதில் பங்கேற்க மறுத்து விட்டனர்.

தொழிற்சங்கத்தின் அலுவலக பொறுப்பாளர்கள் நியாயம் கோரினார்கள். அதைப் பெறுவதற்கான நம்பிக்கையுடன் சமிதியிடம் சென்றார்கள். சமிதி உருவாக்கப்பட்டதே இந்த நோக்கத்துடன் தான். அது உடனே விஷயத்தை ஆராயத்தொடங்கியது.

எந்த நீனாவின் புகாரின் அடிப்படையில் கண்காணிப்புத் துறை தனது அறிக்கையைத் தாக்கல் செய்ததோ அதில் மருத்துவர் மற்றும் உணவு ஆய்வாளர் லஞ்சம் கோரியதாகத் தெளிவாகக் கூறப்பட்டிருந்தது. தொடர்ந்து நீனா இந்த வாக்குமூலத்தில் உறுதியாக நின்றாள். சமிதி முதலில் அந்த அறிக்கையின் நகலைப் பெற்றுக் கொண்டது.

மருத்துவரின் வீட்டில் சோதனையின் பொழுது கண்டெடுக்கப்பட்ட ஆவணங்கள் பட்டியலிடப்பட்டு. நீனாவின் கையொப்பத்துடன் ஒரு கோப்பு தயாரிக்கப்பட்டிருந்தது. இதனுடைய ஒரு நகல் அதிகாரபூர்வ அறிக்கையுடன் நீதிமன்றத்தில் சமர்பிக்கப்பட்டிருந்தது. இதன் நகலும் பெறப்பட்டது.

பின்னர், மருத்துவரின் வங்கிக் கணக்கு அறிக்கைகளின் நகல்கள், இதைத் தொடர்ந்து, அவரது பல்வேறு சொத்துக்களின் விலை மதிப்பிடப்பட்ட பதிவேடுகளின் நகல்கள் எல்லாம் பெறப்பட்டன. அவருடைய பின்னணியைப் பற்றிய விசாரணையை ஏற்கெனவே கண்காணிப்புப் பிரிவு செய்து விட்டிருந்தது. பின், கோடிக்கணக்கான ரூபாய் மதிப்புள்ள சொத்துக்களுக்கு அவர் எப்படி உரிமையாளரானார் என்பதற்கு அது எப்படி விளக்கம் அளிக்கும்? உதவியாளர்கள் சங்கத்துடன் இணைந்து, எதிர்ப்புக் கூட்டங்கள் மற்றும் ஊர்வலங்களுக்கு ஏற்பாடு செய்து கொண்டிருந்த சமிதி, இந்தக் கேள்வியை கண்காணிப்புத் துறைக்கு முன் வைத்தது.

நீனாவின் சத்தியப் பிரமாணம் செய்யப்பட்ட வாக்குமூலம் நீதிமன்றத்தில் வைக்கப்பட்டது. இதுவரை நடந்த விசாரணையின் ஒரு

பக்க சார்பான தன்மையினால் அது ஏற்கெனவே எரிச்சலடைந்திருந்தது. அவளது வாக்குமூலத்தின் அடிப்படையில், உதவியாளர் நிரபராதி என்று அறிவிக்கப்பட்டு உடனடியாக விடுவிக்கப்பட்டார்.

அதே சமயத்தில், மருத்துவர் மற்றும் உணவு ஆய்வாளரின் பணம், சொத்து பற்றிய விவரங்களை ஒரு மாதத்திற்குள் அதன் முன் வைக்க வேண்டுமென்று கண்காணிப்புத் துறைக்கு உத்தரவு பிறப்பிக்கப்பட்டது.

அவர் விடுவிக்கப்பட்டதைக் கொண்டாடும் விதத்தில், தொழிற் சங்கம், உதவியாளரை ஊர்வலமாக அவரது அலுவலகத்திற்கு அழைத்துச் சென்றது. பாதை முழுவதும் தங்கள் தொழிற்சங்கத்தைப் பற்றிய முழக்கங்கள் எழுப்புவதற்குப் பதிலாகச் சங்கத்தினர், சமிதியின் புகழ் பாடினார்கள்.

அத்தியாயம் 26

பாட்னா பல்கலைக்கழக சட்டத்துறை மாணவர்கள், ‘சமூகத்தில் குறைந்த அந்தஸ்திலுள்ள சமுதாயத்தினர் தொடர்பாகச் சட்டத்தில் சமத்துவத்தின் கொள்கை’ என்ற தலைப்பில் ஆராய்ச்சி நடத்தி வந்தனர். ஆராய்ச்சிக்கான ஆதாரக் குறிப்புகள் சேகரிப்பதற்காக அவர்கள் சிறைகளுக்குச் சென்றபொழுது, முதல் சந்தர்ப்பத்திலேயே இந்தக் கொள்கைகள் செயல்படுத்தாத நிலை அம்பலமாகியது.

கைதிகளில் சுமார் எண்பது சதவீதம் பேர் கீழ்ப்பட்ட வகுப்புகளிலிருந்து வந்தவர்கள். இதில் முக்கால்வாசிப் பேர் விசாரணைக்கு உட்பட்டிருந்தனர் அல்லது அவர்களின் குற்றங்களின் விசாரணை நிலுவையில் இருந்தது. அவர்கள் குற்றவாளிகள் என்று நிரூபிக்கப் பட்டிருந்தால் அவர்களுக்கு வழங்கப்படகூடிய அதிகபட்ச தண்டனையை விடப் பல மடங்கு காலம் அவர்கள் ஏற்கெனவே சிறையில் கழித்து விட்டார்கள். இப்போது கூட எதிர்காலத்தில் நீண்ட காலம் வரை அவர்கள் விடுவிக்கப்படுவார்களென்ற நம்பிக்கையில்லை. கைதிகளின் வறுமை, அரசாங்கத்தின் உதாசீனம் மற்றும் நீதிமன்றங்களின் கவனக்குறைவு இவையெல்லாம்தான் காரணங்கள்.

இந்த அறிக்கை செய்தித்தாள்களில் வெளிவந்தவுடன், உச்சநீதி மன்றம் இதில் தீவிர அக்கறை எடுத்துக் கொண்டு, பீகார் அரசாங்கத்தின் தலைமை செயலாளரை, இந்த விஷயம் குறித்து ஒரு மாதக்கிற்குள் விளக்கம் அளிக்க உத்தரவிட்டது. உச்ச நீதிமன்றமும் கடிந்துரைக்கப்பட்டு ஆழ்ந்த தூக்கத்திலிருந்து எழுப்பப்பட்டது.

பீகாரில் ஏற்பட்ட நிலநடுக்கத்தின் விளைவுகளை இந்த மாநிலத்திலும் உணர முடிந்தது. முதலமைச்சர் அவருடைய அமைச்சரவையினருக்கு அறிவுரை வழங்கினார், “புயல் நம்மை வந்து தாக்குவதற்கு முன்பு நம் வீட்டை நாம் ஒழுங்குபடுத்திக்கொள்ள வேண்டும். இதுதான் புத்திசாலிதனம்.”

“இந்தத் துறையின் செயலாளர் இந்த விஷயத்தைத் தானே கவனித்து, அனைத்து விவரங்களையும் சேகரித்து ஒரு மாதத்திற்குள் அமைச்சரிடம் ஒப்படைக்க வேண்டும்” என்று சிறைச்சாலை அமைச்சர் சிறை இலாகாவுக்கு ஓர் உத்தரவு பிறப்பித்தார்.

“அத்தகைய எந்த ஒரு கைதியும் சிறையில் அடைக்கப்பட்டிருக்கக் கூடாது. அப்படி யாராவது இருப்பதைக் கண்டீர்களானால் அவனை

உடனுக்குடன் விடுவித்து விட்டு, பிரதான காரியாலயத்திற்கு எல்லாம் சரியாக இருக்கிறதென்று ஒரு அறிக்கை அனுப்பி விடுங்கள்" என்று பிரிவின் அதிகாரிகள் சிறை தரோகாக்களை எச்சரித்தனர்.

இது நாட்டின் வளமான மாநிலங்களில் ஒன்றாகும், பசி ஆதிக்கம் நடக்கும் பீகார் மாநிலத்தைப் போல் அல்ல என்று சிறை நிர்வாகம் விளக்கம் கூறியது. இந்த மாநிலத்தின் மக்கள் வேறு எதை வேண்டுமானாலும் செய்வார்கள். ஆனால், நோய்வாய்ப்பட்டால் சரியான மருந்துக்களுக்கான ஏற்பாடுகளைச் செய்கிறார்கள் மற்றும் சட்ட உதவி தேவைப்பட்டால் வழக்கறிஞரையும் ஏற்பாடு செய்து கொள்கிறார்கள். சட்ட ஆலோசனைக்கான சாதனங்களின் பற்றாக்குறையினால் ஒரு கைதி இங்கு அழுகிக் கொண்டிருப்பது மிகவும் அரிது.

ஆனால், அரசாங்கத்தின் உத்தரவுகளை எப்படியும் நிறைவேற்ற வேண்டியிருந்ததால், சந்தேகத்தைப் போக்கிக் கொள்ள ஒரு கருத்தாய்வு நடத்தப் பட்டது. கூட்டைக் கலைத்தவுடன் அதனுள்ளிருந்து கிளம்பிய குளவிகளின் எண்ணிக்கை அதிகரித்துக் கொண்டே போயிற்று.

சிறைச் சாலையில் ஏற்கெனவே ஊழியர்கள் குறைவாக இருந்தனர். எல்லாவற்றிற்கும் மேலாக இது சிக்கலான தன்மை கொண்ட வேலையாக இருந்தது. குற்றம் சாட்டப் பட்டவர்களில் சிலர் மீது டஜன் கணக்கில் வழக்குகள் பதிவு செய்யப்பட்டிருந்தன. ஒரு குறிப்பிட்ட கைதிக்கு அளிக்கப்பட வேண்டிய தண்டனையின் அளவென்ன மற்றும் அவனுக்கு எந்த வழக்குகளில் தண்டனை அளிக்கப்பட வேண்டும்? குறிப்பிட்ட இன்னொருவன் ஜாமீனில் எவ்வளவு நேரத்திற்குப் பிறகு விடுவிக்கப்பட வேண்டும்? இந்தப் பிரச்சனையுடன் நிறைய நேரம் மல்யுத்தம் செய்தாலும் அவர்களால் நிச்சயமாக இதன் முடிச்சைப் பிரிக்க முடியாது.

இந்தச் சிக்கலை, சட்டத்தைப் பற்றி நன்கறிந்தவர்களால்தான் அவிழ்க்க முடியும். இந்தக் காரியத்திற்காக அவர்கள் அரசாங்க வழக்கறிஞர்களுடன் தொடர்பு கொண்டனர். ஆனால், அவர்களிடமும் இவர்களைக் கவனிக்க நேரமில்லை. அவர்களுடைய நீதிமன்றத்து வழக்குகளை விடுத்து ஆயிரத்து ஐநூறு கைதிகளிகளின் வழக்குகளைப் பரிசீலனை செய்ய அவர்களால் முடியவில்லை. அவர்கள் சில அடிப்படை வழிகாட்டுதல்களை அதிகாரிகளுக்கு வழங்கிவிட்டு மீதியைத் தனியார் வழக்கறிஞர் மூலம் செய்து கொள்ளுமாறு அறிவுறுத்தினர்.

வழக்கறிஞர்கள் பிரதானிடம் பேசினார்கள். அவரும் புதிய வக்கீல்களாலான ஒரு குழுவை, ஒரு நிபந்தனையுடன், அதாவது அந்த

இளம் வழக்கறிஞர்களுக்கு, அவர்களின் முயற்சிககளை ஊக்குவிக்கும் வகையில் ஏதாவது பணம் கொடுக்க வேண்டுமென்று கூறிவிட்டு, சிறைக்கு அனுப்ப ஒப்புக்கொண்டார். அந்த இலாகா ஏற்கெனவே பணப் பற்றாக்குறையில் இருந்தது. அதனால் இந்த வேலையைக் கைதிகள் தாங்களே தங்கள் சொந்த வழக்கறிஞர்களால் செய்து கொள்ள வேண்டுமென்று அவர்கள் பரிந்துரைத்தனர்.

இறுதியில், சுவாசிக்க முடியாதவன்தான் மூழ்கிவிடுகிறான் என்று தானே கூறப்படுகிறது. வழக்கறிஞர்களுக்குக் கொடுப்பதற்கு வேண்டிய போதுமான பணம் வைத்திருந்தவர்கள் சிறையிலிருந்து எப்பொழுதோ விடுவிக்கப்பட்டிருந்தனர். முற்றிலும் எந்த வகையான ஆதரவும் இல்லாதவர்கள்தான் தேவையானதைவிட அதிக தண்டனை அனுபவித்துக் கொண்டிருந்தனர். இல்லையெனில் அவர்கள் ஏன் இன்னும் அங்கு இருப்பார்கள்? சிறைக்கு வந்து வழக்குத் தயாரிப்பதற்கு வழக்கறிஞர்கள் இரட்டிப்பு கட்டணம் கோரினர்.

“பாதிக்கப்பட்டவர் நலன்புரி சங்கம் ஒன்று மாயாநகரில் உள்ளது. அது இலவச சட்ட உதவி வழங்குகிறது. அவர்கள், ஒருவேளை, இந்தக் கைதிகளுக்கு உதவ தயாராக இருக்கலாம்” என்று யாரோ ஒருவர் கூறினார்.

“எங்கள் சமூகம், குற்றச்செயல்களால் பாதிக்கப்பட்டவர்களுக்கு உதவி செய்கிறது, குற்றவாளிகளுக்கு அல்ல. காரணமில்லாமல் குற்றவாளிகளுக்கு வசதிகள் வழங்கப்படுவதை நாங்கள் ஆதரிப்பதில்லை. எங்கள் கொள்கைகளுக்கு எதிராக நாங்கள் செல்ல முடியாது” என்று சங்கத்தின் தலைவர் அடித்துக் கூறிவிட்டார்.

சிறை நிர்வாகத்தின் இந்தச் சங்கடத்தைப் பற்றிக் கேள்விப்பட்ட சுபாஷ் ஜெயின் வாய்விட்டு உரக்க சிரித்தார். “இது குழந்தையை இடுப்பில் வைத்துக் கொண்டு ஊர் முழுக்க தேடியதைப் போல் ஆயிற்று. ஒரு நல்ல வழக்கறிஞர் சிறைக்குள் பூட்டப்பட்டிருக்கிறார். நான் தொழிற்சாலையின் கணக்குகளில் உதவுகிறேன். அவரைச் சட்டபூர்வமான அம்சங்களைக் கவனிக்கச் சொல்லுங்கள்” என்று கூறினார்.

கண்கூடாய்க் கவனிக்கத்தக்க ஒன்றைப் பார்க்கவிடாமல், அவரது மூளையை மூடித் தடுத்த முக்காடை நினைத்துச் சிறைக் கண்காணிப்பாளர் திகைத்துப் போனார். கங்கை அவர் வீட்டைத்தாண்டி ஓடிக்கொண்டிருந்தது, அவரோ ஒரு சொட்டு தண்ணீருக்காக அலைந்து கொண்டிருந்தார். தொழிற்சாலையிலிருந்து ஹக்கம் உடனடியாக அழைக்கப்பட்டார். ஒரு

சட்டப் பிரிவு உருவாக்கப்பட்டது. அவர் அதன் தலைவராக நியமிக்கப்பட்டார். ஒரு சக கைதி, ஒரு ஆசிரியர், அவருக்கு உதவுவதற்காக ஒதுக்கப்பட்டார்.

சட்டப் பிரிவுக்கு வழிமுறைகள் இவ்வாறு கொடுக்கப்பட்டிருந்தது: "நீங்கள் ஒரு வளாகத்திலிருந்து மற்றொன்றுக்குச் சென்று ஒவ்வொரு கைதியின் வழக்கையும் ஆராய்ந்து பார்க்க வேண்டும். அவர்களில் யாருக்காவது ஏதாவது சலுகை வழங்க வேண்டுமானால் அல்லது வழங்கப்பட வேண்டியிருந்தால் ஒவ்வொன்றையும் நீங்கள் பரிந்துரைக்க வேண்டும்."

"நீங்கள் முழு மனதுடன் பணிபுரிந்தீர்களானால்" ஹக்கம் சிங்குக்கு உறுதியளிக்கப்பட்டது, "உங்களுக்கு முழு மன்னிப்பு கிடைத்து விடும்."

இந்த வேலைக்காக ஹக்கம் தயாராக வந்திருந்தார். முன்பு அவர், சிறை நிர்வாகத்திடம் ஒரு வேண்டுகோள் வைத்திருந்தார்: "ஒவ்வொரு கைதிக்கும் அவருடைய திறனிற்கு ஏற்ப கடமைகள் ஒதுக்கப்பட வேண்டுமென்று சிறைக் கையேடில் நிர்ணயிக்கப்பட்டிருக்கிறது. நான் ஒரு வழக்கறிஞர். ஏழைக் கைதிகளுக்குச் சட்ட ஆலோசனை வழங்க விரும்புகிறேன். என்னை அவ்வாறு செய்ய அனுமதிக்க வேண்டும்."

கைதிகளுக்குச் சட்ட அறிவு கொடுப்பது பாம்புக்குப் பால் வார்ப்பது போலாகுமென்று அப்பொழுது அதிகாரிகள் நினைத்தனர். அவர்களுடைய தாடியைப் பிடித்திழுக்கக் கூடிய எவரையும் அதிகாரிகள் ஊக்குவிக்க மாட்டார்கள் இல்லையா! ஆனால், இப்பொழுது அவரிடம் உதவி கேட்க அவர்கள் கட்டாயப்படுத்தப் பட்டனர். அவரிடம் கேட்டவுடனே ஹக்கம் முழு மனதுடன் அந்த வேலையில் ஈடுபட்டார்.

அத்தியாயம் 27

ஹக்கம் சிங் சிறைக்கு அனுப்பப் பட்டபொழுது, உதவி தேவைப்பட்ட கைதிகளுக்கு ஆலோசனை வழங்க வேண்டும் என்ற தீர்மானத்துடன் வந்திருந்தார். கைதிகளுக்கு ஆதரவாக, கொடுக்கப்பட்ட சில தீர்ப்புகளையும் அவர் தன்னுடன் கொண்டு வந்திருந்தார். ஆனால், லாப் சிங் அவரை இதுவரை, ஓர் அங்குலம் கூட நகர அனுமதிக்கவில்லை.

மாறுபட்ட சூழ்நிலையில், அனைத்துச் சட்டங்களையும் மறுபரிசீலனை செய்து வசதியற்ற கைதிகளை விடுவிப்பதற்கான அடிப்படை யதார்த்தத்தைப் புரிந்து கொண்டார் ஹக்கம் சிங். வெற்றி கிடைத்து விடும் என்ற நம்பிக்கை வந்தவுடன் அவர் சிறை அதிகாரிகளை அணுகி, "என்னுடன் ஒத்துழைக்க வேண்டும், அவ்வளவுதான் நீங்கள் செய்ய வேண்டியது. மூன்று மாதங்களுக்குள் நான் பாதி சிறையைக் காலி செய்து கொடுத்து விடுவேன்" என்று மார்பைத் தட்டிக் கூறினார்.

சிறை அதிகாரிகள் உற்சாகமாக உதவுவதற்குக் கரங்களை நீட்டினர். அவரது கோரிக்கைக்கு இணங்கி, கல்வி கற்றதோடல்லாமல், நேர்மையானவரும், விசுவாசமானவருமான தாராசந்த் என்பவரை அவரது உதவியாளராக நியமித்தனர்.

சிறையில் தள்ளப் படுவதற்கு முன்பு தாராசந்த், ஓர் அரசுப் பள்ளிக்கூடத்தில், சமூகவியல் பாடம் கற்பிக்கும் ஆசிரியராக இருந்தார். அவ்வப்போது கவிதை எழுதுவதில் விருப்பம் கொண்டிருந்த அவர், ஆசிரியர் சங்கத்தின் சுறுசுறுப்பான உறுப்பினராக இருந்தார். இந்த ஆர்வம்தான் அவரைச் சிறையில் கொண்டு சேர்த்தது.

இவரது மூத்த சகோதரர் மண்டிகரன் வாரியத்தில் உதவிப் பணியாளராக இருந்தார். இவரது மைத்துனி பணக்காரக் குடும்பத்தைச் சேர்ந்தவளானாலும் கல்வியறிவில்லாதவள் மற்றும் பொது நடத்தை முறைகள் தெரியாதவள். இது, தம்பதியினரிடையே அடிக்கடி சண்டையை உண்டாக்கியது. தினசரி சச்சரவினால் சலிப்படைந்த மைத்துனி ஒருநாள் சல்போஸ் மாத்திரைகளை விழுங்கி விட்டாள். அவளுடைய பெற்றோரின் உறவினர்கள் செல்வாக்குமிக்க மக்கள். அவர்கள் இந்தத் தற்கொலை வழக்கை 'வரதட்சணை அரக்கனுக்குப் பலி பிரசாதம்' என்று பெயரிட்டுத் திசை திருப்பினர்.

“செயல்பாட்டாளர்-தலைவர் வெளியில் இருந்தால் தன் சகோதரரைக் காப்பாற்றிவிடுவார். முதலில் அவரை முடக்குவோம்” என்று மைத்துனியின் உறவினர்களுக்கு அவர்களுடைய ஆலோசகர்கள் ஆலோசனை கூறினர். இவ்வாறாக நெல்லுடன் சேர்ந்து உமியும் அரைபட்டது.

சகோதரனுடன் சேர்ந்து தாராசந்திற்கும் ஆயுள் தண்டனை விதிக்கப்பட்டது. எல்லா முயற்சிகளும் மேற்கொண்ட போதிலும் தொழிற் சங்கத்தால் குற்றச் சாட்டிலிருந்து அவரை விடுவிக்க முடியவில்லை. சிறைச்சாலைக்கு அடிக்கடி சென்றதால் சிறை அதிகாரிகளுடன் அவர்களுக்கு நல்லுறவு இருந்தது. கடின உழைப்புக்குப் பதிலாகக் கணக்கியல் போன்ற எளிதான வேலையை அவருக்கு அளிக்குமாறு அவர்கள் வலியுறுத்தினர். பின்னர் தாராசந்த், அவருடைய திறமை மற்றும் நேர்மையான செயலாற்றலால் தனது பாதையைத் தானே எளிதாக்கிக் கொண்டார். அவர் சிறைக் காப்பாளருடன் ஒரு நல்ல நட்பின் பிணைப்பை உருவாக்கிக் கொண்டார். படிக்காத கைதிகளுக்கு விண்ணப்பங்கள் மற்றும் கடிதங்கள் எழுதித் தருவதன் மூலம் அவர்களின் அன்பாதரவையும் பெற்றிருந்தார்.

தாராசந்த் கைதிகளின் விண்ணப்பங்கள் எழுதுவதில் நிபுணர். சட்டப் பிரிவில் அவரை உறுப்பினராக்குவதற்கு இதுவும் ஒரு காரணம். படித்த ஒரு மனிதன் மீது வழக்குப்பதிவு செய்யப்படும்பொழுது, தனக்கென ஒரு பாதுகாப்பை உருவாக்க விரும்பி அவன், சட்டப் புத்தகங்களில் ஆழ்ந்து விடுகிறான். இந்த உள்ளுணர்வு தாராசந்தையும் ஆக்கிரமித்துக் கொண்டது. அறிக்கை தாக்கல் செய்த சமயத்திலிருந்து தண்டனை வரை, அவர் ஆயிரக்கணக்கான வரதட்சணை தொடர்பான தீர்ப்புகள் மற்றும் அதனுடன் சார்ந்த விவாதங்களைப் படித்திருந்தார். இந்த அறிவால் அவரால் பயனடைய முடியவில்லை என்றாலும் சிறையிலிருந்த மற்ற கைதிகளை ஒன்று கூட்டி அவர்களுக்கு வழிகாட்டினார்.

“சட்டத்தைப் பற்றி ஒரு சராசரி வழக்கறிஞருக்குத் தெரிந்த அளவு எனக்கும் தெரியும்” இந்த நம்பிக்கையில் தாராசந்த், தனது சேவைகளைச் சட்ட பிரிவுக்கு வழங்கினார்.

பணியை ஆரம்பிப்பதற்கு முன்பு ஹக்கம் சிங் ஒவ்வொரு வழக்கையும், குறிக்கோற்படி, தர்க்கரீதியாக துல்லியமாக ஆராய்ந்தார். சட்டப்பிரிவு முதலில், முக்கியமான அடிப்படை சட்டங்களின் உட்சிக்கல்

களில் கவனம் செலுத்த வேண்டுமென்ற முடிவுக்கு வந்தார். இதைத் தாராசந்துக்குச் சுலபமாக்குவதற்காக முக்கியமான அம்சங்களை அவருக்கு விளக்கினார்:

"முதலில் காவல்துறையினருக்கு குற்றம் சாட்டப்பட்டவருக்கு எதிராக ஆதாரங்கள் சேகரிக்க வேண்டும். பின்னர் அவரைக் கைது செய்ய வேண்டும். ஆனால், நமது காவல்துறை இதற்கு நேர்மாறாகவே செயல் படுகிறது. அவர்கள் ஒருவரைக் கைது செய்த பின்னர் ஆதாரங்களைச் சேகரிக்கத் தொடங்குகிறார்கள். பெரும்பாலும், ஒரு மலையைத் தோண்டிய பிறகு ஒரு சுண்டெலி கூட அவர்களுக்குக் கிடைப்பதில்லை. சுண்டெலிக்கான தேடலில் அவர்கள் விசாரணையை வருடக்கணக்கில் ஒத்தி வைத்துக்கொண்டே போகிறார்கள். விசாரணைக்குட்பட்டவர்கள் எந்த ஒரு காரணமும் இல்லாமல் சிறையில் அழுகுகிறார்கள்.

இதன் வேறு பக்கமும் இருக்கிறது. பெரும்பாலும் விஷயம் சிக்கலானதாக இருக்கலாம். ஆதாரங்கள் சேகரிக்க காவல்துறையினருக்குப் பல ஆண்டுகள் ஆகலாம். அந்த மனிதனைக் காலவறையரையின்றி, குற்ற அறிக்கை தாக்கல் செய்யப்படும்வரை காத்திருக்க வைக்க வேண்டும் என்பதில் அர்த்தமில்லையே. அத்தகைய மனிதர்களை மனதில் கொண்டு, சட்டம் குறிப்பிட்ட கால அவகாசத்திற்குள் விசாரணையை முடித்துக் குற்ற அறிக்கையை நீதிமன்றத்தின் முன் வைக்க அறிவுறுத்தியுள்ளது. இவ்வாறு அவர்களால் செய்ய முடியவில்லையென்றால், குற்றம் சாட்டப்பட்டவரை வழக்கு விசாரணைக்கு வரும்வரை ஜாமீனில் விடுவிப்பது சட்டப்படி நீதிமன்றத்தின் கடமையாயிற்று. மிகவும் மோசமான குற்றங்களுக்கு இதைச் செய்ய வேண்டிய கால அவகாசம் தொண்ணூறு நாட்களும், மற்றவர்களுக்கு அறுபது நாட்களும் வறையறுக்கப் பட்டுள்ளது. பல கைதிகள் இந்தச் சட்டத்தைப்பற்றித் தெரியாததனால் வருடக்கணக்கில் சிறையில் வாடுகின்றனர். அத்தகைய கைதிகளுக்கு நாம் உதவ வேண்டும். நாம் முதலில் சிறை அதிகாரப் பத்திரத்தைப் பார்த்து அவன்/அவள் எந்தத் தேதியில் கைது செய்யப்பட்டார் என்று தீர்மானிப்போம், பிறகு அவர்கள் மீது என்ன குற்றம் சாட்டப்பட்டுள்ளது என்று பார்ப்போம். குற்ற அறிக்கை அறுபது அல்லது தொண்ணூறு நாட்களுக்குள் தாக்கல் செய்யப்பட்டிருக்க வேண்டும். அதற்கு மேலும் ஒருநாள் அவர்கள் இங்கிருந்தால், மனு தயார் செய்து அனுப்பி விடுவோம். இதை இப்பொழுது தெளிவாகப் புரிந்து கொள்ளுங்கள். கால அவகாசம் முடிந்த பிறகு, எவரையும், நீதிபதி ஒரு மணி நேரம் கூடச் சிறையில்

வைத்திருக்க முடியாது." சட்டத்தின் இந்த நுணுக்கங்களைப் பற்றித் தாராசந்த் ஏற்கெனவே அறிந்திருந்தார். ஆனால், அவருக்கிருந்த சில சந்தேகங்கள் இப்பொழுது தெளிவு படுத்தப்பட்டன.

"மற்றொரு சட்டப்படி, பல ஆண்டுகளாக விசாரணைக்குட்பட்ட கைதிகளை நாம் இப்பொழுது விடுவிக்க வேண்டும். ஒவ்வொரு குற்றத்திற்கும் அதிக பட்ச தண்டனையைச் சட்டம் விதித்துள்ளது மற்றும் ஒரு கைதியை நிர்ணயிக்கப்பட்ட காலத்தைவிட அதிக காலம் சிறையில் வைக்க முடியாது என்றும் விதித்துள்ளது. இந்த வழக்குகளின் பட்டியல் தயார் செய்வதற்கு நாம் கடுமையாக உழைக்க வேண்டும். பொதுவாக, காவல்துறை, வழக்குத் தாக்குதல் செய்யும் பொழுது, மிகக் கடுமையான குற்றங்களைக் குற்றவாளி மீது சாட்டுகிறது. கைது செய்வதற்கான பிடிவிறாந்து கைது செய்யப்பட்ட நாளன்று பிறப்பிக்கப்படுகிறது. அறிக்கையில் குறிப்பிடப்பட்டுள்ள, அவர்கள் மீதான அனைத்துக் குற்றச்சாட்டுகளின் பட்டியலும் பிடிவிறாந்தில் உள்ளது. பெரும்பாலான குற்றங்கள் விசாரணைக்குப் பின்னர் நிரூபிக்க முடிவதில்லை. அதனால் குறைவான குற்றங்களைக் குறிப்பிட்டு, குற்றப் பத்திரிக்கை தாக்கல் செய்யப்படுகிறது. பெரும்பாலும் காவல்துறையின் விசாரணை முடிவுகளை நீதிமன்றம் ஏற்றுக் கொள்வதில்லை, குற்றச்சாட்டுகளின் தீவிரத்தைக் குறைத்து விடுகிறது. நீதிமன்றம் குற்றச்சாட்டுகளை நிர்ணயித்த பின்னர் புது பிடிவிறாந்து பிறப்பிக்கப்பட வேண்டும். இதுதான் எடுக்கப்பட வேண்டிய சரியான நடவடிக்கை. யார் கவலைப்படுகிறார்கள்? இவ்வளவு வேலை செய்ய யாரும் தயாராக இல்லை. பழைய பிடிவிறாந்தே சுற்றி வளைந்து பயன்பாட்டில் இருந்து கொண்டிருக்கிறது. பின்னர், கைது செய்யப்பட்ட மனிதனுக்குப் பிடிவிறாந்தில் பட்டியலிட்டுள்ளபடி தண்டனை விதிக்கப்படுகிறது. பொதுவாக அது, அவர் பெறவேண்டியதை விட அதிகமாகவே இருக்கிறது. முடிவில், கைதிக்கு அநீதியே இழைக்கப்படுகிறது.

நாம் என்ன செய்ய வேண்டுமென்றால் பிடிவிறாந்தில் பட்டியலிடப் பட்டுள்ள பிரிவுகளில் கவனம் செலுத்தாமல், நீதிமன்றம் அவன் மீது சுமத்தியிருக்கிற குற்றங்கள் மீது கவனம் செலுத்த வேண்டும். நீதிமன்றம் பட்டியலிட்டுள்ளபடி, அதிகபட்ச தண்டனையை நாம் கணக்கிட்டு, குற்றம் சாட்டப்பட்டவர் அதிகபட்சத்தைவிட ஒருநாள் கூட அதிகம் சிறையில் கழித்திருந்தால் அவனை விடுவிக்கவேண்டும்."

இதைத் தெளிவு படுத்துவதற்கு ஹக்கம் ஒரு உதாரணத்தை மேற்கோளாகக் காட்டினார், "ரயில் நிலையத்தில் ஒரு திருடன் பயணியின்

சாமான்களைக் கடத்திச் சென்று விட்டால் அந்தக் குற்றம் பிரிவு 379 கீழ் வருகிறது. இதற்கு அதிகபட்ச தண்டனை மூன்று வருடங்கள். ஆனால், ஒரு திருடன் திருடுவதற்காக ஒரு கடைக்குள் அல்லது வீட்டுக்குள் புகுந்து உள்ளே இருப்பவர்களுக்குக் காயத்தை ஏற்படுத்தி விட்டால் குற்றம் அதிக ஆபத்தானதாக ஆகி விடுகிறது. இதற்கு ஆயுள் தண்டனை வரை கொடுக்கப்படலாம். எந்தத் திருடன் சம்பவ இடத்திலேயே கைது செய்யப் படுகிறான் அல்லது தடயங்களை விட்டுச் செல்கிறான்? திருடன் பல மாதங்களுக்குப் பிறகு பிடிபடுகிறான். அப்பொழுது திருடப்பட்ட சில பொருட்கள் மட்டுமே மீட்கப்படுகின்றன. திருடப்பட்ட பொருள்களை ஒருவர் வைத்திருந்தால் பிரிவு 411 பொருந்தும். இதற்கான தண்டனை மூன்று ஆண்டுகள். எப்படியும், சாட்சிகளின் முன்னிலையில் திருடன் குற்றத்தைச் செய்திருக்க மாட்டான், அதனால் பிரிவுகள் 452 மற்றும் 459 குற்ற அறிக்கையிலிருந்து அகற்றப்பட்டு அதற்குப் பதிலாக 411 மாற்றீடாகச் சேர்க்கப்படுகிறது. சட்டத்தின் அறியாமை காரணமாக, படிக்காத கைதிகள் பத்து ஆண்டுகள் வரை சிறையில் கழித்து விடுகிறார்கள். இந்தக் குழப்பமான இழைகளைப் பிரித்தெடுத்து, மூன்று வருடங்களுக்கு மேலாக சிறையில் கழித்துள்ள கைதிகளை விடுவிக்க வேண்டும்.

ஆதரிப்பாளர் யாரும் இல்லாதவர்களுக்கு ஒரு ரகசிய குறிப்பைக் கேட்டுக் கொள். பொதுவாக ஏழை மற்றும் பலவீனமானவர்களை, குறிப்பாக இடம்பெயர்ந்தோர்களை ஜாமீனில் விடுவிக்க நீதிமன்றம் தயங்குகிறது. இடம்பெயர்ந்தவனுக்கு ஜாமீன் கிடைத்தவுடன் அவன் தன் சொந்த ஊருக்கு ஓடி விடுகிறான். பின்னர் அவனைக் கைது செய்து யார் திரும்பக் கொண்டு வருவது? பொதுவாக ஜாமீன் கோருவது வழங்கப்படுவதில்லை. தற்செயலாக வழங்கப்பட்டாலும், நூற்றுக்கணக்கான விதிகள் வகுக்கப்பட்டுள்ளன. உதாரணத்திற்கு, ஜாமீன் விரும்பும் நபர் நிதி ரீதியில் நல்ல நிலையில் உள்ள உள்ளூர்வாசியாக இருக்க வேண்டும். இடம்பெயர்ந்தோர் இந்தக் குறிப்பிட்ட விதியைப் பூர்த்தி செய்ய முடியாது. அவர்களுக்கு ஜாமீன் வழங்க உள்ளூர்வாசியை ஏற்பாடு செய்ய அவர்களால் முடியாத நிலையில் அவர்கள் சிறையிலேயே இருக்கிறார்கள். இத்தகைய பாதிக்கப்பட்டவர்களின் ஆதரவாளர்கள் சிலர் உயர்நீதிமன்றத்தில் இருக்கின்றனர். குற்றவாளி நீண்ட காலமாகச் சிறையில் இருந்தால், அவரிடமிருந்து ஒரு தனிப்பட்ட ஒப்பந்த பத்திரம் வாங்கிக்கொண்டு, விடுவிக்க வேண்டுமென்று இரக்கமுள்ள நீதிபதிகள் சிலர், கீழ் நீதிமன்றங்களுக்கு அறிவுறுத்தல்கள் வழங்கியிருக்கின்றனர். எல்லா

நீதிபதிகளும் மற்றும் பல வழக்கறிஞர்களும், இந்தத் தீர்ப்பைப் பற்றி அறிந்திருக்கவில்லை. நான் இதைத் தேடிக் கண்டறிந்துள்ளேன். இந்தத் தீர்ப்புகள் அனைத்தையும் நாம் செயல்படுத்த முயற்சிக்கவேண்டும்.''

ஹக்கமின் வார்த்தைகளைக் கேட்டதும் தன் சந்தேகங்கள் தேவையற்றதென்று தாராசந்த் உணர்ந்தார். இத்தனை ஆண்டுகளாக ஒரு வஞ்சகனைப்போல் கைதிகளைத் தவறான வழியில் நடத்திச் சென்றிருக்கிறார்; இவையல்லவோ உண்மையான ரகசியங்கள். ஹக்கம் உண்மையைச் சொல்கிறார் என்று இப்பொழுது அவர் முழுமையாக நம்பினார். இப்பொழுது பாத்ஷா, பஞ்சி மற்றும் கரீப் வளாகங்கள் விரைவில் காலியாகி விடும். உற்சாகத்துடன் தாராசந்த் தனது வேலையில் மூழ்கி விட்டார்.

விடுவிக்கப்படுபவர்களின் பட்டியலைத் தயார் செய்த தாராசந்த் தயங்கினார். 'இதனால் தொழில்முறை குற்றவாளிகளும், கொடூரமான குற்றங்கள் செய்த குற்றவாளிகளும் சிறைக்கு வெளியில் வந்து விடுவார்கள். இத்தகைய நபர்களை விடுவிப்பது சட்ட பிரிவின் நோக்கமா? அவருக்குச் சில வழிமுறைகளை வழங்க ஹக்கம் மறந்து விட்டாரா?' எல்லாவற்றையும் தெளிவு படுத்த அவர் ஹக்கமிடம் விரைந்தார்.

"நம் நாட்டுச் சட்டங்களுடன் நான் உடன்படவில்லை. அவை சாதாரண குடிமக்களின் நன்மைக்காக உருவாக்கப்படவில்லை. ஒரு குறிப்பிட்ட வர்க்கம், தனது சொந்த நலன்களைப் பாதுகாக்கவும், ஏழைகளை அடிமையாக்கி வைத்துக் கொள்ளவும் இந்தச் சட்டங்களை அமைத்திருக்கிறது. சட்டத்தின்படி, பசுவின் உரிமை, குச்சி வைத்திருப் பவனுக்கிருக்கிறது. ரிக்ஷா இழுப்பவன் ஒருவன், சொற்ப ஐந்து ரூபாய் பணயம் வைத்துச் சூதாடினால் அது குற்றம். ஆனால், கேளிக்கை விடுதிகளில் லட்சக்கணக்கில் சூதாடுவது சட்டத்திற்கு உடன்பாடானது. வயிற்றை நிரப்ப குடிசையில் உடலை விற்பது குற்றம். அதுவே ஒரு ஐந்து நட்சத்திர விடுதியில் செய்யப்பட்டால் அது சரியானது.

நீ சொல், உனக்கு வழங்கப்பட்ட தண்டனைக்கான குற்றத்தை நீ செய்தாயா? நான் தண்டிக்கப்பட்டதற்கான குற்றத்தை நான் செய்தேனா? யாரும் விருப்பப்பட்டுக் குற்றவாளியாக மாட்டார்கள். சூழ்நிலைகள் அவர்களை உருவாக்குகிறது. அரசாங்கத்தின் முதல் கடமை, மக்களை மகிழ்ச்சியற்ற மற்றும் அதிருப்தியடையச் செய்யும் சூழ்நிலைகளிலிருந்து தடுப்பதாகும். அரசாங்கம் தனது கடமையிலிருந்து திசை திரும்பினால், மக்கள் தங்கள் இலக்குகளை அடையச் சட்ட விரோத வழிமுறைகளைப் பயன்படுத்துவது இயற்கை. அவர்களையும் தற்போதுள்ள சட்டங்களையும்

தவறாக நான் கருதவில்லை. இந்த நிமிடத்தில் சட்டங்கள் மாற்றப்பட வேண்டுமென்று நான் கூறவில்லை. நான் இப்பொழுது சட்டத்தைச் செயல்படுத்த முயற்சிப்பேன். அது நல்லதாக இருந்தாலும் சரி, கெட்டதாக இருந்தாலும் சரி. இவர்கள் ஏற்கெனவே தங்கள் குற்றத்திற்கேற்ற தண்டனையை அனுபவித்து விட்டார்கள். அவர்களைச் சிறையில் வைத்திருக்க யாருக்கும் உரிமை கிடையாது. அவர்களுக்கு நிச்சயமாக அவர்களின் உரிமை கிடைக்கவேண்டும்."

தனது சந்தேகங்களைத் தெளிவு படுத்திக்கொண்ட தாராசந்த் இப்பொழுது மகிழ்ச்சியுடன் தன் வேலையில் ஈடுபட்டார்.

அத்தியாயம் 28

ஏழைகள் மற்றும் எளிதில் பாதிக்கப்படக்கூடியவர்கள் வைக்கப் பட்டிருந்த கரீப் வளாகத்திலிருந்து விடுவிக்கப்படுபவர்களின் எண்ணிக்கை எல்லாவற்றையும் விட அதிகமாகயிருக்கும். அதனால் சட்டப்பிரிவு தன்னுடைய பணியை அந்தக் குறிப்பிட்ட வளாகத்திலிருந்து தொடங்கியது. முந்தைய வாரம் ஆறு மனுக்கள் தயார் செய்யப்பட்டன. அவற்றில் ஐந்து வெற்றிகரமாக அங்கீரிக்கப்பட்டன. ஆறாவது என்னவாகும் என்று அவர்களுக்கு விரைவில் தெரியவரும். இந்தக் குறிப்பிட்ட முகாமை நோக்கிச் செல்லும் பொழுது சட்டப்பிரிவினரின் மனவுறுதி உயர்ந்திருந்தது.

கடந்த முறை, அதிகபட்ச மனுக்கள் நன்னா சார்பாக எழுதப்பட்டிருந்தது. அவன் கத்தியைக் கையாளுபவன். சிறுமிகளைத் துன்புறுத்திய முரடர்களுக்கு ஒன்றிரண்டு பாடம் கற்பிக்க நாஸ் சினிமா நிர்வாகத்தால் அவன் பணியமர்த்தப்பட்டிருந்தான். பதிலுக்கு மேலாண்மை, அவனைச் சினிமா டிக்கெட்டுகளைக் கறுப்பு சந்தையில் விற்க அனுமதித்தது. திரைப்படம் நன்றாக இல்லாமல் வாடிக்கையாளர்களும் குறைவாக இருந்தால், அவன் சில ஜேப்படிக் களவுகளில் ஈடுபட்டுத் தன்னுடைய போதை மற்றும் சூதாட்ட பழக்கங்களைத் தொடர்ந்தான். ஒரு தடவை அவன் படம் பார்க்க வந்த ஓர் இளைஞனின் பையில் கை விட்டபொழுது, அந்தச் சிறுவன் நன்னாவைக் கையும் களவுமாகப் பிடித்துவிட்டான். தப்பிக்க நினைத்த நன்னா, தன் கத்தியை ஓங்கிச் சிறுவனின் அடி வயிற்றில் குத்த முயன்றான். ஆனால், சிறுவன் கையைக் கவசமாக வெளியே பிடித்து வைத்ததால் அவனது முயற்சி முறியடிக்கப்பட்டது. கொலை முயற்சிக் குற்றச்சாட்டில் காவல்துறையினர் நன்னாவைக் கைது செய்தனர்.

ஒரு வாடிக்கையாளரைத் தாக்கி அவருடைய அரங்கத்திற்குக் கெட்ட பெயர் கொண்டு வந்ததற்காகத் திரைப்பட அரங்கின் உரிமையாளர் நன்னா மீது கோபம் கொண்டார். இது வாடிக்கையாளர்களைப் பாதிக்கும் என்பதால் தனது செல்வாக்கால் அவன் மீதிருந்த கொலைக் குற்றச்சாட்டை அகற்றிக் கொடுத்தார். அப்படியும் காவல்துறையினர் நன்னாவை ஜேப்படிக் கொள்ளைக்கும், காயம் ஏற்படுத்தியதிற்கும் குற்றம் சாட்டினர்.

நன்னாவுக்கு எதிரான இதுபோன்ற எட்டாவது வழக்காகும். அவன் நான்கு குற்றங்களுக்கான தண்டனையை அனுபவித்தாயிற்று. மற்ற நான்கின் விசாரணைக்காகக் காத்திருந்தான். நீதிமன்றத்தை அல்லது

சட்டத்தைப் பற்றி அவன் பயப்பட்டதாகத் தெரியவில்லை. ஏனென்றால் ஜாமீனில் விடுவிக்கப்பட்டவுடனே அவன் மற்றொரு குற்றத்தைச் செய்தான். எரிச்சலடைந்த நீதிபதி, இந்தத் தடவை ஜாமீன் வழங்க மறுத்துவிட்டார். சினம் கொண்ட திரைப்பட அரங்கின் உரிமையாளர்களும் அவனுக்காக மறுப்புரைக்கு எவரையும் பணியமர்த்த மறுத்து விட்டனர்.

இரண்டு ஆண்டுகளாக முக்கிய சாட்சி தனது வாக்குமூலத்தைக் கொடுப்பதற்கு வரவில்லை. பின்னர் நிலைய அதிகாரி வெளிநாடு சென்று விட்டார், நன்னா இப்பொழுது மூன்றரை ஆண்டுகளாகச் சிறை ரொட்டிகளைத் தின்று கொண்டு, அவனுடைய வழக்கு விசாரணைக்கு வருவதற்காகக் காத்திருந்தான். நன்னா மீது ஐந்து வழக்குகள் பதிவு செய்யப்பட்டிருந்தாலும், அதில் ஒன்றுக்குக்கூட மூன்று ஆண்டுகளுக்கு மேலாகச் சிறைத் தண்டனை தேவையிருக்கவில்லை. விடுவிக்கப்படுவது அவனுடைய சட்டபூர்வமான உரிமையாகும். குற்றவியல் பிரிவுகளையும் உச்ச நீதிமன்றத்தின் உத்தரவுகளையும் மேற்கோள் காட்டி ஒரு மனு தயாரிக்கப்பட்டபொழுது, அதை நிராகரிக்கக்கூடிய யாரும் உயிருடன் இல்லை என்று தாராசந்துக்கு உறுதியாயிற்று.

ஒரு மாதத்திற்கு முன்புகூட, தலைமை காப்பாளர் கேட்டுக்கொண்ட பொழுது, நன்னா சார்பாக ஒரு மனு எழுதிக் கொடுத்திருந்தார் தாராசந்த். அதே பழைய நொண்டிக் காரணங்களை அது விவரித்தது, ‘என் குடும்பத்தில் நான் ஒருவன் தான் சம்பாதிப்பவன். எனக்கு வயதான பெற்றோர்கள் உள்ளனர். நான் அடிக்கடி நோய்வாய்ப்படுகிறேன், போன்றவை.’ இந்த மனு தயாரிக்கப்பட்டதன் பயன்பாட்டைத் தாராசந்த் இப்பொழுது புரிந்து கொண்டார். அது எழுதப்பட்டது நன்னாவின் நலனுக்காக அல்ல, காப்பாளரின் நலனுக்காக. அவர் நன்னாவிடமிருந்து ஐம்பது ரூபாய் வாங்கிக்கொண்டு நாற்பதை தான் வைத்துக் கொண்டு, பத்தைத் தாராசந்திடம் கொடுத்திருந்தார்.

அதனால்தான் போன தடவை கையில் உறையுடன் தாராசந்தைப் பார்த்த நன்னா, வெகுண்டெழுந்தான். “இந்தப் பள்ளி ஆசிரியரை மீண்டும் பிடித்துக் கொண்டு வந்து விட்டீர்களா! உங்களுக்குக் கொடுப்பதற்கு ஐம்பது ரூபாய் என்னிடம் இப்பொழுது இல்லை. நீங்கள் அனைவரும் திருடர்கள்! ஒவ்வொரு ரூபாயாக நான் சிரமப்பட்டுச் சேகரிக்கிறேன். என்னை ஏமாற்றி அதை நீங்கள் பறித்துக்கொண்டு விடுகிறீர்கள். நான் விடுவிக்கப்பட மாட்டேனென்று எனக்குத் தெரியும். நான் விடுதலை பெற விரும்பவும் இல்லை.”

நன்னாவின் இடது கண் செயற்கையானது. அதனால் அவனுடைய கோபத்தின் எந்த விளைவும் அதில் தெரியவில்லை. நல்ல கண் ஆத்திரக்கனல்களை வீசியது. முன்பொருசமயம் கைகலப்பின்பொழுது நெற்றி பிளக்கப்பட்டபின் போடப்பட்ட தையல்களின் வடுக்களின் காரணமாகத் தென்பட்ட கோடுகள் நிரந்தரத் கடுப்பு வடிவத்தை அவனுக்குக் கொடுத்துக் கொண்டிருந்தது. சினத்தில் ரத்தம் முகத்திற்கு விரைந்ததால் அவை இன்னும் நன்றாக வெளிப்பட்டன. உடைந்த அவனது தாடையின் நடுக்கம் அவனை மேலும் பயங்கரமாகத் தோன்றச் செய்தது.

இப்பொழுது தன்னை யாராலும் காப்பாற்ற முடியாது என்று எண்ணிய தாராசந்தின் கால்கள் நடுங்க ஆரம்பித்தன. சினமுற்ற தரோகாவின் உதவியாளர் கோபத்துடன் நன்னாவுக்குத் தெரிவித்தார், ‘‘மூடனே! இவர்கள் சட்டப்பிரிவைச் சேர்ந்தவர்கள். நேற்று கஷ்டப்பட்டு எல்லாம் விவரித்த பொழுது நீ எங்கிருந்தாய்?’’

“பரவாயில்லை, இது அவன் தவறல்ல. அவனுடைய மனுக்கள் பலமுறை நிராகரிக்கப்பட்டதால் அவனுடைய நம்பிக்கை அசைந்து விட்டது. அவனை நானே கவனித்துக்கொள்கிறேன்” என்று கூறியவாறு தரோகாவின் பிரம்பு நன்னாவின் தோள்களைத் தாக்கும் முன்பு ஹக்கம் தடுத்தார். முன்பு, இருபது அல்லது முப்பது ரூபாய் தினசரி சம்பாதித்ததில் தாராசந்த் சந்தோஷமாக இருந்தார். ஆனால், அன்றுமுதல் அத்தகைய வருமான வழிமுறைகளில் அவர் அக்கறை காட்டாமல் இருந்து விட்டார்.

தாரசந்த், இன்று கரீப் வளாகத்தில் கால் வைக்கவே பயந்தார். யார் கண்டார், அங்கு மற்றொரு நன்னாவுடன் வேறொரு முரண்பாடு ஏற்படலாம்! ஒருவேளை ஒரு புதிய நன்னா அவருக்குச் சவால் விடுத்தால், அவனிடமிருந்து முன்பு வாங்கியப் பணத்தைத் திருப்பி விடலாம் என்கிற எண்ணத்துடன் அவர் தன்னுடன் சிறிது பணத்தைக் கொண்டு வந்திருந்தார்.

இரண்டாவது மனு, இரண்டு காளைகளின் மோதலில் சிறைக்கு வந்திருந்த, தேநீர் கடைக்காரர் ராமு மற்றும் ரிக்ஷா இழுப்பவரான கோட்டு என்பவர்களின் சார்பாக இருந்தது.

ஒரு வருடத்திற்கு முன்பு, ராமானந்த் மருத்துவமனையின் பாரா மருத்துவ ஊழியர்கள் வேலை நிறுத்தத்தில் ஈடுபட்டிருந்தனர். மருத்துவ மனைக்கு அவர்களின் பங்களிப்பு மருத்துவர்களின் பங்களிப்புக்குச் சமம் என்றும் மருத்துவர்கள் அனுபவித்த வசதிகளைப்போல், அவர்கள்

வசிக்கும் குடியிருப்புகளுக்கும் வாடகை வசூலிக்கப்படக்கூடாது, மின்சாரம் மற்றும் பொதுநல வழங்கீடுகளுக்குக் கட்டணம் வசூலிக்கக் கூடாதென்றும் அவர்கள் வலியுறுத்தினர். தங்கள் குடும்பங்களுக்கு இலவச சுகாதார சேவைகள் வழங்கப்பட வேண்டும் மற்றும் மருத்துவர்களைப் போலவே மருத்துவமனையில் நடத்தப்படும் அனைத்து மருத்துவ சோதனைகளிலும் அவர்களுக்குத் தரகு கிடைக்க வேண்டுமென்றும் கோரினர்.

நிர்வாகம் அவர்களுக்கு அவர்களின் இடத்தைக் காட்ட விரும்பியது. நாய் ஒன்று காளை மாட்டு வண்டியின் கீழ் புகுந்து விட்டால் அதன் முயற்சிகளால் வண்டி நகர்கிறது என்று அர்த்தமில்லை. மருத்துவமனைக்குச் சிகிச்சைக்காகத் தென் டெல்லியிலிருந்து நோயாளிகள் வருவது அதன் ஊழியர்களின் செயல்திறன் காரணமாக அல்ல, மாறாக அங்கு பணியமர்த்தப்பட்டிருந்த நிபுணர்கள் காரணமாகும். ஊழியர்கள், தனியார் மருத்துவமனைகளில் வேலை செய்யும் ஊழியர்களுக்கு வழங்கப்படும் வசதிகளைப்பார்க்க வேண்டும். இங்கு இவர்களுக்கு கிடைக்கும் சம்பளத்தில் பாதிதான் அவர்களுக்குக் கொடுக்கப்படுகிறது, தவிர வேலை நேரம் கிட்டத்தட்ட இரட்டிப்பாக இருந்தது. தலைவலியிலிருந்து விடுபட ஒரு மாத்திரை தேவையானாலும் அதற்கான விலையை அவர்களுக்குச் செலுத்த வேண்டியிருந்தது. ஊழியர்கள் அமைதியாக, இருந்ததை வைத்துக்கொண்டு மகிழ்ச்சியாக இருக்க வேண்டும்.

சண்டை தீவிரமாகி ஊழியர்களின் வேலை நிறுத்தத்தில் போய்ச் சேர்ந்தது. இது மருத்துவமனையின் வருமானம் மற்றும் நற்பெயரையும் பாதிக்கத் தொடங்கியது. புதிய நோயாளிகள் வரவில்லை மற்றும் பழையவர்களும் மற்ற மருத்துவமனைகளுக்கு மாறுவது பற்றிச் சிந்தித்துக்கொண்டிருந்தார்கள். நிலைமையைச் சமாளிக்க நிர்வாகம் சிறிது மென்மையாக மாறியதுடன், அவர்களின் கோரிக்கைகளை ஏற்றுக் கொள்வதற்கான விருப்பத்தையும் காட்டியது. உற்சாகத்தை அடக்க முடியாத அந்தத் தொழிற்சங்கத்தின் அனுபவமற்ற தலைவர்கள், அவர்களின் கோரிக்கைகள் அனைத்தும் நிறைவேற்றப்பட்ட பிறகே வேலை நிறுத்தத்தை முடிவுக்குக் கொண்டு வருவோமென்று அறிவித்தார்கள்.

நிர்வாகம் கடந்த காலத்தை விட எதிர்காலத்தைப் பற்றி அதிக அக்கறை கொண்டிருந்தது. இந்தக் கட்டுபாட்டுடன் உடன்படுதல் தொழிற்சங்கத்தை வலிமையாக்கிவிடும் மற்றும் அது தினந்தோறும் அச்சுறுத்தல்களை வெளியிடத் தொடங்குமென்று அவர்கள்

எண்ணினார்கள். ஒரு பாம்பின் விஷப்பல்லை அது பிறந்தவுடனே பிடுங்கிவிட வேண்டும். இந்த உட்கருத்துடன் அவர்கள் காவல்துறை அதிகாரிகளுடன் பேசினார்கள், "நாங்கள் உங்களுடைய நாய்களுக்கும், பூனைகளுக்கும் கூட இலவசமாகச் சிகிச்சை அளிக்கிறோம். இப்பொழுது எங்களுக்கு உங்கள் உதவி தேவை."

பெற்ற உதவிகளுக்குக் கைமாறு செய்ய, காவல்துறை நடவடிக்கையில் இறங்கியது. எதிர்ப்பு தெரிவிக்க உட்கார்ந்திருந்த அனைவரையும் வலைவிரித்துச் சிறைக்கு எடுத்துச்செல்ல ஒரு திட்டத்தை உருவாக்கியது. ஆனால், விரைவில் இதைப்பற்றி அறிந்து கொண்ட தொழிற்சங்கத் தலைவர்கள், காவல்துறையினரைத் தைரியமாக எதிர்கொள்ளத் தீர்மானித்தனர்.

இதை எதிர்ப்பார்க்காத காவல்துறையினர், தொழிற்சங்க உறுப்பினர்களைக் கைது செய்ய, ஒரு துணைத் தலைவரின் ஆதிக்கத்தில், ஒரு சிறிய குழுவை அனுப்பியிருந்தது. தலைவர்களைப் பிடிக்கப் போராடிக்கொண்டிருந்த காவல்துறையினர் மீது, பதுங்கியிருந்த சில தொழிலாளிகள் திடீர் தாக்குதல் நடத்தினர். அதைத் தொடர்ந்து நடந்த சண்டையில் சில காவல்துறையினர் தங்கள் தலைப்பாகைகளை இழந்தனர் மற்றும் பலர் வெட்டுக்களுக்கும், கீறல் காயங்களுக்கும் ஆளானார்கள். துணைத் தலைவர் கம்பளத்தின் மடிப்புகளில் சிக்கிக் கீழே நிலத்தில் விழுந்தார். கட்டுமஸ்தான உடலமைப்பு பெற்றிருந்த அவருக்குத் திரும்பவும் எழுந்து நிற்பதற்குச் சிறிது நேரம் பிடித்தது. அதற்குள், அவர் மல்லாந்து விழுந்து கிடப்பதைச் சில பத்திரிக்கை யாளர்கள் புகைப்படம் பிடித்து விட்டார்கள். ஒரு பெண் காவலரின் பின்னலை ஒரு செவிலியர் இறுக்கப் பிடித்தார். விழிப்புணர்வுடன் இருந்த புகைப்படக்காரர் ஒருவர், இதையும் படமெடுத்துக் கொண்டார்.

எல்லாவற்றிற்கும் மேலாக வெறும் கையுடன் திரும்ப வேண்டியிருந்ததால் காவல்துறையினர் கோபமுற்றனர். உயர் அதிகாரிகள் இன்னொறு கூட்டத்திற்கு ஏற்பாடு செய்து, அவமதிப்புகளுக்கு உடனடியாகப் பழிவாங்க வேண்டும், மேலும் காவல்துறையினரை இலக்கு வைக்கத் துணிந்த தொழிலாளர்களுக்கும், பத்திரிக்கையாளர்களுக்கும் ஒரு பாடம் கற்பிக்க வேண்டுமென்று தீர்மானித்தனர்.

முழு மாவட்டத்திலும் இருந்த அனைத்துக் காவல்துறையினரும் ஒன்று சேர்ந்து வந்து மருத்துவமனையைச் சுற்றி வளைத்துக் கொண்டனர். பின்னர் எதிரிக் கோட்டையைத் தாக்குவதைப்போல் தாக்குதல் நடத்தினர். வழியில் யார் வந்தாலும், அது வழிபோக்கர்களாகட்டும், மாணவர்கள்,

நோயாளிகள், ரிக்ஷா அல்லது கைவண்டி இழுப்பவர்கள், யாராக இருந்தாலும் அவர்களை இரக்கமின்றி அடித்தனர். கைவண்டிகள், ரிக்ஷாக்கள், கார்கள் மற்றும் ஸ்கூட்டர்கள் அழிக்கப்பட்டன.

வெட்டுக்கிளிகளின் திறள் போல் காவல்படை முன்னேறுவதைப் பார்த்த தொழிலாளர்களிடையில் நெரிசலும் மிதியடியும் ஏற்பட்டது. சிலர் கழிப்பறையிலிருந்த தண்ணீர்த் தொட்டிகளுக்கடியில் மறைந்து கொண்டனர். மற்றவர்கள் தங்கள் உயிருக்குப் பயந்து கவுண்டர்களின் கீழ் தஞ்சமடைந்தனர். காவல்துறையினர் கதவுகளையும், ஜன்னல்களையும் நொறுக்கி அவர்களைப் பிடித்து வெளியே இழுத்தனர். அடியிலிருந்து தப்பிக்கச் சில தொழிலாளிகள் கூரைமீதும், இன்னும் பலர் மரங்கள் மீதும் ஏறிக்கொண்டனர். காவல்துறையினர் கூரைக்குச் செல்லத் தொடங்கியவுடன், அவர்களில் சிலர் தாவி குதித்து, மேல்நிலை மின்சார கம்பிகளில் மற்றும் காற்று வெளியேற்றும் கருவிகளில் சிக்கிக் கொண்டனர். இந்தத் தடவையும் புகைப்படக்காரர்கள் முன்னால் சென்று மக்கள் குதிப்பதையும், கம்பிகளில் சிக்கியிருப்பதையும், காவல் துறையினரின் தடியால் தாக்கப்படுவதையும் புகைப்படம் எடுத்தனர்.

மருத்துவமனையில் முதலில், கைகளுக்கு எட்டியவர்களை யெல்லாம் காவல்துறையினர் அடித்தனர். பின்னர், முந்தைய தடவை அவர்களை அவமதித்த தொழிலாளிகள் அடையாளம் கண்டு கொள்ளப்பட்டுக் காவல் நிலையத்தில் கொடுமைப் படுத்தப்பட்டனர் மற்றும் காவல்துறையினரை அவர்களது கடமைகளைச் செய்ய விடாமல் தடுத்ததாகவும், அரசாங்க ஊழியர்களைக் கொல்லும் நோக்கத்துடன் அவர்களைத் தாக்கியதாகவும் அவர்கள் மேல் குற்றச்சாட்டுகள் சாட்டப்பட்டன. அவர்கள் கைது செய்யப்பட்டுச் சிறைக்கு அனுப்பப்பட்டனர்.

காயமடைந்ததால், தொழிலாளிகளில் சிலரை மருத்துவமனையில் சேர்க்க வேண்டியிருந்தது. சிலர் சிறைக்குச் சென்றனர். பயந்த மீதம் உள்ளவர்கள் மறைமுகமாயினர். வேலை நிறுத்தம் தோல்வி அடைந்தது மற்றும் தாற்காலிக தொழிலாளிகள் தங்கள் வேலைக்குத் திரும்பினர்.

அடுத்த நாள் நிர்வாகத்தின் மகிழ்ச்சி வேதனையாக மாறியது. செய்தித்தாள்கள் தொழிலாளர்கள் மீதான காவல்துறையினரின் அட்டூழியங்களின் படங்களை வெளியிட்டு அவர்கள் நன்கு திட்டமிட்டு நிறைவேற்றிய காரியத்தைப் பாழாக்கிவிட்டன. நாடு முழுதும் சினந்தெழுந்தது. சில படங்கள் ஒரு பெண் தொழிலாளி ஆடை அகற்றப்பட்டு நிர்வாணமாக்கப்பட்டதைக் காண்பித்தன. இன்னும் சில அவர்கள் மிதிபடுவதைக் காண்பித்தன. நிர்வாகத்துடனோ அல்லது

தொழிலாளிகளுடனோ எந்தத் தொடர்பும் இல்லாமல் வீணாக இந்தச் சச்சரவில் சிக்கி, காயமடைந்தோரின் பெயர்களையும் பத்திரிக்கையாளர்கள் வெளியிட்டனர்.

மனித உரிமைக் குழுக்கள் இந்தப் பிரச்சனையை எழுப்பிய பொழுது மேலாண்மையும், காவல்துறையினருடன் சேர்ந்து மெழுகு போல் உருகியது. அரசாங்கத்தின் உத்தரவிற்குப் பிறகு, மாவட்ட நிர்வாகமும், நகரத்தின் பிரபல மக்களும் இந்த விஷயத்தில் தலையிட்டு, இரண்டு கூட்டங்கள் கூடிய பிறகு சமரசம் ஏற்பட்டது. வழங்கப்பட்டதை மகிழ்ச்சியுடன் ஏற்றுக்கொண்ட தொழிலாளர்கள் வேலைக்குத் திரும்பினர்.

வேலை நிறுத்தம் காரணமாக மருத்துவமனையை விட்டு வெளியேறிய நோயாளிகள் விரைவில் திரும்பினர். ஆனால், தொழிலாளிகளின் வேலைக்குத் திரும்பும் வேகம் மெதுவாகயிருந்தது. வேலை முறை பட்டியலில் இருந்த பணிபுரியும் அனைத்து ஊழியர்களும் இல்லாமல் மருத்துவமனை எவ்வாறு செயல்படமுடியும் என்று நிர்வாகம் கவலைப்பட்டது. தலைவர்கள் சிறையில் அழுகிக்கொண்டிருக்கும் நிலைமையில், தாங்கள் வேலைக்கு வரமுடியாததால், தலைமறைவானவர்கள் பதற்றப்பட்டனர். தொழிலாளர்கள் மற்றும் நிர்வாகத்திற்கும் இடையே இன்னொரு சந்திப்பிற்குப் பின்னர், சிறையில் அடைக்கப்பட்டிருந்த தலைவர்களை உடனடியாக விடுவிப்பதாக நிர்வாகத்தினர் உறுதி அளித்தனர்.

காவல்துறையினரின் கோபம் இன்னும் தணிந்திருக்கவில்லை. அவர்கள் தொழிலாளர்களால் தாக்கப்பட்ட படங்கள் விரிவாக்கப்பட்டுப் பெரிய தலைப்புகளில், கிட்டத்தட்ட ஒவ்வொரு செய்தித்தாளிலும் அச்சிடப்பட்டிருந்தன. பொதுமக்களின் நினைவாற்றல் அவ்வளவு பலவீனமாக இருக்கவில்லை, மேலும், தலைவர்களை அவசரமாக விடுவிப்பதன் மூலம் காவல்படையின் மன உறுதியைக் குறைக்க அவர்கள் விரும்பவில்லை.

வழக்குகளைத் திரும்பப் பெறுவதா வேண்டாமா என்று காவல்துறையினர் தயங்கினர். எரிச்சலுற்ற நிர்வாகம் முதலமைச்சருடன் பேசியது. அவர் உத்தரவுக்குப் பிறகு காவல்துறையினருக்கும் நிர்வாகத்திற்கும் இடையில் மற்றொரு சந்திப்பு ஏற்பாடாயிற்று. “தீங்கு விளைவிப்பவர்கள் எங்கள் கண்களிலும் தூசிகள்தான். நிலைமையை நாம் சமாளிக்க வேண்டும். விஷயம் சிறிது அடங்கட்டும், நாம் பிறகு பழி தீர்த்துக் கொள்வோம். சில மாதங்களுக்குக் கோப்புகளைக் குளிர்சாதனத்தில் வைத்து விடுங்கள். பிறகு, நீங்கள் விருப்பப் பட்டால்

குற்றச் சாட்டுக்கள் சுமத்தி நீதிமன்றத்தில் தாக்கல் செய்யுங்கள். உண்மையைச் சொல்லப் போனால், நிர்வாகம் இதில் உங்களை எதிர்ப்பதற்குப் பதிலாக, ஆதரிக்கும்" என்று நிர்வாகம் காவல் துறையினருக்கு உறுதியளித்தது.

இறுதியாக நிறைய ஆலோசனை மற்றும் விவாதங்களுக்குப் பிறகு ஒரு வழி கண்டறியப்பட்டது. காவல்துறையினர் தவறாக அப்பாவி பார்வையாளர் சிலரைக் கைது செய்திருந்தனர். தொழிலாளர்களை விடுவிப்பதற்காக இவர்கள் இப்பொழுது அவர்கள் மீது தங்கள் பிடியை இறுக்கிவிடலாம் மற்றும் சாட்சிகளின் வாக்குமூலங்கள் மாற்றப்படும்.

நிர்வாகம் சாட்சிகளுடன் தொடர்பு கொண்டு சம்பவத்தின் பொழுது அவர்கள் அங்கே இருக்கவில்லையென்று அவர்களின் கையொப்பமிட்ட வாக்குமூலங்களைப் பெற்றுக் கொண்டது. பின்னர் அவர்கள் தங்கள் வழக்கறிஞரைத் தொழிற்சங்க வழக்கறிஞர்களுக்கு உதவியளித்து அதிகபட்ச தொழிலாளர்களை விடுவிக்குமாறு அறிவுறுத்தினர்.

திட்டம் வேலை செய்யத்தொடங்கியது மற்றும் தொழிலாளர்கள் ஒவ்வொருவராக வெளியே வரத்தொடங்கினர். முன்பு தொழிற்சங்கம் பொது மக்களுக்கு அவர்களின் வழக்குகள் கட்டணமின்றி போராடப்படும் என்று உறுதியளித்திருந்தனர். ஆனால், மாறுபட்ட சூழ்நிலையில் அவர்கள் தங்கள் வாக்குறுதியை மறந்து விட்டனர். ரிக்ஷா மற்றும் கை வண்டி இழுப்பவர்கள் தொழிற்சங்கத்தின் உறுப்பினர்கள் அல்ல. எனவே, பாதுகாப்பு வழக்கறிஞர்கள் அவர்களிடமிருந்து கட்டணம் கோரத் தொடங்கினர். பொருளாதார நிலையில் வசதியானவர்கள் வழக்கறிஞர்களை நியமித்து, ஜாமீன் தொகை ஏற்பாடு செய்து கொண்டு விடுதலை பெற்றனர். ராமு, கோட்டு போன்ற அப்பாவிகள் பின்னால் விடப்பட்டனர். ராமு ஒரு ரிக்ஷா ஓட்டுபவன், மருத்துவமனைக்கு வெளியில் பயணிகளுக்காகக் காத்திருப்பவன். அந்தத் துர்திஷ்டம் பிடித்த நாளன்று அவன் நோயாளியின் உடைமைகளை எடுக்க உள்ளே சென்ற பொழுது வழியில் காவல்துறையினரால் பிடிக்கப்பட்டான்.

கோட்டு மருத்துவமனையின் வெளியிலிருந்த மரத்தடியில் தேநீர் கடை நடத்தினான். அன்றைய தினம் நதி பிரவாகமாக மாறியிருந்த காவல்துறையினர் கோட்டுவின் தேநீர் வண்டியையும் அடித்துச் சென்றனர். காவல்துறையினர் அவனுடைய வண்டியை உடைத்து உருக்குலைத்து விட்டனர், அவனது உடலையும் அவ்வாறே செய்தனர். இரண்டு நாட்களுக்கு ஊரடங்கு உத்தரவு போன்ற நிலைமை நிலவியது. ஒருவனுடைய தலைப்பாகை விழுந்த இடத்தில் தீண்டப்படாமல் அந்த

இடத்தில் அப்படியே கிடந்தது; ஒரு காலணி இழுபட்டுத் தொங்கிக் கொண்டிருக்க அதுவும் அந்த இடத்திலேயே ஆடிக்கொண்டிருந்தது. கோட்டுவின் உடைந்த வண்டி மற்றும் ராமுவின் பழுதடைந்த ரிக்ஷாவின் படங்களும் பிரசுரிக்கப்பட்டன. அவர்கள் விட்டுச் சென்ற அவர்களுடைய உடைமைகள் அதே இடத்தில் பாதுகாப்பாக இருக்கிறது என்ற நம்பிக்கை அவர்களுக்கு உண்டாயிற்று.

சில நாட்களுக்குப் பிறகு கார்ப்பரேஷன்காரர்கள் வந்து உரிமை கோரப்படாத அனைத்துப் பொருட்களையும் இழுத்துச் சென்று விட்டனர். ராமு தனது ரிக்ஷாவை வாடகைக்கு எடுத்திருந்தான். உரிமையாளர் செயற் குழுவினரிடம் சென்று, அபராதத்தைக் செலுத்திவிட்டு ரிக்ஷாவை மீட்டுக்கொண்டார். பின்னர் சிறையில் ராமுவைச் சந்திக்கச் சென்றார். ராமு பாதுகாப்புப் பணமாக ஐநூறு ரூபாய் உரிமையாளரிடம் வைத்திருந்தான். அவர் அந்தத் தொகையைக் கழித்துக்கொண்டு கூடுதலாக ரூபாய் ஐநூறுக்குக் கடன் உறுதி ஆவணத்தில் ராமுவைக் கையெழுத்திடச் செய்து கொண்டு தன் வழியே சென்றார். கோட்டு அதிர்ஷ்டசாலி. அவனுடைய வண்டி அவனுக்கே சொந்தம். எட்டு ஆண்டுகள் கடின உழைப்பிற்குப் பிறகு அதைக் கஷ்டப்பட்டு அமைத்துக் கொண்டிருந்தான். அடுப்பு, கெண்டி மற்றும் பிற சிறிய பொருள்களை அவன் தவணையில் வாங்கியிருந்தான். அவனுடைய வண்டியைத் திரும்பப் பெறுவதற்காக அவனுடைய நண்பர்கள் செயற் குழுவிடம் சென்றனர். ஆனால், கோரப்பட்ட அபராதத் தொகை உடைந்த வண்டியின் மதிப்பைவிட அதிகமாக இருந்தது. மற்ற பொருள்கள் காணாமல் போய் விட்டிருந்தன. வேறு வழியில்லாமல் அவர்கள் வெறுங்கையுடன் திரும்பினர்.

கோட்டு வழக்கு விசாரணைக்காக நீதிமன்றம் சென்ற பொழுது அவனுடைய முதலாளி அவனைச் சந்திக்க வந்தார். சில கணக்கீடுகள் செய்த பிறகு அவனிடமிருந்து இன்னும் இரண்டாயிரம் ரூபாய் வாங்கிக் கொண்டு சென்று விட்டார்.

நிதி நிலைமையைப் பொறுத்தவரை, ராமு மற்றும் கோட்டுவின் நண்பர்கள் அவர்களைப் போலவே இருந்தார்கள். அவர்கள் இரண்டு அல்லது முன்னூறு ரூபாய் என்று சிரமப்பட்டுச் சேகரித்துக்கொண்டு, நண்பர்களை விடுவித்து விடலாம் என்ற நம்பிக்கையில் நீதிமன்றம் செல்வார்கள். ஆனால், வழியில் தரகர்கள் அவர்களை இடை மறிப்பார்கள். சீக்கிரத்தில் அவர்களுடைய சேமிப்பு அனைத்தும் ஒரு *முன்ஷி* அல்லது தட்டெழுத்தாளர் வயிற்றில் சுகமாக ஓய்வெடுத்துக் கொண்டிருக்கும். வேண்டுகோள் நீதிபதியின் மேசைக்கு எட்டுவதற்கு

முன்பே மறைந்து விடும். இந்த ஊசற்கட்டை விளையாட்டில் ஒரு வருடம் இழுபட்டுவிட்டது.

ஒரு வாரம் முன்பு, தேவைப்படும் கைதிகளுக்கு அரசாங்கம் இலவச சட்ட உதவி வழங்குமென்று சிறை அதிகாரிகள் அறிவித்து இருந்தனர். இது ராமு மற்றும் கோட்டுவின் கண்களில் நம்பிக்கையின் பிரகாசத்தைக் கொண்டு வந்தது. ஆனால், அவர்களிடம் ஒப்படைக்கப்பட்ட மேல்முறையீட்டுடன், ஜாமீனில் விடுவிப்பதற்கான அனுமதி ஒப்புதல் இணைக்கப்பட்டிருக்க வேண்டுமென்ற நிபந்தனையைக் கண்டவுடன் அவர்கள் நம்பிக்கை இழந்தனர். இந்தக் குறிப்பிட்ட உத்தரவு ஆறு மாதங்களுக்கு முன்பு ஒரு கனிவான நெஞ்சம் கொண்ட நீதிபதியால் பிறப்பிக்கப்பட்டிருந்தது.

ஒரு வழக்கில் இருபத்தெட்டுப் பேரைக் காவல் துறையினர் கைது செய்திருந்தனர். அதில் இருபத்தியாறு பேர்கள் ஏதோ சில உத்திகள் மூலம் விடுவிக்கப்பட்டனர். மீதமிருந்த இருவர் மீது பரிதாபப்பட்ட நியாயாதிபதி விண்ணப்பம் இல்லாமலே ஜாமீனில் அவர்களை விடுவிக்க உத்தரவிட்டார். அவர்களுடைய நண்பர்கள் நீதிமன்றத்திற்கு விரைந்தனர். ஆனால், புலம்பெயர்ந்த கைதிகளுக்கு ஓர் உள்ளூர்வாசி ஜாமீன் பத்திரம் அளிக்க வேண்டியது அவசியம், அதுவும் அவர் செல்வந்தராகவும், சொத்துக்கள் உடையவராகவும் இருக்க வேண்டும் என்று அறிந்தபிறகு அவர்கள் மனம் தளர்ந்தனர். அந்தக் கணத்தில் இருந்த நிலைமையின் உண்மை இதுதான்- அவர்கள் குடும்பத்தை விட்டு, வீட்டை விட்டுப் புதிய இடத்தில் இருந்தார்கள். நடைபாதையில், கைவண்டிகளில் அல்லது தங்களுடைய ரிக்ஷாக்களில் தூங்கினார்கள். அவர்கள் சொந்தமாகப் பத்தாயிரம் ரூபாய் வைத்திருப்பதாகக் கனவு கூடக் கண்டதில்லை. அப்படியிருக்க அவர்கள் எப்படிப் பெரிய பண்ணைகளின் உரிமையாளர்களாக முடியும்? உள்ளூர்வாசிகள் இவர்களுக்காகத் தங்களது சொத்துக்களைப் பணயம் வைக்கத் தயாராக மாட்டார்கள். பல மாதங்கள் கடும் முயற்சிகளுக்குப் பிறகும் அவர்களால் ஜாமீன் வழங்க ஒருவரையும் ஏற்பாடு செய்ய முடியவில்லை.

பின்னர் ஒருவர் ஓர் ஆலோசனை கூறினார். நீதிமன்ற வளாகத்தில் கடைகள் இருந்தன. அவை ஜாமீன் வழங்கத் தயாராக உள்ளவர்களாலும், மாளிகைகள் மற்றும் நிலங்களின் பதிவு ஆவணங்கள் வைத்திருந்தவர்களாலும் நிரம்பி இருந்தன; சாட்சி கொடுக்க ஒரு நம்பர்தார் மற்றும் பஞ்சாயத்து உறுப்பினரும் கூட இருந்தனர். கோட்டுவின் நண்பர்கள் கடைகளைச் சுற்றாய்வு செய்தனர். சிலர் ஒரு நபருக்குப் பத்தாயிரம் ரூபாய் வேண்டுமென்று கேட்டனர், சிலர் எட்டும் கேட்டனர்.

வெறும் ஆயிரம் அல்லது ஆயிரத்தி ஐநூறு கொடுக்க முன்வந்தபொழுது அவர்கள் குதிகால்களை உதைத்துக்கொண்டு பாம்பைக் கண்டதைப்போல் ஓட்டமெடுத்தார்கள். எனவே, தோல்வியை ஏற்றுக்கொண்ட அவர்களுடைய நண்பர்கள் வீட்டில் உட்கார்ந்தனர். ராமுவைப் போன்றவர்களுக்கு மேலிடத்திலிருந்து எங்கிருந்தாவது உத்தரவு வேண்டியிருக்கவில்லை, ஜாமீன் வழங்க யாராவது ஒருவர் தேவைப்பட்டார்.

“உத்தரவு எங்களிடமிருக்கிறது. முடிந்தால், ஜாமீன் எடுக்க யாராவது இருந்தால் ஏற்பாடு செய்யுங்கள்” தன்னிடம் ஒப்படைக்கப்பட்ட முறையீட்டை வாங்கத் தயங்கிய ராமு கூறினான்.

“தைரியமிழக்காதே. விண்ணப்பத்தைப் படித்த பிறகு நியாயாதிபதி ஜாமீனுக்கு வலியுறுத்த மாட்டார். உன்னுடைய தனிப்பட்ட உத்தர வாதத்தில் உன்னை விடுவிப்பார்” ஹக்கம் ஊக்குவிக்கும் வகையில் அவன் முதுகைத் தட்டினார். எதிர்ப்பார்க்கப்பட்டவாறே, நீதிமன்றத்தில் அவர்கள் விசாரணைக்கு ஆஜராகுமாறு அழைப்பாணைக்குப் பதிலாக அவர்களின் வெளியீடுக்கான உத்தரவு வந்தது.

மூன்றாவது விண்ணப்பம், குஷியேக்கு எழுதப்பட்டுக் கொடுக்கப்பட்டது. அவன் ஒரு போலி விற்பனைப் பத்திரத்திற்குச் சாட்சியாக நின்றார் என்று குற்றம் சாட்டப்பட்டவன். உரிமையாளர் ரெஹ்மான் பெயரில் ஆவணங்கள் தயாரிக்கப்பட்டிருந்தன. குற்றச்சாட்டு என்ன வென்றால் நிலத்தை வாங்கிய ராம்மூர்த்தியை அவருக்குத் தெரியாது மற்றும் அவர் ராம்மூர்த்திக்கு நிலத்தை விற்கவுமில்லை. பதிவு செய்யப்பட்டபொழுது, ஆள்மாறாட்டம் செய்து ரெஹ்மானுக்குப் பதிலாக வேறொருவரை நிற்க வைத்துக்கொண்டார் ராம்மூர்த்தி. மாற்றப்பட்ட ஆள் ரெஹ்மான்தான் என்று சான்றளித்த குஷியே இதில் முக்கிய பங்கு வகித்தான்.

ராம்மூர்த்தி எந்தத் தவறும் நடக்கவில்லை என்று மறுத்து, பதிவு விதிகளின்படி செய்யப்பட்டது என்று சத்தியம் செய்தார். நிலத்தின் விலை உயர்வுக்குப் பிறகு விற்பனை பற்றிய தனது எண்ணத்தை ரெஹ்மான் மாற்றிக் கொண்டு விட்டார் என்று அவர் குற்றம் சாட்டினார். ராம்மூர்த்தி தனது நிலைப்பாட்டை ஆதரிக்கப் பல சாட்சிகளை அழைத்து வந்தார். விசாரணை அதிகாரி நீதி வழங்கும் மனநிலையில் இல்லை மற்றும் அவர் மீது வழக்குத் தொடரப்படுமென்று அறிந்து கொண்ட ராம்மூர்த்தி கைது செய்யப்படுவதற்கு எதிராகத் தடை வாங்கிக் கொண்டார். காவல்துறையினரால் அவரை ஒன்றும் செய்ய முடியவில்லை. ஆனால், ஏதொ நடவடிக்கை எடுக்கப்பட்டது என்பதைக் காண்பிக்க

அவர்கள் குஷியேவைக் கைது செய்தனர். மேலும் விசாரணையைத் தடுப்பதற்கு ராம்மூர்த்தி உயர்நீதிமன்றத்தில் பேராணை தாக்கல் செய்தார்.

இப்பொழுது உயர்நீதிமன்றத்திற்குப் பயந்து காவல்துறையினர் அவர்களின் விசாரணையை முடிக்கவுமில்லை, குற்றச்சாட்டுக்களைத் தாக்கல் செய்யவுமில்லை. நீதிபதியும் கவலைப்பட்டார். அவர் குஷியேயின் ஜாமீனுக்கு ஒப்புதல் அளிக்கவில்லை. ஆனால், அவன் முறையீட்டை நிராகரிக்கவுமில்லை.

இந்த இக்கட்டான சூழ்நிலையில் சிக்கிக்கொண்ட குஷியே நான்கு மாதங்களாகச் சிறையில் உட்கார்ந்திருந்தான். நீதிபதி மற்றும் குஷியேயின் வழக்கறிஞரின் முட்டாள்தனத்தைக் கண்டு ஹக்கம் ஆச்சரியப்பட்டார். கூடுதல் விசாரணை செய்யாமலிருப்பதற்காகத் தடை பெறப்பட்டிருந்தது. ஆனால், முந்தைய விசாரணையின் அடிப்படையில் கைது செய்யப்பட்ட ஒருவரை, அவர் இருந்திருக்க வேண்டியதைவிட அதிகமாகச் சிறையில் வைத்திருக்க முடியாது. நீதிமன்றத்தில் அடுத்து ஆஜராகும் தேதி வந்தவுடன் அவன் விடுவிக்கப்படுவான் என்று குஷியேக்கு உறுதி அளிக்கப்பட்டது.

ஜால்மால் ஒரு சாக்கு நிறையப் போஸ்த் வைத்திருந்ததாகக் குற்றம் சாட்டப்பட்டு ஐந்து மாதங்களாகச் சிறையில் வாடிக் கொண்டிருந்தான். அவனைக் கைது செய்த காவலன் ஒரு *போஸ்த்* வியாபாரியென்று அவன் மீது வழக்குப் பதிவு செய்யப்பட்டது. அறுபது நாட்களில் எந்தச் *சால்லானும்* வழங்கப்படாததால் வெளியேற அவனுக்கு உரிமை இருந்தது. எதற்காக அவனுடைய வழக்கறிஞர் இப்படி அமைதியாக உட்கார்ந்திருக்கிறார்?

சீதேயும் இதே நிலையிலிருந்தான். சிலருடன் சேர்ந்து கொள்ளையடிக்கத் திட்டம் தீட்டியதாக இவன் மேல் குற்றம் சாட்டப்பட்டது. திடீர் சோதனையின் பொழுது அவன் பிடிப்பட்டான். அவனுடைய தோழர்கள் எல்லோரும் தப்பி ஓடி விட்டனர். ஆறு மாதங்கள் காவல் துறையினரின் கடும் முயற்சிக்குப் பிறகும் அவனுக்கு உடந்தையாக இருந்தவர்களில் ஒருவர் கூடப் பிடிபடவில்லை. அவனுடைய கூட்டாளிகளைப் பிடிக்கும் அந்தக் கவலையில் காவல்துறை சீதே மீது குற்ற அறிக்கைத் தாக்கல் செய்ய மறந்து விட்டது. அவனுக்கு ஒரு வழக்கறிஞரை நியமிக்க வசதி இருக்கவில்லை. அதனால் அவனுக்கு அவனுடைய உரிமைகளைப் பற்றி ஒன்றும் தெரியவில்லை.

சட்டப் பிரிவு அதன் பணியில் விழிப்புடன் இருந்தது. முடிவுகள் ஊக்குவிக்கும் வகையில் கிடைத்தன. நீதி மன்றத்தின் முழு ஒத்துழைப்புடன், அனைத்து விண்ணப்பங்களும் அங்கீகரிக்கப்பட்டன.

வளாகத்தை நோக்கி இப்பொழுது சென்று கொண்டிருந்த தாராசந்த், அன்று விசாரணையில் கலந்து கொள்ள சென்றிருந்த ஷிபுவைப் பற்றி மேலும் தெரிந்துக்கொள்ள ஆர்வமாக இருந்தார். அந்த வளாகத்தில், தங்கியிருந்ததின் அடிப்படையில் ஷிபு எல்லோரையும் விடப் பழமையானவன். சில கூட்டாளிகளுடன் ரயில் பயணிகளின் பெட்டிகளைக் கொள்ளையடித்ததாகக் குற்றம் சாட்டப்பட்டிருந்தான். திருடப்பட்ட பெட்டிகளின் உள்ளடக்கங்களை அவர்கள் தங்களுக்குள் சமமாக விநியோகித்துக்கொண்டனர் என்று காவல்துறையினரும் குற்றம் சாட்டினர். ஷிபுவின் பங்கிற்கு வந்து சேர்ந்தது ஒரு ஜோடி *பைஜாமா*வும் ஐநூறு ரூபாயும். மற்ற பொருள்களும், பணமும் அவனுடைய தோழர்களிடமிருந்து மீட்கப்பட்டது.

ஷிபு பெட்டியைத் திருடியதாக ஒப்புக்கொண்டாலும், அவனது கூட்டாளிகள் என்று காவல்துறையினரால் குறிப்பிடப்பட்டவர்களை இதற்கு முன்பு அவன் கண்ணால் கூடப் பார்த்ததில்லை என்று உறுதியாகக் கூறினான். அவர்களும் திருடர்கள்தான். இதற்கு முன்பும் பல பயணிகளைக் கொள்ளையடித்திருந்தார்கள். திருட்டுகளைப்பற்றி ரயில் காவல்துறைனரிடம் பயணிகள் புகார் செய்திருந்தனர். ஆனால், நிறையத் தொல்லைகள் உண்டாகுமென்ற பயத்தினால் வழக்குத் தாக்குதல் செய்வதை அவர்கள் தவிர்த்து விட்டனர். அந்தத் திருடர்களைக் கைது செய்து, அவர்கள் திருடிய எல்லாப் பொருள்களையும் தங்கள் சொந்த பைகளில் மாற்றிக்கொண்ட காவல்துறையினர், ஷிபுவிடமிருந்து கைப்பற்றியதை அவர்களிடமிருந்து மீட்டதாகப் பதிவு செய்தனர்.

அந்தத் திருடர்கள் இந்தத் தொழிலுக்குப் பழமையானவர்கள் மற்றும் ஷிபுவுடன் ஒப்பிடும்பொழுது, அவர்களின் நண்பர்களும், பரிச்சயப்பட்டவர்களும் எண்ணிக்கையில் அதிகமாக இருந்தனர். அவர்களுக்கு வாய்ப்பு கிடைத்தவுடன், ஜாமீன் பெற்று, ஓரிரு விசாரணைகளில் கலந்து கொண்டு, மறைந்து விட்டனர். விசாரணை நடவடிக்கைகளை நிறுத்தி, அவர்களைத் திரும்பக் கொண்டுவர காவல்துறைக்குத் தொடர்ந்து நீதிமன்றம் உத்தரவுகள் விடுத்துக் கொண்டிருந்தது. இந்தக் கண்ணா மூச்சி விளையாட்டில் மூன்று ஆண்டுகள் கடந்துவிட்டன. அவர்கள் தலைமறைவாகிவிட்டனர் என்று அறிவிக்கப்பட்டு, தக்க நடவடிக்கை எடுக்கப்பட்ட பிறகு அதே விளையாட்டு மீண்டும் தொடங்கியது.

இந்தக் காலகட்டத்தில் ஷிபு, நிறையத் தடவை ஜாமீன் பெற முயன்றான். ஆனால், மாயா நகரில் இவனுக்குத் தெரிந்தவர்கள் அதிகம் இருக்கவில்லை. ரயில் நிலையத்தில் தேநீர் கடை நடத்திய ஒப்பந்தக்காரர் அல்லது பக்கத்துக் கடையில் பாத்திரங்கள் கழுவிய லாலுதான் அவனை அறிந்திருந்தார்கள். அந்த ஒப்பந்தக்காரர்தான் காவல்துறையினரால் ஷிபுவைக் கைது செய்தார். அதனால் அந்தத் திக்கிலிருந்து எந்தவிதமான உதவியும் எதிர்ப்பார்ப்பது பயனற்றது. அவனைச் சந்திக்க இருமுறை லாலு சிறைக்கு வந்திருந்தான். ஆனால், அதற்கு மேல் அவனால் ஒன்றும் செய்ய முடியவில்லை.

சிறையில் வீணாகிக்கொண்டிருந்த ஷிபு, இந்த ஊருக்கு வர முடிவு செய்த அந்த நேரத்தைச் சபித்தான். காலு தனது கிராமத்திலிருந்து பல ஆண்டுகளுக்கு முன்பு மாயாநகருக்கு வந்திருந்தான். ஷிபுவை இங்கு வருவதற்கு அவன் அழைத்திருந்தான், ஆனால், வாக்குறுதி அளித்தவாறு அவனை அழைத்துச் செல்ல ரயில் நிலையத்திற்கு அவன் வரவில்லை. பதற்றமடைந்த ஷிபுவைக் காவல்துறையினர் பாய்ந்து பிடித்துக் கொண்டனர். அவனிடம் பயணச்சீட்டில்லை, உள்ளூர் முகவரியும் இல்லை. காலு கூறியபடி அவன் காவல்துறையினரிடம் காண்பித்த பெயரைக் கொண்ட எந்த நகரமோ குடியிருப்போ இருக்கவில்லை. சூழ்நிலைகளினால் தெரியாமல் அகப்பட்டுக் கொண்ட ஒரு எளிய அப்பாவிச் சிறுவன் அவன் என்று உணர்ந்து கொண்ட காவல்காரர்கள், ஏதேனும் ஒரு வழக்கில் அவனை மாட்டி விடலாமென்று திட்டமிட்டனர்.

சுமார் பதினைந்து அல்லது இருபது ரயில்கள் மாயாநகரம் நிலையம் வழியாகச் சென்றன. ஒவ்வொரு நாளும் நிலையம் பயணிகளால் நிறைந்திருக்கும். ரயில் நின்றபிறகு மக்களிடையே நெரிசல் ஏற்படும் மற்றும் கைகலப்பில் சில சாமான்கள் நடைமேடையிலேயே விடப்படும். தேநீர் கடையின் ஒப்பந்தக்காரரின் கவனம் தனது வாடிக்கையாளர்களை விட அத்தகைய விட்டுச் சென்ற சாமான்கள் மீது அதிகம் இருந்தது.

சுமார் ஒரு வருடம் நிலையத்தில் தங்கி இருந்த பிறகு ஷிபு மெதுவாகப் புத்திசாலியாக மாற ஆரம்பித்தான். பனியன் மற்றும் நிக்கருக்குப் பதிலாக, பெட்டிகளிலிருந்து திருடப்பட்ட கால்சட்டையும், டி சட்டைகளும் அணியத்தொடங்கினான். பாத்திரங்கள் கழுவுவதற்குப் பதிலாகப் பகோராக்கள் வறுக்க ஆரம்பித்தான். ஒப்பந்தக்காரரும் வாழ்க்கையில் உயர்ந்தார். முன்னர், மறந்து போன பொருள்களை மட்டும் பொறுக்கிக்கொண்டிருந்த அவர் இப்பொழுது செல்வந்தர்களின்

பைகளைத் திருட ஆரம்பித்தார். கொள்ளையடித்ததில் ஒரு பங்கு ஷிபுவுக்கும் கொடுத்தார்.

திருடப்பட்ட பொருட்களின் பங்குதாரராக ஆன பிறகு, ஷிபுவின் சிறகுகள் விரிந்தன. பகல் நேரத்தில் நிலையத்தில் செயல்பட்டுவந்த ஜேப்படித் திருடர்களுடன் நட்பு கொண்டு, தேநீர் கடையிலிருந்து ஒப்பந்தக்காரருக்குத் தெரிவிக்காமல் மணிக்கணக்கில் காணாமல் போய் விடுவான். அவன் இப்பொழுது ஆபத்து விளைவிக்கக் கூடியவனாகி விட்டான் என்று அவர் உணர்ந்தார். எந்த நிமிடமும் காவல்துறையினரால் ஷிபு பிடிபடலாம். இதனால் ஒப்பந்தக்காரரின் ரகசியங்களும் வெளிவரும். தன்னுடையச் சொந்த நலனுக்காக வேகமாகச் செயல்பட வேண்டுமென்று அவர் முடிவு செய்தார்.

தகவலாளியாக மாறி ஷிபுவைக் கைது செய்து, சில திருடப்பட்டப் பொருள்களையும் மீட்க உதவினார். ஒப்பந்தக்காரரின் ஆசிர்வாதத்தினால் அவன் இப்பொழுது நான்கு ஆண்டுகளாகச் சிறையிலிருந்தான்.

ஒருநாள் ஒரு விசாரணைக்குச் சென்ற பொழுது ஷிபு தன்னுடைய பழைய காலுவைச் சந்தித்தான். ரயில் பிடித்து நகரத்திற்கு வருவதற்கு ஊக்கமளித்த அதே காலு. அவனும் கைவிலங்கிலிருந்தான். முன்பு கூறியது போல் அவன் ஆலையில் வேலை செய்யவில்லை, உண்மையில் ஷிபு செய்த அதே தொழிலைத்தான் அவனும் பின்பற்றினான் என்று அவன் அன்று தெரிந்து கொண்டான். ஷிபு தனது கிராமத்திலிருந்து ரயிலில் வந்து இறங்குவதற்கு முந்தைய நாள், ஒருவரின் பையிலிருந்து திருடும் பொழுது காலு பிடிபட்டுவிட்டான். அதுதான், பழமொழியின்படி, ஷிபுவின் ஏழு வருட துரதிர்ஷ்டக் காலத்தின் துவக்கம்.

ஷிபுவின் வழக்கு விசாரணைக்குட்பட்டிருந்ததால் கைதிகள் அணிய வேண்டிய சீருடை அவனுக்குக் கிடைக்கவில்லை. கைது செய்யப்பட்ட பொழுது அவன் அணிந்திருந்த ஆடைகள் ஏற்கெனவே இழை பிரிந்து கந்தலாகி விட்டிருந்தன. மேலும், வெறுமேனியை மறைப்பதுகூட அவனுக்குக் கடினமாக இருந்தது. அவனுடைய வளாகத்தில் அவனைப் போலவே உதவியற்ற, நிர்வாண மனிதர்கள் இருந்தனர். ஒருவரின் கால்களைப்பிடித்தோ அல்லது வேறொருவரின் வேலையை அவருக்காகச் செய்து பணம் சம்பாதிக்கவோ வழியில்லை. வறுமையினால் அவன் எவ்வளவு கஷ்டப்படுகிறானென்பதைப் பார்த்த காலு, அவனுக்குக் கொஞ்சம் பணமும், கூடவே கொஞ்சம் புத்திமதியும் அளித்தான்.

“ஒவ்வொரு விசாரணைக்கும் செல். ஒவ்வொரு தடவையும் நீதிபதியிடம் ஒரு விண்ணப்பத்தைக்கொடு. வழக்கை விரைவாக மூடுவதற்கு முறையீடு செய்.”

சிறையில் அவனுக்காக ஒருமுறையீட்டை எழுதிக் கொடுக்க யாரிடமாவது கேட்க அவனுக்கு தைரியம் இருக்கவில்லை. அவன் நீதிமன்றத்திற்குச் செல்வான், அங்கு சில சமயம் ஒரு *முன்ஷியிடம்* அல்லது படித்த கைதியிடம் அவனுக்காக முறையீடு எழுதிக் கொடுக்கச் சொல்லி மன்றாடுவான். எப்படியாவது நீதிபதியிடம் முறையீடு செய்ய அவன் ஏற்பாடு செய்து கொண்டு விடுவான்.

சில சமயம் நீதிபதி சீறுவார், “என்னிடம் நான்காயிரம் வழக்குகள் நிலுவையில் உள்ளன. நான் ஒன்றும் செய்யாமல் உன்னுடைய முறையீட்டை மாத்திரம் கவனிக்க உட்கார்ந்திருக்கவில்லை.”

அவரது மனநிலை சரியாக இருந்தால், அவர் ஒரு உத்தரவாதத்தை அளிப்பார், “நல்லது, அடுத்த முறை நாம் அதை முடித்து விடுவோம்” இந்தச் சாக்குப்போக்குடன் அவனை ஏமாற்றி அனுப்பி விடுவார்.

மனுக்கள் கொடுத்து ஷிபு சோர்வடைந்து விட்டான். சட்டப்பிரிவின் முயற்சிகளுக்கும் இதே விளைவுதான் கிடைக்கும் என்று அவனுக்குத் தோன்றியது. எனவே, விண்ணப்பத்தை வாங்கிக் கொண்டு, அதைக் கிழித்து துண்டுகளை காற்றில் எறிந்துவிட்டு அவனுடைய முற்றத்தை நோக்கி நடந்தான்.

ஹக்கம் ஷிபுவிடம் சென்று அன்புடன் விளக்கினான், “உன் குற்றத்திற்கான தண்டனை மூன்று ஆண்டுகள், நீ ஏற்கெனவே அதைவிட ஒரு வருடம் அதிகம் கழித்தாயிற்று. எல்லா உண்மைகளும் அடங்காத, தலைக்கால் தெரியாதது போலிருக்கும் விஷயத்தைக் கொண்ட விண்ணப்பத்தைக் கொடுப்பதில் எந்த அர்த்தமும் இல்லை. உன்னைச் சிறையில் பூட்டி வைத்திருப்பது சட்டத்திற்கு விரோதமானது. நான் சொல்வதைக் கேள். இன்னும் ஒரே ஒருமுறை விண்ணப்பம் கொடு.”

“நான் ஒரு ஏழை, யாரும் எனக்குச் செவிசாய்ப்பதில்லை” என்று உரக்கக் கதறியவாறு, ஷிபு பிடிவாதமாக மறுத்து விட்டான்.

அத்தியாயம் 29

மற்ற வளாகங்களில் நிஜமாகவே சிறந்த உணவு விருந்து வந்தது. ஆனால், *கரீப்* வளாகத்தில் அன்று முதன் முறையாக இவ்வளவு இன்சுவைமிக்க பொருள், ஒரு கூடை நிறைய *லட்டுக்கள்* வருகை தந்தது. இந்த ஆனந்த மூட்டை, வங்கிக்குப் பணம் எடுக்கச் சென்றிருந்த நந்த் *ஃபௌஜியால்* கொண்டு வரப்பட்டது. சட்டப் பிரிவின் விடாமுயற்சி மற்றும் அக்கறையினால், மூன்றில் இரண்டு பங்கு வளாகம் காலியாகி விட்டது. எஞ்சியவர்களின் முகம் பிரகாசமாயிருந்தது. விடுவிக்கப்படா விட்டாலும், குறைந்த பட்சம் இப்பொழுது நீதி வழங்கப்படுவதை அவர்களால் காண முடிந்தது.

அன்று சட்டப் பிரிவு அந்த வளாகத்திற்கு வருகை தரப்போகும் நாள். சில கைதிகள் தங்கள் வேதனைகளை அவர்களிடம் சொல்லி அழுவார்கள், இன்னும் சிலர் தங்கள் மகிழ்ச்சியைப் பகிர்ந்து கொள்வார்கள். பிந்தையவர்களில் ஒருவன்தான் இந்த *ஃபௌஜி.*

நந்த் *ஃபௌஜி* ஓர் அரசு ஓய்வு இல்லத்தில் காவலாளியாக இருந்தான். அதிகாரிகளில் ஒருவர் தனது பணிப்பெண்ணாக அழைத்துச் சென்றிருந்த ஓர் இளம் பெண்ணை, அவன் பாலியல் பலாத்காரம் செய்ததாகக் குற்றம் சாட்டப்பட்டிருந்தான். இப்பொழுது, குற்றச்சாட்டு உண்மையா பொய்யா என்பது பிரச்சனை அல்ல; அவன் இன்னொரு புது பிரச்சனையில் சிக்கிக் கொண்டிருந்தான். அவன் காவலாளியின் வேலையை ஏற்றுக்கொள்வதற்கு சில மாதங்கள் முன்புதான் ராணுவத்திலிருந்து ஓய்வு பெற்றிருந்தான் (எனவே, *ஃபௌஜி* என்ற புனைப்பெயர்). அவனது ஓய்வூதியம் தவறாமல் வங்கியில் டெபாசிட் செய்யப்பட்டு வந்தது. செலவுகளுக்காக அவனுக்குப் பணம் தேவைப்பட்டது. முந்திய தடவை, பணமாக்குவதற்காக, தனது வழக்கறிஞருக்கு ஒரு காசோலை கொடுத்திருந்தான். தனது கட்டணம் என்று ஆயிரத்து ஐநூறு ரூபாயை வைத்துக் கொண்டு விட்டார் அவர். அவனுடைய பையில் ஐநூறு ரூபாய்தான் வந்தது. அவனுடைய மைத்துனி வழக்கறிஞரைவிட அதிகம் பேராசை கொண்டவள். ஓய்வூதியம் அவனுடைய கணக்கில் வந்துவிட்ட அறிகுறி கிடைத்தவுடன் அவள் சிறைச்சாலையைச் சுற்ற ஆரம்பித்து விடுவாள். சில சமயம் அவனுடைய மருமகனின் தொலைபேசிக் கட்டணத்திற்கு என்றும், சில சமயம் அவனுடைய மருமகளின் காலணிகள் வாங்க என்றும் அவளுக்குப் பணத்தின் தேவை இருந்து கொண்டிருந்தது. அவனுக்கு இன்னும் திருமணம் ஆகாததால் மைத்துனியிடம் சற்று அதிகமாகவே பற்றுதல்

கொண்டிருந்தான். அவளை ஒருபோதும் வெறும் கையுடன் அவன் திருப்பி அனுப்பியதில்லை. ஆனால், அவனுக்கு ஒரு மனக்குறைவு இருந்தது-ஐநூறு ரூபாய் அனுப்பும்படி கேட்டால் அவள் நூறு மட்டுமே அனுப்பினாள்.

ராணுவத்தில் இருந்த காலத்தில், *ப்ஃஔஜி* பெரும்பாலும் பனி போர்த்தப்பட்ட குளிர்ந்தப் பிரதேசங்களுக்கு அனுப்பப் பட்டான். அவன் ரம் குடிப்பதற்கு அடிமையாகியிருந்தான், சில சமயங்களில் *அபினும்* உட்கொண்டான். இந்தப் பொருள்கள் சிறையிலும் கிடைத்தன. ஆனால், அதிக விலையில். பணப்பற்றாக்குறையினால் மனச்சோர்வடைந்த *ப்ஃஔஜி*, இனி யாருக்கும் இரண்டு அணாக்கூடக் கொடுக்கக்கூடா தென்று தீர்மானித்தான். இனிமேல் ஓய்வூதியத்தின் முழுத்தொகையையும் சிறைக்குக் கொண்டு வந்து முழுமையாக அனுபவிப்பதென்று முடிவு செய்தான். ஆனால், பணத்தைச் சிறைக்குக் கொண்டுவர எவ்வாறு ஏற்பாடு செய்வது என்பதுதான் அவனுடைய தனிப்பட்ட பிரச்சனை.

ஒரு தீர்வைக் கண்டுபிடிக்க முயன்ற ஹக்கம், பாதி பணத்தைத் தனது மருமகள் மற்றும் மருமகனுக்கு அனுப்பிவிட்டு மீதிபாதியைத் தனக்காக வைத்துக் கொள்வதாக *ப்ஃஔஜியிடம்* முதலில் வாக்குறுதி வாங்கிக் கொண்டார். வங்கிக்குச் சென்று ஓய்வூதியம் பெற்று வர அவனுக்கு அனுமதி வழங்கப்பட வேண்டுமென்ற கோரிக்கை மனு *ப்ஃஔஜியின்* சார்பாகத் தயார் செய்யப்பட்டது. கோரிக்கை அங்கீகரிக்கப்பட்டது.

ப்ஃஔஜிக்குத் தனது பணத்தைத் தன் இஷ்டத்திற்குச் செலவழிக்கக் கிடைத்த சுதந்திரம் இதுவே முதல் தடவை. இந்த மகிழ்ச்சியை அவன் ஹக்கம் மற்றும் தனது சக கைதிகளுடன் பகிர்ந்து கொள்ள விரும்பினான்.

லட்டுக்களின் நறுமணம் வளாகத்திற்கு ஒரு கொண்டாட்ட சூழ்நிலையை வழங்கியது. உமிழ்நீர் சுரக்க, எல்லோரும் தங்கள் வாய் இனிமையாகுமென்ற நம்பிக்கையில் இருந்தனர். ஆர்வத்தை அடக்க முடியாமல் அவர்கள் ஏதாவதொரு சாக்கில் *லட்டுக்களின்* பொட்டலங்களைச் சுற்றி வந்தனர். தலைவர் ஹக்கமின் உதவியால் மட்டுமே *ப்ஃஔஜி*, இந்தப் போரில் வெற்றி அடைந்ததால், இனிப்பு மிட்டாயின் முதல் துண்டு அவருக்கு முதலில் வழங்கப்பட்ட பிறகே கொண்டாட்டம் தொடங்குமென்று அவன் கண்டிப்பான உத்தரவு கொடுத்திருந்தான்.

துக்குப் பய்யாவிடம் *லட்டு* வாங்க பணம் இல்லை. ஆனால், அவன் *ப்ஃஔஜியை* விட அதிகச் சந்தோஷமாக இருந்தான் மற்றும் தனது மகிழ்ச்சியைச் சத்தம் போட்டு வெளிப்படுத்த விரும்பினான். அவனுடைய முறையீடு ஏற்றுக்கொள்ளப்பட்டிருந்தது. அடுத்த நாள் அவன் விடுவிக்கப்படுவான். சட்டவிரோதமாக மதுபானங்களின் இருபது புட்டிக்கள் வைத்திருந்ததற்காக அவனுக்கு ஓராண்டு சிறைத் தண்டனையும், ஐந்தாயிரம் ரூபாய் அபராதமும் விதிக்கப்பட்டிருந்தது. உத்தர் பிரதேசத்திலிருந்த தனது கிராமமான ஜான்பூரிலிருந்து பிழைப்புக்காக நகரத்திற்கு வந்த துக்கு ஒரு சர்தாரின் பண்ணையில் வேலை செய்தான். ஒருநாள் மூத்த சர்தார் அவரது பேரனின் பிறந்தநாளைக் கொண்டாட நண்பர்களுக்கு அழைப்பு அனுப்பிவிட்டு அவர்களை அழைத்து வர ஒரு காரை அனுப்பினார். அவருடைய ஊழியர்களில் ஒருவர் இறைச்சி சமைக்க நியமிக்கப்பட்டார். துக்கு மதுபானம் ஏற்பாடு செய்வதற்காகப் பக்கத்து கிராமத்திற்கு அனுப்பப் பட்டான். திரும்பி வரும் வழியில் திடீர் சோதனை நடந்து, துக்குக் காவல்நிலையத்திற்கு வந்து சேர்ந்தான். காவல்துறையினர் தானாகவே அவனைப் பிடித்திருந்தால் பையில் கொஞ்சம் பணம் நிரப்பிக் கொண்டு அவனைப் போக அனுமதித்திருப்பார்கள். ஆனால், தகவல் கொடுத்தவர் சர்தாரின் எதிரிகளில் ஒருவர். அவர் கொண்டாட்டத்தைத் தடுக்க விரும்பினார்.

துக்குவை விடுவிக்க, சர்தார்கள் மேற்கொண்ட முயற்சிகள் வெற்றியடையவில்லை. அவனை ஒரு மாதத்திற்குள் விட்டுவிடுவதாக உறுதி கூறி, கொஞ்ச காலம் அவன் சிறையிலிருக்கட்டுமென்று சர்தாரிடம் காவல்துறையினர் சொன்னார்கள். அவனை ஒப்புக்கொள்ளச் செய்து, தண்டனையின் அளவும், அவன் ஏற்கெனவே சிறையில் கழித்த காலத்திற்குச் சமமாக இருக்குமாறு பார்த்துக் கொள்வதாக உறுதியளித்து, அதன் பிறகு அவனை வீட்டிற்கு அனுப்பி விடுவதாக வாக்களித்தார்கள்.

ஒரு மாதம் கழித்துத் துக்குவை நீதிமன்றத்திற்கு அழைத்துச் சென்ற பொழுது, *ஹவல்தார்* அவனுக்கு விளக்கினார், “நீதிபதி கேட்டால் மதுபானத்துடன் பிடிபட்டதாகச் சொல். மற்றதை எல்லாம் அரசு வக்கீல் பார்த்துக் கொள்வார்.”

வழக்கறிஞர், விஷயத்தைச் சீராக்குவதற்குப் பதிலாக மோசமாக்கி விட்டார். ஒரு புட்டி மற்றும் ஒரு கோழியின் மூலம் விஷயம் தீர்க்கப்படுமென்று *ஹவல்தார்* கூறினார். ஆனால், ரூபாய்

பத்தாயிரத்துக்கு குறைந்து வழக்கறிஞர் உடன்படவில்லை. மேலிடத்திலிருந்து அவருக்கு உத்தரவு வந்திருப்பதாகக் கூறி விட்டார்.

இவ்வளவு செலவு செய்யவேண்டுமா என்ற சிந்தனையில் சர்தார்கள் மலைத்துப் போயினர். துக்கு ஒரு வருடம் அவர்களுக்காக வேலை செய்தால் கூட அவர்களால் அந்தத் தொகையை மீட்க முடியாது. விடுவித்த பிறகு, அவன் வீட்டிற்கு ஓடி விடுவானா அல்லது அவர்களின் உத்தரவில் மதுபானம் வந்ததால், செலவை அவர்களே ஏற்க வேண்டுமென்று வாதாடுவானா என்று யாருக்குத் தெரியும்? உடன்பாடு ஆகாததால் சிடுசிடுத்த வழக்கறிஞர், நீதிபதியின் ஓய்வு அறைக்குச் சென்றார். அவர் காதுகளில் என்ன கிசுகிசுத்தார் என்று யாருக்கும் தெரியாது. ஆனால், நீதிபதி அபராதம் மற்றும் சிறைவாசம் தண்டனையாக அளித்து விட்டார்.

சர்தார்கள் மேல்முறையீடு செய்ய முயன்றனர், ஆனால், முதலில் அவர்கள் அபராதம் செலுத்த வேண்டுமென்று வழக்கறிஞர் கூறிவிட்டார். ஐந்தாயிரம் வீணாகி விடுமென்று தோன்றிய பிறகு அவர்கள் முறையீட்டைப் பற்றி மறந்து விட்டனர். சீக்கிரமாகவே துக்குப் பய்யாவைப் பற்றியும் மறந்து விட்டனர்.

சர்தார்களால் ஒரு சட்டப்போரை நடத்த முடியாத பொழுது இவனால் எவ்வாறு முடியும்? தோற்கடிக்கப்பட்டு, சோர்ந்து கைவிட்டான். ஏற்கெனவே எட்டு மாதங்கள் சிறையில் அவன் கழித்து விட்டான். இரண்டரையிலிருந்து மூன்று மாதங்கள் மன்னிப்பும் பெற்றிருந்தான். தனது கஷ்டமான நாட்கள் விரைவில் முடிந்து விடுமென்று அவனுக்குத் தோன்ற ஆரம்பித்த பொழுது, ஒருநாள் தரோகாவின் உதவியாளரை கணக்கீடுகள் செய்யச் சொன்னபொழுது, விடுபடுவதற்கு முன்பு ஐயாயிரம் ரூபாய் அபராதம் செலுத்த வில்லையெனில் அவனுக்குக் கூடுதல் ஆறு மாதங்கள் சிறையில் இருக்கவேண்டும் என்று கூறினார். அப்பொழுதிலிருந்து அவன் மனம் தளர்ந்து விட்டான்.

அவன் முதுகில் ஹக்கம் கை வைத்தவுடன், அவனுடைய சோகம் மறைந்து விட்டது. அவனுடைய தற்காப்புக்காக ஹக்கம் பல வழிகளைத் தேடினார். குற்றம் சாட்டப்பட்டவரிடமிருந்து வாக்குமூலம் பெறும் அவசரத்தில் காவல்துறையினர், பல அத்தியாவசிய சட்ட முறைகளை அலட்சியப்படுத்தி விட்டனர். கைப்பற்றிய மதுபானத்தின் மாதிரி எடுத்துக்கொண்டு அதை நிபுணர்களால் சோதித்திருக்க வேண்டும். அப்போதுதான் துக்குவுடன் பிடிபட்ட மதுபானம் சட்டவிரோதமானது என்று அவர்கள் அறிவித்திருக்க முடியும்.

அவனுடைய தற்காப்புக்கான இரண்டாவது விஷயம் அவன் கொடுத்த வாக்குமூலம். குற்றம் சாட்டப்பட்டவன் ஒப்புக்கொண்டால் கருணைக்கு எப்பொழுதும் வாய்ப்பு உள்ளது. ஆனால், நியாயாதிபதி அரசு வக்கீலின் கூட்டாளியென்று தோன்றியது. நியாயத்தீர்ப்பில் அவர்களின் பேராசையின் வாடையடித்தது. இதை அமர்வு நீதிபதியின் கவனத்திற்குக் கொண்டு வர வேண்டும், அதுதான் தேவை.

விசாரணை முதலில் அதற்காக ஒதுக்கப்பட்டிருந்த தேதியிலேயே நடந்தது. அவன் விடுவிக்கப்பட்டதாக நீதிபதி அறிவித்தார். ஆனால், அது மாதத்தின் கடைசி நாளாக இருந்தது மற்றும் அந்த மாதத்திற்கு எடுக்க வேண்டிய எல்லா முடிவுகளையும் அவர் ஏற்கெனவே எடுத்திருந்தார். புதிய மாதம் ஆரம்பித்தவுடன், அவர் இந்த விடுதலையுடன் தொடங்குவார். துக்கு தன்னுடைய உடைமைகள் அனைத்தையும் சுருட்டி, கட்டி வைத்தான். ஹக்கமின் கால்களை நன்றியுடன் தொட்டு ஆசிர்வாதம் பெறுவது மாத்திரம் மீதியிருந்தது.

ஷாம் லாலுக்கும் இது மகிழ்ச்சி தரும் நாளாக இருந்தது. சாதாரண லட்டுக்குப் பதிலாகப் பர்பி விநியோகிக்க முடிந்த சுகமான நிலையில் அவன் இருந்தான். அவன் மிகவும் சந்தோஷமாக இருந்தான். தன்னுடைய மகிழ்ச்சியை எந்த விதத்தில் வெளிப்படுத்திக் கொண்டாடுவதென்று அவனால் தீர்மானிக்க முடியவில்லை. அனுமான் வால்போல் நீண்டுக்கொண்டே போன தன்னுடைய வழக்கறிஞரின் பேராசையைக் கண்டு ஷாம் லால் கோபமடைந்திருந்தான். ஆரம்பத்தில் அவர், வழக்கு முழுவதற்கும் ரூபாய் மூவாயிரம் கட்டணம் கோரினார். பின்னர், ஜாமீன் பெறுவதற்கு இரண்டு முறை பணம் கட்ட வேண்டியிருந்தது என்று கூறினார். முதல் கட்டணத்தொகை மறைந்து போய் விட்டது, இப்பொழுது இன்னும் ரூபாய் இரண்டாயிரம் வேண்டுமென்றார். ஷாம் பொறுமையுடன் அவர் கேட்டதைக் கொடுத்துக் கொண்டிருந்தான். அரசு வக்கீலுக்கு அல்லது மருத்துவருக்கு அல்லது சாட்சிகளுக்கு என்று ஏதாவது சாக்கில் அவர் பணம் கேட்டுக் கொண்டேயிருந்தார். முதலில் ஷம் லால் வழக்கறிஞரின் பேச்சை நம்பினான். ஆனால், கடந்த விசாரணையின் பொழுது அந்த அயோக்கியர் அம்பலப்படுத்தப்பட்டார்.

விசாரணை அதிகாரிக்கு ஷாம் லாலை நன்றாகத் தெரியும். அவர்தான் இந்த வழக்கில் அவனைக் கைது செய்தவர். ஷாம் லால் மூன்று நாட்கள் காவல்துறையினரின் காவலில் இருந்தபொழுது, அவனுடன்கூட நின்று அவனுக்கு சாட்சி அளிப்பதாக அதிகாரி உறுதி அளித்திருந்தார். அவனும் அவருக்குறியதைக் கொடுப்பதில் பின்வாங்க மாட்டானென்று உறுதியளித்திருந்தான். விசாரணையின் பொழுது

காவல்துறை அதிகாரி அவனுடைய வாக்குறுதியை நினைவு படுத்திய பொழுது ஷாம் திகைத்து விட்டான். காவல்துறையினரின் பேரில் வழக்கறிஞர் வெகு நாட்களுக்கு முன்பே அவனிடமிருந்து பணம் வாங்கிவிட்டார். ஷாம் விளக்கத்திற்காக அவரை வழக்கறிஞரிடம் அழைத்துச் சென்ற பொழுது அந்த மரியாதைக்குறியவர், தர்ம சங்கடத்தில் வாயடைத்துப் போனார். வீண் ஜம்பம் அடித்துக்கொண்டும், பிரபலமானவர்களின் பெயர்களைச் சொல்லிக்கொண்டும் அந்த இடைஞ்சலான சூழ்நிலையிலிருந்து விரைவாகத் தன்னை அவர் விடுவித்துக் கொண்டார்.

கோபமடைந்த காவல்துறை அதிகாரி ஷாம் லாலை அரசு வக்கீலிடம் அழைத்துச் சென்றார். நிலைமை அங்கேயும் அசல் அது போலவே இருந்தது. ஷாம் லால் இப்பொழுது சிக்கலான நிலைக்குள்ளானான். அரசு ஊழியர்களின் பெயரில் கறந்தெடுத்த பணத்தை விழுங்குவது அவ்வளவு சுலபமா? வழக்கறிஞருக்குப் பாடம் கற்பிக்க, அவன், வழக்கின் சட்ட அம்சங்கள் மற்றும் வாதங்களில் ஆழ்ந்து கவனம் செலுத்தினான். அவமானப்பட்ட வழக்கறிஞர் அவனை நேருக்கு நேர் சந்திக்கத் தயங்கி, அவனை எப்படியாவது சிக்க வைக்க அமைதியாக திட்டமிடத் தொடங்கினார்.

ஷாம் லாலின் முச்சக்கர வாகனம் முன்பே விற்கப்பட்டு விட்டது. அவனிடம் மற்றொரு வழக்கறிஞருக்குப் பணம் செலுத்த வழியில்லை. குறைந்தபட்சம், மற்றவர்களின் பெயரில் வாங்கிக்கொண்ட பணத்தையாவது வழக்கறிஞர் திருப்பித் தர வேண்டுமென்று அவன் விரும்பினான். ஆனால், அவர், அப்படிச் செய்வதை விட்டு, அவருக்குரிய கட்டணம் இன்னும் பாக்கியிருக்கிறதென்று கூறி மற்ற வழக்கறிஞர்கள் அவனுடைய வழக்கை எடுப்பதைத் தடுப்பதற்காகப் புதிய தடைகள் உற்பத்தி செய்யத் தொடங்கினார்.

இப்பொழுது நிலைமை என்னவென்றால், அவர் நீதி மன்றத்திற்குத் தானும் வருவதில்லை, வேறு எவரையும் ஷாம் லாலை பிரதிநிதித்துவப் படுத்த அனுமதிப்பதுமில்லை. விசாரணை நிச்சயிக்கப்பட்ட பெருமளவு தேதிகளில் சாட்சிகள் எதுவும் செய்யாமல் வந்து போயினர். நீதிபதி ஏற்கெனவே ஷாம் லாலை எச்சரித்திருந்தார், "ஒன்று, உன் வழக்கறிஞரை வரச் சொல் அல்லது புதிய வழக்கறிஞரை அமர்த்திக் கொள். எதுவாயிருந்தாலும் அது எனக்குச் சரிதான். அடுத்த விசாரணையின் பொழுது சாட்சிகளின் விசாரணைக்கு ஏற்பாடு செய்துவிடு அல்லது தண்டனைக்குத் தயாராகி விடு."

விசாரணைக்குச் செல்வதற்கு முன்பு அவன் தன் துயரக்கதையை ஹக்கமின் முன் கொட்டினான்.

“வக்கீலுக்குச் சட்டத்தொழிலைக் கடைபிடிக்க உரிமம் உள்ளதே ஒழிய ஏமாற்றுவதற்கு அல்ல: அவரைக் கேள்வி கேட்க நபர்கள் உள்ளனர்” என்று அறிவித்த ஹக்கம், ஷாம் லால் சார்பாக நீதிபதிக்குப் பின்வருமாரு ஒரு கடிதம் எழுதினார்:

“வழக்கறிஞர் என்னிடமிருந்து பல்வேறு சந்தர்ப்பங்களில், பல்வேறு காரணங்களுக்காகப் பணம் வாங்கி என்னை ஏமாற்றியுள்ளார். பொது அதிகாரிகளுக்கு லஞ்சம் கொடுப்பதற்காக அவர் அதைச் சேகரித்தார் என்று கூறுகிறார். இது ஒரு குற்றம். தயவு செய்து அவர் மேல் குற்றவியல் வழக்கு பதிவு செய்யுமாறு காவல்துறைத் தலைவருக்கு அறிவுறுத்துங்கள். அவர் ஒரு வழக்கறிஞரின் கடமைகளைச் செய்யவில்லை. எனவே, அவரது உரிமம் ரத்து செய்யப் பரிந்துரைக்கப்பட வேண்டும்.”

கடிதத்தைப் படித்தவுடன் நீதிபதி, வழக்கறிஞர் மற்றும் சட்டவுரைக் குழாமின் அலுவலக பொறுப்பாளருடன் ஒரு கூட்டத்திற்கு ஏற்பாடு செய்தார். ஒரு மணிக்குள் பிரச்சனை தீர்க்கப்பட்டு, கட்டணம் மற்றும் மற்றவர்களுக்கு லஞ்சம் கொடுக்கும் சாக்கில் வாங்கப்பட்ட பணம் திரும்பப் பெறப்பட்டது.

ஷாம் லால் சகோதர சமுதாயத்திடம் மன்னிப்புக் கேட்டுக் கொண்டு, அடுத்த விசாரணையின் பொழுது ஒரு பெட்டி *ரசகொல்லா* வாங்கி வந்து அவர்களுக்கு வயிறு புடைக்கச் சாப்பிடக் கொடுப்பதாக உறுதியளித்தான். துக்குவின் கதையைக் கேட்டு, அடுத்த வாரம் விசாரணைக்காக நீதிமன்றத்திற்குச் செல்லவிருந்த கைதிகளிகளுக்கு எதிர்ப்பார்ப்பில் உற்சாகத்தை அடக்க முடியவில்லை. சட்டப் பிரிவு உறுப்பினர் குறிப்பாக அவர்களுடைய வழக்குகளை ஆராய்வதற்காகவே வளாகத்திற்கு வந்தார்கள்.

கரீப் வளாகத்திலிருந்த கைதிகள் அனைவரும் பொறுமை யிழந்தனர். ஹக்கம் வளாகத்திற்கு வந்தவுடன் மகிழ்ச்சியான நடனத்துடன் அவரை வரவேற்பதற்காக அவர்கள் காத்துக் கொண்டிருந்தனர்.

அத்தியாயம் 30

"ஆண் கைதிகளில் தினமும் நான்கு அல்லது ஐந்து பேர் சட்டப் பிரிவினரால் விடுதலை செய்யப்படுகிறார்கள்" இந்தச் செய்தி பெண்கள் சிறைக்கு எட்டிய பொழுது ஒரு கோரிக்கை எழும்பியது, "வழக்கறிஞர் உடனே எங்களிடம் அனுப்பப்பட வேண்டும். ஆண் கைதிகளை விட மோசமான நிலையில் நாங்கள் இருக்கிறோம். ஏனென்றால் நாங்கள் புகுந்த வீட்டாராலும் ஆதரிக்கப்படுவதில்லை, பெற்றோராலும் ஆதரிக்கப்படுவதில்லை."

பெண்கள் பிரிவில் மிகுந்த துன்பத்திற்குள்ளான கைதிகளுக்குப் பஞ்சமிருக்கவில்லை. படிப்படியாக அவர்களும் விடுவிக்கப்பட்டனர்.

செய்தி பின்னர் பரோஸ்டல் சிறைக்குச் சென்றது. அங்கிருந்த குழந்தைகளுக்குச் சட்ட உதவி மிகவும் அதிகமாகத் தேவைப்பட்டது. பாதுகாப்பாளர் இல்லையென்ற ஒரே காரணத்தினால் அவர்கள் சிறையில் அடைக்கப்பட்டிருந்தனர். இந்தக் குழந்தைகளுக்கும் உதவி கிடைக்க ஆரம்பித்தது.

சிறை அதிகாரிகளின் முயற்சியினால் கைதிகள் விடுவிக்கப்படும் கதைகள் செய்தித்தாள்களில் வெளிவரத் தொடங்கின. பீகாரில் நடந்தது போல், மாநில செய்தித்தாள்கள் அதிகாரிகளின் பெயரைக் கேவலப்படுத்துவதற்குப் பதிலாக, ஒரு மாற்றத்திற்கு, அவர்களின் புகழ் பாடினார்கள்.

கைதிகளின் உரிமையைப் பாதுகாப்பது நீதிமன்றத்தின் கடமையாக இருந்ததால் சிறை அதிகாரிகளுக்குக் கிடைத்த பாராட்டைப் பார்த்துக் குற்றவியல் அமர்வு நீதிபதிக்கு அவமானமாக இருந்தது. சிறைகளை நிரப்பி, கைதிகளைத் தேவையானதைவிட அதிக நேரம் சிறையில் வைத்திருப்பதன் மூலம் நீதிமன்றம் நீதிக்கு எதிர்மாறாக, அநீதியை விநியோகித்துக் கொண்டிருந்தது. இந்தத் தவறுகளைச் சரிசெய்ய, அமர்வு நீதிபதி பழைய கோப்புகளை மீண்டும் திறக்கச் செய்தார். இதுபோன்ற அனைத்துக் கைதிகளும் விண்ணப்பம் தாக்கல் செய்யப் படாமலே விடுவிக்கப்பட்டனர்.

இந்த விஷயத்தில் தன்னுடைய பொறுப்பிலிருந்த குறைபாட்டை அமர்வு நீதிபதி உணர்ந்தார். ஒவ்வொரு மாதமும் அவர் சிறைக்கு வருகை தந்திருக்கிறார். "எல்லாம் நன்றாக இருக்கிறது" என்று கூறிக் கொண்டு திரும்பி விடுவார். சட்ட விரோதமாகச் சிறை நிரப்பப்பட்ட உண்மையை அவர் ஒருபோதும் ஆராய்ந்ததில்லை.

இந்தக் குறைப்பாட்டிற்கு உயர்நீதிமன்றம் அவரைக் கண்டிக்கும் முன்பு, சிறை வளாகத்திற்குள் ஒரு லோக் அதாலத்தை நடத்தப்போவதாக அவர் அறிவித்தார். அடுத்த மூன்று நாட்களுக்கு விசாரணைகள் சிறைச் சாலைக்குள் நடத்தப்பட வேண்டும் மற்றும் சிறு குற்றங்களுக்காகக் குற்றம் சாட்டப்பட்டவர்கள் அந்த இடத்திலேயே விசாரணை செய்யப்பட்டு விடுதலை செய்யப்பட வேண்டுமென்று அனைத்து நீதிபதிகளுக்கும் உத்தரவு பிறப்பிக்கப் பட்டது.

நிலவும் சூழ்நிலையைப் பயன்படுத்திக் கொண்டு, ஓடும் நீரில் கைக்கழுவும் எண்ணத்துடன், வழக்கறிஞர்கள் தங்கள் பங்கில், தேவையானால் இலவச சட்ட ஆலோசனை வழங்குவதாக அறிவித்தனர். மூன்று நாட்களுக்குள் சிறைச்சாலை பாதி காலியாகி விட்டது. நாடு முழுவதும் மாநில அரசைப் பாராட்டியது. அத்தகைய பாராட்டுக்கு வெகுமதியாக அரசாங்கம், ஒரு சிறப்புக் கூட்டம் நடத்தியது. அதில் சிரமப்பட்டு உழைத்த சிறை ஊழியர்கள் கௌரவிக்கப்பட்டு, சிறப்பு பதவி உயர்வும் அளிக்கப்பட்டார்கள். இதில் உயர் நீதிமன்றமும் பின்தங்கவில்லை. அமர்வு நீதிபதிக்கு, அவருடைய முயற்சிகளுக்காக ஒரு பாராட்டுக் கடிதம் அனுப்பப் பட்டது. நகரத்தின் மதிக்கத்தக்க மக்கள் வழக்கறிஞர்களை வெளிப்படையாகப் பாராட்டினார்கள்.

இந்த ரகளையில், இந்த மிகப்பெரிய அலைக்குத் தலைவராயிருந்த கைதிகளில் ஒருவரைப்பற்றி யாரும் சிந்திக்கவேயில்லை.

அத்தியாயம் 31

சமிதி இப்பொழுது கணிசமான அளவில் மக்கள் ஆதரவைப் பெற்று விட்டிருந்தது. அந்தப் பகுதியில் வெவ்வேறு சமயத்தில் வேலை செய்த பெரிய அல்லது சிறிய நிறுவனம் ஒவ்வொன்றுக்கும் அது உதவி அளித்தது. தகுதியான காரணமிருந்தால் எந்த நேரத்திலும் உதவி பெறுவதற்கு அதை அணுகலாம்.

தேர்தல் நெருங்கிக் கொண்டிருந்தது. வரம்பு மீறிய நடத்தையால் அரசாங்கம் முற்றிலும் மதிப்பிழந்து விட்டிருந்தது. பதவியில் இருந்த கட்சித் தலைவர்களுக்கு மக்களை எதிர்கொள்வது கஷ்டமாக இருந்தது. வாக்கு கோர அவர்களிடம் எந்த அடிப்படை பிரச்சனையும் இருக்க வில்லை. இரும்பு இப்பொழுது சூடாக இருந்தது. அரசாங்கத்தைக் கட்டாயப்படுத்திக் கோரிக்கைகளுக்கு இணங்க வைப்பதற்கு இதுதான் தகுந்த சமயம். பாலா மற்றும் மீதாவின் மாசின்மையை நிலைநாட்டி, உண்மையான குற்றவாளிகளைக் கைது செய்வதற்காக, சங்கர்ஷ் சமிதி அமைக்கப்பட்டிருந்தது. கொலையாளிகளைச் சமிதி அடையாளம் கண்டு கொண்டாயிற்று. ஆனால், இவர்கள் இருவரும் விடுவிக்கப்படவும் இல்லை, குற்றவாளிகள் கைது செய்யப்படவும் இல்லை.

எந்தப் பிரச்சனைக்காக அது உருவாக்கப்பட்டதோ அதற்காகப் போதுமான உற்சாகம் மற்றும் தீவிரத்துடன் போராடுவதற்காக, சமிதி ஒரு வார கால செயல் திட்டத்திற்கு ஏற்பாடு செய்தது. இந்தத் தடவை சமிதிக்குத் தலைவர்கள் அல்லது கூட்டாளர் சங்கங்களின் பஞ்சமிருக்கவில்லை. பாபா குருதித் சிங் முதல் இளம் பணியாளர் ஷாம் வரை ஒவ்வொருவருக்கும் தங்கள் சொந்த செல்வாக்கிருந்தது. குர்மீத் மற்றும் பியாரேலால் தங்களுடைய சிறந்த வக்காலத் திறனுடன் சேர்ந்து, சிறந்த சொற்பொழிவாளர்களாக மாறியிருந்தனர். ஸ்ட்ரீ ஸபா, ஹெல்ப் லைன், நான்காம் வகுப்பு பணியாளர்கள் அமைப்பு மற்றும் பல்லேதார் குழுமம் முழு மனதுடன் அவர்களுடன் இருந்தனர். அவர்களின் ஆதரவுடன் பயனுள்ள பொதுக்கருத்தலைகளை உருவாக்க முடியும். டிராக்டர் குழுமமும் விலகி நிற்காமல், அவர்களின் வாகனங்கள் மற்றும் ஓட்டுனர்களுடன் எல்லா நேரங்களிலும் வரத் தயாராக இருந்தது.

அடுத்த இரண்டு நாட்களுக்குத் தொகுதி அளவில் கூட்டங்கள் ஏற்பாடு செய்யப்பட்டன. இந்தக் கூட்டங்களின் முக்கிய பேச்சாளர்களாக குருதித் சிங், குர்மீத் சிங் மற்றும் பியாரேலால் இருந்தனர். இதனுடன் சேர்ந்து நாடகங்களும், வாரேயும் நடத்தப்படவிருந்தது. ஆறாவது நாளன்று நகரத்தில் ஒரு பெரிய கூட்டம் கூடும் மற்றும் ஏழாம் நாளன்று அவர்கள் தலைநகருக்குச் செல்வார்கள். பின்னர் இந்தப் போராட்டம் மாநிலத்தின் ஒவ்வொரு பகுதிக்கும் கொண்டு செல்லப்படும் என்று நிச்சயிக்கப்பட்டது.

அத்தியாயம் 32

அந்த மாநிலம் பல பிரச்சனைகளால் பாதிக்கப் பட்டிருந்தது. முதல்வரின் ஒரு கால் மாநிலத்தின் தலைநகரிலும், மற்றொன்று நாட்டின் தலைநகரிலும் இருந்தது. தனது பகுதியில் இருந்த விவகாரங்களைக் கவனிக்க அவருக்கு நேரமிருக்கவில்லை. தனது நம்பகமான சிலரிடம் இந்தப் பணியை அவர் ஒப்படைத்திருந்தார். அவர்கள் வழங்கிய ஆலோசனை எதுவாயிருந்தாலும் அதை அவர் ஏற்றுக் கொண்டார். சிறிது காலமாக அவருடைய ஆலோசகர்கள் கவலையிலிருந்தனர். தேர்தலுக்குச் சிறிய கால அளவே மீதமிருந்தது. பெரிய அளவில் பணத்தைத் தவிர, டிரக் நிறைய மதுபானம், *போஸ்த்* மற்றும் *அபின்* போன்ற பொருள்கள் தேவைப்பட்டன.

ஆட்சியிலிருந்த அரசாங்கத்தின் அடிப்படை வருமானம், அதிகாரிகளிடமிருந்து மாதந்தோரும் அது பெற்ற நிலையான பணத் தொகையாகும். குடிவகைகள் ஒப்பந்தக்காரர்களிடமிருந்து வந்தது. *போஸ்த்* மற்றும் *அபினுக்குக்* காவல்துறையினர் ஏற்பாடு செய்தனர். இந்தத் தேர்தலில் பணத்திற்கும் போதைப் பொருள்களுக்கும் பற்றாக்குறை ஏற்படுமென்று ஆலோசகர்களுக்குத் தோன்றியது.

கட்சியின் பொக்கிஷம் மற்றும் அரசாங்கத்தின் பிரதி மக்களின் கருத்து இரண்டையும் சமிதி மும்முரமாக வெற்றாக்கிக் கொண்டிருந்ததி லிருந்து, சமிதி எதிர்கட்சியினரால் முடக்கிவிடப்பட்டுள்ளதென்பது தெளிவாகத் தெரிந்தது. அதன் கிடங்கிலிருந்த கோதுமையைத் திருடி விற்பனை செய்ததற்காக உணவு தானிய துறை, அதன் அதிகாரிகளைக் கைது செய்ததிலிருந்து ஆளும் கட்சியின் நிதி தொகை குறைந்து கொண்டு வந்தது.

பாரதிய கதயன் நிகமின் உணவு தானியத் துறை மற்றும் அதன் அதிகாரிகள் ஒவ்வொரு வருடமும் கோடிக்கணக்கில் மதிப்புள்ள தானியங்களைத் திருடி விற்றார்கள் என்று எல்லாருக்கும் தெரியும். இதிலிருந்து ஒரு பெரும்தொகை ஆளும் கட்சியின் தொழிலாளர் களுக்குப் போய்ச் சேர்ந்தது. அதற்கு மாற்றாக அரசாங்கம், தவறு செய்த அதிகாரிகளின் தலை மீது தனது காக்கும் கரங்களை வைத்தது. ஒவ்வொரு மாதமும் பணம் தேவைப்பட்டதால் பகுதி காவல்துறை யினருக்கும் முதலமைச்சரின் மன்றத்தில் ஆஜர் குறிக்க வேண்டியிருந்தது.

நிஜத்தில், அரசாங்கமே யாரைத் தூண்டலாம் யாரைக்கூடாதென்று குறிப்பிட்டுச் சுட்டிக் காட்டியது. எனினும், எப்போதாவது ஓர் அதிகாரியைக் காவல்துறையினர் பிடித்து, அவர்களின் தேவையைப் பூர்த்தி செய்த பிறகு விடுவித்தால் அது பெரிய தவறாகக் கருதப்படவில்லை.

வரவிருக்கும் தேர்தலினால் வெவ்வேறு இலாகாவிலிருந்த ஒவ்வொரு அதிகாரியும் மன அழுத்தத்தில் இருந்தனர். மற்றும் ஒவ்வொரு அமைச்சரும் எவ்வளவு முடியுமோ அவ்வளவு பணம் திரட்டும் அவசரத்தில் இருந்தனர்.

இது முதலமைச்சரின் தொகுதியாக இருந்ததால் அதிகாரிகளுக்கு ஆலோசகர்களையும் சந்திக்க வேண்டியிருந்தது, அமைச்சர்களையும் சந்திக்க வேண்டியிருந்தது. அதனால் அவர்கள் இரட்டிப்பு துன்பத்திற்கு ஆளானார்கள். அமைச்சரிடம் பணத்தை விருத்தியாக்கக்கூடிய எந்தத் திட்டம் வைத்தாலும் அதற்கு உடனடியாக அனுமதி வழங்கப்பட்டது.

உணவு தானிய துறையின் கிடங்குகள் தானியங்களால் நிரம்பியிருந்தன. தானியங்களைப் பிற மாநிலங்களுக்கு அனுப்பி எல்லோரும் தங்கள் பைகளை நிரப்பிக் கொள்ள முடியும். முதலமைச்சரின் தலையீட்டால் இந்தத் திட்டத்திற்கு உடனடி ஒப்புதல் வழங்கப்பட்டது. விரைவில், கோதுமை மற்றும் அரிசியை எடுத்துச் செல்ல லாரிகளின் நெடுவரிசை கிடங்குகளின் முன் தோன்றின.

துறை அதிகாரிகளுடன் சேர்ந்து கொஞ்சம் பணம் சம்பாதிக்க, காவல்துறையினரும் ஆவலாயிருந்தனர். முதல் மாதத்தில் திருடப்பட்ட பொருள்களுடன் தற்செயலாக எப்போதாவது ஒரு டிரக் கைப்பற்றப் பட்டது. சிறிது கொடுக்கல் வாங்கலுக்குப் பிறகு விஷயம் அடக்கப் பட்டது. தானியங்கள் கொண்டு செல்வதற்குச் சிறப்பு டிரக்குகள் ஏற்பாடு செய்ததலிருந்து காவல் துறையின் சோதனைகள் அதிகரித்தது. கிடங்குகளை விட்டு வெளியேறிய ஒவ்வொரு டிரக்கும் துரத்தப்பட்டது. இலாகா அதிகாரிகள் மீதியிருந்த தானியங்களை அழிக்கத் தயங்கவில்லை, காவல்துறையினரும் லாரிகளைக் கைப்பற்றுவதிலிருந்து பின்வாங்கவில்லை. அதிகாரிகளும் காவல்துறையினரும் என்னதான் செய்து கொண்டிருக்கிருக்கிறார்கள்? இந்தக் கேள்வியைப் பொறுத்தவரை போர்டர் தொழிற்சங்கம், இதற்குப் பதிலைப் கண்டு பிடிப்பது குறித்து அதிக கவலைப்படவில்லை. டிரக்கிலிருந்த தானியம் ரயில் நிலையத்தில் இறக்கப்பட்டதா அல்லது கை ஆலையிலா அல்லது கோதுமை மாவு தொழிற்சாலையிலா? அவர்களுக்கு நிர்ணயிக்கப்பட்ட தொகை அவர்களுக்குக் கிடைக்கும் வரை, இதைப்பற்றி அவர்களுக்கு அக்கறையில்லை.

திருடப்பட்ட தானியங்கள் எவ்வாறு கைப்பற்றப்படுகின்றன என்றால், போர்டர்கள் காவல்துறையினருடன் முழுமையாக ஒத்துழைத்து, டிரக்கில் சரக்கேற்றப்பட்ட இடம், அதை மேற்பார்வையிட்டவர்கள் யார்,

அது எங்கு போகிறது என்ற எல்லாத் தகவல்களையும் அவர்களுக்குக் கொடுத்தார்கள். இந்தத் தகவலின் அடிப்படையில் காவல்துறையினர் திடீர் சோதனை நடத்தினார்கள். மக்கள் கைது செய்யப்பட்டனர், ஒப்பந்தங்கள் செய்யப்பட்டன. நிஜ குற்றவாளிகள் தண்டனையின்றிச் சுதந்திரமாக விடப்பட்டார்கள். இதற்குக் கூடப் போர்டர்கள் கவலைப்பட வில்லை. அவர்களைப் பொறுத்தவரை, காவல்துறையினருக்கு யாரைப் பிடிக்க வேண்டுமோ பிடிக்கட்டும், யாரை விடுவிக்க விரும்புகிறார்களோ அவர்களை விடுவிக்கட்டும் என்றிருந்தார்கள்.

காவல்துறையினர் போர்டர்களைத் திருடர்களென்று அழைத்து, கைது செய்ய ஆரம்பித்ததில் இருந்து அவர்கள் கவலைப்பட ஆரம்பித்தனர். அவ்வாறு முத்திரையிடப்பட்ட அவர்கள், காவல் நிலையத்திலும், சிறைச் சாலையிலும் மாதக்கணக்கில் ஒரு காரணமும் இல்லாமல் அடைக்கப்பட்டனர் மற்றும் தண்டனையென்ற வாள் மேலே தொங்க, நெரிசலான நீதிமன்றத்தில், கொடூரமான சூழ்நிலைகளை அவர்களுக்கு வருடக் கணக்கில் தாங்கிக் கொள்ள வேண்டியிருந்தது.

சிறப்பு டிரக்கள் ஏற்பாடு செய்யப்பட்ட மாதத்தில் உணவு தானியங்களுடன் இணைந்திருந்த ஒவ்வொரு ஊழியருக்கும், உயர்ந்தவர், தாழ்ந்தவர் எல்லாருக்கும் தீபாவளியாக இருந்தது. இதற்கு நேர்மாறாக, நாள் முழுவதும் இரண்டு வாய் சோறுக்காக முதுகெலும்பு உடைய, கடினமாக உழைத்த போர்டர்கள் சிறைக்கு அனுப்பப்பட்டனர்.

இந்தக் கொடுமையான அநீதிக்கு எதிராகப் போர்டர் சங்கம் குரல் எழுப்ப முயன்றது. இதைப் பற்றித் தெரிந்தவுடன் அதிகாரிகளும் காவல் துறையினரும் அவர்களை அச்சுறுத்தத் தொடங்கினர். "நீங்கள் என்ன, அதிகாரத்தில் உள்ள பெரிய ஆட்களா, ஒரு லாட் சாஹிப்? உங்களைக் காவல் நிலையத்தில் சில நாட்கள் உட்கார வைத்தது பெரிய அவமானமா? காவல்துறையினர் உங்களிடம் பெரிசா என்னச் சொல்லப் போகிறார்கள்! எங்கள் கையிலிருந்து பணத்தைச் செலவழித்து ஒரு வழக்கறிஞரை நியமித்து உங்களுடைய எல்லா வகை நஷ்டத்துக்கும் இழப்பீடு செய்து கொடுப்போம். உங்களுக்குக் கையிருப்பாகக் கொஞ்சம் பணமும் கொடுத்து விடுவோம்" என்று சொன்னார்கள்.

"அது சரி, திணைக்களம் பணத்தைச் செலவழிக்கும். ஆனால், போர்டர்கள் ஏன் இவ்வளவு கஷ்டத்துக்கு உள்ளாக்கப்பட வேண்டும்? உண்மையான குற்றவாளிகள் ஏன் பிடிக்கப்படக் கூடாது?" எந்தத் திசையிலிருந்தும் ஓர் ஆதரவும் வராததைப் பார்த்த போர்டர் சங்கம், சங்கர்ஷ் சமிதியை அணுகியது. போர்டர்களுடன் சேர்த்து டிராக்டர்

குழுமத்தின் ஓட்டுனர்களும் அடிக்கடி காவல்துறையினரால் இழுத்துச் செல்லப்பட்டதால், டிராக்டர் குழுமத்தின் உறுப்பினர்களும் அவர்களுடன் சென்றனர்.

டிராக்டர் குழுமத்திற்கு மற்றொரு குறையும் இருந்தது. டிரக் குழுமம் இவர்களை விட எல்லாவிதத்திலும் சக்தி வாய்ந்ததாக இருந்தது. அவர்கள் தங்களுடைய ஓட்டுனர்களைக் கைது செய்யவோ, அவர்களின் டிரக்களைக் கைப்பற்றவோ அனுமதித்ததில்லை. மறுபுறம், டிராக்டர்களும் அவற்றின் ஓட்டுனர்களும் எப்பொழுது பார்த்தாலும் தடுத்து நிறுத்தப் பட்டனர். ஒரு மாதம் வரை சிறையில் அடைக்கப் பட்டால் கூட, ஏழை ஓட்டுனர்கள் தங்கள் கட்டண தவணைகளில் தவறி விடுகிறார்கள். நிதி உதவியாளர் தங்கள் டிராக்டர்களை எடுத்துச் சென்று விடுகிறார்கள். அதன் பிறகு மற்ற சிக்கல்கள் நிறையத் தலை தூக்கியது. டிராக்டர் குழுமத்தின் கோரிக்கை என்னவென்றால் இந்த அநீதி மற்றும் துன்புறுத்தலிருந்து அவர்கள் பாதுகாக்கப் படவேண்டும்.

ஆத்திரமடைந்த போர்டர்கள் கடந்த மூன்று மாதங்களில் கைப்பற்றப்பட்டுப் பின்னர் விடுவிக்கபட்ட டிரக்கள் மற்றும் டிராக்டர்களின் பட்டியலைச் சமிதியிடம் கொடுத்தனர். கோதுமை நிறைந்த டிரக்களை விற்ற அதிகாரிகளின் பெயர்களையும், இந்த மோசடிகளில் காவல் துறையினர் சம்பாதித்த தொகை விவரங்களையும் கொடுத்தார்கள்.

குற்றவாளிகளைக் கையும் களவுமாகப் பிடிப்பதற்குச் சமிதி ஒரு திட்டம் வகுத்தது. ஒரு டிரக் கிடங்கிலிருந்து கிளம்பியவுடனே சமிதிக்குத் தெரிவிக்கவேண்டுமென்று போர்டர்கள் அறிவுறுத்தப்பட்டனர். காவல் துறையினர் டிரக்கைப் பிடிப்பார்கள், சமிதி காவல்துறையினரை பிடிப்பார்கள்.

மூன்றாவது நாள் இது அப்படியே நடந்தது. கோதுமை ஏற்றப்பட்ட ஒரு டிரக்கை நிறுத்திய காவல்துறையினர், தங்களைச் சமிதியின் உறுப்பினர்களால் சூழப்பட்டதைக் கண்டனர். பின்னர் பத்திரிக்கை யாளர்கள் சுற்றும் முற்றும் திரண்டனர். டிராக்டர்கள் எங்கிருந்து வருகிறது, எங்கு செல்லவிருக்கிறது என்பதைப் பற்றிப் போர்டர்கள் அறிக்கை கொடுத்தார்கள். எதிர்பாராமல் நடந்த இந்தச் சம்பவத்தினால், மானத்தைக் காப்பாற்றிக் கொள்வதற்காக, ஒரு காவல்துறை மேலாளரும் ஓர் இளைய அதிகாரியும் காவல்துறையினரால் கைது செய்யப் பட்டனர்.

அதிகாரிகள் வைத்திருந்த சொத்துக்களின் பட்டியலைக் காவல்துறையினரிடம் கொடுத்து, சமிதி மற்றொரு பிரச்சனையை

உருவாக்கியது. இந்தச் சொத்துக்களை வாங்க, பல கோடி ரூபாய் எங்கிருந்து வந்தது என்று தெரிய வேண்டுமென்றும் இதைப் புலனாய்வு செய்ய வேண்டுமென்றும் வேண்டுகோள் விடுத்தது. பயந்து போன ஆய்வாளர்கள் பெரிய அதிகாரிகளின் பெயர்களை உளரிக் கொட்டினர். அவர்களும் தங்கள் பங்கில் விரல்களை இன்னும் மேல்நோக்கிச் சுட்டிக்காட்டினார்கள். ரகசியங்கள் உருண்டு வெளியில் வந்து விழுந்தன.

இதன் சுவடுகள் அமைச்சரின் வீடுவரை சென்றது. இந்த மோசடி பல வகைகளில் அரசாங்கத்தைப் பாதிக்கத் தொடங்கியது. பரவலாக இருந்த இகழ்ச்சி நிலை ஒரு பக்கம் இருக்க, மற்றொரு புறம் அதிகாரிகளினிடையே கிசுகிசுப்பு ஆரம்பித்தது.

“கட்சிக்கு இவ்வளவு பெரிய தொகையை நம் கையிலிருந்து நாம் கொடுக்க முடியாது. இது நம் வருவாயிலிருந்து கொடுக்கப்படுகிறது.”

“அரசாங்கத்தால் நம்மைப் பாதுகாக்க முடியாவிட்டால் காவல் துறையினரின் உதைகளை நாம் ஏன் சகித்துக் கொள்ள வேண்டும்?”

சீக்கிரமே இடைத் தரகர்கள் இந்தச் செய்தியைப் பரப்பினர், “சட்ட விரோத வேலை அனைத்தும் வாக்கெடுப்பு வரை நிறுத்தப்படும். நிலையான மாதத் தொகையும் கிடையாது.”

ஆலோசகர்கள் இந்த விஷயத்தை முதல்வரின் கவனத்திற்குக் கொண்டு வந்தனர்.

“உணவு தானியங்களைத் தவிர மற்ற துறைகளின் அதிகாரிகளும் இப்பொழுது அச்சத்தில் இருக்கின்றனர். அவர்களின் மன உறுதியை உயர்த்த ஏதாவது செய்யுங்கள் அல்லது நிதி பற்றாக்குறைக்குத் தயாராகுங்கள்.”

ஆனால், முதலமைச்சருக்கு ஒரு கவலையும் இல்லாததுபோல் இருந்தது. அவர் அறிவுரையைக் கவனிக்காமல் விட்டுவிட்டார்.

இந்தத் தீ ஓரளவு குறைய ஆரம்பித்தது, அதற்குள் மற்ற இடங்களிலிருந்து தீப்பிழம்புகள் எழ ஆரம்பித்தன; சமிதி இப்பொழுது மதுபான ஒப்பந்தக்காரர்களைச் சுற்றி வளைக்க ஆரம்பித்தது.

ஆயத்துறையின் முந்திய ஏலத்தின் பொழுது அதிகாரிகளால் ஆளும் கட்சிக்கு மிகவும் பயனுள்ள அறிவுரைகள் வழங்கப்பட்டன. “மதுபானம் விற்பனைக்கான ஏலம் ஒரு பெரிய விஷயம். சிறிய கிராமங்களிலும் இந்த ஏலம் அதிக விலைக்குப் போகிறது. மதுபானம்

விற்பனை செய்வதற்கான உரிமையை ஒரு கிராமத்திற்குக் கொடுங்கள். மற்ற நான்கு கிராமங்களுக்கான உரிமையை யாரும் அறியாமல் மறைமுகமாகக் கொடுத்துவிட்டு, கிடைத்த பணத்தை எல்லோரும் பாகம் பிரித்துக் கொள்ளுங்கள்.'' இந்த 'அனைவருக்கும் நன்மைக்கான திட்டம்' ஆட்சேபனையின்றி உடனே அங்கீகரிக்கப்பட்டது. ஒரு கிராமத்தின் ஏலத்தில் கிடைத்த பணம் ட்ரெசரியில் வைக்கப்பட்டது. மற்ற நான்கிலிருந்து கிடைத்த தொகை பகிர்ந்தளிக்கப்பட்டது.

இந்த ஏற்பாட்டைப் பற்றி, ஒப்பந்தக்காரர்கள் மற்றும் ஆயத்துறை அதிகாரிகளைத் தவிர வேறு யாருக்கும் தெரிந்திருக்கவில்லை. முதல் நாளன்றே ஒவ்வொரு கிராமத்திலும் முற்றத்தில் விற்பனைச் சாவடிகள் திறக்கப்பட்டு, வெளியில் அரசாங்க அடையாளப் பலகைகள் மாட்டப்பட்டன. இதில் எது அரசாங்கத்தால் இயக்கப்பட்டது, எது இல்லை என்று ஒருவர் எப்படித் தெரிந்து கொள்ள முடியும்?

எனினும் இந்தத் திட்டத்தைப்பற்றி எப்படியோ சமிதிக்குத் தெரிய வந்தது. மற்றும் அது, காவல்துறையினரை கிராமம் கிராமமாகச் சென்று திடீர் சோதனை செய்ய வைத்தது. எல்லாவற்றையும் மூடி மறைக்கக் காவல்துறையினர் மிகவும் முயன்றனர். ஆனால், ஒவ்வொரு கிராமத்திலிருந்தும் கிளம்பிய புயலை அவர்களால் தனியாக எப்படிச் சமாளிக்க முடியும்?

ஒப்பந்தக்காரர்களின் தொழிலும் அழிந்து போயிற்று. அவர்களும் அதிகாரிகளைப் போலவே ஆலோசகர்களிடம் தெளிவாகக் கூறிவிட்டனர்.

"அடுத்த தேர்தலின் பொழுது ஒரு புட்டி எங்களிடமிருந்து கிடைக்குமென்று கனவு கூடக் காணாதீர்கள்.''

அமைச்சரை அவருடைய கும்பகர்ணனைப் போன்ற நீள் துயில் நிலையிலிருந்து எழுப்ப ஆலோசகர்கள் மீண்டும் ஒரு முயற்சி செய்தனர். அவர் சிறிது நேரம் எழுந்து கொஞ்சம் அசைந்து கொடுத்துவிட்டுப் பின்னர் அக்கறை இன்றிச் சோம்பல் நிலைக்குத் திரும்பி விட்டார்.

ஒரு கிராமம் மாறி இன்னொன்று சமிதியை ஏதாவது செய் என்று தொந்தரவு செய்ய ஆரம்பித்த பிறகுதான், முதல்வர் பதவியிலிருந்து ராஜிநாமா செய்ய வேண்டுமென்ற கோரிக்கைகள் எழுந்தன; எதிர்ப்பு ஊர்வலங்கள் தலைநகர் வரை எட்டத் தொடங்கின. இந்த அலை முழு மாநிலத்தையும் சூழ்ந்து கொண்டு விடுமென்ற அச்சம் ஏற்பட்ட பொழுது முதலமைச்சரின் காது விறு விறுத்தது. அப்பொழுதுதான் அவர் தன் ஆலோசகர்களைச் சந்தித்து ஆலோசனை செய்ய நினைத்தார்.

அத்தியாயம் 33

ஹக்கம் *சிங்* படுக்கையில் புரண்டு புரண்டு படுத்தார். கடந்த சில நாட்களாக அவர் சில விஷயங்கள் குறித்துக் கவலைக்குள்ளாகியிருந்தார்.

சட்டப் போராட்டங்களில் ஈடுபட்டு அவர் பல கைதிகளை விடுவித்திருக்கிறார். வெளி வாழ்க்கைக்கே உரித்தான உந்தலையும், தள்ளுதலையும் திறம்படச் சமாளித்துப் பலருக்கும் உதவியிருக்கிறார்.

இப்பொழுது வேறு சில கைதிகள் பிரச்சனைகளால் பாதிக்கப் பட்டிருந்தனர். ஆனால், இந்தத் தடவை அநீதி சிறை அதிகாரிகளால் இழைக்கப்பட்டிருந்தது. இம்முறையும் ஹக்கம் *சிங்* அவர்களுடைய காப்பாளராகத் தோன்றி அவர்களுடைய கப்பலை மூழ்காமல் தடுத்து விடுவார் என்று கைதிகள் நம்பினார்கள்.

ஹக்கம் அவர்களுக்கு ஆதரவாக நிற்க விரும்பினார். ஆனால், சிறை ஊழியர்களும், அதிகாரிகளும் ஒரே துணியிலிருந்து வெட்டப்பட்டவர்கள்தான் என்று அவருக்கு நன்றாகத் தெரியும். ஒருவர் மற்றவரை ஒன்றும் சொல்ல மாட்டார்கள். சம்பந்தப் பட்ட ஊழியர் லேசாகக் கண்டிக்கப் படலாம், ஆனால், அதுவும் வெறும் கண்துடைப்பு வேலையாக இருக்கும். கைதிகளுக்கு ஓரளவு உதவியும் கிடைக்கக் கூடும். ஆனால், கண்டனத்திற்குப் பிறகு, ஊழியர் ரோஷத்தில் அவர்களின் வாழ்க்கையைத் தொல்லைமிக்கதாக்கி விடுவார். அவர்களால் ஒரு நாத்திகரைக்கூட ஈடுபாடு மிக்க மத நம்பிக்கைக் கொண்டவராக மாற்றி விடமுடியும்.

அவர்களின் பிரச்சனையை எடுத்துக் கொண்டாலும் அவர் யாரிடம் முறையீடு செய்வார்? பிரச்சனை கவலைக்குறியதாக இருந்தது. கொஞ்சம் தாமதம் ஏற்பட்டால் கூடப் பேரழிவு விளையக்கூடும். அதைப் பற்றி மனதில் புரட்டி யோசனை செய்ய ஹக்கமிடம் இனியும் நேரமில்லை.

பதினைந்து நாட்களுக்கு முன்பு, மித்தோ நாள் முழுவதும் தனக்குத் தானே முணுமுணுத்துக் கொண்டிருக்கிறாள் என்று அவளுடைய சக கைதிகளிடமிருந்து செய்தி வந்தது. முன்பு இவளுடைய வசைபாடுகள் ஃபெரோசாபாத் சிறைக் காப்பாளரை நோக்கியிருந்தது. ஆனால், இப்பொழுது அவள் தன்னுடைய மூத்த மற்றும் சிறிய மைத்துனர்களை- கணவரின் கூடப்பிறந்தவர்கள், எப்பப்பார்த்தாலும் திட்டித் தீர்த்துக் கொண்டிருந்தாள். அவள் சாப்பிடுவதையும், மற்றக் கைதிகளுடன்

பேசுவதையும் நிறுத்தி விட்டாள். அவளுடைய நிலை இப்படியே மோசமடைந்து கொண்டு போனால், சீக்கிரமே அவள் பைத்தியக்காரர்கள் இருந்த வளாகத்திற்குச் சென்றடைவாள். அவள் மனநலம் குன்றுவதை எப்படியாவது தடுக்க வேண்டுமென்று ஹக்கமிடம் அவளுடைய சக கைதிகள் மன்றாடினர்.

எட்டு மாதங்களுக்கு முன்பு மித்தோ ஃபெரோஸ்பூர் சிறையிலிருந்து மாற்றப்பட்டாள். அவளுடைய வரலாற்றுக் குறிப்பில், அவளுக்குத் தீவிரவாதிகளுடன் தொடர்பு இருந்ததாகவும், விசாரணைக்காக நீதிமன்றம் சென்ற பொழுதெல்லாம், அவள் ஒருவரிடமிருந்து மற்றவருக்குச் செய்திகள் அனுப்பியதாகவும் குறிக்கப்பட்டிருந்தது. அவள் பல தீவிரவாத நடவடிக்கைகளில் குறிப்பிடத்தக்க பங்கேற்று வெற்றிகரமாகச் செயல் படுத்தியதாகவும், தனது சக கைதிகளையும் அவ்வாறு செய்ய ஊக்குவித்ததாகவும் கூறப்பட்டது. சிறை அதிகாரிகள் அவளை எண்ணற்ற முறைகள் தண்டித்தார்கள். ஆனால், அவள் திருந்தாமல் தன்னுடைய கொடிய வழிமுறைகளைப் பின்பற்றினாள். எதிர் மாறாகக் கைதிகளையும் சிறைச்சாலை பெண் ஊழியர்களையும் தீவிரவாதிகளுடன் அவளுக்கிருந்த செல்வாக்கைப் பயன்படுத்துவதாக அச்சுறுத்தி அவர்கள் மீது ஆதிக்கம் செலுத்தினாள். மித்தோ அங்கிருக்க, சிறை நிர்வாகத்திற்கு அதனுடைய கடமைகளைச் செய்வதில் இடர்பாடாக இருந்தது. பொது நலன் கருதி அவர்கள் அவளைத் தொலைதூரப் பிராந்தியத்திலிருந்த சிறைச்சாலைக்கு மிகவும் துக்கத்துடன் இடமாற்றம் செய்ய முடிவு செய்தார்கள்.

அனைத்துக் குற்றச்சாட்டுக்களையும் மித்தோ மறுத்தாள். அவளுடைய அழகுக்காக வட்டி செலுத்த வேண்டியிருக்கிற தென்று கூறிய அவள், அவள்மீது சாட்டப்பட்ட குற்றச்சாட்டுக்களைப் பற்றிக் கேள்விப்பட்ட ஒவ்வொரு மனிதனும் உடனடியாக அவளை ஒரு விபச்சாரி என்று கருதினான் என்றாள். கைதிகளிலிருந்து சிறைக் காவலர்கள் வரை எல்லோரும் அவள் முன்னிலையில் கீழ்த்தரமான நகைச்சுவை பேச்சுக்கள் பேசினார்கள், அவளுடைய துப்பட்டாவைப் பிடித்திழுத்தார்கள் அல்லது அவள் நடந்து செல்லும்பொழுது கள்ளத்தனமாக ஒரு கிள்ளு கிள்ளினார்கள். இதெல்லாம் செய்வது ஏதோ அவர்களுடைய பிறப்புரிமை என்ற நினைப்பு அவர்களுக்கு.

எந்த மனிதனுடைய படுக்கையை அவள் இணங்கிப் பகிர்ந்து கொள்ள ஒப்புக் கொண்டாளோ அவனையே கொன்று விட்டதாக மித்தோவின் மீது குற்றம் சாட்டப்பட்டிருந்தது. தானாக முன்வந்து அந்த ஆளுடன் சென்றதாக அவள் ஒப்புக் கொண்டாள். ஆனால், அதன்

பின்னர் பணத்துக்காக அவனைக் கொலை செய்ததை அவள் மறுத்தாள். உண்மை முற்றிலும் மாறுபட்டது என்று அவள் உறுதியாகக் கூறினாள்.

அவள் கூத்தாடிகளின் பாசிகர் சமூகத்தினரின் மகள். சிறு வயதிலிருந்தே உடல் உழைப்புக்குப் பழகிய அவள் ஆரோக்கியமாக, தெளிவான நிறம் கொண்டு, மெலிதான மற்றும் கவர்ச்சியான உடல்வாகு பெற்றிருந்தாள். அவர்களது குடியேற்றத்திற்குப் பக்கத்தில் சமீபத்தில் ஒரு தொடக்கப் பள்ளி திறக்கப்பட்டது. அதில் அவள் ஐந்தாம் வகுப்பு வரை படித்தாள். கொஞ்சம் கல்வி பெற்றிருந்ததால் நல்ல பழக்க வழக்கங்களும் சமுதாய ஆசார முறைகளையும் கற்றுக் கொண்டிருந்தாள்.

முன்பு அவளுடைய சமூகத்தினர் இரண்டு தொழில்களில் ஈடுபட்டிருந்தனர். முதலாவது, அவர்களுடைய கூத்தாடி வித்தைகள் காண்பிப்பது, இரண்டாவது திருட்டு. ஆனால், கடந்த சில ஆண்டுகளாக அவர்கள் சிறிது சிறிதாகத் தங்கள் பாரம்பரியத் தொழிலைக் கைவிட்டனர். ஆண்கள் உடலால் உழைக்கும் வேலைகள் மற்றும் ரிக்ஷா அல்லது வண்டி இழுப்பவர்களாகவும், பெண்கள் காய்கறிகள் மற்றும் பல் சுத்தம் செய்யும் வேப்பம் குச்சிகளை விற்கத் தொடங்கினார்கள். அவர்களுடைய சமூகம் சமுதாயத்தில் நன்மதிப்புப் பெறத் தொடங்கியது.

மித்தோவை மணந்த பில்லு என்ற இளைஞன் எட்டாம் வகுப்பு வரை படித்தவன். மிகவும் கடினமாக உழைத்து, அவனுடைய ஆசானின் பிரம்படிகளும் நிறையப் பெற்றுக் கொண்ட அவன், வீடுகளுக்கு வர்ணம் பூசுவதில் நிபுணன் ஆகி விட்டான். மற்றவர்கள் செய்த அதே வேலையில் அவனுக்குக் குறைவாக உழைக்க வேண்டியிருந்தது. ஆனால், அதிகம் சம்பாதிக்க முடிந்தது. முதல் வருடம் மித்தோ, சந்திரனைப் போல் ஜொலிக்கும் அழகான பெண் குழந்தை பெற்றாள். அடுத்த வருடம் ஒரு துள்ளும் பையன் வந்தான். அதன் பிறகு மேலும் கருத்தரிப்பதைத் தடுப்பதற்கு அறுவை சிகிச்சை செய்து கொண்டாள். அவளுடைய வீட்டில் துக்க சால்வை *ஸாத்தார்* விரித்த பொழுது பையன் ஐந்தாவது வகுப்பிலும், பெண் ஆறாவதிலும் இருந்தாள்.

தீபாவளி நெருங்கும் பொழுது அவளுடைய கணவன் ஒரு வீட்டிற்கு வர்ணம் பூச ஒப்பந்தம் செய்து கொண்டான். வேலை ஒரு மாதம் வரை இழுத்தடித்தது. தீபாவளிக்கு இரண்டு மாதங்களுக்குப் பிறகு அந்த வீட்டில் ஒரு கொள்ளை நடந்தது. திருடர்களுக்கு அந்த இடத்தின் ஒவ்வொரு மூலையும் முடுக்கும் பழக்கப்பட்டதாக இருந்ததென்று தெளிவாகத் தெரிந்தது. அவர்கள், இரகசிய இடங்களில்

மறைக்கப் பட்டிருந்த *லாக்கர்களையும்* திறந்து காலி செய்து விட்டனர், ஒரு மோதிரத்தைக் கூட விட்டு வைக்கவில்லை.

'இத்தகைய நன்கறியப்பட்ட பழக்கப்பட்ட விஷயம் அந்த வர்ணம் பூசுபவர்களிடமிருந்து மட்டுமே வந்திருக்க முடியும்' என்று காவல்துறையினர் கருதினார்கள். இந்த நம்பிக்கையில் அவர்கள் உடனே மித்தோவின் கணவனைக் கைது செய்தார்கள்.

வீட்டின் உரிமையாளர் ஒரு *ஜோராவர்*, செல்வாக்குமிக்கவர். பில்லு உண்மையில் அந்தத் திருட்டைச் செய்திருந்தால் திருடப்பட்ட பொருள்களை அவன் திருப்பிக் கொடுத்திருப்பான். அவன் எந்த ரகசியத்தையும் வெளிப்படுத்தவும் இல்லை; அவன் அடிக்கப்பட வேண்டுமென்ற தீர்மானத்தை வீட்டின் சொந்தக்காரர் விடவும் இல்லை. அவனுடைய உடலில் ஒரு எலும்புக்கூட முழுசாக இல்லாதவரை காவல்துறையினர் அவனை நொருக்கித் தள்ளி விட்டனர். இந்த மோசமான தாக்குதலால் பில்லுவுக்கு நடக்க, பேச, சாப்பிடக்கூட முடியாமல் போய்விட்டது. "நான் இந்த விஷயத்தைச் சட்டம் சார்ந்த முறையில் தொடர மாட்டேன். இது எனக்கு விதி விதித்தது என்று ஏற்றுக் கொண்டு மீதமுள்ள வாழ்நாள் முழுக்க அவனுக்குச் சேவை செய்வேன். அவனுடைய அதிர்ஷ்டம் நன்றாக இருந்தால், அவன் எழுந்து நடமாட ஆரம்பிப்பான். இல்லையெனில் அவனுடைய நிழலில், என் பக்கத்தில் ஒரு ஆணின் பாதுகாப்பில் என்னுடைய வாழ்க்கையைத் தள்ளி விடுவேன்" என்று மித்தோ காவல்துறையினரிடம் மன்றாடினாள்.

அச்சமடைந்த காவதுறையினர், ஒன்றும் செய்யவில்லை - அவன் மேல் வழக்குத் தாக்குதல் செய்யவுமில்லை. ஆனால், அவனைப் போகவும் விடவில்லை. கடைசியில், பயந்தது நடந்தது. ஒருநாள் காலையில், அவளுடைய கணவர் ஒரு டிரக்கின் கீழ் நசுக்கப்பட்டான் மற்றும் அவனுடைய சடலம் ஜி டி சாலையில் கிடக்கிறது என்று காவல்துறையினர் அவளுக்குத் தகவல் கொடுத்தார்கள். மித்தோவின் மாமியார் கண்பார்வை இழக்கும் அளவிற்கு அழுதுத் தீர்த்தார்.

மித்தோ ஒரு வருடம் வரை தன் கணவருக்காகத் துக்கம் கொண்டாடினாள். அவன் ஞாபகம் வந்த ஒவ்வொரு முறையும் அழுதாள். அவளுடைய சேமிப்பிலிருந்த உணவுப் பொருள்கள் குறைய ஆரம்பித்த பிறகு நிறைவேற்றப்பட வேண்டிய சில பொறுப்புகள் அவளுக்கிருப்பதை அவள் உணர்ந்தாள். வீடுகளில் பெருக்கித் துடைக்கும் வேலைகளைச் செய்ய ஆரம்பித்தாள். மூன்றாண்டுகள் இவ்வாறு கடந்து விட்டன.

அவளுடைய குழந்தைகள் பத்தாம் வகுப்பை முடித்து விடுவார்கள் என்ற ஒரே நம்பிக்கை அவளுக்குப் போதுமானதாக இருந்தது.

அந்த விதவை, நாட்களை அப்படியே விதவைக் கோலத்தில் ஓட்டி விடத் தயாராக இருந்தாள். ஆனால், உள்ளூர் முரடர்கள் அவளை அவ்வாறு விடத் தயாராக இல்லை. அவள் வயல்களுக்குச் சென்றால் *ஜமீன்தார்* அவளுடைய கைகளைப் பற்ற முயற்சித்தார். தானியம் அரைக்கச் சென்றால், *சேட்* முழி பிதுங்க அவளைப் பார்த்தார். சில சமயங்களில் அவளுடைய இளைய மைத்துனன் அவளைக் கள்ளத்தனமாய்ச் சுற்றி வந்து அவனைத் திருமணம் செய்து கொள்ளுமாறு வற்புறுத்தினான். மற்ற நேரங்களில் அவளுடைய திருமணமாகாத மூத்த மைத்துனன் அவளைக் கண்டவுடன் காம வெறியுடன் வாயில் எச்சில் ஒழுக நின்றான்.

வியர்வை சிந்த உழைத்து, ஒரு மரியாதையான வாழ்க்கை வாழ்வது சிரமமான பிறகு, இறுதியில், அவள் போராட்டத்தைக் கைவிட்டு, அவளுடைய கணவனின் விதவைச் சகோதரியுடன் குடும்பத்தொழிலை மேற்கொண்டாள். மைத்துனிகள் இருவரும் அமாவசை மற்றும் பௌர்ணமி நாட்களில் *குருத்வாரா*க்களை விஜயம் செய்து, பக்தியுடன் சாஷ்டாங்கமாக நமஸ்காரம் செய்துவிட்டு, பிறர் சட்டைப்பைகள் மற்றும் கைப்பைகளைக் காலி செய்து, தங்கள் பைகளை நிரப்பிக் கொண்டு வீடு வந்து சேர்ந்தார்கள். திருவிழா சந்தைகளில் அவர்களுடைய முகம் அடையாளம் கண்டு கொள்ளப்பட்ட பிறகு, பேருந்து நிலையத்திற்குச் செல்ல ஆரம்பித்தனர். உள்ளூர்க் காவல்துறையினர் துரத்தத் தொடங்கியதும் அவர்கள் தங்களுடைய தொழிலைத் தொடர்வதற்காகத் தூர விலகியிருந்த பகுதிகளுக்குச் சென்றனர்.

கொஞ்சம் கொஞ்சமாக அவர்களின் நடவடிக்கைகளை மாவட்டம் முழுவதிலும் தொடர்ந்து நடத்துவது கடினமாகி விட்ட பொழுது அவர்கள் தொழிலை மாற்ற முடிவு செய்தார்கள். நன்றாக அலங்கரித்துக் கொண்டு நகரின் பிரதான நாற்சந்திகளில் நின்று கொண்டு சீருந்தில் உலா வந்த இளைஞர்களிடம் லிஃப்ட் கோரினார்கள். அந்த இளைஞர்களுடன் அவர்களுடைய வீட்டிற்குச் சென்றார்கள். மதுபானம் மற்றும் இறைச்சி வரவழைக்கப்பட்டது. பெண்கள் இறைச்சி உணவுகளைத் தயார் செய்யும் பொழுது இளைஞர்கள் குடிக்க ஆரம்பிப்பார்கள். சமைத்த பிறகு பெண்கள் அதில் மயக்க மருந்தை சேர்த்துக் கலக்கி விடுவார்கள். ஆண்கள் இவர்களைப் படுக்கைக்கு அழைத்துச் செல்ல நினைக்கும் நேரத்திற்குள் மருந்து வேலை செய்ய ஆரம்பித்து அவர்களை

மயக்கமடையச் செய்து விடும். பெண்கள் கிடுகிடுவென்று அவர்களுடைய மோதிரம் மற்றும் மற்ற மதிப்புமிக்க பொருள்களைப் பிடுங்கிக் கொண்டு மறைந்து விடுவார்கள்.

அவமானத்தினால் திருட்டைப் பற்றி அந்த ஆட்கள், வெளியில் மூச்சுக் கூட விடமாட்டார்கள். ஒருமுறை இவர்களுக்கும் சில செல்வாக்கு மிக்கவர்களுக்குமிடையே தகராறு உண்டாயிற்று. இறைச்சி வேகுவதற்குள் அவர்கள் நான்கு குடி உள்ளிறக்கிவிட்டு, காம உணர்வுடன் மித்தோ மற்றும் மற்ற பெண்ணை நோக்கி முன்னேற ஆரம்பித்தனர். அதன் பிறகு நடந்த தகராறில் மித்தோ அவளுடைய கடைசிச் சீட்டைப் பயன்படுத்தினாள். அவள் தன்னுடைய முழங்காலைப் பலமாக அந்த மனிதனின் அந்தரங்க பாகத்தில் செலுத்தினாள். உடனே அவன் ஒரு பொதியாய்ச் சரிந்தான். என்ன நடக்கிறதென்று மற்றவர்கள் புரிந்து கொள்வதற்குள் அவள் தன் மானத்தைக் காப்பாற்றிக்கொண்டு அங்கிருந்து தப்பித்து வீடு போய்ச் சேர்ந்தாள்.

நண்பனைக் கொலை செய்ததாக மற்றவர்கள் மீது குற்றம் சாட்டப்பட்டப்பொழுது, அவர்களுக்கு உண்மையை வெளியிட வேண்டியிருந்தது.

தடயங்களைப் பின்தொடர்ந்த காவல்துறையினர் மித்தோவின் மறைவிடத்தை வந்தடைந்தனர். அதற்குள் அந்த மனிதர்களும் விரைவில் குடி போதையிலிருந்து விடுப்பட்டுத் தன் நிலைக்கு வந்து அவளை அடையாளம் கண்டு கொண்டனர். இந்த அடையாளத்தின் அடிப்படையில் மித்தோவுக்கு ஆயுள் தண்டனை விதிக்கப்பட்டது.

சிறையிலும் தன்னை நன்றாக அலங்கரித்துக் கொள்ளும் பழக்கத்தை அவள் விடவில்லை. இது பல வகைகளில் அவளுக்கு லாபகரமாக இருந்தது. சிறைச்சாலையிலிருந்த அதிகாரிகளிலிருந்து, நீதிமன்றத்திலிருந்த நீதிபதி மற்றும் அரசு வக்கீல்கள் வரை எல்லா ஆண்களும் அவளால் கவர்ந்திழுக்கப்பட்டனர். அவர்கள் வேண்டுமென்றே அவளருகில் வர முயற்சி செய்து, சிரித்து அரட்டையடித்தார்கள். பதிலுக்குப் பெருந்தன்மையுடன் பல சலுகைகள் வழங்கினார்கள்.

இந்த மாதிரியான வாழ்க்கை நிலை மித்தோவுக்கு ஆபத்து விளைவிப்பதாக ஆயிற்று. பெண்கள் சிறைச்சாலையின் உதவி கண்காளிப்பாளர், இந்தச் சமயத்தில் சிறையிலிருக்கும் கைதிகளில் மிக அழகானவள் மித்தோ என்று ரகசியமாகச் சிறைச்சாலை கண்காணிப்பாளரிடம் கூறியிருந்தார்.

சிறைக் கண்காணிப்பாளர் அவளை மயக்கி வசீகரிக்கவில்லை. ஒரு பெண்ணைக் காதலித்து அவளைச் சந்தோஷப்படுத்த முயற்சிப்பதற்கு இது மாணவர் வாழ்க்கையின் நாட்களில்லை. மித்தோவின் உடல் மாநில அதிகாரத்தின் கீழ் இருந்தது மற்றும் கண்காணிப்பாளர் மாநிலத்தின் பிரதிநிதியாக இருந்தார். எனவே, அவள் உடல் மீது அவருக்கு முழு அதிகாரம் இருந்தது. அவள் அவருடைய பங்களாவில் ஆஜராக வேண்டுமென்று நேரடி கட்டளை அனுப்பினார்.

"நீ ஒரு அதிர்ஷ்டசாலிப் பெண். கண்காணிப்பாளரே உன்னை அழைத்துள்ளார். அவர் மகிழ்ச்சியடைந்தால் உனக்கு மன்னிப்பு அளித்து உன் மடியைப் பரிசுகளால் நிரப்பி விடுவார். இனிமேல் இந்த நாற்றமெடுக்கும் களங்களில் தூங்கவோ இந்த உலர்ந்த சுவையற்ற உணவை உண்ணவோ தேவையில்லை. இனி உன்னுடைய ஒவ்வொரு இரவும் வண்ணம் மற்றும் ஒளியினால் நிரப்பப்படும்" என்று அவளுடைய சக கைதிகள் அவளை வாழ்த்தினார்கள்.

ஆனால், மித்தோவுக்குக் கண்காணிப்பாளரின் தோற்றம் வெறுப்பூட்டுவதாக இருந்தது. அவருடைய வயிறு பானைப்போலவும், உதடுகள் தடித்து, தோல் எருமைப் போலவும் இருந்தது. அவர் நாள் முழுவதும் சிகரெட் புகைத்துக் கொண்டும், வெற்றிலையை மென்றும், சிவப்பு சாற்றைத் துப்பிக் கொண்டும், எப்பொழுது பார்த்தாலும் வியர்வையில் நனைந்த வண்ணம் இருந்தார். இதெல்லாம் மித்தோவுக்கு அருவருப்பாக இருந்தது. ஆணவத்தில் அவரிடம் செல்ல மறுத்து விட்டாள்.

ஒரு வாரத்திற்குள் கண்காளிப்பாளர் அவளுடைய அகங்காரத்தை முறியடித்துவிட்டார். அவளுடைய சொந்த ஊரிலிருந்து 125 மைல்களுக்கு அப்பால் இருந்த இந்தச் சிறைச்சாலையில் அவள் தள்ளப்பட்டாள். அவருடைய வகுப்புத் தோழரான மாயாநகர் பெண்கள் சிறையின் துணைக் கண்காணிப்பாளரை அழைத்து, "அவளுடைய ஆணவம் நொறுக்கப் பட வேண்டும். அவளுக்கு ஒரு பாடம் கற்பிக்க வேண்டும்" என்றும் கூறினார்.

அங்கு முதல் வாரமே, மித்தோ மிகுந்த கஷ்டத்தில் இருந்தாள். இதற்கு முன்பு அவள் இருந்த ஃபெரோஸ்பூர் சிறைச்சாலையிலிருந்து பதினைந்து மைல் தொலைவில் அவளுடைய கிராமம் இருந்தது. பயணிகளை நகரித்திலிருந்தும் கிராமத்திலிருந்தும் ஓரிடத்திலிருந்து மற்ற இடத்திற்கு அழைத்துச் சென்ற டெம்போக்கள் சரியாக அவளுடைய சிறைச் சாலை வழியாகச் சென்றன. இதனால் அனேகமாகத் தினமும்

யாராவது அவளைச் சந்திக்க வந்தார்கள். அவளுக்கு வீட்டிலிருந்து *தால் ரொட்டி* மற்றும் புதியதாகத் துவைத்த ஆடைகளும் வந்தன. அத்துடன் அவளுடைய அன்புக்குறியவர்களின் நலத்தைப்பற்றிய செய்தியும் கிடைத்தது. குழந்தைகளைச் சந்திப்பதில் அவள் மிகுந்த ஆறுதல் பெற்றாள். "உங்கள் படிப்பில் முழு கவனம் செலுத்துங்கள். சீக்கிரமே நான் உங்களுடன் இருப்பேன்" என்று அவர்களுக்கு அறிவுரை கூறினாள். "இந்தக் குழந்தைகள் உன்னுடையவை. நான் விடுவிக்கப் பட்டவுடனே உன்னைத் திருமணம் செய்து கொள்வேன். ஒரு ஆணில்லாமல் ஒருவரும் வாழ முடியாதென்பதை நான் பார்த்து விட்டேன்" என்று அவள் தன்னுடைய இளைய மைத்துனரிடம் கூறினாள்.

சேட்டும் சில சமயம் தலை காட்டினார். அவளுடைய வேண்டு கோள்களுக்கு இணங்கி இன்னும் கொஞ்சம் பணம் கடன் கொடுக்க ஒப்புக் கொண்டார். வேறொருவரைச் சந்திக்க வந்த வழக்கறிஞரின் குமாஸ்தா இவளையும் வந்து பார்த்து உயர்நீதி மன்றத்தில் என்ன நடக்கிறதென்ற செய்தியையும் கொடுத்தார், "ஜாமீன் கிடைக்கப் போகிறது. நீ வீட்டிற்குப் போகப் போகிறாய்" இதைக்கேட்டு மித்தோ எண்ணற்ற நாட்கள் சந்தோஷமாக இருந்தாள்.

இந்தச் சிறை அவளுடைய கிராமத்திலிருந்து நூறு மைல்களுக்கு அப்பால் இருந்தது. முதலில் டெம்போவில் ஏறி நகரத்தை அடைந்து பிறகு பஸ்ஸில் மாற வேண்டியிருந்தது. மாயாநகர் பேருந்து நிலையத்தை அடைந்ததும் மற்றொரு டெம்போவில் ஏற வேண்டியிருந்தது. ஒருவர் கிராமத்திலிருந்து விடியற்காலை இருளில் கிளம்பினால் பொழுது சாயும் பொழுது சாயங்காலமாகத்தான் சிறைக்கு வந்து சேர முடிந்தது. அதற்கு மேல், சிறைக் காப்பாளரின் நிரந்தரமாகத் திறந்திருந்த வாயைப் போதுமான அளவு நிரப்பவும் கடினமாக இருந்தது. முந்தைய சிறையில் வாங்கியதை விட இந்தச் சிறையின் காப்பாளரின் கட்டணம் மூன்று மடங்கு அதிகமாக இருந்தது. கைதிகளை ஐந்து நிமிடங்களுக்கு மேல் சந்திக்க பார்வையாளர்கள் அனுமதிக்கப் படவில்லை. மேலும், அவர்கள் ஏதாவது கொண்டு வந்திருந்தால் நீண்ட தகராறுக்குப் பிறகு அது எவருக்காகக் கொண்டு வரப்பட்டதோ அவரிடம் கொடுக்க அனுமதி அளிக்கப்பட்டது. அதில் பாதி பொருள்களைச் சிறை ஊழியர்கள் தாங்களே வைத்துக் கொண்டு விடுவார்கள். வீட்டைப் பற்றியும், குடும்பத்தைப் பற்றியும் விசாரிப்பு முடிந்து கூட இருக்காது அதற்குள் வருகைகளின் முடிவைக் குறிக்கும் மணி உயர்தொனியில் ஓங்கி அடிக்கும். வீட்டிலிருந்து வந்த ரொட்டி உலர்ந்து விடும் மற்றும் தால் ஊசிப் போகும்.

அவளுடைய பிள்ளை மிகவும் சிறியவன் மற்றும் மகள் இளம் பருவ மங்கை. கவலைப்பட்ட குடும்பத்தார் அவர்களை மாயாநகருக்குத் தனியாகப் பயணம் செய்ய அனுமதிப்பதில்லை. அவர்களுடைய முகத்தைப் பார்க்க மித்தோ ஆற்றொணா ஆவலுடன் இருந்தாள்.

சில மாதங்களாக மோசமான செய்தி ஏராளமாக வர ஆரம்பித்தன. மித்தோ விரைவில் விடுபடுவதற்கு வாய்ப்பில்லை என்று சேட்டிற்குத் தெரிந்த பிறகு மேலும் கடன் கொடுக்க அவர் மறுத்து விட்டார். தவிர பாக்கியிருந்த நிலுவைத் தொகை மற்றும் ஜாமீன் எடுப்பதற்காகக் கட்டப்பட்ட தொகையையும் திருப்பிக் கொடுக்குமாறு கோரினார்.

மித்தோவைத் திருமணம் செய்து கொள்ளும் அனைத்து நம்பிக்கையையும் அவளுடைய மைத்துனன் கை விட்டான். முழு குடும்பத்தின் செலவையும் தாங்குவது அவனுக்குக் கடினமாக இருந்தது. இந்தச் சுமையினால் சோர்வடைந்த அவன் சிறுவனைப் பள்ளிக்கு அனுப்புவதை நிறுத்தி விட்டான். "திருடர்களின் குழந்தைகள் வளர்ந்து பெரியவர்களாகி நீதிபதி ஆவதில்லை. அவர்களுக்கு, இன்றில்லாவிட்டால் நாளை குடும்பத் தொழிலை எடுத்துக் கொள்ள வேண்டியிருக்கும்" என்று கூறிவிட்டு பையனை, தொழில் நுட்பங்களைக் கற்றுக் கொள்ள ஓர் உஸ்தாதிடம் அனுப்பி வைத்தான்.

மித்தோவின் மைத்துனி அவளுடைய பெண்ணைத் தன்னுடன் பேருந்து நிலையத்திற்கு அழைத்துச்செல்லத் தொடங்கினாள். மித்தோவைப் போலவே அவளுடைய மகளும் ஒப்பற்ற அழகியாகத் திகழ்ந்தாள். எல்லோரும் அவள் பக்கத்தில் உட்கார ஆவலாயிருந்தனர். மைத்துனிக்கு இப்பொழுது குட்டித் திருட்டுகளில் ஈடுபட அவசியமிருக்கவில்லை, எல்லோரும் விருப்பத்துடன் அவளுக்காகத் தங்கள் பைகளைக் காலி செய்தனர். சிறுமி வெற்றியின் சிகரத்தை நோக்கி நடை போட்டுக் கொண்டிருந்தாள். இது இவ்வாறே நீடித்தால், அவர்கள் உயர் நீதிமன்றத்தில் ஒரு நல்ல வழக்கறிஞரை நியமித்து இவளை விடுவித்து விடுவார்கள். இத்தகைய துண்டு செய்திகளைக் கேட்டு விரக்தியில் உரக்க அழுதுக்கொண்டே மித்தோ தன் உள்ளங்கையால் தலையில் மீண்டும் மீண்டும் அடித்துக் கொண்டு, "உஸ்தாதிடமிருந்து பையனைத் திருப்பிக் கூட்டி வாருங்கள். பெண்ணை நகரத்திற்கு அனுப்புவதை நிறுத்துங்கள்" என்று ஒரு செய்தியைத் திருப்பி அனுப்பினாள். ஆனால், யாரும் செவிசாய்க்கவில்லை.

கடந்த இரண்டு மாதங்களாக அவளைப் பார்க்க யாரும் வர வில்லை. மித்தோவைப் பொறுத்தவரை பெரும்பாலான பிரச்சனைகளின்

வேர் அவளுடைய உடல்தான். இப்பொழுது அவள் தன்னையே தன் சொந்த உடலின் எதிரியாக மாற்றிக்கொண்டாள். கடந்த சில வாரங்களாகச் சாப்பிடுவதையும் குடிப்பதையும் நிறுத்தி விட்டாள். அவளுடைய தோல் தொய்வடையத் தொடங்கியது. அவளுடைய முகம் சுருக்கம் மற்றும் சோர்வின் அறிகுறிகளைக் காட்டியது. சீப்பைத் தூக்கி எறிந்து விட்டதால் அவளுடைய தலை மயிர் இப்பொழுது பேன்கள் மொய்த்த பறவைக்கூடாகி விட்டது. அவளுடைய கண்களுக்கடியில் கரு வளையங்கள் தென்பட்டன. அவள் குளிப்பதையும் நிறுத்தி விட்டாள். அவளுடைய ஆடைகள் அழுக்குப் படிந்து கனமாகியிருந்தன. சில நாட்களுக்கு முன்பு அவளுக்கு மாதவிடாய் இருந்தது. அவளுடைய சல்வாரில் இப்பொழுது கூட ரத்தக் கறை படிந்திருந்தது. மிகச் சில நாட்களுக்குள் அவள் மிகவும் வயதானவளாகத் தோன்ற ஆரம்பித்தாள்.

ஃபெரோஸ்பூருக்குத் திரும்பவும் இடமாற்றம் செய்யும்படி தொடர்ந்து விண்ணப்பங்கள் எழுதிக் காப்பாளரிடம் கொடுத்துக்கொண்டே இருந்தாள். பிறகு இடமாற்ற உத்தரவுக்காக, கண்கொட்டாமல் வாயிலை நோக்கிப் பார்த்துக் கொண்டே உட்கார்ந்திருந்தாள்.

அவளுடைய விண்ணப்பங்களை மேலே அனுப்பாமல் சும்மா கிழித்தெறிந்து விடுகிறார்களென்ற சந்தேகத்தில் அவள் கொஞ்ச நாட்களாகக் காப்பாளருடன் சண்டையிட்டுக் கொண்டிருந்தாள். ஒருநாள் முன்பு காப்பளரை அவள் உடல்ரீதியாகத் தாக்கினாள். அதன் விளைவாக அவள் தனியாகப் பூட்டப்பட்டிருந்தாள். மயக்க நிலையில் அங்கு படுத்துக்கொண்டு நாள் முழுவதும் தனக்குத் தானே ஏதாவது முணுமுணுத்துக் கொண்டிருந்தாள்.

முந்தைய நாள் ஹக்கம் பெண்கள் வளாகத்தில் ஒரு சுற்று சுற்றிவிட்டு வந்திருந்தார். அவள் இன்னும் சில நாட்கள் மட்டுமே அங்கிருக்கப் போகிறாள் என்று அவருக்குத் தோன்றியது. ஆனால், ஹக்கமால் என்ன செய்ய முடியும்? அவளை மீண்டும் ஃபெரோஸ்பூர் அழைத்துச் செல்ல அவர் யாரை அணுக முடியும்?

மாயாநகரில் இருந்த சிறை அதிகாரிகள், தங்களில் ஒருவருடன் ஒத்துப் போவார்களே தவிர ஒரு கைதிக்கு ஆதரவளிக்க மாட்டார்கள் என்று ஹக்கமுக்கு நன்றாகத் தெரியும். ஒரு கைதி அங்கிருந்த மற்ற கைதிகளில் ஒருவரின் ஆதரவை எவ்வாறு பெற முடியும்? இதைத் தெரிந்து கொள்வது அவருடைய அறிவுக்கு அப்பால் இருந்தது. இதுதான் அவரைத் தொந்தரவு செய்தது.

அத்தியாயம் 34

அந்தப் போக்கிரி காலுவும் இதே நிலையில் இருந்தான். அவன் எந்நேரமும் ஒரு கரடு முரடான குத்துவாளை வைத்துக்கொண்டு தயாராகச் சுற்றிக் கொண்டிருந்தான். எந்த நேரத்திலும் அவன் மருத்துவர் அல்லது மருத்துவ உதவியாளரின் மார்பில் குத்துவாளை நுழைத்து விட்டான் என்று கேட்கக் கிடைக்கலாம்.

கடந்த ஒரு மாதமாக, காலு மிகவும் உடல் நலமில்லாமல் இருப்பதை ஹக்கம் அறிந்திருந்தான். அவனுக்குப் பசியிருக்கவில்லை. ஐந்து கிலோ எடையும் குறைந்திருந்தான். அவனுடைய உடல் வெப்பநிலை 100 டிகிரிக்கு மேலேயே சுழன்று கொண்டிருந்தது. அவன் நாள் முழுவதும் இருமிக் கொண்டிருந்தான். தீ மூட்டுவதற்காக ஒரு மூங்கில் குழாயில் காற்று நிரப்பும் பொழுது உண்டாகும் சத்தத்தைப் போல் அவனுடைய நுரையீரலிலிருந்து சத்தம் எழும்பியது. ஒரு சிறு செயல்கூட அவனுக்கு மூச்சுத் திணற வைத்தது. உமிழப்பட்ட கோழையில் இரத்தம் அதிகரித்துக்கொண்டே இருந்தது.

அவன் ஒரு பயங்கரமான காச நோயால் பாதிக்கப்பட்டிருந்தான். அவனுக்குச் சிகிச்சை மட்டுமல்ல, ஓய்வும் தேவைப்பட்டது. அது அவனுக்கு உழைப்பிலிருந்து விலக்குப் பெற்றால்தான் கிடைக்கும். அவனுடைய உடல்நிலை மிகவும் மோசமாக இருப்பதாக மருத்துவர் சான்றளித்தால் மட்டுமே அவனுக்கு விலக்கு அளிக்கப் படலாம்.

அதுதான் காலுவைக் கோபமூட்டியது. அவனுடைய உடல்நிலை சரியில்லை என்று மருத்துவ உதவியாளர் ஒப்புக் கொள்ளவில்லை. "இது ஒரு லேசான காய்ச்சல்தான்" என்று கூறிய அவர் அவனை மருத்துவரிடம் அனுப்பும் சிரமத்தைக் கூட எடுக்கவில்லை. "சும்மா வேஷம் போடுபவர்களைப் பார்ப்பதற்கு மருத்துவரிடம் நேரம் இல்லை. அவருக்குத் தினமும் நூறு நோயாளிகளைக் கவனிக்க வேண்டியிருக்கிறது. உனக்குத் தகுந்த சிகிச்சையளிக்க என்னால் முடியும்" என்று கூறிவிட்டார்.

காலு தனது மருத்துவ ஆவணங்களைச் சிறையில் அடைக்கப் பட்டிருந்த மருத்துவர் ஜெயினிடம் காண்பித்திருந்தான். அவற்றைப் பார்த்து விட்டு அவர், "உனக்கு காசநோய் உண்டாகியிருக்கிறது. உன்னுடைய ஆவணங்களில் எழுதப்பட்ட நோய் அதுதான்" என்றார். மருத்துவ மனையில் காலுவுக்கு அளிக்கப்பட்ட மருந்துகளைப் பரிசோதித்த அவர், "இவை உனக்குப் பரிந்துரைக்கப்பட்ட மருந்துகள் இல்லை. உனக்குப்

பரிந்துரைக்கப்பட்டது, ஒரு புகழ்பெற்ற நிறுவனத்தால் தயாரிக்கப்படுகிறது. விலை உயர்ந்ததும் கூட. உனக்குக் கொடுக்கப்பட்டிருப்பது பயனற்றது மற்றும் மலிவானது. இது ஒன்று ஐந்து பைசாவுக்கு விற்கப்படுகிறது. உனக்கு டிஸ்பிரினும் கொடுக்கப்படுகிறது. இதை உட்கொண்டவுடன் உனக்கு வியர்க்கிறது. அது காய்ச்சலைக் குறைத்து விடுகிறது. கொஞ்சம் குணமாகிறது என்று நீ நினைத்துக் கொள்கிறாய். மற்றது ஊட்டசத்து வைட்டமின் பி மாத்திரை. அது கொஞ்சம் பலத்தைக் கொடுக்கிறது. உன்னுடைய நோய்க்குச் சரியான சிகிச்சை அளிக்கப்படவில்லை" என்று கூறினார்.

மருத்துவர் ஜெயின் அவனுக்கு மற்றொரு பயனுள்ள தகவலும் கொடுத்தார், "சிறையின் விதிப்படி காச நோய் உள்ள நோயாளிகளுக்குப் பால், முட்டை மற்றும் ரொட்டி கொடுக்கப்பட வேண்டும். அடுத்த முறை மருத்துவ உதவியாளரைப் பார்க்கும் பொழுது, உனக்காக வரும் ரேஷன் எங்குதான் போகிறது என்று அவரிடம் கேள்" என்றார்.

அதன்படி காலு கேட்ட இந்தக் கேள்வி உதவியாளரை மிகவும் கவலைக்குள்ளாக்கியது. அச்சமுற்ற அவர், அரை லிட்டர் பால் மற்றும் ஒரு முட்டைக்குச் சீட்டு எழுதிக் கொடுத்துவிட்டு, இனியும் தொடர்ந்து அதை அவனுக்குக் கொடுப்பதாக உறுதியளித்தார். ஆனால், ஒரு வாரத்திற்குப் பிறகு அவருடைய உத்தரவாதம் வெறும் வெற்றென்று நிரூபணமாயிற்று.

இறந்த நாய் போல் காலு இரவு முழுவதும் விழுந்து கிடக்கிறான் என்று ஹக்கமுக்குத் தெரியும். தொழிற்சாலையில் வெறும் அரை மணி நேரம் வேலை செய்த பிறகு அவன் சோர்வடைந்து கீழே சரிந்து விழுந்து விடுகிறான். கடின உழைப்பிலிருந்து அவனை விடுவிக்க முன்ஷி விரும்பினார். ஆனால், விலக்குக்கு மருத்துவரின் சான்றிதழ் தேவை பட்டது.

அத்தகைய ஒரு சான்றிதழுக்கு மருத்துவ உதவியாளர் இருநூறு ரூபாய் கோரினார். "நான் மூன்று ஆண்டுகளாகச் சிறையில் இருக்கிறேன். எனக்குக் குடும்பம் கிடையாது. என்னிடம் அவ்வளவு பணமில்லை" என்று காலு அவருக்குப் பல முறை விளக்கினான். ஆனால், உதவியாளர் அவனை நம்பவில்லை.

காலுவுக்குத் தன் பெற்றோர் யாரென்று தெரியாது; அவன் ஒரு முறைகேடாகப் பிறந்த சந்ததியா, ஓர் இந்துவா அல்லது முகமதியனா ஒன்றும் ஞாபகம் இல்லை. பேருந்து பக்கத்திலிருந்த குடிசைகளின்

கும்பலுக்கிடையில் அவன் வளர்ந்து பெரியவன் ஆனான். இதுதான் அவனுக்கு நினைவிலிருந்தது. அவனுடைய குடிசையில் ஒரு வயதான, பார்வையற்ற மாது இருந்தாள். அனைவரையும் போல அவனும் அவளைத் தாதி என்று அழைத்தான். ஒரு தடித்த, கறுத்த மனிதனும் இருந்தான். அவனை வீட்டில் 'பாபு' என்றும் பணியிடத்தில் 'உஸ்தாத்' என்றும் அவன் அழைத்தான். மூன்று சிறுவர்களும் ஒரு சிறுமியும் அவர்களுடன் வசித்தனர். அவர்கள் இவனுடைய உடன்பிறந்தவர்கள் என்று குறிப்பிடப்பட்டனர். அவர்களின் மூக்குச் சப்பையாகவும், தாடை உடைந்தும் இருந்தன. ஒருவனுடைய கால் முடங்கி இருந்தது, மற்றவனுக்கு ஒரு கை இருக்கவில்லை. அவனுடைய சகோதரி கண் பார்வையற்றவளாக இருந்தாள். சிறியவர்களாக இருந்த பொழுது அவர்கள் பேருந்து நிலையத்தில் பிச்சை எடுத்தார்கள். பெரியவர்களாக ஆன பிறகு உஸ்தாத் அவர்களைக் கூட்டமாக இருந்த இடங்களுக்கு அழைத்துச் சென்று ஜேப்படிக்கவும் சங்கிலிகளைப் பறிக்கவும் பயிற்சி அளித்தான். தேவைப் பட்டால் அவர்களால் கத்தி, குத்துவாள்களையும் உபயோகப்படுத்த முடிந்தது.

உஸ்தாதுக்குப் பிரியமானவன் காலு. பெரியவனான பிறகு உஸ்தாத் தானாகவே முன்வந்து அவனுக்கு மூன்று மாணவர்களைப் பரம்பரைச் சொத்தாகக் கொடுத்து அவனைச் சுதந்திரமாகப் போக விட்டான். ஒருசில நாட்களிலேயே காலு தனது சொந்தக் குழுவை உருவாக்கிக் கொண்டான்.

பேருந்து நிலையத்தின் பக்கத்தில் இருந்த சிறிய காவல் நிலையத்தின் தானேதார் காலுவிடம் நியாயமான முறையில் நடந்து கொள்ளவில்லை. உண்மையில் அது காலுவின் தவறில்லை. அவன் திகார் சிறையில் அடைக்கப்பட்டிருந்ததால் அந்தக் குறிப்பிட்ட மாதத்தில் அவனுடைய சம்பாத்தியம் ஒன்றுமிருக்கவில்லை. வருவாயே இல்லாத நிலையில், கொடுப்பதாக உடன்பட்டிருந்த மாதாந்திர தொகையை அவனால் எப்படிக் கொடுக்க முடியும் என்பது புரியக்கூடியதுதான். ஆனால், தானேதார் பிடிவாதமாக இருந்தார். காலு மற்றும் அவனைப் போன்ற மற்றவர்களுக்கும் பாடம் கற்பிக்க, ஒரு பழைய மறக்கப்பட்ட கொலை வழக்குக் கோப்பை மீண்டும் திறந்தார்.

காலுவின் உஸ்தாத் ஆறு மாதங்களுக்கு முன்பு கொலை செய்யப்பட்டிருந்தான். கத்திகளால் கொடூரமாகக் குத்தப்பட்டிருந்தான். பற்பல குத்துக்காயங்கள் இருந்த அவன் உடல் ஒரு சல்லடைப் போலாகி விட்டிருந்தது. இத்தகைய கொடூரமான செயலைச் செய்தவன் யாராக

இருக்கும் என்பதைப் பற்றிச் சிறு தடயம் கூடக் காவல் துறையினருக்கோ அல்லது வேறு எவருக்கோ இதுவரை கிடைக்கவில்லை.

தானேதார் இப்பொழுது ஒரே அம்பால் இரண்டு இலக்குகளை நோக்கிக் குறி வைத்தார். காலுவின் ஒரு பரம எதிரியை வற்புறுத்தி, கொலையை அவன் நேரில் பார்த்ததாக வாக்குமூலம் வாங்கிக்கொண்டார். அதன் அடிப்படையில் காலு அவனுடைய உஸ்தாதைக் கொலை செய்ததாகக் குற்றம் சாட்டப்பட்டான். காரணம், பகை மற்றும் திருடப்பட்ட பொருட்களின் பங்கீடுதல் என்று கூறப்பட்டது.

மற்றவர்களுடன் சேர்ந்து காலுவின் தோழர்களும், சீடர்களும், இந்தக் குற்றத்தை அவன்தான் செய்திருக்கிறான் என்று நம்பி, நீதிமன்றம் தனது தீர்ப்பை அளிக்கும் முன்பே அவர்கள் அவனைக் குற்றவாளியென அறிவித்து விட்டார்கள். நண்பர்கள் அனைவராலும் கை விடப்பட்ட காலு கடந்த இரண்டு ஆண்டுகளாக எந்தப் பணத்தையும் பார்க்கக் கூடவில்லை. அவன் எவ்வாறு இருநூறு ரூபாய் உதவியாளருக்குக் கொடுக்க முடியும்?

காலுவுக்கு இன்னொரு மனக்குறையும் இருந்தது. அவன் உண்மையான காரணத்தின் அடிப்படையில் சான்றிதழ் கேட்டுக் கொண்டிருந்தான். அதற்காக அவன் லஞ்சம் ஏன் கொடுக்க வேண்டும்? ஆனால், அவனுடைய வேண்டுகோளைக் கேட்க யாரும் தயாராக இல்லை.

கோபமும் சோர்வும் அடைந்த காலு, உதவியாளரை ஒருநாள் கடுமையாகக் கண்டனம் செய்தான். இவ்வாறு கலாட்டா செய்ததற்காக அவன் பிரம்பால் தாக்கப்பட்டான். இதன் பின்விளைவும் ஒரு நிவாரணமாக வந்து சேர்ந்தது. அவன் ஒரு நோய்வாய்ப்பட்ட மனிதன் என்று அறிவிக்கப்பட்டு வேலையிலிருந்தும் விலக்கப்பட்டான். இந்த விலக்குடன் அவனுக்கு முறையான சிகிச்சையும் தேவைப்பட்டது. இதற்காக அவனை மருத்துவமனையில் சேர்க்க வேண்டியதாயிற்று.

"உன்னைவிட மோசமான நிலையிலுள்ள நோயாளிகள் நிறையப் பேர் இருக்கிறார்கள். இங்கு காலி படுக்கை எதுவும் இல்லை. ஒன்று கிடைத்தவுடன் உன்னைச் சேர்த்துக்கொள்கிறோம்" என்று மருத்துவர் நைசாகப் பேசி அவனுடைய மனதை மாற்ற முயற்சித்தார்.

காலுவின் வயது சுமார் முப்பது. அதில் பன்னிரண்டு ஆண்டுகளை அவன் சிறையில் கழித்திருந்தான். சிறையின் விதி, ஒழுங்குமுறைகளைப் பற்றி அவன் நன்கு அறிந்திருந்தான். "நீங்கள் பொய் சொல்கிறீர்கள்.

எனக்குத் தெரிந்து, இரண்டு கைதிகள் நோய்வாய்ப்படாமலே சிறையிலிருக்கிறார்கள்" என்று அவரிடம் தர்க்கம் செய்தான்.

காலுவின் களத்திலிருந்த ஷிண்டா மூன்று நாட்களுக்கு முன்பு மருத்துவமனையில் அனுமதிக்கப்பட்டிருந்தான். விரைவில், அடுத்த வாரம் *லங்கரில்* உணவு தயாரிப்பதற்கான முறை அவனுடையதாக இருந்தது. அவனுக்குக் காலை மூன்று மணியிலிருந்து இரவு எட்டு மணிவரை விழி பிதுங்க, அடுப்பில் உழைத்து வேலை செய்து பழக்கமில்லை. இந்தக் கஷ்டத்திலிருந்து தப்பிக்க அவன் மருத்துவமனையில் இருக்க அனுமதி வாங்கிக் கொண்டான்.

ஷேரு உஸ்தாதின் மருமகளுக்கு அடுத்த மாதம் திருமணம். திருமணத்தில் கலந்து கொள்ள ஷேரு *பரோலில்* வெளியில் செல்ல விரும்பினான். சிறிது நாட்கள் மருத்துவமனையில் தங்கிவிட்டு விண்ணப்பம் கொடுப்பதைவிட மேலான சாக்கு வேறொன்றும் இருக்க வில்லை. அவனுடைய நோயின் அடிப்படையில் *பரோல்* அளிக்கப்படும். அவர்கள் நினைத்ததை அடைய பெருந்தொகை அளித்திருந்தார்கள் என்று காலுவுக்குத் தெரியும். ஷேருவும், ஷிண்டாவும் தாங்களே அவ்வாறு கூறியிருந்தார்கள்.

மருத்துவர் தட்டிக்கழித்தார். அவர் இதில் ஈடுபட விரும்பவில்லை. சிறை மருத்துவமனையில் இடமில்லையென்றால் சிவில் மருத்துவமனைக்கு அனுப்புமாறு காலு அவரிடம் கெஞ்சினான். அங்கு படுக்கைகளுக்குப் பஞ்சமில்லை. ஆனால், இந்த வேண்டுகோளுக்கு *தரோகா* ஆட்சேபனை எழுப்பினார். இவனைக் கண்காணிக்க, நிர்வாகத்திற்கு இவனுடன் கூட இரண்டு காவலர்களையாவது அனுப்ப வேண்டியிருக்கும். இதனால், தேவையற்று இருபதாயிரம் ரூபாய் கூடுதலாகச் செலவாகும். ஒரு கொலைகாரனின் உயிரைக் காப்பாற்றுவதற்காக அரசு இவ்வளவு பணத்தைச் செலவிட முடியாது. மாறாக *தரோகா*, "உன்னுடைய மரணத்தினால் இந்தப் பூமியில் கொஞ்சம் பாரம் குறையும். சமூகம் ஒரு குற்றவாளியிடமிருந்தும், சிறை அதிகாரிகள் ஒரு தலைவலியிலிருந்தும் விடுபடுவார்கள்" என்று காலுவைக் கேலி செய்தார்.

பதிலுக்கு, "கோலு *பஹல்வான்* ஒரு மாத இடைவேளையில் மூன்று முறை மருத்துவமனைக்கு ஏன் அனுப்பப் பட்டான்? அவன் நோயுற்றிருக்கிறானா? எந்த நோய் அவனை மருத்துவமனைக்கு அழைத்துச் சென்றிருக்கிறதென்று எல்லாருக்கும் தெரியும்" என்று வெளிப்படையாகக் கேட்டான் காலு.

மாயாநகரின் பிரபலமான தொழிலதிபரின் ஒரே மகனைக் கடத்த *பஹல்வானின்* குழு சதித் திட்டம் தீட்டியது. கோலுவின் திட்டத்தின்படி அவனுடைய நான்கு கூட்டாளிகள் ஏற்கெனவே ஜாமீனில் விடுவிக்கப் பட்டிருந்தனர். அவர்கள் சிறுவனைக் கடத்திச் செல்வார்கள். கோலு மருத்துவமனையில் ஓய்வெடுத்தவாறு பெற்றொர்களிடம் மீட்புத் தொகைப் பற்றிப் பேசி முடிவு செய்வான். திட்டம் நிறைவேறியவுடன் அவன் மீண்டும் தன்னுடைய கலத்திற்குத் திரும்பி விடுவான். முதல் முறை இது வேலை செய்யவில்லை. இந்தத் தடவை, இதைத் திட்டமிட்டு ஒழுங்காக முறைப்படி செய்ய வேண்டும்.

தண்டனையிலிருந்து தப்பிக்கக் கோலுவுக்கு இதுதான் ஒரே வழி: ‘அவனோ சிறையில் அடைக்கப்பட்டுள்ளான். அவன் எப்படிச் சிறுவனைக் கடத்த முடியும்?’ இதே உத்தியைப் பயன்படுத்தி மற்ற பல வழக்குகளிலிருந்து அவன் விடுபட்டிருந்தான்.

வேறு ஒன்றும் செய்யாவிட்டாலும், நோயின் அடிப்படையில் குறைந்த பட்சம் ஒரு மாதம் *பரோலாவது* அவனுக்கு வழங்கப்பட வேண்டும் மற்றும் வெளியில் வந்த பிறகு மற்ற வாய்ப்புகளை ஆய்வு செய்து தனிப்பட்ட முறையில் அவன் சிகிச்சை செய்து கொள்வான் என்று காலு கூறினான்.

இந்தக் கோரிக்கை நல அதிகாரிக்கு ஏற்கத்தக்கதாகப் படவில்லை. திடீரென்று நினைத்தால் *பரோல்* கிடைத்து விடாது. இதற்குப் பல கடுமையான விதிமுறைகளைப் பூர்த்தி செய்ய வேண்டும். முதலில், சிறை மருத்துவமனையில் காலுவுக்குச் சிகிச்சை அளிக்க முடியவில்லை. எனவே, அவனைச் சிவில் மருத்துவமனைக்கு அனுப்ப வேண்டும் என்று மருத்துவர் சான்றளிக்க வேண்டும். இதே போன்ற சான்றிதழைச் சிவில் மருத்துவமனையும் அளிக்க வேண்டும். கைதி சிறைக்கு வெளியில் அனுப்பபட்டால் சமுதாயத்தின் அமைதி மற்றும் ஒழுங்குமுறை சீர் குலையாது என்று காவல் நிலையம், அதன் சார்பாக அறிக்கை அளிக்க வேண்டும். பின்னர், பரோலைச் செயலாக்குவதற்கான நடவடிக்கைகளுக் காகக் கோப்பு சிறைச் சாலை இலாக்காவுக்கு அனுப்பபடவேண்டி யிருக்கும். ஒவ்வொரு கட்டத்திலும் அங்குள்ளவர்களுக்குப் பணம் செலுத்த வேண்டியிருக்கும். அவனிடம் எந்த வருமானமும் இல்லை. பின்னர் அவனுக்குப் *பரோல்* எப்படிக் கிடைக்கும்?

மரணம் காலுவைச் சுற்றி வட்டமிட்டுக் கொண்டிருப்பதைப் பார்த்த மருத்துவர் ஜெயின், “உனக்கு முறையான சிகிச்சை கிடைக்கும் வரையிலாவது நீ உனக்கு வேண்டிய சில மருந்துகளுக்கு ஏற்பாடு

செய்து கொள். அவை மருத்துவமனையில் கிடைக்கக் கூடும்" என்று மீண்டும் ஆலோசனை கூறினார். வெளியிலிருந்து கொண்டு வரப்பட்ட மருந்துகளுக்கு விதிக்கப்பட்ட சிறை 'வரி'யைக் கேட்ட காலுவுக்குத் தலை சுற்றியது. வெளியில் நூறு ரூபாய் விலையுள்ளப் பொருள் சிறையின் பெரிய வாயிலைத் தாண்டி உள்ளே வந்தவுடனேயே முன்னூறு ரூபாயென்று நிர்ணயிக்கப்பட்டது. இவ்வளவு பணம் அவனிடம் இருந்திருந்தால் இந்த நிலைமை முதலில் அவனுக்கு எப்படி உண்டாயிருக்கும்? இது, ஒருவனுக்கு மூச்சு விட முடியவில்லை அதனால் மூழ்கினான் என்று சொல்வது போல் ஆயிற்று.

சிகிச்சைக்கான அத்தனை மார்க்கமும் மூடப்பட்ட பிறகு காலு ஒரு புதிய வழியைத் தேடிக் கொண்டான். லங்கரிலிருந்து ஓர் அகப்பையைத் திருடிகொண்டு வந்து, அதன் தண்டை உடைத்துக் கூர்மைபடுத்திக் கொண்டான். இந்தத் தற்காலிக ஆயுதத்தைச் சுமந்து கொண்டு, "ஒரு பொய் வழக்கில் நான் குற்றவாளியாக்கப்பட்டேன். இப்பொழுது நிஜமாகவே ஒன்றைச் செய்ததற்காகக் குற்றம் சாட்டப் படுவேன்" என்று கூறிக் கொண்டு சுற்றிக் கொண்டிருந்தான்.

"நான் உயிர் வாழ விரும்புகிறேன். எனக்குச் சரியான சிகிச்சை கிடைக்கத் தயவு செய்து ஏற்பாடு செய்யுங்கள்" என்று காலு பலமுறை ஹக்கமிடம் மன்றாடினான்.

காலுவின் முடிவு நிச்சயம் என்று ஹக்கம் உணர்ந்தார். அவன் தன் ஆயுதத்தைச் சிறை ஊழியர்கள் ஒருவரின் வயிற்றில் குத்தி விட்டால், சிறை மக்கள் அவனை அடித்துக் கொன்று விடுவார்கள். அவன் அவ்வாறு செய்யாவிட்டால், ஒவ்வொரு நாளும் பரவிக்கொண்டே வரும் நோய் படிப்படியாக அவனை விழுங்கி விடும். எந்த வழியிலும் அவன் இறந்தவன் ஆவான்.

ஹக்கம் காலுவை எவ்வாறு காப்பாற்ற முடியும்? இதற்கு ஒரு வழி கண்டுபிடிக்க முடியவில்லையே என்று ஹக்கமுக்கு மிகவும் வேதனையாக இருந்தது.

அத்தியாயம் 35

அடுத்த நாள் பல்கலைக்கழகத்தில் நுழைவுக்கான விண்ணப்பத்தை அனுப்புவதற்கான கடைசி தேதி. சரியான சமயத்தில் அதை அனுப்ப முயன்ற ஷீதல் சிங்கின் அனைத்து முயற்சிகளும் தோல்வியடைந்தன. அவனுடைய இரண்டு வருட கடின உழைப்பு வீணாகிவிடும் என்று அச்சுறுத்தியது. தகர்ந்தெரியப்பட்ட எதிர்காலத்தை நினைத்து ஷீதல் மனம் கலங்கினான்.

தன்னுடைய துயரத்தை அன்று மாலை ஹக்கமிடம் கொட்டித் தீர்த்த பிறகு அவன், "என்னுடைய விண்ணப்பப் படிவம் நாளை பல்கலைக்கழகத்திற்கு அனுப்பப்படாவிட்டால், மறு நாள் என் சடலம் ஒரு மரத்திலிருந்து தொங்குவதை நீங்கள் காண்பீர்கள்" என்றான். ஷீதல் சிங் உறுதியான நோக்கம் கொண்டவன். அவன் உள்வரை முழுவதும் உடைந்து போயிருந்தான். தன்னுடைய வார்த்தைகளைத் தொடர்ந்து சொன்னபடி அதைச் செயலிலும் அவன் காட்டுவான் என்று ஹக்கம் நிச்சயமாக நம்பினார்.

ஒரு மதிப்புக்குரிய உயிரை அப்படியே மறைந்து விடாமல் தடுப்பது எப்படி? ஹக்கமுக்கு இந்த வினாவுக்கு விடை கிடைப்பது கடினமாக இருந்தது.

ஷீதல் சிங் ஏன் இவ்வாறு தண்டிக்கப்படுகிறான்? ஹக்கமுக்குக் காரணம் தெரியும் - ஏனென்றால் அவன் ஏழைக் கைதிகளுக்கு உதவி செய்து கொண்டிருந்தான்.

ஷீதலின் வளாகத்தில் சிறைப்படுத்தப்பட்ட பெரும்பாலானவர்கள் கல்வியறிவில்லாத இடம் பெயர்ந்தவர்கள். முன்பு இவர்களுக்கு ஏதாவது படிக்க அல்லது எழுத வேண்டியிருந்தால், கட்டணம் வசூலித்து, இந்தச் சேவையைக் காப்பாளர் பைஜ்நாத் செய்து கொண்டிருந்தார். கடிதம் எழுதுவதென்றால் இரண்டு ரூபாய், படிக்க வேண்டுமென்றால் ஒரு ரூபாய். கடிதத்தைத் தபால் நிலையத்துக்கு எடுத்துச்செல்ல இன்னும் ஒரு ரூபாய் கூடுதல் என்று இந்த உதவிக்காக வாங்கினார். பணம் கொடுக்க யாராவது மறுத்தால் அவர்கள் கண்ணுக்கெதிரிலேயே அவர்களுடைய கடிதம் கிழித்தெறியப்படுவதைக் கண்டார்கள். எதேச்சையாக யாருக்காவது பண அஞ்சல் வந்தால், அனுப்பப்பட்ட தொகையில் பாதி அளவுதான் கைதிகளின் கைக்கு வந்து சேர்ந்தது. மற்ற பாதி காப்பாளர் மற்றும் தபால்காரரால் விழுங்கப்பட்டது.

இந்த வளாகத்திலிருந்த கைதிகளைச் சந்திக்கப் பார்வையாளர்கள் அரிதாகவே வந்தார்கள். செய்திகள் கிடைப்பதற்கும், ஊக்கம் அளிப்பதற்கும் இவர்களுக்குப் பக்க பலமாக இருந்த ஒரே ஆதாரம் கடிதங்கள் மட்டுமே.

ஷீதல் *சிங்* படித்தவன். ஆனால், கல்வியறிவற்ற குடும்பத்திலிருந்து வந்தவன். அவனுடைய தந்தை வேலைப் பயிற்சி இல்லாத தொழிலாளி, ஓர் உழவராக வேலை செய்தான். அவனுடைய வட்டாரத்தில் வசித்த பலர் இன்னமும் கல்வியறிவற்றவர்களாகவே இருந்தனர். அவனுடைய குழந்தை பருவத்தில் அவன், அவர்களுக்காகக் கடிதங்கள் படித்தும் எழுதியும் கொடுத்திருந்தான். அதனால்தான் அவன் ஒரு ரூபாயின் மதிப்பை உணர்ந்திருந்தான் மற்றும் கடிதங்களில் வெளிப்படுத்தப்பட்ட பாசத்தையும், உறவையும் தெரிந்து கொண்டிருந்தான். குடிபெயர்ந்த கைதிகளுக்கு வெளியிலிருந்து வருமான ஆதாரம் இல்லைதான். அவர்கள் தங்களுடைய ரேஷனிலிருந்து சிறிது மிச்சப்படுத்தியும், மற்ற கைதிகளுக்குச் சில வேலைகளைச் செய்து கொடுத்தும் கொஞ்சம் ரூபாய் சேமித்தனர். காப்பாளர் இதை ஏதாவதொரு சாக்கில் பிடுங்கிக் கொண்டார்.

ஷீதல் *சிங்* ஒரு வழக்கு விசாரணையில் கைதியாக இருந்தான். அவனுக்கு நாள் முழுவதும் எந்த வேலையும் கிடையாது. தன்னை வேலையில் ஈடுபடுத்திக் கொள்ளவும், சக கைதிகளின் பணத்தை மிச்சப்படுத்த உதவும் நோக்கத்துடனும் அவன், அவர்களுக்காகப் படிக்கவும் எழுதவும் ஆரம்பித்தான்.

இது முதல் மாதமே பைஜ்நாத்தைப் பிரச்சனைக்குள்ளாக்கி விட்டது. அவருடைய வீட்டுச் செலவுகளை சமாளிக்க அவருக்குக் கஷ்டமாகி விட்டது. முதலில் அவர், "நாங்கள் பார்ப்பதற்கு அதிகாரிகளைப்போல் இருக்கலாம். ஆனால், உள்ளுக்குள் நாங்கள் உண்மையில் ரொம்பவும் காலி. சம்பளம் மிகவும் குறைவாக இருக்கிறது. அந்த அற்பத் தொகையில், ஒரு நாளைக்கு வேண்டிய இரண்டு முழு உணவு வாங்குவது கூடக் கஷ்டமாக இருக்கிறது. கடினமான வேலை செய்ய வேண்டியிருக்கிறது, வீட்டில் அடுப்பெரிய உடலாலும் உழைக்க வேண்டியிருக்கிறது. கடிதங்கள் எழுதுவதற்காகப் பெற்றுக் கொள்ளும் பணம், லஞ்சமாக அல்லாமல் ஒரு சேவைக்கான விலை என்று கருதப்பட வேண்டும். என்னுடைய அன்றாட உணவை எட்டி உதைக்காதே" என்று ஷீதலுக்குச் சுற்றி வளைத்து விளக்க முயற்சித்தார். இது ஷீத்தலிடம் எந்த மாற்றத்தையும் ஏற்படுத்தாத பொழுது, "ஒரு ஊழியர் அழுக்கு

மற்றும் மரத்தூளால் செய்யப்பட்டவர் அல்ல. நான் காக்கிச் சீருடையில் தசை மற்றும் எலும்பினால் ஆன திடமான மனிதன்” என்று அச்சுறுத்தினார். நாய் வாலை நேராக்க இந்த உபாயமும் வேலை செய்யாத பொழுது, தன்னுடைய குறிக்கோளை அடைய பைஜ்நாத்துக்கு ஏமாற்று வழிகளைப் பயன்படுத்தவேண்டி வந்தது. ஷீதல் *சிங்* தன்னுடைய கல்வி அறிவைப் பற்றி பெருமை கொண்டிருந்தான். இப்பொழுது பைஜ்நாத், அவனுடைய பட்டங்களையும், தகுதிகளையும் கடித்துப் போடும் எலியாக மாறினார்.

ஷீதல் கைது செய்யப்பட்ட பொழுது, அவன் இளங்கலை அறிவியல் பாடத்தின் இறுதி ஆண்டு மாணவனாக இருந்தான். பரிட்சைக்கு இரண்டு மாதங்களே பாக்கி இருந்தன.

“இந்தக் கட்டத்தில் அசட்டையாக இருப்பது நம்முடைய எதிர்காலத்துடன் சூதாடுவது போலாகும்” என்று ப்ரீதியை நம்ப வைக்க ஷீதல் மிகவும் முயற்சி செய்தான். ஆனால், நடைமுறைக்கு ஒவ்வாத இலட்சியவாதத்தின் அரக்கன் அவள் மீது சவாரி செய்து கொண்டிருந்தான். அவனுடன் ஓடிப் போய் உடனே ரகசிய திருமணம் செய்து கொள்ள அவள் விரும்பினாள்.

அவர்களின் காதலைப் பொறுத்தவரை, அவர்கள் ஒரே சமூகத்தைச் சேர்ந்தவர்களாக இருந்ததால், நம்பிக்கைகளில் முரண்பாடு ஒன்றும் இருக்கவில்லை. ஒரே வித்தியாசம் என்னவென்றால், ப்ரீதியின் தந்தை ஷீதலுக்கு இருபத்தாறு ஆண்டுகளுக்கு முன்பு பிறந்ததிருந்தார். ஒரு செருப்பு தைப்பவனின் மகனான அவருக்கு முதலில், *நாயப் தெஹ்சில்தார்* ஆகிப் பின்னர் ஒரு எஸ்.டி.எம் துணை பிரதேச நியாயாதிபதி ஆவதற்கு அதிக சமயம் எடுக்கவில்லை.

ஷீதல் அடுத்த தலைமுறையைச் சேர்ந்தவன். வெறும் ஒரு தினசரி கூலியாளின் மகனான இவனுக்கு இன்னும் ‘யாரோ ஒருவர்’ ஆக வேண்டும். ஷீதல் எஸ்.டி.எம்க்கு அவருடைய தனிப்பட்ட பின்னணியைப் பற்றியும் அவர் மூன்றாம் வகுப்பில் தேர்ச்சி பெற்றுப் பட்டம் பெற்றவர் என்பதையும் நினைவுபடுத்தினான். மறுபுறம் ஷீதல் முதல் வகுப்பிலிருந்து முதல் பிரிவு பெற்று வந்திருந்தான் மற்றும் அவனுடைய வருங்காலம் ஒளிமிக்கதாகத் தோன்றியது.

ஆனால், எஸ்.டி.எம், “நான் ஒப்புக் கொள்ள மாட்டேன்” என்ற பல்லவியே பாடிக்கொண்டிருந்தார். “இப்பொழுது முந்தைய நாட்கள் போல் இல்லை. நீ எப்பொழுது அதிகாரியாகப் போகிறாய் என்று யாருக்குத் தெரியும்? எல்லாவற்றுக்கும் மேலாக, நீ அதிகாரி ஆகி

விடுவாய் என்பது கூட நிச்சயம் இல்லை. இப்பொழுதெல்லாம் நிறைய தலித் பெண்களும் ஆண்களும் நல்ல பல்கலைக்கழகச் சான்றுகளுடன் சுற்றிக் கொண்டிருக்கிறார்கள். நடைமுறையில் உள்ள கால நிலையில், அவர்களுக்கு அந்தச் சான்றுகளுடன் ஒரு முழு பெட்டியும் உடன் எடுத்துச் செல்ல வேண்டியிருக்கிறது. ஆனால், உன்னிடம், யாருக்காவது கொடுக்க வேண்டுமானால் ஒரு பைசா கூடக் கிடையாது. இந்த ஆபத்தான எதிர் விளைவை எதிர்கொள்ள நான் தயாராக இல்லை. ஒரு அதிகாரியின் மனைவியாக, ப்ரீதி ஒரு பங்களாவுக்குச் செல்வாளே ஒழிய அழுக்கடைந்த சுற்று சூழ்நிலையில், வேலையில்லாத ஒரு மனிதனின் அடிச்சுவட்டைப் பின்பற்ற மாட்டாள்" என்று கூறினார்.

தந்தையைப் போலவே ப்ரீதியும் அவளுடைய பிடிவாதத்தை உறுதியாகப் பிடித்துக்கொண்டு, "வேறொருவறுக்கு என்னை வலுக்கட்டாயமாகத் திருமணம் செய்து கொடுத்து விடுவதற்கு முன்பு நான் உன்னுடன் குடியேற விரும்புகிறேன். இதற்கு நீ உதவ வேண்டும்" என்றாள்.

ப்ரீதியுடன் ஷீதல் உடன்படவில்லை. இது முந்தைய காலங்களைப் போல் இல்லை. இப்பொழுது பணம் இல்லாமலோ அல்லது கொஞ்சம் சம்பாதிக்கும் வழி ஏதேனும் தெரியாமலோ ஒரு வாரம் வாழ்வது கூடக் கஷ்டம்.

"உன்னுடைய தந்தை ஒரு உயர் அதிகாரி. அவரிடமிருந்து நாம் ஒளிந்துக் கொள்ள முடியுமென்று நீ நினைக்கிறயா? காவல்துறையினர் நம்மை நிலத்திலிருந்து கூடத் தோண்டி எடுத்து விடுவார்கள்."

ஆனால், அவளுடைய பிடிவாதத்தினாலும், அவள் மேல் அவனுக் கிருந்த அன்பினாலும், அவனுக்குத் தலை வணங்க வேண்டியிருந்தது.

ஓர் இளைஞர் விழாவில் பங்கேற்கச் சென்ற அவர்கள் இருவரும் கல்கா மெயிலில் ஏறினர். வானத்தில் கழுகுகளைப் போல காவல் துறையினர் எல்லாப் பக்கத்திலும் பரவி, மூன்றாம் நாளன்று அவர்களைப் பிடித்தனர்.

கடந்த ஒரு வருடமாக அவன் சிறையில் இருக்கிறான். ஒன்பது மாதங்கள்வரை இந்த வழக்கு, சாட்சிகளைச் சான்று தொடர்ந்து கொண்டிருந்தது. ப்ரீதி இன்னும் சாட்சியம் கொடுக்கவில்லை. அவனுக்கு எதிராக அவள் சாட்சியளித்ததாகக் கூறப்பட்ட அந்த எழுதப்பட்ட அறிக்கை உண்மையில் அவளுடையதல்லவென்றும், காவல்துறையினர் அவர்களாகவே அவசரத்தில் கிறுக்கி அவளைக் கட்டாயப்படுத்திக்

கையெழுத்திட வைத்தார்களென்றும் ஷீதலுக்குத் தெரிய வந்தது. நீதிமன்றத்திலும் இதே குற்றச்சாட்டுக்களை அவள் திரும்பவும் சொல்ல வேண்டுமென்று எஸ்.டி.எம் விரும்பினார். அதாவது ஷீதல் அவளை அவனுடன் போகத் தூண்டிவிட்டு அவளைப் பாலியல் பலாத்காரம் செய்தான். ப்ரீதி இந்தப் பொய்யைச் சொல்லத் தயாராகவில்லை. அவளை ஒப்புக் கொள்ளச் செய்யும் வரை எஸ்.டி.எம். நடவடிக்கைகளைத் தள்ளிப் போட்டுக் கொண்டிருந்தார்.

ப்ரீதியின் மாறுபடாத்தன்மை பற்றிக் கேள்விப் பட்ட ஷீதலுக்கு இறக்கை முளைத்தது போல் இருந்தது. சிறைச் சாலை இனி அவனைக் காவலில் வைத்த ஓர் இடமாக அவனுக்குத் தோன்றவில்லை.

ஓடிப்போனது, காவல்துறையின் தடுப்பு மற்றும் சிறைவாசம் என்ற தொடர்வரிசை நிகழ்ச்சிகளினால் அவனுடைய முதல் பரிட்சை தவறி விட்டது. காவல் துறையினர் அவனை அடித்துக் கூழாக்கி விட்டனர். அவனது மூளையும் மரத்து விட்டிருந்தது.

ஷீதலின் பாடப் பிரிவு அறிவியலைச் சார்ந்திருந்தது. ப்ரீதியுடன் ஓடிப்போவதற்கு முன்பு அவன் அனைத்து விரிவுரைகளிலும் கலந்து கொண்டு, ஆய்வுக் கூடத்தின் செய்முறை பணிகளையெல்லாம் முடித்து விட்டிருந்தான். அதனால் அந்த ஆண்டு தனியார் மாணவனாகத் தேர்வில் உட்கார அவனுக்கு உரிமை இருந்தது. அவன் ஏற்கெனவே முழு பாடத் திட்டத்தையும் படித்து முடித்திருந்தான். படித்திருந்த அனைத்தையும் மீண்டும் ஒருமுறை படிப்பதன் மூலம் அவன் திறம்படச் செய்துவிட முடியும்.

ஆறு மாதங்களில் அவன் சிறைச் சாலை சூழ்நிலைக்குப் பழக்கபட்டு விட்டான். ப்ரீதியின் ஆதரவும் அவனுடைய மனோபலத்தை மேம்படுத்தியது. அவன் விடுவிக்கப்படுவான் என்ற நம்பிக்கையும் இருந்தது. அவன் இப்பொழுது முழுமனதுடன் தன்னைப் பரிட்சைக்குத் தாயாராவதில் ஈடுபடுத்திக்கொண்டான்.

நெய்யுடன் சூடான கிச்சடி போல், காப்பாளரும், அந்த வளாகத்தின் தரோகாவும் ஒன்றாக நன்றாக இணைந்திருந்தனர். தன்னுடைய சிறை வேலையுடன் தரோகா நிலக்கரி வியாபாரத்தையும் நடத்தி வந்தார். வளாகத்தில் தனது சுற்றுகளுக்கு அவர் மிகவும் அரிதாகவே தோன்றினார். அனைத்துப் பொறுப்புகளையும் காப்பாளரின் தோள்களில் வைத்து விட்டார். பைஜ்நாத் என்ன சொன்னாலும் தரோகாவுக்கு அது ஏற்கத்தக்கதாக இருந்தது.

இப்பொழுது காப்பாளர் அவருடைய காதைக்கடிக்க ஆரம்பித்தார். "இந்தத் தொற்று இப்பொழுது தடுக்கப்படாவிட்டால் பெரிய தொற்று நோய் போன்ற விகிதாசாரத்தை எடுத்துக் கொள்ளும்" நோயை அதன் தடத்திலேயே நிறுத்தத் தரோகா பைஜ்நாத்துக்குப் பச்சை விளக்குக் காட்டினார்.

சிறையில் ஊழியர்களின் பெரும் பற்றாக்குறை இருந்தது. ஐந்து எழுத்தர் தேவைப்பட்ட இடத்தில் அரிதாக ஒருவரே இருந்தார். நிர்வாகத்திற்கு எப்பொழுதும் கல்வி பயின்ற கைதிகள் தேவைப்பட்டனர். ஒருவன் கிடைத்தவுடன், அவனை வரவழைத்துக் கோப்புகளை அவன் மேல் சுமத்தித் தள்ளி விடுவார்கள்.

பைஜ்நாத்தின் சிபாரிசில் ஷீதல் கணக்குப் பிரிவுக்கு அனுப்பப் பட்டான். அவன் வழக்கு விசாரணையில் இருந்ததால் அவனை வேலை செய்யக் கட்டாயப்படுத்த முடியாதென்று அவன் பெரிய ரகளையைக் கிளப்பினான். "நான் ஒரு மாணவன். உங்களால் என்னுடைய படிப்பைத் தொடர்வதற்கு ஏற்பாடு செய்ய முடியாவிட்டால், குறைந்த பட்சம் என்னைச் சுயமாகவாவது படிக்க விடுங்கள்" என்றான்.

ஆனால், இரும்புக் கம்பிகளும், தடிமனான சுவர்களும் கொண்ட அந்த உயர்ந்த கட்டிடத்தில், எதிர்ப்பை வெளிப்படுத்தும் உரிமை எவருக்கும் கிடையாது. அப்படி யாராவது செய்தாலும் செவி சாய்க்க யாரும் கிடையாது. கூச்சலும், ஆர்ப்பாட்டமும் சுவரிலிருந்து எதிரொலித்து வலுவிழந்து போய்விடும். மற்ற கைதிகளின் பெருமூச்சைப் போலவே ஷீதலின் கூக்குரலும் கொஞ்சம் கொஞ்சமாகக் குன்றிப் போயிற்று.

பேரேடுகளைச் சமநிலைப்படுத்தும் சாக்கில், இரவு வெகு நேரம் வரை அவன் அலுவலகத்தில் வைக்கப்பட்டான். மூளை மங்கி, கண்களும் வலிக்க ஆரம்பித்த பிறகு அவன் போக அனுமதிக்கப்பட்டான். இதன் பின்னர் மூளையைச் செயல்படுத்தும் வேலையில் ஈடுபட அவனுக்குச் சக்தி இருக்கவில்லை. சில சமயம் ஒரு மணி நேரம் வரை படிக்க முயற்சி செய்தான். ஆனால், பெரும்பாலும் படிக்காமலே தூக்கத்தில் ஆழ்ந்து விடுவான்.

ஆனால், பைஜ்நாத்துக்கு அவருடைய சொந்தக் குறிக்கோள் இதுவரை நிறைவேறுவதாகத் தெரியவில்லை. இப்பொழுது ஷீதலின் கழுத்தில் அவர் தனது பிடியை இறுக்க ஆரம்பித்தார். அவருக்கு விசுவாசமாக இருந்த ஒரு கைதியை, ஷீதலின் புத்தகங்களைத் திருடிச்

சாக்கடையில் தூக்கி எறிந்து விடுமாறு வற்புறுத்தினார். மூன்று மாதங்கள் வரை சிறைக்குள் புதுப் புத்தகங்கள் வருவதை அவர் அனுமதிக்க வில்லை. இறுதியாக, நீதிமன்றத்தின் உத்தரவுக்குப் பிறகு உள்ளே புத்தகங்கள் அனுமதிக்கப்பட்ட பிறகு, தேர்வு விண்ணப்பப் படிவத்தின் மேல் படமெடுத்த நாகப் பாம்பைப் போல் அவர் அமர்ந்து கொண்டார்.

இந்தத் தடவை ஷீதல் அவனுடைய பரிட்சைக்கு உட்காரவில்லை யென்றால், அது ஒரு பெரிய இழப்பாகும். ஏனென்றால் அந்த ஆண்டு படிப்பை அவனுக்குத் திரும்பவும் படிக்க வேண்டி வரும். அவனுக்குப் புதிய விரிவுரைகள் மற்றும் ஆய்வுக் கூடத்தின் புதிய செய்முறை பணிகளும் தேவைப்படும். பாடத்திட்டம் மாறும். சிறையில் தங்கியிருந்தால் அவன் எந்த விரிவுரையிலும் பங்கேற்க முடியாது மற்றும் பாடங்களைப் படித்து முடிக்கவும் முடியாது.

இதுவரை, ஷீதல் தன்னுடைய தந்திரங்கள் அனைத்தையும் தீர்த்து விட்டான். ஆனால், பைஜ்நாத் அவற்றில் ஒன்றைக்கூட ஈடேற விடவில்லை. ஷீதல் ஒரு விண்ணப்பத்தைக் கைதிகள் நல வாரியத்திற்கு அனுப்பி யிருந்தான், ஆனால், குழு உறுப்பினர்களுக்கு வேறு வேலைகளிருப்பதை அறிந்தான். குழு கூட்டம் ஓராண்டில் சில தடவைகள் நடைப்பெற்றன. கைதிகளுக்கு மன்னிப்பு வழங்கும் பொழுது அல்லது ஒப்பந்தங்கள் செய்யப்பட வேண்டியிருந்த பொழுது. வாரியம் ஏற்கெனவே ஒரு கூட்டத்தை நடத்தியாயிற்று. அடுத்த தடவை அது கூடுவதற்குள் தேர்வுகள் முடிந்து விடும்.

சில நேரங்களில் குற்றவியல் அமர்வு நீதிபதி சிறைச்சாலையில் சுற்றுக்கு வந்தார். ஷீதல் அவரைச் சந்திக்க முயற்சிகள் செய்தான். அவருடைய முதல் வருகையின் பொழுது, நீதிபதி கண்காணிப்பாளரின் வீட்டிற்கு, அவருடைய மகனின் பிறந்த நாளைக் கொண்டாடச் சென்று விட்டார். இரண்டாவது முறை அவர் பெண்கள் சிறைக்குச் சென்று விட்டார். ஷீதல் காத்துக் கொண்டேயிருந்து விட்டான்.

சாதாரணக் கட்டணத்தில் படிவத்தை நிரப்புவதற்கான கடைசி தேதி கடந்து விடுமென்று தோன்றிய பிறகு ஷீதலின் படிப்பிற்கான உற்சாகம் குறையத் தொடங்கியது. அவன் நினைத்தான், 'இவ்வாறு படிப்பது தேவையற்று என்னைக் கஷ்டப்படுத்துவதாகும். எப்படியும் என்னைத் தேர்வுக்கு அமர யாரும் விட மாட்டார்கள்.' ஒரு வாரமாக அவனால் தூங்க முடியவில்லை. சிறிது நேரம் அரைத் தூக்கத்தில் ஆழ்ந்தாலும், கெட்டக் கனவுகளால் துன்புறுத்தப்பட்டான். சில சமயம் சிறையிலிருந்து தப்பிக்க முயன்று, ஓட இயலாமல் போனது போலக்

கனவு கண்டான். மற்ற சமயங்களில் ஒரு கேள்விக்குக் கூடச் சரியான விடை கண்டு பிடிக்க முடியாமல் தேர்வு அறையில் இருப்பது போலத் தன்னைக் கண்டான். சில சமயங்களில் அவன் பைஜ்நாத்துடன் வாக்குவாதத்தில் ஈடு பட்டிருந்தான் அல்லது தரோகாவால் கண்டிக்கப்பட்டான். சில சமயங்களில் நிதன் சிங்கினால் அவன் வீட்டை விட்டு எட்டி உதைக்கப்பட்டது போலவும் அல்லது வேலையின்மையினால் ப்ரீதி மன உளைச்சலில் அவனைச் சபித்துக் கொண்டிருப்பது போலவும் கண்டான்.

விழித்திருக்கும் போதெல்லாம் அவன் எரிச்சலடைந்து யாராவது ஒருவர் மேல் எரிந்து விழுந்தான். ப்ரீதியின் பிடிவாதத்தினால்தான் அவனுக்கு இந்தக் கஷ்ட கால வாழ்க்கை வாழ நேர்ந்தது என்று எப்போதாவது அவள் மேல் கோபப்பட்டான். அவ்வப்போது காவல் துறையினர் மேல் கோபம் கொண்டான். எல்லார் முன்னிலையிலும் உண்மையை புரியவைக்க முயற்சிப்பதற்குப் பதிலாக, விசாரணை அதிகாரி, ஒரு புளுகு மூட்டையை முன்னால் வைத்து அவனைக் குற்றவாளியென முத்திரை குத்தி விட்டார். சில சமயம், ப்ரீதி ஷீதலுக்கு எழுதிய எண்ணற்ற கடிதங்களைச் சான்றாக ஏற்க மறுத்து, அந்தக் கடிதங்கள் ப்ரீதி ஏதோ கட்டாயத்தில் எழுதியதாக வலியுறுத்திய நீதிபதியுடன் கார சார விவாதம் செய்ய வேண்டுமென்று அவனுக்குத் தோன்றியது. அவர், குறைந்த பட்சம் ஒரு தடவை ப்ரீதியை அழைத்து உண்மை என்ன என்று கேட்டிருக்கக் கூடாதா? பொய் என்ன இருந்தது? அதற்குப் பின்னர் அவர் விரும்பியிருந்தால் அவனுக்கு ஜாமீன் கொடுப்பதற்கு மறுத்திருக்கலாம். ஷீதல் சிங் ஒரு எதிர்ப்பு தர்னா நடத்த விரும்பினான் அல்லது உண்ணா விரதத்தில் உட்கார நினைத்தான், ஆனால், அங்கு ஒரு கைதி கூட அவனை ஆதரிக்கத் தயாராக இல்லை. யாருக்காக அவன் இத்தனை தொல்லைகளைத் தலையில் தூக்கிப் போட்டுக் கொண்டானோ அவர்களும் கூட.

சோர்ந்து, தோல்வி அடைந்த ஷீதல் சிங், மற்றவர்களுக்காகக் கடிதம் எழுதுவதை நிறுத்தினான். பைஜ்நாத்திடம் மன்னிப்பு கோரினான். ஆனால், எதுவும் மாறவில்லை. இத்தனை பேர்களை அவன் ஒருவனால் எதிர்க்க முடியாதென்றும், அவர்கள் அவனைக் கொன்ற பிறகுதான் அவனுடைய தொல்லைகள் தீருமென்றும் அவனுக்குத் தோன்ற ஆரம்பித்தது.

அன்று அவன் கடைசி தடவையாக ஹக்கமைச் சந்திக்க வந்திருந்தான். "ஒன்று என் படிவத்தை அனுப்புங்கள் அல்லது என்

வாழ்க்கையை முடித்துக்கொள்ள அனுமதி கொடுங்கள்'' என்று அறிவித்து விட்டு வந்து விட்டான். அன்றிலிருந்து ஹக்கம் சங்கடப்பட்டுக் கொண்டிருந்தார்.

பைஜ்நாத் போன்றவர்களைப் பற்றிப் புகார் செய்வதால் ஷீதலுக்கு ஆதாயமா அல்லது நஷ்டமா? இந்தக் குழப்பத்தில் சிக்கிய ஹக்கமுக்கு ஒரு திருப்திகரமான முடிவுக்கு வர முடியவில்லை. ஆனால், ஷீதலின் எச்சரிக்கையைப் பெற்ற பிறகு, என்ன ஆனாலும் சரி, அடுத்த நாள் காலையில் ஏதாவது ஒரு முடிவுக்கு வர வேண்டுமென்று அவருக்குத் தோன்றியது.

வளாகத்திற்குச் செல்லும் முன்பு அவர், பழைய உதவியாளரான தாராசந்தை, அவர் ஒரு வழியைக் காட்டக் கூடும் என்ற நம்பிக்கையில் சந்தித்தார். தாரசந்துக்கு அதைப்பற்றிச் சிந்திக்க நேரமே தேவைப் படவில்லை. அவர் உறுதியுடன் பதிலளித்தார்.

“ஹக்கம் பாய், நீங்கள் ஒரு வழக்கறிஞர். புத்திசாலித்தனமாகப் பேசுங்கள். முதலையுடன் பகைமைகொண்டு அந்த ஓடையில் வாழ முடியாது. கைதிகள் யாருடைய நண்பர்களும் இல்லை. அவர்களுடைய வேலை முடிந்தவுடன் பார்க்கத் தவிர்த்து விடுகிறார்கள். சிறை நிர்வாகம் நம்மை, ஏதோ மரியாதைக்குறிய மருமகன்கள் போல் கவனித்துக் கொண்டிருக்கிறது. சும்மா சாய்ந்து உட்கார்ந்து எல்லா வசதிகளையும் அனுபவியுங்கள்.''

ஆனால், இந்த விஷயத்தை ஆழ்ந்து யோசித்த பிறகு தாராசந்தின் கருத்துக்குப் பின்னாலிருந்த அடிப்படைக் கொள்கை அவருக்குத் தெரிய ஆரம்பித்தது. அவரறியாமலே அவர் தாராசந்தைப் போலவே செயல்பட ஆரம்பித்து விட்டாரோ என்று ஹக்கம் சிங் எண்ண ஆரம்பித்தார். கைதிகளின் பிரச்சனை உடனே தீர்க்கப்படவில்லையானால் அவர்கள் நிச்சயமாகக் கஷ்டப்படுவார்கள். அன்புக்குரியவர்களைப் பார்க்க வேண்டுமென்ற ஏக்கத்தில், சரியான மருத்துவ உதவி இல்லாத நிலையில் மித்தோ பைத்தியக் காரியாகி விடுவாள், காலு இறந்து விடுவான்; பரிட்சைக்கு உட்கார முடியாமல் ஷீதல் ஓர் இருண்ட வருங்காலத்தை எதிர்நோக்கிக் கொண்டிருந்தான். ஊழியர்களைப் பற்றிப் புகார் செய்வதனால் இவர்களுக்கு இதை விட மோசமாக என்ன நடந்து விடும்.

ஹக்கம் அவர்களைப் பற்றி புகார் செய்தால், ஊழியர்கள் அவரிடம் கோபம் கொள்வார்கள். ஆத்திரத்தில் அவரைத் தொந்தரவு

செய்ய ஆரம்பிப்பார்கள். அவர், ஒருவேளை ஊழியர்களின் சினத்தை எதிர்கொள்ளத் தயங்கி, அதனால் ஏற்படக்கூடிய தொல்லை பற்றிய கவலையில் சக கைதிகளின் பிரச்சனைகளை நடுக் காற்றில் தொங்க விட்டாரா? இந்த எண்ணம் அவருக்குத் தோன்றியவுடன் அவர் ஆழ்மனதைத் துழாவிப் பார்த்துக் கொண்டார். 'நான் பின்பற்றுவதற்குத் தேர்ந்தெடுத்த பாதை முற்கள் நிறைந்தது. என் சுய சுக துக்கங்களைப் பற்றிக் கவலைப்படாமல் நான் என்னுடைய இலக்கை நோக்கித் தொடர்ந்து முன்னேற வேண்டும்' இந்த முடிவை அடைந்ததும் ஹக்கம் படுக்கையில் உருண்டு, புரண்டு படுப்பதை நிறுத்தி நல்ல தூக்கத்தில் ஆழ்ந்து விட்டார்; விடியலுக்காக அவருக்கு அதிக நேரம் காத்திருக்க வேண்டியிருக்கவில்லை.

அத்தியாயம் 36

அரசாங்கத்தை எதிர்த்து அவருடைய தொகுதியில் கடந்த ஒரு வாரமாக நடந்து கொண்டிருந்த எதிர்ப்புப் பேரணிகளால் முதலமைச்சர் தூக்கம் இழந்து கொண்டிருந்தார். கொலை போன்ற பொதுவான குற்றம் சாட்டப்பட்டவர்களைப் பாதுகாக்க உருவாகிய ஒரு சிறிய அமைப்பு இப்பொழுது மாநிலம் முழுவதும் வேரூன்றத் தொடங்கியிருந்தது.

முதலமைச்சருக்கு இப்பொழுது அவருடைய தொகுதியில் காலடி வைப்பது கூடக் கடினமாகி விட்டது. அவருடைய தொகுதியில் ஒரு கூட்டம் நடத்த, திட்டமிடுவதற்கு முன்பு அவருக்கு நூறு தடவை சிந்திக்க வேண்டியிருந்தது. ஸ்ட்ரீ சபா உறுப்பினர்களிலிருந்து ஹெல்ப் லைனில் வேலை செய்பவர்கள் வரை அனைவரும் சமிதியுடன் இணைந்தனர். இப்பொழுது நகரங்களிலிருந்து எழுந்த நீதிக்கான குரல்களுடன் கிராமங்களிலிருந்தும் கூக்குரல்கள் சேர்ந்து கொண்டன. இந்த முறையில் நிலைமை தொடர்ந்து மோசமாகிக் கொண்டே போனால் முதலமைச்சருக்குத் தன்னுடைய பதவியை இழப்பதோடு, மொத்தக் கட்சியையும் தோல்வியிலிருந்து காப்பாற்றுவது கடினமாகி விடும். பன்டி கொலை செய்யப்பட்டுப் பல ஆண்டுகள் கடந்து விட்டன. அதற்குப் பின்னரும் நிறையக் குற்றங்கள் நடந்தன. பன்டி மறக்கப்பட்டான், ஆனால், சமிதி நீதிமன்றத்தின் பல வழக்குகளுக்கு இடையூறு செய்ய ஆரம்பித்தது.

பாலாவும் மீதாவும் ஏதாவதொரு சாக்கில் விடுவிக்கப்பட வேண்டும். இது சமிதியின் கீழிலிருந்து ஏணியைப் பிடுங்கி விடுவது போல் ஆகும். மற்றும் அதை உயரத்தில் ஏறுவதைத் தடுக்கும். ஒரு வெற்றிகரமான திட்டம் அத்தகையதாக இருக்க வேண்டும். அதில் பாம்பு இறக்கும். ஆனால், அதை அடிக்கப் பயன்படுத்தப்பட்ட குச்சி உடையாமல் இருக்கும். இத்தகைய ஒரு திட்டத்தை உருவாக்க அதிகாரிகள் மற்றும் ஆலோசகர்களுடன் ஒரு சந்திப்புக்கு ஏற்பாடு செய்யப்பட்டது.

ஹர்மன்பீரும் அவரது ஊழியர்களும் பன்டியின் கொலையாளி என்பதை உளவுத்துறை தலைமை அதிகாரி உறுதிப்படுத்தினார். அவர்களைப் பிடிப்பதில் ஏன் தவறு ஏற்பட்டதென்று விளக்கினார். அந்தச் சமயத்தில் முதலமைச்சர், கொலையாளிகள் இறுதி சடங்கு முடிவதற்குள் பிடிக்கப்படுவார்கள் என்று ஓர் அறிவிப்பை வெளியிட்டிருந்தார். ஆனால், காவல்துறையினரால் எந்தத் தடயங்களையும் கண்டு பிடிக்க முடியவில்லை. ஒருவரைக் கைது செய்து - யாராக இருந்தாலும் சரி -

முதலமைச்சரின் கௌரவத்தைக் காப்பாற்ற வேண்டியது அவசியமாயிற்று. எல்லாப் பக்கங்களிலிருந்தும் சிக்கிக்கொண்ட அவர்களுக்கு ஒரு கதையை இட்டுக்கட்ட வேண்டியதாயிற்று. உண்மையில் எந்த ஒரு காவல்துறை அதிகாரிக்கும் பாலா மற்றும் மீதா மீது தனிப்பட்ட தவறான எண்ணம் இருக்கவில்லை.

அந்தத் தவறை இப்பொழுது சரிசெய்து கிடைக்கப்போவது ஒன்றுமில்லை. உண்மையான குற்றவாளிகளைக் கைது செய்வது காவல் துறையினரின் செயல்களை அம்பலப்படுத்துவதாகும். அரசாங்கத்தின் பெயரும் மாசுபடும். முதல்மைச்சரின் மதிப்பும் அதல பாதாளத்திற்குப் போய்விடும்.

இந்தச் சூழ்நிலையிலிருந்து பாதிப்பில்லாமல் அவர்கள் வெளியில் வருவதற்குத் தலைமை வழக்குரைஞர் ஓர் ஆலோசனை வழங்கினார். "அரசாங்கத்திற்குக் கைதிகளை மன்னிக்கும் அதிகாரம் உள்ளது. அது இந்த அதிகாரத்தை இப்பொழுது பயன்படுத்திக் கொண்டு பாலாவுக்கும் மீதாவுக்கும் மன்னிப்பு வழங்கி, அவர்களின் மீதமுள்ள தண்டனையை ரத்துச் செய்ய வேண்டும். அரசாங்கத்தின் பெருந்தன்மையை மக்கள் புகழ்ந்து தள்ளுவார்கள். சமிதிக்கு மக்கள் ஆதரவளிப்பதை நிறுத்திய பிறகு அதனுடைய முக்கியத்துவம் தானாகவே குறைந்து விடும்."

இந்த ஆலோசனை முதலமைச்சருக்கு ஏற்கப்படுவதாக இல்லை. அவர் ஏற்கெனவே இந்தத் திட்டத்தை, சில நல்லெண்ணம் கொண்ட மக்கள் மூலம் சமிதி முன் வைத்திருந்தார். பாலா மற்றும் மீதாவின் குற்றம் நிரூபிக்கப்பட்டு, அவர்களின் விடுதலை அரசாங்கத்தின் கருணைச் செயலாகக் கருதப்படும் என்று தோன்றியதால் சமிதி இதை நிராகரித்து விட்டது. அரசாங்கம் முதலில் பாலா மற்றும் மீதா நிரபராதி என்று அறிவித்துவிட்டு அவர்கள் குற்றமற்றவர்கள் எனத் தீர்ப்புக் கூறி அவர்களை கௌரவமாக விடுதலை செய்ய வேண்டுமென்று சமிதி விரும்பியது. மற்றும் அவர்கள் இருவரும் அனுபவித்ததற்கு அது ஈடு செய்து, கொலையாளிகளைக் கைது செய்து அவர்கள் மீதும் வழக்குப் பதிவு செய்ய வேண்டுமென்றும் கூறியது.

சமிதியின் இந்தக் கருத்துக்களை மனதில் கொண்டு உபாயங்கள் சிபாரிசு செய்ய தலைமை வழக்குரைஞர் கேட்டுக் கொள்ளப்பட்டார்.

"குற்றவியல் நீதிமன்றத்தின் தீர்ப்பை, குற்றம் சாட்டப்பட்ட இருவரும் உயர் நீதிமன்றத்தில் சவால் செய்துள்ளார்கள். விசாரணையின் பொழுது எந்தக் குறிப்பிட்ட நேரத்திலும் தனது வழக்கைத் திரும்பப்

பெற அரசாங்கத்திற்கு உரிமை இருக்கிறது. அந்த உரிமையைப் பயன்படுத்தி பாலாவும் மீதாவும் விடுதலை செய்யப்படலாம். ஆனால், வேறு எவர் மீதாவது வழக்குத் தாக்குதல் செய்வது சாத்தியமற்றது. ஏனென்றால் நீதிமன்றம் ஏற்கெனவே பாலாவையும் மீதாவையும் பண்டியின் கொலை வழக்கில் குற்றவாளியெனத் தீர்ப்பளித்து விட்டது. முதல் தீர்ப்பை ரத்துச் செய்து புதிய விசாரணைக்கு உத்தரவிட நீதிமன்றத்திற்கு அதிகாரம் கிடையாது. சமிதியின் இரு கோரிக்கைகளையும் இணைந்து ஏற்றுக் கொள்வது சாத்தியமில்லை."

"இது எந்த வகையான சட்டம் - நிரபராதியை விடுதலை செய்ய முடியாது மற்றும் குற்றவாளியைத் தண்டிக்க முடியாது என்பது!"

"சட்டத்தின் தன்மை அப்படியிருப்பதால் எந்த ஒரு சட்ட நிபுணரும் ஒன்றும் செய்ய முடியாது. இது மிகவும் பழைய சட்டம். இதில் திருத்தம் செய்ய வேண்டும் ஆனால்..."

"ஆனால், அரசாங்கத்திடம் இதற்கு நேரமில்லை. இதைத்தான் நீ சொல்ல விரும்புகிறாயா?"

தலைமை வழக்குரைஞர் எதைச் சுட்டிக்காட்டுகிறார் என்பதை அவர் சொல்வதற்கு முன்பே முதலமைச்சர் புரிந்து கொண்டார். அவருடையச் சொந்த ஆலோசகர்களிடமிருந்து அவருக்கு எதிராக வந்த மறைமுக கண்டனத்தினால் வேதனையடைந்த அவர், தலைமை வழக்குரைஞரைக் குறுக்கே நிறுத்தினார்.

"இல்லை ஐயா, நான் சொல்ல வந்தது இது அல்ல."

"சட்ட சீர்திருத்தங்களைப் பற்றிய உரையாடலை வேறு எப்பவாவது வைத்துக் கொள்வோம். இப்பொழுது நாம் இங்கு ஒன்று சேர்ந்து தீர்க்க நினைத்த பிரச்சனையைப் பார்ப்போம்."

"அரசாங்கம்தான் அரசு. அதற்குச் செயல்படுவதற்கு, யாருடைய அனுமதியும் தேவையில்லை. அரசு தன்னிச்சையாக முடிவெடுத்து பாலாவையும் மீதாவையும் விடுவிக்கட்டும்."

"அரசாங்கம் கோடாரியைத் தன்னுடைய காலில் தானே போட்டுக் கொள்ளட்டும் என்று கூறுகிறீர்களா? அவர்கள் மீதான வழக்கைத் திரும்பப் பெறுதல் அவர்கள் நிரபராதியென்று ஏற்றுக் கொள்வதற்குச் சமமாகும். இதைச் செய்தால் நாம் சமிதியின் கைகளைப் பலப்படுத்தமாட்டோமா? அதன் எதிர்ப்பைத் தீவிரப்படுத்த அதற்கு வாய்ப்பு கிடைத்து விடாதா?

'இப்பொழுது உண்மையான குற்றவாளிகளைக் கைது செய்யுங்கள்' என்று அவர்கள் கூறுவார்கள். மேலும், வழக்கை மீண்டும் விசாரணைக்குக் கொண்டு வர முடியாது என்று கூறுகிறீர்கள். அரசாங்கம் ஒரு இறந்த பாம்பைத் தன்னுடைய கழுத்திலேயே எவ்வாறு சுற்றிக் கொள்ள முடியும்?"

பதில் ஏதும் இல்லாமல் தலைமை வழக்குரைஞர் தன் விரல்களைக் கடித்துக் கொண்டு சிந்தனையில் ஆழ்ந்து விட்டார்.

"பரவாயில்லை. சட்டப்படி தீர்வு ஒன்றும் இல்லையென்றால் அது பெரிய விஷயமில்லை. நாம் ஒரு அரசியல் தீர்வைத் தேடுவோம்" என்று கூறி முதலமைச்சர் அதிகாரிகளை அனுப்பிவைத்தார்.

பின்னர், இந்த விஷயத்தில் அரசியல் தீர்வு காண்பதற்கு அரசியல் ஆலோசகர்களுடன் கலந்தாலோசிக்கத் தொடங்கினார்.

அத்தியாயம் 37

இது விசித்திரமாக இருந்தது. ஹக்கம் சிங் சிறைக் கண்காணிப்பாளர் மீது ஏதோ மாயாஜாலம் செய்திருப்பது போல் தோன்றியது. அவர் நாள் முழுவதும் ஹக்கமைத் தன் அருகில் அமர்த்திக் கொண்டு, அவர் தயாரித்த வரைவுகளைப் படித்துப் பார்க்காமலே கையெழுத்திட்டுக் கொண்டிருந்தார். கடந்த சில நாட்களாக ஹக்கமின் தூண்டுதலால் நிறையச் சிறை ஊழியர்கள் கண்டிக்கப்பட்டனர்.

ஒரு குறிப்பிட்ட கைதியைக் கவனித்த கண்காணிப்பாளர், மருத்துவரைத் தன் அறைக்கு அழைத்து, அவர் எதிரில் காலுவைப் பரிசோதனை செய்யச் சொன்னார். மருத்துவருக்குச் சரியான அறிக்கை கொடுக்க வேண்டிய கட்டாயம் ஏற்பட்டது. பிடிபட்டதும், அவர் கவனத்தை உதவியாளர் பக்கம் திருப்பினார். "எனக்கு ஒவ்வொரு நாளும் ஏராளமான நோயாளிகளைப் பார்க்க வேண்டியிருக்கிறது. முதலில் செய்யப்பட வேண்டிய பரிசோதனைகள் உதவியாளரால் செய்யப் படுகிறது. நோய் அபாயகரமாக இருந்தால் மட்டுமே நோயாளி என்னிடம் கொண்டு வரப்படுகிறார். காலுவின் உடல்நிலை இவ்வளவு மோசமாக இருப்பதாக உதவியாளர் என்னிடம் கூறவேயில்லை."

காலு உடனடியாக மருத்துவமனையில் அனுமதிக்கப்பட்டார். மருத்துவ உதவியாளருக்கு, அவரது கவனக்குறைவுக்காகக் காரணம் கோரும் அறிவிப்பு வழங்கப்பட்டது. மருத்துவர், உதவியாளர் இருவரும் கண்காணிப்பாளரின் நடவடிக்கையால் கோபமுற்றனர்.

பெண்கள் சிறைச்சாலையின் காப்பாளரான மிலிக்கும் இதே போன்று அனுபவம் ஏற்பட்டது. மித்தோ டஜன் கணக்கில் விண்ணப்பங்களை அவளிடம் கொடுத்திருந்தாள். அவள் அவற்றை அப்படியே புதைத்து மறந்து விட்டாள். மிலி கெஞ்சினாள், "மித்தோ சில நாட்களாகப் பைத்தியக்காரியைப் போல நடந்து கொண்டிருக்கிறாள். ஒரே நாளில் பற்பல விண்ணப்பங்களைக் கொடுக்கிறாள். முன்பு, அவற்றில் சிலவற்றைத் தக்க அதிகாரிகளுக்கு அனுப்பினேன். ஆனால், அவை அனைத்தும் நிராகரிக்கப்பட்டன. அதன் பிறகு நான் அடுத்தடுத்து அனுப்பியபொழுது, துணை அதிகாரி என்னைக் கண்டித்தார், 'கைதி பைத்தியக்காரியாக இருக்கலாம். ஆனால், நீ விவேகமான, அறிவுள்ள பெண், இல்லையா?' துணை அதிகாரியின் உத்தரவில் நான் விண்ணப்பங்களை அனுப்புவதை நிறுத்தினேன்." இருப்பினும் மிலியின் விளக்கம் கண்காணிப்பாளர் மீது எந்த விளைவையும் ஏற்படுத்தவில்லை மற்றும் அவள் மீதும் ஏதாவது ஒழுங்கு நடவடிக்கை எடுக்கப்

படுவதற்கான வாய்ப்பிருந்தது. எல்லாவற்றுக்கும் மேலாக மீண்டும் ஃபெரோஸ்பூர் சிறைக்கு அனுப்பப்படுவதற்கான மித்தோவின் சிபாரிசு ஏற்கப்பட்டுவிட்டதால் அவள் எந்தச் சமயத்திலும் அங்கிருந்து வெளியேறலாம். இப்பொழுது மிலியுடன் சேர்ந்து ஃபெரோஸ்பூர் சிறைச்சாலையின் *தரோகாவும்* மகிழ்ச்சியற்றிருந்தார்.

பார்வையாளர் சந்திப்பு அறையிலிருந்த காப்பாளர் நாத்தா, அங்கிருந்து மத்திய கோபுரத்துக்கு மாற்றப்பட்டார். கைதிகளில் ஒருவர் அவரைப் பற்றிப் புகார் செய்திருந்தார், "லஞ்சம் வாங்காமல் அவர் எந்தச் சந்திப்புக்கும் அனுமதிப்பதில்லை மற்றும் சந்திப்பின் காலகட்டத்தையும் அவருக்கு அளிக்கப்பட்ட பணத்திற்குத் தகுந்தவாறு தீர்மானிக்கிறார். வழங்கப்பட்டத் தொகை பெரியதாக இருந்தால், சந்திப்பு நேரம் நீடித்தது. பெருந்தொகை அளித்து அவரை யாராவது சந்தோஷப் படுத்திவிட்டால், அவருக்குக் கட்டுப்பட்டு, கைதியை அலுவலகத்திற்கு அழைத்துப் பார்வையாளருடன் நேருக்கு நேர் அமர்ந்து பேசுவதற்கு அனுமதி அளிக்கிறார். பார்வையாளர் ஒரு பெண்மணியாக இருந்தால் அவர்கள் தனிமையில் சிறிது நேரம் இருக்கவும் ஏற்பாடு செய்கிறார்." தன்னைச் சந்திக்க வந்த ஒருவர் இரண்டு தடவை சந்திக்காமலே திரும்ப வேண்டியிருந்ததென்றும், சந்திக்க வந்தவரைப் பற்றி அவருக்குத் தெரிவிக்கப்படவில்லையென்றும் அந்தக் குற்ற முறையீட்டாளர் புகார் செய்தார். மூன்றாவது தடவை, சந்திப்பு நேரம் முடிவற்கு மூன்று நிமிடங்கள் முன்புதான் அவர் அழைக்கப்பட்டார் என்றும், குடும்ப நலன் பற்றிக் கைதி விசாரிக்க ஆரம்பித்திருந்தார்; அவ்வளவில், சந்திப்பு நேரம் முடிந்து விட்டதைக் குறிக்கும் மணி அடித்து விட்டது என்றும் கூறினார். சந்திக்க வந்தவருக்கு ஏமாற்றத்துடன் திரும்ப வேண்டியிருந்தது மற்றும் இந்த அநீதியினால் கைதி உணர்ச்சி வசப்பட்டு மிகவும் கோபமடைந்திருந்தார் என்றும் புகார் செய்தார்.

இப்பொழுது நாத்தா அந்தரத்தில், கோபுரத்தில் தொங்கிக் கொண்டிருந்தார். அவருக்கு ஒவ்வொரு பைசாவுக்கும் கடும் முயற்சி செய்ய வேண்டியிருந்தது. அடுத்த எஃகுப்போன்ற கடினமான அடி, பண்ணைப் பொறுப்பாளர் சுரிந்தர் குமார் மீது விழுந்தது. அவரை ஒரு நிமிடம் கூட ஓய்வெடுக்க அனுமதிக்காமல் மிகவும் கஷ்டமான பணிகளை அவருக்குக் கொடுத்தார் என்று குற்ற முறையீட்டாளர் அவர் மீது குற்றம் சாட்டினார். அவர் சிறிது நேரம் முதுகை நிமிர்த்த முயற்சி செய்தால் கூடத் தாக்கப்பட்டார் என்றும், அதே சமயம், யாராவது சுரிந்தருக்கு மதுபானம் கொடுக்க ஏற்பாடு செய்தால் அவர்கள் நாள் முழுவதும் மரத்தடியில் *போஸ்த்* குடித்துக் கொண்டும், வம்பளந்துக் கொண்டும்

படுத்துக் கிடக்க அனுமதிக்கப்பட்டார்கள் என்றும் புகார் செய்தார். சுரிந்தர் பண்ணையிலிருந்து வெளிச்சுவருக்குக் காவலராக மாற்றம் செய்யப்பட்டார். இனிக் கைதிகளுடன் எந்தத் தொடர்பும் இல்லாமல் போய் விட்டதால் புகாருக்கும் வாய்ப்பிருக்காது.

சிறை ஊழியர் சங்கத்தின் ஒரு சக்திவாய்ந்த உறுப்பினராக பைஜ்நாத் இருந்தார். அவரை மாற்றுவதற்குப் பதிலாக ஷீதலுடைய களம்தான் மாற்றப்பட்டது. இந்த மாற்றத்திற்காக, இளம் மற்றும் பாதிக்கப்படக் கூடிய வயதில் கைதி இருந்ததால் உணர்ச்சி வசப்பட்டுக் குற்றத்தைச் செய்தான் என்ற காரணத்தை அவர்கள் கொடுத்தார்கள். மற்ற வளாகத்திலிருந்தவர்கள் தொழில் முறைக் கைதிகள். அவர்களிடையில் இவன் இருந்தால் இவனும் துஷ்டனாக மாறும் வாய்ப்பு அதிகமாகி விடும். அவன் தேர்வுக்குத் தயாராகும் மாணவன். மற்ற வளாகங்களில் எப்பொழுதும் சண்டையும் சச்சரவும் நடந்துகொண்டே இருந்தது. அங்கிருப்பவர்கள் படிப்பவர்களை வெறுத்தார்கள் மற்றும் அவர்களின் புத்தகங்களைப் பிடுங்கிச் சாக்கடையில் தூக்கி எறிந்தார்கள். அவனுக்குப் படித்துச் சீர்திருந்துவதற்கான ஒரு வாய்ப்பை அளிப்பதற்காக அவன் *பஹாதுர்* வளாகத்திற்கு அனுப்பப் பட்டான்.

ஷீதலை வேறு வளாகத்திற்கு மாற்றுவதைப் பற்றிப் பைஜ்நாத்துக்கு ஓர் ஆட்சேபணையும் இல்லை. ஆனால், *பஹாதுர்* களத்தின் தரோகாவின் உதவியாளர் ஷீதலின் படிவத்தை வாங்கிக்கொண்டு, விசேஷ அனுமதி பெற்று அதைப் பல்கலைக் கழகத்திற்கு அனுப்பி வைத்ததுதான் அவரைப் புண்படுத்தியது. இது அவரை அவமானப்படுத்தியது. இதனால் அவருக்குத் தன் சொந்த வளாகத்தில் நுழைவதற்கு வெட்கமாக இருந்தது. அங்கிருந்தவர்கள் அவரைப் பரிகாசம் செய்தார்கள். கைதிகளின் மேல் அவருக்கிருந்த அதிகாரம் குறைந்து விட்டது.

சில ஊழியர்கள் ஏற்கெனவே தண்டிக்கப்பட்டுவிட்டனர். மற்றவர்களும் இதே மாதிரியான நடவடிக்கைக்காகக் காத்திருப்பது போல் தோன்றியது. அவர்களின் அதிருப்தி நாளுக்கு நாள் பெருகிக் கொண்டே போயிற்று. பயந்து, ஒடுங்கிப் போன ஊழியர்கள் ஒன்றுக்கூடிய பொழுதெல்லாம் அவர்களுடைய சர்ச்சைக்குறிய விஷயம் ஒன்றுதான். அவர்களை இலக்கு வைத்து நடத்தப்படுவதாக அவர்கள் கருதிய இந்த அநீதி. ஹக்கமைக் காட்டிலும் அவர்கள் தங்கள் அதிகாரியின் மேல் அதிக சீற்றம் கொண்டிருந்தனர். எழுத்தர் மற்றும் காப்பாளர் சொல்வதை அவர் கேட்கவில்லையென்றால் அது ஒரு பொருட்டல்ல. ஆனால்,

குறைந்தபட்சம் தரோகாவின் உதவியாளர் மற்றும் பிரதிநிதி சொல்வதைக் கேட்டுக் கொள்ளும் பண்பு இருக்கத்தானே வேண்டும். ஆனால், அவர் யார் சொல்வதைக் கேட்டுக் கொண்டிருக்கிறார்? ஒரு கைதியின் சொல்லை. ஹக்கம் ஒரு வழக்கறிஞராக இருந்திருக்கலாம், சிறை சீர்திருத்தங்கள் பற்றிய புத்தகங்களைப் படித்திருக்கலாம். ஆனால், தற்சமயம் அவர் வெறும் கைதி. அப்படியே நடத்தப்பட வேண்டும். சிறை ஊழியர்களுக்கு மேலே ஏறத்தாழ ஓர் உயர்ந்த அதிகாரியின் அந்தஸ்தை அவருக்குக் கொடுத்திருப்பது பார்ப்பதற்கு நன்றாக இல்லை என்று கருதினார்கள்.

மேலும் அவர்கள் சுட்டிக்காட்டினார்கள், "ஹக்கம் *சிங்* அரசியல் தலைவர்களின் பிரசங்கங்களைக் கேட்டிருக்க வேண்டும். அதைத் தொடர்ந்து அவர் பொருத்தமற்ற கோரிக்கைகளை வைக்கத் தொடங்கி யுள்ளார். ஊழியர்களையும் தொந்தரவு செய்ய ஆரம்பித்திருக்கிறார். கைதிகளுக்குக் கல்வி மற்றும் பொழுதுபோக்குக்காக ஏற்பாடு செய்ய வேண்டும் மற்றும் அவர்களுக்குச் சிறந்த சுகாதார சேவை வழங்கப்பட வேண்டுமென்று கூறுகிறார். இவ்வாறான கோரிக்கைகளை அவர் கேட்கிறார். கைதிகளின் குடும்பத்தாருடன் தொடர்பில் இருப்பதற்காக அவர்களுக்கு ஒவ்வொரு வாரமும் ஒரு தபால் உறை கொடுக்கப்பட வேண்டும், அவர்களுக்குப் பீடி மற்றும் சிகரெட்டுகளுக்கு ஏற்பாடு செய்யப்படவேண்டும் மற்றும் மசாஜ் செய்து கொள்ளக் கடுகெண்ணெயும் கொடுக்கப்பட வேண்டும். துணி துவைக்கச் சோப்பு கொடுக்கப்பட வேண்டும், கைதிகளுக்கு அணிய உடைகள் மற்றும் உள்ளாடைகள் வழங்கப்பட வேண்டும். சிறையேட்டில் குறிப்பிட்டிருப்பதுபோல் கைதிகளுக்கு இவை அனைத்திற்கும் உரிமை உண்டு என்று கூறுகிறார்.

ஹக்கம் சிங்கிற்குத் தெரியவில்லை. ஆனால், சிறை அதிகாரிகளுக்கு நிச்சயமாகத் தெரிந்திருந்தது, தலைவர்கள் போலி வாக்குறுதிகள் வழங்கும் பழக்கமுடையவர்களென்று. அவர்கள் உரையாற்றத் தொடங்கிய பிறகு, ஒன்றும் சிந்திக்காமல் எல்லா வகையான உத்தரவாதங்களும் தருகிறார்கள். அந்த வாக்குறுதிகளின் அடிப்படையில் மக்கள் வசதிகளை எதிர்பார்க்கிறார்கள். இந்த வசதிகளைக் வழங்குவதற்காகச் சிறைத்துறை பணம் கேட்கும் பொழுது, அவர்கள் வெற்றுக் கிண்ணத்தைக் காட்டி, பட்ஜெட் தேவையற்ற செலவினங்களை அனுமதிப்பதில்லை என்று கூறி விடுகிறார்கள்."

கைதிகளுக்குத் துணி விநியோகிப்பதில் சிறை ஊழியர்களுக்கு என்ன ஆட்சேபணை இருக்க போகிறது? ஆனால், இந்தப் பொருள்கள்

சிறை விற்பனைக் கூடத்தில் காணக்கிடைப்பதில்லை. அவர்கள் சிறையேட்டை ஒருபோதும் பார்த்ததில்லை. ஆனால், இரண்டு, மூன்று தசாப்தங்களின் அனுபவத்தில், இந்தப் பொருள்கள் கடைக்கு என்றுமே வந்ததேயில்லை என்று அவர்களால் கூற முடிந்தது. இதெல்லாம் காகிதத்தில் வந்திருக்கலாம் மற்றும் பணம் உயர்மட்டத்தில் அகற்றப் பட்டிருக்கலாம் என்பது முற்றிலும் சாத்தியம்தான். குறிப்பிடப்பற்ற மற்ற பண்டங்களின் கதையும் இதே போன்று இருந்தது. பாதிப் பொருள்களை மேலதிகாரிகள் தக்கவைத்துக் கொண்டு கீழிருக்கும் அதிகாரிகளை ரசீதில் கையெழுத்திடுமாறு மிரட்டினார்கள். தற்செயலாக ஏதாவது கொஞ்சம் உள்ளே வந்து விட்டால், அது கீழ் அதிகாரிகளின் இல்லங்களுக்குச் சென்றது. சாதாரண ஊழியர்களுக்கு எஞ்சியிருந்தது வெற்றுச் சாக்குப் பைகளும் மற்றும் கைதிகளுக்குப் பசியும் துன்பமும்தான்.

முந்தைய ஆண்டு, மிகுந்த போராட்டங்களுக்குப் பிறகு அரசாங்கம் கழிப்பறைகளைப் பழுது செய்ய இரண்டு லட்சம் ரூபாய் பட்ஜெட்டுக்கு ஒப்புதல் அளித்தது. சிறைக் கண்காணிப்பாளரின் பங்களாவின் வரவேற்பறை புதுப்பிக்கப்படவேண்டியிருந்ததால் இந்தப் பணம் அதற்குச் செலவிடப்பட வேண்டுமென்றார் அவர். அதிகாரிகளின் வீடுகளின் சமையலறைகள் மிகவும் மோசமான நிலையில் உள்ளன, அவர்களுடைய மனைவிகளை அவர்களுக்குச் சந்தோஷமாக வைத்திருக்க வேண்டுமென்று துணை அதிகாரி வலியுறுத்தினார். மழை காலத்தில் ஊழியர்களின் குடியிருப்புகளில் கசிவு ஏற்படுகிறது அதனால் அவர்களுடைய கூரைகளை முதலில் சரி செய்ய வேண்டுமென்று அவர்கள் தர்க்கம் செய்தார்கள். இந்த இழுபறியில் ஒரு மாதம் கடந்து விட்டது. அவர்கள் பூனையைப் போல் தொடர்ந்து சண்டை போட்டுக் கொண்டிருந்தனர். இதற்கிடையில் காவல்துறைத் தலைவர், அமைச்சரின் குளியலறையைப் பழுது செய்வது மிகவும் அவசியமென்று இந்தப் பணத்தைத் தன் மேஜைக்குத் திருப்பிக் கொண்டார்.

இதேபோல், பீடி, சிகரெட் மற்றும் துணிகளுக்கான பணம், சந்தேகமில்லாமல் இது போன்ற நல்ல காரணங்களுக்காகச் செலவிடப் பட்டிருக்கலாம். ஆனால், ஊழியர்கள் இதைப்பற்றி அறிந்திருக்கவில்லை.

ஹக்கம், நிச்சயமாகப் படித்தவர். ஆனால், ஒரு அப்பாவியாகவும், குறிக்கோளை எய்த விரும்புகிறவராகவும் இருந்தார். தலைவர்கள் தங்கள் உரைகளில் அளித்த வாக்குறுதிகளை அவர் அடிக்கடி குறிப்பிட்டு, கைதிகளுக்காக வசதிகள் கோரினார். பிரசங்கங்கள் கைத்தட்டல் பெறுவதற்கும், செய்தித்தாள்களில் தலைப்புச் செய்தியாக இடம்

பெறுவதற்கும் வழங்கப்படுகின்றனவே தவிர நடைமுறை பயன்பாட்டிற்கு அல்ல என்று அவர் அறிந்திருக்க வேண்டும்.

இதற்கு முந்தைய ஆண்டு சிறை அமைச்சர் விஜயம் செய்து பல அற்புதமான அறிக்கைகளை வெளியிட்டார். "அடுத்த ஆண்டுமுதல் சிறைகளில் விளையாட்டுப் போட்டிகள் நடத்தப்படும். இதற்காக அரசாங்கம் இருபது லட்சம் ரூபாய் வழங்கும். விளையாட்டு உபகரணங்களுடன், விளையாட்டுப் பயிற்சியாளர்களும் ஏற்பாடு செய்யப் படுவார்கள். ஒவ்வொரு ஆண்டும் விளையாட்டுப் போட்டியும் நடத்தப்படும். வெற்றி பெற்ற அணியின் உறுப்பினர்களுக்கு முடிந்த அளவு மன்னிப்பும் வழங்கப்படும்" என்று அவர் அறிவித்தார்.

பின்னர், முதல்வர் வந்தார். சுதந்திர தினத்தன்று இன்னும் சில அறிக்கைகளை வெளியிட்டார். "கைதிகளை நல்ல குடிமக்களாக மாற்றுவதற்காகச் சிறையில் உயர் கல்வி வழங்க ஏற்பாடுகளிருக்கும். அடுத்த கல்வியாண்டிலிருந்து சிறைச்சாலைகளின் உள்ளே பள்ளிகளும் திறக்கப்படும். கைதிகள் தன்னம்பிக்கை பெற்றுச் சுதந்திரமாக வாழ்வதற்கு அவர்களுக்குத் தொழில் நுட்பக் கல்வி கற்பிக்க ஏற்பாடு செய்யப்படும். புத்தகங்களும், குறிப்பேடுகளும் இந்த மாதம் முதலே அனுப்பப்படும். ஆசிரியர்கள் இட மாற்றங்களின் பொழுது இங்கு வந்து கற்பிப்பார்கள்."

அவருடன் வந்த 'ஆமாஞ்சாமி' போடும் சுகாதார அமைச்சர் இம்மாதிரியான பகட்டுத்தனமான அறிக்கைகள் வழங்குவதில் பின்தங்க விரும்பாமல் சிறை மருத்துவமனை மேம்படுத்தப்படும் என்று அறிவித்தார். "அதில் தற்போதுள்ள இருபது படுக்கைகளுக்குப் பதிலாக ஐம்பதாக ஆக்கப்படும். மேலும் மூன்று நிபுணர்கள் அங்கு நியமிக்கப்படுவார்கள். மருந்துகளுக்கான பட்ஜெட் அதிகரிக்கப்படும். புதிய மருத்துவ உபகரணங்கள் வாங்கப்படும்."

அமைச்சர்கள் தலைநகரத்திற்குத் திரும்பியபின் தங்கள் வாக்குறுதிகளைப்பற்றி மறந்து விடுவார்கள் என்று எல்லோரும் அறிந்திருந்தனர். சில கபடமற்ற கைதிகளும் சில அசாதாரண சமூக சேவகர்களும் மட்டுமே அறிவிக்கப்பட்ட அனைத்தையும் ஞாபகம் வைத்துக் கொண்டிருந்தார்கள். கைதிகள் அமைச்சர்களை அணுகுவது முடியாத காரியம். காலையிலும் மாலையிலும் அவர்கள், "விளையாட்டுக்கு ஏற்பாடு செய்யுங்கள்; கல்விக்கான ஏற்பாடுகள் செய்யுங்கள்; மருத்துவ வசதிகளுக்கான ஏற்பாடுகள் செய்து கொடுங்கள்" என்று ஊழியர்களைப் பிடுங்கிக் கொண்டிருந்தார்கள். கனவு காண்பவர்களில் ஹக்கம் சிங்கும் ஒருவர் என்று தோன்றியது. அவரது

நண்பரான சிறை அதிகாரியும் இதில் குறைந்தவராகத் தெரியவில்லை. கல்நெஞ்சம் படைத்த, குற்றவியலையே தொழிலாகக் கொண்ட குற்றவாளிகளை ஒருசில தினங்களில் மிருதுவான, வளைந்து கொடுக்கக் கூடிய உயிரினங்களாக மாற்றுவதற்கான கனவுகள் கொண்டிருந்தார் அவர்.

இதற்கான தவறு அதிகாரியின் மேல் குறைவாகவும் அரசாங்கத்தின் மேல் அதிகமாகவும் இருந்தது. அவர் கடின உழைப்பினால் அதிகாரியாகவில்லை, நேரடியாகக் கண்காணிப்பாளராக இத்துறையில் நுழைந்தார். எனவே, அவருக்கு அனுபவம் இருக்கவில்லை.

சிறைக் கண்காணிப்பாளர் ரஞ்சோத் *சிங்* ஓர் அமைச்சரின் மருமகன். அவர் ஒரு *தெஹசில்தாரின்* வேலை பெறுவதில் ஆர்வமாக இருந்தார். ஆனால், காலியிடமிருக்கவில்லை. அமைச்சர் தன் ஆலோசகர்களுடன் கலந்து யோசனை செய்த பொழுது அவருடைய மருமகனை, அதற்குப் பதிலாகச் சிறைக் கண்காணிப்பாளராக நியமிக்க முடியும் என்று கூறினார்கள். இந்த வாய்ப்பினால் அமைச்சர் அகமகிழ்ந்து போனார். சாத்தியமான அனைத்து முயற்சிகளும் செய்து ரஞ்சோத் சிங்கை அந்தப் பதவியில் நியமித்து விட்டார். ரஞ்சோத் *சிங்* மென்மையான இதயம் கொண்ட மனிதரானதனால் திருடர்களையும் குற்றவாளிகளையும் அவரால் சமாளிக்க முடியாதென்று தோன்றியதால் சிறையில் வேலை குறித்து அவர் கவலை பட்டார். எனினும் அவருடைய முறையீடுகளுக்கு அமைச்சர் செவி சாய்க்கவில்லை. அவரும் பல முறை சிறைக்கு அனுப்பபட்டிருந்தார். சிறைக் கண்காணிப்பாளருக்கிருந்த மகத்தான சக்தியை அவர் பார்த்திருந்தார். மருமகனுக்கு எடுத்துரைத்து, தொடர்ந்து அந்த வேலையில் இருப்பதற்குச் சம்மதிக்க வைத்தார்.

ரஞ்சோத் சிங், முதலில் எழுத்தர் அல்லது காப்பாளராகயிருந்து பின்னர் அதிகாரி பதவிக்கு உயர்த்தப்பட்டிருந்தால் இவ்வளவு கடுமையாக நடந்து கொண்டிருக்க மாட்டார் மற்றும் ஐந்து அல்லது பத்து ரூபாய்களை லஞ்சமாகக் கருதியிருக்க மாட்டார்.

காப்பாளரின் மாதச் சம்பளம் 4500 ரூபாய் என்று அதிகாரிக்குத் தெரியும். சில ஆண்டுகளுக்கு முன்பு அவர் வெறும் நான்காம் வகுப்பு ஊழியராக இருந்தார். ஆனால், சம்பள ஆணையம் அவர் மீது தயவு காட்டிய பிறகு அவருடைய அதிகாரம் அதிகரித்தது. பணவீக்கத்தின் இந்த நாட்களில் அவருடைய சம்பளம் பால், மளிகை சாமான்கள், மின்சார கட்டணம் ஆகியவற்றிலேயே தீர்ந்து போயிற்று. மற்ற எல்லாச்

செலவுகளுக்காக வேறு வழிகளிலிருந்து வருமானம் கிடைக்க ஏற்பாடு செய்யவில்லையானால் காப்பாளர் பட்டினி கிடந்து சாகமாட்டாரா? அவர் ரஞ்சோத் சிங் போல் சர்தார்களின் மகனில்லை. ஒருவரின் தந்தை *ஷிரி*யாக வேலைப் பார்க்கலாம், இன்னொருவருடைய தந்தை உணவு வண்டி இயக்குனராகப் பணியாற்றலாம் மற்றும் ஒருவர் செருப்புத் தைப்பவராக இருக்கலாம். ஒருவரின் சகோதரி விதவையாக இருக்கலாம்; வேறு ஒருவருக்குத் திருமண வயதில் மூன்று சகோதரிகள் இருக்கலாம். காப்பாளர்களுக்குத் தங்கள் குடும்ப பொறுப்புக்களைச் சிறையிலிருந்து கிடைப்பதை வைத்துக் கொண்டு நிறைவேற்ற வேண்டியிருந்தது. இதில் மறைமுகமாக வாங்கும் பத்து அல்லது இருபதும் அடங்கியது. அதிகாரிகளைப் போல் அவர்களால் முழு பண்டகச்சாலைகளை விழுங்க முடியாது.

அற்ப ஐந்து அல்லது பத்து ரூபாய் கூடுதலாக அவர்கள் சம்பாதித்ததால் உண்டாக்கப்பட்ட கலவரத்தால் ஊழியர்கள் எரிச்சல் அடைந்தனர். அவர்கள் தங்கள் தர்கத்தை அதிகாரி முன் வைக்க விரும்பினார்கள். ஆனால், அதிகாரிக்குக் கைதிகளின் புகார்களைக் கேட்க நேரமிருந்ததே தவிர இவர்களின் பிரச்சனைகளைக் கவனிக்க நேரமிருக்க வில்லை. அதிகாரி நாள் முழுவதும் பயனற்ற வேலையில் ஈடுபட்டிருப்பதாகத் தோன்றியது.

சிலசமயம் அவருடைய உறவினர்கள் வெளிநாட்டிலிருந்து அவரைச் சந்திக்க வந்தார்கள். அவர்கள் தங்களுடன் வெளிநாட்டு நண்பர்களையும் அழைத்து வந்தார்கள். சிறை ஏதோ மிருகக்காட்சி சாலைப் போல அதிகாரி அவர்களுக்குச் சுற்றிக்காட்டினார். வெளிநாட்டினர் கைதிகளுடன் நின்று கொண்டு புகைப் படங்கள் எடுத்துக்கொண்டனர். பின்னர் தங்கள் நாடுகளுக்குத் திரும்பிச் சென்று படங்களை வெளியிட்டு, நரகம் என்கிற இந்தியச் சிறை என்று கட்டுரைகள் எழுதினார்கள். இது நாட்டிற்குக் கெட்ட பெயர் கொண்டு வந்ததால், பல சந்தர்ப்பங்களில் அரசாங்கம் கண்காணிப்பாளரை இத்தகைய நடவடிக்கைக்காகக் கண்டித்தது. சில நாட்கள் சாந்தமாக இருந்துவிட்டு அவர் மீண்டும் அதே காரியங்களைச் செய்யத் தொடங்கினார்.

பஷ்மினா சால்வைகள் மற்றும் தரைவிரிப்புகள் நெய்த பிரிவில் இருந்த கைதிகளும் கோபத்தில் குரல் எழுப்ப ஆரம்பித்தனர். அவர்கள் இரவும் பகலும் வேலை செய்து, கடினமான உழைப்புக்குப் பிறகு ஒரு சால்வை அல்லது கம்பளத்தை உருவாக்கினார்கள். ஒரு கலை வல்லுனர் வருகை தந்து, அவர்களின் கலைத்திறனைப் பார்வையிட்டுத் தகுந்த

முறையில் மதிப்பீடு செய்வார் என்று நம்பினார்கள். முந்தைய கண்காணிப்பாளரின் காலத்தில் அவர்களின் முயற்சிகளுக்கு நல்ல சம்பாத்தியம் கிடைத்தது. இப்பொழுது ரசிகர்களுக்குப் பதிலாகக் கண்காணிப்பாளர்தான் அந்தப் பிரிவிற்கு வந்தார். அவருடைய நண்பர்கள் மற்றும் கூட்டாளிகளுக்குப் பரிசளிக்க ஒரு கலை படைப்பை எடுத்துக் கொண்டார். தொழிலாளிகளால் அதிகாரியுடன் அதிக பேரம் பேச முடிவதில்லை. இதன் விளைவாக உழைப்பிற்குத் தகுந்த மதிப்பு அவர்களுக்குக் கிடைப்பதில்லை.

ரஞ்சோத் சிங் அரசியல் வட்டாரங்களிலும் தீவிரமாக ஈடு பட்டிருந்தார். யாராவது ஒரு சட்ட உறுப்பினர் அல்லது நாடாளுமன்ற உறுப்பினர் எப்போதும் அவர் வீட்டில் காணப்பட்டார். விருந்தினர்களின் பொழுதுபோக்குக்காகக் கவிதை அமர்வுகள் மற்றும் இசை நிகழ்ச்சிகளை ரஞ்சோத் சிங் ஏற்பாடு செய்தார். இந்நிலையில் சிறை ஊழியர்களுடன் தொடர்பு கொள்வதற்கு அவருக்கு நேரம் எப்படி கிடைக்கும்?

சிறைக்குள் ஹக்கம் நுழைவதற்கு முன்னர், சிறை நிர்வாகம் யானையின் கம்பீர நடைப்போல் நிதானமாகப் போய்க் கொண்டிருந்தது. ஆனால், சில கைதிகளை விடுவிப்பதில் அவர் பெரும் பங்கேற்றபின், கண்காணிப்பாளர் அவருக்குத் தேவையற்ற முக்கியத்துவம் கொடுக்க ஆரம்பித்தார்.

ஹக்கம் சிங் கைதிகளுக்கு உரை நிகழ்த்துவதில் அவர்களுக்கு எந்த ஆட்சேபணையும் இருக்கவில்லை. ஆனால், அவருடைய கிளர்ச்சியூட்டும் உரைகளைக் கேட்க இப்பொழுது காப்பாளர்களும் கட்டாயப்படுத்தப்பட்டனர்.

ஹக்கம் எல்லா வகை விசித்திர ஆலோசனைகளையும் வழங்கினார், “கைதிகளை நல்ல குடிமக்களாக மாற்றும் பொறுப்பு காப்பாளர்களின் தோள்களில் மட்டுமே உள்ளது. ஒவ்வொரு குற்றவாளியும் துஷ்டன் அல்ல. சூழ்நிலைகள் சில மக்களில் நேர்மையற்ற மனப்பாங்கை உருவாக்குகிறது. பெரும்பாலான கைதிகள் சீர்திருந்துவது சாத்தியம். அன்பு மற்றும் அக்கறையினால் இதைச் சிறை அதிகாரிகள் செய்து காட்ட முடியும். அவர்கள் கைதிகளின் உடல், மனம் மற்றும் சமூகத்தைச் சார்ந்தப் பிரச்சனைகளைப் புரிந்து கொள்ள வேண்டும். உங்களுக்கு உளவியல், உயிரியல் மற்றும் மன அழுத்ததைக் கையாள்வது பற்றித் தெரிந்திருக்க வேண்டும். இவை அனைத்தையும் பற்றி அடிப்படைத் தகவல்களை நான் உங்களுக்கு முதலில் தருகிறேன். பின்னர் குறிப்பிட்ட பகுதி நிபுணர் உரையாற்ற அழைக்கப்படுவார்.

எல்லாச் சிறை விதிகளைப் பற்றியும், சிறைக் கையேடு பற்றியும் நீங்கள் நன்கு பரிச்சயப்பட்டிருக்க வேண்டும்.'' தன்னுடைய எதிர்கால உரைகளால் இது சம்பந்தப்பட்ட தகவல்களைப் பற்றி அவர்களுக்குக் கற்பிக்க அவர் ஆர்வமாக இருந்தார்.

ஊழியர்கள் தங்கள் அதிகாரியிடம் சொல்ல விரும்பியதெல்லாம் இதுதான், "நாங்கள் மிகவும் புத்திசாலியும் அல்ல, உயர் கல்வி பெற்றவர்களும் அல்ல. தேர்வின் பொழுது, மிகவும் கஷ்டப்பட்டு மற்றவர்களைப் பார்த்து நகலடித்து மட்டுமே பத்தாம் வகுப்பு தேர்ச்சி பெற்றுள்ளோம். இந்த வேலை யாருக்காவது லஞ்சம் கொடுத்தோ அல்லது நல்ல நிலையிலுள்ள உறவினர்களின் கால்களில் விழுந்தோ கிடைத்ததுதான். பயிற்சியின் பொழுது எங்களுக்குக் கற்பிக்கப்பட்ட ஒரே ஒரு விஷயம் பிரம்பைப் பயன்படுத்துவதாகும். கைதிகளைக் கட்டுப்பாட்டுக்குள் வைத்திருக்கும் ஒரே ஒரு கடமை பற்றி எங்களுக்குச் சொல்லிக் கொடுக்கப்பட்டது. கைதிகளிடம் கண்டிப்புடன் நடந்து கொண்டு அவர்களைக் கட்டுப்பாட்டுக்குள் வைத்து, நாங்கள் எங்கள் கடமையை மிகச் சிறப்பாகச் செய்கிறோம். கைதிகளின் மனதைப் பற்றிப் புரிந்து கொள்வது பற்றியோ அல்லது சட்டத்தைப் பற்றி அறிந்து வைத்திருப்பதோ எங்களுடைய வேலையில்லை. இது அதிகாரியின் வேலை.

ஹக்கம் *சிங்* பி வகுப்பு சிறையில் அனைத்து வசதிகளுடன் இருக்கிறார். அதனால்தான் கைதிகளைச் சீர்திருத்துவது பற்றிப் பேசுகிறார். அவர் சிறிது நேரம் *தாக்கட்* அல்லது *பஞ்சி* வளாகத்தில் இருந்து, யதார்த்தத்தைப் பார்க்கட்டும். ஒவ்வொரு கைதியையும் சீர்திருத்துவதென்பது சம்பவிக்கக் கூடியது இல்லை என்று பிறகு ஒப்புக் கொள்வார். பெரும்பாலான கைதிகள் மிருகங்களைப் போல் இருக்கிறார்கள். அவர்கள் செருப்பின் பாஷை மட்டுமே புரிந்து கொள்கிறார்களென்பதை அவர் தெரிந்து கொள்வார். ஒவ்வொரு நாளும் காப்பாளருக்கு, பல ஜேப்படித் திருடர்களையும், கொலையாளிகளையும் சமாளிக்க வேண்டியிருக்கிறது. சிறை ஊழியர் அவர்களுடன் தாழ்மை யாகவும் மென்மையாகவும் நடக்க ஆரம்பித்தால், அவர்கள் அவரை பலவீனமானவராகவும், கோழையாகவும் கருதத் தொடங்குவார்கள். அவரைப் பரிகசித்து, கேலி செய்து அவருக்குக் கீழ்படிவதை முழுமையாக நிறுத்திக் கொள்வார்கள்.''

அவர்களின் கருத்தை வலியுறுத்த ஓரிரு உதாரணங்களே போதுமானதென்று ஊழியர்களுக்குத் தோன்றியது. விசாரணையிலிருந்த

ஒரு ஜேப்படித் திருடன், ஹக்கமைப்போலவே தன்னை முற்போக்கானவர், ஏழைகள் மற்றும் தேவைப்படுகிறவர்களுக்குக் கட்டணம் வாங்காமல் பிரதிநிதித்துவம் செய்கிறவர் என்று கருதிய தன்னுடையச் சொந்த வழக்கறிஞரின் ஜேபிலிருந்தே திருடிவிட்டான்.

ஆரம்பத்தில் ஊழியர்களில் ஒருவரான நாத்தா என்பவர் இரக்கம் கொண்டு, கைதிகளுக்குக் கடனாகப் பணம் கொடுத்தார். அவர்களில் பெரும்பாலோர் பணத்தைத் திருப்பிக் கொடுக்காமலே மறைந்து விட்டனர். அதில் ஒருவர், பணத்தைத் திருப்பிக் கொடுப்பதற்குப் பதிலாக, நாத்தா கடனைத் திருப்பி வாங்கும் சாக்கில் லஞ்சம் கேட்கிறார் என்று புகார் கொடுத்தார். அதிகாரி விசாரணை நடத்துவதற்கான நடவடிக்கைகளை எடுக்க ஆரம்பித்தவுடன், நாத்தா இன்னும் அதிக பணம் செலவழித்து விஷயத்தை மூடிச் சமாளித்தார். பாம்புக்குப் பால் வார்ப்பதில் அர்த்தம் இல்லை.

உச்சநீதிமன்றத் தீர்ப்பின் அடிப்படையில் ஹக்கம் சிங் அவர்களுக்கு உபதேசம் செய்தார், "கைதிகளை மனிதர்களாக நினைத்துப் பாருங்கள். அவர்களுடன் அனுதாபத்துடன் நடந்து கொள்ளுங்கள்." எந்த வகையான அரக்கர்களைக் காப்பாளர்களுக்குச் சமாளிக்க வேண்டியிருக்கிறதென்பதைக் குளிரூட்டப்பட்ட அறையில் உட்கார்ந்திருக்கும் நீதிபதிகள் எப்படி அறிவார்கள்?

இது போன்ற ஓர் உச்சமன்ற தீர்ப்பைச் செயல்படுத்தும்பொழுது பைஜ்நாத் பிரச்சனைக்குள்ளானார். உத்தரவானது பின்வருமாறு இருந்தது, "விலங்குகளைப் போல் கைதிகளைச் சங்கலிகளால் பிணைத்து நீதி மன்றத்திற்குக் கொண்டு வரக் கூடாது. இது அடிமைத்தன நாட்களிலிருந்து வந்த பாரம்பரியம். இது குற்றம் சாட்டப்பட்டவரின் சுய மரியாதையைப் புண்படுத்தி அவருள் தாழ்வு மனப்பான்மையை உண்டாக்குகிறது." உச்சமன்றத்தில் ஆஜர் படுத்தப்பட்ட கைதிகளைப் போல எல்லாக் கைதிகளும் இருப்பதில்லை என்பதை நீதிபதிக்கு யார் புரிய வைப்பார்?

பைஜ்நாத் ஒரு சந்தர்ப்பத்தில் உச்சநீதிமன்றத்திற்குச் சென்றிருந்தார். நீதிபதியின் அறை பட்டியாலா மஹாராஜாவின் மோதி மஹாலின் வரவேற்பறைப் போல் அலங்கரிக்கப் பட்டிருந்தது. நீதிபதி தானும் ஒரு நான்கடி உயர சிம்மாசனம் போன்ற நாற்காலியில் உட்கார்ந்திருந்தார். அங்கு உயரமான, கவனத்தை ஈர்க்கும், வெளிநாட்டவர்களைப் போன்ற தோற்றம் கொண்ட வழக்கறிஞர்களும்

இருந்தனர். கூண்டில் நின்றிருந்த கைதிகளும் மித்தோ அல்லது காலு போலிருக்கவில்லை. ஒருவர் கோடீஸ்வரர், ஓர் ஆலையின் உரிமையாளர். அவர் வரி ஏய்ப்பு செய்ததாகக் குற்றம் சாட்டப்பட்டிருந்தார். இன்னொருவர் கோடிக்கணக்கான பணத்தை லஞ்சமாக வாங்கிய முன்னாள் மந்திரி. இவர்களுக்குக் கைவிலங்கு மாட்ட எப்படியும் தேவையில்லை. தொப்பையும் தொந்தியுமாக, எண்ணற்ற நோய்களுக்கு ஆளானவர்களால் எப்படியும் ஓட முடிந்திருக்காது. கோடிக்கணக்கான மதிப்புள்ள தங்கள் சொத்தை விட்டு அவர்கள் எங்கு சென்றிருப்பார்கள்?

உச்ச நீதிபதியின் உத்தரவுக்குக் கீழ்படிந்து, பைஜ்நாத் ஒருமுறை ஒரு ஜேப்படிக் கள்வனின், கை விலங்கைக் கழற்றி விட்டு, அவனுடைய கையை மாத்திரம் பிடித்துக் கொண்டு விசாரணைக்கு அழைத்துச் சென்றார். வாட்ட சாட்டமான அந்தத் திருடன் ஒரே உதறலில் தன் கையை விடுவித்துக் கொண்டு மறைந்து விட்டான். நின்று கொண்டு அவனைப் பார்ப்பதைத் தவிர பைஜ்நாத்தால் வேறு ஒன்றும் செய்ய முடியவில்லை. அங்கு பணியிலிருந்த காவல்துறையினருக்கு அவர் தகவல் கொடுத்தபின் அவர்கள் உடனே செயலில் இறங்கினர். இருப்பினும், எல்லார் கண்களிலும் மண்ணைத்தூவி, அவன் சில நிமிடங்களில் மறைந்துவிட்டான். பைஜ்நாத், அவருடைய கவனக் குறைவிற்காக இடைநீக்கம் செய்யப்பட்டார். அவர்மேல் வழக்கும் பதிவு செய்யப்பட்டது. அந்த வயதானவர் பாவம், கைதியைத் திரும்பப் பிடிப்பதற்காகத் தனியாகச் சுற்றித்திரிய வேண்டியிருந்தது. அவர் காவல் நிலையத்துக்குச் சென்றால், அங்குள்ள ஹவல்தார், திடீர் சோதனை நடத்தும் சாக்கில், ஒரு கார் ஏற்பாடு செய்யச் சொல்வார். இறுதியாக, ஒரு மாதக் கடின முயற்சிகளுக்குப் பிறகு ஜேப்படித்திருடன் கைது செய்யப்பட்டான். பைஜ்நாத்துக்குப் பதவியில் அமர ஒரு வருடம் ஆயிற்று. ஆனால், வழக்கு இன்னும் நடந்து கொண்டிருந்தது. அவருக்கு எதிராக வாக்குமூலம் கொடுத்த சாட்சிகள் அரசாங்க ஊழியர்கள். அவர் தண்டிக்கவும் படலாம்.

ஹக்கம் கூறினார், "இதுபோன்ற மற்ற உச்ச நீதிமன்ற தீர்ப்புகளையும் செயல்படுத்துங்கள்."

காப்பாளர் தங்கள் வேலையைப் பாதுகாப்பதா அல்லது கைதிகளின் கௌரவத்தையும், சுயமரியாதையையும் பாதுகாப்பதா?

சிறை ஊழியர்கள் பாதுகாப்பு பணியாளர்களாக இருந்ததால், அவர்களுக்கு அங்கீகரிக்கப்பட்ட ஒரு தொழிற்சங்கம் நிறுவுவதற்கு உரிமை இருக்கவில்லை. இருப்பினும் அவர்கள், தங்கள் நோக்கத்திற்கு

ஏற்ப ஓர் அதிகாரப்பூர்வமற்ற குழுவை அமைத்துக் கொண்டிருந்தனர். குழுவினரை மதிய உணவு நேரத்தில் கூட்டம் கூட அழைத்தனர்.

ஹக்கமின் முட்டாள்தனமான தர்க்கங்களுக்கு அவர்கள் செவி சாய்க்கக் கூடாது மற்றும் தங்கள் அதிகாரிகளையும் அவர் சொல்படி நடக்க அனுமதிக்கக் கூடாது என்று எல்லோரும் ஒருமனதாக முடிவு செய்தனர். எவ்வாராயினும், அவர்களின் வேலை நெருக்கடியான நிலைமையில் இருந்தது. மேலும் ஆபத்தை ஏற்க அவர்கள் தயாராயிருக்க வில்லை. அவர்களின் கோரிக்கைகள் நிறைவேற்றப்படாவிட்டால் வேலை நிறுத்தத்தில் ஈடுபடுவதற்கான முன்னறிவிப்பு வழங்கப்படும் என்றும் தீர்மானிக்கப்பட்டது.

வாய்ப்பு கிடைத்த உடனே அதிகாரியிடம் கொடுத்து விடுவதாக உத்தரவாதம் அளித்து பைஜ்நாத் கோரிக்கைக் கடிதத்தைத் தன் பையில் வைத்துக் கொண்டார். அதோடு கூட்டம் முடிவடைந்தது.

அத்தியாயம் 38

இரண்டு முக்கியமான பிரச்சனைகளைப் பற்றி ஆலோசனை செய்ய, சிறைக் கண்காணிப்பாளர் தனது துணை அதிகாரிகளை ஒரு சந்திப்புக்கு அழைத்திருந்தார். ஹக்கம் சிங் செய்து கொண்டிருந்த வேலையினால் அவருக்குச் சிறை நிர்வாகத்திடமிருந்தும், கைதிகளிடமிருந்தும் கிடைத்த மதிப்பும் பாராட்டும் மற்ற பி வகுப்பு கைதிகளையும் ஊக்குவித்தது. அவர்களும் சமூக சேவை செய்ய விரும்பினார்கள்.

பி வகுப்பு வளாகம் வக்கீல்களின் வளாகம் என்று செல்லப் பெயர் பெற்றிருந்தது. பல்வேறு காகிதங்களையும், ஆவணங்களையும் இறுகப் பிடித்துக்கொண்டு கைதிகள் நாள் முழுவதும் அதற்குள்ளேயும் வெளியேயும் நடப்பதைப் பார்க்க முடிந்தது.

அவரே முதலமைச்சர் போல ஹக்கம் நாள் முழுவதும் வேலையில் ஈடுபட்டிருந்தார். சிறைதண்டனை அனுபவித்துக் கொண்டிருக்கிறார் என்ற உண்மையை அவர் மறந்து விட்டார். கைதிகளிடையே இருந்த ஏழை மற்றும் ஆதரவற்றவர்கள் அவரை ரக்ஷகராகக் கருதி, அவர் எங்கு சென்றாலும் வணக்கம் செலுத்தினார்கள். அவருடைய உழைப்பின் வியர்வைக்குப் பிரதி உபகாரமாகத் தங்கள் குருதியைக் கொட்டத் தயாராக இருந்தார்கள்.

ஒரு பொருத்தமான வாய்ப்பு கிடைத்தவுடன் சிறை இலாகா அவருக்குப் பல மன்னிப்புகளை வழங்கியது. நல்ல நடத்தைக்காக மாதத்திற்கு இரண்டு நாட்கள் மன்னிப்பு கிடைக்க வாய்ப்பிருந்தது. இதை பி வகுப்பில் இருந்த ஒவ்வொரு கைதியும் எந்த முயற்சியும் செய்யாமலே பெற முடிந்தது. வக்கீல் வளாகத்தில் இருந்த பெரும்பான்மையான கைதிகள் உடல் ரீதியாக பலவீனமாக இருந்தனர். அவர்கள் தங்களுடைய பெரும்பாலான கடினமான வேலைகளை மற்றவர்களிடம் செய்து வாங்கினார்கள். உண்மையில் அவர்கள் மன்னிப்புக்குப் பாத்திரமானவர்கள் அல்ல. ஆனால், செல்வத்தாலும், சிபாரிசாலும் தங்களுக்கு அனுகூலமாகச் செய்து கொண்டனர். கண்காணிப்பாளருக்கு ஓராண்டில் இருபது நாட்களும், காவல்துறைத் தலைவருக்கு அறுபது நாட்களும் மன்னிப்பு வழங்க அதிகாரம் இருந்தது. மன்னிப்பு கிடைப்பதற்குக் கடின முயற்சி செய்ய வேண்டியிருந்தது. சில சமயம் அமைச்சரிடமிருந்து தொலைபேசி மூலம் சிபாரிசு வாங்க வேண்டியிருந்தது. ஆண்டு முழுவதும் கைதிகள் சிறிதளவு வேலைக்கூடச் செய்திருக்க மாட்டார்கள். இந்தப் பிரச்சனையைத் தீர்ப்பது கஷ்டம்.

அவர்கள் எப்படிச் செய்தார்கள்? இந்தக் குறிப்பிட்ட விஷயத்தில், அவர்கள் செய்திராத வேலையை, மிகச் சிறப்பானது என்று எப்படி அறிவிக்க முடியும்? மற்றவர்களுக்கு ஒரு வாரம் கூட மன்னிப்பு வழங்கப்படவில்லை. கண்காணிப்பாளர் ஹக்கமுக்குக் கட்டாயம் ஒரு முழுமையான மன்னிப்பு வழங்குவார் மற்றும் காவல்துறை தலைவரும் ஒரு பாராட்டுக் கடிதத்துடன் அவ்வாறே செய்வார் என்று எதிர்பார்க்கப்பட்டது. அரசாங்கத்திற்கு மேலும் மன்னிப்பு வழங்க அதிகாரம் இருந்ததால், அதைச் செயல்படுத்தத் தகுந்த சிபாரிசுகள் அனுப்பப்பட்டன. எந்தத் தடையும் இருக்கவில்லை. ஹக்கமின் உயர்தர வேலையினால் சிறை இலாகா நாடு முழுவதும் நல்ல மதிப்பைப் பெற்றிருந்தது.

மொத்ததில் ஹக்கம், அவரது ஒரு வருட தண்டனையிலிருந்து ஆறு மாதங்கள் மன்னிப்பு பெறவிருந்தார். ஹக்கமை அவர்களுடைய இலட்சியமாகக் கருதி, பல அதிர்ஷ்டசாலி கைதிகளும் தங்கள் சேவையை வழங்கினர்.

பல நாட்கள் சிரமப்பட்டு வேலை செய்து சேகரித்திருந்த சில முந்தைய புள்ளி விவரங்களின் அடிப்படையில் மருத்துவர் ஜெயின் தன் வழக்கை முன் வைத்தார். அவரைப் பொறுத்தவரை, ‘சிகிச்சையில்லாமல் இறக்கும் மனிதர்களின் எண்ணிக்கை நோய்வாய்ப்பட்ட கைதிகளின் எண்ணிக்கைக்குச் சமம். சிறையில் ஏராளமான வியாதி பரவிக் கொண்டிருக்கிறது. அரசாங்க விதிப்படி மருத்துவர்களின் நியமனம் நோயாளிகளின் எண்ணிக்கைக்குச் சம விகித பாகத்தில் இருக்க வேண்டும். ஆனால், இங்கு ஒரே ஒரு மருத்துவர் மட்டுமே இருக்கிறார்.’

மருத்துவர் ஜெயின் எம்.டி. பட்ட மேற்படிப்பு படித்திருந்தார். அவருக்குப் பத்து ஆண்டுகள் அனுபவம் இருந்தது. மாயா நகரின் எல்லாரையும் விட உயர்ந்த தகுதி பெற்று ‘முதல் மதிப்பெண்’ பெற்ற மருத்துவராக அவர் இருந்தார். அவருடைய கட்டணம் அந்த நகரத்தின் மற்ற மருத்துவர்களைவிடப் பல மடங்கு அதிகமாக இருந்தது. இவ்வளவு கட்டணம் வசூலித்தப் பிறகும் கூட அவருடைய மருத்துவமனைக்கு வெளியில் நாள் முழுவதும் மக்கள் கூட்டம் இருந்துகொண்டே இருந்தது. இந்த நல்ல மருத்துவரிடம் சிகிச்சை பெறுவதற்கு, அவருடைய முறைக்காக, நோயாளிக்கு மூன்று அல்லது நான்கு மணி நேரம் காத்திருக்க வேண்டியிருந்தது. புகழும், பணமும் அவருடைய மனதைத் திருப்பி விட்டது. அவருடைய மனைவி ஒரு சாதாரணமான, பிடிவாதம் மிக்க, கல்வி அறிவு இல்லாத பெண்ணாக அவருக்குத் தோன்றினாள். அவருடைய மருத்துவமனையில் பணிபுரிந்த செவிலியின் உறவில் சிக்கிக்

கொண்டார். அந்தப் பெண் அவருடைய கையைப் பிடிப்பதற்குத் தன் கையை நீட்டுவதற்கு முன் சில நிபந்தனைகள் போட்டாள். அதில் முதலாவது, அவர் தன் மனைவியை விவாகரத்துச் செய்ய வேண்டும். அவரது மனைவி மிக அழகாக இல்லாவிட்டாலும், படித்த பெற்றோரின் மகள். அவளுடைய தந்தை ஒரு பொறியாளராகவும், தாய் பேராசிரியராகவும் இருந்தார்; ஒரு சகோதரர் உயர் நீதிமன்றத்தில் வழக்கறிஞராகவும், மற்றொருவர் குற்றவியல் அமர்வு நீதிபதியாகவும் இருந்தார். அவளுடைய உறவினர்களில் பலர், உயர் பதவி வகித்தார்கள்.

நடுத்தர வயதில் மன்மதனின் அன்பு குறியால் தாக்கப்பட்ட மருத்துவர் அமைதியற்றுத் தவித்தார். அவருடைய காதலி மருத்துவமனையின் காதல் ராணியாகும் அவசரத்தில் இருந்தாள். இதனால் அவர்களுடைய மூளை மழுங்கி விட்டது. மனைவி அவருடன் காரில் வெளியில் இருந்தபொழுது அவளைக் கடத்துவதற்காக, மருத்துவர் சில கொலையாளிகளைப் பணியமர்த்தினார். மீட்புப் பணம் கோருமாறு அவர்களிடம் கூறினார். அது நிறைவேறாமல் போனால் அவளைக் கொன்று, அவளுடைய உடலைப் பிரதான சதுரத்தில் வீசிவிடச் சொன்னார். கடத்தல் அறிக்கைத் தாக்கல் செய்த பின்னர் அவர் அமைதியாகச் சாய்ந்து உட்கார்ந்து கொண்டார்.

ஆனால், அமர்வு நீதிபதி மற்றும் வழக்கறிஞருமான அவளுடைய சகோதரர்களால் அமைதியாக இருக்க முடியவில்லை. இரவும் பகலும் தீவிர முயற்சிகளுக்குப் பிறகு அவர்களால் தடயங்களைக் கண்டுபிடித்து கொலைக் காரர்களை அடைய முடிந்தது மற்றும் காவல்துறையினரை மருத்துவரின் வீட்டு வாசலுக்கு அழைத்து வர முடிந்தது. அதன் விளைவாக அவர் இப்பொழுது சிறைதண்டனை அனுபவித்துக் கொண்டிருந்தார்.

ஹக்கமைப் போலவே அவரும் ஏழை நோயாளிகளுக்குக் கட்டணம் வாங்காமல் சிகிச்சை அளிக்கத் தயாராக இருந்தார். இப்பொழுது அவருக்கு, தபால் மூலம் வந்த அலுவலகக் கடிதங்களை ஆராய்ந்து பார்க்கும் வேலை கொடுக்கப்பட்டிருந்தது. இதை ஒரு பத்தாம் வகுப்பு தேர்ச்சிப் பெற்ற கைதியால் கூடச் செய்ய முடியும்.

அவருடைய மேற்கோளைப் பின்பற்றி ஆசிரியர்களும் பின்வரும் விண்ணப்பத்தைத் தாக்கல் செய்தனர். "ஒரு பள்ளிக்கூடத்தில் பதினைந்து வருடங்கள் கல்வி கற்பித்த அனுபவம் எங்களுக்கு உள்ளது. நாங்கள் கைதிகளுக்குக் கற்பிக்கத் தயாராக இருக்கிறோம். தற்பொழுது நாங்கள் தொழிற்சாலையில் பஞ்சா மேலாளராக வேலை செய்கிறோம்.

எங்களுக்குப் பதிலாக ஒரு வயதான கைதியால் கூட இதை எளிதில் செய்ய முடியும்.”

பண்ணையில் டிராக்டர் ஓட்டி வந்த ஜர்னைல் சிங்கும் தன்னுடைய ஒரு பழைய திறமையைப் புதுப்பிக்க விரும்பினார். கல்லூரியில் படிக்கும் பொழுது அவர், தேசிய அளவிலான ஹாக்கிப் போட்டிகளில் விளையாடியிருந்தார். கிராமத்தில் ஹாக்கி அணியைத் தொடங்கியிருந்தார். அவருடைய அணி ஒவ்வொரு ஆண்டும், கிராமத்து விளையாட்டுகளில் ஏதாவது ஒரு பரிசை வென்றது. வாய்ப்பு கிடைத்தால் அவரால் சிறையில் ஒரு ஹாக்கி அணியை உருவாக்க முடியும் என்றார்.

பெண்கள் களத்தில் இருந்த நீலம் திறமையில் குறைந்தவர் அல்ல. அவள் இயல்பாகவே திறமை வாய்ந்த பாடகி; குறிப்பாகப் பஞ்சாபி *கித்தாவில்.* அவள் குழந்தைகள் கலத்திலும் மற்றும் இசை கற்றுக் கொள்ள விரும்பிய சக கைதிகளுக்கும் தன் சேவையை வழங்க விரும்பினாள். சிறை இலாகாவிற்கு எந்த இசைக்கருவியும் வாங்கத் தேவையில்லை. ஏனென்றால், அவளுடைய சொந்த கருவிகள் அவள் வீட்டில் உபயோகமற்றுக் கிடந்தன; அவற்றை அவள் சிறைக்கு அனுப்ப ஏற்பாடு செய்து இங்கு அவற்றை நல்ல பயன் விளைவிக்கக் கூடிய பணியில் உபயோகிக்கலாம் என்றாள்.

இந்த விண்ணப்பங்கள் சாதாரண இயல்புடையதாக இல்லாமல் சிறை இலாகாவின் கொள்கைகளுடன் இணைக்கப்பட்டிருந்தன. அதனால் தான் கண்காணிப்பாளர் இது சம்பந்தமாக, தன்னிச்சையான, ஒருதலைப்பட்ச முடிவை எடுக்க விரும்பவில்லை. இது முதல் பிரச்சனை. இரண்டாவது, சிறை ஊழியர்கள் கோரிக்கை என்ற பெயரில் அவருக்கு குறைக் கடிதங்களை அனுப்பியிருந்தனர். அதனால் அவர்களுடைய கோரிக்கைப் பற்றி வெளிப்படையாகக் கலந்துரையாடல் செய்வது அவசியமாயிற்று. இக்காரணத்தினால் கூட்டம் நடத்த முடிவு செய்யப்பட்டது. கூட்டத்திற்கு அழைத்த பொழுது, இது சாதாரண சம்பிரதாயமாக இருக்கும். அதில் கைதிகளின் விண்ணப்பங்களுக்கு துணை அதிகாரிகளின் உடன்பாட்டைப் பெற்று விடலாம் என்று அவர் நினைத்தார். கைதிகளின் அனைத்துக் கோரிக்கைகளையும் அதிகாரிகள் நிச்சயமாக ஏற்றுக் கொள்வார் என்று அவர் உறுதியாக நம்பினார்.

இதற்கு முந்தைய மாதம், ரஞ்சோத் சிங் சிறைக் கண்காணிப்பாளர்களின் மாநாட்டில் பங்கேற்க மும்பை சென்றிருந்தார். சிறைச் சீர்திருத்தங்கள் பற்றிய சர்வதேச அளவில் எடுக்கப்பட்ட முடிவுகளை முழுமையாகச் செயல் படுத்த அரசாங்கம் விரும்பியது.

எனினும் அரசாங்கத்தின் பலவீனமான நிதி நிலைமை தடங்கலாக இருந்தது. குறைந்தபட்ச பட்ஜெட்டில் அதிகபட்ச சீர்திருத்தங்கள் செய்வது குறித்து வல்லுனர்கள் தங்கள் கருத்துக்களை அளித்தனர். ஒரு நிபுணரின் கருத்தின்படி, சிறைக்குள் நிறையத் தனித்திறமை அடங்கியிருந்தது. அதைச் சிறை அதிகாரிகள் அடையாளம் கண்டுகொண்டு லாபகரமாகப் பயன்படுத்திக் கொள்ள வேண்டும். ரஞ்சோத் சிங் ஏற்கெனவே இதை முன்பே செய்து விட்டார். அவர் ஒரு வழக்கறிஞரை, ஒரு கைதியை வைத்துகொண்டு ஒரு முழு நிறுவனத்தின் வேலையைச் செய்துவாங்கினார் அல்லவா!

விண்ணப்பங்களைப் படித்த கண்காணிப்பாளர், சிறைக்குள் நிச்சயமாகப் பலதரப்பட்ட செயல்திறன் பயன்படுத்துவதற்குக் காத்திருப்பதை உணர்ந்தார். மருத்துவர் கடிதங்கள் எழுதிக் கொண்டிருந்தார். தொலைக்காட்சி பழுது பார்க்கும் பொறித்துறை வினைஞர் ரொட்டி சுட்டுக் கொண்டிருந்தார். கடிகார வேலை செய்பவர் அழுக்கடைந்த பாத்திரங்களைக் கழுவிக் கொண்டிருந்தார். இந்தச் செயல்திறன் வாய்ந்தவர்களுக்கு, அவர்கள் தேர்ந்தெடுத்த வேலையைக் கொடுத்தால் யார் ஆட்சேபிக்கப் போகிறார்கள்? எல்லோரும் உடனே ஒப்புதல் தருவார்கள் என்று அவருக்குத் தெளிவாகத் தெரிந்தது.

கூட்டத்தில், சிறை நிர்வாகத்தைக் கவனித்து கொண்டிருந்த உயர் துணைக் கண்காணிப்பாளர் ரஞ்சீத் சிங், தொழிற்சாலையின் பொறுப்பாளரான துணைக் கண்காணிப்பாளர் தரம்பால், மருத்துவர் சக்தி குமார் மற்றும் நான்கு உதவி தரோகாக்களும் இருந்தனர். மருத்துவர் சக்தி குமாரைத் தவிர மற்ற அதிகாரிகள் அனைவரும் சிறைக் கண்காணிப்பாளருக்குக் கீழ்நிலைப்பட்டவர்கள். அதனால் கூட்டத்தில் தங்கள் கருத்துக்களை வெளிப்படையாக அவர்களால் சொல்ல முடியவில்லை.

கீழ்நிலைப்பட்ட அதிகாரிகள் முதலில், தனிப்பட்ட முறையில் தங்களுக்குள் ஒரு கூட்டம் கூடினர். மிகுந்த கலந்துரையாடலுக்குப் பிறகு அவர்கள், சிறை நிர்வாகத்தில் கைதிகளின் தலையிடுதல், அவர்களின் சொந்த உரிமைகளுக்குப் பாதிப்பு உண்டாக்குவதால் சிறை ஊழியர்களின் கோரிக்கைகளைத் திடமாக ஆதரித்து, கைதிகளின் கோரிக்கைகளை எதிர்க்க வேண்டுமென்ற முடிவுக்கு வந்தனர்.

பூனையின் கழுத்தில் மணியைக் கட்டும் வேலை மருத்துவரின் மேல் விழுந்தது. மிஞ்சியவற்றை மற்றவர்கள் பின்னர் சமாளிப்பதாக முடிவு செய்யப்பட்டது.

மருத்துவரைக் கட்டுப்படுத்தி அதிகாரம் செலுத்தக் கண்காணிப்பாளரால் முடியவில்லை. மருத்துவமனை மருத்துவரின் விருப்பமான இடம் இல்லை. ஒரு நிர்பந்தத்தில் அவர் அங்கு வேலை செய்தார். அவர் முந்தைய ஆண்டு பதவி உயர்வு பெற்றார். ஆனால், மாயா நகரில் உயர் மருத்துவ அதிகாரியின் பதவி காலியாக இருக்கவில்லை. நகரத்தை விட்டு வெளியே போகும் நிலையில் அவர் இல்லை. அதனால் ஒரு கட்டாயத்தில் சிறை மருத்துவமனைக்கு வந்திருந்தார். பொது மருத்துவமனையில் கிடைக்கக் கூடிய வசதிகள் இங்கு இருக்கவில்லை. குற்றவாளிகளுக்கு நடுவில் வாழ்ந்து அவர் எரிச்சலடையத் தொடங்கினார். நாள் முழுவதும் நோயாளிகளுடன் தர்க்கம் செய்து கடைசியில் வருமானம் கிடைத்தது வெறும் பெயருக்கு மாத்திரம் தான்.

ஜெயின் அதிகம் திறமை வாய்ந்தவரென்றும், இன்னும் சில நாட்களில் மருத்துவமனையில் ஒரு நல்ல மருத்துவராகத் தனது நிலைமையை உறுதிப்படுத்திக் கொள்வார் என்றும் மருத்துவர் அறிந்திருந்தார். அதன் பிறகு மருத்துவர் சக்தி குமார் பக்கம் யாரும் கொஞ்சம் கூடக் கவனம் செலுத்த மாட்டர்கள். ஜெயினின் கோரிக்கைக்கு ஒப்புதல் அளிப்பது, தன்னுடைய காலில் தானே கோடாலியைப்போட்டு வெட்டிக் கொண்டது போல் ஆகி விடும்.

இதைத் தவிர மற்றொரு பிரச்சனையும் இருந்தது. ஜெயினால் பரிந்துரைக்கப்பட்ட மருந்துகளை சக்தி குமாருக்கு மருத்துவ கடையிலிருந்து கொடுக்க வேண்டியிருக்கும். கடையிலிருந்து மருந்துகளை விற்று அவர் நடத்திக் கொண்டிருக்கும் சிறு தொழில் நின்று விடும் மற்றும் மருத்துவ உதவியாளரின் தொழிலும் பாதிக்கப்படும். வெளியிலிருந்து மருந்துகளைக் கொண்டு வந்து சிறையில் அதிக விலையில் விற்பது அவருக்குக் கடினமாகி விடும். இது, கைதிகள் நல வாரியத்திலிருந்த அவருடைய மாமாவையும் பாதிக்கும் - அவர் கோபத்தைச் சிறை அதிகாரிகள் மீது வெளிப்படுத்துவார். மருத்துவர் ஜெயினுக்குச் சலுகைகள் தருவது ஒரு குளவிக் கூண்டில் கை விடுவது போலாகும்.

இவற்றையும், இது போன்ற மற்ற விவாதங்களையும் முன் வைத்து, முன்பே போட்ட திட்டத்தின்படி, எதிர்ப்பின் முதல் சங்கு நாதத்தை எழுப்பினார் சக்தி குமார்.

பின்னர், தனது கருத்தை நிரூபிப்பதற்கு ஓர் உதாரணத்தைக் கொடுத்தார். முன்பு, கைதியாக இருந்த ஒரு மருத்துவருக்கு

நோயாளிகளுக்குச் சிகிச்சையளிக்க அனுமதி கொடுக்கப்பட்டிருந்தது. விரைவில் அவர், சிறையில் தன்னுடைய தனிப்பட்ட தொழிலை ஆரம்பித்து, கைதிகளைப் பார்ப்பதற்கு, தன்னிச்சையாகக் கட்டணம் வசூலிக்கத் தொடங்கினார். கட்டணம் செலுத்தாத எவரையும் பார்க்க அவர் அனுமதியளிக்கவில்லை. பின்னர் மருந்துகளையும் அவரே கொடுக்க ஆரம்பித்தார். நல்ல காலம், அவர் சீக்கிரத்தில் விடுதலை செய்யப்பட்டார். இத்தகைய பெரிய தவறை ஒருபோதும் திருப்பிச் செய்யக் கூடாதென்று சிறை நிர்வாகம் அப்பொழுது நிச்சயம் செய்தது. முந்தைய அனுபவத்திலிருந்து அவர்கள் ஏதாவது கற்றுக் கொண்டிருந்தால் அந்தத் தவறு மீண்டும் நிகழாமல் நிர்வாகம் பார்த்துக்கொள்ள வேண்டுமென்றார்.

மருத்துவர் மற்றொரு கருத்து வேறுபாட்டையும் முன்வைத்தார். சிறை அதிகாரிகளுக்கு, மேலிடத்திலிருந்து வழிமுறைகள் கொடுக்கப் படுகின்றன. வேறொரு மருத்துவரின் குறுக்கீட்டால் அவருடையச் சொந்த வருவாய் நின்று விடும். மேலும், கோரிக்கைகள் நிறைவேற்ற அவர் தரப்பிலிருந்து எந்த எதிர்பார்ப்பும் இருக்கக் கூடாதென்று கூறினார்.

கைதிகளுக்கு ஒரு புதிய பள்ளிக்கூடம் அமைப்பதினால் ஒரு புதிய பிரச்சனை உண்டாகுமென்று ரஞ்சீத்சிங் ஆட்சேபணை தெரிவித்தார். அவர் சாஹிபுக்கு நினைவு படுத்தினார், “இங்கே ஏற்கெனவே ஒரு பள்ளி இயங்கிக்கொண்டிருக்கிறது - காகிதத்தில். புத்தகம், குறிப்புப் புத்தகம், காகிதம் மற்றும் எழுது பொருள்கள் வாங்க அரசு ரூபாய் முப்பதாயிரம் மானிய உதவி அளித்தது. இந்த முழுத் தொகையும் நம் பைகளில் செல்கிறது. இங்கு உண்மையிலேயே ஒரு பள்ளி திறந்தால் இந்த வருமானம் வறண்டு விடும். ஐந்து கைதிகளுக்கு உடல் சார்ந்த கடின வேலை செய்யாதிருக்க, காகிதத்தில் சலுகை அளிக்கப் பட்டுள்ளது. இந்தச் சலுகைக்குப் பதிலாக, நிர்வாகம் அவர்களிடமிருந்து ஒரு பெரிய கட்டணத்தைப் பெறுகிறது. அதுவும் இப்பொழுது நின்று விடும். பல படித்த கைதிகள் கல்வியற்றவர்களாக ஆவணத்தில் குறிப்பிடப் பட்டுள்ளது மற்றும் அவர்கள் சிறைப் பள்ளிகூடத்தின் வகுப்புகளுக்குச் செல்வதாகக் காட்டப்பட்டுள்ளது. இந்தச் சாக்கில் அவர்கள் தொழிற்சாலை வேலையிலிருந்து ஒதுக்கி வைக்கப்படுகிறார்கள். இந்த வசதிக்கு ஈடாக அவர்களிடமிருந்து ஒரு தொகை வாங்கப்படுகிறது. பரிட்சையில் தேர்வு பெற்ற கைதிகளுக்கு விசேஷ மன்னிப்பு வழங்கப்படுகிறது. இந்த இழப்பை நாம் எவ்வாறு ஈடு செய்வோம்? இதைப்போன்ற வேறு எத்தனை பிரச்சனைகளை நான் இங்கு பட்டியலிடலாம்?”

பள்ளிக்கூடம் அமைப்பதை எதிர்த்து மற்றொரு யதார்த்தமான வாதத்தை ரஞ்சீத் *சிங்* வழங்கினார். "சிறையின் வாயிலை ஒருபோதும் பார்த்திராத மக்கள்தான் கைதிகளுக்குக் கல்வி கற்பிக்க வேண்டும் என்பது போன்ற ஆலோசனைகளை வழங்குகிறார்கள். ஒன்றன் பின் ஒன்றாக அபராதங்கள் செய்து, அடிக்கடி காவல்துறையினரால் செம்மையாக அடிக்கப்பட்ட பிறகு இந்தக் கைதிகளின் மனம் எவ்வளவு கடினமாகவும் உணர்ச்சியற்றும் போயிருக்கிறதென்பதை அவர்கள் சிறைக்குள் நேராக வந்து பார்க்க வேண்டும். ஒரு கல் மீது சொட்டுச் சொட்டாக வந்து விழும் நீர் எந்த வித மாற்றத்தையும் செய்யாது. ஒரு மனிதர் தன்னைச் சமூக சேவகர் என்று சொல்லிக்கொண்டு கைதிகளுக்குக் கல்வி கற்பிக்க வேண்டுமென்கிற கற்பனையுடன் இங்கு வந்த பொழுது, ஒரு பள்ளிகூடத்தைத் திறந்த அனுபவம் நமக்கிருக்கிறது. ஒரு வாரத்திற்குள் இடமாற்றம் செய்து கொண்டு அவர் ஓடிப் போய் விட்டார். கைதிகள் அவரைக் கிண்டல் செய்து எல்லாவகையான கேள்விகளையும் கேட்டார்கள். அவர்கள் வேலை செய்வதைத் தவிர்க்க வகுப்புகளுக்கு வந்தார்களே தவிர படிப்பதற்காக அல்ல. இத்தகைய தொந்தரவை மீண்டும் எடுத்துக் கொள்ளாமல் இருப்பது நல்லது."

தரம்பாலின் கருத்தும் ரஞ்சீத் மற்றும் மருத்துவரைப் போலவே இருந்தது. "தொழிற்சாலையில் ஏற்கெனவே உற்பத்தி குறைந்து விட்டது. அரசாங்கத்திற்குப் பதில் சொல்வது எனக்குக் கஷ்டமாகிக் கொண்டிருக்கிறது. நாம் ஹாக்கி, கால்பந்து மற்றும் பாங்க்ராவுக்கு அணிகள் அமைத்தால், கைதிகள் எல்லா நேரத்திலும், உழைத்து வேலை செய்யாமல் மைதானத்தின் பக்கம் விரைந்தோடுவார்கள். தயவு செய்து, கைதிகளைத் தொடர்ந்து அவர்களது வேலையில் ஈடுபட அனுமதியுங்கள். அவர்களுக்கு அதிக சலுகை காட்டாதீர்கள்" என்றார். ரஞ்சோத் *சிங்* நினைத்ததற்கு முற்றிலும் எதிர்மாறான திசையில் கூட்டத்தின் போக்குச் சென்றது போல் தோன்றியது. பூனைக்குப் பதிலாகக் கரடி ஒன்று பையிலிருந்து குதித்தது. சிறைத் திட்டங்கள் செயலாக்கப்படுவதை நுட்பமாகத் தடுத்தது மட்டுமல்லாமல், அவர் அதன் பின்விளைவுகளைப் பற்றியும் அறிவுறுத்தி அச்சுறுத்தப்பட்டார். தனது கீழ்நிலைப்பட்ட அதிகாரிகளின் பேச்சை ரஞ்சோத் *சிங்* அமைதியுடன் கேட்டார்.

தரோகாவின் உதவியாளர் நவல் கிஷோர் முற்றிலும் வேறுபட்ட விளக்கத்தைக் கொடுத்தார், "கைதிகளிடையிலிருந்த என் தகவலாளியின் மூலம் நான் விவரங்கள் சேகரித்துள்ளேன். அவர் சொல்படி, பி வகுப்பில் இருந்த கைதிகள் கோரிக்கைகள் கொடுத்தது பொது நலனுக்காக அல்ல, மாறாக ஹக்கம் சிங்குக்கு கிடைத்திருக்கும் வசதிகளைக் குறித்துத்

தங்கள் கோபத்தை வெளிப்படுத்துவதற்காகதான். இந்தக் கூட்டத்தில் எழுப்பப் பட்டிருக்கும் பிற பிரச்சனைகளின் மூல காரணம் முற்றிலும் ஹக்கம் சிங்தான்."

"முன்பு ஒரு காலத்தில் சிறை நிர்வாகத்தின் விலைமதிப்புள்ள நகை போல் இருந்த ஹக்கம் சிங் இனி அப்படியில்லை, இப்பொழுது அவர் ஒரு பிரச்சனையாகி விட்டார். இந்த நெருக்கடியிலிருந்து நாம் வெளிவர விரும்பினால், அவருடைய நடத்தைப்பற்றியும், அவருக்குக் கொடுக்கப்படும் சலுகைகள் பற்றியும் நியாயமாகவும், வெளிப்படை யாகவும், உணர்ச்சி வசப்படாமல் விவாதிக்க வேண்டும்" என்றார். விக்ரம் ஆமோதிப்பதாகத் தலையாட்டினார்.

"ஹக்கம் சிங் தன்னைக் கைதிகளின் மீட்பாளராகக் கருத ஆரம்பித்துள்ளார். உருவாக்கப்படும் எல்லாப் புதிய உரிமைகளைப்பற்றிய தகவல்களையும் கைதிகளுக்குக் கொடுக்கும் பழக்கத்தை மேற்கொண்டிருக்கிறார். இந்நாட்களில் அவர், ஒரு அசல் தோட்டத்தின் கண்ணோட்டத்தைக் காண்பிப்பது போல், சிறையேட்டை அவர்களுக்குப் படித்துக் காண்பித்துக் கொண்டிருக்கிறார். அதன் விதிப்படி அவர்களுக்கு மன்னிப்பு, ரேஷன் மற்றும் துணி வாங்கிக் கொடுப்பதாக உறுதி அளித்திருக்கிறார். நிர்வாகத்திற்கு எதிராக கிளர்ச்சியில் கிளம்பும் விளிம்பில் கைதிகள் உள்ளனர்."

"ஹக்கம் சிங் இப்பொழுது நமக்கு மற்றொரு தலைவலி கொடுக்கப் போகிறார். உச்சநீதிமன்றத்தின் மேற்கோள் காட்டி, சிறையில் ஆங்காங்கே புகார் பெட்டிகள் வைக்கப்பட வேண்டுமென்று சொல்லப்போகிறார். இந்தப் பெட்டிகள் சாதாரணப் பெட்டிகள் போல் இல்லாமல் மாவட்ட நீதிபதி அல்லது குற்றவியல் அமர்வு நீதிபதியால் மட்டுமே திறக்கப்படும். புகார்களின் தீர்வு மற்றும் குற்றத்தண்டனைக்குரிய ஊழியருக்கு வழங்கப்பட வேண்டிய தண்டனையும் இந்த இரண்டு நபர்கள் மட்டுமே தீர்மானம் செய்வார்கள். சிறை அதிகாரிகளின் மேல் சுமத்தப்பட்ட குற்றச்சாட்டுகளை எதிர்கொள்ள அவர்களுக்குக் குற்றவாளிகளைப் போல் கைதி கூண்டில் நிற்க வேண்டிவரும். இந்தத் தீர்ப்பின் நகலை நான் கொண்டு வந்திருக்கிறேன். இது பல தசாப்தங்களாக சட்டப்புத்தகங்களில் புதைக்கப்பட்டிருந்தது. இதை அவர் எப்படியோ தேடி எடுத்திருக்கிறார். இது நடைமுறைப்படுத்தப்பட்டால் நாம் கைதிகளின் அடிமைகளாக மாறி அவர்களை மதிப்புக்குரிய மருமகன்களைப் போல் உபசாரம் செய்ய வேண்டி வரும்" என்றார்.

ஹக்கமை உடனடியாக அந்த இடத்திலேயே நிறுத்த வேண்டுமென்ற கருத்தை அதிகாரிகள் ஒருமனதாகத் தெரிவித்தனர்.

ரஞ்சோத் சிங், தலைக்கனம் கொண்ட பிடிவாத குணம் படைத்தவர் அல்ல. அவர் அதிகாரிகளின் ஆலோசனைகளைக் கேட்டுக் கொண்டார். நிலைமையைப் பாரபட்சமின்றி ஆராய்ந்த பிறகு, தன்னுடைய தவறை உடனே உணர்ந்தார். உண்மையில், அவருக்கு ஹக்கமின் பக்கம் ஒருதலை பட்ச உணர்வு இருந்தது. அவருக்குக் கீழ் இருந்த ஊழியர்கள் தங்கள் தர்க்கங்கள் ஏற்றுக்கொள்ளப்படுவதற்காகக் கொஞ்சம் உப்பு, புளி சேர்த்து அளித்திருக்கலாம். ஆனால், பெரும்பாலானவை உண்மையாக இருக்கலாம். சுனீல் பத்ராவுக்கு எதிராகத் தில்லி அரசாங்க வழக்கில், சிறையினுள் மனுப் பெட்டிகளை வைப்பதற்கான வழிமுறைகள் கொண்ட உச்சநீதிமன்ற தீர்ப்பை ரஞ்சோத் சிங் படித்திருந்தார். இதைச் செயல்படுத்துவதற்கான ஹக்கம் சிங்கின் கோரிக்கை, அவருடைய தகாத நோக்கங்களை உறுதி செய்தது. உச்ச நீதிமன்றத்தின் இந்தத் தீர்ப்பை ஒரு வழக்கறிஞர்தான் தேடி எடுக்க முடியும்.

இதைத் தவிர, ரஞ்சோத் சிங் ஹக்கம் சிங்கின் குழந்தைப்பருவ தோழனில்லையே. ஹக்கமின் உதவியுடன் தன்னுடைய மதிப்பை எவ்வளவு உயர்த்த முடியுமோ அவ்வளவு அவர் உயர்த்திக் கொண்டார். இப்பொழுது கழுத்திலிருந்த இறந்த பாம்பைக் கழட்டும் நேரம் வந்து விட்டது. ஒருவேளை சினம் கொண்ட ஊழியர்கள் வேலை நிறுத்தத்தில் ஈடுபடலாம் அல்லது எரிச்சலுற்ற அதிகாரிகள் ஹக்கமின் நடவடிக்கைகளை அரசாங்கத்தின் கவனத்திற்குக் கொண்டு வரலாம். அப்பொழுது அவர் நிலை என்னவாகும்?

இப்பொழுது, இலங்கை ராஜ்யம் முழுவதும் அவர்களுடைய ராஜாவான ராவணனுக்கு எதிராக, எழுந்து நின்றிருப்பதைப் போல் தோன்றியது. ரஞ்சோத் சிங் மஹாராஜா ராவணன் இல்லையே. தனது அமைச்சர்கள் மற்றும் தளபதிகளின் ஆலோசனைகளை நிராகரித்து, தன்னுடைய குறிக்கோளை மாத்திரம் நிறைவேற்றிக் கொள்ளப்போவதாக அறிவிக்க அவரால் முடியவில்லை. தன் சொந்த சகோதரர்களை ஒதுக்கி விட்டு, விபீஷணராக மாறி உண்மையை ஆதரிக்கும் தைரியமும் அவரிடமில்லை. அவர் ஒரு சாதாரண மனிதர். நிலைமையைச் சமாளிப்பதைப் பற்றி அவர் சிந்திக்க வேண்டும்.

அவர் உடனடியாகச் சில கட்டளைகளைப் பிறப்பித்தார், “ஹக்கம் இனி அலுவலகத்திற்கு வரக் கூடாது. அவர் கைதிகளுக்குச் சொற்பொழிவு

கொடுக்கக் கூடாது. அவருடைய சிறப்பு மன்னிப்பு ரத்துச் செய்யப் பட்டுள்ளது.'' தன்னுடைய செயல்திட்டத்தைப் பற்றி அவருக்குக் கீழ் வேலை செய்த ஊழியர்களுக்கு அவர் மேலும் விளக்கினார், “இப்பொழுது அவருடைய சிறகுகளை இந்த அளவு வெட்டுவது போதுமானது. அவருக்கு வேறு ஏதேனும் தண்டனை வழங்கினால் அவரைப் பின்பற்றுவர்கள் கோபப்படுவார்கள். எதுவும் இயல்பாகக் கனிவது இனிமையாக இருக்கும் என்ற பழமொழியை நினைவில் கொண்டு நாம் சரியான நேரத்திற்காகக் காத்திருக்க வேண்டும்.''

நிம்மதி பெருமூச்சு விட்ட அவருடைய உதவியாளர்கள், ரஞ்சோத் சிங்கிற்குத் தங்கள் முழு ஆதரவை உறுதிபடுத்தினர்.

அத்தியாயம் 39

ஊர்வலங்கள் மற்றும் கண்டனங்களினால் அரசாங்கத்தின் மேல் பாதிப்பு எதுவும் இல்லாததைப் பார்த்த சங்கர்ஷ் சமிதி, சட்டத்தின் வாயிலைத் தட்ட முடிவெடுத்து, பல கோரிக்கைகளைப் பொது மக்கள் மூலம் உயர்நீதிமன்றத்திற்கு அனுப்பியது. “சட்டம் மிகவும் பழமையானதாகிவிட்ட பிறகு, அதன் மேல் பதிந்திருக்கும் தூசியைத் தட்ட அரசாங்கத்திற்கு நேரமில்லா விட்டால், சட்டம் அதன் மகிமையை இழந்து விடும். நீதிமன்றம் அதனுடைய பொதுநல அவதாரத்தை மேற்கொள்ள வேண்டும் மற்றும் அதன் சிறப்பு உரிமைகளைப் பயன்படுத்துவதன் மூலம், பொது நன்மைக்காகப் புதிய வழிமுறைகளைத் திறக்க வேண்டும்.

குற்றம் தகுந்த ஆதாரங்களுடன் நிரூபிக்கப்படவில்லை என்றால் சந்தேகத்தை குற்றவாளிக்குச் சாதகமாக்கி அவனை விடுவிக்கச் சட்டம் அனுமதிக்கிறது, ஓரளவுக்கு இது சரிதான். ஆனால், அதற்குப் பிறகு எல்லா நடவடிக்கைகளையும் நிறுத்தி விடுவது சரிதானா? தீர்ப்பிற்குப் பிறகு காவல்துறையினர் கொலையாளியைத் தேடுவதும் இல்லை, சட்டம் அதற்கு அனுமதி அளிப்பதும் இல்லை. இறந்தவரின் உறவினர்களுக்கு என்னவெல்லாம் எதிர்கொள்ள வேண்டியிருக்கிறதென்று யாராவது எப்பொழுதாவது நினைத்துப் பார்த்திருக்கிறார்களா? கைது செய்யப்பட்ட மனிதர் நிரபராதியாக இருக்கலாம், ஆனால், எங்களுக்கு அன்புக்குரியவர் கொல்லப்பட்டார் அல்லவா? அவரைக் கொன்றவர் யார்? அவரை யார் கைது செய்வார்கள்? எங்களுக்கு யார் நியாயம் தருவார்கள்?” என்று அவர்கள் சட்டத்தைக் கேள்விகள் கேட்கிறார்கள்.

நாணயத்தின் மறுபக்கம் இதே போன்று பயங்கரமாக இருக்கிறது. செல்வாக்குமிக்கவர்கள் சட்டத்தை மீறுவதற்கான வழிமுறைகளை அடிக்கடி பயன்படுத்திக்கொண்டு, நிரபராதியான சிலரை, பொய் குற்றம் சாட்டுகிறார்கள். உண்மையில் குற்றம் செய்யாதவர்கள் தண்டிக்கவும் படுகிறார்கள். நிஜ கொலையாளிகள் பின்னர் பிடிப்பட்டால், நிரபராதிகள் விடுவிக்கப்படுவதைச் சட்டம் தடுப்பதோடு அல்லாமல் நிஜ குற்றவாளிகளைக் கைதிக் கூண்டில் ஏறுவதையும் தடுக்கிறது. ‘நல்லதோ, கெட்டதோ, முதல் தீர்ப்பே கடைசி தீர்ப்பு. நீதி மன்றம் ஒரே வழக்குக்குத் திரும்பவும் திரும்பவும் தீர்ப்பு வழங்கிக் கொண்டிருக்க முடியாது’ என்று சட்டம் கூறுகிறது.

“இத்தகைய சட்டம் பொதுநலனுக்கு உகந்ததென்று கருத முடியுமா? புண்ணைக் காய வைக்கும் மருந்தெண்ணெயாகச் சட்டம்

இருக்கவேண்டுமே ஒழிய அதை அதிகப்படுத்துவதற்காக அல்ல." சமிதி தனது விண்ணப்பத்தில் இதுபோன்ற பல பிரச்சனைகளை எழுப்பியது.

சமிதி மற்றொரு வேண்டுகோளும் விடுத்தது, "ஒரு சாட்சி உணர்ச்சி வசப்பட்டு அல்லது வேறு ஏதாவது தடங்கல் காரணமாக நீதிமன்றத்தில் பொய் சொல்லிவிட்டுப் பின்னர், மனசாட்சியின் குரலால் உந்தப்பட்டுத் தான் செய்த தவறைத் திருத்துவதற்கு விருப்பப்பட்டால் அவர் பேசுவதைச் சட்டம் தடுக்கக் கூடாது."

சமிதியின் அபிப்பிராயத்தின்படி, ஒரே ஒரு குற்ற விசாரணை நிறுவனம் இருந்ததால் தான் இத்தகைய பல பிரச்சனைகள் எழுந்தன. காவல்துறை முற்றிலும் அரசாங்கத்திற்கு அடிப்பணிந்திருந்தது. அரசாங்கம் அதன் மீது அதிகாரம் செலுத்தும் உரிமை கொண்டிருந்தது. அதேபோல், காவல்துறையினர் பொதுமக்கள் மீது அதிகாரம் செலுத்தினார்கள்.

"நாட்டு குடிமக்களுக்கு, அவர்கள் விருப்பப்பட்ட பள்ளியில் படிக்க உரிமை இருக்கிறது மற்றும் அவர்கள் இஷ்டப்பட்ட மருத்துவமனையில் சிகிச்சை பெற முடிகிறது. அப்படியிருக்க, அவர்கள் விருப்பப்பட்ட நிறுவனத்தால் விசாரணை நடத்த அவர்களுக்கு ஏன் உரிமை இருக்கக் கூடாது? இந்த விஷயத்தில் அரசாங்கத்தின் தனிப்பட்ட உரிமைக்கு முற்றுப் புள்ளி வைத்து விட்டு, தனியார் நிறுவனங்களுக்கு விசாரணை நடத்த அனுமதி அளிக்க வேண்டும்" என்று சமிதி தனது விண்ணப்பத்தின் மூலம் கேள்வி எழுப்பியது.

சமிதி சில பிரத்தியேக கோரிக்கைகளையும் முன்வைத்தது. பாலாவும் மீதாவும் நிரபராதியென்று அது ஏற்கெனவே நிரூபித்து விட்டது. மேலும், ஹர்மன்பீரும் அவருடைய ஊழியர்களும் உண்மையில் கொலையாளிகள் என்று உறுதியாகிவிட்டது. இனி புதிய சட்டத்தை உருவாக்கி, முன்னோக்கிச் செல்லும் பாதையைக் காட்டும்படி நீதிமன்றத்தைக் கேட்டுக் கொண்டது. நிரபராதியை விடுவித்துக் குற்றவாளியைக் கைது செய்ய உத்தரவிடவேண்டும். மற்றும் இந்த விஷயத்தில் நீதிமன்றம் தீர்ப்பு வழங்கும் வரை பாலாவும் மீதாவும் ஜாமீனில் விடுவிக்கப்பட வேண்டும் என்றும் கோரியது.

சமிதி பரிந்துரைத்த திட்டங்கள், கற்றறிந்த மக்கள் சமூகத்தில் ஒரு விவாதத்தைக் கிளப்பியது. அதன் நன்மை, தீமைகளை விவரிக்கும் அறிக்கைகள் செய்தித்தாள்களிலும், பத்திரிக்கைகளிலும் வெளியிடப் பட்டன. பெரும்பாலான சட்ட வல்லுனர்கள் அவர்களின் கருத்துக்களுடன் உடன்பட்டனர்.

வாதங்களும், எடுக்கப்பட்ட தீர்வுகளும், அரசாங்கம் ஏற்கெனவே சுமந்து கொண்டிருந்தப் பிரச்சனைகளின் சுமையை மேலும் அதிகரித்தது. இத்தகைய திருத்தங்கள் செய்வதற்கு அரசாங்கம் தயாராக இல்லை. அதனிடம், விரோதிகளைக் கட்டுப்படுத்துவதற்கு ஒரே ஒரு பிரம்பு இருந்தது, அதுதான் காவல் துறை. விசாரணை செய்யும் தனிப்பட்ட சக்தி காவல்துறையிடமிருந்து பறிக்கப்பட்டால், அரசாங்கம் செயலிழந்து போய் விடும். பின்னர், போலி வழக்குகள் தாக்கல் செய்து எதிரிகளைத் துன்புறுத்தவோ அல்லது குற்றங்கள் செய்த அதன் ஆதரவாளர்களை விடுவிப்பதோ சாத்தியமாகாது. தனியார் விசாரணை நிறுவனங்கள் முதல் அமைச்சரைக் கூட இழுத்துக் குற்றவாளியாகக் கூண்டில் நிற்க வைத்துவிட முடியும். நேர் வழியிலாகட்டும் அல்லது தவறான வழியிலாகட்டும், எப்படியாவது எல்லாருடைய பணப்பைகளையும் நிரப்புவதுதான் அரசாங்கம் அமைப்பதின் நோக்கம். அமைச்சரின் தலை மேல் சட்டத்தின் வாள் எப்பொழுதும் தொங்கிக் கொண்டிருந்தால், அமைச்சராகித்தான் என்ன பயன்? அமைச்சர்கள் முதலமைச்சரை எச்சரித்தார்கள், "நீங்கள் ஏதாவது செய்ய வேண்டும். இந்தத் திருத்தம் யதார்த்தமாக மாறாமல் எப்படியாவது தடுக்கப் படவேண்டும்."

அரசாங்கத்திற்குக் கொடுக்கப்பட்ட ஆலோசனைகளுக்கேற்ப, மாநில அரசு தலைமை வழக்கறிஞர் குருதேவ் சிங், அரசாங்கத்தின் கட்டளைகளைப் பின்பற்றுவதற்கான தீவிர முயற்சிகள் செய்யத் தொடங்கினார். தனிப்பட்ட முறையில் அவர் சமிதியின் ஆலோசனைக்களை ஆமோதித்தார். இதுபோன்ற சில திருத்தங்கள் மக்களுக்கு நீதியின் வாயிலைத் திறந்து விடுமென்று அவர் நம்பினார். அவர்களுக்கு விருப்பமான நிறுவனங்களால் விசாரணைகள் மேற்கொள்ள மக்கள் அனுமதிக்கப்பட்டால், மற்ற கோரிக்கைகள் தானாகவே நிறைவேற்றப்படும். பின்னர் போலி சாட்சியங்களின் தேவை இருக்காது; சாட்சிகளுக்கு இனி ஒவ்வொரு படியிலும் தங்கள் வாக்குமூலத்தை மாற்ற வேண்டியதில்லை. நிரபராதிகள் குற்றவாளிக்கூண்டில் நிற்க வேண்டியிராது, நிஜக் கொலையாளிகள் பின்னர் பிடிக்கப்பட்டுப் புதிய விசாரணைக்குட்படத் தேவையுமிருக்காது.

இருப்பினும், இத்தருணத்தில் குருதேவ் சிங் ஓர் அரசாங்க ஊழியர். அரசாங்கம் சொல்வதைத்தான் அவரால் சொல்ல முடியும். அவருடைய தனிப்பட்ட கருத்துக்களை வெளியிட அவருக்கு உரிமையில்லை.

குருதேவ் சிங்குக்கு சமிதியின் வாதங்களை நிராகரிப்பது கடினமாகயிருந்தது. அவருடைய அலுவலகத்தில், அரசாங்கத்தை

ஆதரிக்க ஏராளமான அரசாங்க வழக்கறிஞர்கள் இருந்தார்கள். இந்த விஷயத்தில் அவர்களில் மிகத் திறமைசாலி யார்? அவர்களில் எல்லாரையும் விடத் தகுதியானவரைத் தீர்மானிப்பதற்காக அவர், ஒவ்வொரு வழக்கறிஞரையும், அவருடைய திறமையையும் ஆராய்ந்து பார்த்தார். அவர்கள் எல்லோரும் ஒரே துணியிலிருந்து வெட்டப்பட்டவர்களென்று விரைவில் தெளிவாயிற்று. அவர்களின் திறமைக்காக அவர்கள் நியமிக்கப்படவில்லை, அங்கு அவர்கள் முற்றிலும் தனிப்பட்ட லாபத்திற்காகவும், *ட்ரெசரியைக்* கொள்ளையடித்துச் சிறிது அனுபவமும் பெறலாம் என்கிற எண்ணத்துடன் இருந்தார்கள். இத்தகைய வெள்ளை யானைகள் இந்தக் காரியத்திற்குத் தகுந்தவர்கள் அல்ல. அரசாங்கம் அவர்களுடைய சட்ட நிபுணர்களின் தகுதியை ஏற்கெனவே நன்கு அறிந்திருந்தது. அதனால்தான் ஏதாவது பிரச்சனை ஏற்பட்ட பொழுதெல்லாம், அதைத் தீர்ப்பதற்க்காக ஒரு நல்ல வழக்கறிஞரை நியமிக்க அவர்கள் டெல்லிக்கு ஓட வேண்டியிருந்தது.

இந்த அரசாங்கத்தின் கால அளவில் எழும்பியிருந்த பிரச்னைகளில் இதுதான் மிகவும் கவலைக்குறிய விஷயமாக இருந்தது. நீதிமன்றம் சமிதியின் கோரிக்கைகளை ஏற்றுக்கொண்டால் - இது முற்றிலும் சாத்தியமானதாகத் தோன்றியது. அரசாங்கம் விஷம் இல்லாத பாம்பைப் போல் பயனற்ற நிலைக்கு உள்ளாக்கப்படும்.

மாநில அரசு தலைமை வழக்குரைஞர் முதலமைச்சரிடம் கூறினார், “இந்தத் தடவையும் நமக்கு வெளியிலிருந்து வழக்கறிஞரை வரவழைக்க வேண்டும்.”

“செலவைப்பற்றிக் கவலைப்படாதீர்கள். *ட்ரெசரி* ஒரு திறந்த கொள்கலம். எல்லாச் செயல் வகைகளையும் பயன்படுத்தி, காவல் துறையினரின் அதிகாரத்தைப் பாதுகாக்கவும்” என்று முதலமைச்சர் உடனே தயங்காமல், சந்தேகத்திற்கு இடமளிக்காமல் கூறி விட்டார்.

அன்று மாலையே குருதேவ் *சிங்* டெல்லி போகும் விமானத்தில் ஏறினார் மற்றும் அவரது நம்பிக்கைக்குரிய எல்லா நண்பர்களிடமும் நற்செய்தியை வெளியிட்டார். ஒருவருக்கு ஒரு மணிநேரத்திற்கு ஆயிரக்கணக்கான ரூபாய்களும், இன்னொருவருக்கு ஒரு நாளைக்கு லட்ச கணக்கான ரூபாய்களும் தக்கவைப்புக் கட்டணம் கொடுத்தார். இத்தனை பணத்தைச் செலவழிப்பதில் அவர் சிறிதும் கஞ்சத்தனம் காட்டவில்லை. ஏனென்றால் அரசாங்கம் பலவீனமாகப் பிரதிநிதித்துவப் படுத்தப்படவில்லை என்பதை அவருக்கு உறுதிப்படுத்த வேண்டியிருந்தது.

முதல்வர் மக்கள் தொடர்புத் துறையையும் எச்சரித்தார் மற்றும் சட்டம் நன்கறிந்த பத்திரிக்கையாளர்களின் சேவைகளையும் பயன்படுத்திக் கொண்டார். அரசாங்கத்திற்கு ஆதரவாக நீண்ட கட்டுரைகள் எழுதுமாறு மக்களைக் கேட்டுக் கொண்டார் மற்றும் அவற்றைச் சிறிய மற்றும் பெரிய செய்தித்தாள்களில் பஞ்சாபி முதல் ஆங்கிலம் வரை, பல்வேறு மொழிகளில் வெளியிட ஏற்பாடு செய்தார். அதே நேரத்தில், சாதாரண மக்களை அவருக்கு ஆதரவாக, இதழாசிரியருக்குக் கடிதங்கள் எழுதச் செய்தார். இந்தப் பிரச்சனைப்பற்றித் தீவிர விவாதம் நடத்துவது நல்லதுதான். ஆனால், எடை எப்பொழுதும் அரசாங்கத்தின் பக்கம்தான் சாய வேண்டுமென்பதை நினைவில் கொள்ள வேண்டுமென்று கடிதங்கள் வலியுறுத்தின. அவர் வானொலி மற்றும் தொலைக்காட்சியையும் இதே நோக்கத்திற்குப் பயன் படுத்தினார்.

அரசாங்கத்தின் முயற்சிகள் பலனளிக்கத் தொடங்கின. சில நாட்களிலேயே விவாதம் ஒரு பரபரப்பான விஷயமாக மாறியது. ஒவ்வொரு நாளும் திட்டங்களுக்கு ஆதரவாகவோ அல்லது எதிராகவோ புதிய விவாதங்கள் அச்சடிக்கப்பட்டன. மாநில எல்லையைத் தாண்டிப் பிரச்சனை தேசிய தளங்களைச் சென்றடைந்தது. மற்ற எல்லா மாநிலங்களும் இப்பொழுது எச்சரிக்கை அடைந்தன. நித்திரையில் ஆழ்ந்திருந்த மத்திய அரசாங்கமும் விழித்துக்கொண்டது.

வெவ்வேறு மாநிலங்களில் பல்வேறு அரசியல் கட்சிகள் ஆட்சியில் இருந்தன. செங்கல்லும் நாய்களும் போல், அரசியல் மட்டத்தில் அவர்கள் ஒருவருக்கொருவர் எதிர்ப்பு உணர்ச்சி கொண்டவர்களாகக் காணப்பட்டாலும், இந்த விஷயத்தில் அவர்கள் அனைவரும் ஒற்றுமையாக நின்றனர். எதிர்க்கட்சியினர் முழுமனதுடன் ஆட்சியில் இருக்கும் கட்சியை ஆதரிப்பதாக உறுதியளித்தனர்; அனைத்துக் கட்சிகளும் ஒன்று கூடி ஒரு திட்டத்திற்கு ஒருமனதாக ஒப்புதல் அளித்தனர்.

“காவல்துறையின் அதிகாரங்களைக் குறைத்தால் நாடு அராஜகத்தில் மூழ்கிவிடும். காவல்துறையின் மன உறுதியும் வெகுவாகக் குறைந்துவிடும். நாகப்பாம்பிலிருந்து விஷம் பிரித்தெடுக்கப்பட்ட பிறகு அதன் பயன் என்ன? ஒரு பாம்புக்குத் தீங்கு விளைவிக்கும் சக்தியில்லை என்றால் யாரும் பயப்பட மாட்டார்கள். கிளர்ச்சியை அடக்குவதற்கும், குற்றச்செயல்களில் ஈடுபட்டிருப்பவர்களைச் சமாளிப்பதற்கும், காவல்துறை சக்தி வாய்ந்ததாக இருக்க வேண்டியது மிகவும் முக்கியம். இவர்களின் இந்த அதிகாரத்தைப் பாதுகாப்பது எல்லா அரசாங்கங்கள் மற்றும் அரசியல் கட்சிகளின் கடமையாகும்.”

எல்லா மாநிலங்களின் சட்ட அமைச்சர்களும் தலைநகரை அடைந்து மத்திய சட்ட அமைச்சருடன் ஆலோசனை நடத்தினர். "இந்த நாகம், படமெடுக்கும் வாய்ப்பு கிடைப்பதற்கு முன்பு கொல்லப்பட வெண்டும்" என்று அவர்கள் ஒருமொத்த குரலில் அமைச்சரிடம் வேண்டிக்கொண்டனர்.

இதுதான் செய்யப்படுமென்று அமைச்சர் அவர்களுக்கு உறுதி அளித்தார், "சட்ட நடவடிக்கைகளும் எடுக்கப்படும். உச்ச நீதிமன்றத்தில் பல நீதிபதிகள் என்னுடைய நண்பர்கள். என்னுடையச் செல்வாக்கின் காரணத்தினால் மட்டுமே அவர்கள் அந்த நிலையை அடைந்திருக்கிறார்கள். அவர்களுடன் தனிப்பட்ட முறையில் பேசி அரசாங்க படகைப் பாதுகாப்பாகக் கரை சேர்க்க இணங்க வைக்கிறேன்" என்றார்.

இந்த மஹாயக்ஞத்திற்காக உன்னதமான நோக்கத்துடன் மேற்கொள்ளப்பட்ட மகத்தான வேலைக்காக, ஒவ்வொரு மாநில அரசும் தங்களுடைய பங்களிப்பை அறிவித்தன. அவர்கள் ஒவ்வொருவரும் ஐந்து உறுப்பினர்கள் கொண்ட சட்ட வல்லுனர்களின் குழுக்களை, தங்கள் சொந்த செலவில் அமைப்பார்கள் என்றும் இந்தக் குழு திட்டமிட்ட திருத்தங்களுக்கு எதிராக உயர் நீதிமன்றத்தில் பிரதிநிதித்துவம் செய்யும் என்றுக் கூறினார்கள்.

மத்திய அரசும் இந்த விஷயத்தில் பின்தங்காமல், "நம்முடைய சட்ட அமைப்பு ஆங்கிலேயர்களால் தயாரிக்கப்பட்டது. ஓரளவு நன்றாகவே செயல்பட்டு வருகிற இந்த அமைப்பை அழிக்க இப்பொழுது முயற்சி செய்யப்பட்டு வருகிறது. தேவைப்பட்டால், இதை அடித்தளத்திலிருந்து பாதுக்காக்க, மத்திய அரசு பிரிட்டனிலிருந்து, சட்ட வல்லுனர்களை வரவழைக்கும்" என்று கூறியது. மத்திய மற்றும் மாநில அரசாங்கங்கள் அளித்த முழு ஆதரவினால் முதலமைச்சர் மற்றும் மாநில அரசு தலைமை வழக்குரைஞரின் தலையிலிருந்த ஒரு பெரும் சுமை நீங்கியது போலிருந்தது.

சட்டம் சார்ந்த சச்சரவிலிருந்து விடுபட்ட குருதேவ் சிங் இப்பொழுது முதலமைச்சரின் தனிப்பட்ட மதிப்பைப் புதுப்பிக்கும் காரியத்தில் தன் கவனத்தைத் திருப்பினார்.

இந்த விவாதத்தில் அனைத்து மாநில அரசுகளும் பங்கேற்கும் என்று எதிர்பார்க்கப்பட்டது. சமிதிக்கு ஆதரவு அளிக்கப் பல நிறுவனங்கள் முன்வந்தன; அவர்களின் கருத்துகளும் பிறர் முன்

வைக்கப்பட்டு, விவாதம் மாதக்கணக்கில் நடக்கக்கூடும். குருதேவ் சிங் மிகவும் கவலைக்குள்ளானார். காலவரையறையின்றி விவாதங்கள் நடத்தப்பட்டால், விஷயம் பெருமளவில் விளம்பரப்படுத்தப்பட்டு, உயர்நீதிமன்றம் பல குற்றவாளிகளுக்கு ஜாமீன் அளிக்க ஒப்புதல் வழங்கி விடலாம்.

தேர்தல் நெருங்கிக்கொண்டிருந்தது. குற்றம் சாட்டப்பட்டவர்களுக்கு ஜாமீன் வழங்கப்பட்டால், முதலமைச்சர் மக்களை எவ்வாறு எதிர் கொள்வார்? விவாதம் ஒரு புறம் நடந்து கொண்டிருக்க, அரசு தலைமை வழக்குரைஞர் அரசாங்கத்தின் குறிக்கோளை அடைவதற்கான அவரது முயற்சிகளைத் தீவிரப்படுத்தினார்.

விவாதத்தின் பொழுது செதில்கள் சமிதியின் பக்கம் சாய்ந்திருப்பதைப் போல் தோன்றினாலும், இறுதியாக வந்த முடிவு அரசாங்கம் விரும்பியதாகவே இருந்தது. சமிதியின் மனுவை உயர்நீதிமன்றம், பின்வரும் அடிப்படையில் நிராகரித்தது.

குடிமக்களின் உயிர் மற்றும் சொத்தைக் காப்பாற்றுவது அரசாங்கத்தின் அடிப்படை கடமையாகும். புலனாய்வில் அரசாங்கத்திற்குத் தனிப்பட்ட அதிகாரம் இருந்தால்தான் அது தனது கடமைகளை வெற்றிகரமாக நிறைவேற்ற முடியும். இந்த அதிகாரம் தனியார் கைகளில் கொடுத்து விட்டால் செல்வந்தர்களின் ஆதிக்கமாகி விடும். தனியார் நிறுவனங்கள், அவர்களுக்குப் பணம் கொடுத்துப் பேசச் சொன்னதைத்தான் சொல்வார்கள். இத்தகைய சூழ்நிலையில் வறிய மக்கள் என்ன செய்வார்கள்?

நீதி வழங்கும் பொழுது நீதிமன்றங்களுக்கு நிறையப் பிரச்சனைகளை சமாளிக்க வேண்டியிருக்கும். ஒவ்வொரு நிறுவனத்திற்கும் அதனுடைய ஒரு தரப்பு விளக்கம் இருக்கும். எந்த விளக்கத்தை நீதிமன்றம் ஏற்றுக் கொள்ளும்?

சட்டம் ஒழுங்குமுறைகளைப் பராமரிப்பது அரசாங்கத்தின் அடிப்படைக் கடமையாகும். ஆனால், சமிதியின் கோரிக்கைகள் ஏற்றுக்கொள்ளப்பட்டால், அரசாங்கத்தின் அதிகாரம் வெகுவாகக் கட்டுப்படுத்தப்படும். இது அரசியலமைப்பின் அஸ்திவாரத்தையே பலவீனப்படுத்துவதற்கு வழி வகுக்கும்; இந்த முடிவைச் செயல்படுத்த அரசியலமைப்பில் ஒரு திருத்தம் செய்யப்படவேண்டும். இது மக்களவை மற்றும் மாநிலங்களவையின் ஒப்புதலுக்குப் பிறகுதான் நிறைவேற்றப்படும். இத்தகைய முக்கியமான தீர்மானங்களை அவசரத்தில் எடுக்கக் கூடாது.

பிரச்சனைபற்றி விரிவான விவாதம் செய்து ஆலோசனை நடத்தி, உண்மையான விஷயங்களைச் சலித்தெடுத்து, பிறகே திருத்தங்கள் செய்யப்பட வேண்டும். இச்சமயத்தில் நீதிமன்றம் அரசியலமைப்புப் பற்றிய விஷயங்களில் தலையிடுவது சரியில்லை.

ஒட்டுமொத்த தேசத்தின் நலனும் இந்தப் பிரச்சனையுடன் இணைக்கப்பட்டுள்ளது. எனவே, இது உயர்நீதிமன்றத்தில் அல்லாமல் உச்சநீதிமன்றத்தில் எழுப்பப்பட வேண்டும். எனவே, சமிதி உச்சநீதிமன்றத்தை அணுக அறிவுறுத்தப்பட்டது. மற்ற அனைத்துப் பிரச்சனைகளும் பின்வரும் குறிப்புரைகளுடன் உயர்நீதிமன்றத்தால் தீர்க்கப்பட்டது:

ஒரு தீர்ப்பிற்குப் பிறகு திரும்பவும் விசாரணை தொடங்குவது தர்க்க ரீதியாகச் சரியாகாது. அவ்வாறு செய்வதால், வழக்கு முடிவே அடையாது என்றாகி விடும். சில சமயங்களில், ஒரு புதிய குற்றவாளி கண்டு பிடிக்கப்பட்டதால் புதிய விசாரணை நடத்தப்பட வேண்டுமென்று வாதி ஒரு விண்ணப்பத்தை முன்வைக்கலாம். வேறு சமயங்களில், பிரதிவாதி தான் நிரபராதி, வேறொருவன் உண்மையான குற்றவாளி யென்று ஒரு விண்ணப்பத்தை அனுப்பலாம். நீதிமன்றத்திற்கு எங்காவது ஒரு எல்லைக் கோட்டை வரைய வேண்டியிருக்கிறது. சரியோ தவறோ இப்பொழுது பயன்பாட்டில் உள்ள விதி போதுமானது.

சாட்சிகள், தங்கள் வாக்குமூலங்களை அடிக்கடி மாற்ற அனுமதிக்கக்கூடாது. சாட்சி, முன்னர் பொய் சொன்னாரா அல்லது இப்பொழுது பொய் சொல்கிறாரா என்று நீதிமன்றம் எவ்வாறு அறிந்து கொள்ளும்? சாட்சிக் கூண்டில் தோன்றுவதற்கு முன்பு எல்லாவற்றையும் பற்றி நன்றாகக் கவனமாகச் சிந்திக்க வேண்டும்.

சமிதியின் கோரிக்கைகள் நீதி அமைப்பு முறையில் குழப்பத்தை உண்டாக்கி விடும்; சரியாகச் சொல்லப்போனால் அது பொதுநலனுக்காகச் செயல்படுவதற்குப் பதிலாக மக்களுக்கு எதிராக இருந்தது; இத்தகைய வாதங்களின் அடிப்படையில் உயர்நீதிமன்றம் தன் முடிவை அறிவித்தது.

சமிதியின் மனு ஒரு பொதுநல வழக்காக உள்ளது. எழுப்பப் பட்ட சட்ட ரீதியிலான பிரச்சனைகளை உயர்நீதிமன்றம் தீர்த்து விட்டது. மற்ற விஷயங்கள் தனிப்பட்டவை மற்றும் ஒரு குறிப்பிட்ட வழக்குடன் தொடர்புடையவை. "தனிப்பட்ட விஷயங்கள், தனிப்பட்ட நீதிமன்ற வழக்குகள் மூலம் தீர்க்கப்பட வேண்டும்" என்று நீதிமன்றம் தன்னுடைய தீர்ப்பின் முடிவில் சமிதிக்கு அறிவுறுத்தியது.

அத்தியாயம் 40

அரசாங்கத்தின் நிர்ப்பந்தத்தினால் எடுக்கப்பட்ட நீதிமன்றத்தின் தீர்ப்பினால் சமிதி ஏமாற்றமடைந்திருந்தாலும், அது சமிதியை விரக்தியடையச் செய்யவில்லை. தோல்வியுடன், இந்த வழக்கிலிருந்து அதற்குக் கொஞ்சம் கற்றுக் கொள்ளவும் முடிந்தது.

தேசிய அளவில் இருந்த சில நிறுவனங்கள், இந்தப் பிரச்சனைகளை, மேற்கொண்டு விவாதத்திற்கு ஒரு சவாலாக எடுத்துக் கொண்டார்கள்.

ஊடகங்களில் நடந்த உரையாடல்கள் சமிதியின் பெயரைப் பிரபலமாக்கியது. பொதுக்கருத்து அதற்கு ஆதரவாக உருவாகத் தொடங்கியது. புதிய நிறுவனங்களும், அதிக அளவில் மக்களும், அதனுடன் இணைவதற்கு முன்வந்தனர்.

நடைமுறையில் இருந்த அரசியல் அமைப்பு அழுகி விட்டது; அது பொது நலனுக்கு ஏற்றதல்ல என்பதை மக்களுக்கு உணர வைப்பதுதான் சமிதியின் உண்மையான நோக்கமாக இருந்தது. சத்தியத்தை ஆதரிப்பதாகக் கருதப்படும் நீதித்துறைக்கூட இந்த அழுகலிலிருந்து தப்பவில்லை. சில அடிப்படை மாற்றங்கள் கோரி, அவற்றைச் செய்யாவிட்டால், குடிமக்களுக்கு ஒரு நல்ல வாழ்க்கை நடத்துவது சாத்தியமாகாது.

தேர்தல் அறிவிப்புக்குப் பிறகு, சமிதிக்குத் தனது நோக்கத்தை மக்களுக்குத் தெரியப்படுத்துவது எளிதாகிவிட்டது. இந்தப் பொன்னான வாய்ப்பைப் பயன்படுத்திக் கொள்வதற்காக அது பரப்பரப்பாக ஏற்பாடுகளில் இறங்கியது. ஆனால், அதற்கு வசதிகள் குறைவாயிருந்தன. தீவிர ஆலோசனைகளும், கார சார வாக்குவாதங்களுக்குப் பிறகு அது தனது கருத்துக்களைப் பரப்புவதற்கான புதிய வழிகளைத் தேடியது.

அரசியல் கட்சிப் பேரணியை நடத்திய போதெல்லாம், சமிதி தன்னுடைய அனைத்து உபகரணங்களுடன் அங்கு போய் சேர்ந்தது. அதனிடம் ஒரு டிராக்டர், தள்ளுவண்டி மற்றும் ஒருசில மர பெஞ்சுகளும் இருந்தன. ஒலிப்பருக்கி மற்றும் தாவுலெ வாலே ஜக்தாரின் இசைக்குழு, குழுமத்தை நிறைவு செய்தது. தேவைப்பட்டால், பெஞ்சுகள் தள்ளுவண்டி மேல் ஏற்றப்பட்டு, ஒரு தாற்காலிக மேடை உருவாக்கப்பட்டது.

தலைவர்களின் பெருமிதப் பகட்டான பேச்சு முடிந்து, மக்கள் வீடு திரும்ப ஆரம்பிக்கும் பொழுது, ஜக்தார் தன்னுடைய கருவிகளின்

சரங்களை மீட்டத் தொடங்குவார். அதன் உயர் தொனி மக்களின் கவனத்தை ஈர்த்து, அவர்களின் கால்களின் போக்கை மாற்றி, அவர்களை நிகழ்விடத்திற்குத் திரும்புவதற்கு நிர்பந்தப்படுத்தியது.

சமிதி தனது எண்ணங்களை விளக்குவதற்கு நீண்ட, சோர்வு உண்டாக்கும் உரைகளை வழங்கவில்லை. அது என்ன செய்ததென்றால், காவல்துறையினர், நீதிமன்றங்கள் மற்றும் 'சீர்திருத்த நிலையங்களின்' இயக்குனர் குழுவினரால் துன்புறுத்தப்பட்டவர்களை மேடையில் அழைத்து, அவர்களுடைய சோகக் கதைகளை, அவர்களின் சொந்த வார்த்தைகளில் விவரிக்க அனுமதித்தது.

பேரணிகளின் பொழுது, இந்த நடவடிக்கைகளைச் செயற்படுத்தும் பொறுப்பு ரிசிக், பாசிகர் மற்றும் சான்சி சமூகங்களின் தலைவரான சாமுவினுடையதாக இருந்தது. அவர் மேடையில் கரிமுவை அழைத்தார் அல்லது புவாஜி அல்லது நிக்கோவைக்கூட அழைத்தார்.

கரிமு ரிசிக் சமூகத்தில் பிறந்தார். ஆனால், அவருடைய முன்னோர்களின் பாரம்பரிய தொழிலை அவர் மேற்கொள்ளவில்லை. அவருடைய தந்தை மதுபானம் வடிக்கட்டுவது அல்லது திருடுவது போன்ற பழக்கங்களுக்கு எதிராக இருந்ததால், மூதாதையரின் இந்தச் சம்பிரதாயத்தை முறிப்பதற்காக, கரிமுவை ஒரு பள்ளிக்கூடத்திற்கு அனுப்பினார். ஆற்றின் கரையில் தங்கியிருந்ததால், கரிமு மணிக்கணக்கில் நீச்சலடித்துப் பழகியிருந்தார். கபடி மற்றும் மல்யுத்தத்திலும் அவருக்கு ஆர்வம் உண்டாயிற்று. பிந்தையது அவருடைய உடலைக் கெட்டியாக்கி அவரை இரும்பு போல் வலிமையாக்கியது. அவர் எட்டாம் வகுப்பு அடைந்த பொழுது, மாவட்ட கபடி அணியின் உறுப்பினராகி விட்டார். அவர் தேசிய இளையோர் மல்யுத்த போட்டியையும் வென்றார். நீச்சலிலும் முயற்சி செய்து கொண்டிருந்தார். அவர் நிச்சயமாகத் தேசிய அளவிலான தடகள வீரராவார் என்று அவருடைய உடல் கல்வி பயிற்றுனர் நம்பினார். ஏன், சரியான வழிநடத்துதல் வழங்கப்பட்டால், அவர் ஒரு சர்வதேச விளையாட்டு வீரராகக் கூட ஆகலாம் என்று எண்ணப்பட்டது.

ஆனால், கடந்து போன காலம் கரிமுவின் தந்தையைச் சும்மா விடவில்லை. அவர் ஒரு மாதம் வெளியிலிருந்தால், ஆறு மாதம் சிறையிலிருந்தார். அவர் இல்லாத பொழுது வீட்டில் அடுப்பு மூட்டுவது கடினமாகிவிட்டது. "பயிற்றுவிப்பாளரின் வார்த்தைகளைக் கேட்டு மயங்கி விடாதே. உன்னுடைய வயிற்றுப் பிழைப்புக்காக ஏதாவது ஒரு திறனை நீ கற்றுக் கொள்" என்று கரிமுவின் தந்தை ஆட்சேபித்து அவருக்கு அறிவுரை வழங்கினார். தந்தைக்கும் மகனுக்கும் இடையிலான இந்த

இழுபறியின் பொழுது கரிமுவின் மாமாவுக்கு ஒரு புதிய வேலை கிடைத்தது. போஸ்த் விற்பவருடன் அவருக்கு நட்பு உண்டாயிற்று. பொழுது விடிந்த பின்னர் ஒவ்வொரு கிலோவாகப் பிரித்து விற்பதற்காக, அவர் இரவின் இருளில் இரண்டு அல்லது மூன்று சாக்குகள் கொண்டு வந்தார். சில தினங்களில் மாமாவின் ஆடைகள் நடைமுறைக்கேற்ப நாகரீகமாக மாறியது மற்றும் அவருடைய வீட்டின் நிலைமையும் மேம்பட்டது.

கரிமுவை அவருடன் சேர மாமா வற்புறுத்தினார். அவருக்கு உதவி செய்ய அவரை ஊக்குவிக்க முயற்சி செய்தார். தினந்தோறும் காவல்துறையினரால் அவமதிக்கப்பட கரிமு விரும்பவில்லை. புதிய வர்த்தகத்தில் ஈடுபட மாமா செய்த முயற்சிகளை அவர் தவிர்த்துக் கொண்டிருந்தார்.

ஒருநாள் மாமாவைக் கைது செய்யக் காவல்துறையினர் வந்தனர். அவர் உடனே, சாக்குகளை அங்கேயே விட்டுவிட்டு ஓடிவிட்டார். காவல்துறையினர் பாதுகாப்பாக, கரிமுவை அழைத்துச் சென்றனர். மாமா தன்னை நிலையத்தில் ஆஜர்படுத்தவுமில்லை, காவல்துறையினரின் பைகளை நிரப்பவுமில்லை. ஒரு வாரம் காத்திருந்த பின்னர், கண்டெடுக்கப்பட்ட சாக்குகள் கரிமுடையதென்று காவல்துறையினர் அவர் மீது குற்றச்சாட்டைச் சுமத்தினர்.

எந்தக் காரணமும் இல்லாமல் மூன்று ஆண்டுகள் சிறைத் தண்டனை அனுபவித்த கரிமு, முற்றிலும் மாறுபட்ட மனிதராக ஆனார். சிறையிலிருந்து வெளியில் வந்தவுடனே அவர் தன்னைப்போல் இளம், வாட்ட சாட்டமான ஒரு டஜன் முரட்டு இளைஞர்களுடன், தன்னுடையச் சொந்த கும்பலை உருவாக்கினார். ஸ்கூட்டர்களும், பிச்சுவா கத்திகளும் வாங்கிக் கொண்டார். போஸ்த் நிரம்பிய ஒரு டிரக் அந்தப் பகுதியை அடைந்ததாகத் தெரிந்தவுடனே, இவருடைய குழுவினர், ஸ்கூட்டர்களில் ஏறித் தங்கள் பங்கைக் கோர புறப்பட்டு விடுவார்கள். வழியில் காவல் துறையினர் இவர்களைத் தடுக்க முயன்றால் இவர்கள் குத்துச் சண்டையில் இறங்கினார்கள். இதன் விளைவு இரண்டு பக்கங்களிலும் இருந்தது. சில சமயங்களில் காவல்துறையினர் தாக்கப்பட்டார், மற்ற சமயங்களில் இவர்களின் குழுவினருடைய கை உடைந்தது. இருப்பினும் இவர்கள் மிக அரிதாகவே பிடிபட்டனர். சீக்கிரமே இவர்களுடன் சேர்ந்து கொள்ள காவல்துறையினரிடமிருந்து இவர்களுக்கு அழைப்பு வர ஆரம்பித்தது. இதனால் இவர்களும் அமைதியாய் இருந்திருக்கலாம் மற்றும் காவல்துறையினரும் கொள்ளையைப் பகிர்ந்து கொண்டிருக்க

முடியும். ஆனால், கரிமுக்குக் காவல்துறையினர் மீது வெறுப்பு நிறைந்திருந்தது; அவன் அவர்களுடன் அணிசேர விருப்பப்படவில்லை.

ஆத்திரமடைந்த காவல்துறையினர் கரிமுடைய குழுவைத் தகர்ந்து அழித்து விடத் திட்டம் போட்டனர். முதலில் சூழ்ச்சி செய்து அவரைக் கைது செய்தனர். அவரை என்றென்றும் பயனற்றவராக்க, அவர் கண்களில் சில பொருட்களைத் தூவினர். அது அவரை பத்து நாட்களுக்குள் குருடாக்கி விட்டது. கண்பார்வையின்றி முடமாக்கப்பட்ட அவர், கடந்த பத்து ஆண்டுகளாக, ஒன்றும் செய்யாமல் வீட்டில் உட்கார்ந்திருந்தார்.

கரிமுக்குத் தன்னுடைய கதையைப் பகிர்ந்து கொள்ளும் பொழுது கண்களில் நீர் தளும்பும். தொண்டை அடைக்க அவர் கூறுவார், "காவல்துறையினர் ஒரு தவறான வழக்கில் என்னை மாட்டிவிடாமல் இருந்திருந்தால், என்னைக் குருடாக்காமல் இருந்திருந்தால், நான் ஒரு புகழ்பெற்ற விளையாட்டு வீரராக மாறியிருப்பேன், என்னுடைய வாழ்க்கை மகிழ்ச்சியால் நிரம்பியிருக்கும்." கவனத்துடன் கேட்டுக்கொண்டிருக்கும் பார்வையாளர்களும் உணர்ச்சி வசப்பட்டுக் கண்ணீர் விட்டார்கள்.

புவாவின் கதையும் கரிமுவின் கதையுடன் மிகவும் ஒத்ததாக இருந்தது. அவர் ஒரு பாசிகர் குடும்பத்தில் பிறந்தார். அவருடைய பெற்றோர் தெருவில் கூத்தாடிக் காட்சிகள் அமைத்தனர். மிகச் சிறிய வயதிலிருந்தே அவருடைய பெற்றோர்கள், அவருக்கு உடம்பை நன்றாக வளைந்து கொடுக்கப் பயிற்சி அளித்திருந்தனர். இளைஞரானவுடன், அவரால் ஒரு ரயில் வண்டிப் போல் வேகமாக ஓட முடிந்தது; பத்து அடி தூரத்திற்குக் குதிக்க முடிந்தது மற்றும் பன்னிரண்டு அடி சுவரைத் தடியூன்றித் தாண்ட முடிந்தது. சீக்கிரத்திலேயே கிலாராய்புர் கிராமத்தின் விளையாட்டுகளில் அவர் பல பரிசுகளை வென்றார். பின்னர் இந்தத் திறமைகளே அவருடைய எதிரியாக மாறியது. அடுத்த போட்டியில் தனது பதக்கத்தை புவாஜி பறித்துச் சென்று விடுவாரோ என்று பயந்த கரேவால்களின் வாரிசு, அது நிகழாதவாறு தடுப்பதற்காக, இரவில் சாலையோரத்தில் நின்றுகொண்டு வழிப்போக்கர்களைக் கொள்ளை யடிக்கும் பழக்கம் புவாஜிக்கு உண்டு என்று காவல் நிலையத்தாரிடம் தெரிவித்தார்.

புவாஜியின் தற்போதைய விவரப்பதிவுகளை நம்புவதற்குப் பதிலாக, காவல்துறையினர் அவருடைய முன்னோர்களின் பதிவுகளைப் பரிசீலித்து, அதன் அடிப்படையில் அவரைக் கைது செய்து சிறையில் தள்ளினார்கள். சிறைவாசம் என்றால் அவர் தன்னுடைய பயிற்சி அமர்வுகளைத் தவற விட்டார் என்பதாகும். அவரைச் சிறையில்

அடைத்ததோடு காவல்துறையினர் நிற்கவில்லை. அவருடைய வேகத்தை மேலும் குறைப்பதற்காக அவருடைய வலது காலையும் உடைத்துப் போட்டனர். இந்த மாதிரி பயங்கரமான முறையில் முடக்கப்பட்ட அவர், பூமியில் நரகத்தை அனுபவித்துக்கொண்டிருந்தார்.

இவ்வாறு நடந்ததை விவரித்த பிறகு, புவாஜி பெருமூச்சு விட்டுக்கொண்டு கூறுவார், "விளையாட்டு மந்திரி என்னுடைய வேகத்தைப் பார்த்துப் பாராட்டியதோடு காவல்துறையில் எனக்கு வேலை கொடுப்பதாகவும் வாக்களித்திருந்தார். அவர்கள் என் சான்றுகளை நாசம் செய்திருக்க வில்லையென்றால், நான் இன்று காவல்துறை அதிகாரியாக இருந்திருப்பேன்." புவாஜியின் கண்களில் நீர் தளும்பியதைப்போல் கேட்பவர்களின் கண்களிலும் நிரம்பியது.

பின்னர் நிக்கோவும் பீரோவும் மேடைக்கு வருவார்கள். அவர்களின் நெற்றியில் 'திருடன்', 'ஜேப்படிக்கள்ளன்' என்ற சொற்கள் முத்திரையிடப்பட்டிருப்பதைப் பார்வையாளரிடம் காண்பித்து, அவர்கள் முப்பத்தைந்து வயதைத் தாண்டிய பிறகும் திருமணம் ஆகாமல் இருந்ததற்கு, இந்தத் தகுதியற்ற பெயர்தான் காரணம் என்பார்கள்.

இரும்பு இப்பொழுது சூடாக இருப்பதைப் பார்த்து சாமு ஒலிப்பெருக்கியை எடுத்துப் பார்வையாளர்களிடம் கேட்பார், "மக்களைத் துன்புறுத்தி, குற்ற வாழ்க்கையில் தள்ளி விடும் காவல்துறையினர் ஒரு நல்ல சமூகத்தை உருவாக்குவதில் பங்களிக்க முடியுமா?"

மக்கள் ஒட்டுமொத்தமாகப் பதிலளிப்பார்கள், "முடியாது. ஒருபோதும் முடியாது!"

அடுத்த கூட்டத்தில் அசோக், பண்டி கொலை வழக்கின் சாட்சிகள், தேஸ்ராஜ், கமல் பிரசாத் மற்றும் ராதேஷ்யாமை மேடைக்கு அழைப்பார்.

காவல்துறை மற்றும் யுவா சங்கம் தன்னைப் பொய் சொல்லக் கட்டாயப் படுத்தியதாக தேஸ்ராஜ் சத்தியம் செய்து, "எனக்கு ஒரு பாத்திரக் கடையிருப்பது உண்மைதான். ஆனால், பாலா ஒருபோதும் திருடப்பட்ட பொருள்களை என்னிடம் விற்கவுமில்லை, என்னிடமிருந்து எதுவும் வாங்கவுமில்லை. லாலாஜியின் ஊழியரான நான், உணர்ச்சியால் தூண்டப்பட்டு அசத்தியத்தைக் கூறினேன். சமிதி எனக்கு என் தவறை உணர்த்தியுள்ளது. என் மனதில் ஒரு சுமை இருக்கிறது; என் காரணமாக நிரபராதிகள் தண்டிக்கப்பட்டுள்ளனர். என் ஆன்மாவைத் தூய்மை படுத்திக்கொள்வதற்காக நான் மக்கள் மன்றத்திற்கு வந்துள்ளேன். மக்களே, தயவு செய்து என்னை மன்னித்து விடுங்கள்" என்பார்.

கமல் பிரசாதும் அவரைப் போலவே பேசினார், "விசாரணையின் பொழுது ஆஜர்படுத்தப்பட்ட கடிதத்தாள் கற்றை, காவல்துறையினரின் அறிவுறுத்தலால் என்னால் அச்சடிக்கப்பட்டது. பாலாவும் மீதாவும் பன்டியைக் கொன்றார்களென்றும், அவர்கள் மிகவும் புத்திசாலி, ஒருபோதும் பிடிபட மாட்டார்களென்றும், அவர்கள் என்னிடம் சொன்னார்கள். அவர்களுக்குத் தண்டனை கிடைப்பதற்குக் கொஞ்சம் பொய் சொல்ல வேண்டியிருந்தது. சட்டத்தைத் திருப்தி செய்ய நான் பொய் சொன்னேன். இப்பொழுது நான் நீதிமன்றம் சென்று மறுபடியும் வாக்குமூலம் கொடுக்க விரும்புகிறேன். ஆனால், அவ்வாறு செய்ய எனக்கு ஒரு வாய்ப்பு தர நீதிமன்றம் தயாராக இல்லை. நான் செய்த தவறுக்குத் தண்டனை பெறுவதற்காக நான் என்னை உங்கள் முன் வைக்கிறேன்."

சில சமயம் கெஹர் *சிங்* மற்றும் அவருடைய உதவியாளர் நத்தா மக்கள் நீதிமன்றத்தில் ஆஜர்படுத்தப்பட்டனர்.

கெஹர் ஒரு ஜமீன்தார் மற்றும் நத்தா அவரது *சிரி*-யாக இருந்தார். அவர்களிருவரும் அடிக்கடி ஒருவரோடொருவர் சண்டை போட்டுக் கொண்டிருப்பார்கள். கெஹர் நத்தாவைப் பல முறை கண்டிப்பார். நத்தாவும் முகத்தைத் தூக்கி வைத்துக் கொண்டு வீட்டை விட்டுப் போய் விடுவார். பின்னர், கோபம் தணிந்த பிறகு தானாகவே திரும்பி வருவார்.

கடைசி தடவை அவர் கடுப்புடன் வெளியேறிய பிறகு பத்து நாட்களாகியும் திரும்பவில்லை. கவலை கொண்ட கெஹர் *சிங்* எல்லா இடங்களிலும் அவரைத் தேடினார். ஒரு தடயமும் கிடைக்காத பிறகு அவர் காணாமல் போனவர்களின் அறிக்கை ஒன்றைத் தாக்கல் செய்தார்.

காவல்துறையினர் இது பற்றி விசாரிக்க வந்த பொழுது, நத்தா கெஹர் மனைவியுடன் முறைகேடான நட்புணர்வு கொண்டிருப்பதாக உள்மறைவான நோக்கம் கொண்ட மக்கள் சிலர் கூறினார்கள். அவர்களை ஆட்சேபிக்கத்தக்க சூழ்நிலையில் பார்த்து விட்ட கெஹர், நத்தாவை அந்த இடத்திலேயே வெட்டிக் கொன்று, உடலைக் கால்வாயில் வீசி எறிந்து விட்டார். இப்பொழுது நத்தாவை எப்படிக் கண்டுபிடிப்பது? என்றார்கள். மற்றும் சிலர், இந்தச் சம்பவத்திற்கு இன்னும் சிறிது மசாலா சேர்த்தனர்.

தம்பதியரை ஆட்சேபிக்கத்தக்க சூழ்நிலையில் பார்த்ததாகவும், ஆனால், அச்சத்தினால் அதை கெஹரிடம் கூறவில்லை என்றும் ஒருவர் கூறினார். கெஹர் தானே அவர்களைப் பார்த்ததாகவும், மனைவியை

அடிக்கடி அவர் அடித்ததாகவும் மற்றொருவர் அடித்துக்கூறினார். ரத்தத்தில் நனைந்திருந்த தன் மண்வெட்டியைத் தண்ணீர் குழாயில் கெஹர் கழுவுவதைப் பார்த்ததாக வேறு ஒருவர் சூளுரைத்தார். இன்னும் ஒருவர் ரத்தக்கறை படிந்த சாக்கை கெஹர் அவரெதிரில் கால்வாயில் தூக்கி எறிந்ததாக ஆணித்தரமாகக் கூறினார். காவல்துறையினர், அவர்கள் எல்லாருடைய வாக்குமூலங்களையும் எழுதிப் பதிவு செய்து கொண்டனர். பிறகு, நத்தாவைக் கொலை செய்த குற்றச் சாட்டில் கெஹரைக் கைது செய்தனர். அவர்கள் ராஜஸ்தான் சென்று ஒரு அழுகிய சடலத்தின் புகைப்படங்கள் மற்றும் சில உடைகளைக் கொண்டு வந்தனர். சடலத்தையும், ஆடைகளையும் நத்தாவினுடையதென்று சாட்சிகள் அடையாளம் கண்டு கொண்டனர்.

மனப்பாடம் செய்து வைத்திருந்த தங்கள் வாசகங்களை சாட்சிகள் நீதிமன்றத்தில் ஒப்பித்தனர். நீதிமன்றம், அவர்களுடைய கதைகளை உண்மையென்று ஏற்றுக் கொண்டது. நத்தாவைக் கொன்றதற்கும், தடயங்களை அழித்ததற்கும், கெஹருக்குப் பத்து ஆண்டுகள் சிறைத் தண்டனை விதிக்கப்பட்டது.

ஒரு வயதான சாது கெஹரின் கிராமத்திலிருந்த ஒரு சிறிய குடிசைக்கு அடிக்கடி வந்தார். வானத்தின் ஆசிர்வாதங்கள் அவர் மீது பொழியட்டும்! நத்தாவின் கொலை மற்றும் கெஹரின் தண்டனை பற்றிய கதைகளைப் பற்றி அவர் அறிந்திருந்தார். ஹரித்வாரின் கும்ப மேளாவில் ஒரு சாதுவின் ஆசிரமத்து வயலை உழுது கொண்டிருந்த நத்தாவை அவர் தற்செயலாகப் பார்க்க நேரிட்டது. அவர் அமைதியாக மீண்டும் கிராமத்திற்கு வந்து கெஹரின் உறவினர்களுக்கு அறிவித்தார். அவர்கள் ஹரித்வார் சென்று நத்தாவைப் பிடித்துக்கொண்டனர். கெஹரின் வழக்கறிஞர் நத்தாவை உயர்நீதிமன்றத்தில் ஆஜர்படுத்திய பிறகு, கெஹருக்கு மேல்முறையீடு வழங்கப்பட்டு அவர் விடுவிக்கப்பட்டார்.

கெஹரின் கதைக்குப் பிறகு, நத்தா தன்னுடைய கதையைத் தொடங்குவார்.

"கெஹர் சிங்கிடம் கோபித்துக்கொண்டு வீட்டை விட்டு வெளியேறிய பிறகு நான் கிராம சதுக்கத்துக்குச் சென்றேன். அங்கே ஹரித்வாரிலிருந்து வந்த சில சாதுக்கள் இருந்தார்கள். வாழ்க்கை துன்பம் நிறைந்ததென்று விவரித்த அவர்களுடையச் சொற்பொழிவைக் கேட்டேன். கடைசியில், உலகைத் துறக்க அவர்கள் கூறிய ஆலோசனை சரியென்று பட்டது. சொற்பொழிவு என் ஆத்மாவைத் தொட்டு விட்டது. நான் அவர்களுடன் ஹரித்வார் சென்று விட்டேன். அதன் பிறகு, நான் காணாமல்

போய் விட்டதாக அறிவிக்கப்பட்டதும், என்னைக் கொன்று விட்டதாகக் கெஹர் குற்றம் சாட்டப்பட்டு, தண்டிக்கப்பட்டதைப்பற்றியும் கேள்விப்பட்டேன். காவல்துறையினர் மற்றும் கெஹரின் பயத்தினால் தொடர்ந்து சாதுக்களுடன் தங்கி விட்டேன். இப்பொழுது நீங்கள் திடகாத்திரமான, நன்னிலையில் உள்ள நத்தாவை உங்கள் முன் பார்க்கலாம்.''

பின்னர் பியாரேலால் பார்வையாளரிடம் கேட்பார், "இத்தகைய குருடாகியுள்ள சட்டம் உங்கள் பிரச்சனைகளைத் தீர்க்க உதவுமா?" அவர்கள் பெருமூச்சுடன் மீண்டும் பதிலளிப்பார்கள், "இல்லை, ஒருபோதும் இல்லை."

'சீர்திருத்தங்கள்' தற்போது கைதிகளை உண்மையில் சீர்திருத்துகின்றனவா அல்லது அவர்களை மேலும் கெடுக்கின்றதா? இந்த விஷயத்தைப் பற்றி மக்களுக்குத் தெளிவாக விளக்குவதற்காக ஹெல்ப்லைனிலிருந்து டார்செம் மேடைக்கு வருவார்.

பின்னர் அவர் இரண்டு ஆண்டுகள் சிறையில் கழித்த நன்னுவைத் தன்னுடன் மேடைக்கு அழைப்பார். எட்டு வயதான நன்னுவுக்குத் தன்னுடைய கடந்த காலத்தைப்பற்றி ஒன்றும் தெரியாது. அவன் ஒருமுறைக்கேடான உறவில் பிறந்து, இந்த உலகத்திற்கு வந்தவுடனே குப்பைக் குவியலில் வீசப்பட்டிருக்கலாம். ஒருவேளை பிச்சைக்காரர்கள் கும்பல் அவனைக் கடத்திச் சென்றிருக்கலாம் அல்லது வறுமையால் பாதிக்கப்பட்ட அவனுடைய பெற்றோர், அவனைப் பராமரிக்க முடியாமல், அவனுடைய தலைவிதியென ரயில் நிலையத்தில் விட்டுச் சென்றிருக்கலாம். அவன் அறிந்ததெல்லாம், அவன் தந்தையென்று அழைத்த மனிதர் மரப்பாலத்தில் நாள் முழுவதும் பிச்சையெடுத்துவிட்டு, இரவில் அந்த இடத்திலேயே ஒரு போர்வையால் போர்த்திக்கொண்டு தூங்கினார் என்பதுதான். அவர் நன்னுவைத் தன்னுடன் இறுக்கமாக இழுத்துக் கொள்வார். கடுமையான குளிரான ஓர் இரவில் அவனுடைய தந்தை இறந்து விட்டார். வீடற்றவர் என்று கருதி நகராட்சியினர் அவருடைய உடலைச் சுடுகாட்டுக்கும், நன்னுவைக் காவல் நிலையத்திற்கும் அழைத்துச் சென்றனர். அங்கிருந்து நன்னு சிறைக்கு வந்து சேர்ந்தான்.

பின்னர் குழந்தை நன்னு தன்னுடைய சிறை அனுபவங்களைப் பார்வையாளர்களுடன் பகிர்ந்து கொள்வான். பாசு அவனுக்கு ஜேப்படித் திருட்டைப்பற்றிக் கற்றுக் கொடுத்தான். நீலு சிகரெட் புகைக்கக் கற்றுக் கொடுத்தான், மக்களின் வீட்டுக்குள் எப்படி நுழைவதென்பதைக் காலு

கற்பித்தான். டார்செம் அவனை நடுவில் நிறுத்தி மக்களிடம் கேட்பார், "ஆதரவற்ற குழந்தைகள் இந்த விதத்தில் நல்ல குடிமக்களாக மாற முடியுமா?" இதற்கான பதிலைப் பற்றிப் பார்வையாளர்கள் ஆழ்ந்து சிந்திப்பார்கள்.

பின்னர் டெபு ரிக்ஷா இழுப்பவர், தன்னுடைய சோகக்கதையை விவரிப்பார்.

டெபு முதலில் கள்ள சாராயம் விற்றார். இந்தத் தகாத வாழ்க்கையைக் கைவிடத் தொழிற்சங்க ஊழியர்கள் ஊக்குவித்த பிறகு அவர் பிழைப்புக்காக ரிக்ஷா இழுக்க ஆரம்பித்தார். வாடகைக்கு ரிக்ஷா வாங்கி அவரால் ஜீவனத்தை நடத்த முடியவில்லை. ஏனென்றால் சம்பாதித்ததில் பாதிக்கு மேல் உரிமையாளருக்குக் கொடுக்க வேண்டியிருந்தது. சில சமயம் ரிக்ஷாவைப் பழுது செய்ய வேண்டியிருக்கும். அப்பொழுது அவருக்குப் பட்டினியாகத்தான் படுக்க வேண்டியிருந்தது. அவரைப் பழைய வாழ்க்கைக்குத் திரும்புவதைத் தடுக்க முடிவு செய்து, அவருக்கு எளிதான தவணைகளில் வங்கியிலிருந்து கடன் பெற தொழிற்சங்கம் உதவி செய்ய முடிவு செய்தது. ரிக்ஷாவின் வாடகை செலுத்துவதற்குப் பதிலாக ஒவ்வொரு மாதமும் அவர் கடனைத் திருப்பிச் செலுத்தினால் ஒரு வருடத்தில் அது இவருக்குச் சொந்தமாகி விடும். இவரும் ஒரு வசதியான வாழ்க்கை வாழ முடியும் என்றது.

ஆனால், அவரைப் பற்றிய ஆதாரக் குறிப்பு சுத்தமாக இல்லையென்றுக் கூறி கடனுக்கு வங்கி ஒப்புதல் அளிக்கவில்லை. பல முறை சிறைத் தண்டனை இவருக்கு வழங்கப்பட்டிருக்கிறது. குற்றவியல் பின்னணி கொண்டவர்களுக்குக் கடன் கொடுக்க ஒப்புதல் அளித்து வங்கியைத் திவால் நிலைக்கு ஆளாக்க முடியாதென்றது.

"நான் இப்பொழுது என்ன செய்ய வேண்டும்? முந்தைய தகாத வாழ்க்கைக்கே சென்று விடுவதா" என்று டெபு பார்வையாளர்களிடம் கேட்டார்.

மாஸ்டர் ஓம்பிரகாஷும் இதே போன்ற போராட்டத்தின் பிடியில் இருந்தார். அவருக்கு ஒரு கொலை வழக்கில் சிறைத் தண்டனை வழங்கப்பட்டிருந்தது. அவர் அதை நியாயப்படுத்திச் சரியான காரணம் கொடுக்கவில்லை. கண்டனம் செய்து தான் நிரபராதியென்று கூறவில்லை. கொலையை அவர் செய்தாரா, இல்லையா என்பதைப்பற்றிய விளக்கம் ஒன்றும் கொடுக்கவுமில்லை. சிறைக்குச் சென்ற பொழுது அவர் ஓர் அரசு பள்ளிக்கூடத்தில் ஆசிரியராக இருந்தார் என்றும் அபராதியாக

அறிவிக்கப்பட்டப் பிறகு வேலையிலிருந்து நீக்கப்பட்டாரென்று மட்டுமே கூறினார். சிறைவாசத்தின் பொழுது அவர் பல கைதிகளுக்குக் கல்வி கற்பித்து, அவர்களுக்குக் கடிதம் எழுதும் அளவுக்குத் திறனை ஏற்படுத்திக் கொடுத்தார். பல சிறை அதிகாரிகளால் பல்வேறு விருதுகள் வழங்கப்பட்டார். மன்னிப்பு அளிக்கப்பட்டு விடுதலை செய்யப்பட்ட பொழுது அவருக்கு நல்லொழுக்கச் சான்றிதழ் வழங்கப்பட்டது.

அவர் குற்றம் செய்திருந்தால் அதற்கான தண்டனை அவருக்கு ஏற்கெனவே கிடைத்து விட்டது. தண்டனை காலம் முடிந்த பின்னர் மற்ற சாதாரண குடிமகன் போல வாழ்க்கை நடத்துவதற்கு அவருக்கு உரிமை வழங்கப்பட வேண்டும் என்று அவர் கூறினார்.

அவருடைய நீண்டகால சிறைவாசத்தின் பொழுது, இந்த முனையிலிருந்து அந்த முனை வரை, சிறைக் கண்காணிப்பாளர் முதல் முதலமைச்சர் வரை பலரும் கொடுத்த நீண்ட சொற்பொழிவுகளை மாஸ்டர் கேட்டிருந்தார். சிறைச்சாலைகளின் முக்கிய உத்தேசம் கைதிகளைச் சீர்திருத்தி அவர்களை நல்ல குடிமக்கள் ஆக்குவதாகும் என்று அவர்கள் அறிவித்தார்கள். கைதிகள் தங்கள் சொந்த கால்களில் நிற்க முடிந்தால்தான் அவர்கள் நல்ல குடிமக்களாக மாற முடியும். இந்தக் குறிக்கோளை அடைய அரசு அவர்களுக்கு மதிப்புமிக்க கல்வியும், நடைமுறைத் தொழில் திறன்களையும் அளித்தது.

விடுதலையான பிறகு, மாஸ்டர் மறுவாழ்வு பெறுவதற்கு அவரது பழைய வேலையை அவருக்கு மீண்டும் கொடுக்குமாறு ஒரு மனு தாக்கல் செய்தார். அதே அரசு வழக்கறிஞர் சிறைவாசம் அனுபவித்த வர்கள் அரசு வேலைகளுக்கு உரிமையாளர்கள் அல்லவென்று இந்தக் கோரிக்கையைத் தீவிரமாக எதிர்த்தார்.

இப்பொழுது மாஸ்டருக்குப் பிழைப்புக்காகச் சம்பாதிக்க எந்த வழியும் இல்லை. அரசு அவருடைய மறுவாழ்வுக்கு ஏதாவது ஏற்பாடு செய்துள்ளதா அல்லது அவருடைய வாழ்வாதாரத்தைப் பறித்து விட்டதா என்பதுதான் அவருடைய கேள்வி.

சமிதி ஏற்பாடு செய்த கூட்டங்களில் பழைய கைதிகள் தங்கள் சோகக் கதைகளை விவரித்ததைக் கேட்ட பிபோவும் தன்னுடைய சோகத்தைப் பகிர்ந்து கொள்ள, ஒருநாள் அங்கு வந்து சேர்ந்தாள்.

பிபோ புல்லும் மலரும் எடுக்க சாஹலின் வயல்களுக்குச் சென்றாள். சாஹலின் மகன் அவள் மீது காமப் பார்வை வைத்திருந்தார். சந்தர்ப்பம் கிடைத்த பொழுதெல்லாம் அவளை முகஸ்துதி செய்ய

முயற்சித்தார். அவள் அந்த வகைப் பெண் அல்ல என்றும், அவள் திருமணம் செய்த நபருக்கு விசுவாசமாக இருப்பாள் என்றும் பிபோ அவரிடம் தெளிவாகச் சொன்னாள். இருப்பினும் அந்தப் பையன் அதைப் புரிந்துகொள்ளவில்லை. ஒருநாள் தனது வாய்ப்பைப் பயன்படுத்திக் கொண்டு அவர் அவளைப் பாலியல் ரீதியில் தொந்தரவு செய்ய முயற்சி செய்தார். ஆத்திரமடைந்த பிபோ அவரைத் தாக்கினாள். இவ்வாறு செய்யத் துணிந்ததற்காக பிபோ சிறைக்கு அனுப்பப்பட்டாள். அந்தப் பையனை அவள் அவமதித்து விட்டாள். ஆனால், அவரைப்போன்று சிறையில் நிறைந்திருந்தவர்களிடமிருந்து அவள் எப்படித் தப்பிக்க முடியும்? அவளுடன் அவளுடைய இரண்டு வயதுக் குழந்தையும் கூட வந்திருந்தாள். 'சீர்த்திருத்தகத்திலிருந்து' கிடைத்திருக்கும் இந்தப் பரிசை என்ன செய்வதென்று அவள் மக்களிடம் கேட்பாள். பின்னர் ஸ்த்ரி சபாவின் முக்கிய உறுப்பினர்களிடம், "நம்முடைய சீர்திருத்தகங்கள் இப்படி இருக்க வேண்டுமா?" என்று கேட்பாள்.

மக்கள் மீண்டும், "இல்லை, ஒருபோதும் இல்லை" என்று ஆக்ரோஷத்துடன் பதிலளிப்பார்கள்.

இறுதியில் பியாரேலால் மேடைக்கு வந்து, "இப்படி இருக்கிறது நம்முடைய நீதி அமைப்பு. இந்த அமைப்புக்கு நம்முடைய பிரச்சனைகளைத் தீர்க்கும் தகுதி இருக்கிறதா? நம்முடைய சுதந்திர போராட்ட வீரர்கள் இத்தகைய ராம ராஜ்யத்தின் கனவா கண்டார்கள்?" என்று கேட்பார்கள். இதற்கு மக்கள், "இல்லை" என்று கூறி எதிர் கேள்வி கேட்பார்கள், "அப்படியானால் எங்கள் பிரச்சனைகளுக்குத் தீர்வு எப்படிக் கிடைக்கும்?" "முழு அரசியல் அமைப்பையும் மாற்றுவதன் மூலம்" என்று பியாரேலால் பதிலளிப்பார்.

சமிதியின் இந்தக் கதைகளெல்லாம் கேட்ட மக்களின் முகம் கோபத்தில் சிவந்து போகும். அவர்கள் கைகளைத் தூக்கி கூச்சலிட்டு, அமைப்பின் முழுமையான மாற்றம் கேட்பது அவர்களுடைய உரிமையென்று முழங்குவார்கள்.

"பழைய அரசியல் அமைப்பை நம்மால் மாற்ற முடியுமா? புதியது எப்படி இருக்கும்?" இதை மக்களுக்கு விளக்க, அவர்களுக்கு முன்னால் பாபா வருவார் அல்லது சில சமயங்களில் பேசுவதற்காக குர்மீத் ஒலிப் பெருக்கியை எடுத்துக்கொள்வார்.

அத்தியாயம் 41

அன்று கௌ பூஜை பண்டிகை நாள். ஆனால், சில காரணங்களால் திருமணமாகாதிருந்த ஆண்களின் சாட்யா வளாகத்தில் கொண்டாட்டத்திற்குப் பதிலாகத் துக்கத்தின் சூழ்நிலை சூழ்ந்திருந்தது. இந்த நாளுக்காகக் கைதிகள் எப்பொழுதும் பதினொரு மாதங்கள் மற்றும் இருபத்தி ஒன்பது நாட்கள் காத்திருப்பார்கள்.

இந்த வளாகத்தின் தலைமைக் கண்காணிப்பாளர் ஹரி ஓம், ஒரு பசு உபாசகர். அவர் தினமும் காலையில் *கௌஷாலாவு*க்கு வருவார். பசுக்களின் கால்களைத் தொட்டு, தீவனம் அளித்து, கோவிலுக்குச் சென்று விட்டு அதற்குப் பிறகுதான் அலுவலகத்தில் வேலைக்கு ஆஜராவார்.

பண்டிகைக்கு ஒரு வாரம் முன்பே அவர் மிகுந்த உற்சாகத்துடன் இருப்பார். அவர் தானே வளாகத்தைச் சுத்தம் செய்வதை மேற்பார்வை யிடுவார், முடிதிருத்துபவரை அழைத்துக் கைதிகளுக்கு மொட்டையடித்து விடுவார். பண்டிதர் காலையில் வருவார்; ஒரு சடங்கு இருக்கும்; கீர்த்தனைகள் பாடப்படும்; ஹோமம் இருக்கும். பின்னர் *ஹல்வா*வும் இனிப்பு புட்டும் விநியோகப்படும். அன்று எல்லோருக்கும் வேலையிலிருந்து விலக்கு அளிக்கப்பட்டது. கைதிகளைப் பொறுத்தவரை இது ஒரு திருமணக் கொண்டாட்டம் போலிருந்தது.

இந்தத் தடவை கடைசிவரை எந்த நடவடிக்கையும் இல்லாத பொழுது, ஏதோ கவலைக்குரிய முறைக்கேடு ஏற்பட்டிருக்கிறதென்று உணர்ந்த கைதிகள், இந்த அசாதாரண அமைதியின் காரணத்தைக் கண்டறிய முயற்சி செய்தனர். மோதன் வளாகத்திற்கு வந்ததிலிருந்து ஹரி ஓம் வழக்கத்திற்கு மாறான அமைதியுடன் இருந்ததாகக் காந்தி எண்ணினார்.

சாட்யா வளாகத்திலிருந்த பெரும்பாலான கைதிகள் ஒரே மாதிரியான குற்றங்களைச் செய்திருந்தனர். சீதே நான்கு வயது குழந்தையைப் பாலியல் பலாத்காரம் செய்திருந்தான். இதே போன்று அறுபது வயது மூதாட்டியுடன் காந்தி செய்தான். டீஸே கடையில் ஒரு பத்து வயது வேலையாள் மீது பாய்ந்தான் மற்றும் ஹமீர் அலிகளின் குடியிருப்பின் மதில் மேல் ஏறியிருந்தான்.

மோதன் செய்த குற்றம் மிகவும் வெறுக்கதக்கதாக இருந்தாலும், பழக்கப்படாததல்ல. பசுக்கள் அல்லது ஆடுகளின் கன்றுகளுடன் செய்யப்பட்ட மிருகத்தனமான செயல்கள் முன்பும் செய்தித்தாள்களில்

வந்திருந்தன. மோதன் ஆடுடன் செய்த துர்ச்செயலால் ஹரி ஓம் இவ்வளவு ஆத்திரப்பட்டிருப்பார் என்பது தர்க்க ரீதியாகச் சரியாகப் படவில்லை. ஆட்டின் உரிமையாளர் இயற்கைக்கு மாறான குற்றம் செய்ததாக அவன்மேல் வழக்குப் பதிவு செய்ததும், காவல்துறையினர் அவரை நம்பி விசாரணை நடத்தியதும், இந்தச் சிறிய சம்பவத்திற்காக நீதிபதி, மோதனுக்குச் சிறைவாச தண்டனை அளித்ததும் நம்பத் தக்கதாக இருக்கவில்லை.

இதெல்லாம் ஓர் அடிப்படை அம்சத்தைக் குறித்தது. அதாவது மோதன் ஒரு புதிர். அந்தப் புதிர் தீர்க்கப்பட வேண்டியிருந்தது. உண்மையைத் தெரிந்து கொள்வதற்காக அவர்கள் அவனைச் சூழ்ந்து கொண்டனர். அவனும் உண்மையை மறைக்காமல், வெளிப்படையாகத் தன்னுடைய கதையை அவர்களிடம் கூறினான். அவன் நிக்கோ கஹரின் என்பவரின் முப்பதைந்து வயது மகன், வீட்டில் மூத்தவன். அவனுடைய தம்பி ஓர் ஆசிரியர் மற்றும் மச்சினி வட்டார வளர்ச்சி அலுவலகத்தில் குமாஸ்தாவாக இருந்தாள். சிறு வயதில் அவன் காய்ச்சலால் பாதிக்கப்பட்ட பொழுது, கிராமத்து மருத்துவரின் ஆலோசனைப்படி, அவனைக் குணப்படுத்துவதற்காக, அவனுடைய அன்னை அவனை இரவின் இருளில் ஏரியில் முக்கி எடுத்தாள். மாலைக்குள் காய்ச்சல் மோசமடைந்து, அவனது வலது கால் முடங்கி போயிற்று. அவனுடைய வயிறு வீங்கி, முதுகு வளைந்து கூம்பு போல் ஆயிற்று. அவன் ஒரு சிறுவனைவிட விலங்குபோல் அதிகம் தோன்றமளித்தான். மற்ற சிறுவர்கள் அவனை ஒட்டகம் என்று கிண்டல் செய்தனர். கொஞ்சம் கொஞ்சமாக முழு கிராமத்திலும் அவன் இந்தப் பெயரால் அறியப்பட்டான். மக்கள் அவனை மோதன் என்ற பெயரால் குறைவாகவும், ஒட்டகம் என்ற பெயரால் அதிகமாகவும் அறிந்தனர்.

மோதனின் தந்தை கிராமத்தின் பாதுகாவலராக இருந்தார். சில சமயங்களில் தினசரி ஊதிய வேலைக்கு அவர் சென்று விடுவார். ஓய்வு நேரம் கிடைத்த பொழுது சர்தார்களின் ஆடுமாடுகளுக்குத் தீவனம் கொடுக்கும் வேலையைச் செய்தார். அவனுடைய தாயார் வயல்களுக்குச் சென்று புல் வெட்டி, விறகு சேகரித்து வந்தாள். மாலையில் தீ மூட்டி தானியம் வறுத்தெடுத்தாள். திருமணம் அல்லது வேறு ஏதாவது விருந்து இருந்தால், வீடுகளில் அவள் பாத்திரங்கள் கழுவினாள். இந்த முறையில் நாட்கள் எப்படியோ கடந்துச் சென்றன.

மோதனின் தந்தை பாபு, அவனுக்குக் கல்வி கற்பிக்க விரும்பினார். மோதன் பிரம்பின் அடியிலும், இடைவிடாத கடிந்துரைப்பிலும், ஐந்தாம்

வகுப்பில் தேர்ச்சி பெற்றான். ஆறாம் வகுப்பில் வந்த பிறகு அவனால் படிப்பிலிருந்த சிறு நுணுக்கங்களைப் புரிந்து கொள்ள முடியாததால் படிப்பில் தடை ஏற்பட்டது. அது அவனுடைய தவறல்ல. காய்ச்சல் அவனுடைய உடலை மட்டும் அல்ல, மூளையையும் பாதித்து விட்டிருந்தது.

கனத்த இதயத்துடன் பாபு அவனை பள்ளியிலிருந்து அகற்றினார். ஐந்தாம் வகுப்பு தேர்ச்சி பெற்றவனுக்கு எங்கும் வேலை வாய்ப்பு கிடைக்கப் போவதில்லை. முடங்கிய காலை இழுத்துக் கொண்டு தினசரி கூலி வேலை செய்யும் நிலையிலும் அவன் இருக்கவில்லை.

பட்வாரியின் ஆலோசனைப்படி, மோதன் ஒரு பயிற்சியாளராகத் தையல்காரர் போலாவிடம் அனுப்பப்பட்டான். ஒரு வருடத்தில் அவன் பொத்தான்கள் தைக்கக் கற்றுக் கொண்டான். கடும்முயற்சிக்குப் பிறகு இரண்டு ஆண்டுகளில் அவன் துணிகள் தைக்கக் கற்றுக் கொண்டான். இங்கும் அவனுடைய மூளை அவனுக்கு உதவவில்லை. அவனால் திறமையான தையல்காரனாக ஆக முடியவில்லை.

மோதனின் இளைய தம்பி பெரியவராக வளர்ந்து விட்டார். அவர் ஆரோக்கியமாகவும், புத்திசாலியாகவும் இருந்தார். இந்தப் பையனின் மூலம் தன்னுடைய கனவுகள் நனவாவதைக் கண்ட பாபு, மோதனைப் புறக்கணித்து இவர் மேல் அதிக கவனம் செலுத்தத் தொடங்கினார். தம்பி தனது ஜே.பி.டி படிப்பை முடித்து, ஒரு வருடம் தனியார் பள்ளியில் கற்பித்தார். பின்னர் ஓர் அரசு வேலை அவருக்குக் கிடைத்தது மற்றும் அவருடைய திருமணத்திற்கான வரன்கள் வந்து குவிய ஆரம்பித்தன.

"நாங்கள் மூத்தவனுக்கு முதலில் திருமணம் செய்து விட்டு அதன் பிறகுதான் இளையவனைப்பற்றிச் சிந்திப்போம்" என்று தந்தையும் மகனும் எல்லா வரன்களையும் மறுத்து விட்டார்கள்.

சில சமயங்களில் மோதனைப் பார்க்க வந்தவர்கள் திருமண தரகரிடம், அஷ்டவக்கிர முனிவரைப் போல் உருக்குலைந்த வடிவம் கொண்ட ஒரு மனிதரிடம் தங்கள் மகளை ஒப்படைப்பதற்குப் பதிலாக அவளை ஒரு கிணற்றில் தள்ளி விடுவது நல்லதென்று பழித்து விட்டுச் சென்று விடுவார்கள்.

தம்பிக்கு வயதாகிக்கொண்டிருந்தது. "நீ தொடர்ந்து இன்னும் சில வருடங்கள் இப்படியே பிடிவாதமாய் இருந்தாயானால் நீயும் திருமணமாகாமல் இருந்து விடுவாய்" என்று மக்கள் அவரை எச்சரித்தனர்.

இறுதியில் மனதைத் திடப்படுத்திக் கொண்டு தந்தை மூத்தவனுக்கு முன்பாக இளையவனுக்குத் திருமணம் செய்து விட்டார். திருமணமாகாதது மோதனுக்கு வருத்தமாக இருந்தாலும் வீட்டில் அவர்களுடன் ஓர் இளம் பெண் இருக்கிறாள் என்ற எண்ணம் அவனுக்குச் சிறிதளவு ஆறுதலாக இருந்தது. வீட்டிலிருக்கும் ஓர் ஆண் திருமணம் செய்து கொண்டால் புதிய மணமகள் அனைவரின் தேவைகளையும் பூர்த்தி செய்வாள் என்று பெரியவர்கள் சொல்லியிருக்கிறார்கள்.

கிராமத்தின் நாட்டுப்புற கதைகளைக் கேட்டுக்கொண்டும் மற்றும் நண்பர்களின் தூண்டுதலால் மோதன் தன்னுடைய மச்சினியைப் புகழ்ந்து மகிழ்விக்க முயன்றான். ஆனால், அவனிடம் நெருங்குவதிருக்கட்டும், அவன் முன்னிலையில் தன் முக்காடை உயர்த்தக் கூட அவள் தயாராக இருக்கவில்லை.

ஒருநாள் தைரியம் அனைத்தையும் வரவழைத்துக் கொண்டு மோதன் கள்ளத்தனமாக அவளுடைய பின்புறத்தைக் கிள்ளினான். அவள் பசி கொண்ட சிங்கம் போல் வெகுண்டெழுந்தாள். அவன் அவளுடைய காலடியில் விழுந்து, காதுகளை பிடித்துக் கொண்டு மன்றாடி, எப்படியோ இந்த நிலையிலிருந்து தன்னை விடுவித்துக் கொண்டான். ஒரு பெண்மணியிடமிருந்து உதை வாங்கும் இந்த மாதிரியான நிலைமை அவனுக்கு இது முதல் தடவை அல்ல.

முதன் முறையில், அவனுடைய வாடிக்கையாளர் கெலோவின் *குர்த்தி* தைப்பதற்காக அளவெடுக்கும் சாக்கில் அவளுடைய மார்பகத்தை அமுக்கத் துணிந்தான். அவள் 'அந்த வகையான பெண்' என்றும், அவள் ஒரே நேரத்தில் பல ஆண்களுடன் காதல் விவகாரத்தில் ஈடுபட்டிருந்தாளென்றும் மோதன் கேள்விப்பட்டிருந்தான். அவள் மோதனுடனும் சிரித்துப் பேசிப் பழகினாள். அவளுடைய மார்பகத்தின் மென்மையின் இன்பத்தை அவன் உணருவதற்கு முன்பு அவனுடைய கன்னத்தில் பளாரென்று ஓர் அறை விழுந்தது.

"*கஞ்சாரா!* உன்னுடைய நாரதர் போன்ற குரங்கு முகத்தைக் கண்ணாடியில் பார்த்திருக்கிறாயா? சரசலீலையில் ஈடுபடுவதற்கான முகமா இது?" என்று கூறி கெலோ வீராப்புடன் இவனைத் தாண்டிச் சென்றது இவனை அடியோடு உலுக்கி விட்டது.

பல ஆண்டுகளுக்குப் பிறகு மீண்டும் ஓர் பெண்மணியை அணுகுவதற்கான தைரியத்தை மோதன் வரவழைத்துக்கொண்டான். மோதனின் வீட்டிற்கு எதிரில் ஒரு இராணுவரின் குடியிருப்பு இருந்தது.

இராணுவர் வேலைக்காரணமாக வெளியில் அனுப்பப்பட்டிருந்ததால், வருடத்தில் பதினொன்று மாதங்கள் அவர் அங்கு இருந்ததில்லை. அவர் விடுமுறையில் வீட்டிற்கு வரும் நேரத்தில் அவருடைய மனைவி பணிவான, கூச்சல் சுபாவம் கொண்ட நனைந்த பூனைப்போல் காணப்படுவார். அவர் இல்லாதபொழுது அவள் வீட்டின் பின்புறக் கதவைப் பல ஆண்களுக்குத் திறந்து கொடுத்தாள். அங்கு நடப்பதெல்லாம் மோதனுக்குத் தெரியுமென்று அவள் அறிந்திருந்தாள். அவள் மோசமான நடத்தையுள்ள பெண் என்ற நம்பிக்கையில் துணிவடைந்து அவன் சில சமயம் அவளைக் கிண்டல் செய்வான். அவனுடைய கேலிப் பேச்சுக்கு அவள் பதிலுக்குச் சிரிப்பாள்.

ஓர் இரவு வாய்ப்பு கிடைத்த பொழுது மோதன் அவளுடைய வீட்டிற்குள் நுழைந்தான். ஒரு கணம் கூடத் தயங்காமல், மற்ற பக்க விளைவுகளைப் பற்றிக் கவலைப்படாமல், அவனை அடிப்பதற்காகக் அவள் காலணியை எடுத்தாள். முன்பு கெலோ அவன் மீது வீசிய கொடூரமான வார்த்தைகள் அனைத்தையும் அவள் கொட்டித் தீர்த்தாள்.

அவனுடைய மைத்துனியுடன் நடந்த சம்பவத்திற்குப் பிறகு அவனுடைய உறவினரல்லாத மற்றொரு பெண்ணைக் கடைக்கண்ணால் பார்க்கக்கூட மோதன் துணியவில்லை. அவனுடைய உறவினரே இவ்வளவு மோசமாக அவமானப்படுத்திய பிறகு ஓர் அந்நியரிடமிருந்து அவன் எதை எதிர்பார்க்க முடியும்? ஒரு பெண்ணின் மென்மையை உணர அவன் விதிக்கப்படவில்லை என்று திடமாக நம்ப ஆரம்பித்து தவிர்க்க முடியாத தன்னுடைய விதியை நொந்து நிலையை அவன் ஏற்றுக் கொண்டான்.

அவனுடைய சகோதரரும், மச்சினியும் வேலைக்குக் கிளம்பி விடுவார்கள். அவனை வீட்டில் ஆடைகள் தைக்க விட்டுவிடுவார்கள். மற்ற நாட்களைப் போலவே அந்தத் துர்திருஷ்ட நாளன்றும் அவன் தாழ்வாரத்தில் உட்கார்ந்து தைத்துக் கொண்டிருந்தான். பெரிய அறையின் வாயில்புறத்தில் இருந்த ஓர் ஆண் குருவியும் ஒரு பெண் குருவியும் அவனுடைய கவனத்தைக் கவர்ந்தன. அவை இரண்டும் காதல் லீலையில் ஈடுப்பட்டிருந்தன. ஆண் பல முறை பெண்ணின் மேல் ஏறியது. பெண் தன்னுடைய சிறகுகளைப் படபடத்து ஆணைத் திரும்பத் திரும்ப அதற்கே உரிய ‘சிடா சிடா’ என்று கூக்குரலிட்டு அழைத்தது. சில கணம் இளைப்பாறிய பிறகு ஆண் மீண்டும் பெண்ணின் மேல் ஏறியது. மோதனின் கை தையல் இயந்திரத்தின் கைப்பிடியிலிருந்து தளர்ந்தது. அவனுடைய முழு உடம்பும் எழுச்சியுற்றது. அவனுடைய நரம்புகளில்

ரத்தம் வேகமாகப் பாய்வது போல் இருந்தது. அவனுடைய மனம் காமத்தால் நிறைந்தது. ஓர் ஆண் குருவியாக மாறி அவன் பெண்ணின் மேல் ஏற விரும்பினான். இத்தகைய உணர்வை அவன் இதற்கு முன்பும் பல முறை உணர்ந்திருக்கிறான். சந்துகளில் இனச்சேர்க்கையில் ஈடுபட்டிருக்கும் நாய்களையும், விலங்கு மருத்துவச்சாலையில் புதிதாகப் பாலூட்டும் பசுக்களையும், எருமைகளையும் பார்த்துவிட்டால் அவனுக்கு வீட்டிற்கு ஓட வேண்டியிருந்தது. சில சமயங்களில் அவன் குளியலறைக்குச் செல்வான் அல்லது இன்பம் பெறுவதற்கு ஒரு பெண் நாயை அல்லது ஆட்டைத் தழுவிக்கொள்வான். பல தடவை ஆடு அவனை முட்டி விடும் அல்லது பெண் நாய் கடித்து விடும். ஆனால், அந்தச் செயலால் அவனுக்கு மனோரீதியிலும், உடல்ரீதியிலும் கிடைத்த திருப்தி, அந்தக் காயங்களைத் துல்லியமாக்கியது. முன்பு வீட்டில் ஒரு பசு இருந்தது. அவனுடைய தாயார் இறந்த பிறகு அதுவும் போய் விட்டது.

மோதன் வெளியில் சென்று சந்தில் கண்ணோட்டம் விட்டான். ஓர் ஆடு பக்கத்து வீட்டுச் சுவரில் அதன் முதுகைத் தேய்த்துக் கொண்டிருந்தது. மோதன் ஆட்டை வருடிக் கொடுத்து, அதை உள்ளே வரத் தூண்டினான். சந்தில் காலடிச் சத்தமும், அவனுடைய வீட்டிற்கு வெளியில் கிசுகிசுப்பது போல் சலசலப்பான ஒலியும் கேட்பது போல அவனுக்குத் தோன்றியது. ஆட்டைக் கட்டுப்படுத்துவது கடினமாக இருந்ததால், வெளியில் என்ன நடக்கிறதென்று பார்ப்பதற்கு அவனிடம் நேரம் இருக்கவில்லை. காமத்தால் ஆக்கிரமிக்கப்பட்டிருந்த அவனுடைய மனம், அவன் ஈடுபட்டிருந்த செயலைத் தவிர மற்றவையெல்லாம் மங்கலாக்கி, தெளிவற்றதாக்கி விட்டது. அவனால் வேறு எதையும் யோசிக்க முடியவில்லை. அவனுடைய அக்கம்பக்கத்தினர் அவனுடைய முற்றத்தில் பாய்ந்து வந்த பொழுதுதான் அவனுக்கு நிலைமையின் தீவிரம் தெரிந்தது. மோதனுக்கு அவனுடைய உள்ளாடைகளைப் போட்டுக் கொள்வதற்குக் கூட வாய்ப்பு கிட்டவில்லை. முதலில் முற்றத்தில் காலணிகளால் அவன் தாக்கப்பட்டான், பின்னர் பஞ்சாயத்துக்கு முன்பு இழுத்துச் செல்லப்பட்டுப் பயங்கரமாகக் கேவலப்படுத்தப்பட்டான். இதைத் தொடர்ந்து காவல்துறையினரும் அவனை அடித்துப் புடைத்து விட்டனர்.

இரண்டு நாட்களுக்குப் பிறகு கிராமவாசிகளின் கோபம் குறையத் தொடங்கியது. மோதனை அவனுடையச் செயலுக்கு வருத்தம் தெரிவிக்கும் வகையில் மூக்கைத் தரையில் தேய்க்கச் சொல்லி, அக்கம்பக்கத்தினர் அவனை மன்னித்தனர். பஞ்சாயத்து ஐநூறு ரூபாய் அபராதம் விதித்தது, அவனுடைய பழக்கவழக்கங்களைச் சரி செய்து கொள்ள மற்றொரு வாய்ப்பைக் கொடுத்தது. காவல்துறையினர் என்ன

அபராதம் விதிக்க வேண்டும்? இதைப்பற்றி அவர்கள் சிந்தித்துக்கொண்டிருக்கும் பொழுது, செய்தித்தாள்களில் விஷயம் பிரசுரிக்கப்பட்டது. சம்பவத்தைப் படித்த விலங்கு நல சங்கத்தினர், கடுமையான தண்டனை கொடுக்கப்பட வேண்டுமென்று வற்புறுத்த ஆரம்பித்தனர். அவர்கள் கிராமத்திற்கு வந்து மோதனின் வீட்டுக்கு வெளியில் ஆர்ப்பாட்டங்கள் நடத்தினர். ஊர்வழியாக ஊர்வலம் நடத்தி, காவல்துறை தலைவரிடம் ஒரு கோரிக்கை கடிதத்தைக் கொடுத்தனர். வழக்குத் தாக்கல் செய்யப்பட்டு, விசாரணைக்குப் பிறகு அவனுக்குத் தண்டனை அளிக்கப்பட்டது. இவனுடைய கதையைக் கேட்டுக்கொண்டிருந்த கைதிகளும் தனிமையில் வாடிய திருமணமாகாத ஆண்கள். இத்தகைய விஷயங்களில் இவனைவிட அதிக அனுபவம் வாய்ந்தவர்கள். கதை ஒட்டு மொத்தத்தில் பொருந்தவில்லை, மோதன் எதையோ மறைக்கிறான் என்று அவர்களுக்குத் தோன்றியது. அவர்கள் நினைத்தது சரிதான்.

மோதன் இந்தச் செயலை ஓர் ஆட்டுடன் அல்ல ஒரு பசுவின் கன்றுடன் செய்திருந்தான். இந்தப் புனித போருக்காக சிவசேனா ஆயுதங்களுடன் தயாராகி விட்டது. பொது மக்களின் மத உணர்வுகள் புண்படாமல் இருப்பதற்காக நீதிபதி, மோதனுக்குத் தண்டனை விதித்தார். மோதன் பொய்யைத் தானாக வலிய வந்து சொல்லவில்லை. நுழைவாயிலில் இருந்த முதிய கண்காணிப்பாளரும், சக்கரிலிருந்த முன்ஷியும் அவனுடைய கதையில் சில மாற்றங்கள் செய்யுமாறு அறிவுறுத்தினார்கள்.

“நீ திரும்பவும் *சாட்யா* வளாகத்திற்கு அனுப்பப்படுவாய். அந்த வளாகத்தின் தலைமைக் கண்காணிப்பாளர், ஓம் பிரகாஷ் ஒரு நல்ல மனிதர். ஆனால், பசு உபாசகர். அவர் உன்னை மிகக் கொடூரமாக நடத்தக்கூடும். அவர் உன்னைக் கடிந்து கொண்டாலும் அமைதியாக இருந்துக்கொள். அவர் உன்னை அடித்தால் சகித்துக் கொள். அவருடைய கோபம் கொஞ்சம் கொஞ்சமாகத் தணிந்து விடும்” என்றார்கள். ஆனால், சிவசேனாக்காரர்கள் இவனை மரணம்வரை துரத்தும் நோக்கம் கொண்டிருந்தார்கள் போல் தோன்றியது. ஹரி ஓமுக்கு மாடுகளின் மீது இருந்த பாசத்தால் அவர்கள் அவருடன் தொடர்பு கொண்டிருந்தனர். “சட்டம் மோதனைக் கண்டிப்புடன் கையாளவில்லை. உண்மையில் அது அவனுக்கு மிகுந்த சலுகை அளித்திருக்கிறது. மூன்று ஆண்டுகள் சிறைத் தண்டனை ஒரு தண்டனையா என்ன? இத்தகைய பாவிகளைத் தூக்கிலிடவேண்டும். சிறையில் அவனுடைய வாழ்க்கை கொடிய நரகத்தில் இருப்பது போல் செய்யுங்கள், இதற்குப் பிறகு யாரும்

இத்தகைய செயலை இனிச் செய்யத் துணியக்கூடாது” என்று அவர்கள் தலைமை கண்காணிப்பாளரை அறிவுறுத்தினார்கள்.

இந்த வழிமுறைகளை அப்படியே பின்பற்ற ஹரி ஓம் முடிவு செய்து கொண்டார். எப்படியிருந்தாலும் மோதன் *சாட்யா* களத்திற்கு அனுப்பப்படுவதாக இருந்தான். கண்காளிப்பாளரின் பயத்தினால் மோதன் தன்னை மற்றொரு வளாகத்தில் மாற்றிக் கொண்டு விடாமலிருப்பதை உறுதி செய்வதற்கு ஹரி ஓம் நேராக, தனிப்பட்ட முறையில் சக்கருக்குச் சென்றார். மோதனைச் சந்திப்பதற்கு முன்பு ஹரி ஓமின் மனநிலை கோபத்தின் உச்சக்கட்டத்தில் இருந்தது. மோதனைக் கரிய நிறம் கொண்ட, வலிமையான கட்டுமஸ்தான உடலமைப்புக் கொண்டவனாகக் கற்பனை செய்து கொண்ட அவர், அவனைக் காலையில் ‘வரவேற்பதற்கு’ தன்னுடைய பிரம்பை எண்ணெயிட்டுத் தயார் செய்து வைத்திருந்தார். *சக்கரில்* அந்தப் பாவியின் ஆடைகளை அகற்றி, எலும்பை உடைத்து, கதறி அலற, அவனை வளாகத்திற்குள் இழுத்துச் செல்லத் திட்டமிட்டிருந்தார். கேட்கப்பட்டால், எல்லோருக்கும் அவனுடைய குற்றத்தைப் பற்றிச் சொல்ல நினைத்திருந்தார்.

எனினும், விதியின் சந்ததியான மோதனின் முறுக்கப்பட்ட, உலர்ந்த உடலின் காட்சி அவருடைய பாதி கோபத்தை மறைத்து விட்டது. மோதன் இவ்வாறு பாதிக்கப்பட்டிருந்த போதிலும், அவன் செய்த பாவம் மன்னிக்கப்படக்கூடிய ஒன்றல்ல.

மோதனை *சக்கரிலிருந்து* வெளியில் கொண்டு வந்த ஹரி ஓம் அவனை நிர்வாணமாக்கி உடலை நன்றாகப் பரிசீலினை செய்தார். பிரம்பால் தாக்குவதற்கு ஓர் இடத்தைக்கூட அவரால் தேர்ந்தெடுக்க முடியவில்லை.

எரிச்சலடைந்த ஹரி ஓம் மோதனின் கன்னத்தில் நான்கைந்து முறை ஓங்கி அறைந்தார். தரையில் விழுந்த அவனுடைய தலைப் பாகையைக் காலால் மிதித்தார். தலைப்பாகையின் கீழ் மோதனுக்கு நீண்ட தலைமுடியிருக்கும், அதனைப் பிடித்து மோதனை வளாகத்திற்குள் இழுத்துச் செல்லலாம் என்று அவர் எண்ணியிருந்தார். ஆனால், அவருக்கு அவன் தலையில் வெட்டப்பட்ட முடிதான் தெரிந்தது. அவனுடைய குட்டை முடியையும், தாடியையும் பிடித்திழுத்து உதைத்தார். அவர் கைவசம் கறுப்பு நிறம் இருக்கவில்லை, இருந்திருந்தால் அவனுடைய முகத்தில் நிச்சயமாகக் கறுப்பு பூசியிருப்பார். மோதன் அடியைப் பேசாமல் தாங்கிக் கொண்டிருந்தான். அவனும் பசுமாட்டைத்

தன் தாயாகக் கருதினான். அன்றைய தினம் அவனை எந்தப் பேய் பிடித்துக் கொண்டதென்று யாருக்குத் தெரியும்? அவன் பாவம் செய்து விட்டான். அதற்கான எந்தத் தண்டனை அவனுக்கு விதிக்கப்பட்டாலும் அது போதுமானதாக இருக்காது.

மோதன் தாக்கப்படுவதைப் பார்த்து, சக்கர் *முன்ஷியும்*, கண்காளிப்பாளரும் அவர்களிடம் ஓடி வந்தனர். ஹரி ஓம் எளிதில் கோபத்திற்கு ஆளாகக்கூடியவர் அல்ல. அவருக்கு இந்த அளவு கோபம் உண்டாவதற்கு மோதன் என்னதான் செய்தான் என்று அவர்களுக்குப் புரியவில்லை.

“இந்தப் பாவிப்பயல், நமது தாய்- பசுவை, பலாத்காரம் செய்துள்ளான், நான் இவனைக் கொன்று விடுவேன்” பலத்த பெருமூச்சுக்கிடையே அவருடைய நடத்தைக்கான காரணத்தை ஹரி ஓம் விளக்கினார். *முன்ஷி* ஓடிச் சென்று அவருக்குக் குடிக்கச் சிறிது தண்ணீர் கொண்டு வந்தார். அதற்குப் பிறகுதான் ஹரி ஓமின் சுவாசம் சீராகத் தொடங்கியது.

“நீங்கள் என்னுடைய நற்பெயரைப் பாதுகாக்க வெண்டும். இந்தப் பாவி செய்துள்ள அக்கிரமத்தை வேறு யாரிடமும் சொல்ல முடியாது. இவன் இந்த மிருகத்தனமான செயலை ஒரு ஆட்டுடன் செய்தான் என்று மட்டுமே வெளிப்படுத்த வேண்டும்” என்றார் ஹரி ஓம். சக்கர் ஊழியர்களும் மோதனைப் பேசாமல் அமைதி காக்குமாறு கட்டளையிட்டனர். அவன் ஏற்கெனவே மிகவும் திகிலடைந்திருந்தான். அவன் சிறைக்கு அனுப்பப்பட்டுவிட்டான் என்பதைச் சிவசேனா உறுப்பினர்கள் உறுதி செய்து கொண்டனர். அவர்களைப் போல் யாராவது ஒருவர் சிறையில் இருந்திருந்தால் அவன் நிச்சயமாக நரகத்திற்கு அனுப்பப்பட்டிருப்பான். அவன் மௌனமாக இருப்பதாகச் சத்தியம் செய்தான். தன் கதையைச் சக கைதிகளுக்கு விவரிக்கும் பொழுது அதில் சில திருத்தங்கள் செய்து தன் வாக்குறுதியைக் காப்பாற்றினான். மோதனைப் போல் ஒரு மகா பாவியை வளாகத்தில் வைத்துக் கொண்டு கௌ பூஜை செய்வது சாத்தியமில்லை. அதனால்தான் விழாவை அந்த ஆண்டு நடத்த வேண்டாமென்று ஹரி ஓம் முடிவு செய்திருந்தார்.

கைதிகளுக்குச் சந்தேகத்திற்கு இடமின்றி முந்தின இரவன்று *முன்ஷி* அறிவித்து விட்டார், “மற்ற சாதாரண நாட்களைப் போல நாளையும் எல்லாச் சிறை நடவடிக்கைகளும் நடைபெறும்.” இந்த அறிவிப்பு வந்தவுடன் கைதிகளின் முகம் தொங்கிப் போயிற்று.

கொண்டாட்டம் காரணமின்றி ரத்துச் செய்யப்படவில்லை, ஏதோ பேரழிவு ஏற்படப் போகிறதென்று உணர்ந்து கவலை பட்டனர். இரவு முழுவதும் தங்களுக்குள் கிசுகிசுத்துக் கொண்டிருந்த அவர்கள், பொழுது விடிந்தவுடன் படபடக்கும் இதயத்துடன் சுற்றி உட்கார்ந்து கொண்டனர்.

ஒவ்வொரு ஆண்டும் பூஜை நாளன்று ஹரி ஓம் விடியற் காலையில் வளாகத்திற்கு வருவார். அவர் நெற்றியில் ஒரு பெரிய திலகம் இருக்கும் மற்றும் அவருடைய முகம் புனிதமான பிரகாசத்தில் மூழ்கியிருக்கும். ஆனால், அன்றைய தினம் அவர் மதியம் வளாகம் மூடப்படும் பொழுதுதான் வந்தார். அவருடைய முகம் முழுவதும் கோபம் படர்ந்திருந்தது மற்றும் கண்கள் சிவந்திருந்தன.

அவர் நேராக வளாகத்திற்குச் சென்று, ஓய்வெடுத்துக் கொண்டிருந்த மோதனின் மேல் கழுகு போல் பாய்ந்தார். அவனுடைய தலைமுடியைப் பிடித்து முற்றத்திற்கு இழுத்துச் சென்றார் மற்றும் அவனுடைய குர்தாவை ஒரே வீச்சில் கிழித்து, அரைக்கால் சட்டையையும் அகற்றினார். ஆடையில்லாத மோதன் நடுங்க ஆரம்பித்தான். அவனுடைய தவறென்ன என்பதைக் கேட்கக்கூட அவனுக்குத் துணிவிருக்கவில்லை. பயந்து அடங்கிப்போன மற்ற கைதிகள், கண்ணில் படாமல் இருப்பதற்காகப் பதுங்க முயற்சி செய்தார்கள். “அனைவரும் வெளியில் வாருங்கள்! அவன் என்ன குற்றம் செய்தான் என்பதைக் கேளுங்கள். பின்னர் அவனுடைய பாவத்திற்கான தண்டனையைப் பாருங்கள்.” ஹரி ஓமின் அறிக்கைக்குப் பிறகு கைதிகளுக்கு வெளியில் வர வேண்டியக் கட்டாயம் ஏற்பட்டது. கட்டளையால் கட்டுண்டது போல் அவர்கள், உள்ளங்கை அழுந்த, தாழ்ந்து பணிந்து கைகூப்பி, சுற்றிலும் வந்து நின்றனர். “இந்த வில்லன், முறை தவறிப் பிறந்தவன், என் அன்பான மாட்டுத்தாயை அவமதித்து விட்டான். அவன் நரகத்தில் இருப்பதற்குத்தான் ஏற்றவன். சிறைவாசம் இந்தக் குற்றத்திற்கு உகந்த தண்டனை அல்ல. அவனுடைய பாவத்திற்கான தண்டனை இது!”

கூறியவாறு ஹரி ஓம் மோதனைத் தரையில் தள்ளிப்போட்டு, திருப்பினார். பிறகு தன் கையிலிருந்த குச்சியை இரண்டு கைகளாலும், மிகுந்த பலம் கொண்டு மோதனின் மலக்குடலில் செலுத்தினார். மோதன் மூச்சுத்திணறி மீனைப்போல் படபடத்தான். அவனுடைய கதறல் வாயு மண்டலத்தைக் கிழித்துக்கொண்டு எதிரொலித்தது. ஆனால், அவனுக்கு உதவுவதற்கு யாரும் முன்வரவில்லை. அவன் கொஞ்சம் கொஞ்சமாகத் தளர்வுற்று மௌனமானான். இரத்தத்தால் தரை போர்த்தப்பட்டது. ஹரி ஓமின் கண்களின் சிவப்பு குறையத்தொடங்கியது மற்றும் அவருடைய

இதயத் துடிப்பும் இயல்பான நிலைமைக்குத் திரும்பியது. அவருடைய மனம் இப்பொழுது அமைதியடைந்திருந்தது. ஒரு வெற்றி வீரனைப்போல் அவர் மற்ற கைதிகளைச் சுற்றிப் பார்த்தார். எல்லோரும் தலை குனிந்து நின்று கொண்டிருந்தார்கள். அவர் மேலும் நிம்மதியடைந்தார்.

முதல் நாளிலிருந்தே ஹரி ஓம் மோதன் மீது கோபமாக இருந்தார். அவனுடைய கழுத்தை நெரிக்க விரும்பினார். அவனுடைய உடலை நடுவிலிருந்து கீழ்வரை கிழித்துப்போட விரும்பினார். பசுமாட்டை அவமதிக்கத் துணிந்தவனுடைய ஆண் உறுப்பைத் துண்டிக்க விரும்பினார். அவனைத் தண்டிக்க வேண்டுமென்ற அவருடைய விருப்பம் இன்று நிறைவேறியது. விரும்பியதைச் செய்த பிறகு, அவர் மோதனின் ஆசனவாயிலிருந்து குச்சியை அகற்றி, ஒரு கைக்குட்டையால் அதை சுத்தம் செய்து விட்டு, தனது ஆடைகளின் தூசியைத் தட்டிவிட்டுக் கொண்டு வளாகத்திலிருந்து வெளியேறினார்.

அத்தியாயம் 42

ஒரு வாரமாகச் சிறைச்சாலை முழுவதிலும் ஒரு துண்டு செய்தி தான் பரபரப்பாகப் பரவிக் கொண்டிருந்தது. 'பெண்கள் பிரிவிலிருக்கும் மிக அழகான கைதி ஹேமா, கர்ப்பமாக இருக்கிறாள்' பிறக்காத இந்தக் குழந்தையின் தந்தை யார்? பதிலை ஊகிப்பது கடினமாக இருக்கவில்லை. உதவி *தரோகா* சந்தோக் சிங், அரசாங்கத்தின் வீரியமான காளையென்று புனைப்பெயர் சூட்டப்பட்டிருந்தார். பெண்களின் பிரிவுக்குள் ஆண்களின் நுழைவு முற்றிலும் தடை செய்யப்பட்டிருந்தது. பிரத்தியேக சூழ்நிலையில் ஆண்களில் யாருக்காவது அங்கு போக வேண்டியிருந்தால் அவர்களுக்கு, அனுமதி பெறுவதற்கு டஜன் கணக்கில் விண்ணப்பங்கள் கொடுக்க வெண்டியிருந்தது. மற்றும் ஏராளமான காகிதங்களில் கையொப்பம் தேவைப்பட்டது.

எனினும், சந்தோக் சிங்கைப் பொருத்தவரை, அந்தப் பிரிவுக்குள் செல்வதற்கு, அவர் ஏதோ தடையில்லாச் சுதந்திர நுழைவுச் சீட்டு பெற்றிந்தார் போலிருந்தது. உல்லாச கனைப்பு கனைத்துக் கொண்டே அவர், இரவு அல்லது பகல் எந்த நேரத்திலும் அங்கு சென்றார். பதினைந்து நாட்களுக்கொருமுறை அவர் இன்னின்னவர்களை வசீகரித்ததாக அறிவிப்பார். அடுத்தது இன்னாருடைய முறையென்றும் கூறுவார்.

ஓரிரு மாதங்களுக்குப் பிறகு அவர் மீண்டும் அறிவிப்பார், "நான் ஒரு *ஜட்ரானியைக்* காப்பமாக்கியுள்ளேன்." சில சமயங்களில் ஒரு பனியாயின், மற்ற சமயங்களில் ஒரு *கத்ரானியின்* பெயரைச் சொல்வார். இவருடைய தற்பெருமை பேச்சுக்களில் பத்துச் சதவீதத்தை நம்பினாலும் கூட, இவர் நூற்றுக்கணக்கான குழந்தைகளைப் பெற்றெடுத்திருப்பார் போலிருந்தது.

அவர் உண்மையைச் சொல்கிறாரா அல்லது புளுகுகிறரா என்பதைப் பற்றிக் கைதிகளுக்கு அக்கறையில்லை. அவர்களுக்கு ஆர்வம் இருந்ததெல்லாம், சிறையில் கிடைக்க முடியாதென்று அவர்கள் நினைத்திருந்த நடவடிக்கைகளைப்பற்றிய சிலிர்ப்பூட்டும் விளக்கங்களில் தான். சந்தோக் *சிங்* உயரமான, வலிமையான உடற்கட்டுக் கொண்ட மனிதர். இந்த உடல் அம்சங்களின் அடிப்படையில், பத்தாம் வகுப்பு முடித்த பிறகு அவர் சிறையில் கண்காணிப்பாளராக நியமிக்கப்பட்டார்.

அவர் சிறு வயதிலிருந்தே படிப்பில் ஆர்வமுள்ளவராக இருந்தார். எனவே, வேலை செய்து கொண்டே அவர் கல்வியையும் தொடர்ந்தார்.

இளங்கலைப் பட்டம் பெற்றவுடன் அவர் தலைமைக் கண்காணிப்பாளர் ஆனார். உதவி தரோகாவாக மாறுவதற்கு இளங்கலைப் பட்டம் பெறுவது முக்கியமான தேவையாக இருந்தது. இந்த நிபந்தனையின் காரணமாகத் தலித்களுக்காக ஒதுக்கப்பட்டிருந்த பல பதவிகள் காலியாக இருந்தன. சந்தோக் *சிங்* அனைத்து நிபந்தனைகளையும் பூர்த்தி செய்யத் தகுதி பெற்ற முதல் தலித் கண்காணிப்பாளர் ஆனார். மூன்று ஆண்டுகளுக்குப் பிறகு அவர் உதவி தரோகா ஆனார். விரைவில் துணை அலுவலர் பதவிக்கு உயர்த்தப்படவிருந்தார். ஓய்வு பெறுவதற்கு முன்பு அவர் நிச்சயமாகக் கண்காணிப்பாளராக ஆவார் என்று மக்கள் நினைத்தனர். ஒவ்வொரு துறையிலும் சந்தோக் *சிங்* இணையற்ற முன்னேற்றம் கண்டிருந்தார். அவருடைய ஆடை அணிகலன்களின் பாணியும், பேச்சும் அவர் ஒரு சமயத்தில் சிறுவனாக இருந்த பொழுது, தன் தாயாருடன் புல் சேகரிக்க வயலுக்குச் சென்றவர் என்று ஒருபோதும் கூற முடியாது.

அவர் தனது கடந்த காலத்தைப் பின்னால் விட்டு மறந்து விட்டார். ஆனால், ஒரு விஷயம் விடாப்பிடியாக அவரைப் பிடித்துக் கொண்டிருந்தது. அவருடைய தாயாரின் இளமைப் பருவத்தில், ஹவேலிகளில் தொடர்ந்து அவள் பாலியல் பலாத்காரம் செய்யப்பட்டாள். பின்னர், அவருடைய சகோதரிக்கும் வயல்களில் அதே கதி ஏற்பட்டது. அவர் வளர்ந்து பெரியவரான பிறகு, சேட்கள் மற்றும் ஜமீன்தார்களின் இன்பத்திற்காகப் பயன்படுத்தப்பட்ட பொருள்களாக, தலித் பெண்கள் இருந்தார்கள் என்றும் அவர்கள் விரும்பிய பொழுது இவர்களை அனுபவித்தார்கள் என்றும் உணர்ந்தார்.

பழி வாங்கும் நெருப்பு அவருடைய இதயத்தில் தொடர்ந்து எரிந்து கொண்டே இருந்தது. பெண்களின் பிரிவுக்கு அவர் சென்றது அவருடைய காமத்தைத் திருப்தி செய்வதற்காக அல்ல, அந்த நெருப்பைத் தணிப்பதற்காக. உயர்சாதி பெண்களை மாசுபடுத்துவதன் மூலம் தனது முன்னோர்களின் ஆத்மாவுக்குச் சாந்தி கொடுப்பதாக அவர் எண்ணினார். வரலாற்றுத் தாளில் ஹேமாவின் பெயர் ஹேமாமாலினியாகப் பதிவு செய்யப் பட்டிருந்தது. மற்றபடி அவள் ஹேமா சர்மா என்று அழைக்கப் பட்டாள். இதுவரை சந்தோக் மற்ற ஒவ்வொரு சாதியினரின் ஆணவத்தையும் சிதைத்து விட்டார்; ஒரு பண்டிதரின் மரியாதையைக் கெடுப்பது மாத்திரம் இன்னும் எஞ்சியிருந்தது. ஹேமா போன்ற பண்டிதாயின், சிறிது சிரமத்திற்குப் பிறகு அவருடைய பிடிக்குள் எட்டும் தூரத்திற்கு வந்திருந்தாள். இந்த மீனை வலையில் சிக்க வைக்க அவர் பொறுமையற்றுக் காத்திருந்தார்.

மாயா நகரில் ஒரு விபச்சார விடுதியை நடத்திய குற்றத்திற்காக ஹேமா சர்மாவுக்கு ஐந்து ஆண்டுகள் சிறைத் தண்டனை விதிக்கப் பட்டிருந்தது. அவளுடைய மேன்முறையீடு நீதிமன்றத்தில் ஒன்றரை ஆண்டுகளாகத் தாமதமாகிக் கொண்டிருந்தது. விசாரணை நடைபெற்றவுடன் அவள் விடுவிக்கப்படுவது நிச்சயம். கீழ்நீதிமன்றத்தில் அவளுக்கு எதிராக சாட்சியளிக்க ஒருவரைக் கூட ஹேமா அனுமதிக்க வில்லை. எல்லோரும் முதலில் கொடுத்திருந்த வாக்குமூலங்களைத் திரும்பப்பெறச் செய்தாள். ஆனால், நீதிபதியின் நாற்காலியில் அமர்ந்திருந்த மனிதர் தன்னை தர்ம ராஜனின் மகனென்று எண்ணிக்கொண்டு, ஒவ்வொரு விசாரணையின் பொழுதும் ஹேமாவுக்கு உபதேசம் செய்தார். அவருடைய உபதேசத்தை ஒரு காதால் வாங்கிக் கொண்டு மற்றொரு காதால் எடுத்து விடுவாள், ஹேமா. அவளும் தன்னுடைய சொந்த கடமைகளைப்பற்றி ஒரு நீண்ட உரை வழங்கியிருக்கலாம். ஆனால், அமைதியாக இருப்பது நல்லதென்று நினைத்தாள். ஓர் எருமைக்கு எதிரில் குழல் ஊதி என்ன பயன்? அவரது பிரசங்கம் ஹேமாவின் மேல் ஒரு பலனையும் ஏற்படுத்தவில்லையென்று உணர்ந்த நீதிபதி எரிச்சலடைந்தார். சட்ட ரீதியாக அவளைக் குற்றவாளியென்று அறிவிக்க முடியாவிட்டால் பரவாயில்லை. ஆனால், நீதிபதியின் கண்களும் காதுகளும் விரிந்து திறந்திருந்தன. அவள் இளம் பெண்களைக் கவர்ந்திழுத்து, தகாத காரியங்கள் செய்யத் தூண்டினாள் என்று மாயா நகரம் முழுவதும் அறிந்திருந்தது. அறநெறி நியதியின்படி அவள் தண்டனைக்குப் பாத்திரமானவள் மற்றும் பல்வேறு ஆதாரங்களிலிருந்து தகவல்கள் சேகரித்த பிறகு நீதிபதி அவளுக்கு ஐந்து ஆண்டுகள் சிறைத் தண்டனை விதித்தார். இதிலிருந்து விடுபடுவது அவளுக்குக் கடினமாக இருக்கும். இந்தத் தண்டனை போதுமானது.

ஹேமாவுக்கு நிச்சயமாகக் கடினமான நேரமாக இருந்தது. அவளுடைய முழு வியாபாரமும் அழிந்து போயிற்று. அவளுடைய பெண்களை மற்றவர்கள் ஆசைக்காட்டி அவர்களுடைய சுய லாபத்திற்காக வேலை செய்ய வைத்தார்கள். ஹேமாவுக்கு இன்னும் ஒரு வருடம் சிறையில் இருக்கவேண்டியிருந்தால், விடுவிக்கப்பட்டபின் அவளுக்குப் பிச்சையெடுக்கும் குவளையை வைத்துக் கொண்டு ஒரு கோவில் அல்லது மசூதியின் வாசலில் உட்கார வேண்டியிருக்கும். சந்தோக் சிங் செல்வாக்கு மிக்க மனிதர் என்று சக கைதிகள் அவளுக்கு விளக்கினார்கள். அவருடைய அத்தையின் மகன் உயர் நீதிமன்றத்தில் வழக்கறிஞராக இருந்தார். புதிய வழக்குகளை எடுத்துக் கொள்வதற்காக அவர் ஒவ்வொரு வாரமும் சிறைக்கு வந்தார். சந்தோக் அவருடைய

சகோதரருக்கு உதவினார். யாராயினும் அவரைத் தங்கள் வழக்கறிஞராகப் பணியமர்த்திக் கொண்டால், அவர் அவர்களைப் பத்திரமாகக் கரை சேர்த்து விடுவார் என்று அறிந்திருந்தார்கள்.

ஹேமா நாற்பது வயதைத் தாண்டி விட்டாள். அவளுடைய தோல் தொய்ய ஆரம்பித்திருந்தது. அவளுடைய கூந்தலில் வெள்ளி நிறம் ஆங்காங்கு பளிச்சிட்டன. ஆனால், ஹேமா தன்னை எப்படி அலங்கரித்துக் கொள்வதென்பதை அறிந்திருந்தாள். தனது வயதை மறைக்கும் கலையைப் பெற்றிருந்தாள். அவள் இந்தத் திறமையை இப்பொழுது முழுமையாகப் பயன்படுத்திக்கொண்டாள். *தரோகாவை* ஈர்ப்பது அவளுக்கு ஒரு குழந்தை விளையாட்டுப் போன்றது. நெருப்பைச் சந்திக்க நெய் ஓடி வந்தது!

வழக்கறிஞருடன் கலந்தாலோசிக்கும் சாக்கில், உதவி *தரோகா* ஒவ்வொரு வாரமும் ஹேமாவைத் தன்னுடைய அலுவலகத்திற்குக் கூப்பிட்டு, அவளைத் தன் குடியிருப்புக்கு அழைத்துச் செல்வார்.

ஹேமா தனது தொழிலில் அனுபவம் மிகுந்தவள். அவளுடைய ஒரு பெண்ணைக்கூட அவள் கர்ப்பமாக அனுமதித்ததில்லை.

அந்தப் பொறியில் அவள் தானே எப்படி விழுந்தாள் என்று கடவுளுக்குத்தான் தெரியும். நான்கு மாதங்கள் வரை யாருக்கும் இதைப் பற்றி அறிகுறி கிடைக்கக்கூட அவள் விடவில்லை. என்ன நடவடிக்கை எடுக்கப்பட வேண்டுமென்ற குழப்பத்தில் அவள் இருந்தாள். குழந்தையைப் பெற்றெடுக்க வேண்டுமென்று சில சமயங்களில் அவளுக்குத் தோன்றியது. அவளுடைய தொழிலைப் பாதிக்கும் என்பதால் ஒரு தசாப்தத்திற்கு மேலாகத் தன்னைக் கர்ப்பமாக அவள் விடவில்லை. பிறகு இயற்கை அவளிடம் அதிருப்தி அடைந்தது. அடுத்த பத்து வருடங்களில், முயற்சி செய்த போதும் அவளால் கர்ப்பம் தரிக்கமுடிய வில்லை. கடவுள் இப்பொழுது அவள் மீது கருணை காட்டியிருந்ததால், அவள் அதை மகிழ்ச்சியுடன் பெற்றுக் கொள்ள வேண்டும்.

சிறைவாசத்தின் இந்தச் சமயம்தான் குழந்தையைப் பெற்றுக் கொள்வதற்கு அவளுக்குச் சரியான நேரம். வெளியில் யாருக்கும் என்றென்றும் தெரிய வராது. அவள் விடுவிக்கப்படும் நேரத்தில் மீண்டும் லேசாகப் பறக்கும் பட்டாம்பூச்சிப் போலாகிவிடுவாள்.

ஹேமா அவளுடைய உண்மையான பெயரல்ல. அது அவள் தொழிலுக்காக வைத்திருந்த மாற்றுபெயர். அவளுக்கு நிறையப் புனைப்

பெயர்கள் இருந்தன. அதை அவள், மக்களை ஏமாற்றுவதற்காகப் பயன் படுத்தினாள். அவள் ஸாதனா, ஹேமா அல்லது பாபியாகி விடுவாள். அவளுடைய நிஜப்பெயர் ராம் துலாரி. சிறைச்சாலை பதிவுகளின் படி குழந்தை ஹேமா மாலினிக்குப் பிறக்கும். எந்த ஹேமா மாலினி குழந்தை பெற்றெடுத்தாள் என்று யாரும் தெரிந்து கொள்ளவே முடியாது.

ஒரே ஒரு பயம் இருந்தது. கருப்பையில் இருந்த குழந்தை பெண்ணாக இருந்து விட்டால்? அவள் குழந்தையை இந்தத் தொழிலில் ஈடுபடுத்த விரும்பவில்லை. ஆனால், இந்தத் தொழிலில் நுழையாமல் அவளால் வாழ்க்கையை நடத்த முடியாது. பழமொழியில் சொல்லி இருப்பதைப்போல் இஷ்க் மற்றும் முஷ்க், அதாவது ஆசையும் மணமும் மறைந்து இருக்க முடியாது, எப்பொழுதும் வெளிப்படுத்தி விடும். ஹேமாவின் கர்ப்பத்தைப்பற்றிய செய்தி சிறையின் பிரிவுகளில் பரவியது. அவளுக்கு எல்லாப் பக்கங்களிலிருந்தும் வாழ்த்துக்கள் வர ஆரம்பித்தன.

வாழ்த்துக்கள் வந்ததும் முதலில் அவளுக்கு வெட்கமாக இருந்தது- அவள் என்ன செய்து விட்டாள்! பின்னர் வரவிருக்கும் தாய்மையின் போதையில் அவளுக்கு மன நிறைவு ஏற்பட்டது. அவளுடைய சபல மனம் ஒருநிலை பட்டது. மக்கள் என்ன சொன்னாலும் பரவாயில்லை, மதுராவில் சிறையில் பிறந்தக் கடவுளைப் போலவே சிறையில் பிறக்கப் போகும் இந்தக் கிருஷ்ணனைப் போன்ற குழந்தையை ஏற்றுக் கொள்ள அவள் தீர்மானம் செய்து கொண்டாள்.

இந்தச் செய்தியைக் கேட்ட சந்தோக், பெண்கள் பிரிவுக்கு விரைந்தார். ஹேமா செய்தி உண்மையென உறுதிப்படுத்தினாள். அதன் பிறகு பல நாட்கள் சந்தோக் மதம் பிடித்த யானையைப் போலச் சிறைச்சாலை முழுவதும் பெருமிதத்துடன் வலம் வந்து, ஒரு பண்டித் பெண்ணை அவர் எப்படிக் கர்ப்பவதி ஆக்கினார் என்பதை விளக்கிக் கொண்டிருந்தார்.

ஆனால், திடீரென்று இந்த மயக்கவெறி துக்கமாக மாறியது. சந்தோக் மீது புகார் இருந்ததாகவும், பிரதான அலுவலகம் விசாரணைக்காக ஓர் அதிகாரியை நியமித்திருப்பதாகவும் வதந்தி கிளம்பியிருந்தது. விசாரணை எப்பொழுது வேண்டுமானாலும் தொடங்கலாம் மற்றும் குழந்தையின் தந்தையைப் பற்றித் தீர்மானிப்பதற்கு, ஹேமாவின் குழந்தையின் டி.என்.ஏ பரிசோதனை நடத்தப்படலாம் என்றும் கருதப்பட்டது.

சந்தோக் மீண்டும் பெண்கள் பிரிவுக்கு விரைந்து சென்று கட்டளையிடத் தொடங்கினார், "விசாரணை நடத்துவதற்கு அதிகாரி வருவதற்கு முன்பு குழந்தையைக் கருச்சிதைவு செய்துகொள்." ஹேமா ரொம்பவும் ஏமாற்றமடைந்தாள். அவள் நாள் முழுவதும் குழந்தையுடன் பேசிக்கொண்டு, எதிர்காலத்தைப் பற்றிக் கனவுகள் பின்னிக் கொண்டிருந்தாள். அவளால் இப்பொழுது குழந்தையைக் கருக்கலைக்க முடியவில்லை.

"நான் யாராலும் கவர்ந்திழுக்கப்படவுமில்லை, எந்த உறவிற்கும் நான் கட்டாயப்படுத்தப்படவும் இல்லை. என் சுய விருப்பத்தில் இந்தக் குழந்தையை நான் பெற்றெடுக்கிறேன் என்று விசாரணை அதிகாரிக்கு நான் வாக்குமூலம் கொடுக்கிறேன். இந்தக் குழந்தை உங்களுடையதென்று நான் யாரிடமும் கூற மாட்டேன்" என்று அவள் கூறினாள்.

ஹேமாவிடமிருந்து சந்தோக் இதை எதிர்பார்க்கவில்லை. அவர் அவளைச் சம்மதிக்கவைக்க முயன்றார், "சிறையில் பூட்டப்பட்டிருக்கும் பெண்ணுடன் யார் உடலுறவு கொண்டார்கள் என்று அதிகாரி நிச்சயமாகக் கேட்கக்கூடும். மக்கள் உடனே என் பெயரை எடுப்பார்கள். நான்தான் வலையில் சிக்கிக் கொள்வேன்." ஆனால், ஹேமா ஓர் அங்குலம் கூட அசையவில்லை.

சந்தோக் மருத்துவரை அணுகி, பெண்கள் பிரிவுக்கு அழைத்து வந்தார். ஹேமாவை மருத்துவ பரிசோதனை செய்த பிறகு, கர்ப்பம் ஆறாவது மாதத்தை எட்டி விட்டதால், இப்பொழுது கருச்சிதைவு செய்ய முயற்சித்தால் தாய், சேய் இருவருக்கும் ஆபத்து உண்டாகும் என்று மருத்துவர் கூறினார்.

சந்தோக் அவரிடம் கெஞ்சினார், அவருடைய பையில் நோட்டுக் கத்தைகளைத் திணித்து, அவர்களின் நட்பின் பெயரில் முறையிட்டார், "இதற்கு முன்பும் நாம் கருச்சிதைப்பு செய்திருக்கிறோம், எல்லோரும் நன்றாக, ஆரோக்கியமாக இருக்கிறார்கள். ஹேமா இறந்தால் பரவாயில்லை. உண்மையில் அது நன்மையாகவே இருக்கும், அதன் பிறகு கர்ப்பத்தின் சான்றுகள் அனைத்தும் அழிக்கப்பட்டு விடும்" என்றார்.

சந்தோக்கின் வேலையைக் காப்பாற்றுவதற்காகத் தன்னுடைய சுய வேலையைப் பணயம் வைக்க மருத்துவர் தயாராக இருக்கவில்லை. சந்தோக்கைப் பற்றித் தகவல் கொடுத்த உளவாளி, அவரைப்பற்றியும் புகாரளிக்கக்கூடும் என்று கூறினார்.

“ஹேமாவைப் பொதுமக்கள் சார்ந்த மருத்துவமனைக்கு அழைத்துச் செல்லுங்கள். அங்கு எல்லா வகையான மருத்துவ நிபுணர்களும் உள்ளனர். உங்கள் நோய்களுக்கு அருமருந்து அவர்களிடம் கிடைக்கும்” என்றார்.

ஹேமா டைபாய்டு நோயால் அவதிப்படுவதாக அறிவித்து விட்டு அவளைச் சிகிச்சைக்காகப் பொதுமருத்துவமனைக்கு அழைத்துச் செல்லுமாறு பரிந்துரைப்பதன் மூலம் மருத்துவர் மற்றொரு வகையில் சந்தோகுக்கு உதவி செய்தார்.

ஹேமா எதிர்ப்பு தெரிவித்தாள், “நான் நன்றாக இருக்கிறேன். நான் ஏன் பொது மருத்துவமனைக்கு அழைத்துச் செல்லப்படுகிறேன்?”

சக்தி குமார் அளித்த அதே அறிவுரையைப் பொது மருத்துவமனையில் இருந்த மருத்துவர்களும் வழங்கினார்கள், “நோயாளியின் அனுமதியின்றிக் குழந்தையைக் கருக்கலைக்க முடியாது. ஹேமா அதை எதிர்க்கிறாள். நாங்கள் அவளைக் கட்டாயப்படுத்தினால் உங்களுடைய குழப்பத்தில் அவள் எங்களையும் இழுத்து விடுவாள். கருக்கலைப்பு அறிகுறிகள் விரைவாக மங்காது.”

அவர்கள் ஓர் ஆலோசனை அளித்தார்கள், “நாம் இன்னொரு மாதம் பொறுத்திருப்போம். ஏழாவது மாதத்தில் குழந்தையைப் பிரசவிப்போம். ஹேமாவைக் காப்பாற்றி விடலாம். குழந்தையை, அது போக வேண்டிய இறுதி இடத்திற்கு அனுப்பி விடலாம்.”

சந்தோகுக்கு அவர்களுடைய ஆலோசனை பிடித்திருந்தது. அவர் பிரதான அலுவலகத்தில் இருந்தவர்களிடம் பேசி விசாரணையை சில மாதங்களுக்கு ஒத்திவைத்தார். இப்பொழுது சிறைச்சாலையில் பரப்பரப்பாகப் பேசப்பட்ட விஷயம், “ஹேமா அடுத்த மாதம் வலுக் கட்டாயமாக மருத்துவமனைக்கு அழைத்துச் செல்லப்படுவாள். ஏழாவது மாதத்தில் குழந்தை பிரசவிக்கப்பட்டுக் கொலை செய்யப்படும். பின்னர் அவர்கள் சந்தோக்கைக் காப்பாற்றுவார்கள்.”

அத்தியாயம் 43

தகுந்த காரணம் இல்லாமல் மற்ற வளாகங்களிலிருந்த கைதிகளைச் சந்திப்பதற்கு ஹக்கம் தடை செய்யப்பட்டிருந்தார். இனி அவர்களுக்காக விண்ணப்பங்கள் எழுதுவதற்கும், அவர்களுடன் எந்த வகையிலும் கூட்டு சேர்வதற்கும் அவருக்கு அனுமதி இருக்கவில்லை.

அப்படியிருந்தும், அவரிடம் எல்லாச் செய்தியும் இருந்தது. நல்லது அல்லது கெட்டது சிறைக்குள் நடந்தவைப் பற்றியதெல்லாம்.

மோதனைப்பற்றிய செய்தி காட்டுத்தீயைப் போலச் சிறைக்குள் பரவியிருந்ததென்று ஹக்கமுக்குத் தெரியும். கண்காணிப்பாளரிலிருந்து காவல்துறை அதிகாரிவரை எல்லோரும் ஹரி ஓமுக்கு உதவி செய்வதற்காக மருத்துவமனைக்கு விரைந்தனர். எல்லாருடைய உதடுகளிலும் ஒரே பல்லவி தான் இருந்தது:

“ஹரி ஓம் ஒரு எறும்பைக்கூட நசுக்கக் மாட்டார். காம உணர்ச்சிகளால் உந்தப்பட்டு மோதன் ஒரு குற்றம் செய்திருந்தான் என்றால், ஹரி ஓமும் மத உணர்ச்சிகளின் வேகத்தில் அடித்துச் செல்லப்பட்டுக் குற்றம் செய்திருக்கிறார். அவர் மன்னிப்புப் பெற தகுதியுள்ளவர்.” மருத்துவர் சக்தி குமாரின் மைத்துனிக்குத் திருமணம் நிச்சயக்கப்பட்டிருந்ததால் அவர் மூன்று நாட்களுக்கு விடுமுறையில் இருந்தார். அவருக்குப் பதிலாக வேலையிலிருந்த மருத்துவர் எளிதில் பதட்டப்படுபவர். தேவையற்ற முறையில் ஆவணங்களில் குறுக்கிட அவர் தயாராகவில்லை. மோதன் எதேச்சையாக சில கழிகளின் மீது விழுந்து விட்டான் என்று மருத்துவர் அறிக்கை கொடுக்க வேண்டுமென்று கண்காணிப்பாளர் விரும்பினார். ஆனால், மருத்துவர் ஒப்புக்கொள்ள வில்லை. நோயாளி மோசமான நிலையில் இருந்தான். அவனுக்கு எதுவும் நேரலாம். மருத்துவர் எந்த ஆபத்தையும் எதிர்கொள்ள தயாராக இருக்கவில்லை.

மோதனின் காயங்களைப்பற்றி ஓர் அறிக்கைத் தயார் செய்து, ‘தேவையான நடவடிக்கைக்காக’ அதைக் காவல் நிலையத்துக்கு அவர் அனுப்பினார். குறைந்தது இரண்டு நாட்கள்வரை நோயாளி சுய நினைவுக்குத் திரும்புவார் என்று எதிர்பார்க்கப்படவில்லை. நினைவு வரும் பொழுது மருத்துவர் சக்தி திரும்பி விடுவார். அதன் பிறகு முடிவெடுப்பது சக்தி மற்றும் மோதனின் கையிலிருந்தது.

சீறும் பாம்பைத் தன் கழுத்திலிருந்து அகற்றி, காவல் துறையினரின் கழுத்துக்கு மாற்றி விட்டார் மருத்துவர்.

சிறை ஊழியர்கள் தாங்கள் சொல்வதை ஆதரிப்பதற்குத் தானே தாரைத் தயார் செய்தனர். ஒரு கைதியின் காரணமாகச் சிறை ஊழியர்களின் ஓர் உறுப்பினருக்குத் தீங்கு ஏற்படக்கூடாதென்பதற்காக ரண்தீர் சிங் காவல்துறைத் தலைவருடன் தொடர்பு கொண்டார். அதே நேரத்தில், “கைதி மீண்டும் சுய நினைவுக்கு வந்தவுடன், நான் விஷயத்தை மூடி மறைத்து விடுவேன்” என்று கண்காணிப்பாளர் தலைவருக்கு உறுதி அளித்தார்.

காவல்துறையினருக்கும் சிறை ஊழியர்களுக்கும் இடையிலான உறவு, கிச்சடியும் நெய்யும் போன்றது. தினந்தோரும் ஒருவருக்கொருவர் தொடர்பு கொள்ள வேண்டியிருந்தது. மோதன் சுய நினைவு பெற்று மீண்டும் இந்த உலகத்திற்குத் திரும்பும் வரை, காவல்துறையினர் இந்த விஷயத்தைத் தள்ளி வைத்தனர்.

மோதன் நன்நிலைக்குத் திரும்புவதற்கு மருத்துவர் அவனுக்கு வேகமாகச் செயல்படும் விலையுயர்ந்த மருந்துகளைக் கொடுத்தார். அவனுக்கு ஒரு மாதம் ஓய்வும், வேலையிலிருந்து விலக்கும் அளிக்கப்பட்டது. ஹரி ஓம் முறையாக மன்னிப்பு தெரிவித்தார். மோதனின் கோபம் தணிந்தது.

பின்னர் அவனுடைய வாக்குமூலத்தைப் பதிவு செய்ய காவல் துறையினர் வந்தனர். உடனே அவன் கூறினான், “நான் லங்கருக்காக விறகுச் சேகரிக்கச் சென்றிருந்தேன். அங்கு சறுக்கி, செங்குத்தாக இருந்த குச்சி மேல் விழுந்தேன். அது என்னை ஊடுருவிச் சென்றது.”

மோதனின் கூற்றை மருத்துவர் உறுதிப்படுத்தினார், “ஒரு மரத்துண்டு ஊடுருவல் காரணமாகக் காயம் உண்டாயிற்று. அது திடீரென்று நடந்தது.”

பிரச்சனை முடிவு பெற்றது. சிறைச்சாலை தனது வழக்கமான நடைமுறைக்குத் திரும்பியது. தனது வளாகத்தில் முடக்கப்பட்ட ஹக்கம், மோதனுக்கு இழைக்கப்பட்ட அநீதியைக் கண்டு மிகவும் வேதனை பட்டார். “சட்டத்தின் கண்களில் எல்லா மிருகங்களும் சரிசமம். ஒரு ஆடுக்கும் கன்றுக்கும் வித்தியாசம் கிடையாது. அவன் செய்த குற்றத்திற்கு அவன் ஏற்கெனவே தண்டனை அனுபவித்துக் கொண்டிருந்தான். கூடுதல் தண்டனை வழங்க ஹரி ஓமுக்கு உரிமை கிடையாது. ஹரி ஓம் ஒரு குற்றம் செய்திருக்கிறார். அதற்காக அவர் தண்டிக்கப்பட வேண்டும்.”

இந்த விஷயத்தை உயர் அதிகாரிகளிடம் எழுப்ப ஹக்கம் விரும்பினார். முந்தைய சூழ்நிலைகளில் அவர் தானாகவே அவ்வாறு செய்திருப்பார். இப்பொழுதிருந்த நிலைமையில், பழமொழியில் சொல்லியிருப்பதைப் போல், வாதி அமைதியாக இருக்கும் பொழுது, சாட்சி செயல்பட முடியாது. வெறுப்பில் அவரால் பல்லைத்தான் கடிக்க முடிந்தது. நாள் முழுவதும் அதையே செய்தார்.

பின்னர் அவருக்கு ஹேமாவின் வழக்கைப் பற்றி ஓர் அறிகுறி கிடைத்தது. வரலாற்றை மாற்றியமைக்கக் கிளம்பியவரும், பெண்களை விளையாட்டுப் பொருள்களாகக் கருதியவருமான சந்தோகுக்கு, கொடூரமான உண்மையை எதிர்கொள்ள வேண்டியிருந்தது குறித்து அவர் ஒருபுறம் மகிழ்ச்சி அடைந்தார். ஆனால், அவர் வருத்தத்திலும் இருந்தார். ஹேமா மாத்திரம் அவருடன் தொடர்பு கொண்டால், அவர் தாய், சேய் இருவரையும் காப்பாற்றி விடுவார்.

ஹக்கமைப் போல் ஹேமாவும், சிறைச்சாலையின் நான்கு சுவர்களுக்குள் அடைப்பட்டு ஆதரவற்றுக் கிடந்தாள். ஹேமாவைப் போலவே ஹக்கமாலும் துயர பெருமூச்சு விடுவதைத் தவிர வேறு ஒன்றும் செய்ய முடியவில்லை.

அத்தியாயம் 44

முதல்வர் மிகவும் கவலையிலிருந்தார். நாளுக்கு நாள் நிலைமை மேலும் மேலும் சிக்கலாகிக் கொண்டிருந்தது. புலனாய்வு அமைப்புகள் தெளிவாகச் சொல்ல ஆரம்பித்தன, "உங்களால் முடிந்த எந்த விதத்திலாவது சமிதியைக் கட்டுப்படுத்துங்கள். அதன் நடவடிக்கைகளை முற்றிலும் நிறுத்தவில்லை என்றாலும், அவர்கள் குறைந்த பட்சம், அவற்றைக் குறைத்துக் கொள்ள வேண்டும். இல்லையென்றால் முதலமைச்சரும், ஆளும் கட்சியும் தேர்தலில் வெற்றி பெறுவது சாத்தியமில்லை."

இந்தத் தேர்தல்கள் முதலமைச்சரை இரட்டைப் பிரச்சனைகளால் தாக்கும் என்று தோன்றியது. சுமார் எட்டு அல்லது ஒன்பது வருடங்களுக்கு முன்பு பன்டியின் கொலை நடந்தது. லாலாஜியின் ஆதரவாளர்கள் பன்டியை மறந்து விட்டிருந்தனர். லாலாஜியே இப்பொழுது ஒன்றும் செய்ய இயலாத நிலையில், படுத்த படுக்கையாக இருந்தார். யுவா சங்கம் செயலற்று இருந்தது. சமிதி கொலையாளிகளின் பெயர்களை வெளிப்படுத்தி, விசாரணையின் யதார்த்தத்தை அம்பலப்படுத்திய பிறகு, யுவா சங்கத்தின் மீதமுள்ள தொழிலாளர்கள் முதலமைச்சருக்கு ஆதரவு அளிப்பதை நிறுத்தி விட்டனர். முந்தின தேர்தல்களில், பன்டியின் கொலைகாரர்கள் விரைவில் கைது செய்யப்பட்டு, தண்டனை வழங்கப்பட்ட அந்த ஒரு விஷயம் அவருக்கு அற்புதமாக வேலை செய்தது. அந்தச் சமயத்தில், சமிதி மிகவும் வலுவானதாக இருக்கவில்லை மற்றும் பாலாவும் மீதாவும் நிரபராதி என்று மக்கள் நம்பவில்லை. இப்பொழுது, அதே சம்பவம் ஆளும் கட்சிக்கு உறுத்தல் உண்டாக்கியது.

தேர்தல் பிரச்சார கூட்டங்களைச் சமிதி மகிழ்ச்சியுடன் அனுபவித்துக் கொண்டிருந்தது. அரசாங்கத்தின் தவறான கூற்றுக்களை அம்பலப்படுத்துவதற்காக, அவர்கள் வெவ்வேறு வகையான மக்களை மேடைக்கு அழைத்துக்கொண்டு வந்தார்கள். ஆளும் கட்சியின் உறுப்பினர்களுக்கு மக்களை எதிர்கொள்வது மிகவும் கஷ்டமாகப் போய்விட்டது. தேர்தல் வரை நிலைமை இப்படியே தொடர்ந்தால், விளைவு புலனாய்வு அமைப்புகள் கணித்ததைப் போலவே இருக்கும்.

முதல்வர் தனது அரசியல் ஆலோசகர்களுடன் கலந்து பேசினார். "நாம் மக்களின் மனநிலையைத் தெரிந்து கொள்ள வேண்டும். முன்பு அவர்கள் பன்டியின் கொலையாளிகள் கைது செய்யப்பட்டு, தண்டனை வழங்கப்பட வேண்டுமென்று வற்புறுத்தினார்கள். நாம் அதைச்

சாதித்தோம் மற்றும் பெரிய வித்தியாசத்தில் வெற்றி பெற்றோம். இப்பொழுது அவர்கள் விடுவிக்கப்பட வேண்டுமென்று மக்கள் விரும்பினால், அவ்வாறே செய்யுங்கள். மக்களின் அன்பைப் பெற்று மீண்டும் தேர்தலில் வெற்றி பெறுங்கள். பன்டியின் கொலையாளிகளின் ஆதரவாளர்கள், பிசைந்த மாவில் கலந்த உப்பைப் போல் சிலரே உள்ளனர். இந்த ஒப்பந்தம் செய்தால் எல்லாமே நமக்குச் சாதகமாகவே இருக்கும்."

அவரது ஆலோசகர்களின் அறிவுரைகளின்படி முதல்வர் சமிதியுடன் தொடர்பு கொண்டு அவருடைய திட்டத்தைக் கோடிட்டுக் காட்டினார். "உங்கள் கோரிக்கைகள் அனைத்தும் நியாயமானவை. நாங்கள் மீண்டும் ஆட்சிக்கு வந்தப் பிறகு, சட்டசபையில் நிறைவேற்றப்படும் முதல் மசோதா சட்டத் திருத்தம் தொடர்பானதாக இருக்கும். பாலாவும் மீதாவும் நிரபராதியென்று அறிவிக்கப்பட்டு, அவர்கள் மீது போலி வழக்கை உருவாக்கிய காவல்துறை அதிகாரிகள் மீது கடுமையான நடவடிக்கை எடுக்கப்படும். அவர்களுடைய நற்பெயர் கெடுக்கப்பட்டதால், அவர்களுக்குக் கணிசமான இழப்பீடும் அரசாங்க வேலையும் அளிக்கப்படும். சமிதி, உடனே ஜாமீனுக்கான விண்ணப்பத்தைத் தாக்கல் செய்ய வேண்டும். அதை எதிர்க்காமல், அதற்கு மாறாகக் குற்றம் சாட்டப்பட்டவர்கள் ஜாமீன் பெறுவதற்கு உதவ வேண்டுமென்று அரசாங்கம் பொது வழக்கறிஞருக்கு அறிவுறுத்தும்."

இது போன்ற கபட குள்ளநரி போன்ற செயல் தந்திரங்கள் சமிதிக்குப் பரிச்சயமானது தான். விரும்பியது நிறைவேறியவுடன், அவர்கள் வேறு பக்கம் திரும்பிக் கொண்டு, இவர்களை அடையாளம் கூடக் கண்டு கொள்ள மாட்டார்கள்.

சமிதியின் போராட்டம் தனிப்பட்ட எவர் மீதும் வழிநடத்தப் படவில்லை. ஏதோ சில பதவிகளிலிருந்த அதிகாரிகளை மாற்றுவதன் மூலம் முழு அமைப்பிலும், அடிமட்ட அளவில் மூலாதாரமான எந்த மாற்றமும் ஏற்படுத்த முடியாது என்று அவர்களுக்குத் தெரியும். அவர்களின் கடைசி நோக்கம் நிறைவேறும்வரை அவர்களின் போராட்டம் தொடரும்.

சமிதி எதிர் நடவடிக்கை எடுத்தது. "முதல்வர் சமிதியின் கோரிக்கைகளைப் புரிந்து கொண்டதை வெளிப்படுத்த விரும்பினால் பாலாவையும், மீதாவையும் உடனடியாக விடுதலை செய்யுங்கள். தேர்தலுக்கு முன்பாக உண்மையான கொலையாளிகளைக் கைது செய்யுங்கள்."

போரின் நடுவில் குதிரையை மாற்ற முதல்வர் விரும்பவில்லை. முதல்வர் மற்றும் சமிதியின் இடையிலான தகராறைப் பார்த்த எதிர்கட்சியினர் பிந்தையவர்களுடன் தொடர்பு கொண்டனர். "உங்கள் போராட்டம் ஏற்கெனவே சம்பவங்களை எங்களுக்கு ஆதரவாக நகர்த்திக் கொண்டிருக்கிறது. உங்கள் ஆதரவை நீங்கள் வெளிப்படையாக அறிவித்தால், நாம் இடையூறு இல்லாமல் வெற்றியடைய முடியும்."

ஒத்துழைப்புக்குக் கைம்மாறாகச் சமிதி உறுப்பினர்களுக்குத் திருத்தக் குழுவில் நியமிக்கப்படும் வாய்ப்பு அளிக்கப்படும், சிறைநல வாரியத்தில் இவர்களுடைய குரல் ஓங்கி ஒலிக்கும் மற்றும் அரசாங்கம் பதவியேற்றவுடன், பாலாவும் மீதாவும் விடுவிக்கப்படுவார்கள் என்று கூறியது. சமிதி தேர்தலில் பங்கேற்க போவதில்லையென்றும், அவர்களுடைய போராட்டத்தை அவர்கள் தனிப்பட்ட முறையில் போராட வேண்டுமென்றும் சமிதி எதிர்கட்சியினருக்குத் தெளிவுபடுத்தியது.

தேர்தலின் முன்பாகவே சமிதியின் குறிக்கோள்கள் நிறைவடைய தொடங்கின. மாறும் காலத்திற்கு ஏற்ப சட்டங்களில் திருத்தம் செய்து, அவற்றை மக்களுக்குச் சாதகமாகச் செய்ய வேண்டிய அவசியம் பற்றிய விஷயம், சீக்கிரமே பலம் பெற ஆரம்பித்தது. ஒவ்வொரு அரசியல் கட்சியும் இந்தப் பிரச்சனையை எடுத்துக் கொண்டது.

ஒவ்வொரு அரசியல் கட்சியின் ஒவ்வொரு பொதுக்கூட்டத்திலும், சட்டங்களை திருத்த வாக்குறுதிகள் அளிக்கப்பட்டன. தேர்தல் அறிக்கைகளில் இது முக்கியப் பிரச்சனையாக இடம்பெறத் தொடங்கியது. ஓட்டு கேட்டுப் பிரச்சாரம் செய்த கடைசி நாளன்று எதிர் கட்சி அறிவித்தது, "நாங்கள் ஆட்சிக்கு வந்தவுடன் முதல் வேலையாக பாலாவையும் மீதாவையும் விடுதலை செய்வோம். சட்டத்தைத் திருத்துவதற்கான மசோதாவை, சட்ட மன்றத்தின் முதல் அமர்விலேயே தாக்கல் செய்வோம்."

இத்தகைய சபலம் உண்டாக்கும், ஏமாற்றும் இயல்புடைய வாக்குறுதிகளால் பாதிக்கபடாமல் சமிதி தனது தனிப்பட்ட முயற்சிகளில் தொடர்ந்து ஈடுபட்டுக் கொண்டிருந்தது.

அத்தியாயம் 45

தனது கட்சியைப்போலவே முதலமைச்சரும் தேர்தலில் மோசமாகத் தோற்றார். சமிதியுடன் தொடர்பு கொண்டிருந்த சில அமைப்புகள் தற்போது ஆட்சியிலிருந்த அரசியல் கட்சியுடன் நெருக்கமாக இருந்தன. தேர்தலின் பொழுது, ஸ்த்ரீ சபா மற்றும் ஹெல்ப் லைனின் சில தலைவர்கள், சமிதி எதிர்க் கட்சியை ஆதரிக்க வேண்டும் என்றும் அவர்கள் ஆட்சிக்கு வந்தால், சமிதியின் கோரிக்கைகளை ஏற்றுக் கொள்வார்கள் என்றும் கூறினர். இது போன்று செயல்பட வேண்டாமென்று சமிதி அவர்களைச் சமாதானப்படுத்தி, எந்தவொரு கட்சியையும் ஆதரிப்பதைத் தடுத்தது.

ஜாதேபந்தி, புதிய முதலமைச்சரை வெளிப்படையாக ஆதரிக்கா விட்டாலும், இதயபூர்வமாக அவருடன் இருந்தார்கள். அவர் ஆட்சிக்கு வந்தவுடன் தனது வாக்குறுதிகளை நிறைவேற்றுவார் என்று அவர்கள் எதிர்பார்த்தார்கள். இந்த ஆதரவாளர்கள் பதவியேற்பு விழாவை மூச்சைப் பிடித்துக் கொண்டு பார்த்துக் கொண்டிருந்தார்கள். சத்தியப் பிரமாணத்துக்குப் பிறகு அவர் பாலா மற்றும் மீதாவின் விடுதலையை அறிவிப்பார் என்று அவர்கள் நம்பினார்கள்.

இது நடக்காதபொழுது அவர்கள் மனம் தளர்ந்தனர், பாபா குருதித்தா *சிங்* அவர்களுக்கு விளக்கினார்:

“நல்ல மனிதர்களே! தேர்தலின் பொழுது முதலமைச்சர் நூற்றுக்கும் மேற்பட்ட தொகுதிகளில் பிரச்சாரம் செய்தார். ஒவ்வொரு பகுதிக்கும் அதன் தனிப்பட்ட பிரச்சனைகள் உள்ளன. ஒவ்வொரு இடத்திலும் அவர் இதே விஷயத்தைக் கூறினார்: நான் பொறுப்பேற்ற வுடனே உங்களுடைய கோரிக்கைகளை நிறைவேற்றுவேன். சத்தியப் பிரமாணம் முடிந்தவுடன் கோரிக்கைகள் நிறைவேற்றப்படும் என்று சத்தியம் செய்வது அனைத்து அரசியல்வாதிகளும் பயன்படுத்தும் ஒரு செல்ல சொற்றொடர். பொறுமையாய் இருங்கள். முதலமைச்சருக்கு நூற்றுக்கணக்கான வாக்குறுதிகளை நிறைவேற்ற வெண்டும். அவருக்கு வாக்குறுதிகள் எப்பொழுதெல்லாம் நினைவிற்கு வருகிறதோ அவற்றை அவர் நிறைவேற்றிக் கொண்டே இருப்பார்.”

பின்னர் செய்தித்தாள்களில் செய்தி வெளிவரத் தொடங்கியது. “சட்டமன்ற உறுப்பினர்கள் முதல் அமைச்சர் மீது கோபம் கொண்டுள்ளனர். மந்திரி பதவிக்காகப் போட்டியிடுபவர்களின் எண்ணிக்கை கிடைக்கக்கூடிய பதவிகளின் எண்ணிக்கையைவிடப் பல மடங்கு அதிகமாகயிருக்கிறது. முதலமைச்சரால் ஒரு பழத்தை நூறாக்கி எப்படி வினியோகிக்க முடியும்?”

முதல்வருக்கு இந்தப் பிரச்சனையைத் தீர்ப்பதற்கு ஒரு மாதம் எடுத்தது. அமைச்சர்களின் மந்திரி சபை அமைக்கப்பட்டவுடன் இந்த ஆரவாரம் அதிகரித்தது. ஒவ்வொரு அமைச்சரும், அவர்களுக்குப் பணம் சம்பாதிக்கும் வாய்ப்பிருக்கிற பிரிவைப் பெற விரும்பினர். இந்தப் பிரச்சனையைத் தீர்ப்பதற்கு இன்னும் ஒரு மாதம் பிடித்தது. இப்பொழுது, அவருடைய ஆதரவாளர்கள் தொலைக்காட்சியில் செய்தியை உன்னிப்பாகப் பார்க்க ஆரம்பித்தனர் மற்றும் செய்தித்தாள்களின் ஒவ்வொரு வார்த்தையையும் படிக்கத் தொடங்கினர். முதலமைச்சரின் எல்லாப் பிரச்சனைகளும் இப்பொழுது திறம்படச் சரிசெய்யப்பட்டு விட்டது, அவர் எந்த நேரத்திலும் பாலா மற்றும் மீதாவின் விடுதலையை அதிகார பூர்வமாகத் தெரிவித்து, சட்டங்களில் பெரிய சீர்திருத்தங்கள் அறிவிக்கப் போகிறார் என்று அவர்கள் எதிர்பார்த்தார்கள்.

முந்தைய அரசாங்கம் அரசாங்க ட்ரெசரியைச் செறிவூட்டுவதற்குப் பதிலாகத் தங்களுடைய பைகளை நிரப்புவதில் அதிக கவனம் செலுத்தினார்கள் என்று அந்த அப்பாவி பஞ்சாயத்து உறுப்பினர்களுக்குத் தெரியவில்லை. புதிய அரசாங்கம், பல கோடி ரூபாய் மதிப்புள்ள இழப்புகளும், பெரும் அளவில் கடன்களும் பரம்பரை சொத்தாகப் பெற்றது. அரசாங்க கஜானாவை நிரப்புவதுதான் புதிய அரசாங்கத்தின் முதல் சவாலாக இருந்தது. பணம் வந்தால்தான் ஏதாவது செய்ய முடியும்; வளர்ச்சி திட்டங்கள் அதற்குப் பின்னர் வரும்.

"எந்தப் புதிய வரிகளை மக்கள் மீது விதிக்கலாம்?" முதலமைச்சர், இதைப்பற்றிய ஆலோசனைகளைப் பரிசீலிப்பதில் மும்முரமாகி விட்டார். கைதிகள் மற்றும் சட்டம் போன்ற குறைந்த முக்கியத்துவம் வாய்ந்த விஷயங்களைப்பற்றிச் சிந்திக்க அவருக்கு இப்பொழுது நேரமிருக்கவில்லை.

முதல்வர் தனது வாக்குறுதிகளை மறக்கவில்லை. அவற்றை நிறைவேற்ற அவரும் விரும்பினார். ஆனால், எல்லாவற்றுக்கும் ஒரு நேரம் இருக்கிறதல்லவா. பொது மக்களின் ஞாபக சக்தி மிகவும் குறைவு. அவர் இப்பொழுது தனது வாக்குறுதிகளை நிறைவேற்றிவிட்டால், அடுத்த தேர்தலுக்குள் அவர் செய்த அனைத்தையும் மக்கள் மறந்து விடுவார்கள். ஆனால், அரசாங்கம் இப்பொழுது தவறு செய்துவிட்டால் அது நிச்சயமாக பிற்பாடும் நினைவிலிருக்கும். தேர்தல் நெருங்கும் பொழுது அவர் தனது வாக்குறுதிகளை நிறைவேற்றினால், பொதுமக்களின் புகழில் மூழ்கித் திளைத்து, அவர்களின் ஒப்புதலை முழுமையாகப் பயன்படுத்திக் கொள்ளலாம். எப்படியிருந்தாலும், எந்தப் பொருளையும் உழைத்து, போராடி அடைகிற பொழுது, அதன் மதிப்பு பெருகுகிறது.

ஒன்றும் நடக்காததைக் கண்ட முதலமைச்சரின் ஆதரவாளர்கள் விரக்தியில் நம்பிக்கையிழந்தனர். சமிதி தனது நடவடிக்கைகளைத் துரிதப்படுத்தியது. முதலமைச்சர் அளித்த வாக்குறுதிகளை மீண்டும் பொது மக்களின் நினைவுக்குக் கொண்டு வருவதற்கு, வாக்குறுதிகளைப் பெரிய சுவரொட்டிகளில் அச்சடித்து, கிராமங்கள் மற்றும் நகரங்கள், எல்லா இடங்களிலும் ஒட்டியது.

முதலமைச்சருக்குச் சிறையிலிருந்ததன் போதுமான தனிப்பட்ட அனுபவம் இருந்தது. அவரது அவதானிப்பின் அடிப்படையில், கைதிகளின் பரிதாப நிலைமைகளின் விரிவான விளக்கங்கள் கொண்டிருந்த ஒரு புத்தகத்தை அவர் எழுதியிருந்தார். முதல்வரின் புத்தகத்திலிருந்து எடுத்துக்காட்டுக்களை மேற்கோள் காட்டி, செய்தித்தாள்களில் கட்டுரைகள் எழுதி, சமிதி முதல்வரிடம் கேள்விகள் எழுப்பியது. இப்பொழுது, சிறைவாழ்க்கை மகிழ்ச்சியற்றதாக அவருக்கு ஏன் தோன்றவில்லை? சிறை நிர்வாகத்தில் சீர்திருத்தங்களை மேற்கொள்ள ஏன் எதுவும் செய்யப்படவில்லை?

சமிதியின் நடவடிக்கைகளைப்பற்றி முதலமைச்சர் அறியாமலில்லை, அவர்கள் தங்கள் பிரச்சாரத்தைத் துரிதப்படுத்திய பிறகு, அவர்களின் நடவடிக்கைகளில் பொதுமக்கள் காட்டிய உற்சாகத்தைக் கவனித்த அவர், ஒரு திட்டத்தை உருவாக்கினார். சமிதி மையமாகக் கொண்டிருந்த நகரத்தில், ஆளும் கட்சி ஒரு மாபெரும் பேரணிக்கு ஏற்பாடு செய்தது. முதலமைச்சர், அந்தப் பேரணியில் முக்கிய அறிவிப்புகள் வெளியிடுவார் என்று செய்தித்தாள்களில் மிகப்பெரிய விளம்பரங்கள் வந்தன. முதலமைச்சரின் பிரதிநிதிகள் சமிதியின் உறுப்பினர்களைச் சந்தித்து அவர்களை சமாதானப்படுத்த முயன்றனர். சட்டங்களில் திருத்தம் செய்வதற்காக முதலமைச்சர் புதிய கொள்கைகள் உருவாக்கப் போகிறார். சமிதியின் விருப்பம் என்ன? அவர்கள் தங்கள் கோரிக்கைகளை எழுத்தில் கொடுக்க வேண்டும். சட்டத்தில் திருத்தங்கள் செய்வதற்கான வரைவு தயாரிக்கக் குழுக்கள் அமைக்கப்படும். அந்தக் குழுவில் பணியாற்றும் சமிதியின் உறுப்பினர்களின் பட்டியலை அவர்கள் கொடுக்க வேண்டும்.

முதலமைச்சரின் சாமர்த்தியமான உத்திகளை சமிதி புரிந்து கொண்டது. அரசாங்கம் குழுக்கள் அமைத்து, விஷயங்களைக் காலவரையின்றி நீடித்து, நேரத்தைப் போக்க விரும்பியது. அவர்கள் ஆலோசனை கூறினார்கள், "புதிய குழுக்கள் உருவாக்க வேண்டிய அவசியம் என்ன? இதற்கு முன்பும் பல குழுக்கள் அமைக்கப்பட்டன.

நீங்கள் செய்ய வேண்டியது இது ஒன்றுதான், அந்த ஆவணங்களின் மேல் படிந்திருக்கும் தூசியைத் தட்டி விடுங்கள். இனியும் நேரத்தை வீணாக்காதீர்கள். எதைச் செய்து முடிக்க வேண்டுமோ, அது உடனடியாகச் செயலாக்கப்படும் என்பதை உறுதி செய்யுங்கள்."

முதலமைச்சருக்கு இந்த யோசனை ஏற்றுக் கொள்ளத்தக்கதாகப் படவில்லை. முந்தைய அரசாங்கங்கள் செய்திருந்த பணிகளை அவர் ஏன் அங்கீகரிக்க வேண்டும்? தான் செய்த சொந்த வேலைக்கான பெருமையை, அவர் தானே சூட விரும்பினார்.

"சமிதி ஒத்துழைக்க இஷ்டப்படவில்லையென்றால் அப்படியே இருக்கட்டும். நான் மக்களுக்கு வாக்குறுதிகள் கொடுத்திருக்கிறேன், சமிதி தலைவர்களுக்கு அல்ல." முதலமைச்சர் சமிதியை புறக்கணிக்கத் தொடங்கினார்.

திட்டத்தின்படி நகரத்தில் ஒரு மாபெரும் பேரணி ஏற்பாடு செய்யப்பட்டது. சட்டங்களில் திருத்தங்கள் செய்ய வேண்டிய அவசியத்தைப் பற்றிச் சட்ட அமைச்சர் ஒரு நீண்ட உரையாற்றினார். கைத்தட்டல்களுக்கிடையில் முதலமைச்சர் ஒரு அறிக்கை வெளியிட்டு மக்களுக்கு விளக்கினார், "சட்டத்தில் திருத்தங்கள் செய்வது அவ்வளவு எளிதானதல்ல. ஆங்கிலேயர்கள் இந்தியர்களுக்காக சட்டங்களை வடிவமைப்பதற்கு முன்பு, எதை எப்படிச் செய்ய வேண்டுமென்பதைப் பற்றி ஆலோசித்து, கலந்துரையாடல்கள் நடத்த, இரு பது வருடங்கள் எடுத்தார்கள். பெரும்பாலான சட்டங்கள் மத்திய அரசால் செய்யப்பட்டவை. அதில் திருத்தங்களும் அவர்களே செய்ய வேண்டும். எந்த மாற்றங்களையும் செய்வதற்கு முன்பு சட்ட நிபுணர்களின் ஆலோசனை பெறுவது அவசியம்." இந்த அத்தியாவசியத்துக்கு முக்கியத்துவம் அளிப்பதற்காக ஒரு புது சட்ட ஆணையம் அமைக்கப்படும் என்று அரசாங்கம் அறிவித்தது. உயர்நீதிமன்றத்தின் ஓய்வு பெற்ற நீதிபதி ஆணையக்குழுவின் தலைவராக நியமிக்கப் பட்டார். அவருக்கு அமைச்சரவை மந்திரி பதவியும் அளிக்கப்பட்டது.

ஆணையத்தின் மற்ற உறுப்பினர்களும் பரிந்துரைக்கப்பட்டு, அறிவிக்கப்பட்டது. ஒரு வருடத்திற்குள் அது தன் அறிக்கையை கொடுக்க வேண்டும் மற்றும் எந்தத் தாமதமும் ஏற்றுக்கொள்ளப்படாதென்று ஆணையம் எச்சரிக்கப்பட்டது.

அரசாங்கத்திற்கு ஆலோசனை வழங்க ஓர் ஆலோசனைக்குழு அமைக்கப்பட்டது. அரசாங்க அதிகாரிகளைத் தவிர, அரசியல் மற்றும்

சமூக அமைப்புகளின் பிரதிநிதிகளும் இந்தக் குழுவில் நியமிக்கப்பட்டனர். இந்த உறுப்பினர்கள் எவ்வளவு முக்கியத்துவம் வாய்ந்தவர்கள் என்பதைக் காண்பிப்பதற்காக, அரசு அதிகாரிகள் அனுபவித்த அனைத்து வசதிகளும் இவர்களுக்கு அளிக்கப்படும் என்று அறிவிக்கப்பட்டது.

ஆணையம் மற்றும் ஆலோசனைக்குழு வழங்கிய யோசனைகளை பரிசீலிக்க ஓர் அமைச்சரவைக் குழு அமைக்கப்பட்டது. மூன்றாண்டு காலத்திற்குள் அனைத்துச் சட்டங்களும் திருத்தப்படும் என்றும் அறிவிக்கப்பட்டது.

பாலாவையும், மீதாவையும் உடனடியாக விடுவிக்காததற்கு முதலமைச்சர் மன்னிப்பு கோரினார். அவரை அவ்வாறு செய்வதிலிருந்து தடுத்த நிர்பந்தங்கள் பற்றி விவரித்தார். அமர்வு நீதிமன்றம் அவர்களைக் குற்றவாளியென்று அறிவித்திருக்கிறது; உயர் நீதிமன்றத்தில் வழக்கு முடிவு பெறாத நிலையில் உள்ளது, அரசாங்கத்திற்கு நீதித்துறை விஷயங்களில் தலையிட எந்த அதிகாரமும் இல்லை. இருப்பினும், பண்டி கொலை வழக்கைப் புதிதாக மறுபடியும் அலசி ஆராய்வதற்கு ஐ ஜி (குற்றம்) தலைமையில் ஒரு விசேஷ குழு உருவாக்கப்பட்டு, மூன்று மாதங்களுக்குள் வழக்குத் தொடர்பான எல்லா விஷயங்களும் ஆராய்ந்து முடிக்கப்பட வேண்டுமென்று அறிவுறுத்தப்பட்டது.

பாலாவும் மீதாவும் நிரபராதிகள் மற்றும் ஹர்மன்பீரும் வேறு சிலரும் குற்றவாளிகளென்று நிரூபிக்கக்கூடிய ஆதாரங்களை முன்வைக்க சமிதி உத்தரவிடப்பட்டது. முதலமைச்சர் மீண்டும் வலியுறுத்தினார், "குழுவின் ஆலோசனைகள் எதுவாயினும் உடனே செயல்படுத்தப்படும். முந்தைய முதலமைச்சரின் தலைமையில் இருந்ததைப் போல் பிரச்சனை காலவரையின்றி இடை நிறுத்தப்படாது."

அத்தியாயம் 46

குர்நாமின் ஆட்கள் சிறைக்குள் தங்கள் வலையை அகல விரித்திருந்தனர். லங்கரில் நிறையப் பேர் வேலை செய்தனர். அவர்களுக்குத் தேநீர் கெண்டிகளுடன் போதைப் பொருட்களின் பாக்கெட்டுகளும் கொடுக்கப்பட்டன. அவற்றை அவர்கள் கண்காணிப்பாளரிடம் ஒப்படைத்தார்கள். கண்காணிப்பாளர் அவற்றைக் குர்நாமால் தனிப்பட்ட முறையில் தேர்ந்தெடுக்கப்பட்ட வளாகத்தின் தலைவரிடம் ஒப்படைத்தார். முகியா, பாக்கெட்டுகள் கைதிகளிடம் போய்ச்சேர்ந்ததை நிச்சயப்படுத்தினார். தேநீர் வினியோகப்பட்ட நேரத்தில் லங்காரியும் கண்காணிப்பாளரும் இந்தப் பரிமாற்றங்களில் கிடைத்த பணத்தின் அளவைக் கணக்கெடுத்தார்கள். இதன் பிறகு கண்காணிப்பாளர் முந்தைய தினத்தின் வருவாயை லங்காரியிடம் ஒப்படைத்தார். லங்காரி லங்கருக்குச் சென்று பணத்தை முன்ஷியிடம் கொடுத்தார். அவர் அதிலிருந்து சிறை ஊழியர்களின் பங்கைக் கழித்துக் கொண்டு மீதியை உரிமையாளரிடம் சேர்த்து விடுவார். வியாபாரம் நேர்மையாக நடத்தப்பட்டது மற்றும் கணக்குகள் துல்லியமாகப் பராமரிக்கப்பட்டது.

வளாகம் ஒவ்வொரு மாதமும் சோதனை செய்யப்பட வேண்டுமென்று சிறைச் சாலை விதிகளில் நிர்ணயிக்கப்பட்டிருந்தது. இது சமூக விரோத தத்துவங்களை, தவறான காரியங்களில் ஈடுபடுவதற்கு முன்பு இரண்டு தடவை சிந்திக்க வைத்தது.

தீய பழக்கத்திற்கு அடிமையான இந்த வளாகத்தில் சோதனை செய்வது ஆபத்தானது. பெரும் அளவில் அபின், போஸ்த் மற்றும் அடுக்கடுக்காகப் பெட்டிகளில் மாத்திரைகளும், ஊசி மருந்துகளும் கண்டெடுக்கப்படும். இது கைதிகளுக்கு மட்டுமல்ல, அதிகாரிகளுக்கும் அவப்பெயரைக் கொண்டு வரும்.

இரு தரப்பினரையும் அவமானத்திலிருந்து காப்பாற்றுவதற்காக, குர்நாமும் அதிகாரிகளும் ஓர் உடன்படிக்கைக்கு வந்தனர். குர்நாமுக்கு ஆய்வைப்பற்றிய அறிவிப்பை நிர்வாகம் முன்கூட்டியே கொடுத்துவிடும். அதற்குப் பிறகு குர்நாம் அவனுடைய ஆட்களை எச்சரித்து விடுவான். போதைக்கு அடிமையானவர்களுக்கு இந்த ஆட்கள் பாதுகாப்பு அளிப்பார்கள். இந்த முன்னெச்சரிக்கைகளை மீறி குறிப்பிட்ட கைதியிடமிருந்து ஏதாவது மீட்கப்பட்டால் முழு பொறுப்பும் அவனுடையதாக இருக்கும்.

அன்று மருந்துகளின் பாக்கெட்டுகள் தேநீர் கெண்டியுடன் வரவில்லை. அறிகுறி தெளிவாக இருந்தது. வளாகம் எப்பொழுது

வேண்டுமானாலும் சோதனை செய்யப்படலாம். குறிப்பைத் தெரிந்து கொண்ட போதைக்கு அடிமையானவர்கள் தங்களைப் பாதுகாத்துக் கொள்ள மும்முரமாக முயற்சி செய்தனர்.

வழக்கமாக சாது சிங் இந்தப் பொருள்களைத் தன்னிடம் நிறையவே வைத்திருந்தான். அவனுக்குத் தினசரி கணக்கை முறையாக எவ்வாறு பராமரிப்பதென்று தெரியவில்லை. அவனுடைய மனைவி அவனைச் சந்திக்க ஒவ்வொரு வாரமும் வந்தாள். சிறிதளவு சரக்கும், கூடவே ஓர் ஐநூறு ரூபாய் நோட்டும் கொடுப்பாள். அவன் மொத்தமாகப் போஸ்த் வாங்கிப் பதுக்கி வைத்து, சிறிது சிறிதாக உட்கொள்வான். முந்தைய தினம்தான் அவன் போஸ்த் வாங்கியிருந்தான். அதனால் நிறையவே அவனிடம் இருந்தது. அதை எவ்வாறு பத்திரமாக வைத்திருப்பதென்று அவன் இப்பொழுது கவலையிலிருந்தான். அவனுடைய தோழர்களுக்கு அதைக் கொடுத்தால், அதற்கான பணத்தை அவர்கள் கொடுக்க மாட்டார்கள். கண்காணிப்பாளரிடம் கொடுத்தால், அவர் ஒருபோதும் திரும்பக் கொடுக்க மாட்டார். சாக்கடையில் எறிந்தால் அது வீணாகி விடும். அவன் நந்து போன்ற போதைக்கு அடிமையானவர்கள் சிலரைத் தேடிப் பிடித்து எந்த விலை கிடைத்ததோ அதில் அவற்றை விற்றான்.

நந்து போதைப் பொருள்களை நிறையவே உட்கொண்டான். அவனுக்குக் கையில் கிடைத்த அவ்வளவையும் முழுங்கி விடுவான். வெறுப்படைந்த அவனுடைய குடும்பத்தினர், ஓர் ஒதுக்கீட்டை நிர்ணயித்தனர். நிர்ணயிக்கப்பட்ட பங்காக அவனுக்கு இப்பொழுது தினமும் காலையில் ஒரு பாக்கெட் கொடுக்கப்பட்டது. மாலைக்குள் அது தீர்ந்து விடும். இரவைத் தாண்டுவது அவனுக்குப் பெரும்பாடாகி விடும். தேடலின் நாள் அவனுக்கு எப்பொழுதும் வேதனை தருவதாக இருந்தது. தேநீருடன் போதை மருந்தை உட்கொள்ளாததால் அவனுக்குப் பதற்றம் ஏற்பட்டு வயிற்றுத் தசைப் பிடிப்பு உண்டாகும். நாள் முழுவதும் வேலை செய்ய முடியாதலால் அவன் அடிக்கவும் பட்டான். வளாகத்தில் அடைக்கப்படும் அபாயமும் அவனுக்கிருந்தது. எண்ணற்ற கஷ்டங்களை அவனுக்கு எதிர்கொள்ள வேண்டியிருந்தது. வரப்போகும் தேடலின் செய்தியைக் கேட்டவுடன் இதற்கு ஒரு வழியைத் தேடத் துவங்கினான். தனது சக கைதிகளிடம் மன்றாடினான், "எனக்கு வேலை செய்யப் போதுமான போதை மருந்தைக் கொடுத்து விடுங்கள். என்னிடமிருந்து இரண்டு அல்லது மும்மடங்கு அல்லது எவ்வளவு வேண்டுமோ அவ்வளவு கட்டணம் வசூலித்துக்கொள்ளுங்கள்." சாது அவனுடைய பிரச்சனையைத் தீர்த்தான். நந்து பாதியை விழுங்கிவிட்டு, மற்றப்

பாதியைத் தன் சட்டைப் பையில் வைத்துக் கொண்டான். மிச்சத்தை அதிகாரிகள் அந்தப் பகுதிக்குள் காலை வைத்தவுடனே விழுங்கிவிடத் திட்டமிட்டிருந்தான். இந்தத் திட்டம் அவனை அவர்களுடைய தேடுதலிலிருந்து மட்டுமல்லாமல், போதை மருந்தில்லாமல் ஏற்படும் வேதனை அறிகுறிகளிலிருந்தும் தப்பிக்க உதவும்.

தாராவாடின் கும்பல். கண்காணிப்பாளருடன் பங்காளியாக இணைந்திருந்தது. அவர்கள் தங்கள் மாத்திரைகள் மற்றும் மருந்து ஊசிகளை ஒரு பையில் வைத்து, அதன் மேல் பெயரெழுதி அவரிடம் ஒப்படைத்தார்கள். ஆபத்து கடந்தவுடன் அவர்களின் பொருள்கள் திரும்ப அவர்களுக்குக் கிடைத்து விடும்.

போதைப் பொருள்களை விற்கவோ, மறைக்கவோ முடியாதவர்கள் அவற்றை உடனடியாக உட்கொண்டு விட்டார்கள். சிறிய அளவில் எடுத்துக்கொள்ளும் பொழுது மருந்து அவர்களுக்குப் போதை உண்டாக்கவில்லை. ஆனால், இன்று நாள் முழுவதும் போதையில், உச்ச நிலையில் இருப்பது போல் உணர்வார்கள். ஒரு மணி நேரத்திற்குள் வளாகம் முழுவதும் சுத்தம் செய்யப்பட்டது.

பசந்த்துக்குப் போதைப் பொருள்களின் பழக்கமில்லையென்று சிறையில் இருந்த அனைவரும் அறிந்திருந்தார்கள். ஆனால், அவனுடைய இதயம்தான் அதிவேகமாகத் துடித்தது. அவனைச் சிக்கவைக்க வேண்டுமென்ற ஒரே நோக்கத்துடன் தேடல் நடத்தப்பட்டதைப் போல் அவனுக்குத் தோன்றியது.

அவனது டிரக்கில் *போஸ்த்* ஏற்றிச் சென்ற குற்றத்திற்காக, பசந்த்துக்குப் பத்து ஆண்டுகள் சிறைத் தண்டனை விதிக்கப்பட்டிருந்தது. அவன் ஏற்கெனவே ஏழு வருடங்கள் சிறையில் கழித்தாயிற்று. அவனுடைய நல்ல நடத்தையினாலும், அமைதியான குணத்தினாலும் மிச்சமிருந்த மூன்று வருடங்கள் மன்னிக்கப்பட்டன. அவன் என்றைக்கு வேண்டுமானாலும் விடுவிக்கப்படலாம். மேலிடத்திலிருந்து உத்தரவு எதிர்பார்க்கப் பட்டிருந்தது.

ஆனால், வெளியீட்டு உத்தரவுக்குப் பதிலாகப் பிரதான அலுவலக அதிகாரிகளிடமிருந்து அறிவுறுத்தல்கள் வர ஆரம்பித்தன, "பசந்திடம் சில 'ஏற்பாடுகள்' செய்யச் சொல்லுங்கள்." கோடிக்கணக்கில் பிரார்த்தனை செய்த பிறகுதான் ஒரு கைதிக்கு இத்தகைய ஒருநாள் கிடைக்கிறது என்று அதிகாரிகள் கருதினார்கள். இந்தச் சந்தர்ப்பத்தில், அவனுடைய மகிழ்ச்சியில் அவர்களும் பங்கேற்க விரும்பினார்கள்.

அதனால் கொண்டாட்டத்தில் வாயை இனிப்பூட்ட அவன் அவர்களுக்கு ரூபாய் ஐயாயிரம் அனுப்ப வேண்டும் என்றார்கள்.

இந்தச் செய்தியைத் துணைக் கண்காணிப்பாளர் சில சமயங்களில் பசந்திடம் தெரிவிப்பார், மற்ற சமயங்களில் பேசாமல் இருந்து விடுவார். ரஞ்சித் சிங் பசந்தின் பின்னணி பற்றி அறிந்திருந்தார். சொந்தம் என்று அழைப்பதற்கு அவனுக்கு ஒருவரும் இல்லை. கடந்த மூன்று ஆண்டுகளில் அவனைச் சந்திக்கக்கூட யாரும் வரவில்லை. இவ்வளவு பெரிய தொகையைத் திரட்ட அவனால் முடியாது.

சிறைச்சாலையின் பழக்க வழக்கங்களைப் பற்றி பசந்த் அறியாமலில்லை. இங்கு கழிக்கப் போகும் கடைசி நாட்களில் பணத்தின் அவசியம் ஏற்படுமென்று அவனுக்குத்தெரியும். இதற்காக அவன் பல ஆண்டுகளாகச் சேமித்து வைத்திருந்தான். ஆனால், இது ஒரு சிறைச்சாலை. இங்கு பணம் செலவிடப்படுகிறது - சேமிக்கப்படுவதில்லை.

பசந்திடம் ஒரு சிறிய திறமை இருந்தது. அவனது இளமைப் பருவத்தில் அவன் *மசாஜ்* செய்வதற்குக் கற்றுக் கொண்டிருந்தான். இந்தத் திறமையால்தான் அவன் தன்னுடைய உஸ்தாதை மகிழ்வித்து, கற்பதற்குப் பத்து ஆண்டுகள் எடுக்கக் கூடியதை மூன்று ஆண்டுகளில் கற்றான். மசாஜ் கொடுத்துச் சிறை அதிகாரிகளையும் அவன் சந்தோஷப்படுத்தினான். அவர்கள் சில சமயம் பி வகுப்பு வளாகங்களில் சுற்ற அவனுக்கு அனுமதி கொடுத்தார்கள். அங்கு அவன் ஐந்து அல்லது பத்து ரூபாய் சம்பாதித்துக் கொள்வான். அதில் சிலவற்றை செலவழித்து மிச்சத்தை சேமித்துக் கொண்டான்.

மிகவும் கஞ்சத்தனமாக, ஒவ்வொரு அடியிலும் தேவைக்கு வேண்டியதை மட்டும் சுரண்டி எடுத்து, அவன் ஆயிரத்து எண்ணூறு ரூபாய் சேமித்திருந்தான். முழுத் தொகையையும் அவன் துணை அலுவலர் முன் வைத்தான். ஆனால், சம்பந்தப்பட்ட அதிகாரிகள் இந்தச் சொற்ப தொகையை நுகரக் கூடத் தயாராக இல்லை.

சிறைச்சாலையின் விதிமுறைகளின்படி, *மிஸ்ஸல் பிரதான அலுவலகத்தை அடைந்த ஒரு மாதத்திற்குள் விடுவிப்பதற்கான உத்தரவு பிறப்பிக்கப்பட வேண்டும்.*

அதிகாரிகள், ஒரு பூதக் கண்ணாடி வைத்துக் கொண்டு *மிஸ்ஸலை* ஆய்வு செய்தனர். பசந்தின் வரலாற்றுத்தாள் ஒரு சிவப்பு குறிக்கூட இல்லாமல் கண்ணாடியைப் போல் தெளிவாக இருந்தது. அவர்கள்

தீவிர முயற்சி செய்த போதிலும் *மிஸ்ஸல்* அனைத்துத் தடைகளையும் தாண்டி இறுதியாக ஐ.ஜி.யின் மேசையை அடைந்தது.

சாஹிபுக்கு எந்தத் தந்திர வித்தையும் செய்ய வேண்டிய அவசிய மில்லை. அவர் செய்ய வேண்டியதெல்லாம் *மிஸ்ஸலில்* கையொப்பமிட்டுத் திருப்பி அனுப்ப வேண்டும், அவ்வளவு தான். இதன் பிறகு கைதி எதுவும் செய்யாமல் விடுவிக்கப்படுவான். ஆனால், ஐ.ஜி. கோப்பில் கையெழுத்திடவில்லை. அவர் கடந்த காலத்தைப் பற்றிச் சஞ்சலப் படவில்லை, ஆனால், எதிர்காலத்தைப் பற்றி நிச்சயமாக கவலை பட்டார். இது போன்ற வெளியீடுகள் தொடர்ந்தால், இவருக்கு எவரிடமிருந்தும் காணிக்கைகள் கிடைக்காது. பணவீக்க நெருக்கடியின் இந்தக் காலக்கட்டத்தில் அவர் பட்டினி கிடந்து இறப்பது நிச்சயம்.

அவர்கள் தங்களுக்குள் திட்டமிட்டுக் கொண்டனர், "நம்முடைய அன்றாட வருவாயைப் பாதுகாப்பதற்கு அவனுடைய விடுதலையின் பாதையில் ஒருசில தடைகள் உருவாக்க வேண்டும்."

பசந்துக்கு ஒரு கடைசி வாய்ப்பு அளிப்பதற்காக அவர்கள் துணைக் கண்காணிப்பாளரை அணுகினார்கள். இது போன்ற மற்ற வழக்குகளில் செய்தி பின்னர் வந்தது, கைதியின் உறவினர்கள் பணத்துடன் அங்கு முதலில் வந்து விடுவார்கள். பெரும்பாலான சந்தர்ப்பங்களில் இந்தக் கொடுக்கல், வாங்கல் துணை அலுவலர் மூலம் நடத்தப்பட்டது. அவர் பணத்தை வாங்கிக் கொண்டு இவர்களிடம் தானே கொண்டு வந்தார். ஆனால், இந்தத் தடவை அவர் மௌனமாக இருந்தார்.

துணை அலுவலர் கைதியின் பக்கமிருந்தார். பசந்த் வைத்திருந்தது ஏற்கெனவே அனுப்பப்பட்டு விட்டது. "ஒரு சூனிகாரிகூடத் தனக்கு நெருக்கமானவர்களின் வீடுகளைக் கேடு செய்யாமல் விட்டு விடுகிறாள். இந்த ஏழை மீது கொஞ்சம் இரக்கம் கொள்ளுங்கள். அடுத்த மாதம் இறுதியில் மற்றொரு கைதி விடுவிக்கப்பட உள்ளார். இந்த இழப்பை அப்பொழுது நான் ஈடு செய்து விடுகிறேன்" என்று அவர் கெஞ்சினார். ஆயினும் அதிகாரிகள் வேறொரு உலோகத்தால் செய்யப்பட்டவர்கள், அசையக் கூட மறுத்தனர்.

இந்த விஷயம் அதிகாரிகள் மற்றும் கைதிக்கு இடையில் தீர்க்கப்பட வேண்டியதென்று எண்ணிய துணை அலுவலர் இப்பொழுது பேசாமல் விட்டு விட்டார்.

பசந்த் விடுதலை பெற வேண்டுமென்று ரஞ்சித் *சிங்* மனதார விரும்பினார். அவர்தான் அவன் மன்னிப்புப் பெறுவதற்குப் பல முறை

ஏற்பாடு செய்திருந்தார் மற்றும் அவனுடைய முன்கூட்டிய விடுவிப்புக்கும் சிபாரிசு செய்தார். இவ்வாறு நடப்பதிலிருந்து தடுக்கப்படக்கூடாதென்று அவர் முழு மனதுடன் விரும்பினார் - குறைந்தபட்சம் பணப் பற்றாக்குறையினால் அல்ல.

ஒன்றும் செய்ய முயற்சிக்காமல் பேசாமல் உட்கார்ந்திருக்க ரஞ்சித் சிங்கிற்கு முடியவில்லை. அவர் காலையிலும், மாலையிலும் பசந்தைத் தனது அறைக்கு அழைத்து, அதிகாரிகளின் சமூகம் ஒரு போக்கிரி கும்பலென்றும் அவனது விடுதலையின் பாதையில் அவர்கள் தடைகள் ஏற்படுத்தக் கூடுமென்று அறிவுறுத்தினார்.

அவனும் ஒப்புக்கொண்டான். அவன் உள்ளார்ந்த மனதுடன் கொஞ்சம் பணம் அளிக்க விரும்பினான். ஆனால், அவன் எங்கிருந்து பணம் கொண்டு வருவான்? ஒரு தடவை கண்களில் நீர் மல்க அவன் சிங்கிடம் கேட்டான், “நான் எனது கண்களை அல்லது சிறுநீரகத்தை விற்கட்டுமா?” பதிலளிக்க முடியாத துணை அலுவலருக்கும் தொண்டை அடைத்துக் கொண்டது. அன்று முதல் அவர்கள் இருவரும் தங்கள் விதியின் இழைகளைச் சர்வவல்லவரின் கைகளில் வைத்து விட்டனர்.

ரஞ்சித் சிங்கும் ஆர்வம் குன்றியவராகத் தோன்றிய பிறகு அதிகாரிகள் மற்றொரு கலந்துரையாடல் நடத்தினர்.

நிர்வாக அதிகாரி வயதானவர் மற்றும் அங்கிருந்தவர்களில் எல்லாரையும் விட மிகுந்த அனுபவம் வாய்ந்தவர். மிகுந்த சிந்தனைக்குப் பிறகு அவர் பின்வருமாறு ஆலோசனை வழங்கினார், “பசந்த் அவனுடைய முழு தண்டனையும் அனுபவிக்கச் செய்வதற்கு ஒரே ஒரு வழி இருக்கிறது. அது அவனை மற்றொரு வழக்கில் உட்படுத்துவது ஆகும். அவன் சண்டையில் ஈடுபடுபடுபவன் அல்ல. அதனால் அவனுடன் சண்டையிட ஒரு நம்பகமான கைதியைப் பிடித்து வளாகத்தில் குழப்பம் உண்டாக்குவது கடினமாகயிருக்கும். போதைப் பொருள்கள் சிறையில் பெரும்பாலும் பொதுவாக விற்கப்படுகின்றன. அவனுடைய பாக்கெட்டில் சிறிது அபின் வைக்க ஏற்பாடு செய்யலாம். இது ஒரே அம்பில் இரண்டு மாங்காய்கள் அடிக்க நிச்சயமாக உதவும். சிறைக்குள் போதைப் பொருள்களைக் கொண்டு வருவது குற்றம். அதன்படி ஒரு கைதிக்கு வழங்கப்பட்டிருக்கும் வசதிகளைத் திரும்பப் பெற்று விடலாம். தன் வசம் போதைப் பொருள்களை வைத்திருப்பது ஒரு தனிக் குற்றம் மற்றும் சட்டப்படி தண்டிக்கத்தக்கது.”

இந்தத் திட்டத்தை நிறைவேற்றுவதற்காக ரஞ்சித் சிங் மீண்டும் ஒருமுறை தேர்ந்தெடுக்கப்பட்டார்.

அவர் ஒரு துணிச்சலான அதிகாரி. பல ஆண்டுகளுக்குப் பிறகுதான் பசந்த் போன்ற ஒரு கைதி அவரிடத்தில் பரிதாப உணர்வைத் தூண்டி விட்டிருந்தான். அவர் பொதுவாகச் சிறையிலிருந்தவர்களைத் துன்புறுத்தினார். அவரைப் பற்றிய புகார்கள் தவறாமல் பிரதான அலுவலகத்திற்கு வந்து கொண்டே இருந்தன. அதிகாரிகள் நியாயப்படுத்தினர், “அவர்மேல் நாம் கருணைக்காட்ட வில்லையென்றால் அவர் வேலையிழந்து இந்நேரம் வீட்டில் உட்கார்ந்திருப்பார். நம்முடைய ஒத்துழைக்கும் மனப்பாங்கைத் திருப்பிச் செலுத்த அவர் நினைவூட்டப்பட வேண்டும்.”

ரஞ்சித் சிங் முதலில் தயங்கினார். ஆனால், அதிகாரிகள் பிடிவாதமாய் நின்ற பொழுது அவருக்கு விட்டுக்கொடுக்க வேண்டியிருந்தது. அவர் சிந்தித்துப் பார்த்தார், ‘அவர்கள் சொல்வது உண்மையில் சரியானவைதான். அவர்களின் தயவினால்தான் நான் இவ்வளவு பணம் பெற வாய்ப்பு கிடைத்த இந்த மாதிரியான ஒரு சிறைச் சாலையில் இத்தனை நாட்களாகப் பதவியிலிருந்தேன். எல்லாவற்றுக்கும் மேலாக, வெட்டப்படப் போகும் ஆட்டின் தாய் எவ்வளவு காலம் அமைதி காக்க முடியும்? பசந்த் கொலை செய்யப்பட வேண்டுமென்று இந்த அதிகாரிகள் தீர்மானித்து விட்டார்கள். நான் இல்லையென்றால் வேறொருவர் அவர்களுக்கு இந்த வேலையைச் செய்வார்கள். இந்தக் கசப்பு திரவத்தை முழுங்குவதைத் தவிர எனக்கு வேறு வழியில்லை.’

இந்தச் சூழ்ச்சி வெற்றிப் பெறுவதற்குப் போதைப் பொருள்களுக்கு அடிமையாகியிருந்தவர்களின் வளாகத்தைச் சோதனை செய்யத் திட்டமிடப்பட்டது. பூனை பாய்வதை எதிர்பார்த்துக் கண்களை மூடிச் செயலற்றுக் காத்திருக்கும் புறாவைப் போல் உட்கார்ந்திருப்பதைத் தவிர பசந்தால் வேறு ஒன்றும் செய்ய முடியவில்லை.

முன்பு காற்றலையாக வந்த செய்தி, பிற்பகல் இடைவெளியின் பொழுது திடீரென்று உண்மையில் நடக்கத் தொடங்கியது. வேகமான நடையுடன் மற்றும் மிகுந்த ஆரவாரத்துடன் நான்கைந்து கண்காணிப்பாளர்கள், இரண்டு உதவி தரோகா மற்றும் துணை அலுவலர் வளாகத்தில் வந்து கட்டளையிட்டனர், “நீங்கள் இருக்கும் இடத்தில் கைகளை உயர்த்திக்கொண்டு நில்லுங்கள்.” கைதிகள் எழுந்து நின்றனர். கண்காணிப்பாளர்கள் வளாகத்தில் நுழைந்து டிரங்க்குகள், தகர பெட்டிகள், பைகள் எல்லாவற்றையும் குடைந்து தேடிப்பார்த்தார்கள். அவர்களுக்கு ஒன்றும் கிடைக்கவில்லை.

ஒரு கைதியின் பையில் நடிகை நூதனின் படம் கொண்ட வட்டமான கண்ணாடியைக் கண்டனர். கண்ணாடி உடைக்கப்பட்டு மற்ற கைதிகளைத் தாக்குவதற்குப் பயன்படுத்தப்படலாம் என்று கூறிய தலைமைக் கண்காணிப்பாளர், அதைப் பறிமுதல் செய்து கொண்டார். ஒரு கைதியின் தலைப்பாகையில் ஒரு பஜ் இருந்தது - தலைமுடியைச் சீராக்க உதவும் சாதனம். அந்தப் பஜ் ஒருவரின் வயிற்றைப் பிளந்து விடப் பயன்படுத்தப் படலாமென்று சொல்லி அதையும் மற்ற கண்காணிப்பாளர் பறிமுதல் செய்தார். தேடல் ஒரு மணி நேரத்திற்கு மேலாக நடந்தது. ஆட்சேபிக்கத் தக்க ஒன்றும் கிடைக்காததால், இந்தப் பணி நிச்சயமாகத் தோல்வி அடையும் என்று தோன்றியது.

தன் கீழ் வேலை செய்தவர்கள் மீது மிகுந்த கோபம் கொண்ட துணை அலுவலர், அவர்களைக் கடுமையாகக் கண்டித்தார். பின்னர் அவர் தானே, தனிப்பட்ட முறையில் தேடத் தொடங்கினார். முதல் முயற்சியிலேயே அவருடைய இலக்கு, அவருடைய இரையை அடைந்தது. பசந்த் தனது பஜாமாவின் நாடையின் தொளையில் ஒரு நீண்ட பிளாஸ்டிக் குழாயை மறைத்து வைத்திருந்தான். குழாய் ஆய்வு செய்யப்பட்டு, அதில் ஒளித்து வைக்கப்பட்டிருந்த பொருள் அபின் என்று கண்டு பிடிக்கப்பட்டது. "இதோ! தகவல் கொடுத்தவர் பொய் சொல்லவில்லை! அபின் கண்டு பிடிக்கப்பட்டது இல்லையா?" பசந்தின் கழுத்தைப்பிடித்து அவனை முற்றத்திற்குக் கொண்டு வந்தார் ரஞ்சித்.

"நான் நிரபராதி. நான் போதைப்பொருள்களை உட்கொள்ளுவ தில்லை என்று உங்களுக்குத் தெரியும். மற்றும் இது மிகவும் விலை உயர்ந்தது, என் வரம்பிற்கு அப்பாற்பட்டது." பசந்தின் முறையீடுகளை யாரும் கேட்டுக்கொள்ளவுமில்லை, கேட்க விருப்பப்படவுமில்லை. "பிடிப்பட்ட பிறகு ஒவ்வொரு குற்றவாளியும் இதையே தான் சொல்கிறான்" என்று வலியுறுத்திய துணை அலுவலர் காவல் துறையினரைச் சிறைக்கு வரவழைத்தார். காவல்துறையினருடன் வளாகத்திற்கு வெளியில் செல்வதற்கு முன்பு பசந்த், துணை அலுவலரின் கால்களில் விழுந்து மீண்டும் ஒருமுறை கெஞ்சினான், "நான் ஏன் இவ்வாறு பொய்க்குற்றம் சாட்டப்பட்டிருக்கிறேன் என்று உங்களுக்குத் தெரியும். தயவு செய்து என் மேல் கருணை காட்டுங்கள்."

"எனக்குத் தெரியும். ஆனால், நான் என்ன செய்ய முடியும்? நான் கட்டளையால் பிணைக்கப்பட்டுள்ளேன்." தொண்டை அடைத்த துணை அலுவலரால் மேலே பேச முடியவில்லை. அவருடைய பலவீனமான தருணத்தை மற்ற ஊழியர்கள் பார்க்காமல் இருப்பதற்காக

அவர், தொடர்ச்சியான இருமலால் பாதிக்கப்பட்டவர் போல் பாவனை செய்து முகத்தைக் கைக்குட்டையால் மறைத்துக் கொண்டார்.

சோர்வுடன் காவல் நிலையத்தில் கிடந்த பசந்த் இரவு முழுவதும் துக்கத்தில் ஆழ்ந்து போனான். அவன் தனக்குத் தானே கேட்டுக் கொண்டான். 'ஒரு நல்ல, நேர்மையான மனிதனாக இருந்ததற்கு உனக்கு என்ன பலன் கிடைத்தது?'

பசந்த் ஓர் ஆற்றங்கரையில் பிறந்தான். நன்றாக உழைத்து, கஷ்டபட்ட பிறகு அவனுடைய தந்தையால் நான்கு ஏக்கர் நிலத்தை விவசாயத்திற்கு ஏற்றதாக மாற்ற முடிந்தது. தண்ணீர் தேவதை கருணை காட்டினால் நான்கு மணங்கு நெல் அவர்கள் வீட்டுக்கு வரும். தேவதை சீற்றம் கொண்டால் முழு அறுவடையும் அடித்துச் செல்லப்படும். இந்தக் கண்ணாமூச்சி விளையாட்டால் கலக்கமடைந்த ராய் சீக்கியர்கள் கொஞ்சம் கொஞ்சமாக மற்ற தொழில்களுக்கு மாறிக் கொண்டிருந்தனர். பசந்த் சில ஓட்டுனர்களுடன் நட்பு கொண்டான். வீட்டில் வேலையில்லாத பொழுது அவன் அவர்களுடன் வெளியே சென்றான்.

அவன் தன் *உஸ்தாதுக்கு* நேர்மையாகவும், அவனால் இயன்ற அளவு மேன்மையாகவும் பணியாற்றினான். மகிழ்ச்சி அடைந்த *உஸ்தாத்,* மூன்று ஆண்டுகளுக்குள் துப்புரவு பணியாளராக இருந்த அவனை ஓட்டுனராக உயர்த்தினார். அவனுக்குச் சரியான உரிமம் வாங்கிக்கொடுத்து அவனுக்கு ஒரு வேலையும் ஏற்பாடு செய்தார்.

பசந்தின் செழிப்புக் கலன், சொட்டு சொட்டாக நிரம்பியது. ஒரு சுப நாளன்று அவன் தன்னுடையச் சொந்த டிரக்கைத் தன் வீட்டின் முன் நிறுத்தினான். வாகனத்துடன் திருமண வாய்ப்புகளும் வர ஆரம்பித்தன. ஒரு வருடத்திற்குள் அவன் தகப்பனாகி விட்டான். மற்ற ஓட்டுனர்களைப் போல் அவனும் *அபின்* மற்றும் *போஸ்த்* உட்கொள்ளும் பழக்கத்திற்கு ஆளானான்.

அவனுடைய ஓட்டுனர் - தோழர்கள் அவனுக்கு அறிவுரை வழங்கினர். "நீ இப்பொழுது ஒரு டிரக்கின் உரிமையாளன். உரிமையாளர்கள் போதை மருந்துகளை, அவற்றின் மதிப்பை விட நான்கு மடங்கு அதிக விலையில் வாங்குவதில்லை. நீ மாநிலத்திற்கு வெளியில் பயணம் செய்யும் பொழுது ஒரு சாக்குப்பை நிறைய உன்னுடைய டிரக்கில் போட்டுக் கொண்டு வந்துவிடு." அவனுக்கு உதவியாக, மருந்துகள் பெறக்கூடிய எல்லா இடங்களைப் பற்றியும் சொன்னார்கள்.

ஒரு பஞ்சாபி *டாபா*வின் உரிமையாளர் கூடுதல் ஆலோசனை வழங்கினார், "நீ ராஜஸ்தான் நோக்கிப் பயணம் செய்யும் பொழுது கூடுதலாகக் கொஞ்சம் சாக்குகளை வாங்கிக்கொண்டு என்னுடைய *டாபா* வில் சேர்த்து விடு. ஒரு சாக்கிற்கு ஐநூறு என்று ஒப்பந்தம் செய்து கொள்வோம்."

பசந்த், அவனுடைய நான்காவது பயணத்தின் பொழுது பிடிப்பட்டான். போதைப்பொருள்கள் கடத்தல் சம்பந்தமான சட்டம் எவ்வளவு கண்டிப்பானவை என்று சிறையிலிருந்த பொழுது அவன் தெரிந்து கொண்டான். ஒரு வருடம் அவன் சிறையில் பயனற்றுப் பாழாகிக் கொண்டிருந்ததைப் போல் அவனுடைய டிரக் காவல் நிலையத்தில் பாழாகிக் கொண்டிருந்தது. அவன் ஜாமீனில் விடுபடுவதற்கான வாய்ப்பே நிச்சயமாக இல்லை. டிரக்கை ஒப்படைப்பதிலும் பல தடைகள் இருந்தன. போதைப் பொருள்களுக்கு அடிமையாகத் தூண்டும் சமூக விரோத சக்திகள் எல்லாம் சிறையில் இறக்க வேண்டுமென்றும், போதைப் பொருள்களை ஏற்றிச் செல்லும் வாகனங்கள் காவல் நிலையங்களுக்கு வெளியில் துருப்பிடிக்க விடப்பட வேண்டுமென்றும் சட்டம் விரும்பியது.

மிகவும் சிரமப்பட்டுச் சம்பாதித்த பணத்தால் வாங்கிய டிரக்கைப் பற்றி அவனுக்கு இருந்த அதே அளவு கவலை அவனிடமிருந்து பிடுங்க முயற்சி செய்யும் மற்றவர்களைப் பற்றியும், காத்திருக்கும் அவனுடைய மனைவி பற்றியும் அவனுக்கிருந்தது. சட்டத்துடன் சேர்ந்து அவனுடைய உறவினர்களும் தங்களுடைய பிரச்சனைகளைத் தீர்த்துக் கொள்ள முனைந்தனர். முதலில் மூத்த சகோதரன் அவனைச் சந்திக்க வந்தான். "நான் காவல்துறையினர் மற்றும் நீதிபதியிடம் பேசிவிட்டேன். கொஞ்சம் லஞ்சம் கொடுத்து டிரக்கை நாம் விடுவித்துக் கொள்வோம். தினந்தோறும் இயக்கப்படும் வாகனம் நல்ல நிலையில் இருக்கும் மற்றும் உன் மனைவியின் கையிலும் சிறிது பணம் சேரும்" என்று கூறி டிரக்கின் அதிகார பத்திரத்தில் அவனுடைய கையொப்பம் பெற்றுக்கொண்டான். அடுத்து அவனுடைய தம்பி வந்தான். "எப்பொழுதும் நிதி பற்றாக்குறை இருக்கிறது. அதனால்தான் உங்களுக்கு ஜாமீன் ஏற்பாடு செய்ய முடியவில்லை. உயர்நீதி மன்றத்திலிருக்கும் ஒரு வழக்கறிஞரிடம் பேசியாயிற்று. உங்களுக்கு ஜாமீன் பெறுவதற்கு மாத்திரம் அல்ல, விடுதலை பெறவும் அவர் ஏற்பாடு செய்வார். கையில் கொஞ்சம் பணமிருந்தால்தான் பிரச்சனைகளுக்குத் தீர்வு காண முடியும்" என்று கூறி இவனுடைய நிலத்தின் அதிகார பத்திரத்தில் கையெழுத்து வாங்கிக் கொண்டான்.

ஆறு மாதங்களுக்குப் பிறகு அவனுடைய சகோதரர்களின் மனப்போக்கு மாறத்தொடங்கியது. அவனைச் சந்திக்க வரும் பொழுது அவனுடைய மனைவி மனம் தளர்ந்து போவாள். "பெரியவர், டிரக்கின் வருமானத்திலிருந்து இரண்டு அணாக்கூட எனக்குக் கொடுப்பதில்லை. நான் பணம் கேட்டால், காவல்நிலையத்தினர் டிரக்கின் பல பாகங்களை அகற்றி விட்டனர். பழுது பார்க்கச் செலவழித்த பணம் இன்னும் மீட்கப்படவில்லை என்று என்னைத் தட்டிக் கழித்து விடுகிறார். டிரக்கின் உரிமையைப் பெறுவதற்கு நிறையப் பணம் செலவழிக்க வேண்டியிருந்தது. அதற்காக வட்டிகடைக்காரரிடமிருந்து கடன் வாங்கிய தொகையின் வட்டி கூடச் செலுத்த முடியவில்லை என்றும் சில சமயம் கூறுகிறார்."

பசந்த் தன் சகோதரனை எச்சரித்து ஆட்சேபணை தெரிவித்த பொழுது, அவன் கோபமடைந்து, கடைசியில் அவனைச் சந்திக்க வருவதையே நிறுத்தி விட்டான். அவன் டிரக்கைத் தன் பெயரில் பதிவு செய்து கொண்டு, அதை வாகனத்தின் மேல் பெரிய அக்ஷரங்களில் பொறித்துக்கொண்டான்.

இளையவன் முதலில் பணத்தையும் நகைகளையும் எடுத்துச் சென்றான். சில சமயம், "வழக்கறிஞரின் கட்டணம் செலுத்தப்பட வெண்டும்" என்றும் மற்ற சமயங்களில், "சாட்சிகளைத் திருப்ப வேண்டும்" என்றும் கூறினான். பின்னர், நகைகளை வைத்துக் கொண்டு இனி யாரும் கடன் கொடுக்கத் தயாராக இல்லை என்றும் வட்டி விகிதம் அதிகரித்து விட்டதென்றும் கூறினான். பசந்தின் அனுமதி பெறாமலேயே அவனுடைய நிலத்தைத் தன் பெயரில் பதிவு செய்து கொண்டான்.

அகஸ்மாத்தாக யாராவது அவனைச் சந்திக்க வந்தால், அந்தச் சந்திப்பு இன்பத்திற்குப் பதிலாகத் துன்பத்தில் முடிந்தது. அவனுடைய மனைவியின் வாழ்க்கை நரகமாகி விட்டதென்றும் செலவுகளைச் சமாளிக்க அவள் மக்களின் வீடுகளில் பாத்திரம் கழுவுகிறாள் என்றும் சில சமயம் யாராவது அவனிடம் சொல்லுவார். மற்றும் ஒருவர், அவள் பொறுமை இழந்து விட்டது போல் தோன்றினாள் என்றும் இப்பொழுது அவள் அடிக்கடி அவளுடைய இளைய மைத்துனன் - பசந்தின் தம்பியின் மிதிவண்டியில் பின்புறம் உட்கார்ந்து கொண்டு நகரத்திற்குச் செல்கிறாள் என்றும் கூறினார். பசந்த் மனைவியுடன் சண்டை போட்டான். அவளும் நல்ல அளவில் பதிலடி கொடுத்தாள். பிறகு அவளும் அவனைச் சந்திக்க வருவதை நிறுத்திக்கொண்டாள்.

கடந்த மூன்று வருடங்களாக இவர்களில் ஒருத்தர் கூட அவனுக்கு முகம் காட்டவில்லை. இது பசந்த் நல்லவனாக இருந்ததற்குக் கிடைத்த வெகுமதி.

சமீபத்தில் விடுவிக்கப்பட்ட போலு *பஹெல்வானைப்* பற்றிப் பசந்த் நினைத்துக் கொண்டான். 'நானும் அவனைப் போலவே எல்லாவற்றையும் துணிந்து செய்திருக்க வேண்டும். ஒருசில சாக்குகளை மாத்திரம் ஏற்றுவதற்குப் பதிலாக முழு டிரக்குகளில் பொருள்களைக் கொண்டு வந்திருக்க வேண்டும்; காவல்துறையினரிடமிருந்து மறைப்பதற்குப் பதிலாக அவர்களுடன் பகிர்ந்து கொண்டு, பலன்களை அனுபவித்திருக்க வேண்டும்.' அதன் பிறகு அவனும் போலுவைப்போல் இருபது லாரிகள், ஒரு மாளிகை, ஒரு கார் மற்றும் பண்ணைகளுக்கு அதிபதியாக இருந்திருப்பான். அவனுடைய குழந்தைகளும் ஆங்கிலம் பயிற்று மொழி கொண்ட பள்ளிக்குச் சென்றிருப்பார்கள். அவனுடைய மனைவியும், தம்பியுடன் ஓடுவதற்குப் பதிலாகக் கறுப்புக் கண்ணாடி அணிந்து கொண்டு நாகரீகமான பொழுது போக்கு விடுதிகளுக்குச் சென்றிருப்பாள். தன்னுடைய பங்கைப் பெற வந்த காவல்துறை ஆய்வாளரும் அவனுடைய வாசலில் அடக்கத்துடன் நின்றுக்கொண்டிருந்திருப்பார். அவன் மீது வழக்குப் பதிவு செய்வதற்கு எந்தக் காவல்துறையினருக்கும் துணிச்சல் இருக்காது மற்றும் எந்த நீதிபதியும் தண்டனை வழங்கியிருக்க மாட்டார்.

அவனுடைய நேர்மைக்கு ஜெயிலர்கள் என்ன மதிப்பு கொடுத்தார்கள்? அவனுக்கு அளிக்கப்பட்ட மன்னிப்புக்கும் எந்தப் பயனுமில்லை. அவனும் மற்றவர்களைப் போல் முரட்டுத்தனமாக நடந்து கொண்டு, சிறையில் போதைப்பொருள்களை விற்றிருந்தால், நன்றாக மகிழ்ச்சியுடன் இருந்திருக்கலாம். ஒரு முட்டாளைப் போல் அமைதியாக இருந்ததற்குப் பதிலாக ஒரு குண்டனின் சீடனாக இருந்து கொண்டு, பின்னர், ஒருவனுக்குக் குருவாக இருந்திருக்க வேண்டும். முதலில் ஒரு பெரிய கும்பலின் உறுப்பினராகி, பின்னர் அதன் தலைவராகியிருக்க வேண்டும். அவனுக்கு வறுமை மற்றும் பசியைப் பொறுத்துக் கொள்ள வேண்டியிருந்திருக்காது. அவனுடைய சீடர்கள், தாங்களாகவே அவன் சார்பாக ஜாமீனுக்கு ஏற்பாடு செய்து அவனை விடுவித்திருப்பார்கள். அவன் சிறையில் இருந்தபொழுது நிறுத்தப்பட்ட பணிகள் சிறிது சமயத்திற்குப் பிறகு அவர்களால் மீண்டும் தொடங்கப்பட்டிருக்கும்.

அவனுடைய விடுதலை தடை செய்யப்பட்டதும் ஒரு விதத்தில் நல்லதாகவே ஆயிற்று என்று பசந்த் உணர்ந்தான். அவன் கிராமத்திற்குத்

திரும்பினால் அவனுக்குக் காத்திருப்பது பரிகசிப்புத்தான். அவன் இரக்கமின்றிக் கேலி செய்யப்பட்டிருப்பான். இப்பொழுது அவனுக்கு நிலமும் இல்லை, வீடும் இல்லை, மனைவியும் இல்லை.

'போதும், போதும் இந்த ஒழுக்க நெறி!' நல்லது, கெட்டது பற்றி இரவு முழுவதும் குழம்பிக்கொண்டிருந்த பசந்த் இப்பொழுது ஒரு முடிவுக்கு வந்தான்: 'இந்தப் புதிய வழக்கில் நான் திரும்பவும் சிறைக்குச் செல்ல வேண்டும். இந்தத் தடவை சிறைக்குச் செல்வது ஒரு புதிய பசந்தாக இருக்கும். பசந்தின் வேறுபட்ட கோணம் இப்பொழுது வெளிப்படும்.'

பாம்பு தன் பழைய சட்டையைக் கழற்றி விடுவதைப்போல் இந்தப் புதிய பசந்த் நியாயாதிபதி முன் எவ்வாறு ஆஜராக வேண்டுமென்று பசந்த் திட்டம் போடத் தொடங்கினான்.

இந்தத் தடவை, நியாயாதிபதியின் முன் வாதாடும் பொழுது பசந்த் தலை வணங்கவோ, மரியாதையாகக் கைகூப்பவோ இல்லை. அவன் மார்பை நிமிர்த்திக் கொண்டு இடிமுழக்கம் போன்ற குரலில் பேசினான், "ஐயா, நான் ஒரு கோரிக்கை செய்ய விரும்புகிறேன்."

சிறைக்குள் ஒரு கைதி *அபினுடன்* பிடிபட்டான் என்று ஆச்சரியப்பட்ட நியாயாதிபதி, உடனடியாக "மேலே சொல்" என்றார்.

"ஐயா, நான் கடந்த ஏழு ஆண்டுகளாகச் சிறையில் அடைப்பட்டுள்ளேன். என் வழக்கு முடிவுக்கு வந்து நான்கு ஆண்டுகள் ஆகின்றன. அந்த நாள் முதல் ஒருநாள் கூட நான் சிறையிலிருந்து வெளியில் வரவில்லை. மூன்று ஆண்டுகளாக இதுவரையில் என்னைச் சந்திக்க யாரும் வரவில்லை. பின்னர், இந்த உச்சவரம்பு பாதுகாப்பு சிறையில் *அபின்* என்னிடம் எப்படி வந்தது?"

"நீயே சொல்" என்றார் இந்தக் கேள்விக்குப் பதிலைத் தேடிக்கொண்டிருந்த நியாயாதிபதியும்.

எந்தப் பயமும் இல்லாமல் பசந்த் தைரியமாகச் சிறைக்குள் நடக்கும் தீயச் செயல்களை ஒப்புவித்தான்.

"என்னிடம் இன்னும் ஒரு வேண்டுகோள் உள்ளது."

"சொல்."

"சிறைக்குள் பெரிய அளவில் போதைப்பொருள்கள் விற்பனை செய்யப்படுவதைப் பற்றி ஒரு உயர் மட்ட விசாரணை நடத்தப்பட வேண்டுமென்று நான் விரும்புகிறேன். அந்த விசாரணையில் நானும் பங்கேற்க வேண்டும்."

நியாயாதிபதியும், முற்றிலும் இதையேதான் விரும்பினார்.

அவர் உடனே பசந்தின் வாக்குமூலத்தைப் பதிவு செய்து, அதில் அவனைக் கையெழுத்திடச்செய்து, கோப்பில் தன்னுடைய குறிப்புகளையும் எழுதினார்: 'இது மிகவும் கவலைக்குறிய பிரச்சனை மற்றும் ஓர் உயர் மட்ட விசாரணை நடத்தப்பட வேண்டும். சரியான நடவடிக்கைக்காக இது அமர்வு நீதிபதியிடம் அனுப்பப்படுகிறது.'

மோதன் மற்றும் ஹேமாவின் விஷயங்களுடன் சேர்ந்து இந்தச் செய்தியும் சிறை முழுவதிலும் ரீங்காரமிட்டது. விஷயம் இப்பொழுது உயர் மட்டத்தில் அமர்வு நீதிபதியால் விசாரணைக்குட்படப் போகிறது.

அத்தியாயம் 47

ஒரு வார இடைவெளிக்குள் அமர்வு நீதிபதி ஹிருதய்பாலுக்கு எழுதப்பட்ட இது மூன்றாவது கடிதம். முதல் இரண்டு கடிதங்களில் கைதிகள் தங்களுடைய குறைகளைப் பட்டியலிட்டிருந்தனர். மூன்றாவதில் ஹிருதய்பால் மீதும் அழுக்கை வாரி இறைத்திருந்தனர்.

இது கைதிகளின் தவறு அல்ல. கண்காணிப்பாளருடன் அவருக்கிருந்த நட்பினால், அவர் மேலிருந்த விசுவாசத்தின் காரணமாகத் தனது கடமையைச் செய்வதில் அவர் அலட்சியமாக இருந்து விட்டார். போதைப் பொருள்களும், ஆயுதங்களும் சிறைக்குள்ளிருந்து மீட்கப்படுவது சாதாரண விஷயம். வழக்குகள் அடிக்கடி பதிவு செய்யப்பட்டு, மூடி-மறைக்கப்பட்டன.

விஷயம் முழுவதும் ஆராயப்படவேண்டுமென்று ஒரு கைதி வலியுறுத்தியது இதுவே முதல் தடவை. "சிறையின் ஒவ்வொரு அடி இடைவெளியிலும் பாதுகாப்பு காவலர்கள் உள்ளனர். சிறை நிர்வாகத்தின் அனுமதியில்லாமல் சிறைக்குள் ஒரு குருவி கூட இறக்கையைப் படபடக்க முடியாது. அப்படியிருக்க சிறைக்குள் அபின் நுழைந்திருக்கிறது. இது எப்படிச் சாத்தியமாயிற்று?"

ஹிருதய்பால் மாயாநகரின் அமர்வு நீதிபதியாக விசாரணையை எடுத்துக் கொண்டதன் முக்கிய நோக்கம் தன் நண்பரான சிறைக் கண்காணிப்பாளரை, வரவிருக்கும் எந்தவொரு நெருக்கடியிலிருந்தும் பாதுகாக்க வேண்டும் என்பது தான். அவரும் ரஞ்சோத் சிங்கும் குழந்தைப்பருவ நண்பர்கள். ஷிகார் அவர்கள் இருவருக்கும் பிரியமானது. அவர்கள் சேர்ந்து நீண்ட வேட்டையாடும் பயணங்களை மேற்கொண்டனர். அவர்கள் குடும்ப நட்பையும் ஏற்படுத்திக்கொண்டு, மாதம் ஒருமுறையாவது ஒருவேளை சேர்ந்து சாப்பிட- சில சமயம் அவர் வீட்டிலும், சில சமயம் மற்றவர் வீட்டிலும் ஒன்று கூடினர்.

இந்த விஷயத்தில், சிறைக் கண்காணிப்பாளருக்கு எந்தப் பங்கும் இல்லை என்று ஹிருதய்பால் அறிந்திருந்தார். ஆயினும், அவர் கீழே வேலை செய்தவர்களின் முட்டாள்தனத்தினால் அவருடைய நிர்வாகத்திறனில் ஒரு கறையும் ஏற்படக் கூடாதென்று அவருக்கு உறுதி செய்ய வேண்டியிருந்தது.

வேறொருவரின் தூண்டுதலினால் பசந்த் விசாரணையை வலியுறுத்துகிறான் என்று தெளிவாகத் தெரிந்தது. அமர்வு நீதிபதிக்கு

விசாரணை நடத்த வேண்டியிருக்கும். அது முறையாக நடத்தப்பட்டால் அதிலிருந்து சேதமடையாமல் அதிகாரிகள் தப்புவது கடினம். இது மிகவும் கவலைக்குரிய விஷயம். புத்திசாலித்தனமாகத் தீர்க்கப்பட வேண்டுமென்று ஆரம்பத்திலேயே ஹிருதய்பால் சிறை நிர்வாகத்தை எச்சரித்திருந்தார்.

பிரச்சனைக்குத் தீர்வு காண்பதற்குச் சிறைக்கண்காணிப்பாளர் ஒரு வாரம் அவகாசம் கோரினார். பசந்தை ஒரு வாரத்திற்குள் விடுவிக்க ஏற்பாடு செய்து அவனுடைய புகாரைத் திரும்பப் பெறுவதற்கு அவனை இணங்கச் செய்வதாக உறுதியளித்தார். ஒரு வாரம் அவகாசம் அளிப்பதற்காக அமர்வு நீதிபதி காரணம் கோரும் அறிக்கை அனுப்பினார். விளக்க அறிக்கையின் வரைவுக்காக நிர்வாகத்திற்கு பத்து நாட்கள் அவகாசம் கொடுத்தார்.

இவ்வாறு செய்வதன் மூலம் அவர் சட்டம் சார்ந்த கடமைகளிலிருந்தும், தார்மீக கடமைகளிருந்தும் தன்னை விடுவித்துக்கொண்டு விட்டதாக நினைத்தார். எனினும், அடுத்த நாளே அவருக்கு மற்றொரு பிரச்சனையை எதிர்கொள்ள வேண்டியிருந்தது. அமர்வு நீதிமன்றத்திற்கு வெளியிலிருந்த புகார்களுக்காக வைக்கப்பட்டிருந்த பெட்டியில் ஒரு புகார் இருந்தது.

'*சாட்யா* கலத்தின் உதவி *தரோகா* ஒரு பெரிய குற்றம் செய்திருக்கிறார். குற்றவாளியைத் தண்டிப்பதற்குப் பதிலாக, மோதனைக் கட்டாயப்படுத்திச் சிறைக் கண்காணிப்பாளர், மருத்துவர் மற்றும் காவல்துறையினர் தங்களுக்கு ஆதரவாக வாக்குமூலம் எழுதி வாங்கிக் கொண்டிருக்கிறார்கள். பலவந்தத்தில் எழுதப்பட்ட வாக்குமூலத்தின் அடிப்படையில் வழக்கு மறைக்கப்பட்டுள்ளது. அமர்வு நீதிபதி தலையிட வேண்டும். ஹரி ஓமின் மீது வழக்குத் தாக்கல் செய்யப்பட வேண்டும். மற்றும் அவர் தண்டிக்கப்பட வேண்டும்.'

இந்தப் புகாரைப்பற்றியும் தன் நண்பரிடம் கூறிய நீதிபதி அவருக்கு அறிவுரை வழங்கினார், "ஒரு தகவலாளர், விபீஷணன் ராவணனுக்குச் செய்ததைப் போல் உன்னை அழிக்க முனைந்திருக்கிறார். இந்த விபீஷணனை, எவ்வளவு சீக்கிரம் முடியுமோ அவ்வளவு சீக்கிரம் அடையாளம் கண்டுக்கொள். இல்லையென்றால் இலங்கையும் அதன் ஆட்சியாளரும் அழிவது நிச்சயம்."

இந்தப் புகாரில் ரஞ்சித் *சிங்* எந்தக் கவனமும் செலுத்தவில்லை. மோதன் நடக்க போவதை மிக நாட்களுக்கு முன்பே ஏற்றுக் கொண்டு

விட்டிருந்தான். அவன் ஹரி ஓமைப்பற்றி ஒருபோதும் புகார் செய்ததில்லை. கலவரம் உண்டாக்க விரும்புகிறவர் அல்லது ஹரி ஓம் மீது பொறாமை கொண்ட ஒருவரால் புகார் கொடுக்கப்பட்டுள்ளது.

அவர் நீதிபதியிடம் கூறினார், "இந்தப் புகாரை நீங்கள் விருப்பப்படும் பொழுது விசாரிக்கலாம். மலையைத் தோண்டும் பொழுது உங்களால் ஒரு சிறிய சுண்டெலியைக் கூடக் காண முடியாது."

நீதிபதி நினைத்தார், 'அடுத்த வாரம் நான் சிறையைச் சுற்றிப்பார்க்கச் செல்வேன் மற்றும் விசாரணையின் விதிமுறைகளை முடித்துக் கொண்டு, விண்ணப்பங்களைத் தள்ளுபடிச் செய்து விடுவேன். நீதிமன்றத்தின் கடும் நடவடிக்கைகளிலிருந்து சிறிது நேரம் தப்பித்து, சிறைச்சாலையின் சுற்றுப்பயணத்தின் பொழுது சுகமாக நேரத்தை அனுபவிப்பேன்.' இது அவருடைய முந்தைய அனுபவமாக இருந்தது. அப்பொழுது அவர் நன்றாக உபசரிக்கப்பட்டு, மகிழ்விக்கப்பட்டிருந்தார்.

சிறைச்சாலை சுற்றுப் பயணத்தின் தேதி முடிவு செய்வதற்குள் தபால்காரர் ஒரு பதிவு தபால் கொண்டு வந்தார். அது பெண்கள் சிறையிலிருந்த ஹேமா என்ற கைதியின் வேண்டுக்கோள்.

'உதவி *தரோகா* சந்தோக் சிங், என்னை விடுவிப்பதாக வாக்குறுதி அளித்து விட்டு என்னுடன் உடலுறவு கொண்டார். நான் கர்ப்பமான பிறகு, சிறை முழுவதும் என் நற்பெயரைக் கெடுத்துச் சுற்றித் திரிந்தார். நான் குழந்தையைப் பெற்றுக்கொள்ள விரும்பினேன. ஆனால், அவர் அதைக் கலைத்துக் கொள்ள என்னை வற்புறுத்தினார். நான் மாவட்ட நீதிபதிக்கு விண்ணப்பம் அனுப்பி வேண்டுகோள் விடுத்தேன். ஆனால், புகாரைப்பற்றித் தெரிந்தவுடன், சந்தோக் சிங் நகர மருத்துவமனையிலிருந்த மருத்துவருடன் இணைந்து, ஏழு மாதக் குழந்தையின் பிறப்பைத் தூண்டி. அதைக் கொன்று விட்டார்கள். பிறந்த மூன்று நாட்களுக்குப் பிறகு என்னை மருத்துவமனையிலிருந்து வெளியேற்றி ஓர் இருண்ட கலத்தில் அடைத்து வைத்தார்கள். என்னுடைய காயங்கள் இப்பொழுதுகூட ஆறாமல் அதே நிலையில் இருக்கின்றன. ரத்தப்போக்கு இப்பொழுது கூட அதிக அளவில் இருக்கிறது. ஈக்கள், கொசுக்கள் மற்றும் மூட்டைப்பூச்சிகள் என்னை அமைதியாக ஓய்வெடுக்க விடுவதில்லை. எனக்கு முறையான மருத்துவ சிகிச்சையும் வழங்கப் படுவதில்லை. முதலில் நான் கர்ப்பமாக இருந்த ஆதாரம் அழிக்கப்பட்டது. இப்பொழுது, என்னையும் அழிக்க முயற்சிகள் நடந்து கொண்டிருக்கின்றன. *தரோகா* சொல்கிறார், 'ஹேமா இருக்க

மாட்டாள். சான்றாதாரமும் இருக்காது.’ என் உயிரைக் காப்பாற்ற நான் கெஞ்சுகிறேன்.’

மனுவைப் படித்த ஹிருதய்பால் விரைவாக ஒரு முடிவுக்கு வந்தார். இது குறித்து சிறை அதிகாரிகளுக்குத் தெரிவிப்பது சரியாக இருக்காது. விசாரணையைக் காலவரம்பின்றி நிலுவையில் வைப்பதும் சரியில்லை. உடனே எந்த நடவடிக்கை எடுக்கலாம் என்ற சிந்தனையில் ஈடுபட்டிருந்த பொழுது, புகார் பெட்டியிலிருந்து மற்றொரு பாம்பு வெளிவந்தது - அது சில கைதிகள் அனுப்பிய அனாமதேய கடிதம்.

கடிதம் நீளமாயிருந்தது. அது பின்வருமாறு எழுதப்பட்டிருந்தது:

‘குற்றவாளிகள் அவர்கள் செய்த குற்றத்திற்கான தண்டனையாகச் சிறைக்கு அனுப்பப்படுகிறார்கள். ஆனால், அதைவிட முக்கியமானது, திருந்துவதற்கு அவர்களுக்கு ஒரு வாய்ப்பு அளிக்கப்படுகிறது. சிறைவாசம் என்பதால் கைதி அரசாங்கத்தின் அடிமையாகி விட்டான் என்று அர்த்தம் எடுத்துக்கொள்ளக் கூடாது. அவன் சிறையில் இருந்த கால இடைவெளியில் அவனுடைய சில அடிப்படை உரிமைகள் அவனிடமிருந்து பறிக்கப்படுகின்றன. சமுதாயத்துடனும் அவனுடைய குடும்பத்துடனும் அவனுக்கிருந்த பிணைப்பு துண்டிக்கப்படுகிறது. அவன் விரும்பிய வேலை செய்ய அவனுக்கு உரிமை இருப்பதில்லை. ஆயினும் கல்வி கற்பதற்கான உரிமையும், தனது எண்ணங்கள் மற்றும் திறமைகளை வெளிப்படுத்தவும், நுண்கலைகளில் பயிற்சி பெறவும், அவனுடைய மதத்தையும், அதனுடன் தொடர்புடைய சடங்குகளும் பாதுகாப்பாக வைக்கப்பட்டுள்ளன. . இந்த உரிமைகளைப் பாதுக்காக்க வேண்டியது அரசாங்கத்தின் கடமையாகும். துரதிர்ஷ்டவசமாக அரசாங்கத்தின் பிரதிநிதிகள் - அதாவது சிறை அதிகாரிகள்- அவர்களே இந்த உரிமைகளை மிதித்துச் சேதப்படுத்தினால், நீதிமன்றம் ஓர் ஊமை பார்வையாளராக இல்லாமல் நிர்வாகத்தில் தலையிட வேண்டும். சிறை அதிகாரிகள் அவர்கள் விரும்பியவாறு கைதிகளை நடத்த அனுமதிக்கும் கொள்கை இப்பொழுது செயலற்றுப் போய் விட்டது. இவ்வாறு தவறாக நடந்து கொள்கிற அதிகாரிகளுக்கு ஒரு பாடம் கற்பிக்க நீதிமன்றங்களுக்கு அதிகாரம் உண்டு. கும்பகர்ணனைப் போல் ஆழ்ந்த உறக்கத்திலிருக்கும் அரசாங்கத்திற்குக் கைதிகள் மீது அக்கறை கொண்டு சட்டத்தில் மாற்றங்கள் செய்ய நேரமில்லை. இருப்பினும் நீதிமன்றங்கள் தங்கள் கடமைகளை உணர்ந்து கொண்டு, காலத்திற்கேற்ப முன்னேறி, பழைய விதிகளைப் புதிய அல்லது வேறுபட்ட அர்த்தத்தில் விளக்கி, புதிய சமுதாயத்தை வடிவமைப்பதில் ஒரு பங்கேற்க வேண்டும். சிறைகள்

உயரமான சுவர்களாலும், இரும்புக் கம்பிகளாலும் சூழப்பட்ட நிசப்தமான இடங்கள். வெளியிலிருந்து எவரும் அதனுள் எட்டிப் பார்க்க முடியாது மற்றும் சிறைவாசிகள் தங்களின் கூக்குரல்களை யாருக்கும் கேட்கச் செய்ய முடியாது. பெரும்பாலான கைதிகள் கல்வி அறிவு இல்லாத விவசாயிகள் - வறுமையினால் பாதிக்கப்பட்டவர்கள் மற்றும் சூழ்நிலைக்கு இலக்கானவர்கள். இந்தப் பேச முடியாத செவிட்டு அனாதைகளின் வேண்டுக்கோள்களை நீதிமன்றம் கேட்க வேண்டும். இந்தக் குற்றவாளிகளை நீங்கள் மனிதர்களாக மாற்ற விரும்பவில்லை யென்றால், மாற்றாதீர்கள். ஆனால், இவர்களைக் குறைந்தபட்சம், அசுரர்களாக மாற்றாதீர்கள்.

உங்களுக்கு சர்வதேச சட்டங்களைப் பற்றியும், குற்றவாளிகளின் உரிமைகள் குறித்து சமூக சர்வதேச மாநாடுகளால் பரிந்துரைக்கப்பட்ட திட்டங்களைப் பற்றியும், சமூக சீர்த்திருத்தவாதிகள் மற்றும் குற்றவியல் உளவியலாளர்களால் பரிந்துரைக்கப்பட்ட கொள்கைகளைப் பற்றியும் ஆழ்ந்த அறிவு இருக்கிறது என்று நாங்கள் நம்புகிறோம். இந்தச் சீர்திருத்தங்களை உங்களால் செயல்படுத்த முடியவில்லை என்றால் வேண்டாம். தங்களுடைய அடிமைகளைக் கட்டுப்படுத்தி வைக்கவும், அவர்களின் சுய உரிமைகளைப் பாதுகாக்கவும், குறைந்தது நூறு ஆண்டுகளுக்கு முன்னர் ஆங்கிலேயர்களால் வடிவமைக்கப்பட்ட சட்டங்களையும், சிறைக் கையேட்டையும் படிக்கிற சிரமமாவது எடுத்துக்கொள்ளுங்கள். அமர்வு நீதிபதியால் சிறையில் ஆய்வு நடத்தப்படுவது, வெறும் சம்பிரதாயத்துக்காக அல்லது பொழுது போக்குக்காக என்று கருதப்படக்கூடாது. கைதிகளின் வளாகங்கள், அவர்களது உணவு, துணிமணிகள் மற்றும் அவர்களின் பணிவிடங்கள் எல்லாவற்றையும் அமர்வு நீதிபதி சோதனை செய்ய வேண்டும். அவர்களின் மனம் மற்றும் உடல் தேவைகளில் கவனம் செலுத்த வேண்டும். அவர்கள் அனுபவித்துக்கொண்டிருக்கும் அநீதிகளையும், பட்சபாதங்களையும் அகற்ற வேண்டும்.

நீங்கள் இதுவரை நடத்திய ஆய்வுகள் அனைத்திலும் இந்தக் கடமைகளில் ஒன்றைக்கூட நீங்கள் நிறைவேற்றவில்லை. உங்கள் வருகை பற்றிச் சிறை அதிகாரிகளுக்கு முன்கூட்டியே தெரிந்திருக்கிறது. நீங்கள் வருவதற்கு ஒரு வாரம் முன்பு சிறை ஒரு திருமணஅரங்கைப் போல் அலங்கரிக்கப்பட ஆரம்பிக்கிறது. வறண்ட நிலத்தில் தண்ணீர் தெளிக்கப்படுகிறது, குழிகள் அடைக்கப்படுகின்றன, கழிப்பறைகள் சுத்தம் செய்யப்படுகின்றன, பூச்சி விரட்டிகள் தூவப்படுகின்றன மற்றும் முற்றத்தில் கூடாரங்கள் அமைக்கப்படுகின்றன. இறுதியில் நீங்கள் வருகை

தந்த பிறகு, ஓர் உயர்ந்த நாற்காலியில் மகாராஜாவைப்போல் அமர்த்தப்படுகிறீர்கள். அதிகாரிகள் அரசவை சேவகர்களைப்போல் உங்களைச் சுற்றுகிறார்கள். ஒரு கைதி உங்களிடம் முறையீடு செய்ய விரும்பினால் அவன்/அவள் எவ்வாறு செய்வது? நீங்கள் சந்திக்க வேண்டுமென்று அதிகாரிகள் விரும்பும் கைதிகளே உங்களைச் சந்திக்க அனுமதிக்கப்படுகிறார்கள். நீங்கள் பார்க்க வேண்டுமென்று அவர்கள் விரும்பும் கலங்களுக்கு மட்டுமே நீங்கள் அழைத்துச் செல்லப் படுகிறீர்கள். அவர்கள் கூடுதல் வசதிகள் அளிக்க விரும்பும் கைதிகளே உங்கள் முன்னிலையில் கொண்டு வரப் படுகிறார்கள். அவர்களின சிபாரிசுகளுக்கு நீங்கள் உடனே உடன்பட்டு விடுகிறீர்கள்.

உங்கள் முதல் பார்வையிடலின் பொழுது நீங்கள் உணவு கூடத்தில் அமர்ந்திருந்தீர்கள். பலவகையான சுவையான சிற்றுண்டிகள் உங்களுக்கு அளிக்கப்பட்டது. சமையலறையில் சமையல்காரர்களால் தயாரிக்கப்பட்ட அந்தச் சுவையான உணவில் மகிழ்ந்து போன நீங்கள் அவர்களை ஜாமீனில் விடுவிப்பதற்கு உடனே அங்கீகாரம் அளித்து விட்டீர்கள். உங்களுக்குக் கொடுக்கப்பட்ட உணவு, கைதிகளுக்கு அளிக்கப்படும் மாதிரி உணவல்ல. பாதி உணவு ஒரு விடுதியிலிருந்து வந்தது, மற்ற பாதி சிறைக் கண்காணிப்பாளர் பங்களாவிலிருந்து வந்தது.

உங்களுக்கு அறிமுகப்படுத்தப்பட்டவர்கள், சிறைச்சமையலறையில் சுட்டெரிக்கும் உலையில் இரவு பகல் கடினமாக உழைத்துக் கொண்டிருக்கும் சமையற்காரர்கள் அல்ல. அவர்களுள் ஒருவர் ஒரு பயண முகவர், டஜன் கணக்கான இளைஞர்களை வெளிநாடுகளுக்கு அனுப்புவதாக வாக்குறுதி அளித்து ஏமாற்றி ஓட்டாண்டியாக்கியவர். மற்றவர் ஒரு விபசார புரோக்கர். திரைப்படங்களில் நடிக்க வாய்ப்பு கொடுப்பதாகத் தவறான ஆசைக்காட்டிப் பல சிறுமிகளை விபசார விடுதிகளுக்கு அனுப்பியவர். இந்தக் குற்றவாளிகளின் பின்னணி மற்றும் நடவடிக்கைகளின் காரணமாக உச்சநீதிமன்றம் இவர்களுக்கு ஜாமீன் அளிக்க மறுத்து விட்டது. அவர்களை ஜாமீனில் வெளியே கொண்டு வருவதற்காகச் சிறை அதிகாரிகள் அவர்களிடமிருந்து பெருந்தொகை பெற்றிருந்தனர். அதிலிருந்து உங்கள் பங்காக எவ்வளவு வந்தது என்று உங்களுக்குத்தான் தெரியும்.

நீங்கள் யதார்த்தத்தைப் பார்க்க விரும்பினால், இந்தத் தடவை சிறைச் சமையலறைக்குள் செல்லுங்கள். பல ஆண்டுகளாகச் சுட்டுப் பொசுக்கும் அடுப்புகளில் உழைத்துக் கொண்டிருக்கும் சமையல்காரர் களைச் சந்தியுங்கள். வெப்பத்தினால் கருமைப்படர்ந்த அவர்களுடைய

சருமத்தைக் கவனியுங்கள், புகையினால் மங்கிப்போன அவர்களுடைய கண்களைப் பாருங்கள். மாவின் மாதிரி எடுத்துக்கொள்ளுங்கள் மற்றும் ஆண்டு முழுவதும் வினியோகப்படும் பருப்பைச் சுவைத்துப்பாருங்கள். இதற்கு மேலும் அடிப்படை உண்மைகளைப் பார்க்க விரும்பினால், தானிய கடைக்குள் செல்லுங்கள். அழுகும் தானியங்கள் மிகக் குறைந்த விலையில் அரசாங்க கிடங்குகளிலிருந்து வாங்கப்படுகிறது. வாரத்தில் ஏழு நாட்கள் உருளைக் கிழங்கு சமைத்துப் பரிமாறப்படுகிறது. அவற்றையும் பாருங்கள். அவை பட்டாணியைப்போல் சிறியதாக, அழுகிக் கறுப்பாக இருக்கின்றன. மசாலாப் பொருள்களையும் ஆய்வு செய்யுங்கள். துர்நாற்றம் வீசும் இறைச்சியைப்பார்த்து அது ஒரு முழுவளர்ச்சியடைந்த மிருகத்தினுடையதா அல்லது கன்றுனுடையதா என்று விசாரியுங்கள்.

அதன் பிறகு கைதிகளுக்குக் கொடுக்கப்படும் உணவைச் சிறைக் கையேட்டில் கைதிகளுக்கு அளிக்கப்பட வேண்டிய ரேஷனைப் பற்றிய குறிப்புக்களுடன் ஒப்பிட்டுப் பாருங்கள். பையிலிருக்கும் பூனை உங்கள் மீது பாயும்.

உங்களுடைய இரண்டாவது வருகையின் பொழுது உங்களுக்கு விற்பனைக்கூடம் காண்பிக்கப் பட்டது. இரண்டு தொழிலாளர்கள் உங்கள் முன் கொண்டு வரப்பட்டனர். அவர்களால் பின்னப்பட்ட சால்வைகள், தரை விரிப்புகள் மற்றும் தட்டு முட்டு சாமான்கள் பாராட்டப்பட்டன. அந்தக் கைவினைஞர்கள் உங்களை ஆச்சரியத்திலும், மகிழ்ச்சியிலும் ஆழ்த்தி விட்டனர். உங்களுக்குப் பிடித்த பொருள்களைக் கட்டி உங்கள் வீட்டிற்கு உடனே அனுப்பி விட்டார்கள். அந்தக் கைவினைஞர்கள் ஒரு ரம்பம் அல்லது தறியைப் பார்த்தது கூடக் கிடையாது. சந்தோஷத்தின் பின்னொளியில் அவர்களின் வேண்டுகோள்களை ஏற்றுக் கொண்டு, அவர்களின் மீதமிருந்த தண்டனைப்பகுதியை மன்னித்து விட்டீர்கள். அவர்களில் ஒருவனான தீபா, சட்ட விரோதமாக நிலத்தை ஆக்கிரமிப்பதில் நிபுணத்துவம் பெற்ற கும்பலின் தலைவன். மற்றவன் நந்தலால். அவன் போலி அரசாங்க லாட்டரி சீட்டுகள் அச்சிட்டு, பல கோடி ரூபாய்களுக்கு அரசாங்கத்தை ஏமாற்றியவன். சால்வைகளும் தரை விரிப்புகளும் வெளியிலிருந்து வரவழைக்கப்பட்டிருந்தன. செலவுக்கான பணத்தை தீபாவும் நந்தலாலும் கொடுத்தனர். அவர்கள் வெளியில் வந்தவுடன், வலைகளை மீண்டும் அகல விரித்து, அதற்குள் புதிய இரைகளை அவர்கள் சிக்க வைத்துக் கொண்டுள்ளனர்.

போன தடவை நீங்கள் இங்கு வந்த பொழுது, பெண்கள் பகுதியை ஒரு சுற்று சுற்ற விரும்பினீர்கள். அங்கு ஜீன்ஸ் மற்றும் பாவாடை அணிந்த விலைமாதுக்கள் பூட்டப்பட்டிருப்பார்கள் என்றும் அவர்கள் உங்களைப் பிரகாசமான புன்னகையுடன் வரவேற்பார்கள் என்றும் நீங்கள் கற்பனை செய்திருக்கலாம். கோபியர்களுக்கு நடுவில் குழலூதும் கண்ணனாக இருக்கலாம் என்று நீங்கள் எண்ணியிருப்பீர்கள். உங்கள் நோக்கத்தையும், உங்கள் மனதில் நடனமாடிக்கொண்டிருக்கும் கனவுகளையும் யூகித்துக்கொண்ட சிறைக் கண்காணிப்பாளர் கவலை கொண்டார். கிட்டத்தட்ட நூறு பெண் கைதிகளில் ஹேமாவைப்போல் பார்ப்பதற்கு அழகான சில பெண்களையே அவரால் தேடிப் பிடிக்க முடிந்தது. அவர்கள் தங்களை நன்றாக அலங்கரித்துக் கொள்ள வேண்டும் என்று தனிப்பட்ட முறையில் அறிவுறுத்தப் பட்டனர். அவர்களுக்கு அன்று அதிகாலையில் சுத்தமான தண்ணீரில் ஸ்நானம் கொடுக்கப்பட்டது. அவர்களுடைய தலைமுடி வாரப்பட்டுச் சீராக்கப்பட்டது. முகத்தில் அடை அடையாக அழகு சாதனப் பசைகள் பூசப்பட்டன. நீங்கள் மற்றவர்களைப் பார்த்து விடுவீர்கள் என்பதனால் உங்களை வேண்டுமென்றே வளாகத்திற்குள் அழைத்துச் செல்லாமல் அதற்குப் பதிலாகத் தேர்ந்தெடுக்கப் பட்டவர்கள் உங்களைச் சந்திக்க அலுவலகத்திற்கு அழைத்து வரப்பட்டனர்.

அவர்களின் முகத்தில் பூசப்பட்டிருந்த துகள்களாலும், பசைகளாலும் அவர்களின் ஒளிக்கப்பட்ட பதற்றத்தை மறைக்க முடியவில்லை. நீங்கள் உடனடியாக ராமரின் ஆதரவாளராக மாறி ஐந்து நிமிடங்களில் கிளம்பிச் சென்று விட்டீர்கள்.

இப்பொழுது அங்கு செல்லுங்கள். மற்ற பெண் கைதிகளை ஒருமுறையாவது பாருங்கள். ஒருத்தி கூனியென்றால், இன்னொருத்தி வெளியில் துருத்திக் கொண்டிருக்கும் வயிற்றுடன் உங்கள் முன் வருவாள். சிலருக்கு முகத்தில் கறைகள் மற்றும் புள்ளிகள் இருக்கும் அல்லது கண்களுக்கடியில் கறுப்பு வளையங்கள் இருக்கும். பலருடைய பற்கள் மஞ்சள் படிந்து, வாயிலிருந்து துர்நாற்றம் வீசும். சிலருக்கு உடலில் அரிப்பு இருக்கும் மற்றும் பலர் தலையில் பேன்களை வளர்த்துக் கொண்டிருப்பார்கள். காச நோய் அல்லது ஆஸ்துமாவால் பாதிக்கப்பட்டவர்கள் இருப்பார்கள். சில கைதிகள் பைத்தியம் போல் புலம்பிக்கொண்டும், கூச்சலிட்டுக்கொண்டும் இருப்பதைப் பார்ப்பீர்கள். சில பெண்கள் மோசமான வார்த்தைகளால் திட்டிக்கொண்டிருப்பார்கள். அவர்களில் ஒருத்தி வளர்ந்த மகன் கொலையுண்டதைப் பற்றிப் புலம்பலாம் அல்லது வீட்டை விட்டு ஓடிப் போன மகளின் சோகக் கதையை விவரிக்க ஆரம்பிக்கலாம்.

வெளியிலிருந்தே உள்ளே நோட்டம் விடாதீர்கள். வளாகத்திற்குள் செல்லுங்கள். அங்கு பிரேதத்தைப் போல் கிடக்கும் பெண் கைதிகளை ஒரு குலுக்குக் குலுக்குங்கள். அவர்களின் வளாகத்தையும், அவர்களின் மனதையும் ஊடுருவிப் பாருங்கள்.

மற்றொரு வேண்டுகோள்-தயவு செய்து சிறைச்சாலையின் ஓரத்திலிருக்கும் தனிமைச் சிறைக்காக ஒதுக்கப்பட்டிருக்கும் கலங்களுக்குச் சென்று, கைகளில் கைவிலங்கும், கால்களில் சங்கலியாலும் பிணைக்கப்பட்டிருக்கும் கைதிகளின் வரலாற்றுத் தாள்களை ஆராய்ந்து பாருங்கள். அவர்களைச் சிறைக்குக் கொண்டு வந்த குற்றங்களைக் குறித்துக் கொள்ளுங்கள். எந்தக் குற்றத்திற்காக அவர்களின் கால்களில் சங்கலியிருப்பது அவசியமாயிற்று என்று கேளுங்கள்.

இந்தக் கைதிகளில் சிலரை உங்களுடைய கவனத்துக்காக அறிமுகப்படுத்துகிறேன். அமர்நாத் அவருடைய தண்டனையாக, வளாகத்தின் எண் ஒன்றில் பதினைந்து நாட்களாகத் தனிமையில் அடைக்கப் பட்டுள்ளார். போலி ஆவணங்கள் வைத்து வங்கியிலிருந்து கடன் வாங்கியதாகவும், பணத்தைத் தவறாகப் பயன்படுத்தி மோசடி செய்ததாகவும் அவர் குற்றம் சாட்டப் பட்டுள்ளார். அவருடைய மனைவியும் ஒரு கைதி. பெண்கள் வார்டில் உள்ளார். ஓய்வு பெறுவதற்கு முன்பு அமர்நாத் ஓர் ஆரம்பப் பள்ளி ஆசிரியராக இருந்தார். வாழ்நாள் முழுவதும் சிரமப்பட்டு உழைத்த பிறகும் அவரால் சிறிய குடிசைக் கூடக் கட்ட முடியவில்லை. தினசரி உணவான சாதாரண பருப்பும், ரொட்டியும் பெறுவது கூடக் கடினமாக இருந்தது. அவருடைய வேலையின் கடுமையான தன்மையினாலும், தடைகளாலும் சோர்வடைந்த அவர், இறுதியில் தனது மகனுக்காக ஏதாவது ஒரு தொழிலை அமைக்க விரும்பினார். அவருக்குக் கிடைத்த ஓய்வூதியம் மற்றும் பணிக்கொடை அவருடைய மகனின் திருமணத்தில் செலவழிந்து விட்டதால் முதலீடு செய்ய அதிக மூலதனம் அவரிடம் இருக்கவில்லை. நண்பர்கள் கொடுத்த ஆலோசனைகளாலும் மற்றும் மலிவான விலையில் கடன் கொடுக்க வாக்குறுதி அளித்த விளம்பரங்களாலும் ஈர்க்கப்பட்ட அவர், ஒரு வங்கியிலிருந்து கடனுக்கு ஒப்புதல் பெற்றார்.

தன் மகனுக்காக அவர் சோப்பு தயாரிக்கும் தொழிற்சாலை அமைத்தார். ஆனால், அனுபவம் மற்றும் மூலதனத்தின் பற்றாக்குறைக் காரணமாக உற்பத்தி தொடங்கும் முன்பே தொழிற்சாலை மூடப்பட்டது. வங்கி தவணைகள் செலுத்தப்படாமல் இருந்தன. தினந்தோறும் கடன்

கொடுத்தவர்கள் கதவைத் தட்டியதால் வெறுப்புற்ற மகன் ஒரு டிரக்கின் கீழே குதித்து விட்டான். அசல் தொகை வசூலாகாமல் இருந்துவிடும் என்று உணர்ந்தவுடன் வங்கி, அமர்நாத் மற்றும் அவர் மனைவியின் மீது மோசடி குற்றத்திற்காக வழக்குப் பதிவு செய்தது. இந்த ஜோடி இப்பொழுது சிறையில் இருக்கிறது. அவர்கள் ஏற்கெனவே பல நோய்களால் அவதிப்பட்டுக் கொண்டிருந்தனர். இதற்கு மேல் அவர்களின் நற்பெயருக்கு ஏற்பட்ட இழுக்கு, ஒரு வளர்ந்த மகனின் மரணம் மற்றும் கடினமான சிறை வாழ்க்கையின் சுமை வேறு. வாழ்க்கையின் இந்தக் கட்டத்தில் தங்களுடைய இன்ப - துன்பங்களை ஒருவருக்கொருவர் பகிர்ந்து கொள்ளும் வாய்ப்பை அவர்கள் இழந்து விட்டார்கள். அவர்கள் கொஞ்சம் கொஞ்சமாகப் பித்துப் பிடித்தவர்களைப் போலாகிக் கொண்டிருக்கிறார்கள். பெண்களுக்கு அடுத்ததாக இருந்த வளாகத்தில் மாற்றப்பட வேண்டுமென்றும் கணவனும் மனைவியும் தினமும் ஒரு மணி நேரம் சந்திக்க அனுமதி அளிக்க வேண்டுமென்றும் அமர்நாத் ஒரு விண்ணப்பம் கொடுத்தார். இதற்கு முன்பு மற்ற ஜோடிகளுக்கு இந்த வசதி அளிக்கப்பட்டிருந்தது. இந்த அடிப்படை வசதிகளை அவர்களுக்கு வழங்குவதற்கு உதவி *தரோகா* கோரிக்கைகளின் ஒரு பட்டியலைக் கொடுத்தார். அவர்களிடம் பணம் இருந்திருந்தால் இத்தகைய தினத்தைக் காண வேண்டிய கட்டாயம் அவர்களுக்கு ஏன் ஏற்பட்டிருக்க போகிறது!

வங்கி தன்னுடைய பூட்டை அவர்கள் வீட்டில் மாட்டி விட்டது. இவர்களுடைய தற்காப்பைச் சிறிது காலம்வரை அவர்களுடைய பெண்ணும், மருமகனும் பார்த்துக்கொண்டனர். அவர்களுடையச் சொந்த பொருளாதார நிலையும் உண்மையில் அமர்நாத்தைப் போலவே இருந்தது. அவர்கள் அவருடைய பெண்ணும், மாப்பிள்ளையும் தானே! அப்படியும் அமர்நாத் பழைய சம்பிரதாயங்களை விடாத பழம்போக்கு. பெண்ணிடமிருந்து பணம் வாங்க அவர் தயாராக இல்லை. சோர்வடைந்த அவர், கடைசியில் இதற்கு முன்பு நடந்த விசாரணையின் பொழுது விண்ணப்பத்தைக் கொடுத்தார். அது ஏற்கப்பட்டுத் தம்பதியினர் தினமும் ஒருவருக்கொருவர் சந்திக்க அனுமதிக்கப்பட்டனர். இது உதவி *தரோகாவை* மிகவும் குழப்பியது. ஒரு பாம்பு அவருடைய மார்பில் ஊர்ந்து செல்வது போல! சந்திப்புகள் நீதிமன்றத்தின் உத்தரவின் மூலம் அனுமதிக்கப்படத் தொடங்கினால். அவரை யார் மதிப்பார்கள்? அமர்நாத்தை ஒரு உதாரணமாகக் காட்டுவதற்கான திட்டத்தை அவர் உருவாக்கத் தொடங்கினார். நான்காம் நாள், அவருடைய மனைவியின் மூலம் அவர் ஆண் கைதிகளிடமிருந்து பெண் கைதிகளுக்குக்

கள்ளத்தனமாகச் செய்திகள் அனுப்புவதாகக் குற்றம் சாட்டினார். குற்றச் சாட்டுக்கு ஆதரவாகச் சான்றுகள் வழங்கப்பட்டன. பல சாட்சிகள் முன்வந்து அவருக்கு எதிராக வாக்குமூலம் அளித்தனர். முதலில் சந்திப்புகள் நிறுத்தப்பட்டன. ஆனால், அவர் மீது சுமத்தப்பட்ட குற்றச் சாட்டுக்களை அவர் எதிர்த்தப்பொழுது, ஊழியர்களைத் தாக்கியதாகவும், மற்ற கைதிகளை வன்முறைக்குத் தூண்டியதாகவும் குற்றம் சாட்டப்பட்டு அமர்நாத்துக்குத் தனிமைச் சிறைவாசத் தண்டனை அளிக்கப்பட்டது. இரண்டு நாட்களுக்குப் பிறகு அவருடைய கலத்திலிருந்து விசித்திரமான இரைச்சல் கேட்டது. முன்னர் அவர் தன் இறந்து போன மகனை நினைத்து இரைந்து புலம்புவார். ஆனால், இப்பொழுது அவர் தன்னையே நிந்தித்துக் கத்திக் கொண்டிருக்கிறார், "என் மகனை பணக்காரனாக மாற்றும் கனவு கண்ட குற்றவாளி நான்; அவனுடைய மரணத்திற்கு நான் பொறுப்பாளி." சில சமயம் அவர் உதவி தரோகாவைத் திட்டுகிறார். அவ்வப்பொழுது அவர் தன் மனைவியைக் கூப்பிடுகிறார். அவள் செவி கொடுப்பதில்லை என்று அவளையும் கோபித்துக் கொள்கிறார்.

வெறும் மூன்று நாட்களில் அவர் இந்த நிலைக்கு வந்துள்ளார். பதினைந்து நாட்களுக்குப் பிறகு அந்தக் கலத்திலிருந்து என்ன வெளியில் வரும்? அமர்வு நீதிபதி, சுயேச்சையாக ஊகித்துக் கொள்ளலாம்.

சிறைச் சாலையை உடைத்துக் கொண்டு வெளியேற ஏற்பாடுகள் செய்த குற்றத்திற்காக-மிகவும் கவலைக்குரிய குற்றம், மித்து பத்து நாட்களுக்குத் தனிமைச் சிறைக்கு அனுப்பப்பட்டான். ஒரு வாரத்திற்கு முன்பு தலைமை கண்காணிப்பாளரின் தேடலின் பொழுது அவனுடைய தகர பெட்டியில் ஒரு திருப்புளியும், இரும்பு-வெட்டும் தகடும் கண்டெடுக்கப்பட்டது.

அவனுடைய உண்மையான குற்றம் என்ன என்பதை எல்லோரும் அறிந்திருந்திருந்தனர். சக்திக்கு மீறிய எடைகளைச் சுமக்கச் செய்யப்பட்டதால், குருத்தெலும்பு இழப்பால் அவனுடைய மூட்டுகளும், தோள்களும் பலவீனமாகி விட்டிருந்தன. மருத்துவரால் பரிந்துரைக்கப்பட்ட காப்ஸ்யூல்கள் மிகவும் விலையுயர்ந்தவையாய் இருந்தன. ஒவ்வொரு காப்ஸ்யூலின் விலை ரூபாய் பதினேழு, அவனுக்கு நாளொன்றுக்கு அவற்றில் மூன்று உட்கொள்ள வேண்டியிருந்தது. மற்ற மருந்துகளுக்கான பணத்தை அவனால் சம்பாதிக்க முடிந்தது. ஆனால், இந்தக் காப்ஸ்யூல்களை வாங்குவது அவனுக்குக் கடினமாக இருந்தது. அவன் சொன்னான்: 'கைதிகளுக்குச் சிகிச்சை வழங்குவது அரசாங்கத்தின் கடமையாகும். எனக்குக் காப்ஸ்யூல்கள் மருத்துவமனையிலிருந்து

கொடுக்கப்பட வேண்டும். அவர்களுக்கு அதை வெளியிலிருந்து வரவழைக்க வேண்டுமென்றால் எனக்குச் சரியான விலையில் கொடுக்க வேண்டும்'. அமர்வு நீதிபதியின் இதற்கு முந்தைய வருகையின் பொழுது, அவன் நியாயம் கோரி ஒரு மனு எழுதியிருந்தான். இது மருத்துவரின் உதவியாளரின் காதுகளில் பட்டவுடன் அவர் உடனே மருத்துவர் சக்தி குமாரை அணுகி அந்தப் புகாரைத் தடுக்குமாறு அறிவுறுத்தினார். அதே நேரத்தில் அவர் தனது மாமா சர்தாரி லாலுடன் தொலைபேசி மூலம் தொடர்பு கொண்டார். கைதிகள் நல வாரியத்தின் உறுப்பினராக இருப்பதைப் பயன்படுத்திகொண்டு மித்துவை அவனுடைய கலத்திலிருந்து வெளியில் வர அனுமதிக்கக்கூடாதென்று துணை அலுவலகரை அறிவுறுத்தச் சொன்னார்.

சர்தாரி லால் உடனே செயலில் இறங்கினார். அவருடைய தொழிலுக்கு ஏதேனும் வகையில் பாதிப்பு ஏற்பட்டால், அவர்கள் பாக்கெட்டுகளை நிரப்பிக் கொள்வதையும் அவர் அனுமதிக்க மாட்டாரென்று சிறை அதிகாரிகளை எச்சரித்தார். சிறை அதிகாரிகளும் செயலில் ஈடுபட்டனர். முதல் மூன்று வளாகத்திலிருந்த கைதிகளின் வேண்டுகோள்களை, சாஹிப் காலையில் கேட்பார் என்றும், மித்துவின் வளாகத்தின் முறை பிற்பகலில் இருக்குமென்றும் மித்துவின் கலத்திற்குச் செய்தி அனுப்பப்பட்டது. பிற்பகலில், சாஹிபுக்கு அவசர வேலையில் போக வேண்டியிருந்ததால், சுற்றுகளை அவர் அடுத்த வாரம் முடிப்பார் என்று அறிவிப்பு வந்தது. மித்து ரகளை செய்தான். அவன் நீதிபதியைச் சந்திப்பதை அவர்கள் வேண்டுமென்றே தடுத்ததாகச் சத்தம் போட்டான். எப்படியும் புகாரைப் பதிவு செய்வதாக அச்சுறுத்தினான். சில நாட்களில் மித்துவின் கோபம் தானாகவே தணிந்து விடுமென்று துணை அலுவலர் சர்தாரி லாலை ஆசுவாசப்படுத்தினார். ஆனால், சர்தாரி லால் பதற்றப்பட்டார் மற்றும் தூக்கமின்றி இருந்தார். கிளர்ச்சியின் விதைகளை அவர் முளைவிடுவதற்கு முன்பே நசுக்க விரும்பினார். இப்பொழுது மித்துவுக்கு ஒரு பாடம் கற்பிக்கச் சிறை அதிகாரிகளைக் கட்டாயப்படுத்தினார். அந்தத் தண்டனை, மற்றவர்களுக்கும் ஓர் எச்சரிக்கையாக இருக்கும் அளவுக்குக் கடுமையாக இருக்க வேண்டுமென்று அவர்களுக்கு நினைவுப் படுத்தினார்.

வாரிய உறுப்பினரைச் சமாதானம் செய்ய ஒரு திட்டம் போடப்பட்டது மற்றும் தேடலின் பொழுது சிறையை உடைத்துக் கொண்டு வெளியேற பயன்படக் கூடிய கருவிகள் மித்துவின் பெட்டியிலிருந்து மீட்கப்பட்டன. அமர்நாத்தின் கலத்திலிருந்து எழும் ஓசைகளைப் போல் மித்துவின் களத்திலிருந்து சத்தம் ஒன்றும் வெளிவரவில்லை. ஆனால்,

புயலுக்கு முன்னால் இருக்கும் அமைதி எதைக் குறிக்கும் என்று ஊகிப்பது எளிது.

பண்டா *சிங்* ஒரு கொலை வழக்கில் குற்றம் சாட்டப்பட்டார். பதினைந்து நாட்களுக்குள் சாட்சிகளின் வாக்குமூலம் பதிவு செய்யப்படவிருந்தது. ஆலோசனைகளுக்காக அவருடைய வழக்கறிஞர் சிறைக்கு வந்திருந்தார். அவரைத் தனிமையில் சந்திக்க விரும்பினார். இது பண்டாவின் சட்டப்பூர்வ உரிமை. மற்ற நபர்கள் ஏதாவது ஒட்டு கேட்டால் அது வழக்கிற்குக் கேடு விளைவிக்கும். ஆனால், சந்திப்பின் பொருப்பாளரான கண்காணிப்பாளர் அதற்கு ஒப்புக் கொள்ளவில்லை. மாறாக ஒரு நாற்காலியை இழுத்துப் போட்டுக்கொண்டு அவர் பின்னால் உட்கார்ந்து கொண்டு அவர்கள் பேசுவதை உன்னிப்பாகக் கேட்க முயற்சி செய்தார். அவர்களைத் தனிமையில் விட்டுவிடப் பண்டா அவருக்கு பெருந்தொகை அளிக்க முன்வந்தார். ஆனால், அதற்கு ஒரு பலனும் இல்லாததால், பண்டாவை எதிர்த்தவர்களுடைய கட்சியுடன், கண்காணிப்பாளர் சேர்ந்து விட்டாரோ என்று அவருக்குச் சந்தேகம் உண்டாகத் தொடங்கியது. மற்றபடி கண்காணிப்பாளர் எப்பொழுதும் தேவையில்லாமல் அவரிடம் மிகவும் கண்டிப்புடன் நடந்து கொண்டார் என்பதை அவர் கவனித்திருந்தார். வழக்கறிஞர் விரும்பியிருந்தால், பண்டாவைத் தனியாகச் சந்திப்பதற்கு அனுமதி அளிக்க நீதிமன்றத்தின் உத்தரவைப் பெற்றிருக்கலாம். ஆனால், தனது கட்சிகாரருக்குப் பிரச்சனை உண்டாக்க அவர் விரும்பவில்லை. கோபத்தில் கண்காணிப்பாளர் பண்டாவை மேலும் தொந்தரவு செய்யலாம்.

வீரத்தின் மேம்பட்ட பகுதி விவேகம் என்று எண்ணிக்கொண்ட வழக்கறிஞர் பொறுமையாக இருந்தார். அவர் ஒவ்வொரு தடவையும் வருகை தந்து, முயற்சிகளை வெளிப்படுத்த ஒன்றுமில்லாமல் திரும்பினார். தற்பொழுது பணியிலிருக்கும் கண்காணிப்பாளர் சில நாட்களுக்குப் பின்னர் மாறுவார் என்ற நம்பிக்கையில் விசாரணைக்கான முன்னேற்பாடுகளில் மும்முரமாகிவிட்டார். ஆனால், விசாரணைக்கான தேதி நெருங்கிய பின்பும் கண்காணிப்பாளர் மாற்றப் படாத பொழுது, கோபமுற்ற வழக்கறிஞருக்குச் சட்ட நடவடிக்கை எடுக்க வேண்டியிருந்தது. நீதிமன்றத்தின் தலையீட்டினால் வழக்கறிஞரின் பிரச்சனை தீர்ந்தது. ஆனால், அது சிறை அதிகாரிகளை ஆத்திரமடையச் செய்தது. கண்காணிப்பாளர் உதவி *தரோகா*வின் காதுகளில் விஷத்தை ஊற்றினார், தன் பங்கிற்கு அதையே அவர் துணை அலுவலரிடம் செய்தார். விசாரணைக்குப் பின்னர் பண்டாவுக்குச் சிறைக்குத் திரும்பும் எண்ணம் இல்லையென்றும் அவன் *பக்ஷிகானா*விலிருந்து தப்பி ஓடத்

திட்டமிட்டிருக்கிறான் என்றும், திட்டத்தை வெற்றிகரமாகச் செய்து முடிக்க, இந்த முயற்சியில் அவனுடைய வழக்கறிஞரும் கூட்டாளியென்றும் துணை அலுவலர் கண்காணிப்பாளரிடம் கூறினார். இந்தப் பிரச்சனைக்கு ஒரு தீர்வைத் துணை அலுவலர் பரிந்துரைத்தார், 'பாண்டாவின் கைகளில் விலங்கும், கால்களில் சங்கிலியும் போட உத்தரவு பிறப்பித்து விடுங்கள்'. சங்கிலிகளால் பிணைக்கப்பட்ட பண்டா, இப்பொழுது உண்மையிலேயே பரிதாபகரமான நிலையில் இருந்தான்.

துயரத்தின் எத்தனை கதைகளை இங்கு விவரிக்க முடியும்? துன்பத்தின் இந்த வர்ணனைகள் உங்கள் மீது ஒருவித பாதிப்பும் ஏற்படுத்தாமல் இருக்கக்கூடும். ஓர் அமர்வு நீதிபதியின் உங்கள் கடமையைச் செய்வதை விட உங்களுடைய நண்பருக்கு உதவி செய்வதில் உங்களுக்கு அதிக ஆர்வம் உள்ளதென்பது தெளிவாகத் தெரிகிறது. உங்களிடம் வந்த மனுக்களின் பட்டியலை நீங்கள் அவருக்கு அனுப்பி உள்ளீர்கள். அவர் கைதிகளின் மீது கட்டுப்பாட்டை இறுக்கியுள்ளார். சிறை அதிகாரிகள் இப்பொழுது விழிப்புடன் இருக்கிறார்கள். மோதனின் சத்தியப்பிரமாணம் செய்த வாக்குமூலத்தை ஹரி ஓம், பத்திரமாகத் தன்னுடைய பாக்கெட்டில் ஒளித்து வைத்திருக்கிறார். மருத்துவமனை ஆவணங்கள் மாற்றப்பட்டுள்ளன. ஹேமா சாகும் தருவாயில் இருக்கிறாள். அவளுடைய மரணத்திற்குப் பிறகு சிறைக்கு வந்து நீங்கள் என்ன சாதிப்பீர்கள்? பசந்தின் முடிவை மாற்றுவதற்காகச் சபலம் உண்டாக்கும் சலுகைகளால் அவன் ஈர்க்கப்பட்டுள்ளான். அவன் தன்னுடைய வாக்குமூலத்தைத் திரும்பிப் பெறுவதற்காக நீங்கள் காத்திருக்கிறீர்களா? உங்களுடைய கடமையைக் கண்டு கொள்ளுங்கள், மௌனமாகத் துன்பத்தைச் சகித்துக் கொண்டிருக்கும் கைதிகளின் துயரத்தை நீக்குங்கள்."

இந்தக் கடிதத்தை ஹிருதய்பால் திரும்பத் திரும்ப பல முறை படித்தார். அதில் எழுதிய நபரின் பெயர் அல்லது முகவரி எதுவும் இருக்கவில்லை. அவரைக் கோபப்படுத்தவும், சிறை அதிகாரிகள் மீது நடவடிக்கை எடுக்கத் தூண்டவும் ஏதோ ஒரு கைதி எழுதியிருக்கலாம் என்று அவருக்குச் சிறிது நேரம் தோன்றியது. கைதிகளை நிச்சயமாக இவ்வளவு அநியாயமான முறையில் நடத்த முடியாது! பின்னர் அவர் மனதை மாற்றிக் கொண்டார். கடிதத்தில் கைதிகளின் முழு விவரம் - அவர்களின் பெயர், குற்றம் மற்றும் தண்டனை எல்லாம் கொடுக்கப்பட்டிருந்தது. அவருடைய வருகைகள் பற்றிய குறிப்புகளும் முற்றிலும் சரியாக இருந்தது. எந்தவொரு நடவடிக்கையும் எடுப்பதற்கு முன்பு நிகழ்வுகள் பற்றிய உண்மையை விசாரிக்க முடியும். சொல்லப்

போனால் இதைச் செய்யத்தானே அவர் அழைக்கப் பட்டுள்ளார். இந்தக் கடிதத்தை எழுதியவர்கள் அவர்களுடைய பெயரை வெளிப்படுத்துவதன் மூலம் பிரச்சனை உண்டாக்க விரும்பாததால் வேண்டுமென்றே அநாமதேயமாக இருந்தார்கள் என்பதை அவர் புரிந்து கொண்டார்.

கடிதத்தின் போக்கையும் அர்த்தத்தையும் பார்த்து அவர் மற்றொரு விஷயத்தை உணர்ந்து கொண்டார். அதை எழுதியவர்/எழுதியவர்கள் யாராக இருந்தாலும், அவர் நிச்சயமாகப் பொது மக்களின் நலனில் ஆழ்ந்த அக்கறை கொண்டவர்.

கடிதத்தைப் படித்த ஹிருதய்பாலுக்குத் தன் மேலேயே வெட்கமாக இருந்தது. அவர் அமர்வு நீதிபதியாகிய பின் பல முறை சிறைக்குப் பயணம் செய்திருக்கிறார். இந்தப் பயணங்களின் குறிக்கோள்கள் கூட அவருக்குத் தெரியவில்லை! கைதிகள் எதிர்கொள்ளும் கஷ்டத்தைப் பற்றியும், சிறை நிர்வாகத்தின் நுண்ணிய விவரங்களைப் பற்றியும் தீவிரமாக ஆய்வு செய்வதிருக்கட்டும், அவர் சிறைக் கையேட்டைப் படித்தது கூட இல்லை. சாதாரண மக்களின் வாழ்க்கையைப் பற்றி அவர் அறிந்திருக்கவில்லை என்பதை அவர் இப்பொழுது உணர்ந்தார்.

அவர் ஒரு பணக்கார குடும்பத்தில் பிறந்தார். போதிய வயதான பிறகு அவர் சனாவரில் இருந்த மதிப்புமிக்க தங்க வசதியுள்ள பள்ளிக்கு அனுப்பப்பட்டார். உயர் கல்வி டெல்லியிலும், சட்டப் படிப்பு சண்டிகரிலும் தொடர்ந்தது. அவருடைய தாய்மாமன் உயர் நீதிமன்றத்தில் நீதிபதியாக இருந்தார். அவர் தன்னுடைய மருமகனுக்கு நீதிபதியின் பதவியைத் தயாராக ஒரு தாம்பாளத்தில் வழங்கினார். அவர் இதுவரை கொழு கொழு சிறுவர்களாலும், அழகான பெண்களாலும் சூழப்பட்டிருந்ததால், மழையினால் மறைக்கப்பட்ட ஒருவருக்கு எல்லா இடங்களிலும் பசுமையே காண முடிந்தது என்பதைப் போல் இருந்தார். அவர் வாழ்க்கையில் எந்தக் கஷ்டத்தையும் அனுபவிக்காததால் மற்றவர்களின் பிரச்சனைகள் அல்லது போராட்டங்கள் பற்றி எதுவும் அவருக்குத் தெரியாது. அவர் கிராமத்தில் வாழ்ந்ததில்லை. ஒரு விவசாயி அல்லது உழைப்பாளி கொஞ்சம் கொஞ்சமாகத் தான் உழைத்த மண்ணிலேயே கலந்து விடுவதை அவர் பார்த்ததில்லை.

இந்த அறியாமையைதான், ஒருவேளை சிறை அதிகாரிகள் பயன்படுத்திக் கொண்டு அவரை இருளில் வைத்துத் தாங்கள் விரும்பியதைச் செய்து முடித்தார்கள் போலிருக்கிறது. ஹிருதய் பால் ஒரு முடிவுக்கு வந்தார்; இப்பொழுது அவர் சிறைக்கு வருகை தருவார்,

முந்திய நாட்களின் அமர்வு நீதிபதியாக அல்ல, மாறாக ஒரு புதிய அவதாரத்தில்.

பின்னர் ஹிருதய் பால், கண்காணிப்பாளருக்குச் சில கட்டளைகள் கொடுத்தார், "நூலகத்துக்கு உடனே சென்று சிறைக் கையேடு மற்றும் சிறைச் சீர்திருத்தங்கள் பற்றிய எல்லாப் புத்தகங்களையும் எனக்கு அனுப்புங்கள். எனது ஆய்வுக்காக அவை தேவைப்படுகின்றன."

அவர் தனது நண்பர் சிறைக் கண்காணிப்பாளரைக் கூப்பிட்டு, அழைப்புக் கொடுத்தார், "நாளை ஞாயிற்றுக் கிழமை. நாள் முழுவதும் எனக்காக ஒதுக்கி வை. காலை சிற்றுண்டி ஒன்றாகச் சாப்பிட்டுவிட்டு, பின்னர் நாம் ஒரு பயணத்தை மேற்கொள்வோம்" பிறகு அவர் அடுத்த நாளுக்கான வேலைகளைத் தயார் செய்வதில் ஈடுபட்டார்.

அத்தியாயம் 48

அமர்வு மாளிகையில் சிறைக் கண்காணிப்பாளர் வந்தடைந்து இப்பொழுது ஒரு மணி நேரம் ஆகி விட்டது. காலை சிற்றுண்டி முடிந்தாயிற்று. இதுவரை ஹிருதய் பால் மௌனத்தால் தன்னை மூடிக் கொண்டிருந்தார். முன்பு போல அவர் ஒரு தடவைக்கூட அட்டகாசமாகச் சிரிக்கவில்லை. ரஞ்சோத் சிங்கின் சங்கடம் அதிகரித்தது. விஷயம் என்னவாகத்தான் இருக்கும்?

இதற்கு அடுத்து என்ன நடக்கப் போகிறதென்பதைக் கண்டு பிடிப்பதற்கு அவர் வெவ்வேறு உத்திகளைக் கையாண்டார். ஆனால், ஒரு அறிகுறி கூட அவரால் பெற முடியவில்லை. அவர்கள் பேசாமல் வீட்டில் உட்காரப் போகிறார்கள் என்று தோன்றவில்லை. ஆனால், மேலே சிவப்பு விளக்குப் பொருத்தப்பட்ட வாகனம் *கேரேஜுக்கு* வெளியில் இருக்கவில்லை, ஓட்டுனரும் கண்ணுக்குத் தென்படவில்லை. இறுதியில் பொறுமையின் எல்லையை அடைந்த ரஞ்சோத் *சிங்* வேடிக்கையான தொனியில் நேரடியாக கேட்டார், "அப்போ நாம் இந்த நல்ல காலை வேளையில் எந்தக் கோட்டையை முற்றுகையிடப் போகிறோம்?"

"இன்று நாம் உன்னுடைய சிறைக்கு அதிகாரப்பூர்வமற்ற வருகை தருவோம். உள்ளே என்ன நடக்கிறதென்பதை நான் அறிந்து கொள்ள விரும்புகிறேன். என்னுடைய ஆய்வில் நீ எனக்கு உதவ வேண்டும். இந்த வருகை பற்றி எந்த ஊழியருக்கும் தெரிவிக்கமாட்டாய் என்றும், எந்தத் தயாரிப்பும் செய்ய மாட்டாய் என்றும், நான் எதைக் கேட்டாலும் அதற்கு உண்மையான பதிலளிப்பாய் என்றும் வாக்குக் கொடு."

நண்பனுடைய வற்புறுத்தலால் ஹிருதய் பால் கடைசியில் ரகசியத்தை வெளிப்படுத்தினார்.

"புதிய பிரச்சனை ஏதாவது உருவாகிக்கொண்டிருக்கிறதா?" தன்னுடைய கவலையைப் போக்குவதற்காக ரஞ்சோத் *சிங்* விளக்கம் கேட்டார்.

"இல்லை, அப்படி ஒன்றும் இல்லை. நேற்று நான் சிறை வாழ்க்கை பற்றி ஒரு புத்தகத்தைத் தற்செயலாகப் பார்த்தேன். சிறைக்குள் நடக்கும் அருவருப்பான நிகழ்ச்சிகளைப் பற்றி விரிவான வர்ணனை அந்தப் புத்தகத்தில் இருந்தது. ஆனால், அவை உண்மையாக இருக்கக் கூடும் என்று என்னால் நம்ப முடியவில்லை. நான் சில விஷயங்களை ஆராய விரும்புகிறேன். அதே நேரத்தில் சில பிரச்சனைகளைப் பற்றி எனக்கு வந்துள்ள புகார்களைத் தீர்க்கவும் விரும்புகிறேன்".

வேறு வழியில்லாமல் ரஞ்சோத் சிங்கிற்கு, வாக்குறுதி அளித்து ஒப்புக்கொள்வதாக கைகுலுக்க வேண்டிய கட்டாயம் ஏற்பட்டது.

கைதிகளுக்குக் காலை உணவு வழங்கப்படும் நேரத்தில் அவர்கள் சாதாரண குடிமக்களைப் போலச் சிறைக்குள் நுழைந்தனர். சமையலறையிலிருந்து வளாகங்களுக்கு உணவை எடுத்துச் செல்ல மிதிவண்டிகள் பயன்படுத்தப்பட்டன. அமர்வு நீதிபதி கேட்டுக்கொண்டதால் சிறைக் கண்காணிப்பாளர் வண்டிகளில் ஒன்றை நிறுத்தினார். பால் விநியோகத்திற்காகப் பயன்படும் பெரிய உருளைகள் வண்டியில் இருந்தன. ஆனால், இதில் பருப்பு இருந்தது. கரண்டியுடன் சில இரும்பு வாளிகளும் இருந்தன. வளாகத்தை அடைந்தவுடன் பருப்பு முதலில் வாளிகளில் காலி செய்யப்பட்டுப் பின்னர், கரண்டியால் கைதிகளுக்கு விநியோகிக்கப்பட்டது. மற்றொரு வண்டியில் கூடைகளும், ரொட்டிக்காக சிக்குவும் இருந்தன.

அவருடைய முந்தைய வருகைகளில், விநியோகிக்கப்பட்ட உணவு முற்றிலும் வேறு விதத்தில் பரிசோதிக்கப்பட்டது.

சிறைச்சாலையின் அகண்ட வளாகத்தில் ஒரு மேஜை போடப்பட்டிருக்கும். அதன் மேல் பருப்பு மற்றும் காய்கறிகள் கொண்ட இரண்டு பெரிய எஃகு உணவு டப்பாக்கள் வைக்கப்பட்டிருக்கும். ஒரு சுத்தமான துணியில் சுற்றப்பட்ட ரொட்டியும், பக்கத்தில் எடை பார்க்கும் கருவியும் இருக்கும். கருவியின் ஒரு பக்கத்துத் தட்டில் ஓர் எடையும் வைக்கப்பட்டிருக்கும். ஆய்வு அதிகாரிக்கு ஏதாவது சந்தேகம் இருந்தால் அவர் ரொட்டியை எடைப்போட்டுப் பார்க்கலாமென்பதை அது உணர்த்தியது. ஒவ்வொரு கைதிக்கும் நான்கு ரொட்டிகள் கிடைத்தன. ஒவ்வொரு ரொட்டியின் எடை நூறு கிராம் இருந்தது. அவருடைய முந்தைய வருகையின் பொழுது, கண்காணிப்பாளர் தானே பருப்பு மற்றும் காய்கறிகளை ஒரு கிண்ணத்தில் அவருக்குப் பரிமாறினார். ஒரு துண்டு ரொட்டியை அவர் சாப்பிட்டுவிட்டு இரண்டாவதை அமர்வு நீதிபதிக்கு வழங்கினார். பருப்பு மற்றும் காய்கறிகளின் நிறமும், மேலே மிதக்கும் நெய்யும், மசாலா பொருள்களின் அருமையான வாசனையும், உணவின் தரத்தையும் சுவையையும் தீர்மானிக்கப் போதுமானதாக இருந்தது. ரொட்டி பக்குவமாகச் சுடப்பட்டிருந்தது. அவற்றின் எடையும் சரியாக இருந்தது. ஹிருதய் பால் உணவை ருசிக்காமலே ஒப்புதல் அளிக்க விரும்பினார். ஆனால், மக்களிடையில் ஒரு புராணக் கதை பரவியிருந்தது. அதாவது, வாய்ப்பு கிடைக்கும் பொழுது சிறைச் சாலையின் ரொட்டியை உட்கொள்ள வேண்டும். இது அவர்கள்

கிஸ்மத்தில் எழுதப்பட்டுள்ள சிறை ரொட்டியின் எண்ணிக்கையைக் குறைக்கிறது என்று நம்பப் பட்டது. அவர் மற்றொரு ரொட்டியைத் துண்டாக்குவதைக் கண்ட ரஞ்சோத் சிங், அவரைத் தடுத்துக் கூறினார், "அதை விடு. நாங்கள் உனக்காக தனி மதிய உணவு ஏற்பாடு செய்திருக்கிறோம்."

இந்தத் தடவை நிலைமை வேறாக இருந்தது. கடிதத்தில் விவரிக்கப்பட்டிருந்த பருப்பும் ரொட்டியும் அவர் மனக்கண்முன் மிதந்தன.

இப்பொழுது ஹிருதய் பால் முன்னால் இருந்த ரொட்டி, பருப்பு தெறித்துக் கரை படிந்திருந்த பழைய அழுக்குத் துணியால் மூடப்பட்டிருந்தது. ஏராளமான ஈக்கள், உள்ளேயிருக்கும் உணவைத் தாக்கத் தயாராகத் துணியின் மேல் ரீங்காரமிட்டுக் கொண்டிருந்தன. உண்மையை வெளிப்படுத்த ஹிருதய் பால் துணியை அகற்றி, ஒரு ரொட்டியை எடுத்துத் தன் கைகளில் திருப்பிப் போட்டார். சில ரொட்டி வேகாமல் இருந்தன; சிலது தீய்ந்து போயிருந்தன; சிலது இருக்க வேண்டிய எடையில் பாதியே இருந்தன; சிலவற்றின் எடை முக்கால் பங்கிருந்தன. நிறைய ரொட்டிகளின் விளிம்புகள் உலர்ந்து போய் பழையதாகி, கெட்டுப் போய்விட்டதைப் போல் காணப்பட்டன.

"நான் பருப்பையும் சிறிது பார்வையிட வேண்டும்."

கைதி தயக்கத்துடன் உருளையின் மூடியைத் திறந்தான். அதில் கீழ் பாதியில் நீர்த்த பருப்பு இருந்தது.

"சிறிதளவு வெளியில் எடுங்கள்."

உருளியின் அந்த நீரில் அடிப்பகுதிவரை பருப்பின் துகள்களைக் கைதி தேடினான். ஒரு கரண்டியளவு கூட அவனால் எடுக்க முடியவில்லை.

"மற்ற உருளியில் என்ன இருக்கிறது?"

"அதிலும் பருப்புதான் உள்ளது."

"காய்கறிகள் இல்லையா?"

"இல்லை, ஐயா. பொதுவாகப் பருப்பு மட்டுமே சமைக்கப்படுகிறது."

"சரி" அமர்வு நீதிபதி கைதியை வண்டியுடன் மேலே நகரச் சொன்னார்.

“அந்த உருளியில் பருப்பின் துகள்கள் அடியோடு இல்லை. ஆண்டு முழுவதும் பருப்பு மட்டுமே சமைக்கப் படுகிறதா? பச்சைக் காய்கறிகள் சமைக்கப்படுவதே இல்லையா? ஒவ்வொருவருக்கும் தினமும் ஒரு பச்சை காய்கறி வழங்கப்படவேண்டுமென்று சிறைக் கையேடு அறிவுறுத்துகிறதே.”

“ஆரம்பத்திலிருந்து இதுதான் நடைமுறையில் பின்பற்றப் படுகிறது.”

“சிறைப் பண்ணையில் விளையும் காய்கறிகள் எங்கே போகின்றன?”

“உண்மையைச் சொல்வேன் என்று வாக்களித்ததால் உன்னிடம் பொய் சொல்ல மாட்டேன். பாதி காய்கறிகள் ஊழியர்களின் வீடுகளுக்குச் செல்கின்றன. மற்ற பாதி சந்தைக்கு எடுத்துச் செல்லப்படுகிறது. லாபம் எல்லோராலும் பகிர்ந்து கொள்ளப் படுகிறது.”

“அற்புதம்” எரிச்சலடைந்த ஹிருதய் பால், கண்காணிப்பாளரின் திறமையான ஏற்பாடுகளை ஏளனமாக விமர்சித்தார். ஏதாவது ஒரு சாக்கில் சிறையிலிருந்து ஓடிவிடக் கண்காணிப்பாளர் விரும்பினார். ஆனால், அது இனிச் சாத்தியமில்லை. தயங்கிக்கொண்டே அவர் நீதிபதியின் பின்னால் லங்கருக்குச் சென்றார்.

தகரத் தகடுகளால் மேலே மூடப்பட்ட ஒரு பெரிய தாழ்வாரத்தில், ‘சமையலறை’ என்று எழுதப்பட்ட வண்ணப் பலகை தொங்கிக் கொண்டிருந்தது. புகைக் காரணமாக அது மஞ்சள் நிறமாக மாறியிருந்தது. புகைக்கரியினால் மறைக்கப்பட்டிருந்த எழுத்துக்களை அமர்வு நீதிபதியால் சிறிது சிரமப்பட்டுத்தான் படிக்க முடிந்தது.

தாழ்வாரத்தைச் சுற்றி நான்கு அடி உயரமுள்ள பின்னலமைப்பில் மறைப்புகள் இருந்தன. ஒரு தாழ்ந்த சுவர் தாழ்வாரத்தை இரண்டு பாதியாகப் பிரித்தது. இடதுபுறத்தில் உடைந்த சிமெண்ட் தரையில் நான்கு தொட்டிகள் இருந்தன. ஒவ்வொரு தொட்டியிலும் அரை குவின்டல் பிசையப்பட்ட மாவு இருந்தது. ஐந்தாவதில் மேலும் மாவு பிசையப்பட்டுக் கொண்டிருந்தது. ஒருசில கைதிகள் தொட்டிக்குள் நின்று கொண்டு தங்களுடைய கால்களால் சேறு அல்லது காரைவைப் பிசைவதைப்போல் மாவைப் பிசைந்து கொண்டிருந்தனர். அவர்கள் அழுக்கு ஜட்டி அணிந்திருந்தனர் மற்றும் வியர்வையில் நனைந்த காதிசட்டைகள் அவர்களின் கழுத்தில் தொங்கிக் கொண்டிருந்தன. அடுப்புகளிலிருந்து

வெப்பம் மற்றும் அவர்களுடைய உழைப்பு இரண்டும் சேர்ந்து வியர்வையின் சிறு நீரோடைகள் நெற்றியிலிருந்து இடுப்புவரை வழிந்தோடின. அதிலிருந்து சிறு துளிகள் மாவில் சொட்டிக் கொண்டிருந்தன. மாவு பிசைவதற்காக மூலையிலிருந்த தொட்டியிலிருந்து கொண்டு வரப்பட்டத் தண்ணீர் ஒரு வாளியில் இருந்தது. ஹிருதய் பால் தனது கண்களைத் தொட்டியின் பக்கம் ஓட்டினார். எண்ணற்ற அழுக்குப் படிந்த கைகளால் தொடப்பட்டதால் அதனுடைய பக்கங்கள் கறுப்பாக மாறியிருந்தன. அது இதுவரை ஒருபோதும் சுத்தம் செய்யப்படாததைப் போல் தொன்றியது. பல்வேறு இடங்களில் படிந்திருந்த பச்சைப் பாசி இதை உறுதி செய்தது. அதன் கைப்பிடியின் மேல் இரண்டு குருவிகள் உட்கார்ந்து தங்கள் தாகத்தைத் தீர்த்துக் கொண்டிருந்தன. ஓர் அணில் அப்பொழுதுதான் அதில் குளித்து முடித்தது.

ஆறாவது தொட்டியில் மாவு குவிக்கப்பட்டிருந்தது. ஹிருதய் பால் அதிலிருந்து ஒரு கைப்பிடி எடுத்து உள்ளங்கையில் போட்டுப் பார்த்தார். மாவில் லேசான அசைவு ஏற்பட்டு, அவருடைய மணிக்கட்டின் மேலே ஏறி அவருடைய முழங்கை நோக்கிச் சென்றது. மாவைத் திருப்பிவிட்ட பொழுது அதில் சாணத்தின் துண்டுகளை அவரால் காண முடிந்தது. தவிர அதிலிருந்து துர்நாற்றமும் எழும்பியது. அது என்ன நாற்றம்? அதை மூக்கருகில் கொண்டு வந்த பொழுது நாற்றத்தின் இரண்டு காரணங்களை அவரால் கண்டறிய முடிந்தது. ஒன்று கோதுமை அழுகி விட்டது, மற்றொன்று பூச்சிக் கொல்லிகள். மாவரைக்கும் முன்பு கோதுமை சுத்தம் செய்யப்படவோ அல்லது கழுவப்படவோ இல்லை.

சமையலறையின் இடது பக்கத்தை ஆய்வு செய்த பிறகு அவர் வலது பக்கம் முன்னேறினார். பக்கங்களில் அட்டையாகப் படிந்திருந்த புகைக்கரியும் பருப்பும், பாத்திரங்கள் இரும்பினால் செய்யப் பட்டவையா அல்லது பித்தளையினாலா என்பதைப் புரிந்து கொள்ளச் சிரமமாக இருந்தது. அவை உருவாக்கப்பட்டதிலிருந்து அடுப்பின் மீது கிடப்பது போல் தோன்றியது. இரண்டு பெரிய இருப்புக்கல்கள் மற்ற இரண்டு அடுப்புகளின் மேல் ஏற்றப்பட்டிருந்தன. அவற்றின் மேல் ரொட்டி சுடப்பட்டுக் கொண்டிருந்தன. நான்கு பேர்கள் ரொட்டியை இட்டுக் கல்மேல் போட்டுக் கொண்டிருந்தனர். ஆனால், அதைத் திருப்புவதற்கு ஒருவர் மாத்திரம் இருந்தான். மற்றவர்களுக்கு ஈடாகச் செயல்படுவதற்காக அவன் அவசர அவசரமாக ரொட்டிகளைப் பாதி வெந்த நிலையில் தொட்டியில் எறிந்து கொண்டிருந்தான். சில சமயங்களில் அவனால் விரைவாகச் செயல்பட முடியாமல் போனால் ரொட்டிகள் தீய்ந்து போயின. ரொட்டி வெந்ததா இல்லை கரிந்ததா

என்பதைப்பற்றிக் கைதி கவலைப்படவில்லை என்பது தெளிவாகத் தெரிந்தது. தொட்டியை ரொட்டிகளால் நிரப்புவதுதான் அவனுடைய ஒரே நோக்கமாக இருந்தது.

அதன்பின் சமையல்காரர்களின் முகங்களை ஹிருதய்பால் ஆராய்ந்தார். அவை கடிதத்தில் விவரித்திருந்ததைப் போலவே இருந்தன.

தானியத்தின் பண்டாரம் *லங்கரைச்* சார்ந்திருந்தது. அதையும் எட்டிப் பார்த்துவிட ஹிருதய்பால் நினைத்தார். கிடங்கின் கதவு திறக்கப்பட்டவுடன் ஏராளமான எலிகள் அவரை வரவேற்றன. சில எலிகள் ஆனந்தமாகச் சாக்குகளை மென்றுக் கொண்டிருந்தன மற்றும் சில தரையில் கிடந்த கோதுமையைச் சுவைத்துக் கொண்டிருந்தன. கிடங்கில் இருந்த பருப்பின் நிலையும் கடிதத்தில் குறிப்பிட்டிருப்பதைப் போலவே இருந்தது.

"பருப்பில் சேர்க்கப்படும் மசாலாப் பொருள்களைச் சிறிது காண்பியுங்கள்."

கடிதத்தைப் படித்த பிறகு, பருப்புக்குச் சுவையூட்ட மசாலாப் பொருள்கள் என்ற பெயரில் உப்பு, மஞ்சள் மற்றும் மிளகாய் தூள்களே பயன்படுத்தப்பட்டன என்று ஹிருதய்பால் தெரிந்து கொண்டிருந்தார். கொத்துமல்லி அல்லது சீரகத்தின் சுவடேயில்லை.

"ஐயா, மசாலாப் பொருள்களின் சேமிப்பு இன்று தான் தீர்ந்தது." திரும்பத் திரும்பச் சொல்லிப் பழகிப் போன விளக்கத்தைப் புலம்பியவாறு ஒப்பித்தார் அந்தக் கிடங்கின் *முன்ஷி*.

"வெல்லம் மற்றும் வறுத்த கடலை எங்கே?"

"கிடங்கில் நான் அதைப் பார்த்ததே இல்லை." *முன்ஷி* இங்கு ஒரு வருடமாகப் பணியிலிருந்தார். மூன்று ஆண்டுகளாகச் சிறைத் தண்டனை அனுபவித்துக் கொண்டிருந்தார். கைதிகளுக்கு வெல்லமும் கடலையும் கொடுக்கப்பட வேண்டும் என்று அவர் கேட்டது இதுவே முதல் தடவை.

"அவன் என்ன சொல்கிறான்?" ஆச்சரியத்துடன் கேட்டார் ஹிருதய்பால்.

"அவர் சொல்வது சரிதான். இந்நாட்களில் கடலை, பாதாம் விற்கும் விலையில் விற்கிறது. அது சிறைக்கு வருவது எப்பொழுது நின்றது என்று கூட எனக்குத் தெரியாது. என்னுடைய பதவி காலத்தில் அது

ஒருமுறைக்கூடக் கிடங்கிற்கு வரவில்லை என்பதுதான் எனக்குத் தெரியும்."

"வெல்லமும் கடலையும் சக்தியைக் கொடுக்கும் மற்றும் பசியைத் தணிக்கவும் உதவும். வேறு ஏதாவது ஏற்பாடு செய்யப் பட்டுள்ளதா?"

"எனக்குத் தெரிந்தவரை, இல்லை."

"நல்லது" ஹிருதய்பால் மீண்டும் லங்கருக்குச் சென்றார். "எவ்வளவு காலமாக நீ இங்கு இருக்கிறாய்" அங்கு மாவு பிசைந்து கொண்டிருந்த ஓர் இளம் கைதியிடம் அவர் கேட்டார்.

"ஒரு வருடம்."

"நீ பணிக்கு எந்த நேரத்தில் வந்து அறிக்கை செய்கிறாய்?"

"நான் காலை நான்கு மணிக்கு வருகிறேன். இரவு பதினொரு மணிக்குத் திரும்புகிறேன். லங்கர் நாள் முழுவதும் செயல்படுகிறது இல்லையா!"

"நீ எதுவரைப் படித்திருக்கிறாய்?"

"நான் ஒரு பட்டதாரி."

"அவனை வேறு ஏதாவது வேலையில் ஏன் போடவில்லை? ஒரு பட்டதாரியை இந்த உலை வேலையில் ஏன் போட்டிருக்கிறீர்கள்?" முதல் தடவையாக எரிச்சலடைந்த ஹிருதய்பால், தனது உணர்வுகளை அடக்க முடியாமல் சிடுசிடுத்தார். எட்டு மாதங்கள் சமையலறை உலையில் கழித்த ஒரு சிறுவனின் பணிமாற்ற கோரிக்கை, அகங்காரமாகப் பொருள் கொள்ளப்பட்டு, அவன் சங்கிலியால் பிணைக்கப்பட்டான் என்று கடிதத்தில் விவரிக்கப்பட்டிருந்த அந்தச் சிறுவனின் சோகக்கதை அவரது நினைவுக்கு வந்தது. அந்தப் பையன் முதுகலைப் பட்டம் பெற்றிருந்தான். கடின உழைப்பு செய்ய அவன் பழக்கப்பட்டிருக்கவில்லை.

"அவனுடைய வேலையை இப்பொழுது மாற்றி விடுகிறேன்." உகந்த பதில் ஒன்றும் இல்லாத ரஞ்சோத் சிங்கிற்கு, அடக்கமாக ஆயுதங்களைக் கீழே போடுவதுதான் இந்தச் சிக்கலில் இருந்து விடுபடுவதற்கு ஒரே வழி என்று தோன்றியது.

"நீங்கள் ஏன் அழுகிய தானியங்களை வாங்குகிறீர்கள்? நமது பண்ணையில் விளைகின்ற தானியங்கள் எங்கே போகின்றன?"

"அது அமைச்சர்கள் மற்றும் உயர் அதிகாரிகளின் வீட்டிற்குச் செல்கிறது" பொறுமை இழந்த ரஞ்சித் *சிங்* உண்மையை வெளிப்படுத்தத் தொடங்கினார்.

"அவர்களுக்கு வேறு எதுவும் கொடுக்க முடியாவிட்டாலும், குறைந்த பட்சம் சுத்தமான நல்ல தானியங்களையாவது வழங்குங்கள்" வருத்தமடைந்த நீதிபதி லங்கர் நிர்வகிக்கப்படும் விதத்தில் தனக்கு ஏற்பட்ட அதிருப்தியைத் தெரிவித்தார்.

"என் கைகள் கட்டப்பட்டுள்ளன. எனக்குக் கிடைப்பதைத்தான் என்னால் பயன்படுத்த முடியும்" லங்கரிலிருந்து வெளியேறும் பொழுது *சிங்* தன்னை நியாயப்படுத்தும் வகையில் கூறினார்.

அத்தியாயம் 49

“இப்பொழுது என்னை வேறொரு வளாகத்திற்கு அழைத்துச் செல்.”

“நீ எந்த இடத்திற்குச் செல்ல விரும்புகிறாய் என்று சொல்.”

“நாம் *சாட்யா* வளாகத்திற்குச் செல்லலாம். அங்கு மோதனின் அறிக்கையையும் எழுத்துப்பூர்வமாகப் பெறுவோம்.”

“நீ என்ன சொன்னாலும் சரி.”

வளாகம் *லங்கரி*லிருந்து அரை கிலோமீடர் தூரத்தில் இருந்தது. சிறைக் கண்காணிப்பாளர் ஜீப்பில் போக விரும்பினார். ஹிருதய் பால் நடந்து செல்ல ஆசைப்பட்டார். ஜீப்பில் சென்றால் அவர் வருகை பற்றிச் சலசலப்பு ஏற்படும் என்று அவர் எண்ணினார் மற்றும் நடந்து செல்வதன் மூலம் வழியில் அவர் பல விஷயங்களைப் பற்றி அறிந்தும் தெரிந்தும் கொள்ளலாம்.

ரஞ்சோத் *சிங்* பதற்றமடைந்தார். அது ஒரு விடுமுறை நாள்-ஞாயிற்றுக் கிழமை. பகல் நேரம், கைதிகள் அமைதியாக முற்றத்தில் சுகத்தை அனுபவித்துக் கொண்டிருப்பார்கள். அவர் தனது வாக்குறுதியை முறித்து, உத்தியோகபூர்வ வருகையை அறிவிக்கும் மணியை ஒலிக்க விரும்பினார். இது கண்காணிப்பாளரையும் *முன்ஷி*யையும் எச்சரித்து, வளாகத்தை விரைவில் சுத்தம் செய்ய உதவும்.

ஆனால், அவர் உடனே மனதை மாற்றிக் கொண்டார். அவருக்கு எதைப்பற்றிப் பயப்பட வேண்டும்? மாநிலத்தின் ஒவ்வொரு சிறைச் சாலையும் இதே போன்ற நிலையில் தான் இருந்தது. இந்தக் கவனிப்புக் குறைவுக்கு அவரைத் தனிப்பட்ட முறையில் பொறுப்பாளியாக்க முடியாது. ஓர் அமர்வு நீதிபதி உண்மையை அறிய விரும்பினால், அது வெளியில் வர வேண்டும். ஏனென்றால் இது எல்லாருக்கும் நன்மையைத்தரும்.

ரஞ்சோத் *சிங்* இந்தப் பணியில் பன்னிரண்டு ஆண்டுகளைக் கழித்திருந்தார். ஆனால், சிறை வாழ்க்கையைப் பற்றி ஆழ்ந்து படித்த தில்லை. ஆய்வுக்குப் புறப்படும் பொழுதெல்லாம் மணியை அடிப்பார். அவர் பார்த்ததெல்லாம், அவருக்குக் கீழே வேலை செய்தவர்களால் விரும்பத் தகாதவற்றை அவர் கண்களில் படாமலிருப்பதற்காக வெள்ளையடித்து மறைக்கப்பட்டவை. அவருக்குப் பணியில் இன்னும் பல ஆண்டுகள் மீதமிருந்தன. அவரும் உண்மை என்ன என்பதை அறிந்து கொள்ள வேண்டும்.

இந்த முடிவுக்கு வந்த கண்காணிப்பாளர், இப்பொழுது நீதிபதிக்கு ஏற்ப நடைப்போட்டு உற்சாகத்துடன் முன்னேறினார்.

முற்றத்தின் பிரதான வாயிலை அடைந்ததும் அமர்வு நீதிபதி, வாயிலை உடனே திறக்காமல் சிறிது நேரம் நுழைவாயிலின் பின்னால் மறைந்திருந்து உள்ளே கைதிகளின் நடவடிக்கைகளைக் கவனிக்க வேண்டுமென்று பரிந்துரைத்தார்.

சிறைக் கண்காணிப்பாளர் ஒப்புக் கொண்டார். சாப்பாடு முடிந்து விட்டிருந்தது. பிற்பகலில் வளாகம் மூடப்படுவதற்கு இன்னும் சிறிது நேரம் இருந்தது. கைதிகள் நகைச்சுவையும், மகிழ்ச்சியாகவும் இருக்கும் நேரம் இது. அவர்கள் இதில்தான் ஈடுபட்டிருந்தார்கள்.

முற்றத்தின் சுற்றுச்சூழல் மகிழ்ச்சிகரமாக இருந்தது. கைதிகள் தங்கள் குழுக்களில் பரவலாக ஆங்காங்கு தங்களுடைய பணிகளில் மும்முரமாக ஈடுபட்டிருந்தனர்.

நிண்டே *நம்பர்தார்* குழு சீட்டு விளையாடிக் கொண்டிருந்தது. சூதாட்டத்திலும் ஈடுப்பட்டிருந்தது. மையத்தில் கிடந்த நோட்டுகளின் குவியல் தூரத்திலிருந்து கூடத் தெளிவாகத் தெரிந்தது. சில நோட்டுக்கள் விளையாடுபவர்களின் பாதங்களுக்கடியிலும், முழங்கால்களுக்கடியிலும் அமுக்கப் பட்டிருந்தன. எல்லாருடைய கவனமும் ஆட்டத்தின் அடுத்த சுற்றில் இருந்ததால் அவர்களைச் சுற்றியிருந்த ஆதரவாளர்கள் அமைதியாக இருந்தனர்.

"சிறைக் கையேட்டின்படி பணத்தைச் சிறைக்குள் கொண்டு வர முடியாது. பணப் பற்றாக்குறை இங்கிருப்பதாகத் தெரியவில்லை. பணம் எப்படி உள்ளே வந்தது?" நீதிபதி தன் முதல் கேள்வியை எழுப்பினார்.

"அரசாங்கத்தின் பல விதிமுறைகள் பகுத்தறிவற்றவை. அவற்றில் இதுவும் ஒன்று. உள்ளே பணமாக வந்தால் என்ன, கூப்பனாக வந்தால் என்ன?" நீதிபதியிடம் பதில் இல்லை.

மற்றொரு குழுவின் தலைவர் *சாது*, பஞ்சாவின் பொறுப்பாளர். வேகவைத்த *போஸ்*தால் நிரப்பப்பட்ட ஒரு குவளை நடுவில் வைக்கப்பட்டிருந்தது. தனது இடது கையால் கிண்ணம் போல் குவித்துக் கொண்டு காதைப்பொத்திக்கொண்டு பரா சிங், உயர்ந்த சுருதியில் *மிர்சா* பாடிக்கொண்டிருந்தார். மற்றவர்கள் பாடலையும் *போஸ்*த்தையும் சம அளவில் சுவைத்துக்கொண்டிருந்தனர்.

சிறிது முன்புறம், சாச்சா ரவுனகி அவருடைய பெயருக்கேற்ப, சுற்றுச் சூழலில் *ரவுனக்* பரப்பிக் கொண்டிருந்தார். அவருடைய காலை தேநீருடன் அவர் ஓர் உருண்டை *அபின்* விழுங்குவார். அதன் விளைவு அதிகரிக்க ஆரம்பித்தவுடன் அவருடைய நிகழ்ச்சி துணுக்குகளின் எண்ணிக்கையும் அதிகரிக்க ஆரம்பிக்கும். அவர் விவரித்த வேடிக்கையான கதைகளைக் கேட்ட குழுவினர் சிரித்த சிரிப்பில் அவர்களுடைய வயிறு வலித்தது.

ஷேரா பெஹல்வான் தண்ணீர்த் தொட்டியின் அருகில் ஒரு பாயில் படுத்துக்கொண்டிருந்தார். அவருடைய தொண்டர்களால் *மசாஜ்* செய்யப்பட்டுக் கொண்டிருந்தார். அவரருகில் ஒரு கைதி, டிரான்சிஸ்டரைக் காதருகில் வைத்துக்கொண்டு பாடல்களை அல்லது ஏதாவதொரு விளையாட்டின் வர்ணனையைக் கேட்டுக்கொண்டு உட்கார்ந்திருந்தான். அவனுடைய முகம் மகிழ்ச்சியால் ஒளிரியது.

சஜ்ஜுவின் குழு வெங்காயம் மற்றும் தக்காளி வெட்டுவதில் ஈடுபட்டிருந்தனர். அன்று அவர்கள் பி வகுப்பினரிடமிருந்து கொஞ்சம் இறைச்சி வாங்கி வந்திருந்தனர். ஒரு புட்டியும் வாங்குவதற்கு ஏற்பாடு செய்யப்பட்டது. விருந்தில் பங்கு பெறுவதற்கு *முன்ஷியும்*, கண்காணிப்பாளரும் ஜொள்ளு கொட்டிக்கொண்டு அவர்களைத் தாஜா பண்ணிக்கொண்டிருந்தனர்.

நீதிபதியின் கண்களில் ப[illegible] அடுத்த காட்சி அவரை மிகவும் பாதித்தது. வாட்ட சாட்டமான கைதி, பலவீனமாகக் காட்சியளித்த ஒரு சிறுவனை இறுக்கமானஅரவணைப்பில் பிடித்துக்கொண்டிருந்தான். எலி ஒரு பொறிக்குள் அகப்பட்டதைப் போல அவன், அவனுடைய பிடியில் போராடினான். அந்த முரடன் கட்டுக்கடங்காமல் போய் சிறுவனை ஆபாசமான முறையில் நடத்தத்தொடங்கினான்.

இதை மோசமான செயலாக யாரும் கண்டு கொள்ளாததைப் பார்த்து ஹிருதய் பால் ஆச்சரியப்பட்டார். கண்காணிப்பாளர் கண்களை உயர்த்திப் பார்த்து விட்டு மீண்டும் தாழ்த்திக் கொண்டார்.

"இங்கே என்ன நடக்கிறது?ஒரு சிறுவன் தொழில்முறை குற்றவாளிகளுடன் ஏன் அடைக்கப்பட்டிருக்கிறான்? நீங்கள் கைதிகளை வகைப்படுத்தி ஏன் பிரிக்கக் கூடாது?" சிறை நிர்வாகத்தின் அலட்சியத்தின் சான்றுகளைப் பார்த்து ஹிருதய் பால் அமைதி இழக்க ஆரம்பித்தார்.

"அது எங்கள் தவறு இல்லை. சிறைச்சாலை அதன் கொள்ளளவை விட இரண்டு மடங்கு கைதிகளால் நெருக்கி அடைக்கப்

பட்டிருக்கிறது; இதைத்தவிர, அதிகப்படியான கைதிகளை இந்தக் களங்களுக்குள் கொண்டு வருகின்றனர். இளம் பருவ கைதிகள் எண்ணிக்கையில் அதிகம் இல்லை. ஆனால், அவர்களையும் ஏதாவதொரு வளாகத்தில் வைக்கவேண்டுமே. ஒவ்வொரு வளாகத்திலும் சிட்டுக் குருவிகளின் மீது பருந்துகள் பாயத்தான் செய்யும்."

"இந்த விஷயத்தை எளிதில் தீர்க்க முடியும். இளம் சிறுவர்களையும் முதியவர்களையும் ஒன்றாக ஒரு வளாகத்தில் வைத்து விடுங்கள் அவர்கள் ஒருவருக்கொருவர் உதவியாகவும் இருப்பார்கள். சிறுவர்களும் பாலியல் துஷ்பிரயோகத்திலிருந்து தப்பிப்பார்கள்."

"நீ சொன்னது மிகவும் சரி. இந்தத் திட்டத்தை உடனே அமலுக்குக் கொண்டு வருகிறேன்."

இந்த ஆலோசனையைக் கண்டு ரஞ்சோத் சிங் ஆச்சரியமடைந்தார். நீதிபதி ஒரே நாளில் புத்திசாலியாகிவிட்டார் போல் அவருக்குத் தோன்றியது.

சிங்கம் அதன் வாயில் சிக்கிய ஆட்டுக்குட்டியைத் தன் குகைக்குள் இழுக்க முயன்றது. அதன் பயனுக்காக ஓர் ஆடு சின்னாபின்னமாக்கப் படுவதற்கு அங்கு பதவியிலிருந்த இரண்டு அதிகாரிகள் சாட்சியாக இருக்க முடியாது. எனவே, சிறுவன் வளாகத்திற்குள் இழுக்கப்படுவதற்கு முன்பு கண்காணிப்பாளர் தனது உத்தியோகபூர்வ வருகையை அறிவித்துக் காவலரைப் பிரதான வாயிலைத் திறக்கும்படி உத்தரவிட்டார்.

திடீரென்று ராஜாளிப் பறவைகள் கைதிகளின் மீது பாய்ந்ததைப் போல் அவர்கள் எல்லாவற்றையும் பின்னால் விட்டுவிட்டு வளாகத்திற்குள் இங்கும் அங்கும் ஓடினார்கள்.

பின்னால் எஞ்சியிருந்தது, ஒரு கிண்ணத்தில் போஸ்த், புகையிலை, அபினின் சிறு பொட்டலங்கள், கத்திகள் மற்றும் விளையாடும் சீட்டுகள். போதைக்குள்ளானவர்கள் வேப்பமரத்தின் பின்னால் மயங்கினர். கண்காணிப்பாளர் சிறு பொருள்களையெல்லாம் சேகரித்து மேசையின் மீது வைத்தார். அமர்வு நீதிபதியின் உத்தரவில் வளாகத்தில் சோதனை நடத்தப்பட்டது. ஒருசில நிமிடங்களில் பெருமளவில் போதைப்பொருள்கள் கண்டு பிடிக்கப்பட்டன.

"தடை செய்யப்பட்ட பொருள்கள் எவ்வாறு சிறைச்சாலைக்குள் நுழைகின்றன?" இது ஹிருதய் பாலின் இரண்டாவது கேள்வி.

"கேட்கவே கேட்காதே. கடத்தல்காரர்களின் கைகள் மிகவும் நீண்டவை. அவர்கள் முதலமைச்சர் வரைக் கூடத் தொடர்பு கொண்டுள்ளனர். இந்தத் தீமையைக் கட்டுப்படுத்த முயலும் எந்த அதிகாரியும், தங்கள் கழுத்து அவர்களின் கரங்களால் இறுக்கப்படுவதைச் சீக்கிரமே உணர்ந்தார்கள். பூனையை எதிர்கொள்ளும் பொழுது ஒரு புறா செய்வதைப்போல எங்கள் கண்களை நாங்கள் பொத்திக் கொள்கிறோம்." நீர் பனித்தக் கண்களுடன் விளக்கம் அளித்த ரஞ்சோத் சிங்கிற்கு அவமானமாக இருந்தது.

"அப்படியென்றால் ஏழை பசந்த் ஏன் பொய் வழக்கில் குற்றம் சாற்றப்பட்டிருக்கான்? நான் ஆரம்ப விசாரணையை முடித்து விட்டேன். அவனுடைய அழுகையிலும், புலம்பலிலும் உண்மை அடிப்படை இருப்பது தெரிகிறது. அவன் நிரபராதியென்று தெரிந்து கொண்டுள்ளேன்."

"நான் ஏற்கெனவே தவறை ஒப்புக் கொண்டு விட்டேன். எனது ஊழியர்கள் முட்டாள்தனமாக நடந்து கொண்டு விட்டார்கள். நான் அவனை விடுவிக்கச் சிபாரிசு செய்திருக்கிறேன். குற்றம் செய்த ஊழியர்களும் தண்டிக்கப் படுவார்கள்."

"பசந்தை இங்கு கூப்பிடு. என்னுடைய விசாரணைப் பற்றிய முடிவைத் தெரிவித்து விட்டு, அவன் மேல் தாக்கப்பட்டிருக்கும் வழக்குகளைத் தள்ளுபடிச் செய்ய சிபாரிசு செய்கிறேன் என்றும் அறிவிக்கிறேன்."

"என்னுடைய பையன்கள் இதில் இழுக்கப்பட மாட்டார்கள் என்று நான் நம்புகிறேன்."

"இல்லை, இதற்கு ஒரு தீர்வை நான் ஏற்கெனவே யோசித்திருக்கிறேன். இந்த விஷயத்தை விசாரிக்க மூன்று உறுப்பினர்கள் கொண்ட ஒரு குழுவை அமைப்பேன். அதில் உறுப்பினர் ஒருவர் ஒரு வழக்கறிஞராக இருப்பார்; ஒருவர் மாவட்ட ஆணையாளரால் பரிந்துரைக்கப்படுவார்; மூன்றாவதாக நீ இருப்பாய். விசாரணையை ஒரு வாரத்திற்குள் முடித்துவிட்டு, விசாரணைக்காகக் காத்திருந்த ஒரு கைதி வெளியிலிருந்து அபின் கொண்டு வந்ததாக அறிக்கை எழுதி கொடுத்து விடுங்கள். அவன் பசந்த் மீது பொறாமை கொண்டு, அவனுடைய விடுதலையைத் தடுப்பதற்காகப் பசந்தின் உடமைகளில் அபினை மறைத்து வைத்தான் என்றும் பிறகு அவன் தானே சிறை ஊழியர்களிடம் சென்று அவனைக் காட்டிக் கொடுத்தான் என்றும் கூறுங்கள். இவ்வாறு ஒரு தொழில்முறை குற்றவாளியை உங்கள் பலி

கடாவாகப் பயன்படுத்திக் கொண்டு பசந்த் நிரபராதி என்று முடிவு செய்யுங்கள். உங்கள் அறிக்கையின் தீர்ப்புக்கு உடன்பட்டு இந்தக் குற்றச்சாட்டு தள்ளுபடி செய்யப்பட வேண்டுமென்று காவல் நிலைய தலைவருக்கு நான் பரிந்துரைக்கிறேன். இவ்வாறு, எல்லோரும் ஆபத்திலிருந்து பாதுகாக்கப் படுவார்கள்.''

இதுவரை ஹிருதய்பால் அவரிடம் கண்டிப்புடன் நடந்து கொண்டிருக்கிறார் என்று ரஞோத் சிங் நினைத்துக் கொண்டிருந்தார். ஆனால், முதல் தடவையாக அவர் தனக்கு ஆதரவாக இருக்கிறார் என்பதை அவர் உணர்ந்தார்.

''சிறுவனைப் பாலியல் பலாத்காரம் செய்ய முயன்ற அந்த மிருகத்தைக் கடுமையாகத் தண்டித்து, எடுக்கப்பட்ட நடவடிக்கைப் பற்றிய அறிக்கையை எனக்கு அனுப்புங்கள்.''

''அந்தப் பன்றியை நான் உடனே தனிமைச் சிறைக்கு அனுப்பி விடுகிறேன். அவனுடைய காமம் ஒரு வாரத்திற்குள் ஆவியாக மாறி மறைந்து விடும். இதன் பிறகு, வாழ்நாள் முழுவதும், சிறுவனை விடுங்கள், பெண்களைக்கூடப் பார்க்கும் நிலையில் அவன் இருக்க மாட்டான்.''

'தனிமைச் சிறை' என்ற சொற்களைக் கேட்டவுடன் ஹிருதய் பாலுக்குக் கடிதத்தின் நினைவு வந்தது.

''இந்த நேரத்தில், எத்தனை கைதிகள் தனிமையில் இருக்கத் தண்டிக்கப்பட்டுள்ளனர்?''

''ஒருவேளை நான்கு அல்லது ஐந்து இருக்கலாம். எல்லோரும் இவனைப் போன்ற கயவன்கள்.''

''இந்தத் தண்டனை சட்டவிரோதமானது என்று உச்ச நீதிமன்றம் அறிவித்துள்ளது தெரியுமா? இன்னும் அதைத் தொடர்கிறீர்களா?'' ஹிருதய் பால், முந்தைய இரவு இந்தத் தீர்ப்பைப் படித்திருந்தார் மற்றும் அனைவரும் இதைத் தெரிந்து கொள்ள வேண்டுமென்று அவர் விரும்பினார்.

''நான் அதைப்பற்றி அறிந்திருக்கவில்லை. நான் தீர்ப்பைப் படித்துப் பின்னர் அதன்படி செயல்படுகிறேன்.''

''தனிமைச் சிறையில் இருக்கும் கைதிகளை உடனடியாக விடுவித்துவிட்டு, எனக்கு அறிக்கை அனுப்புங்கள்.''

“நல்லது.”

“இப்பொழுது மோதனை அழைத்து அவனுடைய வாக்குமூலத்தை எழுதிக் கொள்ளுங்கள்.”

மோதன் வந்து தான் மனப்பாடம் செய்திருந்த வாக்குமூலத்தை ஒப்பித்தான். சாட்யா வளாகத்தைவிட்டு வெளியேறும் பொழுது ரஞ்சோத் சிங் மனம் லேசாக இருந்ததை உணர்ந்தார். அவர் தன்னுடைய துறையை ஆதரித்துப் பேச ஆரம்பித்தார்.

“சில சமூகப் பணி அமைப்புகளும், நீதிமன்றங்களும் தேவையில்லாமல் கைதிகளுக்கு அதிக சலுகை கொடுக்கின்றனர். சில கைதிகளிடம் சீர்த்திருத்துவதற்கான தகுதி இருக்கிறதென்று நான் ஒப்புக்கோள்கிறேன். ஆனால், அவர்களில் பெரும்பாலோர் தொழில்முறை குற்றவாளிகள். பெண்களைப் பார்த்து அவர்கள் பித்துப் பிடித்தவர்கள் போல் ஆகிவிடுகிறார்கள்; அவர்கள் அற்ப விஷயங்களில் ஊழியர்களுடன் அடிதடியில் இறங்கி விடுகிறார்கள். அவர்கள் துணிச்சலுடன் தனிமைச் சிறையிலிருந்தும் வெளியில் வந்து விடுகிறார்கள். இவ்வகையான ஒரு கைதி வளாகத்தில் இருந்தால் ஊழியர்கள் எந்நேரமும் உயிருக்கு பயந்து, நாள் முழுவதும் கோபத்திலிருக்கிறார்கள். ஊழியர்கள் என்ன செய்ய முடியும்? தங்களைப் பாதுகாத்துக் கொள்வதா அல்லது கைதிகளின் துயரத்தைத் தணிப்பதா? அரசாங்கம் கைதிகளைச் சரியான முறையில் வகைப்படுத்த வேண்டும் மற்றும் தொழில்முறைக் குற்றவாளிகள் பொதுவானவர்களிடமிருந்து பிரிக்கப்பட்டுத் தனியாக வைக்கப்பட வேண்டும். இதற்குப் பிறகு, ஒருவேளை முன்னேற்றத்திற்கு வாய்ப்பிருக்கலாம்.”

“நீ இப்படிப் பேசிக்கொண்டே இருக்கப் போகிறாயா அல்லது தேநீர் மற்றும் சிற்றுண்டிக்கு ஏற்பாடு செய்யப்போகிறாயா?” கண்காணிப்பாளர் ஒரு காரணமும் இன்றி தன் அதிகாரிகளை ஆதரித்து பேசுவது ஹிருதய் பாலுக்குப் பிடிக்கவில்லை. அவர் மீண்டும் ஒருமுறை புண்படக்கூடாதென்பதற்காக அவர் விஷயத்தை மாற்றினார். எப்படியும் மதியப் பொழுது சாய்ந்து கொண்டிருந்தது. அவருக்கு ஒரு வாய் தண்ணீர் குடிக்கும் பாக்கியம் கூட கிட்டவில்லை.

இதில் தவறு இருவருடையதுமிருந்தது. ஹிருதய் பால் தன்னுடைய வேலையை முடிக்கும் அவசரத்திலும் இருந்தார். இப்பொழுது தன் பணியில் ஓரளவு வெற்றி பெற்ற பிறகு, வேலையிலிருந்து சிறிது ஓய்வெடுப்பதில் அவருக்கு ஒரு தீங்கும் இருப்பதாகத் தெரியவில்லை.

ஆரம்பத்தில் ரஞ்சோத் சிங் மிகவும் கவலையில் இருந்தார். சிறை நிர்வாகத்தின் மேல் கடுமையான குற்றச்சாட்டுக்கள் சுமத்தப்பட்டதால் பதற்றமடைந்திருந்தார். அமர்வு நீதிபதி ஒரு ரகசிய விசாரணை நடத்திக் கொண்டிருந்தார். அவரிடமிருந்து கொஞ்சம் ஏதாவது வெளிப்படுத்த வைக்க, பல தடவை முயற்சி செய்த பின்னரும் அவர் எந்த விவரத்தையும் வெளிப்படுத்தவில்லை. எந்த நேரத்திலும், எந்த இடத்திலும், தலைக்காட்டக் கூடிய பிரச்சனைகளைப் பற்றிய கவலை அவரை அரித்துக்கொண்டிருந்தது. அமர்வு நீதிபதி உண்மையாகவே அவருடைய அறிவாற்றலை அதிகரிக்க முயற்சி செய்கிறார் என்றும் உள்ளத்தால் அவரை ஆதரிக்கிறார் என்றும் ரஞ்சோத் சிங் இப்பொழுது உறுதியாக நம்பினார். கவலையிலிருந்து விடுபட்ட ரஞ்சோத் சிங், ஒரு விருந்தோம்பியின் கடமைகளை நினைவுபடுத்திக் கொண்டு, “வா, வீட்டிற்குச் செல்லலாம்” என்று அவரை அழைத்தார். “நாம் ஒரு பீர் குடிக்கலாம். தலைவர் அடிக்கடி உன்னை நினைவு கூர்கிறார். அவருடன் உட்கார்ந்து சுகமாக அரட்டை அடிக்கலாம்.”

அண்மையில் சில நாட்களாகத் தலைவரும் சட்டாவும் பங்களாவில் தனி அறையில் இருந்தனர். கடந்த பத்து ஆண்டுகளாக மாயாநகரத்தின் மதுபான வியாபாரத்தில் சட்டா குழு ஏகபோக உரிமை கொண்டிருந்தது. இந்த ஆண்டு ஏலத்தின் பொழுது, உணவு மற்றும் விநியோக அமைச்சரின் ஆதரவைப் பெற்றிருந்த ஒரு புதிய குழு ஒப்பந்தங்களில் பாதியைக் கைப்பற்றியது. சட்டா முதலமைச்சருடன் நெருக்கமாக இருந்தார். இரு குழுவினரும் அவ்வப்போது சிறு சிறு சண்டையில் ஈடுபட்டனர். சில சமயம் இது பெரிய சண்டையாக உருவெடுத்தது. கடந்த மாதம் மற்ற குழு சட்டாவின் குழுவினரைத் தாக்கியது. இவர்களுக்கு விருப்பமில்லாமல் அவர்கள் மீது துப்பாக்கியால் சுட வேண்டியிருந்தது. எதிரணியில் இருந்த இரண்டு ஆட்கள் கொல்லப்பட்டனர். சட்டா அப்பொழுது அங்கு இருக்கவில்லை. ஆனால், குற்றச்சாட்டில் அவருடைய பெயர் குறிப்பிடப்பட்டிருந்தது. அவருடைய குழுவினரின் மனோபலத்தை உயர்த்துவதற்காக அவர் எதிர்பார்ப்பு ஜாமீனுக்கு விண்ணப்பிக்கவில்லை. தவிர, ஜாமீன் பெறுவது அவருக்குச் சிறுபிள்ளை விளையாட்டு போல. இருப்பினும், சட்டா தன்னிச்சையாகச் சிறையில் இருந்தார்.

நிர்மல் சிங் தனது பதவி காலத்தில், குத்தகையாளர்களுடன் சேர்ந்து பல மதிப்புமிக்க மரங்களை வெட்டி கோடிக்கணக்கில் ரூபாயை விழுங்கி விட்டிருந்தார். புதிய அரசாங்கம் கண்காணிப்பு திணைக்கலத்தின் மூலம் எல்லாச் சான்றுகளையும் திரட்டி எடுத்தது. இப்பொழுது, அரசாங்க

சொத்துக்களை மோசடி செய்ததாக அவர் மீது வழக்கு இருந்தது. பங்களாவின் கைதிகள் அடிக்கடி மாறக்கூடும். ஆனால், அங்கிருந்த கலாச்சாரம் அப்படியே இருந்தது. வழக்கம் போல் அன்றும் குளிர்சாதனப் பெட்டி பீராலும், சோடாவலும் நிரப்பப்பட்டிருந்தது. சமையல்கட்டில் முன்பு போலவே முர்க் முசல்லம் சமைக்கப்பட்டிருந்தது. விருந்தினர்கள் எப்பொழுதும் போல அவ்வளவே பரிவுடன் வரவேற்கப்பட்டனர். அவருடைய முந்தைய வருகையின் பொழுது, அமர்வு நீதிபதி, இந்தப் பங்களாவில்தான் மதிய உணவை உட்கொண்டார். விருந்து சாயங்காலம் வரை தொடர்ந்திருந்தது. அப்பொழுது அந்த விருந்தோம்பலை அவர் மிகவும் ரசித்திருந்தார். அந்தப் பங்களாவில் அதே இணக்கமான நட்புத்தன்மையைக் கண்காணிப்பாளர் மீண்டும் உருவாக்க விரும்பினார். வரலாற்றிலிருந்து கண்காணிப்பாளர் ஏதாவது பாடம் கற்றுக்கொண்டாரோ இல்லையோ, அமர்வு நீதிபதி நிச்சயமாகக் கற்றுக் கொண்டார்.

அவர் தனது முந்தைய பிழையை உணர்ந்திருந்தார். இப்பொழுது முதல், சிறைச் சாலை வருகைகள் பொழுது போக்குக்கான சாதனமாக இல்லாமல் கடமையை நிறைவேற்றுவதாக இருக்கும் என்று அவர் தீர்மானித்திருந்தார்.

"இல்லை, ஒரு கோப்பை தேநீரும், கொஞ்சம் பிஸ்கட்டுகளும் போதுமானதாக இருக்கும்."

தேநீர் அருந்திய பிறகு, அமர்வு நீதிபதி பெண்கள் பகுதி பற்றிய தனது விசாரணையைத் தொடங்கினார். அழகாக இருந்தவர்களைப் பற்றி அல்ல, சங்கிலிகளாலும், கைவிலங்குகளாலும் பிணைக்கப் பட்டிருந்தவர்களைப் பற்றி அவர்கள் என்ன குற்றம் செய்திருந்தார்கள் என்று கேட்டார், அவர்களுடைய தண்டனையைப் பரிந்துரைத்தது யார்? கைதிக்கு அவருடைய கூற்றை முன்வைக்க வாய்ப்பு வழங்கப்பட்டதா இல்லையா? எல்லா விஷயங்களையும் அறிந்து கொண்ட பிறகு அவர் ஆச்சரியத்துடன் வினவினார், "ஒரு கோட்டையை விடத் திடமாக இருக்கிற சிறை; சுவர்கள் உயரமானவை, கதவுகள் கனமான இரும்பாலானவை மற்றும் ஒவ்வொரு மூலையிலும் மிகுந்த ஆயுதப் பாதுகாப்பு, இதையெல்லாம் தாண்டி யார் தப்பிக்க முடியும்? அவர்களைக் கைவிலங்கினாலும், சங்கிலியாலும் பிணைத்து வைக்கப்பட வேண்டிய அவசியம் என்ன?"

"எங்களுடைய நாற்காலியில் சிறிது நேரம் உட்கார்ந்து பார். ஒவ்வொரு நாளும், நாள் முழுவதும், மிகுந்த திமிர் பிடித்த, முரட்டுத் தனமான கைதிகளை எங்களுக்கு எதிர்கொள்ள வேண்டியிருக்கிறது.

அவர்களுக்கு நாம் ஒரு பாடம் கற்பிப்பதற்கும், மற்றவர்களை எச்சரிப்பதற்கும் இவ்வாறு செய்ய வேண்டியிருக்கிறது.''

“ஒரு வேலை செய். அந்தக் கைதிகளின் பட்டியலையும் எனக்கு அனுப்பி வை. அடுத்த வருகையின் பொழுது நான் அவர்களைச் சந்திக்கிறேன். இப்பொழுது நாம் பெண்கள் பகுதிக்குச் செல்வோம்.''

புதுப்பிக்கப்பட்ட உற்சாகத்துடன் ஹிருதய்பால் தனது பயணத்தின் அடுத்த நிறுத்தத்திற்குச் செல்ல ஆர்வமாக இருந்தார்.

“அங்கு உள்ளே என்ன இருக்கிறது?”

“ஹேமாவுக்கு உடல்நிலை சரியில்லை.''

சுற்றிலும் நடை பயின்றதாலும், மனக் கவலையினாலும் ரஞ்சோத் சிங் சோர்வுற்றிருந்தார். அதிக முரண்பாட்டை அவர் தவிர்க்க விரும்பினார். ஏதாவது சாக்குச் சொல்லி விஷயத்தைத் தள்ளிப் போடப் பார்த்தார்.

“இது அவளுடைய உடல்நிலை தொடர்பானது. நாம் அங்கு செல்ல வேண்டும்.'' பதிலுக்குக் காத்திருக்காமல் அமர்வு நீதிபதி வெளியில் வந்து பெண்கள் பகுதிக்குச் செல்லும் சாலையில் வந்து நின்றார்.

‘ஓ, இவருக்கு ஹேமாவின் உடல்நிலை பற்றித் தெரிந்துகொள்ள வேண்டுமா? அப்படியானால் ஹேமாவுக்கு உடல்நிலை சரியில்லை யென்றும், ஏன் சரியில்லையென்றும் இவருக்கு ஏற்கெனவே தெரியும்?’ இந்த எண்ணங்கள் அவருடைய மனதில் ஓடிய பின்னர், அவர் மீண்டும் பதற்றமடைந்தார்.

“இது ஒரு சோர்வு உண்டாக்கும் நாளாக இருக்கிறது. நாம் இப்பொழுது வாகனத்தில் செல்லலாம். ஜிப்ஸியை இங்கு கொண்டு வரச் சொல்லு.'' அவர்கள் நின்றிருந்த இடத்திலிருந்து பெண்கள் பகுதி சிறிது தொலைவில் இருந்ததென்று ஹிருதய் பால் அறிந்திருந்தார். அதுவரை நடந்து செல்ல அவர்களுக்குச் சிறிது நேரம் பிடிக்கும். அவர் இப்பொழுது எந்த நேரத்தையும் வீணாக்க விரும்பவில்லை.

‘அமர்வு நீதிபதி என்னுடன் விளையாடுகிறார். பெண்கள் பகுதி சோதனை செய்யப்பட வேண்டும் என்று ஏன் அவர் நேரடியாகச் சொல்வதில்லை? இன்று ஒரு பேரழிவு நிச்சயம்.’ உற்சாகமில்லாமல் ரஞ்சோத் சிங், ஓட்டுனரின் இருக்கையில் ஏறி அமர்ந்தார்.

“ஒரு காலத்தில் இங்கு ஒரு வழக்கறிஞர் இருந்ததாக நான் கேள்விப்பட்டேன். அவர் பல கைதிகளை விடுவித்ததாக நான் நினைக்கிறேன். அவர் இப்பொழுது எங்கிருக்கிறார்?”

கடிதத்தைப் படித்த பிறகு, சட்டம் பற்றி நன்கு அறிந்த ஒருவரால் அது எழுதப்பட்டிருந்ததென்றும், சிறைக்குள் நடந்த எல்லாவற்றைப் பற்றியும் அவர் அறிந்திருந்தார் என்றும் அமர்வு நீதிபதி யூகித்திருந்தார். முன்பு ஒரு வழக்கறிஞரின் நடவடிக்கைகளைப்பற்றிக் கேள்விப்பட்டிருந்தார் ஹிருதய் பால். இந்தக் கடிதத்தையும் அவர்தான் எழுதியிருக்கிறார் என்று அவருடைய உள்ளுணர்வு அவருக்கு உணர்த்தியது. அதை அவர் உறுதிப்படுத்த விரும்பினார்.

‘நாசமாய்ப் போச்சு! இப்பொழுது, ‘அவரை இங்கு கூப்பிடுங்கள்’ என்று அவர் சொல்லுவார்; அந்த ஆள் இங்கு வந்து ஏதாவது புதிய பிரச்சனையை எழுப்பிச் சிறை அதிகாரிகளின் எல்லாத் தீச் செயல்களையும் அம்பலப்படுத்துவார்’ இதை நினைத்து, ரஞ்சோத் சிங்கின் இதயம் வேகமாகத் துடித்தது.

“அவர் *பரோலில்* வெளியில் இருக்கிறார்.” மற்றொரு தொல்லை தலை தூக்குவதற்கு முன்பு ஒரு பொய் சொல்லிவிடுவது புத்திசாலித் தனம் என்று ரஞ்சோத் *சிங்* நினைத்தார். எப்படியும், இந்த நீதிபதியும் எல்லா உண்மையையும் சொல்லவில்லையே!

உண்மையைச் சொல்லப் போனால், ஹக்கம் சிறையில் இல்லையென்பதைக் கேட்ட ஹிருதய் பால் நிம்மதியே அடைந்தார்.

விசாரணை முடிந்ததும், அவர் தன்னுடைய நண்பருக்குச் சாதகமாக ஒரு அறிக்கை எழுதத் திட்டமிட்டிருந்தார். அதற்கு அவருக்குப் பொய்மையைப் பயன்படுத்த வேண்டியிருக்கும். இவரைப் பாரபட்சம் காட்டுபவர் என்று கருதி, ஹக்கம் *சிங்* அவர் மீதும் குற்றம் சாட்டுவார் என்று அவர் பயந்தார். ஆறுதல் அடைந்த அவர் பெண்கள் பகுதியை ஆய்வு செய்ய ஆரம்பித்தார்.

ஒரு மூலையில் வைக்கப்பட்டிருந்த பீப்பாயிலிருந்து நிரம்பி வழிந்து கொண்டிருந்த குப்பையிலிருந்து கிளம்பிய துர்நாற்றத்தால் அவர் வரவேற்கப்பட்டார். உலர்ந்த இலைகள் மற்றும் காகித துண்டுகள் அவரை வரவேற்பதைப் போல் அவரது காலடியில் படபடவென்று சுழன்றன. சில காகங்கள் குப்பைத் தொட்டியிலிருந்த சிறு கவளங்களைத் தோண்டி கொண்டிருந்தன. பெண் கைதிகளைப் போல் காகங்களுக்கும் தங்கள்

பசியைத் திருப்தி செய்யப் பெரு முயற்சி செய்ய வேண்டியிருந்தது. சிறுநீர், மலம் மற்றும் ரத்தத்தினால் கறைப்பட்டுக் காய்ந்து போயிருந்த கிழிந்த கந்தல் துணிகளை, பறவைகள் குப்பைக் குவியலிலிருந்து வெளியில் இழுத்து இங்கும் அங்கும் இறைத்துக் கொண்டிருந்தன.

தொட்டியின் அருகில் தரையில் சிந்தியிருந்த பருப்பின் மேல் ஈக்கள் மொய்த்துக் கொண்டிருந்தன. சில சிட்டுக்குருவிகள் காய்ந்த ரொட்டித் துண்டுகளுடன் போராடிக்கொண்டிருந்தன. சிறிது தள்ளி, குழாயைச் சுற்றிப் பதினைந்து அல்லது இருபது பெண் கைதிகள் அழுக்குப் பாத்திரங்கள் மற்றும் அழுக்குத் துணிகளின் மூட்டைகளைப் பிடித்துக் கொண்டு நின்று கொண்டிருந்தனர். குழாயிலிருந்து தண்ணீர் மெதுவாகச் சொட்டு சொட்டாகச் சொட்டிக் கொண்டிருந்தது. ஒரு சிறிய பழமானது பலரின் தேவைகளை எவ்வாறு பூர்த்தி செய்யும் என்று ஹிருதய் பால் ஆச்சரியப்பட்டார்.

ஓர் ஆண் அதிகாரி பெண்கள் பகுதிக்குள் நுழைவதற்குப் பத்து நிமிடங்களுக்கு முன்பு, அவர் வருகையை எச்சரிக்கும் வகையில் மணியடிக்க வேண்டுமென்று கருதப்பட்டது. ஆனால், இந்த உயர் அதிகாரி திடீரென்று வளாகத்திற்குள் நுழைந்து விட்டார். ஒரு கீழ்நிலைப்பட்ட அதிகாரி விதிகளைப் பின்பற்றும்படி எப்படி அவரிடம் கூற முடியும்?

பெண்கள் சுதந்திரமாகச் சுற்றி வந்தனர். வெறும் ஓர் உள்பாவாடை அல்லது *சல்வார்*, பொத்தான் போடப்படாத ரவிக்கை மற்றும் விரிந்த கூந்தலுடன் இருந்த அவர்களுக்குத் தங்கள் ஆடைகளைச் சரி செய்யவோ அல்லது தங்கள் தோற்றத்தைச் சுத்தம் செய்து நேர்த்தியாக வைத்துக் கொள்ளவோ வாய்ப்பே கிடைக்கவில்லை.

அமர்வு நீதிபதி அவர்களுடைய உடல்களை உற்று நோக்கினார்-சிற்றின்ப வேட்கைக்காக அல்ல, கடிதத்திலிருந்த குற்றச்சாட்டுக்களை உறுதி செய்வதற்காக. அவருக்கு முன் தோன்றிய வடிவங்கள் பெண்கள் என்று அழைக்கப்படுவதற்குத் தகுதியற்றவர்களாக இருந்தனர். வெறுப்பு அவரை ஆட்கொண்ட போதிலும், ஆய்வைத் தொடர்வதில் அவர் உறுதியாக இருந்தார். பெரும்பான்மையான கைதிகள் வளாகத்தில் அடைக்கப்பட்டிருந்ததால் முற்றத்தில் சில கைதிகளே இருந்தனர். நீதிபதி வளாகத்திற்குள் நுழைய விரும்பினார். ஆனால், ரஞ்சோத் சிங் அவரை உடனே தடுத்து நிறுத்தி விட்டார்.

"ஐயா, இவ்வளவு கொள்கை வாதியாக இருக்க முயற்சிக்காதீர். பெரும்பாலான கைதிகள் தொற்று வியாதியால் பாதிக்கப்பட்டிருக்கிறார்கள். இவர்களில் பலருக்குப் பாலியல் பரவும் நோயுள்ளது. அவர்களில் சிலருக்கு எய்ட்ஸ் நோயும் இருக்கலாம். இதில் ஏதாவது ஒரு நோயை நீ தொற்றிக் கொண்டாயானால் அதை எவ்வாறு சமாளிப்பாய்? இவர்களில் பலர் பைத்தியம் மற்றும் முரடர்களும் கூட; உன் கழுத்தைப் பிடித்து நெறுக்கக் கூடும். உன்னுடைய கௌரவத்திற்கு உண்டாகக் கூடிய தீங்கை எண்ணிப்பார். இவர்களில் சிலருக்குத் தூங்குவதற்கு ஊசி செலுத்தப்பட்டிருக்கிறது. மிகுந்தப் பிரச்சனைக்குப் பிறகு தூங்குகிறார்கள். இப்பொழுது எழுந்தால் இரவு முழுவதும் கலாட்டா செய்வார்கள். நீ ஏதாவது பார்க்க விரும்பினால், இதற்காகவே வேண்டுமென்றே பெரிதாகக் கட்டப்பட்டுள்ள ஜன்னல் வழியாகப் பார்க்கலாம்."

கண்காணிப்பாளரின் எச்சரிக்கைக்குப் பிறகு சிறிது பயந்து போன அமர்வு நீதிபதி, தயங்கினார். பிறகு, கம்பி வலை வழியாக உட்புறத்தில் எட்டிப்பார்த்தார். அவருக்கு, ஒரு சிறையில் அல்ல, நரகத்தில் நின்று கொண்டிருப்பதுப் போல் தோன்றியது. சுற்றிலும் துர்நாற்றம் வீசிக் கொண்டிருந்தது. அழுகைச் சத்தமும் ஓலமும் கேட்டுக் கொண்டிருந்தன. மெதுவாக எழும்பிய விம்மலும், நோய் மற்றும் பட்டினியின் அறிகுறிகளும் தெரிந்தன.

"அவர்களுக்கு முறையாகச் சிகிச்சை ஏன் நீ அளிக்கவில்லை?"

"இங்கு ஆயிரத்து ஐநூறு நோயாளிகளுக்கிடையில் ஒரே ஒரு மருத்துவர் இருக்கிறார். அவர் பன்னிரண்டு மணி நேரம் தொடர்ந்து வேலை செய்தால் கூட ஒரு நிமிடத்தில் இரண்டு நோயாளிகளைத்தான் பார்க்க முடியும். மருந்துகளுக்கு ஒதுக்கப்பட்ட பட்ஜெட் வெறும் பெயரளவிற்கு மாத்திரமே; நகைப்புக்குப் பாத்திரமானது. ஒவ்வொரு நோயாளிக்கும் ஒவ்வொரு மாதமும் ஒரு ரூபாய் மதிப்புள்ள மருந்து கிடைக்கிறது. அதில் அவர்கள் முறையான சிகிச்சை எவ்வாறு பெற முடியும்?" தனது துக்கத்தைப் பட்டியலிடச் சிறைக் கண்காணிப்பாளருக்கு இது ஒரு சிறந்த வாய்ப்பாக இருந்தது. அதை அவர் முழுமையாகப் பயன்படுத்திக் கொண்டார்.

"முழு வளாகம் அசுத்தமாக இருக்கிறது. குறைந்த பட்சம், சுத்தம் செய்யப்பட்டு நன்றாகப் பராமரிக்கப் படலாம் இல்லையா?"

"சுத்தம் செய்கிறவர்கள் அரசு ஊழியர்கள். அவர்களுக்குச் சனி மற்றும் ஞாயிறு விடுமுறை நாட்கள். நாங்கள் கைதிகளிடம் சுத்தம் செய்து வாங்குவதை அவர்கள் அனுமதிப்பதில்லை. அது அவர்களின் வேலை வாய்ப்பைப் பறித்து விடுவதாக அவர்கள் புகார் செய்கிறார்கள். இத்தகைய வேலைகளைக் கைதிகளிடம் செய்து வாங்குவதை அரசும் தடை செய்கிறது மற்றும் கூடுதல் நேர வேலைக்குச் செலுத்த எங்களிடம் பணம் இல்லை."

"பாதிப் பெண்களின் ஆடைகள் ரத்தத்தில் ஊறியிருக்கின்றன. அவர்களின் மாதவிடாய் காலங்களில் அவர்களுக்குப் பஞ்சு வழங்குவதில்லையா?"

"மீண்டும் அதே பிரச்சனை! பணம் எங்கிருக்கிறது?"

"வேறொன்றுமில்லையென்றால், குறைந்த பட்சம் பழைய கிழிந்த துணிகளாவது கொடுப்பதற்கு ஏற்பாடு செய்யுங்கள். அத்தகைய துணிகளின் ஒரு மூட்டை, நூறு ரூபாய்க்குக் கந்தல் பொறுக்குபவர் உங்களுக்குக் கொடுத்து விடுவார்."

"சுயமாய்த் தீர்மானித்து நூறு ரூபாய் செலவு செய்யக்கூடச் சிறைக் கண்காணிப்பாளருக்கு அதிகாரம் கிடையாது. நூறு ரூபாயில் பெறக்கூடிய இத்தகைய எண்ணற்ற தேவைப்படும் பொருள்கள் உள்ளன. துணி மூட்டையை நான் எங்கிருந்து பெறுவது?"

"இந்த ஏற்பாடுகளைச் செய்வதற்கு ஒரு சமூக பணி அமைப்பை ஏன் நீங்கள் அணுகவில்லை?"

"கைதிகள் சமுதாயத்தில் ஒரு களங்கமாகக் கருதப்படுவதால் அவர்களைப்பற்றி யாரும் கவலைப்படுவதில்லை. எனினும், இது ஒரு நல்ல ஆலோசனையாகும். இதன்படி நான் ஏதாவது செய்யப் பார்க்கிறேன்."

"இந்தக் கைதிகள் அனைவரும் ஒருவர் மேல் ஒருவர் குவிக்கப் பட்டுள்ளார்கள். குறைந்த பட்சம், பெண்களையாவது நாம் திறந்த வெளியில் அனுமதிக்கக் கூடாதா?"

"எனது அலுவலகத்திற்கு வா, கோப்புகளைக் காண்பிக்கிறேன். ஒவ்வொரு மாதமும் அரசாங்கத்திற்கு எழுதுகிறேன், கூட்டங்களில் ஆலோசனைகள் வழங்குகிறேன். அவர்களால் புதிய சிறைகளை உருவாக்க முடியாவிட்டாலும், குறைந்த பட்சம், இங்கு சில புதிய

தடுப்பணைகள் கட்ட வேண்டும். பட்ஜெட் இல்லை என்கிற பழைய காரணத்தை அரசாங்கம் சொல்லி விடுகிறது. எப்படியிருந்தாலும் பொறுப்பு அரசாங்கத்துடன் சேர்த்து நீதிமன்றங்களின் மீதும் உண்டு. நீதிபதியின் விமர்சனங்களைக் கேட்டு அலுத்துப் போயிருந்த ரஞ்சோத் சிங், வாய்ப்பு கிடைத்தவுடன் தற்காப்பு கணைகளை வீசினார்.

"வழக்குகள் பல ஆண்டுகள் வரை இழுபடுகின்றன. குற்றம் சாட்டப்பட்டவர்கள் ஆட்டு மந்தைகள் போல் சிறையில் வாழ்கிறார்கள். வளாகங்கள் மேலும் மேலும் நிரப்பப்படுகின்றன. போதைப் பொருள்களைக் கையாளும் சட்டம் இந்தப் பிரச்சனையின் தீவிரத்தை அதிகரித்துள்ளது. போஸ்த்தைச் சுமந்து செல்லும் டிரக்குகளை யாரும் பிடிப்பதில்லை. காவல்துறையினர் போதைக்கு அடிமையானவர்களை மட்டுமே அழைத்துச் செல்கின்றனர். ஒரு கிலோ போஸ்த் வைத்திருப்ப வருக்கோ அல்லது நூறு கிராம் அபின் வைத்திருப்பவருக்கோ ஒருபோதும் ஜாமீன் கிடைப்பதில்லை. ஒவ்வொரு மாதமும் போதைப் பொருள்களுக்கு அடிமையானவர்கள், அவர்களின் அன்றாட பங்கு கிடைக்காமல் இறந்து விடுகிறார்கள். அந்தப் பொறுப்பும் எங்களுடையது. பல உத்திகளைக் கையாண்டு அந்த நிலைமையிலிருந்து விடுபட்டுச் சமாளித்துக் கொள்கிறோம். கொலைக்குற்றம் சாட்டப்படாமலிருப்பதற் காக, பல தடவை அவர்களுக்காக போதைப் பொருள்களைக் கொண்டுவர ஏற்பாடு எங்களுக்கே செய்ய வேண்டியிருக்கிறது."

"தவறு நம்மேல் இல்லை. சட்ட நடைமுறைகளில் உள்ளது. சட்டங்களைப் பின்பற்றும் பொழுது சில சமயம் தாமதங்கள் ஏற்படுகிறது."

"இதே வகையான நிர்பந்தங்களின் கீழ் எங்களுக்குச் செயல்பட வேண்டியிருக்கிறது. தவறு எங்களுடையதும் இல்லை, உங்களுடையதும் இல்லை. குற்றவாளி யார் என்று நாம் எல்லோரும் அறிவோம்."

"இதைப்பற்றி வேறு சமயம் பேசலாம். இப்பொழுது சொல், ஹேமா எந்தக் களத்தில் வைக்கப்பட்டுள்ளாள்?"

சூரியன் அஸ்தமிக்கத் தொடங்கியிருந்தது. ஹிருதய் பால் விரைவாக வேலையை முடித்துக் கொள்ள விரும்பினார்.

"அவள் எங்கிருக்கிறாள், அவளுக்கு என்ன நேர்ந்துள்ளது என்பதைப் பற்றி எல்லாம் உனக்குத் தெரியும். என்னுடைய துணை அதிகாரிகளை நீ பாதுகாக்க வேண்டும். எனக்கு உன்னுடைய கட்டளை என்ன, அதைச் சொல்."

“உன்னுடைய உதவியாளரான தரோகாவால் எவ்வளவு பெரிய குற்றம் செய்யப்பட்டுள்ளது என்று உனக்குத் தெரியும். காவலில் இருக்கும் கைதிகளைக் கவர்ந்திழுத்து, அவர்களைக் கருவுறச் செய்வது கடுமையான குற்றம். ஏழாவது மாதத்தில் பிரசவத்தைத் தூண்டி, குழந்தையைக் கொல்வது ஒரு கொலைக் குற்றச் செயல். மிகவும் கடுமையாக நோய்வாய்பட்ட ஒருவருக்கு மருத்துவ சிகிச்சை அளிக்காமல் இறக்க விட்டு விடுவது, இன்னொரு கொலை வழக்காயிற்று. கடைசியாகக் குறிப்பிடப்பட்டுள்ள இரண்டு குற்றங்களிலும் வேறு எவரையும் போல நீயும் சமமாகச் சம்பந்தப்பட்டிருக்கிறாய். இந்தக் குற்றங்களுக்கு என்ன தண்டனை? அதுவும் உனக்கு நன்றாகத் தெரியும்.”

ரஞ்சோத் *சிங்* ஒரு குற்றவாளியைப் போலத் தலை குனிந்து நின்றார்.

“உன் மேல் பழி சுமத்த யாரோ காத்துக் கொண்டிருக்கிறார் என்றும் உன்னுடைய ஒவ்வொரு தவறான செயல் மீதும் கண் வைத்திருக்கிறார் என்றும் நான் முன்பே உன்னை எச்சரித்திருந்தேன். முதலில் அந்தத் தீங்கு விளைவிக்கக் கூடிய கூறை அடையாளம் கண்டு, அவரை அகற்றி விடு. இல்லையெனில் என்னுடைய ஆதரவு இருந்தாலும் கூட எதுவும் செய்ய முடியாது. மாறாக இந்த விரும்பத்தகாத குழப்பத்தில் நானும் சிக்கிக் கொள்வேன்.”

“உன்னுடைய அறிவுரையை நான் நன்றாக ஞாபகம் வைத்துக் கொண்டிருக்கிறேன். விஷப்பை கண்டெடுக்கப்பட்டு விட்டது. அதை அழிக்க ஏற்பாடுகள் செய்யப்பட்டு வருகின்றன.”

“விவேகத்திற்கு மேலாக நீ உன் கீழே வேலை செய்கிறவர்களை நம்புகிறாய். யோசனை செய்யாமல் அவர்களின் ஆலோசனைகளை நீ பின்பற்றுகிறாய் என்று நான் நினைக்கிறேன். எந்தவொரு நடவடிக்கையும் எடுப்பதற்கு முன்பு, நீ முதலில் விஷயத்தை ஆராய்ந்துப்பார்.” கலங்கிப் போயிருந்த நண்பரைச் சிறிது ஊக்குவிக்கும் வகையில் அவருடைய முதுகைத்தட்டிக் கொடுத்து அறிவுரை வழங்கினார் நீதிபதி.

“இங்கு *1500* கைதிகள் இருக்கிறார்கள். ஒவ்வொருவருக்கும் ஒரு பிரச்சனை. ஒவ்வொருவருக்கும் ஒரு முழு விசாரணை நடத்த முடியாது. எனக்குக் கீழே உள்ளவர்கள் சொல்வதை எனக்கு நம்ப வேண்டியிருக்கிறது. சிறை ஊழியர்கள் இக்கட்டான சூழ்நிலைகளைக் கையாள்கிறார்கள். ஒவ்வொரு கணமும் தங்கள் உயிரை உள்ளங்கையில் அமுக்கி வைத்துக் கொண்டிருக்கிறார்கள். யார், எப்பொழுது அவர்கள்

முதுகில் கத்தியைச் செலுத்துவார்கள் அல்லது ஒரு கைதி எப்பொழுது தப்பி ஓடுவார் மற்றும் எங்கள் மேல் வழக்குப் பதிவு செய்யப்படும் என்று ஒன்றும் தெரியாது. அவர்கள் எது சொன்னாலும்-நல்லதோ கெட்டதோ-அவர்களுடைய தன்னம்பிக்கையை உறுதிபடுத்துவதற்கும், கைதிகளின் மீது அவர்களுக்கு இருக்கும் கட்டுப்பாடும், அதிகாரமும் பலவீனமடையாமல் காப்பதற்கும் அவர்கள் சொல்வதை ஒப்புக் கொள்ளும் கட்டாயத்தில் இருக்கிறேன். எனினும், நீ சொல்வதை கவனத்தில் வைத்துக் கொள்வேன்."

"சரி, இப்பொழுது ஆம்புலன்ஸ் அழைத்து ஹேமாவைப் பொதுநல மருத்துவமனையில் சேர்த்து விடு. அவளுக்குச் சரியான சிகிச்சை அளிக்கப்படுகிறதென்பதை உறுதி செய்ய மருத்துவரிடம் சொல். நானும் அவளைச் சந்திக்கிறேன். இங்கு அவளுக்கு சில விஷயங்களைப் பற்றி விளக்குகிறேன். மற்றும் சில விஷயங்களை மருத்துவமனைக்கு அவள் வந்த பிறகு சொல்கிறேன். அதன் பிறகு உனக்குச் சாதகமாக அவளை வாக்குமூலம் கொடுக்கச் சொல்லி உன்னை இந்தத் தொந்தரவிலிருந்து விடுவிக்கிறேன்."

அமர்வு நீதிபதியின் திட்டத்தில் திருப்தி அடைந்த சிறைக் கண்காணிப்பாளர், ஹேமாவை மருத்துவமனைக்கு மாற்றுவதற்கான ஏற்பாடுகளில் ஈடுபட்டார். இங்கு அமர்வு நீதிபதி ஹேமா தன்னுடைய வேதனையான அனுபவங்களை விவரிப்பதைக் கேட்டுக் கொண்டிருந்தார்.

அவர்கள் பரஸ்பரம் ஒருவருக்கொருவர் ஆதரவாக இருப்பதாக உணர்ந்த நண்பர்கள், இருவரும் சந்தோஷப்பட்டனர்.

அத்தியாயம் 50

குறிப்பிட்ட சில பிரச்சனைகளைப் பற்றிக் கலந்தாலோசிக்க, கூட்டப்பட்ட துணை ஊழியர்களின் அவசரக் கூட்டம் நீதிபதிக்கு நன்றி செலுத்துவதன் மூலம் தொடங்கப்பட்டது. நீதிபதி கண்காணிப்பாளரின் நண்பராக இல்லாதிருந்தால் மற்றும் அவர் தன்னுடைய கௌரவத்தையும், நற்பெயரையும் பணயம் வைத்து அவரை முழுமனதுடன் ஆதரிக்காதிருந்திருந்தால், இந்நேரம் ஒரு மலையளவு பேரழிவு சிறை ஊழியர்கள் மீது வந்து வீழ்ந்திருக்கும் என்று அனைவரும் அறிந்திருந்தார்கள்.

முதலில், பசந்தின் விசாரணைக்காக கண்காணிப்பாளர் ஒரு குழுவை அமைத்தார். அந்தக் குழுவில் தன்னுடைய ஆட்களையே பரிந்துரைத்தார். இந்த விஷயத்தை எவ்வாறு கையாள்வதென்று அவர்களுக்கு விளக்கினார். அவர்களுடைய அறிக்கைக்குத் தனது ஒப்புதலை அளித்துவிட்டு, பசந்தின் மேல் பதிவு செய்யப்பட்டிருந்த வழக்கைத் தள்ளுபடி செய்ய வேண்டுமென்று சிபாரிசு செய்த பின்னர், காவல்துறைத் தலைவருடன் பேசி, அதைச் செய்து முடித்தார். சிறை துறையினர் முன்பு செய்த தவறை மீண்டும் செய்யாமலிருப்பதற்காக, பசந்திற்கு உடனடியாக விடுதலை வழங்குமாறு காவல்துறை ஆய்வாளருக்கு அவர் கடிதம் எழுதி அறிவுறுத்தினார். பயந்து போன எழுத்தர்கள், வெள்ளி சக்கரங்களின் உதவி இல்லாமலே *மிஸ்ஸலை* ஒரு மேஜையிலிருந்து மற்றொன்றுக்கு, ஒரே நாளில் நகர்த்தி விட்டனர். அவனுடைய வீட்டிற்குச் செல்வதற்கு முன்பு பசந்த் கண்காணிப்பாளரின் வீட்டிற்குச் சென்று அவரது கால்களில் விழுந்து மன்னிப்புக் கோரினான். அவனது புகார்கள், குற்றச்சாட்டுக்கள் எல்லாம் இப்பொழுது துடைத்தெறியப்பட்டது.

ஹேமா மருத்துவமனையில் அனுமதிக்கப்பட்டாள். அங்கிருந்த மூத்த மருத்துவருக்கு, நோயாளியின் உடல்நிலை பற்றிய அறிக்கை தினந்தோரும் அனுப்பவேண்டுமென்று கண்டிப்பான உத்தரவு அளிக்கப்பட்டது. நீதிபதி மருத்துவமனைக்கு இரண்டு முறை சென்று அவளுடன் சில மணி நேரம் பேசினார். அவர்களுடைய உரையாடல்களின் பொழுது அவர் அவளுக்கு அறிவுரை வழங்கினார், "சர்வவல்லவர் எதைச் செய்கிறாரோ அது நன்மைக்காகவே. சிறைக்குச் சென்றதால் உன்னுடைய கருப்பையில் இருந்த குறைபாடு நீக்கப்பட்டு விட்டது. இனி நீ கருத்தறித்து குழந்தைகள் பெற்றுக் கொள்ள முடியும். ஒரு முறைக்கேடான வாரிசை ஏன் பெற்றுக்கொள்ள வேண்டும்? திருமணம் செய்து கொண்டு கடவுளின் ஆசீர்வாதத்தைப் பெற்றுக்கொள்."

நீதிபதியின் சொற்கள் கருத்தில் கொள்ளத்தகுந்தவையாக ஹேமாவிற்குத் தோன்றியது. அவளுடைய மகிழ்ச்சியான அந்த நிலையில் அவள் எல்லாருடைய குற்றங்களையும் மன்னித்து விட்டாள். கைதிகள் மீண்டும் அவளைத் தூண்டிவிடுவதற்கு முன்பு நீதிபதி உயர்நீதி மன்றத்திற்கு ஒரு கடிதம் எழுதினார். 'ஹேமா கடுமையாக நோய் வாய்ப்பட்டிருக்கிறாள். சிகிச்சைக்காக மருத்துவமனைக்குச் செல்ல ஆசைப்படுகிறாள். ஒரு கைதிக்கு இந்தச் சலுகை கொடுக்கப்பட வேண்டும். மற்றும் அவளுடைய விசாரணைவரையில் அவள் ஜாமீனில் விடுவிக்கப்பட வேண்டும்.'

நீதிபதியின் சிபாரிசு அங்கீகரிக்கப்பட்டது. ஒரு மகிழ்ச்சிகரமான எதிர்கால வாழ்க்கையின் கனவுகளுடன் ஹேமா சிறையை விட்டு வெளியேறினாள். மோதன் தொடர்பான புகார் அர்த்தமற்றது மற்றும் தவறானது என்று கண்டறியப்பட்டது. உள்ளே விவரப் பதிவுகளில் இருந்த குறைப்பாடுகளை மருத்துவர் முன்பே சரி செய்து விட்டார். தற்செயலாகக்கூட ஒருவரும் பிரச்சனை எதுவும் எழுப்பக் கூடாதென்பதற்காகவும், பதிவுகளில் எந்தப் பிழையும் தென்படக் கூடாதென்பதை உறுதி செய்வதற்காகவும் அவர் புதிய பதிவேட்டில் கையெழுத்திட்டு, அவருடைய முத்திரையையும் இட்டார். அமர்வு நீதிபதியின் அறிவுரையின்படி கைவிலங்கு மற்றும் கால்களில் சங்கிலிகளால் பிணைக்கப்பட்டிருந்த கைதிகள் மன்னிப்பு கோரி கடிதம் எழுதினார்கள். எச்சரிக்கை விடுத்த பிறகு கண்காணிப்பாளர் அவர்களின் சங்கிலிகளை அகற்றினார். தனிமையில் இருந்த கைதிகளின் எஞ்சிய தண்டனை மன்னிக்கப்பட்டு, அவர்கள் மீண்டும் வளாகத்திற்கு அனுப்பபட்டார்கள்.

இவ்வகையில், சிறை நிர்வாகத்தின் அனைத்துப் பிரச்சனைகளையும் அகற்றி, நீதிபதி ஒரு நண்பரின் கடமையை நிறைவேற்றியிருந்தார். அவர்களின் நன்றிக்குப் பாத்திரமாக இருந்தார். அதாவது, அவர் அளித்த அறிவுரைக்கு வெகுமதி அளிக்க வேண்டிய முறை இப்பொழுது நிர்வாகத்தினுடையதாக இருந்தது; அதை அவர்கள் தங்கள் இதய பூர்வமான பாராட்டுகளை அளித்து, தெரிவித்தனர். புகார் ஹக்கமால் செய்யப்பட்டது. இந்த ரகசியம் யாரிடமிருந்தும் மறைக்கப்படவில்லை. எதிர்காலத்தில் கஷ்டமில்லாமல் இருப்பதற்கு இந்த அழுகிய ஆப்பிளை அப்புறப்படுத்துவது அவசியம். இதை எப்படிச் செய்ய முடியும்? கூட்டத்தில் விவாதிக்கப்பட வேண்டிய பிரச்சனைகளில் இதுவும் ஒன்றாக இருந்தது.

இந்தத் தடவை கண்காணிப்பாளர் மற்றும் அவரது துணை அதிகாரிகளின் இடையில் கருத்து வேறுபாடு எதுவும் இருக்கவில்லை.

அதிகாரிகள் ஒன்றாக இணைந்து, சீக்கிரத்தில் தங்கள் கருத்துகளை வழங்கினார்கள்.

அடுத்தடுத்து நிகழ்ந்த இந்தச் சம்பவங்களின் நிகழ்ச்சித் தொடரில் மிகவும் அவமதிக்கப்பட்டவர் சந்தோக் சிங். யாரோ ஒருவர் அவரைப்பற்றி அவருடைய மனைவியிடம் அவதூறாகப் பேசியிருந்தார்கள். அன்றிலிருந்து அவள் மனம் வேறுபட்டு, பிணங்கிக் கொண்டிருந்தாள். அவருக்கு முதுகு காட்டித் தூங்கினாள் மற்றும் அவருடன் சண்டை போடுவதற்கு ஏதாவது ஒரு சாக்கை எப்பொழுதும் தேடிக்கொண்டிருந்தாள். சந்தோக்கின் அதிர்ஷ்டம், அவருடைய சம்பந்தி வீட்டார் நல்லவர்களாக இருந்தனர். இல்லையெனில் அவள் எப்பொழுதோ தன்னுடைய பிறந்த வீட்டிற்குச் சென்றிருப்பாள்.

நச்சுச் செடியை அதன் வேருடன் அழிக்க அவர் ஆர்வமாக இருந்தார். "நிம்மேயைப் போலவே இவன் மீதும் ஏன் நடவடிக்கை எடுக்கக் கூடாது?" என்று இவர் அறிவுரை வழங்கினார்.

சில ஆண்டுகளுக்கு முன்பு நிம்மேயும் ஹக்கமைப் பீடித்திருந்த இதே நோயால் பாதிக்கப்பட்டிருந்தான். கைதிகளின் தலைவராக வேண்டுமென்ற விருப்பம் அவனை ஆட்கொண்டிருந்தது. அவன் பலவீனமான கைதிகளைக் காரணமில்லாமல் அடித்தான். கண்காணிப்பாளரிடமும் முறைக்கேடாக நடந்து கொண்டான். சர்தார்-தலைவராகத் தன் நிலைமையை வலுப்படுத்துவதற்காக, ஒருநாள் அவன் துணைக் காப்பாளர் ஒருவரின் கழுத்துப்பட்டையைப் பிடித்துக் கொண்டான். அந்தச் சமயத்தில் சந்தோக் தலைமைக் கண்காணிப்பாளராக இருந்தார். அவரது சாஹிபின் இந்த அவமானத்தை அவரால் பொறுத்துக் கொள்ள முடியவில்லை. இந்த அவதூறுக்குப் பழிவாங்க ஒரே இரவில் ஏற்பாடுகள் செய்தார்.

மறுநாள் காலையில் நிம்மேயின் சடலம் லங்கரின் எதிரிலிருந்த வேப்ப மரத்தில் தொங்கிக் கொண்டிருந்தது தெரிந்தது.

நிம்மே ஏன் தற்கொலை செய்து கொண்டான் என்று எல்லாருக்கும் தெரியும். ஆனால், ஒருவருக்கும் வாய் திறக்கத் தைரியம் இருக்கவில்லை. இதற்குப் பிறகு ஒரு மாதம் வரை நிம்மேயின் உறவினர்கள் கலவரம் செய்தார்கள். ஒரு விசாரணை அதிகாரியும் நியமிக்கப்பட்டார். அதிகாரி சில நாட்கள் சிறையைச் சுற்றி வந்தார். அவர் கைக்கு ஒன்றும் கிட்டாத பிறகு, அவர் தனது அறிக்கையைச் சமர்பித்தார்: 'நிம்மே தற்கொலை செய்து கொண்டான். இதில் வேறு யாரும் பங்கேற்கவில்லை.'

இதற்குப் பிறகு பல ஆண்டுகள் சிறையில் அமைதி ஆட்சி செலுத்தியது. அந்த அமைதியை மீண்டும் நிலைநாட்ட இந்தச் சவாலை திரும்பவும் ஏற்க சந்தோக் சிங் தயாராக இருந்தார்.

"நான் அதற்கான ஏற்பாடுகளைச் செய்துள்ளேன். பஹாதுர் வளாகத்தின் நீதா குழுவினர் இந்த வேலையைச் செய்வார்கள். வாய்ப்பு கிடைத்தவுடன் அவர்கள் ஹக்கமைச் சூழ்ந்து கொண்டு, ஒரு காரணமும் இல்லாமல் அவரை வம்புக்கு இழுத்து, அவருடைய தலையைத் துண்டு துண்டாக வெட்டிப்போட்டு விடுவார்கள். மேற்கொண்டு நடவடிக்கை எடுப்பதற்கு எனக்கு வேண்டியது அதிகாரிகளிடமிருந்து ஒரு சாடைகுறிப்பு, அவ்வளவுதான்." திட்டத்தை விவரித்த சந்தோக் முகத்திலிருந்து உள்ளூர்வாசிகள் சொல்வது போல் கோபத்தில் சிகப்பு, மஞ்சள் என வண்ணங்கள் ஒளி வீசின. இத்தகைய தீவிரமான நடவடிக்கைகள் எடுப்பதை ரஞ்சோத் சிங் ஆதரிக்கவில்லை. ஹக்கம் சிங் இப்பொழுது, பல ஆண்டுகளாக மற்ற சாதாரண கைதிகளைப் போல் தங்கியிருந்தார். புதிய கைதிகளுக்கு அவருடைய பெயர் கூடத் தெரியவில்லை. பழையவர்களும் அவரை மறந்து விட்டனர். எனவே, சிறைக்குள் அவருக்கு ஆதரவாகக் குரல் எழுப்பப்படும் அபாயமில்லை.

ஆனால், முன்னர், பல கைதிகளின் பிரச்சனைகளைத் தீர்த்து அவர்கள் விடுபடுவதற்கு அவர் உதவியிருக்கிறார். அவர்களில் சிலர் அவ்வப்பொழுது அவரைச் சந்திக்க வந்தனர். உள்ளே நிலவிய சூழ்நிலையைப்பற்றி அவர்கள் முழுமையாக அறிந்திருந்தனர். பெரிய அளவில் ஹக்கமுக்குத் தீங்கிழைக்கப்பட்டால் அவர்கள் நிச்சயமாக அதற்கு எதிர்ப்பு தெரிவிப்பார்கள். கிணற்றிலிருந்து மீட்கப்பட்டு அதளபாதாளத்தில் விழுவதற்கு ரஞ்சோத் சிங் தயாராக இருக்கவில்லை. அவர் அளித்த அறிவுரை, "அவர் ஒரு கல்வி பயின்ற கைதி. அவருடைய மனோபலத்தைச் சீர்குலைக்க முயற்சி செய்ய வேண்டும். உடலைக் காப்பாற்று, சித்தத்தை நொறுக்கு என்கிற சூத்திரத்தைக் கடைபிடியுங்கள். படிப்படியாக அவர் விளிம்பிற்குத் தள்ளப்படுவார்."

இந்த இலக்கை எவ்வாறு அடைவதென்பதைப் பற்றியும் அவர் அவர்களுக்கு அறிவுரை வழங்கினார், "எந்நேரமும் சிறை கையேட்டை மேற்கோள் காட்டும் பழக்கம் ஹக்கம் சிங்கிடம் உள்ளது. அவரைப் பார்க்க வருபவர்களைக் கட்டுப்படுத்த அதே கையேட்டை மேற்கோள் காட்டுவோம். அவரைச் சந்திக்க வருபவர்களை அவருடைய நண்பர்களோ, உறவினர்களோ அல்ல. அவர்கள் திருடர்கள் மற்றும் சமூகத்திற்கு ஒவ்வாதவர்கள். முன்னாள் கைதிகள் தீங்கு விளைவிக்கும் நோக்கம் கொண்டவர்கள் மற்றும் அவர்கள் கைதிகளைத் தப்பிக்க உதவ திட்டமிடுகிறார்களென்கிற சாக்கில் அவரைச் சந்திக்க அனுமதி

அளிக்கப்பட மாட்டார்கள். சிறிது நாட்கள் முயற்சி செய்த பிறகு பார்வையாளர்கள் வருவதை நிறுத்திக் கொள்வார்கள். அதன் பிறகு அவர் தனிமையாக இருப்பதை உணர்வார். அவரது தலை மீது சவாரி செய்யும் பொதுநல அரக்கன் தானாகவே இறங்கி விடுவான்.

புதிதாக விடுவிக்கப்பட்ட கைதிகள் அவருக்கு நிறையக் கடிதங்கள் எழுதுகிறார்கள். அவர்களுடைய கடவுளைப்போல் அவரை ஆராதனை செய்கிறர்கள். அவரைப்பற்றி அவர்கள் என்ன நினைக்கிறார்கள் என்பதைப் படித்த பிறகு அவர் புதிய வாதங்களில் இறங்க ஊக்குவிக்கப் படுகிறார். இனி அவருடைய கடிதப்போக்குவரத்தைத் தணிக்கைச் செய்து, ஓரிரண்டு மட்டுமே அவரை அடைய அனுமதிக்க வேண்டும். இவ்வாறு அவர் இன்னும் அதிகம் தனிமைபடுத்தப்படுவார் மற்றும் அவருடைய மன உறுதியும் படுகுழியில் ஆழ்ந்து விடும். அவருடன் அவ்வப்போது ஏதாவது ஒரு சாக்கில் முரட்டுத்தனமாக நடந்து கொள்ளும்படி பி வகுப்பு கைதிகளிடமும் சொல்லி வையுங்கள். அவர்கள் அவருடன் பேசுவது, சேர்ந்து சாப்பிடுவது மற்றும் நடைப்பயிற்சியின் பொழுது உடன் செல்வது ஆகியவற்றை நிறுத்தச் சொல்லுங்கள். அவரால் சுவர்களுடன் தான் பேச முடியும். அவருக்குப் பைத்தியமே பிடித்து விடும்." துணை அதிகாரிகள் அவர்களுடைய அதிகாரியின் அதே அலை வரிசையில் இருந்தனர். இதை உடனடியாக நடைமுறைக்குக் கொண்டு வருவதாக உறுதி அளித்தார்கள்.

"அவருக்கு அளிக்கப்பட்டிருக்கும் பி வகுப்பு தகுதியை ஏதாவது காரணத்தில் ரத்துச் செய்யுங்கள். இச்சமயம் அவர் சந்தோஷமாக அனுபவித்தும் கொண்டிருக்கிறார், அதிகாரமும் செலுத்திக் கொண்டிருக்கிறார்." எல்லாம் திட்டமிடப்பட்டிருந்தாலும், அவர் பி வகுப்பு கைதியாக இருப்பதில் துணைக் கண்காணிப்பாளருக்கு ஆட்சேபணை இருந்தது.

"அவரை அலுவலக அறையிலிருந்து அகற்றுவது இதைவிட அதிக முக்கியம், அவர் நாள் முழுவதிலும் நான்கு அக்ஷரம் கூட எழுதுவதில்லை. அவருக்கு எந்த வேலையும் இல்லை. அவர் அங்கிருப்பது நம்முடைய நடவடிக்கைகளைக் கண்காணிப்பதற்கு மட்டுமே. அவர் எப்பொழுதும் ஒரு தீப்பொறியைக் கிளப்பும் வாய்ப்பையே தேடிக்கொண்டிருக்கிறார்." உதவி தரோகாவுக்கு அவர் அலுவலகத்திற்கு வருவதில் ஆட்சேபணை இருந்தது.

"அவரைச் சில நாட்கள் என்னுடன் தொழிற்சாலைக்கு அனுப்புங்கள். ஒரு அம்பு போல அவரை நேராக்கவில்லை என்றால் பாருங்கள். அவர் தன்னுடைய போக்கிரித்தனத்தையெல்லாம் மறந்து

விடுவார்" தொழிற்சாலை பொறுப்பாளர், தரம்பால் அவருக்கு ஒரு பாடம் கற்பிக்க ஆவலாக இருந்தார்.

"இது ஒரு கடினமான பணி அல்ல. முதலில் அவர்மீது கடுமையான குற்றச்சாட்டைத் தாக்கல் செய்வோம். பிறகு ஒரு விசாரணை நடத்தி அவரைக் குற்றவாளியென்று அறிவிப்போம். ஒரே கல்லால் இரண்டு பறவைகளை நாம் கொன்று விடலாம்" என்றார் சிறைக் கண்காணிப்பாளர், உற்சாகம் அளிக்கும் வகையில்.

ஹக்கம் மீது என்ன குற்றம் சாட்டலாம்? விவாதம் இப்பொழுது இந்தத் தலைப்பை மையமாகக் கொண்டிருந்தது. பல ஆலோசனைகள் வழங்கப்பட்டன. ஆனால், ஏற்றுக்கொள்ளப்பட்டது உதவி *தரோகா* பரிந்துரைத்த திட்டம்தான். அதாவது, விடுதலை செய்யப்படுவதற்கான லஞ்சம் அளிக்க முடியாத சில கைதிகளை வெளியேற்ற அதிகாரிகள் இஷ்டப்படாததால் அந்தக் கைதிகளின் *மிஸ்ஸல்கள்* மூட்டைக் கட்டப்பட்டு ஒரு மூலையில் வீசி எறியப்படும். தாமதத்தினால் கைதிகள் கிளர்ச்சி செய்தபிறகு, *மிஸ்ஸல்கள்* திருடப்பட்டதாகக் காவல் நிலையத்தில் ஒரு அறிக்கைத் தாக்கல் செய்யப்படும். சில நாட்களுக்குப் பிறகு அவை பி வகுப்பு வளாகத்தின் குப்பைத் தொட்டியிலிருந்து மீட்கப்படும். இந்தத் திருட்டுக்கு ஹக்கம் மீது குற்றம் சாட்டப்படும். ஒரு கைதியின் *மிஸ்ஸலைத்* தயார் செய்வதற்காக ஹக்கம் அவரிடம் பணம் கோரியதாக அவர் குற்றம் சாட்டப்படுவார். குப்பைத்தொட்டியில் ஹக்கம் மூட்டையைப் போடுவதைப் பார்த்ததாக மற்றொருவர் கூறுவார்.

இந்தத் திட்டத்திற்கு ஒப்புதல் அளிக்கப்பட்டவுடன், அதை வெற்றிகரமாக்குவதற்கு அதிகாரிகள் தங்களுடைய தனிப்பட்ட சேவைகளை அளிப்பதாகக் கூறினர். கிஷோர் குமார் *மிஸ்ஸல்களை* ஹக்கமின் பெயரில் பதிவேட்டில் பதிவு செய்வார். அதன் பின்னர் அவற்றை மறைத்து விடுவார். சந்தோக் அவற்றைக் குப்பைத் தொட்டியில் போடுவதற்கு ஏற்பாடு செய்து விட்டுப் பின்னர் அவற்றை ரஞ்சித் சிங்கின் முன்னிலையில் மீட்பார். இது குறித்து விசாரணை நடத்துவதற்காக ரஞ்சித் தலைமையில் சிறைக் கண்காணிப்பாளர் ஒரு குழுவை அமைப்பார். சாட்சிகளின் வாக்குமூலங்களை கிஷோர் குமார் கவனித்துக் கொள்வார். ஒரு வாரத்திற்குள் இது பற்றிய அறிக்கை கண்காணிப்பாளருக்குக் கொடுக்கப்படும். அவர் அறிக்கைக்கு ஒப்புதல் அளித்துவிட்டு ஹக்கமை அலுவலகத்திலிருந்து அகற்றிவிட்டு, உடல் ரீதியான வேலை செய்யத் தொழிற்சாலைக்கு அனுப்பப் படவேண்டுமென்று உத்தரவை வெளியிடுவார். அதன் பிறகுதான் ஹக்கமுக்குப் பாடம் கற்பிக்கும் படலம் ஆரம்பமாகும்.

அத்தியாயம் 51

வெளிர் நீல நிற சீருடையில் தொழிற்சாலைக்கு வேலை செய்ய வந்த ஹக்கமை, தரம்பால் மிகுந்த உற்சாகத்துடன் வரவேற்றார்.

துணை அலுவலரின் நாற்காலியின் முன்னால் ஒரு மேஜை இருந்தது. அதன் மறுபுறத்திலிருந்து அவரை நேருக்கு நேர் பார்த்துக் கொண்டு ஹக்கம் நின்றார். அவருக்கு உட்கார்வதற்கு ஒரு நாற்காலியோ அல்லது முக்காலியோ கூட இருக்கவில்லை.

மேஜையின் திறப்பறையிலிருந்து சிறைக் கையேட்டின் ஒரு நகலை எடுத்து மேஜையின் மீது வைத்தார் தரம்பால்.

பிறகு அவர் ஹக்கமிடம் சொன்னார், "இந்தக் கையேடை மேற்கோள் காட்டி, ஒரு கைதிக்கு அவருடைய தகுதி மற்றும் உடல் வலிமைக்கு ஏற்றவாறு வேலை கொடுக்க வேண்டும் என்று நீ சொன்னாய். நான் ஒரு பி வகுப்பு கைதி. எனக்கு லேசான வேலை கொடுக்கப்பட வேண்டும் என்றாய். சிறை நிர்வாகம், ஏழு ஆண்டுகள்வரை இவ்விதிகளைப் பின்பற்றி உன்னை எழுத்தாளராக அலுவலகத்தில் வைத்திருந்தது. உன்னுடைய ஒவ்வொரு விருப்பமும் நிறைவேற்றப் பட்டது. ஆனால், நீ நம்பிக்கைக்குப் பாத்திரமானவனாக இருக்கவில்லை. மாறாக நீ எட்டி எங்கள் தாடியையே பிடிக்க முயற்சி செய்தாய்."

பின்னர் தரம்பால் கையேட்டைத் திறந்து ஹக்கமின் முன் தள்ளி ஒரு குறிப்பிட்ட பக்கத்தைச் சுட்டிக் காட்டினார். "இந்தக் கையேடு ஆங்கிலேயர்களால் எழுதப்பட்டது. உன்னைப்போன்ற கிளர்ச்சியாளர்களைக் கையாள்வதற்கு இதில் நிறைய ஏற்பாடுகள் உள்ளன. இந்தக் குறிப்பிட்ட விதியின் 'ஆயினும்', 'ஆனால்' பற்றிப் படி. உன்னைப் போல் ஒரு கைதி பித்துப் பிடித்துப் போனால், அவனுடைய பி வகுப்பு தகுதியை அகற்ற முடியும். பார்த்தாயா? அது இங்கு எழுதப்பட்டிருக்கிறது. இந்நேரத்தில் உன்னுடைய பி வகுப்பு தகுதி திரும்பிப் பெறப்படவில்லை. ஆனால், உழைப்பின் சுவை அளிப்பதற்கு நீ தொழிற்சாலைக்கு அனுப்பபட்டிருக்கிறாய். இன்னும் சில நாட்களில் நீ தடால் என்று பூமிக்கு வந்து விழுவாய்.

நீ உடல் ஆரோக்கியமாகவும், வலிமையாகவும், எப்பேர்ப்பட்ட வேலையும் செய்யக்கூடியவனாக இருக்கிறாய். வேலை விதிகளின்படி, நீ மரம் அறுக்கும் தொழிற்சாலைக்கு அனுப்பப் பட்டிருக்கிறாய். அங்கு பத்து அல்லது பன்னிரண்டு கைதிகள் உள்ளனர். ஒரு தொழிற்சங்கம் உருவாக்குவதற்கு அவர்கள் உதவுவார்கள்."

தரம்பாலின் ஏளனப் பேச்சை மௌனமாகக் கேட்டுக் கொண்டார், ஹக்கம். தரம்பால் மணியை அடித்து, சேவாதாரிடம் மரம் அறுக்கும் ஆலையின் பொறுப்பாளரான பஞ்சாவை அழைக்கச் சொன்னார்.

“இவர்தான் வழக்கறிஞர் சாஹிப். ஒரு காலத்தில் சிறையில் மிகவும் பிரபலமாக இருந்தவர். ஆனால், இப்பொழுது இவருடைய நட்சத்திரம் இறக்கத்தில் உள்ளது. இவரை அன்புடன் வேலை செய்ய வைக்க வேண்டும்.” புதிய கைதி கண்டிப்புடன் கையாளப்பட வேண்டுமென்பதற்கு இது ஜாடை குறிப்பாக இருந்தது. பிறகு, ஹக்கமை அந்தப் பலவீனமான, முதியவராகத் தோற்றம் கொண்ட பொறுப்பாளரிடம் தரம்பால் ஒப்படைத்தார்.

தொழிற்சாலை ஹக்கமுக்குப் பழக்கப்படாதது இல்லை. இதற்கு முன்பு பல சந்தர்ப்பங்களில் அவர் இங்கு வந்திருக்கிறார். அந்த சமயத்தில் ஆலையில் ஒருசில பஞ்சாபி கைதிகள் மட்டுமே இருந்தனர். மற்றவர்கள் பெரும்பாலும் மற்ற மாநிலங்களிலிருந்து குடிபெயர்ந்தவர்கள். அவர்கள் வேலை செய்து சம்பாதித்த பணம், அவர்கள் கைது செய்யப்பட்ட பொழுது காவல் நிலையத்தாரால் பறிக்கப்பட்டது அல்லது விசாரணையின் பொழுது வழக்கறிஞர்கள் அல்லது முன்ஷியால் பறித்துக் கொள்ளப் பட்டது. ஒரு சட்டை, ஜட்டியைத் தவிர வேறொன்றும் இல்லாமல் சிறைக்கு வந்த இந்தக் கைதிகளிடம் சிறை ஊழியர்களுக்குக் கொடுப்பதற்கு ஒன்றும் இருக்க வில்லை. சிறை ஊழியர்கள் இவர்களை மரம் அறுக்கும் ஆலைக்கு அனுப்பினார்கள். அவர்களுக்கும் அவர்களுடைய சொந்த நிர்பந்தங்கள் இருந்தன. சிறையில் மர சாமான்கள் தயாரிக்கப்பட்டன. அதற்குத் தேவையான மரம் ஆலையில் அறுக்கப்பட்டது. ஒரு மர ஆலை இருந்தால், அதற்கு ஒரு தொழில்நுட்ப வல்லுனரும், ஒரு தொழிலாளியும் தேவைப்பட்டனர். இந்தத் தேவை புலம் பெயர்ந்த கைதிகளால் நிரப்பப்பட்டது. அவர்களை எந்த இடத்தில் வேலைக்கு அமர்த்தினாலும் அது அவர்களுக்கு பெரிய விஷயமாகப் படவில்லை. கடினமான உடல் உழைப்புக்கு அவர்கள் பழகியிருந்தனர். வெளியில் இருந்த பொழுது கூட அவர்கள் இருபத்தைந்து செங்கற்களைத் தலையில் சுமந்து கொண்டு நான்கு மாடிகள் வரை ஏறினார்கள்.

‘நான் ஒருபோதும் கடுமையான வேலை செய்ததில்லை. எவ்வாறு கனமான மரக்கட்டைகளைத் தூக்கப் போகிறேன்’ கவலையுடன் ஹக்கம் மர ஆலையை நோக்கிச் சென்றார். தனது இந்தத் துரதிர்ஷ்டத்திற்கு அவர், அமர்வு நீதிபதி மற்றும் ஹிருதய்பாலைச் சபித்தார்.

உச்ச நீதிமன்றத்தில் நீதிபதியாக இருந்த கிருஷ்ண ஐயர், பொது நலனில் அக்கறை கொண்டு, தனது தீர்ப்புகளின் மூலம் கீழ் நீதிமன்றத்திற்கு வழிக்காட்டல்களையும், அறிவுறுத்தல்களையும் வழங்கிக் கொண்டே இருந்தார். அவரைப் பொறுத்தவரை சட்டங்களை திருத்துவதில் அரசாங்கத்திற்கு அக்கறை இல்லை. ஆனால், நீதித்துறை அதன் கடமைகளை அறிந்திருக்க வேண்டும். மக்களின் நம்பிக்கையை நீதிமன்றங்கள் பூர்த்தி செய்யவேண்டும். நீதிபதிகள் சிறைச்சாலையின் கதவுகளைத் திறந்து அதன் வழியாக நேர்மையின் புதிய தென்றல் உள்ளே பாய்ந்தோட அனுமதிக்க வேண்டும். கைதிகளை மனமுறிவு ஏற்படுவதிலிருந்து தடுக்க வேண்டும். கைதிகளின் அடிப்படை உரிமைகளுக்கு ஆபத்து ஏற்படும் பொழுது நீதிமன்றம் சிறை நிர்வாகத்தில் தலையிட்டுத் தவறு செய்த அதிகாரிகளைக் கண்டிக்க வேண்டும்.

மாயாநகரின் அமர்வு நீதிபதி இந்தத் தீர்ப்புகளைப் படித்திருப்பார் என்று ஹக்கம் நினைத்திருந்தார். திஹார் சிறையில் அடைக்கப்பட்டிருந்த இரண்டு கைதிகளின் கடிதங்களைப் படித்த பின்னர், கிருஷன ஐயர் அமைதியற்றுப் போய்விட்டதைப் போல ஹிருதய் பாலின் இதயமும் கசிந்து, அவர் உடனடியாக சிறை நிர்வாகத்தின் மேல் கட்டுபாட்டை இறுக்குவார் என்று ஹக்கம் எதிர்ப்பார்த்தார். ஆனால், நடந்ததென்னவோ அவர் எதிர்பார்த்ததற்கு முற்றிலும் நேர்மாறானதாக இருந்தது.

அமர்வு நீதிபதி என்ன செய்திருக்கவேண்டுமென்றால், கடிதம் எழுதியவரின் பெயரை ரகசியமாக வைத்திருந்திருக்க வேண்டும். கடிதத்தை எழுதியவர் முற்றிலும் சிறை நிர்வாகத்தினரின் கட்டுப்பாட்டில் இருக்கிறார் என்றும் பிறர் முன்னிலையில் அவர் பெயரை வெளிப்படுத்தினால் அவர்கள் அவருக்குப் பல வகைகளில் தீங்கு விளைவிக்கக் கூடும் என்று அவர் ஊகித்திருக்க வேண்டும். அவர் என்ன செய்திருக்க வேண்டுமென்றால், கடிதத்தில் பட்டியலிக்கப்பட்ட விஷயங்களின் உண்மையைப் பற்றி விசாரித்திருக்க வேண்டும்; நியாயத்திற்காகக் கூக்குரலிடும் கைதிகளைச் சந்தித்து, அவர்களின் துக்கத்தைத் தணித்திருக்க வெண்டும். குற்றம் செய்த ஊழியர்களைக் கைதிகூண்டில் நிற்க வைத்திருக்க வேண்டும்.

கைதிகளின் பக்கபலமாக இருப்பதற்குப் பதிலாகச் சிறை அதிகாரிகளுக்கு ஆதரவு அளிப்பதை அவர் தேர்ந்தெடுத்திருந்தார். கடிதத்தை ரகசியமாக வைத்திருப்பதற்குப் பதிலாக அதன் பிரதிகளைக் கொடுத்து, கடிதத்தின் ஆசிரியரை அடையாளம் காண்பதற்கு அவர்களுக்கு உதவி செய்திருக்கிறார். அவர் ஹேமாவுக்கும் பசந்துக்கும் நிவாரணம் அளித்தது, கைதிகளின் மேல் அவருக்கிருந்த

அனுதாபத்தினால் அல்ல, மாறாக சிறை அதிகாரிகளைச் சங்கடத்திலிருந்து மீட்பதற்காக. சிறையில் அடைக்கப்பட்ட மோதனுக்கு, அவர்கள் விருப்பப்பட்ட வாக்குமூலத்தைத்தான் கொடுக்க முடியும். அதிகாரிகளின் முன்னிலையில் அவன் தன் சொந்த விருப்பப்படி வாக்குமூலம் எவ்வாறு கொடுத்திருக்க முடியும்? ரகசிய விசாரணை நடத்துவது அமர்வு நீதிபதியின் கடமையல்லவா? அவர் ஒவ்வொரு கைதியையும் தனியாக அழைத்து சிறை வாழ்க்கையின் யதார்த்தத்தைப் பற்றி அவரிடம் வெளிப்படையாகப் பேச சொல்லியிருக்க வேண்டும். அவருக்குக் கைதிகளின் மேல் அனுதாபம் இருந்திருந்தால் இதையெல்லாம் அவர் செய்திருப்பார்.

கைகளிலும் கால்களிலும் சங்கிலிகளால் பிணைக்கப்பட்டிருந்த கைதிகளை அவர் சந்திக்கவுமில்லை, வளாகத்திற்குள் தனியாகச் செல்லவுமில்லை. உயிர்ப்பூட்டுகிற தண்ணீரே வயலை விழுங்கி விடுவதைப் போல பராமரிப்பவரே அழிப்பவராக மாறிவிட்டால் பலவீனமான மற்றும் இல்லாமை நிலையிலிருக்கும் கைதிகளை யார் கவனிப்பார்கள்?

மரம் அறுக்கும் ஆலையை நோக்கி நடந்து கொண்டிருந்த ஹக்கம் மற்றொரு கவலையில் ஆழ்ந்திருந்தார். ஹிருதய்பால் ரஞ்சோத் சிங்குடன் கூட்டு சேர்வது மிக வருந்தத் தக்க விஷயமில்லை. திருடர்கள் எப்படியும் ஒன்று சேர்ந்து விடுவார்கள். ஹக்கம் சொந்த லாபங்களுக்காகப் போராடவில்லை, ஏனென்றால் அவருக்கு எப்படியும் எல்லாவகையான வசதிகளும் வழங்கப்பட்டிருந்தன. அவர் மற்றவர்களுக்காகப் போராடிக் கொண்டிருந்தார். ஆனால், விசாரணையின் பொழுது, ஒருசில கைதிகள் அவருக்கு எதிராக வாக்குமூலம் கொடுத்திருந்தனர். அலுவலகத்தின் *முன்ஷி* முசாடிலாலுக்குப் பலவகைகளில் ஹக்கம் உபகாரம் செய்திருந்தார். ஆடைகள்-சாயமேற்றப்படும் உலையிலிருந்து அகற்றி அவரை அலுவலகத்திற்கு அழைத்து வந்திருந்தார். பிறகு அவரை படிப்பதற்கு ஊக்குவித்தார். பதினொன்று மற்றும் பன்னிரண்டாம் வகுப்பில் தேர்ச்சி பெறுவதற்கு அவருக்கு உதவினார். இப்பொழுது அவரை பி.ஏ. படிப்புக்குத் தயார் செய்து கொண்டிருந்தார். *தரோகாவின்* தூண்டுதலால் முசாடிலால் ஹக்கமின் பெயரில் சில போலி *மிஸ்ஸல்களைப்* பதிவு செய்து, பின்னர் அவரை ஏமாற்றி பதிவேட்டில் அவரைக் கையெழுத்திட வைத்தார். அதன் பிறகு *மிஸ்ஸல்களை* அகற்றிவிட்டு, பழியை ஹக்கமின் மீது சுமத்தி விட்டார். ஹக்கம் தண்டிக்கப்படுவதற்கு அவர் உடந்தையாக இருந்தார்.

ஹேமாவும், பசந்தும் கூட நற்பண்பில்லாமல் நடந்து கொண்டனர். விடுதலையான பிறகு அவர்கள் வீட்டில் இளைப்பாறிக் கொண்டிருந்தார்

கள். அவரைச் சந்திக்க ஒரு தடவை கூட அவர்கள் வரவில்லை. அவருக்கு எழுதவும் இல்லை.

அவர்கள் அவரைச் சந்திக்க வந்திருக்கலாம், ஆனால், நுழை வாயிலிருந்து திருப்பி அனுப்பப்பட்டிருக்கலாம் என்று அவருக்குத் தோன்றியது. அவர்கள் கடிதங்களும் எழுதியிருக்கலாம், ஆனால், அவை கிழிக்கப் பட்டிருக்கலாம். இப்பொழுதெல்லாம், இதுதான் நடக்கிறதென்று ஹக்கமுக்கு லேசாகத் தகவல் கிடைத்திருந்தது.

சிறிது காலத்திற்குப் பிறகு முசாடி போன்றவர்களின் மீதான ஹக்கமின் அணுகுமுறை தளர்வடைந்தது. அவர்கள் கதியற்ற, ஏழை உயிரினங்கள்-சிறை அதிகாரிகளின் கைகளில் இயங்கும் கூத்தாடி பொம்மைகள். அவர்கள் சொன்னதை மட்டுமே செய்தார்கள்.

கைதிகளை மன்னித்த ஹக்கம் அதிகாரிகளைச் சபிக்கத் தொடங்கினார்.

'நான் அதிகாரிகளுக்கு எந்த வகையில் தீங்கு விளைவித்தேன்? சட்டத்தில் அளிக்கப்பட்ட வசதிகளைத்தானே கேட்டேன், அதுவும் எனக்காக அல்ல, அச்சத்தில் வாய் திறக்கத் துணிவில்லாதவர்களுக்காக-தங்கள் உரிமைகளைப்பற்றி ஒன்றும் அறிந்திராதவர்களுக்காக. என் காரியத்தை அபராதமாகக் கருதி, எனக்கு ஒரு பாடம் கற்பிக்க அதிகாரிகள் நிச்சயம் செய்திருக்கிறார்கள். சிறை அதிகாரிகள் மென்மையான இதயத்துடனும், மக்களுக்கு நல்லது செய்யும் ஆர்வத்துடனும், கைதிகளின் உடல், மனம் மற்றும் சமூக பிரச்சனைகளைப் புரிந்து கொண்டு அவர்களுக்கு உதவும் நோக்கத்துடன் செயல்பட வேண்டுமென்று சட்டம் கூறுகிறது. அதற்கு மாறாக இந்த அதிகாரிகள் கைதிகளின் பிரச்சனைகளை அதிகமாக்குகிறார்கள்.'

ஹக்கம் எவ்வாறு கையாளப்பட வேண்டுமென்பதைத் தரம்பால் சூசகமாக மீதாவுக்குத் தெரிவித்திருந்தார். அவர் கூறியதை ஹக்கமும் கிரகித்துக் கொண்டார். ஹக்கம் எல்லாவற்றையும் புரிந்து கொண்டார். அதிகாரிகள் கடுங்கோபம் கொண்டுள்ளனர். இப்பொழுது எல்லா வகையான கொடுமைகளும்-உடல் மற்றும் மனம் இரண்டும் அவர் மீது திணிக்கப்படும். இந்த நெருக்கடி நேரத்தில் அவருக்கு ஆதரவாக யார் நிற்பார்கள் என்பதை அவரால் கணக்கிட முடியவில்லை.

பி வகுப்பில் இருந்த சக கைதிகள் மீதும் ஹக்கம் கோபம் கொண்டிருந்தார். புயலுக்கு முன் நிலவிய அமைதியைப் பார்த்து, வரப் போகும் நாட்கள் எப்படியிருக்கும் என்று அவர்கள் ஊகித்திருப்பார்கள்.

அதனால், ஏதாவது ஒரு காரணத்தால் அவரைத் தவிர்க்க ஆரம்பித்தார்கள் என்பது தெளிவாயிற்று.

மூன்று ஆண்டுகளாகப் பேராசிரியர் இவருடைய சாப்பாட்டுத் தோழராக இருந்தார். ஆனால், கடந்த மூன்று நாட்களாக அவர் தனியாகச் சாப்பிட ஆரம்பித்திருந்தார். மருத்துவருக்கு *மூங் ஹல்வா* மிகவும் பிடிக்கும். வாரத்தில் ஓரிரு நாட்கள் அவருக்காக அது வீட்டிலிருந்து அனுப்பப்பட்டது. முன்னர், தான் உண்ணுவதற்கு முன்பு, அதை முதலில் அவர் ஹக்கமுக்குக் கொடுப்பார். போன தடவை அவருக்கு *ஹல்வா* அனுப்பப்பட்டபொழுது, அதை ஹக்கமிடமிருந்து மறைத்து அனைத்தையும் தானே உட்கொண்டார். ஹக்கம் அவர்களுடன் சென்றாலொழிய துணை பிரிவு அதிகாரியும், வங்கி மேலாளரும் நடை பயிற்சியை அனுபவித்ததில்லை. ஆனால், முந்தைய நாள் அவர்களும் இவர் பார்க்காத பொழுது அங்கிருந்து நழுவி விட்டார்கள். ஒவ்வொரு இரவும் மெஹ்தா அவர்களுடைய நண்பர்களுடன் ஒரு சீட்டு சபை நடத்துவார். முந்தைய இரவு மெஹ்தா அவரைத் தன் கூட்டாளராவதற்கு அழைக்கவில்லை. வழக்கம் போல் ஆலோசனை கேட்கவோ அல்லது கருத்துகளைப் பரிமாறிக்கொள்வதற்கோ அவரைப் பக்கத்தில் அமர்த்திக் கொள்ளவில்லை. ஒரு தூதர், வளாகம் முழுவதிலும் சுற்றி, சக கைதிகளிடம் இவரைப் புறக்கணிக்கச் சொல்லியிருந்ததைப்போல் இருந்தது. தனியாக உட்கார்ந்து சோர்ந்து போன ஹக்கம் படிக்கும் ஆர்வத்தையும் இழந்து விட்டார். தனிமையில் படுத்திருந்த அவருடைய மனதில் எல்லாவிதமான எதிர்மறைவான எண்ணங்களும் நுழைந்தன. எதிலாவது ஈடுபடுவதற்காக அவர், அழைக்கப்படாமலே சீட்டு விளையாடுபவர்களுடன் உட்காரச் சென்றார். அவர்கள் முகத்தைச் சுளித்துக் கொண்டு, விளையாடுவதை நிறுத்தி விட்டு, தங்களுடைய இடங்களுக்குப் படுக்கச் சென்று விட்டனர்.

ஹக்கமும் அவ்வளவு சுரணையற்றவர் அல்ல. அவரும் அவர்களைத் தவிர்க்கத் தொடங்கினார். அன்று காலை அவர் வேலைக்குக் கிளம்பும் பொழுது வழக்கம் போல் வணக்கம் கூறுவதற்கு யாரும் வரவில்லை. முகத்தைத் தொங்கப் போட்டுக்கொண்டு ஹக்கம் தொழிற்சாலை நோக்கி நடந்தார். எனினும், அவர் முன்னால் நடந்து கொண்டிருந்த பஞ்சாவின் பொறுப்பாளர், தன்னுடைய சேவையை ஹக்கமுக்கு அளிக்கும் வாய்ப்பு கிடைத்ததில் மிகவும் சந்தோஷமாக இருந்தான்.

மீதாவை ஹக்கம் அடையாளம் கண்டு கொள்ளவில்லை என்று தெளிவாகத் தெரிந்தது. ஆனால், மீதா ஹக்கமை நிச்சயமாக அடையாளம்

கண்டு கொண்டான். அவர்கள் இருவருக்கும் ஒரே நாளில் தண்டனை விதிக்கப்பட்டது மற்றும் இருவரும் சிறைக்குச் சேர்ந்து வந்திருந்தனர்.

மீதாவுக்கு ஹக்கமுடன் நேரடி தொடர்புக் கொள்ள இதுவரை எந்தச் சந்தர்ப்பமும் கிட்டவில்லை. ஆனால், ஹக்கம் நல்ல உள்ளம் கொண்டவர் என்றும், குர்மீத்தைப் போல அவரும் மீதாவைப் போன்ற ஏராளமான ஏழை மற்றும் திக்கற்றவர்களுக்கு உதவி செய்தார் என்றும் அவன் கேள்விப்பட்டிருந்தான்.

'அவரது கஷ்டமான இந்த நேரத்தில், நான் ஏழைகளையும், பலவீனமானவர்களையும் பிரதிநிதித்துவப்படுத்துவேன். எந்த ஆபத்தையும் எதிர்கொண்டு இந்த மனிதருக்கு நான் உதவுவேன்' ஹக்கமை மர ஆலைக்கு வழிநடத்திய மீதா, தீர்மானித்துக் கொண்டான்.

மூக்கும் வாயும் சிறு துண்டு துணியால் மூடப்பட்டு அங்கு நின்று கொண்டிருந்த நான்கு அல்லது ஐந்து கைதிகளிடம், "இவர் வக்கீல் சாஹிப்" என்று ஹக்கமை அறிமுகப்படுத்தினான் மீதா. பின்னர் எச்சரிக்கையுடன் சுற்றும் முற்றும் பார்த்தான். அங்கு வேறு யாரும் இல்லையென்று உறுதிசெய்து கொண்ட பிறகு, அவன் மென்மையாகக் கூறினான், "இவர் மிகவும் பயனுள்ள மனிதர். நாம் அவருக்கு உதவ வேண்டும் மற்றும் அவருக்குச் சில லேசான வேலை கொடுக்க வேண்டும்."

"சரி, சாஹிப்" என்று அவனுடைய உத்தரவுக்குத் தலை குனிந்து கீழ்படிந்தனர்.

"ஒரு காரியம் செய்யுங்கள். மரக் கட்டைகளை நீங்கள் சுமந்து செல்லுங்கள், துண்டம் செய்யப்பட்ட கட்டைகளைத் தூக்கிச் செல்வதற்கு இவரிடம் கொடுங்கள். ஆனால், சிறிய அளவில் மட்டும், நினைவிருக்கட்டும், சாஹிப் வருவதைப் பார்த்த அந்த நிமிடமே இவரைக் கட்டைகளின் நடுவில் விட்டுவிடுங்கள். எப்படியிருந்தாலும் நான் எப்பொழுதும் இங்கு தான் இருக்கிறேன், எல்லா விஷயங்களின் மேலும் ஒரு கண் வைத்திருப்பேன்."

மீதாவின் அறிவுறுத்தல்களுக்குக் கீழ்ப்படிதலைக் குறிக்கும் வகையில், "சரி, சாஹிப்" என்றார்கள் குடிபெயர்ந்து வந்திருந்த அந்தத் தொழிலாளிகள்.

கைதிகளிடமிருந்து ஹக்கமுக்குக் கிடைத்த மரியாதை, அவருடைய உணர்வுகளை அழுத்திக்கொண்டிருந்த சுமையை அகற்றிய பலனைக்

கொடுத்தது. அவர் செய்திருந்த வேலையைப் பாராட்டும் ஒரு மனிதராவது இங்கு இருந்ததில் அவர் மகிழ்ச்சி அடைந்தார். இந்தச் சிறிதளவு கூட அவரைப் புதிய உற்சாகத்தால் நிரப்ப போதுமானதாக இருந்தது. மிக உயர்ந்த மலைகளுடன்கூட மோதத் தயாராகி விட்டதைப் போல் அவர் உணர்ந்தார்.

மின்சார மோட்டரில் பொத்தானை அழுத்தியவுடன் அறுத்தல் தொடங்கியது. வெட்டும் வேலையைக் கையாள்வதற்கு இரண்டு மிஸ்த்ரி கீழே சென்றனர். மூன்றடித் தூரத்தில், அன்று அறுக்கப்பட வேண்டிய மரக் குவியல் இருந்தது. நான்கு கைதிகள் மரக்கட்டைகளை நோக்கிச் சென்றனர். வழக்கம் போல அவர்களில் இருவர், தங்கள் தோள்களில் ஒவ்வொரு மரக்கட்டையைத் தூக்கிக்கொண்டு இயந்திரத்திற்குக் கொண்டு வந்தார்கள். இரண்டு கைதிகள் இயந்திரத்திற்கு மறுபுறத்தில் நின்று கொண்டார்கள். வெட்டப்பட்ட பிறகு பயன்படுத்தக்கூடிய மரத்தை ஒருவருக்கு கிடங்கிற்கு எடுத்துச் செல்ல வேண்டியிருந்தது. மற்றவருக்கு, பயன்படுத்துவதற்கு இயலாத மரத்தைச் சேகரித்து ஆலைக்கு வெளியில் காத்திருந்த கைவண்டியில் வைக்க வேண்டியிருந்தது. பிறகு கைவண்டியை *லங்கர்* வரை இழுத்துச் சென்று மரத்தை எரிபொருளாகப் பயன்படுத்துவதற்காக இறக்கிவிட்டுத் திரும்ப வேண்டியிருந்தது.

தரம்பாலின் கட்டளையின்படி மரக் கட்டைகளின் வேலை ஹக்கமுக்குச் செய்ய வேண்டியிருந்தது.

உத்தரவுக்கு முரணாகத் தன்னுடைய அதிகாரத்தைப் பயன்படுத்திய மீதா, தரவகையாக அமைக்கப்பட்ட கட்டைகளைத் தூக்கிச் செல்லும் வேலையை ஹக்கமுக்குக் கொடுத்தான். இது இலகுவான வேலை மற்றும் அவருக்கு உதவுவதற்கு இன்னொரு கைதியும் அவருடன் இருந்தான். நான்கு சுற்றுகளுக்குப் பிறகு ஹக்கம் சோர்வடையத் தொடங்கினார். மரத்தின் கூர்மையான முனைகள் அவருடைய உள்ளங் கைகளையும், விரல்களையும் சிதைத்தன. நகங்களுக்கு அடியில் இருந்த சில சிலாம்புகளை அவர் அகற்றி விட்டார். ஆனால், இன்னும் சில அவருடைய சதையில் பதிந்து அவருக்கு மிகவும் வேதனையைக் கொடுத்தன.

ஹக்கமுடன் வேலை செய்த கைதியை *லங்கரிலிருந்த முன்ஷி* கடுமையாகத் திட்டினார். எரிபொருள் அங்கு தாமதமாகச் சென்றடைந்ததால் அடுப்பில் நெருப்பு குறைந்து கொண்டே வந்தது. வண்டியை வேகமாகச் செலுத்தி வருவதற்குக் கைதி அறிவுறுத்தப்பட்டார்.

கைதியின் செயலற்ற நிலைமையை ஹக்கமால் நன்றாகப் புரிந்து கொள்ள முடிந்தது. அவருடையச் சொந்த பலவீனத்தால்தான் அவரது தோழர் கண்டிக்கப்பட்டார் என்பதை அவர் உணர்ந்தார். அவரும் விரைவில் நிந்திக்கப்படுவார் என்று அவர் ஊகித்தார்.

அவருடைய கூப்பாடிலிருந்து தப்பித்துக் கொள்வதற்காக நடை வேகத்தைத் துரிதப்படுத்தினார், ஹக்கம். சிறிய அளவில் மரத்தை எடுத்துச் செல்வதற்குப் பதிலாக ஒரு பெரிய குவியலை எடுக்க முயன்றார். ஆனால், ஏழு அல்லது எட்டுச் சுற்றுகளுக்குப் பிறகு அவரது கைகள் வலியில் கிறீச்சிட்டன. அவர் முழுக்கைச் சட்டை அணிந்திருந்தபோதும் மரச் சிப்புகள் அவருடைய தோலைத் துளைத்துக் கொண்டே இருந்தன. அவருடைய மூட்டுகள் மேற்கொண்டு அவரைத் தாங்க மறுத்தன, கைகள் பாரத்தில் தொங்கின.

இவர் எந்தவித வேதனையை அனுபவித்துக் கொண்டிருக்கிறார் என்று மரங்களை இழுத்துக்கொண்டிருந்த கைதிகள் புரிந்து கொண்டார்கள். மரங்களை அவர்கள் வேகமாகக் கொண்டு வர ஆரம்பித்தார்கள். அரை மணி நேரத்திற்குள் இயந்திரத்திற்கு முன்னால் பலவற்றைக் குவித்து விட்டனர். மரங்கள் வெட்டப்பட்ட அந்த நேரத்தில் ஹக்கமின் வேலையை அவர்கள் செய்து முடித்தார்கள்.

இயந்திரத்தில் எண்ணெய் ஊற்றும் சாக்கில் *மிஸ்த்ரி* ரம்பத்தை நிறுத்தினார். கைதிகளுக்கு ஹக்கமுக்கு உதவ இன்னும் சிறிது நேரம் கிடைத்தது.

"இல்லை, என் வேலையை நானே செய்கிறேன்" அவருக்கு உதவி செய்ய வந்த வெளி மாநிலக்காரர்களை ஹக்கம் தடுத்து நிறுத்தினார். ஒருவருடைய வேலையை மற்றொரு கைதியிடம் செய்து வாங்குவது, மற்றவருடைய வேலையைச் செய்வது இரண்டும் அபராதம் என்று இந்த வாய்ப்பு குறைந்த மக்களுக்குத் தெரியாது. இந்நாட்களில், ஹக்கமைச் சிறைக் கையேட்டைப் படிக்க வைக்க வேண்டுமென்பதில் சிறை அதிகாரிகள் மிகவும் அக்கறைக்கொண்டிருந்தார்கள். அவர்கள் உடனுக்குடன் கையேட்டை எடுத்து ஹக்கம் மற்றும் வெளிமாநிலக்காரர் களின் வாழ்க்கையைப் பரிதாபகரமானதாக ஆக்கி விடுவார்கள்.

ஓய்வு நேரத்தின் மணி ஒலிக்கும்வரை வேலை செய்து கொண்டிருப்பதற்குத் தன்னை நிர்பந்தப்படுத்தினார், ஹக்கம்.

பதினைந்து நிமிடங்கள் இளைப்பாறிய பிறகு அவருடைய உடல் லேசாவதற்குப் பதிலாகக் கனமாக ஆயிற்று. கைகள் வீங்கின, விரல்கள்

விறைத்துப்போயின மற்றும் முதுகு வலித்தது. அவருடைய உடல், 'இனியும் என்னால் வேலை செய்ய முடியாது' என்று எதிர்ப்பு தெரிவித்தது. ஆனால், செய்ய வேண்டியது மிகவும் அவசியம். ஏதாவது கவனக்குறைவு தென்பட்டால் அவருடைய *பரோல்* ரத்து செய்யப்பட்டு விடும். வேலையை முடிப்பதற்கு அவர் பணியில் வைக்கப்படுவார். அப்பொது அவரால் முடியும் போல! அவருக்குத் தண்டனையாக, அவருடைய மன்னிப்பு ரத்து செய்யப்படும் மற்றும் அவருடைய உணவுப்பொருள்கள் குறைக்கப்படும். இந்த நேரத்தில் இந்த ஆபத்தை ஹக்கமால் ஏற்க முடியாது. என்ன ஆனாலும் அவருக்குத் தொடர்ந்து வேலை செய்தாக வேண்டும்.

ஹக்கம் விறகுகளைச் சுமந்து கொண்டு, காலத்துக்கு ஒவ்வாத, குருதி உறிஞ்சும் சட்டத்தைச் சபித்தார். அதிகாரிகள் விரும்பிய பொழுதெல்லாம் மனிதர்களை விலங்குகளாக மாற்ற அனுமதித்த இது எந்த மாதிரியான சட்டம்? ஆனால், பின்னர் அவர் நினைத்தார், 'சட்டம், சட்டம் தான்.' தவறு அதை நடைமுறைப்படுத்திய மக்களிடமும், அதை அவ்வப்போது மாற்றம் செய்யாமல் விட்டவர்கள்மேலும் உள்ளது.

ஜவஹர்லால் நேருவிலிருந்து சுர்ஜீத்சிங் பர்னாலாவரை சிறை வாழ்க்கையின் ருசி கண்டிருந்த அரசியல் தலைவர்களை ஹக்கம் ஞாபகப் படுத்திக் கொண்டார். சிறைச்சாலை நிர்வாகம் மற்றும் சிறைச்சாலை சட்டங்களை அவர்கள் தடிமனான புத்தகங்கள் எழுதி அம்பலப் படுத்தினார்கள். ஆனால், உயர் பதவியின் நாற்காலியில் அமர்ந்த பிறகு அவர்கள் அதைப்பற்றியெல்லாம் மறந்து விட்டார்கள். பொது நலனுக்காகச் சட்டங்கள் இயற்றுவது இருக்கட்டும், கைதிகள் காந்தி குல்லாய் அணியக்கூடாதென்று ஆங்கிலேயர் உருவாக்கிய சட்டத்தை ரத்து செய்வதற்குக் கூட அவர்களுக்கு இதுவரை நேரம் கிடைக்கவில்லை. இவர்கள் ஆங்கிலேய ஆட்சியாளர்களின் வாரிசுகள். அதே பாதையில் நடை பயின்று கொண்டிருக்கிறார்கள். மக்களை அடிமைத்தனத்தில் வைத்திருப்பதற்காகச் சட்டம் அமைக்கப்பட்டிருக்கிற தென்று தெரிவிக்க அவர்கள் விரும்பினார்கள். அவர்கள் முட்டாள்கள் அல்ல-சட்டங்களைத் திருத்தி, திரும்பவும் ஏன் எழுத வேண்டும்? பொது மக்களுக்கு நிவாரணம் ஏன் அளிக்க வேண்டும்?

பிற்பகலில் ஒருபாத்திரத்தில் தண்ணீர் நிரப்பி, அதில் ஒரு கையளவு *போஸ்த்* போட்டு அடுப்பில் ஏற்றினார்கள், புலம் பெயர்ந்தவர்கள். தண்ணீர் சிறிது நேரம் கொதித்த பிறகு, அதில் வெல்லம் மற்றும் தேயிலைகளைச் சேர்த்தார்கள். பிறகு சூடு தணியும் வரை காத்திருந்தார்கள்.

அன்றுவரை போதைப்பொருள்கள் பயன்படுத்துவதை எதிர்த்து, விரிவாகப் பேசியிருந்தார், ஹக்கம். மற்றும் நடைமுறையில் இதைப் பயன்படுத்துவதை நிறுத்துவதற்கு அவர்களை ஊக்குவித்தார். ஆனால், இன்று அவருடைய வேலையை முடிக்க உதவும் ஒரு மருந்துக்கான தேவையை அவரே உணர்ந்தார்.

மரக்கட்டைகள் மீது படுத்து ஓய்வெடுத்துக்கொண்டிருந்த ஹக்கம், தேநீர் அருந்த நிலம் பெயர்ந்தவர்கள் அழைப்பார்களென்று காத்திருந்தார். மீதா அவருக்குச் சில அடிகள் முன்னால் இருந்தான். அவன் தேநீருடன் 'காலி மாஈ' (அபின்) பரிமாறினான்.

முதலில் ஹக்கம் தேநீர் கோப்பையை வாங்கத் தயங்கினார். இரண்டு போதைப் பொருள்களும் விலை உயர்ந்தவை. வியர்வை மற்றும் ரத்தத்தால் சம்பாதித்த பணத்தால் புலம் பெயர்ந்தோர் அதை வாங்கியிருப்பார்கள். அவர்கள் உழைத்து சம்பாதித்த பணத்தைச் சூரையாட அவர் விரும்பவில்லை.

எந்த விதமான போதைப்பொருள்களையும் உட்கொள்ள அவர் தயங்குவதற்கு மற்றொரு காரணமும் இருந்தது. இனிமேல் அவருக்கு தினந்தோறும் கடினமாக உழைக்கவேண்டியிருக்கும். இந்த வகையான எந்தப் பழக்கத்திற்கும் ஆளாக அவர் விரும்பவில்லை. இதனால் தண்டனை முடிவதற்குள் அவர் போதைப் பொருள்களுக்கு முழுமையாக அடிமையாக மாறக்கூடும்.

ஆனால், எதிர்காலத்தின் சிந்தனைகளால் நிகழ்காலத்தை நாசமாக்க முடியாது. நல்ல நிலையில் நாளைக் கடத்துவது ஹக்கமுக்கு இப்பொழுது கடினமாக இருந்தது.

நிலைமையின் எல்லா அம்சங்களையும் ஆராய்ந்தப் பிறகு ஹக்கம், அந்தக் கசப்பான திரவத்தை விழுங்க முடிவு செய்தார். மீண்டும் வேலையை ஆரம்பிக்கும் நேரத்திற்குள் அவரது உடலில் சக்தி திரும்புவதை அவரால் உணர முடிந்தது மற்றும் அவரது வலி மறைந்தது.

ஒரு மணி நேரத்திற்குப் பிறகு அவரது உடல் மீண்டும் சோர்வடையத் தொடங்கியது. அவரது வேலை செய்யும் வேகமும் குறைந்தது.

"மரக் கட்டைகளின் பணியில் அவரை வேலை செய்ய வைக்கவில்லை, வேசிமகனே?" திடீரென்று மேற்பார்வைக்காக வந்த துணை அலுவலர் மீதாவை நோக்கி கர்ஜித்தார். ஹக்கம் தன்

சோம்பேறித்தனத்துக்கு வெட்கிப்போனார். அதன் காரணம், ஓர் ஏழை அவமானப்படுத்தப்பட்டான் என்று அவருக்குச் சங்கடமாக இருந்தது.

"வா தம்பி, மேலே போ" பிடிப்பட்டதால் அவமானமடைந்த மீதா மரக் கட்டைகளை நோக்கிச் சைகை காட்டினான்.

ஹக்கம் பணிவுடன் மரக்கட்டைகளின் குவியலை நோக்கி ஓடினார். தன்னுடைய பலத்தை முழுதும் திரட்டி மரக்கட்டையை எடுத்து அதன் ஒரு முனையைத் தன் தோள்மீது வைத்தார். மற்றொரு முனை நிலம் பெயர்ந்தவர்களில் ஒருவரால் தாங்கப்பட்டது. கட்டையைத் தோளில் சுமந்து சென்ற ஹக்கமுக்கு, மரக்கட்டை மற்றும் இயந்திரத்திற்கு நடுவில் இருந்த முப்பது அடி இடைவெளி முப்பது மைல் போல் தோன்றியது. இயந்திரம் வரை போய்ச் சேர வேண்டுமென்று அவர் நூறு முறை பிரார்த்தனை செய்தார். அதைத் தரையில் இறக்கிய பொழுது, அவரது தோள்பட்டை மரத்துப்போய் விட்டது போல் அவருக்குத் தோன்றியது.

ஹக்கம் திருட்டுத்தனமாக சுற்றும் முற்றும் பார்த்தார். அவர் தன் தோளைத் தடவிக்கொண்டிருப்பதை ஒரு தூணின் பின்னால் நின்று கொண்டு தரம்பால் பார்த்துக்கொண்டிருந்தார். அவர் சிரித்துக் கொண்டிருந்தார். அந்தப் புன்னகையின் பொருள் என்ன என்பதை ஹக்கம் நன்றாகப் புரிந்து கொண்டார்.

மூன்று மரத்துண்டுகளைச் சுமந்த பிறகு ஹக்கமின் முதுகு மற்றும் தோள்கள் வலிக்க ஆரம்பித்தன. அவரது முழங்கால்கள் கிரீச்சிட்டன மற்றும் அவருடைய பாதங்கள் நூறு டன் எடையுள்ளவைப் போல் தோன்றின. ஒன்றன் பின் ஒன்று அடி எடுத்து வைப்பது முற்றிலும் சாத்தியமில்லை என்று தோன்றியது.

நான்காவது மரத்துண்டைத் தோளில் தூக்கியவுடனே, அவரது கண்களுக்கு முன்னால் நட்சத்திரங்கள் நீந்துவது போலிருந்தது. அவருடைய கால்கள் இடறின, முற்றிலும் தளர்ந்து விழும் அளவுக்கு அவர் தடுமாறினார். கிட்டத்தட்ட மயக்கத்திலிருந்த அவருக்குக் கீழே தரையில் விழுவது போலவும்; மரத்துண்டு அவர் மீது உருண்டு விழுவது போலவும்; அவருடைய எலும்புகள் நொறுங்குவது போலவும், தூரத்தில் நின்றுகொண்டு தரம்பால் அவரைப் பார்த்து அட்டகாசமாகச் சிரிப்பது போலவும் தோன்றியது.

அத்தியாயம் 52

"சர்தார்ஜி, நீங்கள் நலமாகி விட்டீர்கள். இன்று நீங்கள் வெளியேற அனுமதிக்கப் படுவீர்கள்."

மருத்துவ உதவியாளர் ஷியாம்லால் இந்த வார்த்தைகளைக் கூறியதைக் கேட்டதிலிருந்து ஹக்கம் மிகவும் பதட்டத்தில் இருந்தார்.

சாதாரண மருத்துவமனைகளில் நோயாளிகள் வெளியேற்றப்படும் செய்தி பல வேண்டுதல்களுக்குப் பிறகே கிடைக்கும். ஆனால், சிறை மருத்துவமனையில் அது நேர்மாறாக இருந்தது. மருத்துவமனையிலிருந்து விரைவில் விடுவிக்கப்படும் செய்தி வந்தவுடன் கைதியின் முகம் வெளிரி விடும். குறைந்தபட்சம் இன்னும் சில நாட்கள் அங்கேயே இருக்க வேண்டுமென்று அவன் பிரார்த்தனை செய்ய ஆரம்பித்து விடுவான்.

மருத்துவமனையில் இருக்க வேண்டுமென்ற ஆசை, ஹக்கமின் கிளர்ச்சி அல்லது பிடிவாத உணர்ச்சியினால் எழவில்லை. ' நன்றாக' இருப்பதற்குப் பதிலாக அவருடைய நிலை நாளுக்கு நாள் மோசமாகிக் கொண்டிருந்தது. அவருடைய காயங்கள் ஆறாமல் அப்படியே இருந்தன. அவருக்கு நடப்பதற்கும், நகர்வதற்கும் சிரமமாகயிருந்தது. இந்நிலையில் அவரை மீண்டும் வேலைக்கு அனுப்புவது முற்றிலும் அநீதி ஆகும்.

'சிறை நிர்வாகம் என்னைக் கொல்வதில் தீர்மானமாக இருக்கிறது' செய்தி கிடைத்ததிலிருந்து ஹக்கமின் சந்தேகம் உறுதியாகிவிட்டது.

கடந்த நான்கு நாட்களாக அவர் ஓர் அனாதை போல் மருத்துவமனையில் படுத்துக்கிடந்தார். அவருடைய காயங்களைப் பரிசோதிக்க ஒருவரும், ஒரு தடவைக்கூட வரவில்லை. மருத்துவர் வேண்டுமென்றே மருத்துவமனைக்கு வருவதை நிறுத்தி விட்டார். ஹக்கம் மன்றாடிக் கொண்டிருந்தார், "என் பாதத்தில் வலி அதிகரித்து வருகிறது. ஒரு எலும்பு உடைந்து விட்டதென்று நினைக்கிறேன். தயவு செய்து ஒரு *எக்ஸ்ரே* எடுத்து என் காலில் மாவுகட்டு போடுங்கள்." ஆனால், மருத்துவ உதவியாளர் கேட்கவே இல்லை. "நான் உன்னைப் பரிசோதித்தேன். காயம் அபாயகரமானது இல்லை. ஒரு தசை சிதைவு மாத்திரம் ஏற்பட்டிருக்கிறது" என்று கூறி அவரை அலட்சியமாக ஒதுக்கி விட்டார். ஹக்கமின் சந்தேகத்தைத் தீர்ப்பதற்காக *பஹாதுர்* வளாகத்திலிருந்து மியானை அழைத்தார் மருத்துவ உதவியாளர். கால்களும் கைகளும் உடைவது ஒரு சாதாரண நிகழ்ச்சியாக இருந்தது. ஒவ்வொரு கைதியையும் மருத்துவமனைக்கு எவ்வாறு கொண்டு செல்ல முடியும்? மியான் ஓர் உள்ளூர் நிபுணர். அவர் சிறைக்குள்ளேயே உடைந்த

எலும்புகளை ஒன்றாகப் பொருத்திவிடுவார். அவர் மருத்துவ உதவியாளருடைய நோயறிதலுடன் உடன்பட்டு, கட்டுக்களை அவிழ்த்து. அவற்றை மீண்டும் இறுகக் கட்டிவிட்டுத் தன் வழியில் சென்றார்.

ஹக்கமின் மற்ற காயங்களும் இதேபோல மோசமான நிலையில் இருந்தன. முதல் நாளன்று, புண்களின் மேல் களிம்பு பூசப்பட்டு, அவற்றைச் சுற்றி கட்டு போடப்பட்டது. அதன் பிறகு புண்கள் சுத்தம் செய்யப்படவில்லை, கட்டும் மாற்றப்படவில்லை. கட்டு மாற்றுவதற்கு ஹக்கம் வேண்டுகோள் விடுத்தபொழுதெல்லம் அவருக்குக் கேட்கக் கிடைத்த பதில், “நான் ஒரு நிமிடத்தில் வருகிறேன்” என்பதுதான். அந்த விஷயம் அங்கேயே முடிந்து விடும்.

முந்தைய நாள்முதல் ஹக்கமின் காயங்களில் கடுப்பு ஏற்பட்டிருந்தது; கிருமிகளினால் பாதிக்கப்பட்டுச் சீழ் கசிவு உண்டாகியிருக்கலாம் என்று அவர் சந்தேகித்தார். புண்கள் காய்வதற்கு உட்கொள்ள மருந்தும், வெளிப்புறத்தில் காயங்களின் மேல் பூசுவதற்குக் களிம்பும், கட்டும் போடுவது மிகவும் அவசியம். அவருக்கு நுண்ணுயிர் எதிர்ப்பிகளுக்குப் பதிலாக வலி நிவாரணிகள் அளிக்கப்பட்டன. இந்த ரணங்கள் எப்படித்தான் குணமாகும்?

ஹக்கமின் வலது கண், முழங்கை, இடது கால் மற்றும் பாதம் மோசமாகக் காயமடைந்திருந்தன. அவருடைய முழங்கால்கள், தோள்கள்-அவருடைய கழுத்து-அத்துடன் அவருடைய முழு உடலிலும் சிராய்ப்பு குறிகள் இருந்தன.

காயங்களினால் சங்கடப்பட்டுக் கொண்டிருந்த அவர், தரைத் தளத்தில் இருந்த வார்டின் நிலைப்பற்றியும் கவலைப்பட்டார். பத்துப் படுக்கைகளுக்கான அறையில் பதினைந்து கட்டில்கள் நெருக்கி அடைக்கப்பட்டிருந்தன. பதினைந்து நோயாளிகளுக்குப் பதிலாக முப்பத்தைந்து பேர் அனுமதிக்கப்பட்டிருந்தனர். ஒருவருக்கு மஞ்சள் காமாலை மற்றும் மற்றவருக்கு ஆஸ்துமா இருந்தது. இன்னொருவர் காச நோயால் அவதிப்பட்டுக் கொண்டிருந்தார். வெளியில் யாரோ முனகிக் கொண்டிருக்கும் சத்தமும், இருமிக்கொண்டும், குமட்டிக் கொண்டும், வாந்தியெடுக்கும் சத்தங்களும் கேட்டுக்கொண்டிருந்தன. பீடி பிடிப்பவர்களும் புகையிலை மெல்லுபவர்களும் அங்கு இருந்தனர். துர்நாற்றம் மற்றும் ஈரப்பதம் ஹக்கமின் வேதனையையும், அசௌகரியத்தையும் மேலும் அதிகரிக்ககூடியதாக அமைந்தது.

அவர் ஒரு பி வகுப்பு கைதி. அவருக்கு முதல் மாடியில் இடமளிக்கப்பட்டிருக்க வேண்டும். ஒவ்வொரு முறை அவர் கேட்ட

பொழுதும், வார்டை மாற்றும் அதிகாரம் மருத்துவருக்கு மட்டுமே உண்டு என்று கம்பவுண்டர் தட்டிக் கழித்து விடுவார். மருத்துவரிடம் கெஞ்சிக் கேட்டுக்கொள்ள வேண்டுமென்றால் அவர் அதை எப்படிச் செய்வார்? கடந்த நான்கு நாட்களாக அந்த நல்ல மனிதர் ஒரு தடவைக்கூட இங்கு தன் முகத்தைக் காட்டவில்லை.

முதல் நாள் மருத்துவருக்கு ஒரு விசாரணையில் சாட்சியாகக் கலந்து கொள்ள வேண்டியிருந்தது. அதனால் அவர் நாள் முழுவதும் வெளியில் இருந்தார். அடுத்த நாள் அவருடைய துறையின் உயர் அதிகாரிகளுடன் அவருக்குச் சந்திப்பு இருந்தது. அவர் வீடு திரும்பும் பொழுது சாயங்காலம் பொழுது சாய்ந்து விட்டது. பிறகு அவருக்கு நண்பரின் தங்கையின் திருமணத்தில் கலந்து கொள்ள வேண்டியிருந்தது. அதனால் அவர் பணியிலிருந்து விடுப்பு எடுத்தார். ஒருநாள் அவர் வருவதையே தவிர்த்து விட்டார். அவர் வேலைக்கு வரவே இல்லை.

மருத்துவரும் கம்பவுண்டரும் எந்தச் சில்மிஷத்தில் இறங்கியிருக்கிறார்கள் என்று ஹக்கமுக்கு நன்றாகப் புரிந்தது. அவரை எந்தெந்தச் செயல்களுக்காகத் தண்டிக்க வேண்டுமென்று எண்ணிக்கை வைத்துக் கொண்டு, அவர்கள் பழிவாங்கிக் கொண்டிருந்தார்கள். முன்னர், பல சந்தர்ப்பங்களில் ஹக்கம் அவர்களுடைய செயல்படும் முறைகளைச் சுட்டிக்காட்டிக் குற்றம் சாட்டியிருக்கிறார். காயமடைந்த எதிரிக்குத் தண்ணீர் வழங்கும் அளவுக்கு இந்த மனிதர்கள் உயர்ந்தவர்கள் அல்ல. பெரும் இன்னல்களுக்குப் பிறகு ஹக்கம், அவர்களின் கைகளில் அகப்பட்டுக் கொண்டிருந்தார். இப்பொழுது அவருக்கு ஏற்படக்கூடிய மோசமான விஷயங்களைத் தங்கள் எதிரிகளுக்குக் காண்பிக்க அவர்கள் விரும்பினார்கள்.

மூன்று இரவுகள் தூக்கமில்லாமல் கழித்ததனால் அவருடைய தலை பாரமாக இருந்தது; கண்கள் சிவந்து எரிந்து கொண்டிருந்தன. அவருக்குப் பசி எடுக்கவில்லை மற்றும் அமைதியின்மை நொடிக்கு நொடி அதிகரித்துக்கொண்டே இருந்தது. அவர் படுக்கையில் படுத்துக் கொள்வார், உட்காருவார், சிறிது சுற்றி நடந்து விட்டு மீண்டும் கட்டிலின் மேல் உட்கார்ந்து கொள்வார். அவர் பேசும் பொழுது திடீரென்று மௌனமாகி, சுவர் பக்கம் முகத்தைத் திருப்பிக் கொண்டு படுத்துக் கொள்வார்.

எந்நேரமும் வெளியேற்றப்படலாம் என்கிற செய்தியை ஷியாம் லாலிடமிருந்து கேட்ட பிறகு, மரணம் தனது படுக்கையின் தலைமாட்டில் சுற்றுவதை ஹக்கமால் பார்க்க முடிந்தது.

'சிறை நிர்வாகத்திற்கு எதிராகக் கிளர்ச்சி கொடியை உயர்த்தியதற்காக மரண தண்டனை விதிக்கப்பட்ட முதல் தியாகியாக நான் இருக்க மாட்டேன். சிறையில் இது ஒரு பொதுவான செயல்முறை' இந்தச் சிந்தனையுடன் அவருக்கு முந்தைய தியாகிகளின் நினைவுகள் வந்தன. இவருடைய பக்கத்துப் படுக்கையில் இருந்த ஹரியா பொது மருத்துவமனைக்கு அழைத்துச் செல்லப்பட்டிருந்தான். சக கைதிகளுடன் சண்டையில் அவனுடைய இடது கை உடைந்து விட்டது. சிறை மருத்துவரால் உடைந்த எலும்புகளின் முனைகள் சரியாகச் சேர்த்து பொருத்தப்படாததால், அது மீண்டும் உடைக்கப்பட்டுத் திரும்பவும் பொறுத்தப்பட்டது. ஆனால், இதுவும் சரியாக அமையவில்லை, முழு கையும் பாதிக்கப்பட்டது. அவனுடைய உயிரைக் காப்பாற்ற வேண்டுமானால் கை வெட்டப்பட வேண்டும் என்று எலும்பு நிபுணர் அறிவுரை வழங்கினார். நம்பிக்கை இழந்த மனிதன் என்ன செய்ய மாட்டான்? தேம்பிக்கொண்டும், புலம்பிக்கொண்டும் ஹரியாவுக்கு அறுவை சிகிச்சைக்கு ஒப்புதல் அளிக்க வேண்டியிருந்தது.

ஹரியாவின் கை தற்செயலாக உடையவில்லை, உத்தரவுகளின் அடிப்படையில் வேண்டுமென்றே அவ்வாறு செய்யப்பட்டது. யார் மற்றும் ஏன் உடைத்தார்? இந்தச் சம்பவம் அவனாலேயே இப்படி விவரிக்கப்பட்டது.

ஹரியா இரண்டு வாரங்களாக உடல்நிலை சரியில்லாமல் இருந்தான். அவனுடைய உடல் முழுவதிலும் அரிப்பு ஏற்பட்டிருந்தது. சிறை மருத்துவமனையின் மருந்துகளால் எந்த மாற்றமும் இருக்க வில்லை, மாறாக அவனுடைய நோய் மோசமாகி, சிறு கொப்புளங்கள் கொஞ்சம் கொஞ்சமாக உடல் முழுவதும் பரவியது. ஹரியா பொதுநல மருத்துவமனையில் சிகிச்சைப் பெற விரும்பினான். ஆனால், மருத்துவர் அவனை அங்கே அனுப்பத் தயாராக இல்லை. வெறும் தலைவலியால் பாதிக்கப்பட்ட கைதிகூடப் பொதுநல மருத்துவமனையில் அனுமதி பெற ஆவலுடன் இருக்கிறான் என்றும் உண்மையில் அவன் வெளியில் சென்று மகிழ்ச்சியான சிறு பயணத்தை அனுபவிக்க ஆசைப்படுகிறான் என்றும் அவர் கூறினார். அவர் ஹரியாவிடம் சொன்னார், "நீ சரியாகிக் கொண்டிருக்கிறாய். முற்றிலும் நலம் பெற இன்னும் சில நாட்கள் ஆகும். நீ இங்கிருந்தாலும் சரி, மருத்துவமனைக்கு வெளியில் இருந்தாலும் சரி." மருத்துவரின் வார்த்தைகளால் ஹரியா சமாதானம் அடையவில்லை. அவன் தூங்குவதை நிறுத்தி விட்டான். அவனுக்குப் பைத்தியம் பிடித்துவிடும் போல் இருந்தது. அவன் சிறைக் கண்காணிப்பாளரிடம் முறையிட்டான், ஆனால், அவனுடைய கோரிக்கை

நிராகரிக்கப்பட்டது. அவன் முன்பு ஒருமுறை ஏதோ காரணத்தால் பொது மருத்துவமனைக்குச் சென்ற பொழுது அங்கிருந்து காணாமல் போய் விட்டான் என்று அவனுடைய வரலாற்றுச் சீட்டில் குறிப்பிடப் பட்டிருந்தது. இந்தச் சந்தர்ப்பத்திலும் அவன் சிறையிலிருந்து தப்பி ஓடுவதற்கான அடித்தளத்தை அமைத்துக்கொண்டிருக்கிறான் என்று சந்தேகப்படப்பட்டது.

நோயினாலும், அவனுடைய வேண்டுகோள் நிராகரிக்கப்பட்டதாலும் சோர்வுற்ற ஹரியா கண்காணிப்பாளருடன் சண்டை போட ஆரம்பித்தான். ஆத்திரத்தினால் வெறியடைந்த ஹரியா, இத்தகைய சந்தர்ப்பங்களுக்காகத் தயாராக வைக்கப்பட்டிருந்த கூர்மையாக்கப்பட்ட கரண்டிகளால் கண்காணிப்பாளரின் மார்பில் குத்தி, அவரைத் தாக்கினான். கண்காணிப்பாளருக்கு உண்டான காயங்கள் மிகவும் ஆழமானதாக இருக்கவில்லை. ஆனால், நிர்வாகம் இந்தத் தாக்குதலைக் கம்பீரமாக எடுத்துக் கொண்டது. "இன்று ஒரு ஜேப்படிக்காரன் கண்காணிப்பாளரைத் தாக்கினான்; நாளை வேறு யாராவது துணை அலுவலர் மேல் இதையே செய்ய முயற்சிப்பான். பாம்பு தலையைத் தூக்கும்முன்பு அதை நசுக்கி விடுவது நல்லது." ஹரியாவுக்கு ஒரு பாடம் கற்பிக்க நிர்வாகம் முடிவு செய்தது.

அடுத்த நாள் வருகை பதிவேடு எடுக்கும் பொழுது ஹரியாவுக்கு அவனுடைய குற்றம் படித்துச் சொல்லப்பட்டது. பின்னர் தீர்ப்பும் அறிவிக்கப்பட்டது. ஆடைகள் அகற்றி நிர்வாணமாக ஆக்கப்பட்டு இருபது சாட்டையடி கொடுக்கப்பட்டான். "சிறை ஊழியர்களுக்கு எதிராக எழும் எந்தக் கரமும் துண்டிக்கப்படும்" என்று துணை அலுவலர் அறிவித்தார். அவன் தாக்கிய கண்காணிப்பாளர் அளித்த தண்டனையாக அவனுடைய முதுகு தோல் அகன்று விடும் அளவுக்கு அவன் அடிக்கப்பட்டான். அன்று இரவு சில நம்பிக்கைக்குரிய கைதிகள் அவனுடைய கையை உடைக்கும்படி கூறப்பட்டனர். அதன் பிறகு மருத்துவர் தன் பங்காக எரிகிற கொள்ளியில் எண்ணெய் ஊற்றினார். அதனுடைய விளைவு இப்பொழுது எல்லாருக்கும் பார்க்க கிடைத்திருந்தது. கண்காணிப்பாளர் மேல் எழுப்பப்பட்ட கை இப்பொழுது முழுவதும் துண்டிக்கப்பட்டு விட்டது.

'ஹரியா தன்னுடைய சோகத்திலும், கோப வெறியிலும் கண்காணிப்பாளரைத் தாக்கியிருந்தான். ஒரு சாதாரண குற்றத்திற்காக இத்தகைய கொடூரமான தண்டனை அவனுக்கு அளிக்கப்பட்டது. கண்காணிப்பாளரிலிருந்து சிறை அதிகாரி மற்றும் கம்பௌண்டரிலிருந்து மருத்துவர் வரை சிறையிலிருந்தவர்களுடன் நான் பிரச்சனையில் ஈடுபட்டிருக்கிறேன். பதிலுக்கு எனக்கு மரண தண்டனை கிடைப்பது

உறுதி' ஹரியாவின் கதையைத் தனது சொந்த கதையுடன் ஒப்பிடும் பொழுது ஹக்கம் சில சமயம் இந்த முடிவுக்கு வந்தார். மற்ற நேரங்களில் அவர் மீண்டும் சிந்தனை செய்வார், 'நான் ஹரியா அல்ல. நான் ஒருபோதும் எனக்காக எதையும் கேட்கவில்லை. மற்ற கைதிகளுக்காகப் போராட்டங்கள் நடத்தியிருக்கிறேன். நான் ஒருபோதும் வன்முறைச் செயல்களில் ஈடுபட்டதில்லை. அவர்கள் என்னையும் அதே மாதிரி நடத்த முடியாது' ஹக்கம் ஒரு வழக்கறிஞரைப் போலத் தனக்குச் சாதகமான வாதங்களை முன் வைத்து, தன்னைத் தேற்றிக் கொள்வார். பின்னர் அவருக்கு வேறு சில சம்பவங்கள் நினைவுக்கு வரும். மீண்டும் சந்தேகம் அவரைக் குழப்பிவிடும்.

ஒருநாள் காலையில் நிந்தர் *பெஹல்வான்* சந்தோஷமாகத் தனது வேலைக்குச் சென்றிருந்தார். மாலை தேநீருடன் அவருடைய வயிற்றுக்குள் என்ன சென்றது என்று அவருக்கு ஒன்றும் தெரியவில்லை. முதலில் தேநீரை வாந்தியெடுத்தார், பின்னர் சிறிது ரத்தம். மருத்துவமனைக்குக் கொண்டு செல்வதற்குள் அவர் மயக்கமடைந்து விட்டார். மாலையில் இறந்து விட்டார். நிந்தரை எந்த நோய் விழுங்கியதென்று யாருக்கும் தெரியவில்லை. சிலர் அது காலரா என்றார்கள், மற்றவர்கள் அவருடைய வயிற்றில் புண் இருந்தது என்றும் அது வெடித்து விட்டதென்றும் கூறினார்கள். ஒரு விஷப்பூச்சி அவருடைய தேநீரில் விழுந்து விட்டதாகச் சிலர் கருதினார்கள். மற்றும் சிலர் அவர் வேண்டுமென்றே தீங்கு விளைவிக்கும் பொருளை உட்கொண்டு தற்கொலை செய்து கொண்டார் என்று உறுதியுடன் கூறினார்கள். மரணத்திற்கான காரணம் குறித்த கடைசி யூகம் சரியானதாக இருக்க வேண்டுமென்று ஹக்கமுக்குத் தோன்றியது. ஒரு வித்தியாசம், அதாவது நிந்தர் விஷப்பொருளைத் தானாக உட்கொள்ளவில்லை, அது அவருக்குத் தெரியாமல் கொடுக்கப்பட்டது.

வாராந்திர ஆய்வின் பொழுது, ஏதோ ஒரு விஷயத்தில் நிந்தர் மேல் கோபம் கோண்டு கண்காணிப்பாளர் அவரை அடித்தார் என்று சில வதந்திகளைப் பற்றி ஆலைக்கு அனுப்பப்படுவதற்கு முன்பு ஹக்கம் கேள்விப்பட்டிருந்தார், நிந்தர் மிகவும் பொல்லாதவர். அவரைப் பின்பற்றுபவர்கள் முன்னிலையில் அவமானப்படுத்தப்பட்டதை அவரால் சகித்துக்கொள்ள முடியவில்லை. ஏற்கெனவே மூன்று கொலைகளை அவர் செய்திருந்தார். அனைத்தும் அவரது கௌரவத்தைப் பாதுகாப்பதற்காக. கண்காணிப்பாளரின் கையிலிருந்த தடியைப் பிடித்து அடியைத் தடுத்திருந்தார். கீழ்ப்படியாமையின் இந்த அறிகுறி கண்காணிப்பாளரை மிகவும் கோபப்படுத்தியிருந்தது. ஆய்வைப் பாதியில்

நிறுத்திக் கொண்டு ஆத்திரத்துடன் தனது அலுவலகத்திற்குத் திரும்பி விட்டிருந்தார். அவர் தன் ஆலோசகருடன் ஒரு மணி நேரம் நீடித்த ரகசிய சந்திப்பை நடத்தினார். ஒரு வாரத்திற்குள் நினைத்துப் பார்க்க முடியாதது நடந்து விட்டது. நிந்தருக்குப் பிறகு இப்பொழுது ஹக்கமின் முறை.

தனது முந்தைய நடவடிக்கைகளுக்கு இப்பொழுது ஹக்கம் வருந்தினார். 'நான் விவேகமான முறையில் நடந்து கொண்டிருக்க வேண்டும். சிறை நிர்வாகம் எனக்கு எத்தகைய தீங்கு விளைவிக்கக் கூடும் என்று நான் உணர்ந்திருக்க வேண்டும். சிறை அதிகாரிகள் என்னைக் கொடூரமான முறையில் நடத்தவில்லை. நான் மேலும் மேலும் கலகக்காரனாக மாறினேன். ஆனால், பறவைகள் வயலிலுள்ள நெல்லைத் தின்றுவிட்ட பிறகு இப்பொழுது வருந்தி என்ன பயன்? ஒரு தவறு செய்து விட்டேன். அதன் பின்விளைவுகளுக்கு நான் இப்பொழுது தயாராக இருக்க வேண்டும்' இத்தனை எண்ணங்களின் பிரவாகத்தில் தனது மண்டை வெடித்து விடும் போல் ஹக்கமுக்குத் தோன்றியது.

கவலை மற்றும் தூக்கமின்மை தனக்குப் பலவிதத்தில் தீங்கு விளைவிக்கக்கூடுமென்று அவர் உணர்ந்தார். அது அவருடைய மனதின் சமநிலையைக்கூட இழக்க வழிவகுக்கக்கூடும். எப்படியாவது சில மணி நேரம் கொஞ்சம் தூங்குவதுதான் இந்தக் கவலைக்குறிய பிரச்சனைக்குத் தீர்வு. இதற்கு ஒரு தூக்க மாத்திரை உட்கொள்ள வேண்டும். அது அவர் தூங்குவதற்கு உதவும். அந்த மாத்திரை, அவருக்கு எந்த வகையிலும் ஆதரவளிக்கத் தயாராக இல்லாத கம்பௌண்டரிடம் மட்டுமே கிடைக்கக்கூடும். அவர் சில சமயம் அந்த குறிப்பிட்ட மருந்து கையிருப்பில் இல்லையென்று கூறுவார்.

மற்ற சமயங்களில், மருத்துவர் பரிந்துரைத்த பிறகுதான் கொடுக்க முடியும் என்பார். கம்பௌண்டரிடம், மருந்தை வெளியிலிருந்து வரவழைத்துக் கொடுக்க, ஹக்கமால் சொல்ல முடியாது - சொல்லியிருந்தாலும் கம்பௌண்டர் அதற்கு உடன்பட்டிருக்க மாட்டார். இந்தப் புறக்கணிப்புக்குத் தன்னை உட்படுத்திக்கொண்டு, தனது உணர்ச்சிகளை மேலும் புண்படுத்திக் கொள்ள அவர் விரும்பவில்லை. பணக்கார கைதிகள், தங்களுடைய பாக்கெட்டு நிறைய மருந்துகளுடன் சுற்றி வந்தார்கள். நொறுக்குத்தீனி போல் அதைச் சாப்பிட்டார்கள். அவருடைய அவசியமான நிலையில் ஒரு மாத்திரை பெறும் அதிர்ஷ்டம் கூட அவருக்கு இருக்கவில்லை. விவரிக்க முடியாத மோசமான அநீதிகளைக் கண்டு அவருடைய ரத்தம் கொதித்தது.

எழும்பும் கோபத்தைத் தணிக்கும் முயற்சியில் ஹக்கம் படுக்கையில் படுத்துக் கொண்டு கண்களை மூடிக்கொண்டு தூங்க முயற்சி செய்தார்.

மஞ்சள் காமாலை நோயால் பாதிக்கப்பட்டிருந்த நந்துவின் கண்கள் காலையிலிருந்து ஹக்கமின் மேல் இருந்தது. 808ஆம் எண்ணில் படுத்திருந்த சர்தார், சில சமயம் முன்பு, அரசாங்க செலவில் நந்துவுக்கு ஒரு மிகச் சிறந்த வழக்கறிஞரை ஏற்பாடு செய்திருந்த ஹக்கம் *சிங்* தான் என்று அவனுக்குத் தோன்றியது- ஆனால், நிச்சயப்படுத்த முடியவில்லை. உயர்நீதிமன்றத்தின் தலையீட்டின் பிறகு நந்துவின் தீர்ப்பு இடைநிறுத்தப்பட்டிருந்தது மற்றும் அவனுடைய விடுதலை ஒத்தி வைக்கப்பட்டிருந்தது. எனினும், அவனுடைய வழக்கறிஞரின் முயற்சிகள் என்றாவது ஒருநாள் அவனுடைய விடுதலைக்கு வழிவகுக்கும் என்று அவன் முழுமனதுடன் நம்பினான்.

நந்து பார்த்துக் கொண்டிருந்த நோயாளியின் அடையாளம் குறித்து அவனுடைய சந்தேகங்களுக்குப் பல காரணங்கள் இருந்தன. முதலாவது, ஹக்கம் *சிங்* ஓர் இளைஞர். இந்தச் சர்தாரின் தாடி பாதிக்கு மேல் வெள்ளையாக இருந்தது; ஹக்கம் ஒல்லியாக இருந்தார் ஆனால், இந்த மனிதரைப் போல் எலும்பும் தோலுமாக இருக்கவில்லை; ஹக்கம் தானாகவே கைதிகளைத் தேடி, அவர்களைத் தன் பக்கத்தில் அமர்த்திக் கொண்டு அவர்களுடன் பேசுவார். அவர்களுடைய பிரச்சனைகளைத் தீர்ப்பார். ஆனால், இந்தச் சர்தாரோ அமைதியாக இருந்தார். இவர் தானே பிரச்சனைகளால் சூழப்பட்டவர் போல் தோற்றமளித்தார்.

ஹக்கம் ஒரு வருடம் கழித்து விடுவிக்கப்பட்டு வீட்டிற்குச் சென்று விட்டார் என்று நந்து மற்றும் மற்ற கைதிகளிடம் கூறப்பட்டது. ஒவ்வொரு கைதியும் வீட்டிற்குச் சென்ற பிறகு சிறையிலிருந்த தன் நண்பர்களை மறந்து விடுகிறான். நந்துவுக்கு இந்த உலகம் பழக்கமற்றது அல்ல. பல மாதங்களுக்குப் பிறகும்கூட ஹக்கமைக் காண முடியாமல் போனதும் கைதிகளும் அவரை மறந்து விட்டனர்.

ஹக்கம் ஒரு தொழில்முறை குற்றவாளி இல்லையென்பதையும் நந்து அறிந்திருந்தான். அதனால் மற்றொரு குற்றத்திற்காக அவர் மீண்டும் சிறைக்கு அனுப்பப்படுவதற்கான வாய்ப்பு இல்லை.

அந்தக் கைதியின் பெயர் மற்றும் பிற விவரங்களைத் தெரிந்து கொள்ள, காலையிலிருந்து நந்து முயற்சி செய்துக் கொண்டிருந்தான். மற்ற நோயாளிகளுக்கு அவருடைய கைதி எண்தான் தெரிந்திருந்தது.

சர்தார் தன்னைப்பற்றி யாரிடமும் சொல்லவில்லை. ஒருவரும் அவரிடம் கேட்கவும் இல்லை.

சக கைதிகளின் முட்டாள்தனத்தைக் கண்டு நந்து ஆச்சரியப் பட்டான். ஒவ்வொரு கைதியும் ஏதாவது ஒரு பிரச்சனையில் சிக்கி யிருந்தனர். நதி அவர்களுடைய கதவைத் தாண்டி ஓடிக்கொண்டிருந்தது, அவர்கள் தாகத்துடன் வாசலில் நின்றிருந்தார்கள்.

குடல் நோயினால் அவதிப்பட்டுக் கொண்டிருந்த பஹாடியா, மரணப் படுக்கையில் இருந்த அவனுடைய மனைவியின் கடைசி ஆசையை நிறைவேற்ற முடியாததைப்பற்றி அதிகம் வருந்தினானே ஒழிய தனது சொந்த உடல்நிலை குறித்து அவ்வளவாகக் கவலைப்படவில்லை. கடந்த ஆறு மாதங்களாக அவனுடைய மனைவி புற்று நோய்க்கு எதிராகப் போராடிக்கொண்டிருந்தாள். மனம் தளர்ந்து மருத்துவர்கள் கைகளை உயர்த்திவிட்டார்கள். அவளை வீட்டிற்கு அழைத்துச் சென்று, முடிந்தவரை சௌகரியமாக வைத்துக் கொள்ளும்படி அவளுடைய உறவினர்களுக்கு அறிவுறுத்தனர். "என் கணவரை அழைத்து வாருங்கள், என்னுடைய கடைசி மூச்சை அவர் மடியில் தலை சாய்த்து எடுப்பேன்" என்று அவள் நாள் முழுவதும் அரை குறையான உணர்வில் முணுமுணுத்தாள். அவன் பலமுறை *பரோல்* வேண்டினான். தன்னுடைய முறையீட்டை உறுதிப்படுத்த மருத்துவரின் சான்றிதழும் இணைத்திருந்தான். ஆனால், துணை அலுவலர், படமெடுத்த நாகத்தைப்போல் அந்த விண்ணப்பத்தின் மேல் உட்கார்ந்திருந்தார். அவர் கூறினார், "நோய் உண்மையானது அல்ல. சான்றிதழ் போலியானது. உன் நடத்தை எல்லாம் ஒரு மோசடி. உன்னுடைய உண்மையான ஆசை வீட்டிற்குச் சென்று ஒரு குழந்தையை உருவாக்க வேண்டும் என்பது மட்டுமே."

"கைதி எண் 808 உண்மையில் ஹக்கமாக இருந்தால் உன்னுடைய கோரிக்கை நிச்சயமாக அனுமதிக்கப்படும் என்று நீ உறுதியாக இருக்கலாம். உனக்கு விருப்பமான எந்த வழக்கறிஞரை வேண்டுமானாலும் நீ அமர்த்திக் கொள்ளலாம். உன்னுடைய *பரோலு*க்கு ஒப்புதல் வாங்கிக் கொடுத்த பிறகுதான் ஹக்கம் இளைப்பாறுவார்" என்று நந்து பஹாடியாவை ஆசுவாசப்படுத்தினான்.

ஆஸ்த்துமா நோயால் அவதிப்பட்டுக் கொண்டிருந்த பெங்காலி நன்கு படித்தவன் அல்ல. அமைதியாகவும் அடக்கமாகவும் இருந்து கொண்டு, கடுமையாக உழைத்துப் பல மன்னிப்புகளை அவன் பெற்றிருந்தான். அவனுடைய கிராமம் வெகுதூரத்தில் இருந்தது. அவனுக்குத் தண்டனை விதிக்கப்பட்ட தினத்திலிருந்து இன்றுவரை

அவன் ஒரு தடவைக்கூடப் பரோலில் செல்லவில்லை. பெங்காலியின் கணக்குப்படி அவனுக்கு விடுதலை இரண்டு மாதங்களுக்கு முன்பு கிடைத்திருக்க வேண்டும். இதைச் சரியாகக் கணக்கிட அவன் பல சந்தர்ப்பங்களில், பல தடவை, உதவி தரோகாவிடம் கேட்டுக் கொண்டான். இந்த வேலைக்காக அவர் அவனிடம் ஐநூறு ரூபாய் கேட்டார். அவனிடம் இந்தத் தொகை இல்லாததால் அவனுடைய வெளியீடு தாமதமாகிக் கொண்டிருந்தது.

நந்து அவனையும் ஊக்குவித்தார், "இந்த நோய்க்கான சரியான மருந்து இந்த வழக்கறிஞரிடம் இருக்கிறது. அவர் உடனே கணக்கீடுகளைச் செய்து உன்னை விடுவித்து விடுவார்."

போலு ஒரு காச நோயாளி. நோய் முத்தி கடுமையான நிலை அடைந்து விட்டிருந்தது. இது ஒரு தொற்று நோயானதால் மற்றவர்களுக்கும் பரவும் அபாயத்தை உண்டாக்கியது. "முறையான சிகிச்சை பெறுவதற்காக உன்னைக் காசநோய் மருத்துவமனைக்கு அனுப்ப வேண்டும்" என்று மருத்துவர் அவனிடம் பல முறை கூறினார். ஆனால், எல்லா நடவடிக்கையும் அங்கே முடிந்து விடும். காலையிலும் மாலையிலும் போலு மருத்துவரிடம் கெஞ்சினான். "நாங்கள் அப்படியே செய்வோம், நாங்கள் அப்படியே செய்வோம்" என்ற சொற்றொடருடன் அவன் தட்டிக் கழிக்கப்பட்டான்.

808ஆம் எண் கைதியின் பெயரைக் கண்டு பிடிக்கும்வரை நந்துவால் நிம்மதியாக உட்கார முடியவில்லை-கம்பௌண்டரை முகஸ்துதி செய்து இந்தச் சாதனையைச் செய்து முடித்தான் அவன். பிறகு பஹாடியா, பெங்காலி மற்றும் போலுவை மகிழ்ச்சியுடன் ஹக்கமைச் சந்திக்க அழைத்துச் சென்றான்.

ஹக்கம் தூங்கிக் கொண்டிருக்கிறார் என்று நினைத்து அவரை மெதுவாக நந்து அசைத்த பொழுது, ஹக்கம் அப்பொழுது கைதி ருல்டுவைப் பற்றி நினைத்துக் கொண்டிருந்தார்.

ருல்டு யார், அவன் எங்கிருந்து வந்தான் என்று யாருக்கும் தெரிந்திருக்கவில்லை. அவர்களுக்குத் தெரிந்ததெல்லாம் அவன் ஒரு கொலை வழக்கில் தண்டனை அனுபவித்துக் கொண்டிருந்தான் என்பதுதான். அவன் ஏற்கெனவே எவ்வளவு தண்டனை அனுபவித்து விட்டான் மற்றும் எவ்வளவு மிச்சம் இருந்தது? ஒருவருக்கும் தெரியாது. அங்கிருந்த ஒவ்வொரு கைதியும், "நான் இந்தச் சிறைக்கு வந்தபொழுது ஏற்கெனவே ருல்டு இங்கே இருந்தான்" என்று சொன்னான்.

அவன் அமைதியான தோற்றமும், நடத்தையும் கொண்டிருந்ததால் மக்கள் அவனைத் *தர்வேஷ்* என்று அழைத்தனர். சிறை நிர்வாகம் அவனுக்கு அன்புடன் கடின உழைப்பிலிருந்து விலக்கு அளித்திருந்தது மற்றும் அவனுடைய நடமாட்டங்களுக்கு எந்தத் தடையும் இருக்கவில்லை. அவன் விரும்பிய இடத்திற்கு அவனால் செல்ல முடிந்தது.

அவன் தன் பெரும்பாலான நேரத்தை மருத்துவமனையில் கழித்தான்; சில சமயம் மௌனமாகவும், சில சமயம் கைதிகளுடன் பேசிக்கொண்டும். அவன் அவ்வப்போது வழக்கறிஞர்களையும், நீதிபதியையும் கூடத் திட்டினான். அவனுடைய வசைமொழி சிலசமயம் நீதிமன்ற சாட்சிகள் மற்றும் அவனுடைய குழந்தைகளை நோக்கியும் இருந்தன. அவனுடைய குழந்தைகள் அவனது மறுப்புரைக்கான ஏற்பாடுகளைச் செய்யவில்லை மற்றும் அவனைச் சந்திக்க ஒரு தடவைக் கூட வரவுமில்லையென்று மக்கள் கூறினார்கள். ருல்டு சிறைச்சாலையைத் தன் வீடாகக் கருதினான்.

மக்கள் அவனைத் *தர்வேஷ்* என்று அழைத்தாலும் சரி, தொண்டன் என்று அழைத்தாலும் சரி, ஹக்கம் அவனை மன அழுத்தத்தினால் மனநிலையை இழந்த ஒரு பைத்தியக்காரனாகக் கருதினார். அவனுக்குத் தூங்குவதற்கு, தூக்க மாத்திரைகள் தேவைப்பட்டன. அவன் கெஞ்சிக் கேட்ட பொழுது மருந்து கொடுக்கப்பட்டால், அவன் தூங்கினான். இல்லையெனில் அவன் ஒரேயடியாகப் பல இரவுகள் தூங்காமல் இருந்தான். நோய் தீவிரமான பிறகு மருத்துவர்கள், அவனுக்குத் தூக்க மருந்து ஊசி செலுத்தி அவனைத் தூங்க வைத்தார்கள்.

அவனுக்கு இலவச ஊசி போடுவது கஷ்டமாகிக் கொண்டிருக்கிறதென்று முந்தைய தினம் மாலையில் ஷியாம்லால் ஹக்கமிடம் கூறியிருந்தான். விரைவில் அவன் பைத்தியக்காரன் என்று அறிவிக்கப்பட்டுச் சங்கிலிகளால் பிணைக்கப்படுவான்.

ருல்டுவை இவ்வாறு கட்டிவைப்பது அவனுக்கு மரண தண்டனை வழங்கியது போலாகும். அங்கு யாரும் அவனுக்கு மருத்துவ சிகிச்சையும் அளிக்க மாட்டார்கள், யாரும் அவனை விடுவிக்கவும் மாட்டார்கள். சில நாட்களில் இதே கதிதான் தனக்கும் ஏற்படப் போகிறதென்று ஹக்கமுக்குத் தோன்றியது. தூக்கமின்மைக்கு ஊசி போட்டு அவரையும் உறங்க வைத்து விடலாம்.

"*வக்கீல் சாஹிப்*" என்று அழைத்து யாரோ அவரைக் குலுக்கிக் கொண்டிருந்தார்கள். '*வக்கீல்*' என்கிற சொல்லைப் பல வருடங்களுக்குப்

பிறகு கேட்டதனால் அவர் முதலில் பிரமை என்று எண்ணிக் கொண்டார். பிறகு பதற்றத்துடன் எழுந்து நின்றார். ருல்டுவுடன் சேர்ந்து அவரையும் சங்கிலியால் பிணைக்கப் படுவதற்கு அழைத்துச் செல்லப்படப்போவதாக நினைத்துக் கொண்டார்.

"ஆம்" திடுக்கிட்ட ஹக்கமால் இதைத்தான் கூற முடிந்தது.

"நான் தான் நந்து. பல ஆண்டுகளுக்கு முன்பு நீங்கள் எனக்கு நிறைய உதவி செய்தீர்கள். நான் இப்பொழுது விடுவிக்கப்பட உள்ளேன். இவன் என் நண்பன். இவனுக்கு உங்கள் உதவி தேவைப் படுகிறது."

நந்து கிடுகிடுவென்று மூன்று பிரச்சனைகளையும் ஹக்கமின் முன்வைத்தான். முதன் முறையாக ஹக்கம் அவர் வழக்கறிஞராக இருந்ததற்காக எரிச்சலடைந்தார். சட்டத்தின் மேல் இருந்த போதைவெறி தான் அவரை இந்த மோசமான நிலைக்குக் கொண்டு வந்திருந்தது.

"இவர்கள் தங்களுடைய வேலையை முடித்துக் கொண்டு முகத்தைத் திருப்பிக் கொண்டு விடுவார்கள். இதற்குப் பிறகு முட்களைப் பிடுங்க நான் தான் பின்னால் விடப்படுகிறேன்" அவர் கவலையுடன் முணுமுணுத்தார். தனது கைகளை நெருப்பில் திணிப்பதைத் தவிர்ப்பது நல்லது என்று அவர் நினைத்தார்.

"நான் என்ன செய்ய முடியும்? நீங்களே சென்று தரோகாவின் வயிற்றில் எட்டி உதையுங்கள்."

நந்துவும் அவனுடைய தோழர்களும் முகத்தைத் தொங்கப் போட்டுக்கொண்டு சென்று விட்டார்கள்.

கண்களை மூடிக்கொண்டு படுக்கையில் படுத்துக் கொண்ட ஹக்கம் தனது சொந்த நடத்தையை மதிப்பிட்டார். முதன் முறையாகச் சரியான முடிவை எடுத்ததாக அவர் நினைத்தார். தேவைப்பட்ட சமயத்தில் கைதிகள் அவருக்கு ஆதரவு அளிக்காதபொழுது அவர் ஏன் அவர்களுக்காகத் தன் உயிரைக் கொடுக்க வேண்டும்?

சிறிது நேரத்திற்குப் பிறகு அவரது எண்ணங்கள் தங்களுடைய போக்கை மாற்றத்தொடங்கின. தனது நடத்தைக்கு அவர் வருத்தப்பட ஆரம்பித்தார்.

'இத்தகைய கசப்பான வார்த்தைகளை நான் எப்படிக் கூறியிருக்க முடியும்?' சுயபரிசோதனை செய்து கொண்டு படுத்திருந்த அவர், அவருக்குள் உற்பத்தியான அந்தக் கசப்பான விதைகளைத் தேடினார்.

“உங்களுடைய வெளியேற்றத்திற்கான காகிதங்கள் தயாராகி விட்டன. மருத்துவர் வந்து விட்டார், மாடிக்குச் சென்றிருக்கிறார்; அவர் கீழே வந்தவுடன் ஆவணங்களில் கையெழுத்திடுவார்.”

ஹக்கமின் சிந்தனைத் தொடரில் நுழைந்தார் ஷியாம்லால். “வெளியேற்றமா? உடல்நிலை சரியாகாமலேயா?” மருத்துவரின் நடத்தையால் அவர் எரிச்சலடைந்தார். மாடிக்குச் சென்று மருத்துவரிடம் பேச வேண்டுமென்று ஒரு நிமிடம் அவருக்குத் தோன்றியது. ஆனால், பின்னர் மனதை மாற்றிக் கொண்டு அவரைக் கீழே சந்திப்பது மேல் என்று எண்ணிக் கொண்டார். தங்கியிருந்த இடத்திலேயே இருந்து கொண்டு, மாடிப்படிகளில் கண்களைப் பதித்துக் கொண்டு, மருத்துவர் கீழே வருவதற்காக அவர் காத்திருந்தார்.

சிறிது நேரம் கழித்து கம்பௌன்டருடன் பேசிக்கொண்டே மருத்துவர் கீழே இறங்கி வந்தார். வார்டில் ஒரு சுற்று வந்து நோயாளிகளின் நிலை பற்றி விசாரிப்பதற்குப் பதிலாக அவர் நேராகத் தன் அலுவலகத்திற்குச் சென்றார். ஹக்கம் அவர் பின்னாலேயே சென்றார்.

“நீங்கள் நன்றாக இருக்கிறீர்கள், இல்லையா ஹக்கம்?” மேசையின் மேலிருந்த சில காகிதங்களைத் தன் பக்கம் இழுத்துக்கொண்டே மருத்துவர் கேட்டார்.

“சிகிச்சையில்லாமல் யாராவது எப்படி நன்றாக இருக்க முடியும்? ஒருவரும் என் கட்டுகளைக்கூட மாற்றவில்லை. என்னுடைய புண்களில் நுண்ணுயிர் பாதிப்பு ஏற்பட்டு அவற்றிலிருந்து சீழ் கசிந்து கொண்டிருக்கிறது. இதோ, நீங்களே பாருங்கள்” ஹக்கம் கட்டுகளை அவிழ்த்துத் தரையில் வீச ஆரம்பித்தார்.

அறையில் அழுக்கடைந்த கட்டுகளின் காட்சி மருத்துவருக்கு கோபத்தை உண்டாக்கியது. அவர் பிராந்திய பழமொழியைத் தனக்குள் முணுமுணுத்தார், ‘கயிறு எரிந்துவிட்டது ஆனால், முறுக்குப் போகவில்லை’ இவ்வளவு துன்பத்துக்கு ஆளான பிறகும் அவருடைய இயல்பான குணம் மாறாதது குறித்து ஒரு விமர்சனம்.

“நீங்கள் வெறுமனே குழம்பிவிட்டீர்கள். கம்பௌன்டரின் அறிக்கைப்படி நீங்கள் முற்றிலும் ஆரோக்கியமாக இருக்கிறீர்கள். நான் உங்களை வெளியேற்றுகிறேன்.”

“என்னுடைய வெளியேற்றத்தைப் பற்றிய கேள்வியே எழவில்லை. மாறாக எத்தனை நாட்கள் ஓய்வெடுக்க வேண்டுமென்று நீங்கள் சிபாரிசு செய்யப் போகிறீர்கள்?”

“உங்களைப் போன்ற போர் வீரர்கள் சிறிய காயங்களுக்குப் பயப்படுவதில்லை. தைரியத்துடன் களத்தில் நிலைத்திருங்கள். உங்கள் வேலையை நீங்கள் தட்டிக் கழிக்கக்கூடாது.”

“என்னுடைய கடமையை நான் நன்றாக அறிவேன். உங்களைப் போன்றவர்கள் தான் அதைச் செயல்படுத்துவதில்லை. நான் வேண்டுமென்றே துன்புறுத்தப்படுகிறேன்.” ஹக்கமின் குரலில் எரிச்சல் தொனிக்க ஆரம்பித்தது.

“நீங்களும் எங்களைச் சிலுவையில் தொங்க விட்டீர்கள். பிரச்சனையை எதிர்கொள்ள வேண்டிய முறை இப்பொழுது உங்களுடையதானவுடன் ஏன் இவ்வளவு பயப்படுகிறீர்கள்?” மருத்துவரின் குரலும், போக்கும் ஹக்கமினுடையதைப் போலவே நிறம் மாறியது.

“நான் என்ன செய்துவிட்டேன்?” திருடும் பொழுது கையும் களவுமாகப் பிடிபட்டவன் போல ஹக்கம் அவமானத்துடன் பிதற்றினார்.

“நீங்கள் என்ன செய்தீர்கள், என்ன செய்யவில்லை என்பதை நீங்கள் மிக நன்றாகவே அறிவீர்கள், நாங்களும் அறிவோம். நாம் இந்த விவாதத்தில் இறங்க வேண்டாம். உங்களுடைய மருந்து பொட்டலத்தை எடுத்துக் கொண்டு இங்கு கையொப்பமிடுங்கள், அவ்வளவுதான்” மருத்துவர் ஒரு பதிவேட்டை ஹக்கமின் பக்கம் தள்ளினார்.

“என்னுடைய உடல்நிலை இன்னும் சரியாகாதபொழுது நான் ஏன் இதில் கையெழுத்திட வேண்டும்?நீங்கள் பலவந்தப்படுத்தி என்ன வேண்டுமானால் செய்யலாம்.” கோபமடைந்த ஹக்கம் பதிவேட்டை மறுபடியும் மருத்துவர் பக்கம் தள்ளினார். முன்னும் பின்னும் வீசப்பட்ட இந்தப் பந்து வீச்சில் பதிவேடு மைக்கூண்டைத் தட்டியது. இரண்டும் தரையில் விழுந்தன. கண்ணாடி சிதறும் சத்தம் தொலைதூரம் வரை கேட்டது.

“நீங்கள் என்ன குருடா? ஏறக்குறைய நூறு ரூபாய் இழப்பீடை ஏற்படுத்தியுள்ளீர்கள்” கம்பௌண்டர் ஹக்கமின் கையை மூர்க்கத்தனமாகப் பிடித்துத் தன்னுடைய கடுப்பை வெளிப்படுத்தினார்.

“என்னால் எல்லாவற்றையும் பார்க்க முடிகிறது. நீங்கள்தான் பார்வையற்றவர்களாகி விட்டீர்கள்” ஹக்கமின் குரல் பல மடங்கு உயர்ந்தது. அவருடைய கையை அவ்வாறு கெட்டியாகப் பிடித்தது அவருக்குக் கோபத்தை உண்டாக்கியது. அவர் சட்டென்று ஒரு குலுக்கலில் தன்னைக் கம்பௌண்டரின் பிடியிலிருந்து விடுவித்துக் கொண்டார்.

ஹக்கமின் இந்தத் திடீர் செய்கையினால் நிலை தடுமாறிய கம்பௌன்டர், கிட்டத்தட்ட கீழே விழுந்து விட்டார். மருத்துவரின் அறையின் ரகளையும், சண்டை போடும் குரல்களும் மற்ற நோயாளிகளைக் கவர்ந்திழுக்க, அவர்கள் வெளியில் கூடினார்கள்.

ஹக்கமின் கோபமான தோற்றத்தைக் கண்ட மருத்துவர், "ஊசி கொண்டு வா" என்று *கம்பௌண்டருக்குச்* சைகை செய்தார்.

"நான் பைத்தியம் இல்லை. நன்றாக இருக்கிறேன். எனக்கு ஊசி தேவையில்லை."

"நீங்கள் உணர்ச்சிவசப்பட்டு விட்டீர்கள், வழக்கறிஞர் சாஹிப். உங்களுக்கு ஓய்வு தேவை" மருத்துவர் ஹக்கமின் சட்டைக்கையை உயர்த்த ஆரம்பித்தார்.

"நான் ஊசி போட்டுக் கொள்ள மாட்டேன்" எதிர்ப்பு தெரிவித்து ஹக்கம் கையை விடுவித்துகொண்டார்.

கம்பௌண்டரின் கையிலிருந்த *சிரிஞ்ச்* கைத்தவறி விழுந்தது மற்றும் கண்ணாடிக் குப்பி தரையில் விழுந்து சிதறியது.

"இவர் இப்படி ஊசி போட்டுக்கொள்ளமாட்டார். இந்தப் பைத்தியக் காரரை முதலில் கட்டுப்படுத்த வேண்டும்" அறையில் கூடியிருந்த நோயாளிகளிடம் மருத்துவர் கூறினார். ஆனால், கைதிகளால் கூட அவரைக் கட்டுப்படுத்த முடியவில்லை. அவருடைய எதிர்ப்பை கவனித்த மருத்தவர் ஒலிபெருக்கியில் அபாய மணியை ஒலித்தார்.

பணியிலிருந்த ரோந்து காவலர்கள் உடனே மருத்துவமனைக்குள் நுழைந்தனர். அவர்கள் அவரைக் கட்டுப்படுத்தி, வலுக்கட்டாயமாக ஊசியைச் செலுத்தினார்கள். சில நிமிடங்களில் அவர் செயலிழந்து கீழே தொய்ந்து போனார். ஹக்கமைப் படுக்கைக்கு அனுப்பிய பிறகு மருத்துவர் மீண்டும் தன்னுடைய நாற்காலிக்குச் சென்றார். ஒரு சிறை அதிகாரியிடம் முரட்டுத்தனமாக நடந்து கொண்டதற்காக ஹக்கமின் மீது வழக்குத் தயாரிக்க ஆரம்பித்தார். மற்றும் இந்தக் குற்றதிற்காகக் கடுமையான தண்டனை பரிந்துரைத்தார்.

அத்தியாயம் 53

தூக்க மருந்தின் மயக்கத்தில் இருந்த ஹக்கம் சில மணி நேரம் அயர்ந்த தூக்கத்தில் ஆழ்ந்து விட்டார். இது அவருக்குச் சிறிது நிம்மதியை அளித்தது. கண்களைத் திறந்தவுடன் தண்டனையை விவரித்த கடிதம் அவரிடம் ஒப்படைக்கப்பட்டது. இரவு நெடுநேரம்வரை கண்காணிப்பாளர் மருத்துவரின் அலுவலகத்தில் தங்கியிருந்து விசாரணை நடத்தியிருந்தார். வார்டில் அனுமதிக்கப்பட்டிருந்த ஒவ்வொரு நோயாளியும் மருத்துவரின் கூற்றை உறுதிப்படுத்தினார்கள். சம்பவத்தைப் பற்றிய தங்களுடைய அறிக்கையில் சிலர் உப்பு, மிளகாய் கூடத் தூவினார்கள்:

"மருத்துவர் வேண்டுமென்றே நோயாளிகளுக்குச் சரியான சிகிச்சை அளிக்காமல் மருந்துகளைத் தானே வைத்துக் கொண்டு விடுகிறார் என்று ஹக்கம் எங்களிடம் எப்பொழுதும் கூறுவார். மருத்துவருக்கு எதிராகப் புகார் செய்வதற்கும், வேலை நிறுத்தத்தில் ஈடுபடுவதற்கும் மற்றும் தர்ணா-வில் உட்காருவதற்கும் அவர் எங்களை வற்புறுத்துவார். இதற்குப் பிறகு கூட யாரும் நம்முடைய பேச்சைக் கேட்கவில்லை என்றால் உடல் ரீதியாகத் தாக்குதல் செய்ய வேண்டுமென்று அவர் அறிவுறுத்தினார். இந்தத் தடவை அவர் முதலில் மருத்துவரின் கழுத்தைச் சுற்றிக் கைகளைப் போட்டு அவருடைய கழுத்தை நெரிக்க முயன்றார்."

சாட்சிகளின் அறிக்கையின் அடிப்படையில் கண்காணிப்பாளர் தீர்ப்பு அளித்தார், "ஹக்கம் கிளர்ச்சித் தன்மையுடையவர். அரசாங்கம் மற்றும் அதன் ஊழியர்களுக்கு எதிராக அனல் தெறிக்கப் பேசுவதை அவர் பழக்கமாகக் கொண்டுள்ளார். வன்முறையில் ஈடுபடுவதற்குக் கைதிகளைத் தூண்டுகிறார்; அநாமதேய புகார்கள் செய்கிறார். அவர் முன்பும் பலமுறை எச்சரிக்கப்பட்டிருக்கிறார், ஆனால், எந்தப் பயனும் இல்லை. இன்றைய வெட்கக்கேடான நடத்தை அதற்குச் சான்று. அவரை நேரான மற்றும் குறுகிய பாதையில் நடக்க வைப்பதற்கு அவருக்கு கடுமையான தண்டனை வழங்கப்பட வேண்டியது மிகவும் முக்கியம்." அனைத்து அம்சங்களையும் கருத்தில் கொண்டு கண்காணிப்பாளர் உத்தரவிட்டார், "கைதி எண் 808 பத்து நாட்களுக்குத் தனிமையில் இருக்க வேண்டும்." இந்தத் தீர்ப்பைப் படித்த ஹக்கமின் கவலை அதிகரித்தது.

இந்த உத்தரவு எல்லா வகையிலும் சட்டவிரோதமானதாக இருந்தது. வழக்கில் தனது பக்கத்தை முன்வைக்க கைதிக்கு வாய்ப்பு

அளிக்கப்படவில்லை. தவிர, இது அமலாக்கப்படுவதற்கு முன்பு மாவட்ட நீதிபதி அல்லது அமர்வு நீதிபதியின் அனுமதியைப் பெறுவது அவசியம். ஆனால், அவ்வாறும் செய்யப்படவில்லை.

கட்டளையைச் சவால் செய்ய முடியும், ஆனால், அவ்வாறு செய்வதனால் கிடைக்கப் போவது ஒன்றுமில்லை. கண்காணிப்பாளர் தீர்ப்பை இடைநிறுத்தம் செய்யப்போவதுமில்லை, அதை ரத்தும் செய்யப் போவதில்லை. மாவட்ட நீதிபதியிடம் மேல்முறையீடு செய்வதானால் அதற்குக் கண்காணிப்பாளரின் வழியாகச் செல்ல வேண்டும். அவர் அதை அனுப்புவதில் வேண்டுமென்றே சில நாட்கள்வரை தாமதம் செய்வார். தவிர, மாவட்ட நீதிபதியும் வேலை ஒன்றுமில்லாமல் சும்மா உட்கார்ந்திருக்கவில்லையே. விசாரணைக்கு வருவதற்கு நீண்ட நாட்களுக்கு முன்பே ஹக்கமின் தண்டனைக் காலம் எப்பொழுதோ தீர்ந்து போயிருக்கும். பேசாமல் இருப்பதே நல்லது என்று அவருக்குத் தோன்றியது.

''மனிதர்கள் சமூக உயிரினங்களாக உருவாக வேண்டுமென்று இயற்கையின் நோக்கமாக உள்ளது. தனிமை ஒருவனுடைய உடல், மனம் மற்றும் மூளையை அழித்து விடுகிறது. ஒரு கைதியைத் தனிமையில் வைத்திருப்பது இயற்கைக்கு மாறானது மற்றும் மனிதாபிமானமற்றது. இந்தக் கொடூரமான செயல்பாடுக்கு முற்றுப்புள்ளி வைக்க வேண்டும்'' என்று உளவியலாளர்கள் பல ஆண்டுகளாக வலியுறுத்தி வருகின்றனர்.

உயர் நீதிமன்றங்கள் இந்த ஆலோசனையுடன் உடன்பட்டனர். அவர்கள் இந்தத் தண்டனையை அனுமதித்தார்கள், ஆனால், கட்டாய சூழ்நிலைகளில் மாத்திரம்தான். அவர்கள் பல கட்டுபாடுகளையும் விதித்தார்கள். ''தேவைப்படும் அளவு தண்டனை மட்டுமே கொடுங்கள். கைதியை மற்றவருடன் பேச அனுமதிக்காவிட்டாலும் கூட நீங்கள் பார்க்கக்கூடிய இடத்தில் அவனை வைத்துக் கொள்ளுங்கள். கைதியின் உடல் மற்றும் மன நிலையை அவ்வப்போது ஒரு மருத்துவரைப் பரிசோதிக்கச் சொல்லுங்கள். அவனுடைய நிலை மோசமாக ஆரம்பித்தால் அவனுக்கு மன்னிப்பு வழங்குங்கள் அல்லது தண்டனையை இடைநிறுத்துங்கள். கைதியைச் சீர்திருத்துவதுதான் தண்டனையின் நோக்கமே ஒழிய அவனைப் பையித்தியகாரனாக மாற்றுவது அல்ல.''

இதெல்லாம் வெறும் புத்தகக் கோட்பாடுகள் மட்டுமே மற்றும் அதிலிருந்து ஒரு கட்டளை கூடப் பின்பற்றப்படுவதில்லை என்று ஹக்கமுக்குத் தெரியும்.

அநீதியும், நாலாபுரம் நிலவிய மயான அமைதியும் கைதியை முதல் நாளிலிருந்தே நிலைக்குலையச் செய்து விடும் என்பதையும் அவர் அறிந்திருந்தார். பத்து நாட்கள் தனிமையில் இருந்த பின்னர் பெரும்பாலான கைதிகள் பைத்தியமாகி விடுகிறர்கள். தப்பித்தவர்கள் ஜென்மத்துக்கும் ஊனமாகி விடுகிறார்கள்.

ஹக்கம் ஒரு முடிவுக்கு வந்தார்: 'நான் இந்தச் சோதனையைத் தைரியமாக எதிர்க்கொள்வேன்.' பிரஹலாதைப் போல நெருப்பிலிருந்து உயிரோடு வெளியில் வர சில யுத்திகளை அவர் அறிந்திருந்தார். அந்த வழிமுறைகளைத் தனக்குத்தானே சொல்லிக் கொள்ள ஆரம்பித்தார். 'நான் அளவில்லாமல் படிப்பேன் மற்றும் நிறைய எழுதுவேன். நாட்கள் இவ்வாறு கடந்து செல்லும். எல்லாவற்றையும் எழுத்தில் வடிப்பதன் மூலம் என்னுடைய மனதில் இருக்கும் எல்லா வேதனையும் வெளியேற ஒரு வடிகால் கிடைக்கும். போர்வீரர்களின் துணிச்சலான செயல்களையும் வீரம் செறிந்த ஆண்களைப்பற்றியும் நினைத்துக் கொள்வேன். உடற்பயிற்சி செய்து உடலை முழுமையாகச் சோர்வடையச் செய்து விடுவேன். பிறகு திருப்தியாகத் தூங்குவேன். இதையெல்லாம் செய்து சிறை அதிகாரிகளின் பொல்லாத நோக்கங்கள் நிஜமாக மாறுவதைத் தடுப்பேன்' வெறித்தனமாய்த் துடிக்கும் நெஞ்சுடன் ஹக்கம் தன் 'கல்லறையை' நோக்கி முன்னேறினார். அந்த வளாகத்தில் எட்டு கலங்கள் இருந்தன. காலை உள்ளே வைத்தவுடன் அவர் ஒரு பைத்தியகாரனின் அலறல்களால் வரவேற்கப்பட்டார். இந்தப் பைத்தியக்காரக் கைதி ஏன் முதல் கலத்தில் பூட்டப்பட்டுள்ளார்? ஹக்கம் உடனே புரிந்து கொண்டார்.

'இந்தத் தந்திரமான- குள்ளநரி உத்திகளைக் கண்டு பயப்படுபவன் அல்ல நான்' முதல் கலத்தைக் கடந்து செல்லும் பொழுது ஹக்கம் சிந்தனையுடன் தனக்குத்தானே சொல்லிக் கொண்டார். ஒரு தவறான குற்றச்சாட்டில் மூன்று கைதிகள் நீண்டகால தண்டனை அளிக்கப்பட்டுத் தனியாக அடைக்கப்பட்டுள்ளனர் என்று அவருக்குத் தெரியும். விடுதலை கிடைக்குமென்ற நம்பிக்கையை கைவிட்டு அவர்கள் மரணத்திற்காகக் காத்திருந்தனர்.

அவர்களில் ஒருவர் பாகிஸ்தான் ராணுவத்தில் உயர் அதிகாரியாக இருந்தவர். அவர் தனது ஆதாரங்களுடன் தொடர்பு கொள்வதற்காக இந்த நாட்டிற்கு வந்தார். கைது செய்யப்பட்டுப் பல வருடங்கள் அவர் ராணுவச் சித்திரவதைக் கூடத்தில் இருந்தார். பின்னர், அவரிடமிருந்த தகவல்கள் பிரித்தெடுக்கப்பட்டு, அவர் முற்றிலும் அழிந்து விடும் நிலைக்கு வந்த பிறகு இந்தச் சிறைக்குள் தள்ளப்பட்டார். இங்குள்ள அரசு அவரை

எல்லைக்கு அழைத்துச் சென்று அங்கு இறக்கிவிடத் தயாராக இருந்தது. ஆனால், அந்த அரசு அவரைத் தன் குடிமகனாக அங்கீகரிக்க மறுத்து விட்டது. இந்த இழுபறியில் இருபது வருடங்கள் கடந்து விட்டன. அவருடைய அரசாங்கத்தின் நடத்தை மீது கோபமுற்ற அதிகாரி மன அமைதியை இழந்தார். வெறியுண்டாகும் பொழுதெல்லாம் அவர் தன்னுடைய அரசாங்கத்தின் மீது அவதூறுகளைக் குவித்தார்.

இந்தக் குறிப்பிட்ட கைதி யாரைத் திட்டிக் கொண்டிருக்கிறான்? அவருக்கு எட்டிய தெளிவற்ற சத்தங்களிலிருந்து சொற்களைப் புரிந்து கொண்டு ஆளை அடையாளம் கண்டு கொள்ள ஹக்கம் முயற்சி செய்தார். இந்த ஆள் வெறும் எலும்புக்கூடு குவியலாக இருக்கிறான். இவனுடைய தலை நிச்சயமாகப் பேன்களால் பாதிக்கப் பட்டிருக்க வேண்டும். அதனால் தான் இவனுடைய தாடியும், முடியும் ஒட்ட வெட்டப்பட்டிருக்கின்றன. இவன் ஒருவேளை ஆத்திரத்தில் தன் ஆடைகளைக் கிழித்து விடுகிறான் போலும். அதனால்தான் இவன் நிர்வாணமாக இருக்கிறான். குழிவிழுந்த கண்களுடன் இவனுடைய முகம் பிரேதம் போல் இருந்தது. கத்தி கத்தி இவனுடைய குரல் கரகரத்துப் போயிருந்தது. இவனுடைய கலம் ஒரு குப்பைக் கூடம்போல் இருந்தது. ரொட்டித் துண்டுகள் சுற்றிலும் சிதறிக் கிடந்தன. 'இவன் ஒரு சிப்பாயாக இருக்க முடியாது. போர்வீரர்கள் இவ்வாறு தைரியத்தை இழப்பதில்லை. மாறாக, அவர்கள் மரணத்துடன் போராடக்கூடியவர்கள்' என்று ஹக்கம் நினைத்துக் கொண்டான். அப்படியானால் இது நந்த் சிங்காக இருக்க வேண்டும்.

நந்த் மற்றும் அவருடைய மகன் மூன்று கொலை வழக்குகளில் குற்றம் சாட்டப்பட்டிருந்தார்கள். நந்த் ஏராளமான நிலம் மற்றும் கட்டடங்களுக்கு உரிமையாளராக இருந்தார். அவருக்கு உறவினர்களுடன் சொத்து விகிதத்தில் தகராறு இருந்து கொண்டிருந்தது. அவருக்கு ஒரே மகன் இருந்தான். சண்டை, சச்சரவிலிருந்து தூர இருக்க விரும்பிய அவர், தன்னுடைய உரிமைகளுக்காகப் போராடுவதற்கு நீதிமன்றத்திற்குச் சென்றார். அவர் சமாதானப் பிரியராக இருப்பது மற்ற கட்சிக்குப் பிடிக்கவில்லை. உச்சநீதிமன்றம் வரை அவர்களுக்கு நிவாரணம் கிடைக்காததால், ஆக்கிரமித்திருந்த நிலத்தை விட்டுக் கொடுக்க வேண்டிய கட்டாயம் ஏற்பட்டவுடன் அவர்கள் மோசமான சூழ்ச்சி முறைகளில் ஈடுபட்டார்கள். ஒருநாள், அவர்களைச் சார்ந்த மூன்று பேர்கள், நந்துவின் மகன் தனியாக இருப்பதாக எண்ணிக்கொண்டு அவனைச் சூழ்ந்து கொண்டனர். நந்த் தன்னுடைய துப்பாக்கியை எடுத்து அவர்களைச்

சுட்டுக் கொன்றிருக்காவிட்டால் அவருடைய அன்புக்குரியவனுடைய உயிரை அவர்கள் அவருடைய கண்ணெதிரிலேயே அணைத்திருப்பார்கள்.

இந்தக் கொலைகள் நந்த் சிங்கால் செய்யப்பட்டவை. ஆனால், வழக்கறிஞர்களின் ஆலோசனைப்படி ஆக்கிரமித்தவர்கள் இந்தக் கதைக்கு ஒரு முற்றிலும் புதிய திருப்பத்தைக் கொடுத்தனர். இறந்தவர்கள் போய் விட்டார்கள்; அவர்களுடைய ஒரே குறிக்கோள் நந்தின் மகன் தூக்கிலிடப்பட வேண்டும் மற்றும் தந்தையின் வாழ்க்கை ஒரு வேதனையாக மாற வேண்டும் என்பது தான்.

மூன்று கொலைகளின் பழி அவருடைய மகன் மேல் சுமத்தப்பட்டது. மகன் முதல் நாளன்றே தைரியத்தை இழந்து விட்டான். எதிர் கட்சியோ மனோபலத்தை உச்சத்தில் தக்க வைத்துக் கொண்டு, மூன்று கொலைகள் செய்த 'கொடுமையான குற்றவாளிக்கு' மரண தண்டனை எனத் தீர்ப்பு வழங்கும்வரை இடைவிடாது அழுத்தத்தைத் தொடர்ந்தது. அவருடைய மகன் தூக்கிலிடப்பட்ட பிறகு நந்த் தன்னுடைய மன சமநிலையை இழந்து, நாள் முழுவதும் கலத்தில் உட்கார்ந்து கொண்டு உரத்த குரலில் தன் இறந்த மகனை அழைத்துக் கொண்டிருந்தார் அல்லது தவறாகப் பயன்படுத்தப்பட்ட குருட்டுச் சட்டங்களை நிந்தனை செய்து கொண்டிருந்தார்.

கைதி யாரைத் திட்டிக்கொண்டிருக்கிறார் என்று ஹக்கமுக்குத் தெரிந்து கொள்ள வேண்டியிருக்கவில்லை. 'இது என்னுடனும் நடக்கும்' என்று அவர் உணர்ந்தார்.

ஹக்கமுக்குக் கலம் எண் நான்கு ஒதுக்கப் பட்டிருந்தது. அவருக்கு முன்பே அவருடைய உடைமைகள் அங்கு போய்ச் சேர்ந்திருந்தன. சில பழைய பொருள்கள்-ஒரு பாய், ஒரு போர்வை மற்றும் பாத்திரங்கள் அங்கு கிடந்தன. தண்ணீர் பிடிக்க ஒரு பானை மற்றும் தேவை ஏற்படும் பொழுது உபயோகப்படுத்துவதற்காக மேசை மேல் பொருத்தப்பட்ட ஒரு பீங்கான் கழிவுக் கலம்-இவை அங்கு சேர்க்கப்பட்ட சில புதிய உருப்படிகள்.

அங்கிருந்த பொருட்களைத் திருப்பிப் பார்த்து ஆராய்ந்தார் ஹக்கம். புத்தகங்களோ அல்லது ஒரு எழுத்து அட்டையோ கூட அவரால் கண்டு பிடிக்க முடியவில்லை. இந்த அருமையான நண்பர்களின் இல்லாமை அவரது மனதில் விரக்தியின் மின்னோட்டத்தை ஊடுருவச் செய்தது.

'கடுமையான தண்டனை அளித்த பின்பு தண்டனையைச் சுகமாக மாற்றுவதற்கு அவர்கள் வசதிகள் வழங்கப் போகிறார்களா என்ன? நிச்சயமாக சிறை மனிதர்கள் இவ்வளவு முட்டாள்களாக இருக்க மாட்டார்கள்!' ஹக்கம் அவருடைய புதிய இருப்பிடத்தை ஆய்வு செய்து கொண்டே சுற்றிலும் கொஞ்சம் நடந்தார்.

அது சுமார் எட்டு அடி நீளமும் ஆறடி அகலமும் கொண்ட பாழடைந்த அறை. காப்புக் கம்பிகள் கொண்ட ஒரு சிறிய ஜன்னல் பின்புறம் இருந்தது. அதன் மேல் தூசி படலம் படிந்த திடமான இரும்பு வலைச் சட்டம் பொருத்தப்பட்டிருந்தது. கலத்தினுள் காற்றும், ஒளியும் இருக்க வேண்டுமென்ற சிறைக் கட்டுமான விதிகள் மற்றும் சர்வ தேச ஒப்பந்தத்தின் விதி முறைகளிற்கேற்ப இந்த ஜன்னல்கள் கட்டப்பட்டிருக்க வேண்டும். இந்த வசதிகளை கைதிகளிடமிருந்து தூர வைப்பதற்குப் புத்திசாலியான சிறை நிர்வாகத்தினர் ஒரு வழியைக் கண்டுப் பிடித்திருந்தனர். தூசியின் மேற்படலம் காற்றையோ வெளிச்சத்தையோ உள்ளே நுழைய இடம் கொடுக்கவில்லை.

ஜன்னலுக்கு முன்புறம் சுமார் மூன்றடி வெற்று இடமும், அதன் முன்புறம் வானம் வரை எட்டும் மிக உயர்ந்த சுவரும் இருந்தது. ஜன்னலின் எதிர்புறத்தில் இரும்புக் கம்பிகள் கொண்ட பெரிய வாயிற்கதவும், அதற்கு முன்னால் நான்கடி தாழ்வாரமும் இருந்தது. தாழ்வாரத்தின் கூறை வலுவான இரும்புக் கம்பிகளால் பின்னப்பட்டிருந்தது மற்றும் ஒருவர் கம்பிகளின் இடையே வானத்தைப் பார்க்க முடிந்தது. ஒரு சமயத்தில் கலத்தின் சுவர்கள் பிளாஸ்டர் செய்யப்பட்டிருக்க வேண்டும். ஆனால், இப்பொழுது அவை இடிந்து விழுந்திருந்தன. ஒருவேளை பைத்தியம் பிடித்த கைதிகள் சுவர்களை உதைப்பதால் இருக்கலாம்.

இதற்கு முன்பு அங்கு தங்கியவர்கள் விட்டுச் சென்ற அழுக்கடைந்த அறிகுறிகள்-பருப்பு, தேநீர் மற்றும் பல்வேறு வகையான கைரேகைச் சின்னங்கள் சுவர்களில் காணப்பட்டன. ஏராளமான கீறல்கள், சித்திரங்கள் மற்றும் விசித்திரமான கறைகளும் தென்பட்டன. சுடப்படாத செங்கல்களாலான தரை பல இடங்களில் உடைந்திருந்தது. நிறைய இடங்களில் எறும்புகள் தங்கள் கூடுகளைக் கட்டியிருந்தன. பூச்சிகள், ஈக்கள் மற்றும் கொசுக்கள் சஞ்சரிப்பதற்கு அங்கு பூர்ண சுதந்திரம் இருந்தது. விருப்பப்பட்டால் கைதி தன்னுடைய கோபத்தை அவர்கள் மீது வெளிப்படுத்திக் கொள்ளலாம்.

காலைக்கடன்களை முடித்துக்கொள்ளவதற்கும், சிறிது சுத்தமான காற்றை சுவாசிக்கவும் ஹக்கமுக்கு காலையில் அரை மணிநேரம் ஒதுக்கப்பட்டது. மற்ற நேரங்களில் அவருக்குக் கழிவுக்கலன்களை வைத்துக் கொண்டு சமாளிக்க வேண்டியிருந்தது. 'மீதமுள்ள நாட்கள் எவ்வாறு கழியும்?' வானத்தைப் பார்த்துக் கொண்டே வாயிற்கதவிலிருந்த கம்பிகளைப் பிடித்துக்கொண்டு, ஹக்கம் தனக்குத்தானே கேட்டுக் கொண்டார்.

குழந்தைப்பருவத்தில் ஹக்கம் வானத்தில் மிகவும் நாட்டம் கொண்டிருந்தார். அவர் தன்னுடைய கற்பனைக் குதிரையில் ஏறி விண்மீன் மண்டலத்தில் மறைந்து போவார். இது தந்தை பாபுவிடமிருந்து அவர் பெற்றப் பரிசு. தனது தையல் இயந்திரத்தில் அமர்ந்து களைத்துப் போகும் பொழுது பாபு அவருடன் ஹக்கமை மொட்டை மாடியில் திறந்த வெளிக்கு அழைத்துச் செல்வார். சில சமயம் துருவ நட்சத்திரத்தையும், மற்ற நேரங்களில் சப்த ரிஷி மண்டலத்தையும் சுட்டிக்காட்டுவார். சில சமயம் இரண்டு தட்டுகள் கொண்ட எடைப்பார்க்கும் கருவியின் தோற்றத்தில் அமைந்திருந்த நட்சத்திரங்களைக் காட்டி, அவை தனது வயதான பெற்றோரை உட்கார வைத்து யாத்திரைக்குத் தூக்கிச் சென்ற, நல்லொழுக்கத்திற்கும் பாசத்திற்கும் எடுத்துக்காட்டாக விளங்கிய ஸ்ரவண் குமாரை நினைவூட்டுவதாகக் கூறுவார்.

சிறையில் சிக்கிய ஹக்கம், இப்பொழுது மனம் தளரும் பொழுதெல்லாம் வானத்தை நோக்கினார். மேகங்களை நட்சத்திரங்களுடன் சகலவல்லவனாகக் கற்பனை செய்தார்; நக்ஷத்திரங்களுடன் கண்ணாமூச்சி விளையாடினார்; மற்றும் வியாழன், சனி, செவ்வாய் கிரகங்களுடன் பேசினார். அவருடைய கவலைகள் பின்னால் தங்கி விடும். அவர் அமைதியாகத் தூங்கி விடுவார்.

அன்று வானமும் துயரத்தத்தில் ஆழ்ந்திருந்தது. ஒன்றுமில்லாத வறண்ட நீல வானவெளி - அதில் மேகமில்லை, சந்திரன் இல்லை, நட்சத்திரங்களும் இல்லை. சுவர்களை ஊடுருவிப் பார்த்துக்கொண்டு நேரத்தைக் கழிக்க வேண்டியிருந்தது அவருக்கு. அதைத்தான் அவர் இப்பொழுது செய்து கொண்டிருந்தார். அவரைச் சுற்றிலும் முழுமை பெறாத படங்களின் கிறுக்கல்களில் கடந்த காலத்தைப் புரிந்து கொள்ள அவர் முயற்சி செய்தார். தங்களுடைய தனிமை மற்றும் கவலையிலிருந்து விடுபடுவதற்குக் கைதிகள் இப்படங்களைத் தீட்டியிருக்க வேண்டும். அவர்களுடைய நினைவலைகள் தெளிவாக இல்லாமலிருந்திருக்கலாம். அதனால் படங்கள் முழுமைப்பெறாமல் இருந்தன.

'இந்தக் கதிதான் எனக்கும் ஏற்படப் போகிறதா? என்னுடைய மனநிலையும் சீரழியப்போகிறதா?' சுவர்களுடன் பேசிக்கொண்டிருந்த ஹக்கம் பயப்பட ஆரம்பித்தார். 'இல்லை, என்னுடைய மனோபலத்தைச் சிதறடிக்க நான் விடக்கூடாது.'

தன்னுடைய மனநிலையை ஸ்திரப்படுத்திக் கொள்ள, தூக்கு மேடைக்கு உற்சாகத்துடன் சென்ற தியாகி பகத் சிங்கைப் பற்றி அவர் நினைத்துக் கொள்வார். ஒடுக்குமுறையாளர்களுக்கு எதிரான போராட்டத்தில் தனது முழு குடும்பத்தையே தியாகம் செய்த குரு கோபிந்த் சிங்கைச் சில சமயம் ஞாபகப் படுத்திக் கொள்வார். பல தடவை தோல்வியடைந்து, இறுதியாக வெற்றிக்கண்ட ராஜா ப்ரூஸைப் பற்றி நினைத்துக் கொள்வார். இந்தப் படிப்பினையை அவர் தனக்குத் தானே மீண்டும் மீண்டும் சொல்லிக் கொள்வார்.

உட்கார்ந்திருந்ததால் அவர் கால்கள் விறைத்துப் போயிருந்தன. சிறிது நடமாடலாம் என்ற எண்ணத்துடன் அவர் எழுந்து நின்றார். எட்டடி நீளமான அந்தக் கலத்தில் ஒன்றன் பின் ஒன்றாகக் காலடி வைப்பது அவருக்குக் கஷ்டமாக இருந்தது.

அவர் உடற்பயிற்சி செய்ய முயன்ற பொழுது அவருடைய காயங்கள் விண்விண்ணென்று துடிக்க ஆரம்பித்தன. தன் உடல் முழுவதும் காயங்களால் நிரம்பியிருப்பது அப்பொழுது அவருக்கு நினைவுக்கு வந்தது. மேலும் அவர் உடற்பயிற்சி செய்கிற நிலையில் தற்பொழுது இல்லையென்பதை அவர் உணர்ந்தார். அதாவது இனி சோர்வடையச் செய்து பிறகு ஓய்வெடுக்கும் விகற்பம் கூட அவரிடம் இருக்காது. இந்த நாட்கள் இறுதியில் எப்படித்தான் கடந்து செல்லும்? பயங்கரமான மனச்சோர்வு அவரை ஆட்கொள்வதை அவர் உணர்ந்தார்.

தங்களுடைய துணிச்சலான வீரர்களை அரசாங்கங்கள் ஏன் கவனிக்கவில்லை? மனநிலை பாதிக்கப்பட்ட அந்த ராணுவ அதிகாரியைப் பற்றி இப்பொழுது ஹக்கம் சிந்திக்கத் தொடங்கினார். சட்டம் அவர்களுக்கு ஏன் நீதி வழங்குவதில்லை? பின்னர் ஹக்கம் அநீதியால் பித்துப் பிடித்த நிலைக்கு உந்தப்பட்ட நந்த் சிங் பற்றி நினைத்துக் கொண்டார்.

ஹக்கமின் மனைவி தற்கொலை செய்து கொண்டார். ஆனால், ஹக்கமுக்கு அதில் ஒரு பங்கும் இருக்கவில்லை. ஆனால், பழி அவர் மீது தான் என்று சட்டம் தீர்மானித்தது. வரதட்சணைப் பற்றிப் பேச்சே இருக்கவில்லை. ஆனால், போதுமான அளவு கொண்டுவரப்படாததால் மனைவியைத் துன்புறுத்தியதாக ஹக்கம் மீது குற்றம் சாட்டப்பட்டது.

ஒரு வழக்கறிஞரே தனக்கு நீதி பெற முடியாத நிலையில் இருந்த பொழுது சாதாரண மக்களின் கதி என்னவாக இருக்கும்? இதை நினைத்த பொழுது அவருடைய மூளை கோபத்தினால் சூடேறுவதை அவர் உணர்ந்தார்.

எனினும், ஹக்கமுக்கு மட்டும் அநீதி வழங்கப்பட்டது என்றில்லை. அவரும் மற்றவர்களிடம் அநியாயமான முறையில் நடந்து கொண்டிருந்திருக்கிறார். அந்த நாட்களின் நினைவுகள் அவரிடம் திரும்பி வந்தன.

தனிமைச் சிறைவாசத்தின் இரண்டாவது நாள், ஒரு ஜோடி கனவுகள் நிறைந்த கண்களும், புன்னகை முகமும் கொண்ட அவருடைய மனைவி ரவீந்திராவின் நினைவுகள் அவரைத் தொந்தரவு செய்ய ஆரம்பித்தன. அதுவரை ரவீந்திரா தன்னுடைய அற்ப ஆசைகளின் விளைவால் அவதிப்பட்டாள் என்றும் அவளுடைய துரதிர்ஷ்டத்திற்கு அவளே காரணம் என்றும் அவர் கருதினார்.

ரவீந்திரா சரியாகத்தான் இருந்தாள் என்று இன்று ஹக்கமுக்குத் தோன்றியது. திரைப்படங்கள் பார்ப்பதில் ஆர்வம் கொண்டு, பெரிய நகரங்களில் சுற்றி இட்லி, தோசை சாப்பிட்டுக் கொண்டு, ஒரு வேலையில் அமரும் ஆர்வமும் அவள் கொண்டிருந்தால் அதில் என்ன தவறு? அவர் எப்பொழுதும் பெற்றோர் பக்கமேயிருந்தார். ஒருபோதும் மனைவியுடன் உட்கார்ந்து அவளுடைய நலம் பற்றி அவர் விசாரிக்கவில்லை; அவளுக்கு ஏதாவது சிக்கலோ பிரச்சனையோ இருந்தால் அதைத் தீர்க்க அவர் முயற்சி செய்ததே கிடையாது. சாகாமல் அவள் வேறு என்ன செய்திருக்க முடியும்?

தன்னுடைய மனைவியின் முன் கெஞ்சி மனதார மன்னிப்புக் கோர விரும்பினார் ஹக்கம். ஆனால், கங்கையில் மிதந்து போன எலும்புகளும், சாம்பலும் ஒருபோதும் திரும்புவதில்லை. இப்பொழுது அவர் செய்யக் கூடியது அவர் செய்ததற்குக் கிடைத்த தண்டனையைப் பொறுமையுடன் ஏற்றுக் கொள்வதுதான்.

பின்னர் ஒரு மகனாகவும் தான் தோல்வியடைந்து விட்டதாக அவர் எண்ணினார். மனைவியைப் புறக்கணித்து பெற்றொரை ஆதரித்தால் அவர் இந்தியப் புராணங்களில் குழந்தைகளுக்குப் பெற்றோரிடமிருக்கும் பேரன்புக்கு எடுத்துக்காட்டாக விளங்கிய ஸ்ரவண் குமாராகிவிடலாம் என்று கற்பனை செய்திருந்தார். ரவீந்திரா இறந்த பிறகு சிறையிலிருந்த பொழுது அவருடைய மனப்பான்மை மாறத் தொடங்கியது. இந்த முழு

குழப்பத்திற்கும் காரணம் அவர் பெற்றோர்கள்தான் என்று நினைத்தார். பெருநகரத்திலிருந்து வந்த, பணக்கார பெற்றோர்களுக்குப் பிறந்த ஒரு படித்த பெண்ணுடன் எவ்வாறு ஒத்துப்போக வேண்டுமென்று அவர்கள் கற்றுக் கொண்டிருக்க வேண்டும். தண்டனை விதிக்கப்படும் காலம் வரை அவர்கள் சிறையில் அவரைப் பார்க்க வந்த பொழுதும், விசாரணையின் பொழுது வந்த பொழுதும் ஹக்கம் தன் பெற்றோரிடம் சிடுசிடுத்துக் கொண்டு, அவர்களுடன் உரையாடாமல் முறைப்புடன் நடந்து கொண்டார்.

பார்க்கப் போனால் அவருடைய பெற்றோர்களும் இதற்குப் பொறுப்பாளியல்ல என்று ஹக்கம் நினைத்தார். அவருடைய தந்தை தன் மகனை ஒரு மதிப்பு மிக்க மனிதராகப் பார்க்கும் கனவுகள் கொண்டிருந்தார். அவருடைய மகனின் கல்விக்காகப் போதுமான அளவு சம்பாதிப்பதற்காக அவர் தன்னுடைய தையல் இயந்திரத்துடன் சேர்ந்து ஒன்றாகி, தானே ஒரு இயந்திரமாக மாறி விட்டிருந்தார். அவருடைய தாயார் செய்த தியாகமும் குறைவானதில்லை. அவருடைய தந்தையின் பக்கத்தில் நாள் முழுவதும் பொத்தான்கள் தைத்துக் கொண்டும், ஓரத்தையல் போட்டுக்கொண்டும் அவள் உட்கார்ந்து கொண்டிருந்தாள். படிக்கும் பொழுது ஹக்கமுக்கு ஒரு கோப்பைத் தேநீர் அல்லது சிறிது பால் கொடுக்க அவள் இரவில் அடிக்கடி எழுந்திருப்பாள். ஒரு செல்வந்தரின் குடும்பத்துப் பெண்ணை அவர்களால் சமாளிக்க முடியவில்லை என்றால் அது அவர்களுடைய தவறு எப்படி ஆகும்? ஒரு காது கேளாத, ஊமைப் பார்வையாளராக இல்லாமல் இருவருக்கும் இடையிலான பாலமாக அவர் இருந்திருக்க வேண்டும்.

அவர்களின் வயதான இந்தக் காலத்தில் தந்தை இப்பொழுதும் இயந்திரத்தில் வேலை செய்யவும், தாய் மீண்டும் பொத்தான்கள் தைக்கவும் வேண்டியிருந்தால் இதற்கு யாரைக் குறை சொல்வது? மகன் வாழ்க்கையில் முன்னேற வேண்டுமென்று விரும்பிய பெற்றோரின் தவறா அல்லது சூழ்நிலையைச் சமாளிக்க முடியாத தகுதியற்ற மகனின் இயலாமையா?

கண்களில் கண்ணீருடன் அவருடைய பெற்றோர்கள் அவருடைய படுக்கையின் தலைமாட்டில் நின்று கொண்டு அவர்கள் செய்த தவறென்ன என்று கேட்பது போல் அவருக்குத் தோன்றியது.

சுவர்களையும் கதவுகளையும் உடைத்துக் கொண்டு அவருடைய பெற்றோரின் காலடியில் விழுந்து வருத்தம் தெரிவிக்க ஹக்கம் விரும்பினார்; அவர்களைக் கட்டி அணைத்துக் கதற வேண்டும் என்று

அவருக்குத் தோன்றியது. அழ வேண்டுமென்ற உணர்ச்சி தோன்றியவுடன் அவர் தன்னைச் சமாளித்துக் கொண்டு, இது மூளை பாதிக்கப் படுகிறது என்பதற்கும் மனநிலை பலவீனமடைகிறது என்பதற்கும் அறிகுறியா என்று யோசனை செய்து பார்த்தார். மனநிலையைச் சரிசெய்துக்கொள்ள அவர் தன்னுடைய சிந்தனைக் கோர்வையை மாற்றிக் கொண்டார்.

அவருடைய தண்டனையின் முக்கால் சதவிகிதம் முடிந்து விட்டிருந்தது. கொஞ்சம் தான் மீதமிருந்தது. விடுதலை பெற்ற பிறகு அவர் ஒரு புதிய வாழ்க்கை தொடங்கி, பெற்றோரின் கனவுகளை நனவாக்கி, அவர்களின் கண்களின் கருமணி போல் விளங்க வேண்டும்.

மகிழ்ச்சிகரமான மனநிலையில் இருந்தால் ஹக்கம் தூங்கி விடுவார். ஆனால், விரக்தியின் பிடியில் இருந்தால் அவர் விட்டு-விட்டுத் தூங்குவார். சில சமயங்களில் அவர் கண்களைத் திறந்த பொழுது பகலாக இருந்தது. ஆனால், சில சமயங்களில் இன்னும் இருட்டாகவே இருந்தது.

மூன்றாவது நாள் அவர் தன்னுடைய மாமனாரைப் பற்றிச் சிந்திக்க ஆரம்பித்தார். அவருடைய நினைவே அவரை ஆத்திரத்தில் நிரப்பியது. மேஜர் சிங் அளவுக்கு மீறிய தகாத முறையில் நிலைமையைப் பயன்படுத்திக் கொண்டு, வக்கீலின் சூழ்ச்சி முறைகளைக் கையாண்டு, ஒன்றன் பின் ஒன்றாகப் பொய்களைக் கூறி அவருக்குத் தண்டனை வாங்கிக் கொடுத்திருந்தார். ஹக்கம் இப்பொழுது மேஜர் சிங்கை எதிர்த்து நின்று, நேருக்கு நேர் சந்திக்க விரும்பினார்; சிறையிலிருந்து விடுவிக்கப் பட்ட பிறகு, ஏதாவது முரடனுடன் தொடர்புக் கொண்டு, மேஜரைக் கொலை செய்ய ஒப்பந்தம் செய்து கொள்ள வேண்டும் என்று அவர் விரும்பினார். பொய் சொன்னதற்கு அது அவருக்கு ஒரு பாடம் கற்பிக்கும்.

ஆனால், தற்பொழுது அவர் கலத்தில் பூட்டப்பட்டதால் வெளியில் இருக்கும் ஒரு குருவியுடன் கூட அவரால் தொடர்பு கொள்ள முடியாது. அந்தக் களத்திலிருந்து நல்ல நிலையில் வெளியே வருவதுதான் இப்பொழுது அவருடைய முக்கிய இலக்காக இருந்தது. இந்த எண்ணத்துடன் அவர் தனது சொந்த நலனில் அதிக அக்கறை காட்டத் தொடங்கினார்.

ஹக்கம் அந்தக் கலத்தில் நுழைந்தவுடனே அவருடைய மனம் செத்து விட்டதைப் போல் உணர்ந்தார். அவருக்குப் பசி துளிக்கூட இருக்க வில்லை. ஒரு வாய் உணவு உட்கொள்ளக் கூட அவருக்கு விருப்பம் இருக்கவில்லை. பருப்பும் ரொட்டியும் வந்ததிலிருந்து அப்படியே கிடந்தது.

காலையிலிருந்து அவர் சோர்வுற்றிருந்தார். அவருடைய காய்ச்சல் 105 டிகிரிவரை ஏறி விட்டதைப் போல் உணர்ந்தார். அதன் பிறகு மனதை மாற்றிக் கொண்டு, தவறாக எண்ணி விட்டதாகவும் தான் நிஜத்தில் ஒரு குதிரையைப் போல் சக்திசாலியென்றும் சொல்லிக் கொண்டார். அன்று அவர் காலைக் கடன்களை முடித்துக்கொள்ளக் கூட எழுந்திருக்க வில்லை. அசைவற்றுச் சும்மா படுத்துக் கொண்டேயிருக்க வேண்டும் போலிருந்தது.

மருத்துவரின் நினைவு வந்தவுடனே ஹக்கமுக்கு எரிச்சலாக இருந்தது. கடந்த மூன்று நாட்களில் ஒருமுறைக் கூட அவர் களங்களுக்கு வருகை தரவில்லை. இது சிறை விதிகளுக்கு எதிரானது. இந்தத் தண்டனையின் குற்றத்தில் அவரும் ஒரு பங்காளி. எனினும் விதிகளைப் பின்பற்றும் கட்டாயம் கைதிகளுக்கு மாத்திரம்தான் இருந்தது, அதிகாரிகளுக்கு அல்ல!

மருத்துவர் மாத்திரம் இல்லை, அனைத்துச் சிறை ஊழியர்களும் தண்டனைக்குப் பாத்திரமானவர்கள் என்று அவர் நம்பத் தொடங்கினார். ஏற்கெனவே கஷ்டத்திலிருந்த கைதிகளை மேலும் தொந்தரவு செய்து, அவர்களைக் கொள்ளையடிக்கும் ஒரே பாதையைத்தான் அவர்கள் எல்லோரும் தேர்ந்தெடுத்திருந்தார்கள். அவர்கள் அனைவரும் ஊழலில் ஊறியவர்கள் மற்றும் கொடூரமானவர்கள்; அனைவரும் கடுமையான தண்டனை பெறுவதற்குத் தகுதியானவர்கள். ஆனால், அவர்களை யார் தண்டிப்பது? தன்னுடைய கேள்விக்குத் தானே பின்னர் பதிலளித்துக் கொண்டார், 'வேறு எவரும் இல்லை, நான்தான்.'

'வாராந்திர சுற்றுகளுக்கு வரும்பொழுது கண்காணிப்பாளரின் கழுத்தைப் பிடித்து நெரிக்க வேண்டும். பொசுக்கும் சூடான தேநீரைத் துணை அலுவலர் முகத்தில் வீச வேண்டும் மற்றும் தரோகா உதவியாளரின் தொடையில் உதைக்க வேண்டும்' விசித்திரமான எண்ணங்கள் மனதில் சுற்றிவர ஹக்கம் முணுமுணுத்துக் கொண்டே தன்னுடைய கைமுட்டிகளைக் காற்றில் சுழற்றுவார். தூக்கத்தில் விழித்துக் கொண்டு விடுவார். தூக்கத்தில் முணுமுணுத்ததைப் புரிந்து கொண்டு, இது பைத்தியக்காரத்தனத்தின் அடையாளமோ என்று நினைத்துக் கொள்வார். இதற்கு என்ன அர்த்தம்? இத்தகைய அச்சங்கள் அவருடைய இதய வேகத்தை அதிகமாக்கின.

கலத்தில் நான்கு பகலும் நான்கு இரவும் கழித்ததை ஹக்கம் தெளிவாக நினைவு கூர்ந்தார். ஆனால், ஐந்தாவது நாளிலிருந்து அவருடைய நினைவு குழம்பி விட்டது. அவருடைய தண்டனையின் ஏழு

நாட்கள் கடந்து விட்டன மற்றும் மூன்று நாட்களே மிச்சமிருந்ததாக எண்ண ஆரம்பித்தார். மற்றும் சில சமயங்களில் மூன்று நாட்களே கடந்திருந்தன இன்னும் ஏழு மீதமுள்ளதாக நினைத்தார்.

தன்னுடைய திருப்திக்காக, நாட்களைக் குறிக்க அவர் விரலைப் பருப்பில் முக்கிச் சுவரில் கோடுகள் வரைந்தார். பின்னர் அவர் கோடுகளை நம்புவதையும் விட்டார். யோசனையின்றி ஒரு புதிய கோட்டை வரைவார் அல்லது ஏற்கெனவே உள்ளதை அழிப்பார்.

அவர் சில சமயங்களில் குடிபோதையில் இருப்பது போன்று உணர்ந்தார். ஒரு முழு பாட்டிலையும் குடித்து முடித்து விட்டது போல. பூமி அவரைச் சுற்றி வட்டமிடுவதைப் போலிருந்தது. நிலை தடுமாறிய அவர் நடுவானில் தொங்குவது போல் உணர்ந்தார். அவர் சிரிக்கவும், அழவும் ஆசைப்பட்டார். குடிகாரர்களைப்போல் பாட விரும்பினார்.

மற்றும் பல நேரங்களில் அவருடைய கலத்தில் புகை நிரம்பி விட்டது போலவும், அவருக்கு மூச்சு திணறுவது போலவும் அவருக்குப் பிரமை ஏற்பட்டது. பதட்டத்தில் அவருக்குக் குமட்டல் உண்டாகும். ஒரு சமயத்தில் அவர் யோசித்தார், 'நான் ஏன் இந்த நரகத்தைத் தாங்கிக் கொள்ள வேண்டும்? என்னுடைய குற்றங்களுக்கு மன்னிப்புக் கேட்டுக் கொண்டு மீதமுள்ள தண்டனையிலிருந்து மன்னிப்பு பெற்று, அமைதியாக இருந்து கொண்டு வீட்டிற்குத் திரும்பி, பெற்றோரைக் கவனித்துக்கொண்டு புதிய வாழ்க்கையைத் தொடங்க வேண்டும். அரசாங்கம் மக்களைப்பற்றிக் கவலைப்படுவதில்லை, அரசியல்வாதிகள் சாதாரண மனிதர்களைப் பற்றிச் சிந்திப்பதில்லை. நான் மாத்திரம் அவர்களுடைய வாழ்க்கையை எப்படிச் சீர்ப்படுத்த முடியும்? நான் பகத் *சிங்* ஆக முடியாது. அவருடன் மற்றவர்களும் இருந்தனர். ராஜ்குரு மற்றும் சுக் தேவ் போன்ற பற்று மிகுந்த தோழர்கள். நான் ராமராகி இலங்கையை அழிக்க முடியாது. அவரிடம் விசுவாசமுள்ள குரங்கு படை இருந்தது. நான் எந்தக் குரங்குகளுக்காகப் போராடுகிறேனோ அவர்கள் குறுக்கே குதித்து இலங்கை மன்னருடன் சேர்ந்து விட்டார்கள். என்னுடைய தண்டனைக் காலம் இன்னும் மீதமிருக்கிறது. அதிகாரிகள் இந்த மாதிரி என் மீது வெறித்தனமான நடத்தையைத் தொடர்ந்தால் என்னுடைய சடலம் தான் சிறையை விட்டு வெளியேறும்.'

அவருடைய மனம் அமைதி அடைந்தவுடன் அவருடைய எண்ணங்கள் மீண்டும் திசை மாறும், 'நான் ஏன் மன்னிப்பு கேட்க வேண்டும்? நான் ஒரு குற்றமும் செய்யவில்லை. எல்லோரும் ஒருநாள்

இறக்க வேண்டும். ஒருவரின் உரிமைகளுக்காகப் போராடும் பொழுது ஏற்படும் மரணம்தான் பயனுள்ளது. நான் வீரர்களின் மரணத்தை அடைவேன்.' காலையிலும் மாலையிலும் *லங்கர்* வினியோகிக்கச் சமையல்காரர் வந்தார். அழுக்கடைந்த பாத்திரங்களைப் பேசாமல் எடுத்துக் கொண்டு அதற்குப் பதிலாகப் புதியவைகளை வைத்து விட்டுச் செல்வார். முன்பு, சத்தம் கேட்ட பொழுதல்லாம் ஹக்கம் எழுந்து, பருப்பு மற்றும் ரொட்டி கொண்டு வந்த கைதியின் முகத்தை உற்று நோக்குவார். பேச்சு வார்த்தை ஒன்றும் இருக்காது. ஆனால், அவருக்குச் சிறிது ஆறுதல் கிடைத்தது. ஆனால், அன்று கதவு திறக்கப் படுவதோ அல்லது *லங்காரி*யின் காலடி ஓசையோ அவருக்குக் கேட்கவில்லை.

“வழக்கறிஞர் சாஹிப் இன்னும் மூன்று நாட்கள் பாக்கி இருக்கின்றன. தைரியமாக இருங்கள். நான் இன்று விடுதலை செய்யப்படுகிறேன். நேரடியாகச் சமிதிக்குச் சென்று உங்களுடைய விடுதலைக்கு நான் ஏற்பாடு செய்கிறேன்.”

கைதி தன்னிடம்தான் பேசுகிறான் என்று ஹக்கம் அரைகுறையாக நினைத்துக் கொண்டார். ஆனால், அவன் என்ன சொல்கிறான்? அவன் நிஜமாகப் பேசுகிறானா அல்லது இது அவருடைய கற்பனையின் படைப்பா என்று அவரால் தெரிந்து கொள்ள முடியவில்லை.

ஆனாலும், ஒப்புதலும் நன்றியும் தெரிவிக்கும் அறிகுறியாக அவர் கையை உயர்த்த முயற்சி செய்தார். அவர் நினைத்தபடி கை உண்மையில் உயர்ந்ததா இல்லையா என்று அவருக்குத் தெரியவில்லை.

அத்தியாயம் 54

ஹக்கமுக்கு தனிமைச் சிறைத் தண்டனை விதிக்கப்பட்ட பொழுது முசாடியின் வெளியீட்டிற்கு ஒரு வாரம் பாக்கியிருந்தது.

தனிமையில் இருப்பவர்களுக்கு உணவு எடுத்துச் செல்லும் கைதிகள் ஆழ்ந்தாராய்ந்து தேர்ந்தெடுக்கப்படுகிறார்கள் என்று முசாடி அறிந்திருந்தான்; உறுதியான எண்ணமும், மிகுந்த கட்டுப்பாடும் கொண்டவனாக அவன் இருக்க வேண்டும், கைதியுடன் நேருக்கு நேர் கண்தொடர்பு அவன் கொள்ளக் கூடாது, ஆகியவை. தனிமையால் பாதிக்கப் பட்ட கைதியுடன் சில நிமிட உரையாடல் கூட அவனுக்கு நிவாரணம் அளித்துத் தண்டனையின் நோக்கத்தைப் பயனற்றதாக ஆக்கிவிடும் என்று நிர்வாகம் அஞ்சியது. இந்தத் தனிப்பட்ட பொறுப்பு, நிர்வாகத்தினரால் சோதித்துப் பரீட்சிக்கப்பட்ட, விசுவாசமுள்ள கைதிக்குத் தான் கொடுக்கப்பட்டது.

என்ன இருந்தாலும் குற்றவாளி, குற்றவாளிதான். அவன் எந்த நேரத்திலும் நிர்வாகத்தினரை ஏமாற்றிவிட்டுத் தன்னுடைய சகோதர உறுப்பினருடன் சேர்ந்து விடலாம். எனவே, தேர்ந்தெடுக்கப்பட்ட கைதியை, ஒரு வாள் அவன் தலைக்கு மேல் தொங்கிக் கொண்டிருப் பதைப் போல் எப்போதும் பதட்ட நிலையில் வைத்திருந்தார்கள். சில நாட்களில் விடுதலை பெறப் போகும் கைதியைப் பார்த்துத் தேர்ந்தெடுத்தார்கள். அவனிடம் தெளிவாகக் கூறப்பட்டது, “உன்னுடைய வேலையில் ஏதாவது கவனக்குறைவு இருந்தால், முன்னர் வழங்கப்பட்ட மன்னிப்பு ரத்துச் செய்யப்படும் மற்றும் உன்னுடைய வெளியீடு ஒத்தி வைக்கப்படும்.” ஒரு கைதி எதை வேண்டுமானால் தாங்கிக் கொள்வான். ஆனால், தன்னுடைய விடுதலை தாமதமாகிவிடும் வாய்ப்பைத் மாத்திரம் அவனால் தாங்க முடியாது. எச்சரிக்கப்பட்ட கைதி அனைத்து அறிவுரைகளையும் மிகக் கவனத்துடன் பின்பற்றினான்.

விசுவாசம் மற்றும் விரைவில் விடுதலை-இரண்டு தேவைகளும் முசாடி பூர்த்தி செய்தான். அவன் முதல் நாளிலிருந்து சிறை அதிகாரிகளின் தனிப்பட்ட பாசத்திற்கு உரியவனாக இருந்தான். ஹக்கமுக்கு எதிராகச் சாட்சி அளித்ததிலிருந்து அவன் அவர்களின் கண்களில் இன்னும் அதிகம் உயர்ந்து விட்டான். ஹக்கமின் கலத்திற்கு உணவு எடுத்துச் செல்ல அவன் தேர்ந்தெடுக்கப்படுவான் என்று முசாடியின் உள்ளுணர்வு கூறியது, அவன் நம்பிக்கையானவன் என்பதனால் அல்ல, மாறாக அவனுக்கு, அதாவது முசாடிக்கு ஒரு பாடம் கற்பிக்க வேண்டும் என்பதற்காக. முசாடி ஹக்கமின் ரசிகன் என்றும் அவரைப் பின்பற்றுபவர் என்றும் எல்லோரும் அறிந்திருந்தனர்.

குரு திருந்துவதற்காகத் தண்டிக்கப்பட்டிருந்தார். இப்பொழுது சீடரின் முறை.

ஒரு சமயத்தில் ஹக்கமும் முசாடியும் ஓர் நெருங்கிய பந்தத்தைப் பகிர்ந்து கொண்டனர் என்பது உண்மைதான். நிர்வாகத்திற்கு எதிராக ஹக்கம் எழுதிய கடிதங்களை முசாடி தட்டச்சு செய்து, அதைத் தபாலில் சேர்ப்பதற்காக விசாரணைக்கு வெளியில் செல்லும் கைதியிடம் ஒப்படைத்தான்.

ஹக்கமை ஏமாற்றி அவருக்கு எதிராகப் பொய் வாக்குமூலங்கள் கொடுப்பதற்கு முசாடி வற்புறுத்தப்பட்டிருந்தான். இதற்கெல்லாம் பிறகு அவரை எவ்வாறு சந்திப்பதென்று அவன் கவலைப் பட்டான்.

ஹக்கமைப் பற்றி நினைத்தவுடன் சிறைச்சாலையில் அவனுடைய முதல் நாள் - அந்தப் பயங்கரமான காட்சி - அவனுடைய கண்முன் நீச்சலிடத்தது. அவனுடைய உஸ்தாதின் தலையை வெட்டிப் பிளந்த குற்றத்திற்காக அவனுக்குத் தண்டனை விதிக்கப் பட்டிருந்தது. மடக்கென்று விழுங்க வேண்டிய ஒரு கசப்பான கட்டாயமாக அது இருந்தது. முசாடி எப்பொழுதும் நன்றாகப் படித்தான். பத்தாம் வகுப்பில் முதல்தர மதிப்பெண்களுடன் தேர்ச்சி பெற்றான். மேலும் படிப்பைத் தொடர வழிவகை இல்லாததால், அவனுடைய ஆசிரியரின் அறிவுரையின்படி மோட்டார் மெக்கானிக் ஆகத் தீர்மானம் செய்து கொண்டான். இயந்திர நுட்பங்களைக் கிரகித்துக் கொள்ளும் நல்லத் திறன் அவனிடம் இருந்தது. தொழில் பழகும் பயிற்சியின் பொழுது மஹிந்திரா டிராக்டர்காரர்கள் அவனை ஒரு வேலைக்காகத் தேர்வு செய்தார்கள்.

இயற்கை முசாடிக்கு அதிகம் ஒன்றும் கொடுக்கவில்லையென்றாலும், தாராளமாக அழகான தோற்றத்தை வழங்கியிருந்தது. ஆனால், தொழிற்சாலைக்குள் நுழைந்ததும் உஸ்தாத் அவனைச் சுற்றி வந்து அவனைத் துன்புறுத்த ஆரம்பித்தவுடன் அந்த அழகே அவனுக்கு எதிரியாக அமைந்தது. முசாடி தன் வேலையைச் செய்ய விரும்பினான், அவ்வளவுதான். அவன் ஏற்கெனவே விதிக்குப் பலியானவன்-பத்து வருடங்களுக்கு முன்பு அவனுடைய தந்தை தன் மனைவி மற்றும் மகனை விட்டு வேறொரு பெண்ணுடன் கொல்கத்தாவுக்கு ஓடிவிட்டார். கைவிடப்பட்ட தாய்-மகன் இரட்டையருக்கும் அடிப்படைத் தேவைகளைச் சமாளிப்பதற்குக் கஷ்டப்பட வேண்டியிருந்தது மற்றும் ஒவ்வொரு வேளைச் சாப்பாட்டிற்கும் கடினமாக உழைக்க வேண்டியிருந்தது. இப்பொழுது தன் தாயின் கனவுகள் சிதைந்து போவதைப் பார்க்க அவன் விரும்பவில்லை.

ஆத்திரமடைந்த முசாடி ஓர் இரும்புக் கம்பை *உஸ்தாதின்* தலை மீது போட்டான். விளைவு-ஐந்து ஆண்டுகள் கடுமையான சிறைத் தண்டனை.

முசாடி சிறையில் காலடி வைத்த நிமிடத்திலேயே வதந்தி பரவியது, "பெண் தன்மை கொண்ட ஒரு சிறுவன் இப்பொழுது வந்திருக்கிறான். யார் அவனை ரசிக்க விரும்புகிறார்களோ அவர்கள் அவனைத் தங்கள் வளாகத்தில் வைத்துக் கொள்ளுங்கள்." செய்தியைக் கேட்டவுடன் பெண்களுக்காக ஏங்கிப் பெருமூச்சு விட்டுக்கொண்டிருந்த எல்லா காம வெறியர்களும் *டியோதி*க்கு விரைந்தனர். ஏலத்தின்பொழுது கால்நடைகளின் தரம் மதிப்பிடப்படுவதைப் போல முசாடியின் உடல் மதிப்பிடப்பட்டது. அவனுடைய கன்னங்கள் தட்டப்பட்டு, மார்பு துழாவப்பட்டு மற்றும் தொடைகள் தடவப்பட்டன. கண்களில் நீர் நிரம்பிய கண்களுடன் முசாடி சிறை ஊழியர்களின் நடத்தையைப் பார்த்து அதிர்ந்து போனான். இந்தக் கேளிக்கைக்கு ஒரு முற்றுப்புள்ளி வைப்பதற்குப் பதிலாக, அவர்களும் இந்தக் காட்சியைக் கண்டு இளித்துக் கொண்டும், ஏளனமாகச் சிரித்துக் கொண்டும் அவர்களுடன் சேர்ந்து கொண்டனர்.

முசாடிக்கான ஏலம் தொடங்கியது. எல்லோரும் அவனைத் தங்களுடைய கலத்திற்கு அழைத்துச் செல்ல விரும்பினார்கள். பிரார்த்தனை செய்து கண்களை இறுக மூடிக் கொண்டான் முசாடி-அவனுடைய வேண்டுகோளுக்கு உடனடியாகப் பதில் கிடைத்தது. ஹக்கம் வடிவத்தில் பகவான் கிருஷ்ணர் வந்து அவனை ஒரு பயங்கரமான துரதிர்ஷ்டத்திலிருந்துக் காப்பாற்றினார்.

முசாடியைத் தொழிற்சாலையிலிருந்து அகற்றி அலுவலகத்தில் ஒரு வேலையில் அமர்த்தினார் ஹக்கம். பின்னர் அவனைப் படிக்க அனுப்பினார். ஆனால், பழமொழியில் கூறியிருப்பதைப்போல, வெட்டப் படப்போகும் ஆட்டின் தாய்க்கு எவ்வளவு நாட்கள் அமைதி காக்க முடியும்? முசாடியின் வெளியீட்டிற்கு இரண்டு நாட்கள் முன்பு செய்தி வந்தது, "நாளை முதல் தனிமைக் கலத்தில் உள்ளவர்களுக்கு உணவை நீ எடுத்துச் செல்ல வேண்டும்." நேற்று முதல் முறை அவன் அங்கு வந்தான். கலத்திற்குச் செல்லும் வழி முழுவதும் அவன் தன்னுடைய வழக்கில் முன் வைக்க வேண்டிய வாதங்களைப் பற்றி யோசித்துக் கொண்டிருந்தான்.

'ஹக்கம் ஒரு கைக்குழந்தை இல்லை. சிறையில் இருக்கும் கைதியால் அவன் விரும்புவதைச் செய்ய முடியாது என்று அவருக்குத் தெரியும். எனக்கிருந்த நிர்பந்தங்களைப்பற்றி அவருக்கு நிச்சயமாகத் தெரிந்திருக்கும். என்னை அவர் ஏற்கெனவே மன்னித்திருப்பார்.'

அவன் வளாகத்தின் வாயிலை நெருங்கியவுடன் அவனுடைய இதயம் வெறித்தனமாய்த் துடித்தது. அவனை யாரோ துரத்துவது போல் இருந்தது.

'ஹக்கமின் வேதனையைப் பார்த்த பிறகு என்னைக் கட்டுப்படுத்த முடியாமல் நான் அவரைப் பற்றிக் கட்டாயமாக விசாரிப்பேன் என்று சிறை அதிகாரிகளுக்குத் தெரியும். வேவுகாரர்கள் என்னைக் கையும்-களவுமாகப் பிடித்து விடுவார்கள். மற்றும் நான் பக்கத்திலுள்ள கலத்தில் தூக்கி எறியப் படுவேன். ஆனால், அவர்களுடைய பொல்லாத எண்ணங்கள் நிஜமாக நான் விடமாட்டேன்' இம்மாதிரியான முட்டாள் தனமான எண்ணங்கள் மனதில் ஓட, அவன் என்ன தீர்மானம் செய்திருந்தானோ சரியாக அதன் படியே முசாடி செய்தான்-உணவைக் கலத்தின் முன்னால் வைத்து விட்டு அவசரமாகத் திரும்பிவிட்டான்.

இவ்வாறு கோழைத் தனமாகப் பின்வாங்கிய அவனுடையச் செயல், இரவு முழுவதும் மீண்டும் மீண்டும் அவனுடைய நினைவில் தோன்றியது. அவன் மனதில் அசை போட்டான், 'நான் ஏன் இவ்வளவு பயந்தேன்? நான் பேசும்பொழுது பிடிக்கப்பட்டிருந்தால் எனக்குத் தண்டனை கிடைத்திருக்கும், அவ்வளவுதானே. என்னுடைய தண்டனைக் காலம் பல மாதங்கள் அதிகரித்திருக்கும். ஆனால், என்னுடைய பாவங்கள் கழுவப்பட்டிருக்கும். என்னுடைய மனைவி வீட்டில் எனக்காகக் காத்திருப்பாள் என்றெல்லாம் ஒன்றுமில்லையே. வயதான தாய் மட்டுமே இருக்கிறாள். கடந்த நான்கு ஆண்டுகள் செய்ததைப் போல இன்னும் நான்கு மாதங்கள் புலம்பி அதையும் கழித்திருப்பாள். நான் என் உஸ்தாதுக்குப் புற முதுகு காட்டியிருக்கக் கூடாது.'

விடிவதற்குள் அவன் தன் மனதைத் திடப்படுத்திக்கொண்டு ஹக்கமுக்கு உதவி செய்ய முடிவு செய்தான்.

"நான் இன்று விடுவிக்கப்பட உள்ளேன். வெளியில் சென்ற பிறகு நான் எந்த வகையிலும் அவருக்கு உதவ முடியாது. ஹக்கமைத் தனிமையிலிருந்து விடுவிப்பதற்கு ஒரு வழக்கறிஞரை நியமிக்க வேண்டும். அதற்குக் கட்டணம் தேவைப்படும். பணம் எங்கிருந்து வரும்?" காலை எண்ணிக்கை நேரத்தில் முசாடி, பாலா மற்றும் மீதாவைத் தேடினான். அவர்களிடம் பேசி சில சமிதி உறுப்பினர்களின் பெயர் மற்றும் முகவரியை குறித்துக் கொண்டு அதைப் பாதுகாப்பாகத் தன் பாக்கெட்டில் வைத்துக்கொண்டான். தனது தீர்மானத்தைத் திடப்படுத்திக் கொண்டு அவன் மீண்டும் ஒருமுறைத் தனிமைக் கலத்தை நோக்கிச்

சென்றான். அன்று அவனுக்கு முந்தைய நாள் போல ஒற்றர் பின்தொடர்வது போலப் பிரமை ஏற்படவில்லை; அவன் திரும்பிப் பார்க்க வில்லை. கலத்தை நெருங்கியதும் அவன் இருமி, தொண்டையைச் சரி செய்து கொண்டு நடக்கும் வேகத்தை அதிகப்படுத்தினான். சத்தத்தைக் கேட்டு ஹக்கம் எச்சரிக்கப்பட்டு விழிப்புணர்வுடன் எழுந்து உட்கார்ந்து கொள்வார், பின்னர் நீண்ட உரையாடலுக்கு வாய்ப்பு இருக்கும் என்று அவன் நினைத்தான்.

இதெல்லாம் காற்றில் கட்டிய கோட்டைப்போல பகல் கனவாயிற்று. அங்கு ஹக்கம், வாய் சற்றே திறந்த நிலையில் அரைபிணமாகக் கிடந்தார். அவரைச் சுற்றிலும் ஈக்கள் மொய்த்துக் கொண்டிருந்தன. அவற்றை விரட்டக்கூட அவருக்குத் தெம்பில்லாதது போல் தோன்றியது. அவர் உடலிலிருந்து துர்நாற்றம் வீசியது. அவர் தன்னுடைய அசுத்தத்திலேயே விழுந்து கிடந்தார்.

'இந்த வழக்கறிஞரின் புத்திக்கு என்ன ஆகிவிட்டது? தனிமையில் உண்ணாவிரதம் நடத்துவதினால் என்ன பிரயோசனம்?' நிலைமையைப் பரிசீலித்தவாறு முசாடி தனக்குள் நினைத்துக் கொண்டான். அவன் ஹக்கமின் உடலைத் தொட்டுப்பார்த்தான். அது அடுப்பு போல் சுட்டது. ஹக்கம் முசாடியை அடையாளம் கண்டு கொள்ள முயன்றார். ஆனால், சுற்றிலும் என்ன நடக்கிறதென்று அவரால் புரிந்து கொள்ள முடியவில்லை. முசாடியின் கண்கள் கண்ணீரினால் நிரம்பின. அவனுக்கு உச்சிக் குரலில் கத்தி அழ வேண்டும் போலிருந்தது. ஹக்கமுக்குப் பக்கத்தில் அமர்ந்து கொண்டு அவருக்கு அக்கறையுடன் சேவைச் செய்ய விரும்பினான்; அவருடன் பேச விரும்பினான். ஆனால், அங்கு அச்சுறுத்தும் வகையில் காவலர்கள் நின்றிருந்ததால் விரும்பியதை அவனால் செய்ய முடியவில்லை.

ஹக்கம் மோசமான நிலையில் இருப்பதாக முதலில் முசாடி தலைமை வார்டருக்குத் தெரிவித்தான். ஆனால், அவர் கண்டு கொள்ளவே இல்லை. ஒரு கைதி இறப்பதோ அல்லது பைத்தியமாவதோ அவருக்கு அசாதாரணமானதல்ல.

அதன்பிறகு முசாடி சக்கருக்குச் சென்று உதவித் தரோகாவிடம் முறையிட்டான். செய்தியைக் கேட்டு அவர் சந்தோஷப்பட்டார், "நாங்கள் விரும்புவது சரியாக இதைத்தான்" என்றவாறு முகத்தைத் திருப்பிக் கொண்டார்.

அடுத்து அவன் டியோதிக்குச் சென்று துணை அலுவலரிடம் முறையிட்டான். “வெளிப்படையாகப் பேசி நீ விதிமுறைகளை மீறுகிறாய். நீ எங்களுக்கு விசுவாசமாய் இல்லாதிருந்தால் மற்றும் இன்று உன்னுடைய விடுதலை பெறும் நாளாக இல்லாதிருந்தால் நான் உனக்குக் கடுமையான தண்டனை அளித்திருப்பேன்” என்று துணை அலுவலர் முசாடியைக் கண்டித்தார். ஹக்கமின் நிலை குறித்த விவரத்தை வேறொருவருக்குச் சொல்லி விடுவான் என்று பயந்த சிறைக் கண்காணிப்பாளர், அவனை விடுவிப்பதற்கான உத்தரவை நான்கு மணி நேரம் முன்பே தயார் செய்து அவனைச் சிறைக்கு வெளியில் அனுப்பி விட்டார்.

பெரிய வாயிலிருந்து, வெளியில் வந்தவுடன் முசாடிக்குப் புதிய சிறகுகள் முளைத்தன. இப்பொழுது அவன் விரும்பியதை அவனால் சொல்ல முடியும். அவனுடைய உள்ளம் விரும்பும் இடத்திற்குப் பறக்க முடியும். அவன் விரைவாகப் பேருந்து நிலையத்திற்குச் சென்று, சமிதியின் தலைமை அலுவலுகம் இருந்த நகரத்திற்குச் செல்லும் வண்டியில் ஏறினான்.

அத்தியாயம் 55

ஹக்கம் சிங்கின் நிலையைப் பற்றிக் கேட்ட குருடிட்டாசிங்கின் கண்கள் கண்ணீரினால் மங்கிப் போயின.

"எந்த ஒரு காரணமும் இல்லாமல் அவர் தனிமையில் படுத்துக் கிடக்கிறார். அவர் கவனிக்கப்பட வேண்டும்." தகுந்த நடவடிக்கை எடுப்பதற்குச் சட்டப் பிரிவின் ஒரு கூட்டத்திற்கு பாபா அழைப்பு விடுத்தார். ஹக்கமின் சாதனைகளைக் கேட்ட சட்டப் பிரிவின் உறுப்பினர்கள் ஆச்சரியத்தில் ஆழ்ந்தனர். பாலாவையும் மீதாவையும் சந்திக்க அவர்கள் அவ்வப்போது மத்திய சிறைக்குச் சென்றதுண்டு. ஏழைக் கைதிகளை விடுவிக்கச் சிறை நிர்வாகத்தால் தொடங்கப்பட்ட பணியைப்பற்றியும் கேள்விப்பட்டிருந்தார்கள். உச்ச நீதிமன்றத்தின் பயத்தினால் இந்த வேலை மாநில அரசாங்கம் செய்கிறதென்று அவர்கள் நினைத்திருந்தார்கள். இந்த வேலை ஹக்கமின் முயற்சியால் தொடங்கப்பட்டதென்று அவர்கள் அறிந்திருந்தால் சமிதி உடனடியாக அவருடன் தொடர்பு கொண்டு அந்தப் பணியை அடுத்த நிலைக்கு எடுத்துச் சென்றிருக்கும்.

ஏழு நாட்கள் தனிமையில் இருந்த பிறகு ஹக்கமிற்கு ஏற்பட்டிருப் பதைப் பார்த்தால் சூழ்நிலை இன்னும் அதிகம் மோசமாகவில்லை என்று சொல்ல முடியாது. நிறையப் பாதிப்பு ஏற்கெனவே ஏற்பட்டுவிட்டது. எஞ்சியவை காப்பாற்றப்பட வேண்டும். இப்போதைக்கு ஹக்கமை கஷ்டத்திலிருந்து எவ்வாறு மீட்பதென்பதற்கு குர்மீதசிங் ஓர் ஆலோசனை அளித்தார்:

"உடனடியாகச் சட்ட நடவடிக்கை மூலம் உதவி பெற முடியாது. சிறை நிர்வாகத்தின் செயல்பாடுகளில் தலையிட உள்ளூர் நீதிமன்றங்களுக்கு அதிகாரம் கிடையாது. உச்சநீதிமன்றத்தில் ஒரு ரிட் அளிக்க வேண்டும். அதற்கு ஆதரவாகப் பல்வேறு ஆவணங்கள் தேவைப்படும். பெரும்பாலான ஆவணங்கள் சிறை நிர்வாகத்திடம் இருக்கின்றன. அவை எளிதில் பெறக்கூடியவை அல்ல. அவற்றின் பிரதிகளைப் பெறுவதற்குப் பல செயலாளர்களைக் கடந்து செல்ல வேண்டியிருக்கும். சட்டம் கூடக் கைதிகளின் பக்கத்தில் இல்லை. மற்றும் தண்டனை அறிவிக்கப்பட்ட பிறகு நீதிமன்றத்திற்குக் கைதிகளின் மீது எந்த அதிகாரமும் இல்லை. அரசாங்கம், அது விரும்பும் வகையில் கைதிகளின் மீது நடவடிக்கை எடுத்துக் கொள்ள முடியும். உயர் நீதிமன்றம் கூட ஓரளவு நிவாரணம் அளிக்கக் கூடும் என்று நிச்சயம் ஒன்றுமில்லை. பின்விளைவுகளைப் பற்றி நன்றாக ஆலோசித்து,

முழுமையாகத் தயாரான பிறகுதான் நீதிமன்றத்தின் வாயிலைத் தட்ட வேண்டும்.

சட்ட நடவடிக்கையில் இறங்குவதற்கு முன்பு நாம் இரும்புக்கு எதிராக இரும்பைப் பயன்படுத்திப் போராட்டத்தைத் தொடங்குவோம். சங்கர்ஷ் சமிதி ஹக்கமின் வழக்கை எடுத்துக்கொண்டுள்ளது என்பதைச் சிறை நிர்வாகம் தெரிந்து கொள்வதற்காக மூன்று வழக்கறிஞர்கள் கொண்ட ஒரு குழு அவரைச் சந்திக்க சிறைக்குச் செல்வார்கள். இந்தச் சிறிய செயலே சிறை நிர்வாகத்தை விழிப்படையச் செய்து விடும்."

மிகவும் உற்சாகமடைந்த பியாரே லால் பரிந்துரைத்தார், "அமர்வு நீதிபதியைச் சந்திக்க இரண்டு உறுப்பினர்கள் கொண்ட ஒரு குழு அமைக்கப்பட வேண்டும். நிர்வாகத்திற்கு எதிராக நீதிபதிக்கு ஹக்கம் அளித்திருந்த அனைத்துப் புகார்களின் நகல்கள் மற்றும் எல்லா அறிக்கைகளின் நகல்களையும் நாம் பெற வேண்டும்."

முசாடி சமிதிக்கு மற்றொரு தகவலைக் கொடுத்திருந்தான். அவன் அவர்களிடம் கூறியிருந்தான், "ஹக்கம் சில அநாமதேய புகார்களை மட்டுமே பதிவு செய்திருந்தார். ஆனால், சிறைத் திருத்தங்கள் பற்றிய அவருடைய கருத்துக்கள் அடங்கிய ஆவணங்கள் எண்ணிக்கையில் அதிகமாகவே இருக்கின்றன. அந்த ஆலோசனைகளை அவர் உயர் நீதிமன்றத்திற்கும், மனித உரிமைகள் ஆணையத்திற்கும் அனுப்பியிருந்தார். சில சமயம் இந்த ஆவணங்களை அரசாங்கம் சிறை நிர்வாகத்திடம் அவர்களின் கருத்துக்காக அனுப்பியது. பின்னர் இந்தப் பதிவேடுகள் மறைந்துவிடும். எங்கு என்று யாருக்கும் தெரியாது. பரிந்துரைகள் எதுவும் நடைமுறைப் பழக்கத்திற்கு என்றும் கொண்டு வரப் படவேயில்லை."

அவர்களின் உயர்நீதி மன்ற பிரிவுக்கு பாபா ஒரு செய்தி அனுப்பினார், "உயர்நீதிமன்றம் மற்றும் மனித உரிமைகள் ஆணையத்திடமிருந்து ஆவணங்களைப் பெற்றுக் கொள்ளுங்கள்."

குர்மீத் சிங்கின் தலைமையில் மூன்று பேர்கள் கொண்ட ஒரு குழு அமைக்கப்பட்டது. "நாளை அலுவலகம் திறந்தவுடன் சிறை நிர்வாகத்தின் மேல் தாக்குதல் நடத்தப்படும்" என்று குழுவிற்கு ஒரு கட்டளை பிறப்பித்தார் பாபா.

அத்தியாயம் 56

ஹக்கமைச் சந்திப்பதற்காகச் சமிதியின் வழக்கறிஞர்கள் வந்திருப்பதைப் பற்றிக் கேள்விப்பட்ட சிறை அதிகாரிகள் செயலிழந்து போயினர். அவர்கள் எல்லோரும் சேர்ந்து இதிலிருந்து விடுபடுவதற்கான வழியைத் தேடினார்கள். பிரதிநிதிகளை வெறும் கையுடன் எவ்வாறு திருப்பி அனுப்புவது என்பதுதான் இவர்களின் விவாதத்தின் முக்கிய அம்சமாக இருந்தது.

"ஹக்கமின் முறையீடு உச்ச நீதிமன்றம்வரை எல்லா இடத்திலும் நிராகரிக்கப்பட்டிருக்கிறது. எந்த நீதிமன்றத்திலும் - அது கீழ்நிலை நீதிமன்றமாகட்டும் அல்லது மேல் நீதிமன்றமாகட்டும் எங்கும் மறுஆய்வு செய்யப்படவில்லை. அதனால் ஹக்கமுக்கு எவ்வித சட்ட ஆலோசனையும் தேவையில்லை." இந்த வாதத்தின் அடிப்படையில் முதல் கோரிக்கை மறுக்கப்பட்டது.

ஆனால், என்னவிருந்தாலும் வழக்கறிஞர்கள் வழக்கறிஞர்கள் தானே. இவ்வளவு ஆண்டுகளாக அவர்கள் நாடகமாடிக் கொண்டிருக்க வில்லையே. அவர்கள் இரண்டாவது வேண்டுக்கோளை அனுப்பினார்கள், "நாங்கள் ஹக்கமின் நண்பர்கள். அந்த வகையில் அவரைச் சந்திக்க விரும்புகிறோம்."

சிறை அதிகாரிகள் மீண்டும் ஒருமுறை பிரச்சனைக்கு ஆளாக்கப்பட்டனர். 'இந்தப் புதிய தொல்லையிலிருந்து இப்பொழுது எப்படி விடுபடுவது?' இதற்குத் தீர்வு கீழ்நிலையிலிருந்த ஊழியர்களில் ஒருவரால் வழங்கப்பட்டது, "இன்று வியாழக்கிழமை. இன்று வருகைக்கு அனுமதி கிடையாது."

வழக்கறிஞர்கள் இவ்வளவு எளிதில் சரணடையத் தயாராக இல்லை. அவர்கள் மாவட்ட நீதிபதியை அணுகினார்கள்.

சமிதி உறுப்பினர்கள் சிறைக்குத் திரும்பி வருவதற்குள் ஹக்கம் தனிமையிலிருந்து விடுவிக்கப்பட்டு, ஒரு குளியல் கொடுக்கப்பட்டு, சுத்தமான உடைகள் அணிவிக்கப்பட்டார். வீட்டிலிருந்து மருத்துவர் வரவழைக்கப்பட்டார் மற்றும் ஹக்கம் மருத்துவமனையில் சேர்க்கப்பட்டார். ஏதாவது அவசர நிலையில் உபயோகப்படுத்துவதற்காகப் பதிவேட்டில் எப்பொழுதும் வெற்று இடங்கள் விடப்பட்டன. அந்த நெடுவரிசைகள் இப்பொழுது நிரப்பப்பட்டன. மயக்க நிலையில் ஹக்கம் கீழே விழுந்து காயமடைந்ததால் மருத்துவமனையில் அனுமதிக்கப் பட்டதாகக் காரணம் பதிவு செய்யப்பட்டது.

ஹக்கம் எட்டு நாட்கள் பட்டினியாக இருந்திருந்தார். அதனால் அவருக்குத் திடீரென்று வாய்வழியாகத் திட உணவு கொடுப்பது ஆபத்தானதாக இருக்கும். அவருக்குச் சக்தியைக் கொடுப்பதற்குச் சொட்டுகள் மூலம் சத்தான திரவ உணவு கொடுக்கப்பட்டது.

சிறை அதிகாரிகள் நிலைமையைச் சமாளிக்கும்வரை சமிதியின் வழக்கறிஞர்கள் சிறிது நேரம் அலுவலகத்தில் காக்க வைக்கப்பட்டார்கள்.

“இன்று ஹக்கம் மிகவும் படபடப்புடன் இருந்தார். அதனால் அவருக்குத் தூங்குவதற்காக ஒரு ஊசி போடப்பட்டிருக்கிறது. அவரை எழுப்புவது புத்திசாலித்தனமாகாது. ஆனால், நீங்கள் விரும்புவதை நாங்கள் செய்வோம்” பிரதிநிதிகளுடன் மருத்துவமனைக்குச் சென்ற மருத்துவர் விளக்கினார்.

நிர்வாகத்தின் ஏமாற்று வித்தையை வழக்கறிஞர்கள் நன்றாகவே புரிந்துகொண்டனர். அவர்களும் இப்பொழுது அதே வழியைப் பின் பற்றினார்கள். ஹக்கமின் மனநிலை ஏற்கெனவே பாதிக்கப்பட்டிருக்கிறது மற்றும் அவருடைய நிலை ஓரிரு மணிநேரத்தில் மேம்படும் என்று எதிர்பார்க்க முடியாது என்று அவர்கள் அறிந்திருந்தார்கள். ஹக்கம் மெலிந்து பலவீனமாக ஆகியிருப்பதையும் அவர்கள் பார்த்தார்கள். இரண்டே நாட்களின் நல்ல உணவிற்குப் பிறகு தளர்ந்து போயிருந்த அவருடைய நரம்புகள் இரத்தத்தை உந்தத் தொடங்குமென்பது நடக்கக் கூடியதில்லை. அதே சமயம் அவர் ஒரு கைதி, விரைவில் விடுபடும் வாய்ப்பில்லை. நிர்வாகத்துடன் தகராறு செய்வதில் பயனொன்றும் கிடைக்கப் போகிறதில்லை.

எப்படியும் சமிதியின் நோக்கம் நிறைவேற்றப்பட்டு விட்டது. எந்த வேகத்தில் அவர் மரணத்தின் கோரப் பிடியில் தள்ளப்பட்டாரோ, அதே வேகம் இப்பொழுது அவரைக் காப்பாற்றுவதற்கு மேற்கொள்ளப்பட்டது. இப்போதைக்கு இது போதுமானது.

இப்பொழுது பொறுமையுடன் திரும்பிச் செல்வதுதான் அனைவருக்கும் நல்லது என்று சமிதி உறுப்பினர்கள் நினைத்தனர்.

அத்தியாயம் 57

ஹக்கம் தனது ஆவணங்களில் குறிப்பிட்டிருந்த உயர்நீதிமன்ற தீர்ப்புகள், தற்பொழுது உயர் நீதிமன்றத்தின் தலைமை நீதிபதியாக இருந்த நீதிபதி சின்ஹாவினால் அறிவிக்கப்பட்டவை. பெரு முயற்சிகளுக்குப் பிறகு அவருடைய நீதிமன்றத்தில் வழக்கை மறு ஆய்வுக்கு வைக்க முடிந்தது. விரும்பிய பலன்கள் விரைவில் கிடைக்க ஆரம்பித்தன. *ரிட்டு*டன் இணைக்கப்பட்டிருந்த ஆவணங்களைப் படித்த அனைவருடைய மயிரும் அச்சத்தில் விறைத்து நின்றது.

ஹக்கம் மெய்யாகவே உண்மையைத்தான் பேசினார். சில சமயங்களில் நீதிமன்றங்கள் உணர்ச்சிகளால் திசைதிருப்பப்பட்டு, கைதிகளின் உரிமைகளைப் பாதுகாப்பதற்காக, படாடோபமான வாக்குறுதிகளை வழங்கி விடுகின்றன. அவர்களின் புரட்சிகரமான தீர்மானங்கள் சில காலம்வரை செய்தித்தாள்களில் பிரசுரப்படுகின்றன. தங்களுடைய பாராட்டுகளைப் படித்த நீதிபதிகள் பெருமிதத்தால் பூரித்துப் போய், அவர்கள் சமூக நீதிக்கான புதிய பாதைகளைத் திறந்து விட்டதாகவும், ராம ராஜ்யம் நிச்சயமாக நிலை நாட்டப்படும் என்றும் கற்பனை செய்ய ஆரம்பிக்கிறார்கள். நிலவொளியின் சில நாட்களுக்குப் பிறகு இருண்ட நிலவில்லாத இரவு மீண்டும் ஒருமுறை வரும் என்பதை அவர்கள் மறந்து விடுகிறார்கள்.

ஹக்கம், தனது ஆவணங்களில் விவரித்திருந்த கைதிகளின் பயங்கரமான நிலைகளில் பத்துச் சதவீதம் உண்மையென்று எடுத்துக் கொண்டால் கூட, அரசாங்கத்தின் தீர்மானங்கள் மற்றும் அதனுடன் தொடர்பு கொண்ட சிறைத் திருத்தங்களுக்கான வழிமுறைகள் அனைத்தும் கிழிக்கப்பட்டுக் குப்பை கூடத்தில் வீசப்பட்டன என்ற முடிவுக்குத்தான் வர முடியும். உண்மையில், சிறைக்குள் நிலைமை நாளடைவில் மேம்படுவதற்குப் பதிலாக மோசமடைந்து வந்தது.

இத்தகைய பிரச்சனைகளைச் சமாளிப்பதற்காக, தலைமை நீதிபதி தனது தீர்ப்புகளில், அரசாங்கம் காட்டிய அலட்சியத்தைக் கண்டனம் செய்திருந்தார். தீர்ப்புகளை அமல் படுத்துவதில் நீதித்துறையின் கவனக் குறைவைப் பார்த்து இப்பொழுது அவர் வெட்கப்படத் தொடங்கினார்.

“அமர்வு நீதிபதி போன்ற முக்கியமான பதவி வகிக்கும் நபர்கள் கூடத் தங்கள் கடமைகளை இவ்வளவு புறக்கணிக்கிறார்களா? சிறைச்சாலைகளைக்கூட அதிகாரிகள் சுகமாகப் பயணங்கள் அனுபவிக்கும் இடமாகக் கருதுகிறார்களா?” தலைமை நீதிபதியால் இதை நம்பவே முடியவில்லை.

ஆனால், அவருடைய எண்ணங்கள் உடனே திசை மாறின. அவரும் இந்த அமர்வு நீதிபதியைப் போல ஒருவர் தான். அவர் பல சந்தர்ப்பங்களில், அரசாங்கத்துக்குக் கைதிகளின் உரிமைகளைப் பாதுகாக்க வேண்டிய அவசியத்தைப்பற்றியும், அதற்கான விதிமுறைகள் வகுக்கப்பட வேண்டியதைப்பற்றியும் அறிவுரைகள் வழங்கியிருக்கிறார். ஆனால், அரசாங்கம் இந்த வழிமுறைகளைப் பின்பற்றியதா இல்லையா என்று பார்க்க அவர் ஒருபோதும் முயற்சி செய்யவில்லை. சிறைச்சாலையை மேற்பார்வை பார்க்க அவர் சென்றதே இல்லை.

ஹக்கம் நிஜத்தைத்தான் கூறியிருக்கிறார். இந்த வழிமுறைகள், சட்டப்புத்தகங்களை அலங்கரிக்கின்றன அல்லது ஆராய்ச்சியாளர்களுக்கு அவர்களின் ஆய்வுக்கான விஷயமாகக் கொடுக்கப்படுகின்றன. ஆனால், அவை யாருக்காக எழுதப்பட்டிருக்கிறதோ அவர்களுக்கு அதனால் எந்தப் பலனும் கிடைப்பதில்லை. சிறை நிர்வாகம் கட்டளைகளைப் பின்பற்றவில்லை. கீழ் நீதிமன்றங்களும் அவற்றைச் செயல்படுத்த எந்த முயற்சியும் செய்யவில்லை. யாருடைய நன்மைக்காக இது எழுதப் பட்டதோ அவர்களுக்கு இதைப் பற்றி அறிகுறிகூடக் கிடைக்கவில்லை. இத்தகைய தீர்ப்புகள் வழங்குவதினால் என்ன பயன்?

“ஹக்கம் என்ன சொல்கிறாரோ அது சரிதான். நீதித்துறை உட்பட அனைவரும் அதே துணியிலிருந்து வெட்டப்பட்டவர்கள்தான்.” இந்த எண்ணங்கள் நீதிபதி சின்ஹாவுக்கு அவருடைய துணை ஊழியர்கள் மேல் ஆத்திரத்தை பெருகச் செய்தது.

பல வருடங்களாக ஹக்கம் உயர்நீதிமன்றத்திற்குக் கடிதங்கள் எழுதிக்கொண்டிருந்தார். அவற்றில் ஏராளமான முக்கியமான விஷயங்களும், ஆலோசனைகளும் அடங்கியிருந்தன. பதிவாளர் அவற்றை ஒருபோதும் கவனமாகப் படிக்கவில்லை என்பது தெளிவாகத் தெரிந்தது. அவற்றைச் சாதாரண புகார்களாகக் கருதி வழக்கமான முறையில், சிறை நிர்வாகத்திடம் அவர்களுடைய கருத்துகளைப் பெறுவதற்காக அனுப்பினார். சிறை நிர்வாகம் எப்போதாவது ஒரு பதிலை அனுப்பியதா? ஆம் என்றால், அவர்கள் என்ன சொன்னார்கள்? அவர்களுடைய பதில்களில் இருந்த குறிப்புகளைப் படிக்க எந்த முயற்சியும் செய்யப்படவில்லை. ஒரு கைதி உயர் நீதிமன்றத்திற்கு எழுதிக் கொண்டேயிருந்தார், ஆனால், அது தலைமை நீதிபதியின் கவனத்திற்குக் கொண்டு வரப்படவேயில்லை.

பழமொழியில் கூறியிருப்பதைப் போல, ஒருவன் விழித்துக் கொள்ளும் பொழுதுதான் விடியற்காலை! கடந்த கால தவறுகளைச்

சரி செய்வதென்று தலைமை நீதிபதி மனதில் நிச்சயித்துக்கொண்டு, அதற்கான உத்தரவுகளைக் கொடுக்க ஆரம்பித்தார். சுத்திகரிப்பு அவருடைய வீட்டு வாசலிலிருந்து தொடங்க வேண்டும்.

மாயாநகரின் நீதிபதி மாவட்ட நீதிபதியுடன் சேர்ந்து, உடனடியாகச் சிறைச்சாலையின் பயணம் மேற்கொண்டு, அங்கு சென்றடைந்தவுடன் சிறைச்சாலைப் பதிவுகள் அனைத்தையும் முத்திரையிட்டுப் பத்திரப்படுத்தும்படி அறிவுறுத்தப்பட்டார். கிடங்கிலிருந்த தானியங்கள் ஒரு நிபுணரால் ஆய்வு செய்யப்பட வேண்டும். மருத்துவமனையில் அனுமதிக்கப்பட்டிருந்த நோயாளிகள் பரிசோதிக்கப்பட்டு, அவர்கள் பாதிக்கப்பட்டிருந்த நோயைப்பற்றிய விரிவான குறிப்பு தயார் செய்யப்பட வேண்டும். ஹக்கமின் ஆவணங்களில் சுட்டிக் காட்டப்பட்டிருந்த ஒவ்வொரு குறிப்புக்கும் விளக்கம் அளிக்கப்பட வேண்டும். அமர்வு நீதிபதிக்கு ஒரு கூடுதல் அறிவுறை வழங்கப்பட்டது. அதாவது, விசாரணை நடக்கும் வரை அவர் சிறையில் இருக்க வேண்டும். இனி வருங்காலத்தில் எந்தக் கவனக் குறைவும் ஏற்றுக் கொள்ளப்படாதென்றும் தெளிவுப் படுத்தப்பட்டது.

மாயா நகரின் பொது மருத்துவமனை அறுவை சிகிச்சை நிபுணருக்குத் தனி உத்தரவு பிறப்பிக்கப்பட்டது. அவர் தன்னுடன் மூன்று நிபுணர்களை அழைத்துச் சென்று ஹக்கமின் உடல்நிலை மற்றும் மன நிலையைப் பரிசோதனை செய்ய வேண்டும். பரிசோதனை நவீன முறைகளின் அடிப்படையில் இருக்க வேண்டும். மருத்துவர்களின் மருத்துவ அறிக்கைகளுடன் சேர்த்து அவருடைய அனைத்து ஆய்வக சோதனை அறிக்கைகளும் உயர் நீதிமன்றத்திற்கு அனுப்பப்பட வேண்டும்.

மாநில தலைமை செயலாளர், உள்துறை செயலாளருடன் அனைத்துச் சிறைச்சாலைகளின் சுற்றுப்பயணம் மேற்கொள்ள வேண்டுமென்றும் அறிவுறுத்தப்பட்டார். ஹக்கமால் அம்பலப்படுத்தப்பட்ட தவறான செயல்களைப் பற்றி ஆய்வு செய்து விவரமான அறிக்கையுடன் அவர்கள் பதினைந்து நாட்களுக்குப் பிறகு நீதிமன்றத்தில் தங்களை ஆஜர்படுத்த வேண்டும்.

எந்த நேரத்திலும் ஏதாவதொரு சிறைச்சாலையைத் தலைமை நீதிபதி ஆய்வு செய்யலாம். இதற்குச் சிறைத்துறைத் தயாராக இருக்க வேண்டும்.

அத்தியாயம் 58

அடுத்த நாள் எல்லாச் செய்தித்தாள்களும், தலைமை நீதிபதி அவர்கள் அரசாங்கத்தை நேரடியாகக் கடுமையாகக் கண்டித்த செய்தியைப் பெரிய எழுத்துகளில் தலைப்புச் செய்திகளாக அச்சடித்தன.

ஊடகங்கள் இந்தச் செய்தியை மகிழ்ச்சியுடன் சுவாரஸ்யமான அறிக்கையாகப் பரப்பினர். முன்னாள் கைதிகளும், சிறை மேலாண்மை மற்றும் சிறை திருத்தங்கள் நிபுணர்களும் அழைக்கப்பட்டார்கள். அவர்கள் கருத்துகள் வழங்கும்படி கேட்கப்பட்டு ஒரு விவாதம் தொடங்கப்பட்டது.

மறுநாள், சிறைகளில் நடக்கும் அட்டூழியங்கள் மற்றும் மோசடிகள் பற்றிய பரபரப்பான செய்திகள் செய்தித்தாள்களில் அச்சடிக்கப்பட ஆரம்பித்தன. அதற்குச் சில நாட்களுக்குப் பிறகு கோபத்துடன் மக்கள் தெருவில் இறங்க ஆரம்பித்தனர். எதிர்ப்பு ஆர்ப்பாட்டங்களும் பேரணிகளும் ஏற்பாடு செய்யப்பட்டன. சிறை சீர்திருத்தங்களை நடைமுறைப்படுத்த வேண்டுமென்றும், தவறு செய்த சிறை ஊழியர்களுக்குக் கடுமையான தண்டனை வழங்கப்பட வேண்டுமென்ற கோரிக்கையும் வலுப்பெறத் தொடங்கின.

அரசாங்கம் இப்பொழுது கவலைப்பட்டது. சமிதி எப்படியும் அரசாங்கத்தின் கட்டுப்பாட்டுக்குள் இல்லை. இப்பொழுது அது தட்டுத் தடையின்றி அரசாங்கத்தின் தலைப்பாகையை - கௌரவ சின்னத்தை- மிதித்துத் துவைத்துத் தூசியில் தள்ளமுடியும். சிறை அமைச்சரும், முதல் அமைச்சரும் தங்களுடைய அதிகாரிகளைக் கண்டிக்க ஆரம்பித்தார்கள்.

"நிலைமையை உடனடியாகக் கட்டுப்பாட்டுக்குள் கொண்டு வாருங்கள். அரசாங்கம் செய்ய வேண்டிய அறிவிப்புகள் எதுவா யிருந்தாலும் உடனே செய்யுங்கள். தேர்தல் நெருங்கி விட்டது. அரசாங்கம் எந்தவித இடரையும் எதிர்கொள்ள தயாராக இல்லை."

உள்துறை செயலாளரும், தலைமை செயலாளரும் அவர்களைச் சார்ந்தவர்களாலேயே புண்படுத்தப்பட்டனர். விசாரணையின் பொழுது, ஒவ்வொரு அடியிலும் குறைபாடுகளைத் தவிர ஒரு நன்மையையும் அவர்களால் கண்டுபிடிக்க முடியவில்லை. அடித்துச் சொல்லும்படியான ஒரு நல்ல விஷயம் கூடச் சிறைகளில் நடக்கவில்லை.

தலைமை செயலாளர், மாவட்ட நீதிபதியைப் பலமுறை அழைத்து அரசாங்கத்தின் உதவிக்கு வருமாறு கேட்டுக் கொண்டார். ஆனால்,

மாவட்ட நீதிபதிக்கு அரசாங்கத்திற்கு உதவி செய்ய விருப்பம் இருந்தும், அவரால் எதுவும் செய்ய இயலவில்லை.

உள்துறை செயலாளர் தனது தூரத்து உறவினரான அமர்வு நீதிபதியை அணுகினார். அவரோ முன்பு செய்த உதவிக்காக ஏற்கெனவே வருத்தப்பட்டுக் கொண்டிருந்தார். தலைமை நீதிபதி, அவருடைய நேர்மைக்காக எங்கும் அறியப்பட்டவர். அவர் பல நேர்மையற்ற நீதிபதிகளை வெளியேறும்படி கூறியிருக்கிறார். இப்பொழுது இருந்த சூழ்நிலையில் தன்னைத் தற்காத்துக் கொள்ள அவரால் இதைத்தான் செய்ய முடிந்தது. தன்னுடைய இயலாமையை அவர் வெளிப்படுத்தினார்.

அறுவைச் சிகிச்சை நிபுணரின் கதையும் இதே தான். மாவு பிசைவதற்கு மாவில் ஒரு சிட்டிகை உப்பு சேர்க்கப்படுகிறதே தவிர ஒரு குவியல் உப்பில் ஒரு சிட்டிகை மாவு சேர்ப்பதில்லையே!

கணக்குகளில் நிறையத் தில்லுமுல்லு நடந்திருக்கிறது. பதிவுகளின்படி சிறைக்குள் ஒரு பள்ளி இயங்கிக் கொண்டிருந்தது. ஆண்டொன்றுக்கு ஐம்பதாயிரம் ரூபாய் அதில் செலவிடப்படுவதாகக் காட்டப்பட்டது. ஆனால், சிறைக்குள் ஒரு தூரிகை அல்லது சுண்ணாம்பு எழுதுகோல் கூட இருக்கவில்லை. விளையாட்டுகளின் நிலையும் இதே போலத்தான் இருந்தது.

உள்துறை செயலாளர் முதல் முதலமைச்சர் வரை அனைவரையும் எதிர்கொண்ட பிரச்சனை, தலைமை நீதிபதியின் கோபத்தை எவ்வாறு தணிப்பது என்பதுதான். பல நாட்கள் தீவிர ஆலோசனைக்குப் பிறகு அவர்களால் ஒரே ஒரு தீர்மானத்திற்குத்தான் வர முடிந்தது. பேசாமல் சரணடைவது. அதை அவர்கள் எவ்வாறு செய்வார்கள் என்றால், அடுத்த விசாரணைக்கு முன்பு சில சீர்திருத்தங்கள் நடைமுறைக்குக் கொண்டு வரப்படும். எஞ்சியவை பட்ஜெட்டில் வழங்கப்படுமென்று உத்தரவாதம் அளிக்கப்படும். தவறு செய்த அதிகாரிகளுக்குப் பாதுகாப்பு அளிப்பதற்குப் பதிலாக, அவர்கள் பலி ஆடுகளாகப் பயன்படுத்தப் படுவார்கள்.

இந்த அறிவுறுத்தலின்படி விரைவிலேயே நடவடிக்கை எடுக்க ஆரம்பிக்கப்பட்டது.

முதல் நாள், சிறை அமைச்சர் பத்திக்கையாளர்களின் கூட்டம் ஒன்றைக் கூட்டி ஒப்புக் கொண்டார் "மாயா நகரின் சிறை, கண்காணிப்பாளரால் அவருடைய கடமையை நிறைவேற்றுவதில் பிழை ஏற்பட்டு விட்டது. கைதிகளுக்கு இழைக்கப்பட்ட அட்டூழியங்களை அவர்

கண்டும் கவனிக்காமல் விட்டுவிட்டார். உணவு பதார்த்தங்கள் மற்றும் பானங்கள் வாங்குவதில் ஏமாற்று வேலை செய்து, தனக்காக மாளிகைகள் கட்டிக் கொண்டார். இந்தக் குற்றத்தில் துணைக் கண்காணிப்பாளர் அவருடைய பங்குதாரர். துணை *தரோகா* பல பெண் கைதிகளைப் பாலியல் பலாத்காரம் செய்த *குற்றவாளி.* இதேபோல் தலைமை *வார்டர்* (கண்காணிப்பாளர்) ஹரி ஓமும் கைதிகளை மிகவும் மனிதாபிமானமற்ற முறையில் நடத்தினார். இந்த அதிகாரிகள் அனைவரும் இப்பொழுது தற்காலிக வேலை நீக்கம் செய்யப்பட்டுள்ளனர். அதே சமயத்தில், குற்றவாளிகளை உடனடியாகக் கைது செய்து சிறைக் கம்பிகளுக்குப் பின்னால் போடும்படி காவல்துறை தலைவர் அறிவுறுத்தப் பட்டிருக்கிறார். துணைத் தலைவர் கட்டாய ஓய்வில் அனுப்பப்பட்டார். மீதமுள்ளவர்கள் மீது சட்ட நடவடிக்கை முடிந்த பிறகு அவர்களும் பணியிலிருந்து நீக்கப்படுவார்கள்.''

அதற்கு அடுத்த நாள் முதலமைச்சர் ஓர் அறிவிப்பை வெளியிட்டார், ''மருத்துவமனையின் படுக்கைகளின் எண்ணிக்கை இரட்டிப்பாக்கப் பட்டிருக்கிறது. இப்பொழுது ஒருவருக்குப் பதிலாக மூன்று மருத்துவர்கள் உள்ளனர். மருந்துக்களுக்கான பட்ஜெட்டும் அதிகரிக்கப் பட்டுள்ளது. மூடப்பட்டிருந்த பள்ளிக்கூடம் திறக்கப்பட்டு, அதை நிர்வகிக்க ஆசிரியர்கள் அனுப்பப் பட்டுள்ளனர். பழைய தானியம் அப்புறப்படுத்தப் பட்டுத் தரமான சிறந்த தானியம் *லங்கருக்கு* அனுப்பப்பட்டுள்ளது. முந்தைய கைதிகள் நல வாரியம் கலைக்கப்பட்டுள்ளது. புதியது விரைவில் உருவாக்கப்படும். சமிதியின் உறுப்பினர்களும் வாரியத்தில் பிரதிநிதிகளாக இருப்பார்கள். வருங்காலத்தில் கைதிகள் சிறை நிர்வாகத்தில் பங்கேற்பாளர்களாக ஆக்கப்படுவார்கள்.''

ஹக்கமைப் போன்ற தகுதியுள்ள கைதிக்கு இத்தகைய அநீதியை எதிர்கொள்ள வேண்டிய கட்டாயம் ஏற்பட்டதற்கு முதலமைச்சர் வருத்தம் தெரிவித்தார். செய்த தவறுகளுக்கு இழைப்பீடாக அவருக்குச் சிறப்பு சலுகைகள் அளிப்பதாக வாக்களித்தார். ஹக்கமுடைய மனநிலையை மீண்டும் பழைய நிலைக்குக் கொண்டுவர அவருடைய குடும்பத்தாரும், நெருங்கிய நண்பர்களும் அவரைச் சந்திக்க அனுமதிக்கப்பட்டனர். சிகிச்சை பெறுவதற்கு அவர் விரும்பிய மருத்துவமனையைத் தேர்ந்தெடுக்கும் சலுகையும் அவருக்குக் கொடுக்கப்பட்டது. அவருக்கு ஆறுமாத *பரோல்* வழங்கப்படும் என்றும் அவருடைய சிகிச்சைக்கான முழு செலவும் அரசே ஏற்றுக் கொள்ளும் என்ற உறுதியும் அளிக்கப்பட்டது.

இந்த அறிவிப்புகள் அனைத்தும் மக்களின் கோபத்தைத் தணிக்கும் வேலையைச் செய்தது.இப்பொழுது தலைமை நீதிபதியைச் சமாதானப் படுத்தும் நேரம் வந்தது. செயலாளர்கள் இருவரும் உயர்நீதிமன்றத்தின் முன் தலை தாழ்த்தி முழுமையாகச் சமர்ப்பணம் செய்தனர். மன்னிப்பு கோரிய பிறகு அவர்கள் நீதிமன்றத்தில் உறுதி அளித்தனர், "சிறை சீர்திருத்தங்களை உடனடியாக அமல் படுத்த அமைச்சரவைக் குழு ஒன்று அமைக்கப்பட்டுள்ளது. ஹக்கம் தயார் செய்த ஆவணங்கள் இந்தக் குழுவுக்கு அனுப்பப்பட்டுள்ளது. அரசாங்கம் அதை ஆழ்ந்து பரிசீலிக்கும். ஹக்கமின் தகுதியும், அனுபவமும் பயன்படுத்தப்படும். மற்றும் அவர் குழுவின் முன் அவ்வப்பொழுது ஆஜராக அழைக்கப்படுவார்."

ஹக்கம் *பரோலில்* விடுவிக்கப்பட்டார். தவறு செய்த அதிகாரிகள் மீது நடவடிக்கை எடுக்கப்பட்டது. *ரிட்டில்* பட்டியலிடப்பட்ட கோரிக்கைகள் ஏற்கப்பட்ட பிறகு, பொதுவாக நடைமுறையில் அந்த *ரிட்* தள்ளுபடி செய்யப்பட்டிருக்க வேண்டும். ஆனால், குழுக்கள் அமைத்தல் மற்றும் பட்ஜெட்டில் நிதி ஒதுக்கீடு செய்தல் போன்ற வாக்குறுதிகள் இதற்கு முன்பும் ஆயிரம் தடவை செய்யப்பட்டிருக்கிறதென்று தலைமை நீதிபதி அறிந்திருந்தார். பிரச்சனையைக் காலவரையின்றித் தக்க வைப்பதற்கு, இத்தகைய யுத்திகளைக் கையாண்டு மறுபடியும் நீதித் துறையை முட்டாளாக ஆக்க முடியாது.

ரிட்டைத் தள்ளுபடி செய்வதற்குப் பதிலாக, தலைவர் ஆறு மாதங்களுக்குப் பின்னர் தேதியை நிர்ணயித்து அத்துடன் இணைத்து அரசாங்கத்தை எச்சரித்தார், "அமைச்சரவைக் குழு கூட்டத்தை அடுத்தடுத்து துரிதமாக நடத்துங்கள். ஒவ்வொரு கூட்டத்திலும் எடுக்கப்பட்ட நடவடிக்கைப் பற்றி உயர்நீதிமன்றத்திற்கு அறிக்கை அனுப்புங்கள். அடுத்த வழக்கு விசாரணையின் பொழுது இறுதி அறிக்கையைச் சமர்பிக்கவும்."

இந்தத் தீர்ப்பு எல்லாத் தரப்பினரையும் மகிழ்வித்தது. கொடுங் கோலாட்சி செய்த அதிகாரிகள் தண்டிக்கப்பட்டதால் சமிதி சந்தோஷ மடைந்தது. சொற்ப காலத்திற்கானாலும், கைதிகள் வன்முறையிலிருந்து விடுதலை பெற்றார்கள்.

இந்த இக்கட்டிலிருந்து இவ்வளவு எளிதில் விடுப்பட்டதில் அரசாங்கம் மகிழ்ச்சியடைந்தது. ஆறுமாதகாலத்திற்குப் பிறகு யார் அரசராக இருப்பார், யார் பிரஜாவாக இருப்பார் என்று யார் அறிவார்!

அத்தியாயம் 59

முசாடியின் தைரியம், இரண்டு தகுதியான மகன்களைச் சமிதியின் மடியில் கொண்டு வந்து சேர்க்க உதவியது. முதலாமவர் ஹக்கம், மற்றவர் ஹரிஷ்.

தீங்கிழைக்கப் பட்டவர்களுக்கு உதவுவதற்காக ஹரிஷ் ராய், பாதிக்கப்பட்டோர் நலச் சங்கம் என்ற அமைப்பை மாயாநகரில் உருவாக்கியிருந்தார். குற்றவாளிகள், விசாரணைக்கு உட்பட்டவர்கள் மற்றும் கைதிகளுக்குத் தேவையற்ற வசதிகளும், சௌகரியங்களும் கொடுக்கப்பட்டதை எதிர்ப்பது தான் இந்தச் சங்கத்தின் முக்கிய நோக்கமாக இருந்தது. பாதிக்கப்பட்டவர்களுடன் ஆதரவாக நிற்பதன் மூலம், சங்கம் குற்றவாளிகளுக்கு ஒரு பாடம் கற்பிக்க முயன்றது.

ஹக்கமுக்கு ஆதரவாகச் சமிதியின் *ரிட்டைப்* பற்றிய செய்தியைப் படித்த ஹக்கமின் மாமனார் சமூகத்துடன் தொடர்பு கொண்டார். தன்னுடைய மருமகனுக்குப் பத்து ஆண்டுகள் சிறைத் தண்டனை வாங்கிக் கொடுத்த பிறகும் அவர் நிம்மதி அடையவில்லை. தன்னுடைய பெண்ணின் சடலம் ஹக்கமின் வீட்டிலிருந்து வெளியில் கொண்டு வரப்பட்டதைப் போல ஹக்கமின் சடலம் சிறையிலிருந்து வெளியில் எடுத்துச் செல்லப்பட வேண்டும் என்பதுதான் அவருடைய ஒரே விருப்பமாக இருந்தது. ஒரு கைதி மற்றும் சிறை நிர்வாகத்திற்கிடையில் தீர்க்கப்பட வேண்டிய பிரச்சனை இது. மனுதாரர், மேஜர் சிங்கிற்கு இந்த வழக்கில் மேலும் தலையிட உரிமை இருக்கவில்லை. இதைப்பற்றி நன்றாகச் சிந்தனை செய்த பிறகு அவர் சங்கத்துடன் தொடர்பு கொண்டார். சங்கம் சமிதியைப் போன்று பொது நலனுக்காக உழைத்த ஒரு அமைப்பு. அது ரிட்டுடன் கூட்டுச் சேர்ந்து பாதிக்கப்பட்ட அனைத்துப் பிரிவினரையும் பிரதிநிதிப்படுத்த வேண்டுமென்று *சிங்* விரும்பினார்.

சங்கம், *ரிட்டிற்கு* எதிர் நிலைபாட்டை எடுக்க திட்டமிட்டிருக்கிறது என்று உயர் நீதிமன்றத்திலிருந்து அறிந்துக்கொண்ட குர்மித், உடனே உஷாராகி விட்டார். இவ்வாறு நடந்தால், இரண்டு பொதுநலன் சங்கங்கள் நேருக்குநேர் எதிர்க்கும் நிலைக்கு வந்து விடுவார்கள். மற்றும் ஹக்கமுக்கு நிவாரணம் அளிக்கும் பாதையில் தடைகள் ஏற்படும். இந்த விஷயத்தைத் தீர்க்கும் நோக்கத்துடன் அவர் உடனடியாக மாயாநகர் செல்லும் பேருந்தில் ஏறினார்.

பாதிக்கப்பட்டோர் நலச் சங்கத்தின் பெரும்பாலான நடவடிக்கைகள் மாயா நகரின் வரையறைக்குட்பட்டிருந்தது. சங்கம் என்ன

செய்கிறதென்பது பற்றிச் செய்திகளை முன்பு, செய்தித்தாள்கள் அவ்வப்பொழுது வெளியிட்டன. இருப்பினும், கடந்த வருடம், இந்தச் சங்கம் சில தலைப்புச் செய்திகளை உருவாக்கிக் கொண்டிருந்தது.

மாயா நகரிலிருந்த இரண்டு சகோதரர்களின் குடும்பங்களுக் கிடையில் சொத்துத் தகராறு ஏற்பட்டிருந்தது. ஒரு கட்சியினர் சில போக்கிரிகளைப் பணியமர்த்தி மற்றவரின் வீட்டைத் தாக்கினார்கள். வீட்டை அடைந்ததும் அவர்கள் வன்முறையில் இறங்கினார்கள். இளைஞர்களில் ஒருவன் அந்தக் குடும்பத்தின் ஓர் இளம் பெண்ணைப் பலாத்காரம் செய்தான். அவளைக் காப்பாற்ற முயன்ற அவளுடைய சகோதரன் கமல் உயிரிழந்தான். குடும்பத்தின் தலைவர் வேத் மற்றும் அவருடைய மனைவி நீலம் படுகாயம் அடைந்தனர். இந்தத் தாக்குதல் வேதின் மருமகன்களான பங்கஜ் மற்றும் நீரஜால் ஏற்பாடு செய்யப்பட்டிருந்தது. இந்தச் சதித் திட்டம் விசாரணையின் பொழுது தெரிய வந்தது. ஆரம்பத்தில் போலீசார் அவர்களைக் கைது செய்தனர். ஆனால், அவர்களிருவரும் மாயாநகரின் உயர்மட்ட தொழிலதிபர்கள். உயர் பதவியிலிருந்த அவர்களுடைய உறவினர்கள் இப்பொழுது அவர்களுக்கு உதவி செய்ய முன்வந்தனர். முதலில் அவர்கள், தங்கள் செல்வத்தையும் செல்வாக்கையும் பயன்படுத்தி ஜாமீன் பெற உதவினார்கள். பின்னர் இவர்களுடைய பெயர் குற்றம் சாட்டப்பட்டவர்களின் பட்டியலிலிருந்து நீக்கப்பட்டது. பாதிக்கப்பட்டவர்களுக்கு இழைக்கப்பட்ட இந்த அநீதியைக் கண்டு ஆத்திரம் அடைந்த சங்கம், வழக்கைத் தங்கள் கையில் எடுத்துக் கொண்டது. குற்றம் சாட்டப்பட்ட சகோதரர்களுக்குத் திரும்பி வந்து மீண்டும் கைதி கூண்டில் நிற்க வேண்டியிருந்தது. ஆனால், இந்தச் சுற்றிலும் சங்கத்தை ஏளனமாக அலட்சியப்படுத்தி வெற்றியடைந்த தொழிலதிபர்கள், கௌரவமாக விடுவிக்கப்பட்டார்கள். ஆனால், சங்கம் தைரியத்தை இழக்கவில்லை. பங்கஜ் மற்றும் நீரஜுக்குத் தண்டனை வாங்கிக் கொடுப்பதற்கு அது உயர்நீதிமன்றத்தின் கதவைத் தட்டியது.

வழக்கு விசாரணையின் நடவடிக்கைகளைப்பற்றிய செய்திகள் தொடர்ந்து செய்தித்தாள்களில் வெளிவந்தன. வழக்கின் முன்னேற்றத்தில் குர்மித் ஒரு கண் வைத்திருந்தார். அதனால் அவருக்கு ஹரிஷ் ராய் மற்றும் சங்கத்தைப் பற்றியும் நிறையத் தெரிந்திருந்தது. இதற்கு முன்னரும் கூட அவர் ஹரிஷைச் சந்தித்து, அவருடன் சிறிது நேரம் உட்கார்ந்து, பல பிரச்சனைகளைத் தெளிவுபடுத்த விரும்பினார். ஆனால், அவ்வாறு செய்ய அவருக்கு வாய்ப்பு கிடைக்கவில்லை. இப்பொழுது சந்தர்ப்பம் கிடைத்தவுடன் பேசுவதற்கு அவர்கள் ஒன்று கூடினர்.

சமிதியின் நடவடிக்கைகளைப் பற்றியும் ஹரிஷ் அறிந்திருந்தார். ஆனால், சமிதியின் இலட்சியங்களுடன் அவர் உடன்படவில்லை. தன்னுடைய உணர்ச்சிகளை மறைக்காமல் அவர் சமிதியின் குறிக்கோள்களைப் பற்றிய தன்னுடைய கருத்துக்களை வெளிப்படையாகக் கூறினார்.

"குற்றம் சாட்டப்பட்டவர்களுக்கும், கைதிகளுக்கும் வரம்பற்ற முறையில் வசதிகளும், சலுகைகளும் வழங்குவதற்கான எந்த வாய்ப்பையும் அரசாங்கம் விடுவதில்லை. அவர்களுக்கு வசதிக்கு மேல் வசதியாக அரசு குவித்து விடுகிறது. வழக்கறிஞரின் கட்டணத்தைச் செலுத்த வழியில்லையென்று குற்றம் சாட்டப்பட்டவர் சொன்னால், உயர்ந்த வழக்கறிஞரை அவருக்காக ஏற்பாடு செய்து, அனைத்துச் செலவுகளையும் அரசு தானே ஏற்றுக் கொள்கிறது. ஆனால், மறுபுறம், மனுதாரர் தன்னுடைய பணத்தை முழுவதும் காலியாக்கி வழக்கறிஞரைப் பணியமர்த்தும் பொழுது, நீதிமன்றத்தில் அந்த வக்கீலை வாய் திறக்கக்கூடச் சட்டம் அனுமதிப்பதில்லை. பாதிக்கப்பட்டவர்களுக்குத் தங்களுடைய அறிக்கையைச் சாட்சியாக வழங்குவதற்குக் கைதி கூண்டில் ஆஜராக வேண்டியிருக்கிறது. குற்றம் சாட்டப்பட்டவரின் வக்கீல் குறுக்கு விசாரணை நடத்துகிறார். குற்றம் சாட்டப்பட்டவர் நிரபராதியென்ற அனுமானத்துடன் சட்ட நடவடிக்கை நடைப் பெறுகிறது. மற்றும் அவரை விடுவிக்க ஒரு சாக்கைத் தேடுகிறது. நூறு கழல்கள் கொண்ட சங்கிலியில் ஓர் இணைப்பு பலவீனமாக இருந்தால் கூட, சம்பவம் முழுவதற்கும் சந்தேகத்தின் பலனைக் கொடுக்கிறது. மற்றும் குற்றவாளியின் கைவிலங்குகள் நீக்கப் படுகின்றன. குற்றம் சாட்டப்பட்டவர் தவறுதலாகத் தண்டிக்கப்பட்டால் அரசு அவரை மதிப்புக்குறிய மருமகனைப் போல் நடத்தத் தொடங்குகிறது. அவருக்கு வசதிக்கு மேல் வசதி அளித்து, அது தண்டனைப் போல் தோன்றாது செய்து விடுகிறது. ஆறு அல்லது மூன்று மாதங்களுக்கொருமுறை, குழந்தைகள் பெற்றுக்கொள்வதற்கும், திருமணங்களில் *பாங்க்ரா* நடனமாடவும், வயல்களில் நாற்று நட்டு, பின்னர் அறுவடைச் செய்யவும், கைதி வீட்டிற்கு அனுப்பப்படுகிறார். ஒன்றுக்கு மேல் ஒன்றாக மன்னிப்புகள் அளித்து, அரசு அசல் தண்டனையைப் பாதியாக்கி விடுகிறது. இது மாத்திரம் அல்ல. சில சமயங்களில் முதுமை அல்லது நோயின் சாக்கில் அது, முன்கூட்டியே வெளியீடு வழங்கி விடுகிறது. குற்றவாளிக்கு அவன் தண்டிக்கப் பட்டிருக்கிறான் என்று உணரக்கூட அது இடங்கொடுப்பதில்லை.

அரசு மற்றும் சட்டம் இரண்டும் பாதிக்கப்பட்டவர்களை மறந்து விடுகிறது. அவர்கள்தான் குற்றவாளிகளால் விதவையாகவோ அல்லது அனாதையாகவோ ஆக்கப்பட்டவர்கள். யாரும் உடல் பாதிக்கப்பட்ட

வர்களைப் பற்றியோ அல்லது வீடுகள் சூரையாடப் பட்டிருப்பவர்களைப் பற்றியோ சிந்திப்பதில்லை. அவதிப்பட்டவர்களின் காயங்களின் மேல் அரசு போதுமான அளவு உப்பு தூவும் காரியத்தைச் செய்கிறதென்றால், செய்யப்படாமல் மீதம் விட்டிருப்பதை நீங்கள் செய்து விடுகிறீர்கள். குற்றவாளிகளை விடுவிக்கவும், அவர்களுக்குச் சிறையில் ஐந்து நட்சத்திர வசதிகள் வழங்கவும் நீங்கள் கொடியேந்திச் சுற்றி வருகிறீர்கள். இந்தச் சமூகத்தின் குற்றவியல் பிரிவு இரக்கத்திற்குரியது அல்ல. ஒரு மகிழ்ச்சி கரமான சமுதாயத்தைப் பார்க்க விரும்பினால் நீங்கள் அவர்களைக் கண்டிப்புடன் கையாள வேண்டும்.''

ஹரிஷ் பேசுவதைக் கேட்டபின், சமிதியின் நோக்கங்களைப் பற்றியும், அவர்கள் என்ன செய்ய விரும்புகிறார்கள் என்பதைப் பற்றியும் குர்மித் புரிந்து கொண்டார். இரண்டு சங்கங்களின் குறிக்கோள் ஒன்றேயென்றும், அவர்களின் பாதைதான் வேறாக இருந்ததென்றும் அவர் உணர்ந்தார். இந்த வித்தியாசத்தை அகற்றும் முயற்சியில் குர்மித் இறங்கினார்.

“சங்கத்தின் கருத்துக்களுடன் சமிதி முழு உடன்பாடு கொண்டுள்ளது. உண்மையிலேயே குற்றம் செய்த கைதிகள் மீது கடுமையான நடவடிக்கை எடுக்கப் பட வேண்டும் என்று நாங்களும் நம்புகிறோம். தன்னை ஆபத்திலிருந்து காப்பாற்றிக்கொள்ளக் காவல் துறையினர் ஒரு ஏழை மனிதனைக் குற்றவாளியாக மாற்றினால், அந்த ஆதரவற்ற மனிதனுக்கு உதவியாகக் குரல் எழுப்புவது குற்றமா? அவரும் இந்த அமைப்பு முறையின் பலியாள். நிரபராதியாக இருந்த போதிலும், மேலான வழக்கறிஞர்களை நியமிக்கவோ அல்லது சாட்சிகளுக்குப் பணம் செலுத்தவோ போதுமான சாதனம் இல்லாத, பாதுகாப்பற்றவர்கள் தண்டிக்கப்படுவதை நாம் அனுமதிக்க வேண்டுமா? இவர்கள் சிறை அதிகாரிகளின் அத்து மீறல்களைச் சகித்துக்கொண்டு, தொடர்ந்து அவர்களால் சூறையாடப்பட வேண்டுமா? யாராவது ஒருவர் ஏதாவது கட்டாயத்தினால் குற்றம் செய்தால் அவருக்குச் சீர்த்திருந்த வாய்ப்பு அளிக்கப்படக்கூடாதா? தன்னுடையச் சொந்த காலில் நிற்பதற்குத் தொழிற்பயிற்சி அளிக்கப்பட வேண்டுமென்று கோருவது ஒரு அபராதமா? சமூக விரோத தத்துவங்கள் மற்றும் லஞ்சம் வாங்குபவர்கள் சார்பாகச் சமிதி போராடவில்லை. பாலாவும் மீதாவும் நிரபராதி என்பதற்காக , அவர்களுக்காக நாங்கள் போராடுகிறோம். அவர்களை விடுவிக்க நாங்கள் எடுத்துக் கொள்ளும் சிரமம் இந்த நகரத்தின் பணக்காரச் சிறுவன் ஹர்மன்பீரைக் கைது செய்வதற்குச் செய்யும் முயற்சிக்குச் சமம்.''

குர்மித் பேசினார், ஹரிஷ் கேட்டுக் கொண்டிருந்தார். இரு தரப்பினரிடமிருந்தும் எவ்வித கேள்வியும் எழுப்பப்படவில்லை.

"உங்களுடைய சங்கத்தின் உறுப்பினர்களுக்குச் சிறைக்குள்ளிருக்கும் வாழ்க்கையைப் பற்றி எந்தத் தனிப்பட்ட அனுபவமும் இல்லை என்று நான் நினைக்கிறேன். விஷயங்களை விசாரிக்க எப்போதாவது முயற்சி செய்யுங்கள். மன்னிப்புகள் பெறுவது, பரோல் மற்றும் முன்கூட்டியே விடுவித்தல் பெறுவது, பி வகுப்பு வகைக்கு ஒதுக்கப்படுவது போன்ற வசதிகளை உண்மையில் யார் அனுபவிக்கிறார்கள் என்பதை நீங்கள் பார்ப்பீர்கள். பங்கஜ் அல்லது ஹர்மன்பீர் போன்றவர்களுக்காக வசதிகளை நாங்கள் கேட்பதில்லை. எந்த அடிப்படையில் கைது செய்யப் பட்டிருக்கிறார்கள் என்றுகூடத் தெரியாத அந்தக் கைதிகளுக்காக எங்களுடைய போராட்டம் நடக்கிறது. சிறைக்குள்ளும் பாதுகாப்பு இல்லாத அந்தப் பெண்களின் உரிமைகளுக்காக நாங்கள் போராடிக் குரல் எழுப்புகிறோம். இவ்வாறு பாதிக்கப்பட்டவர்களுக்கு வசதிகள் வழங்குவதை உங்கள் சங்கம் எதிர்க்கிறதா?"

குர்மித் கூறியது அனைத்தும் உண்மை. காரணமில்லாமல் எதையும் எதிர்ப்பது ஹரிஷின் இயல்பில்லாததால் அவர் குர்மித் சொல்வதைப் பேசாமல் அமைதியாகத் தொடர்ந்து கேட்டார்.

"ஹக்கம் தனிமையில் ஒரு களத்தில் போடப்பட்டிருந்தார் என்று உங்களுக்குத் தெரியுமா? நம்மைப் போலவே அவர் ஒரு வழக்கறிஞர். அவருக்கு மனசாட்சி இருக்கிறது. சட்டத்தின் உண்மையான நோக்கத்தைப் புரிந்து கொள்கிறார். சுயநலவாதிகள் தங்களுக்கு ஏற்றவாறு சட்டத்தை திரித்துத் திருப்பிக் கொள்ளும் பொழுது நம்மைப் போல அவராலும் அதைப் பொறுத்துக் கொள்ள முடிவதில்லை. சிறையில் விலங்குகள் போல் அடைந்து கொண்டிருக்கும் கைதிகளுக்கு ஆதரவாகப் பேசுவதற்காக அவர் தன்னுடையச் சொந்த மகிழ்ச்சியையும், வசதிகளையும் தியாகம் செய்தார். அவர் விரும்பியிருந்தால் மற்ற பி வகுப்பு கைதிகளைப் போலச் சிறை அதிகாரிகளை முகஸ்துதி செய்து அதில் கிடைக்கக் கூடிய அனைத்து வசதிகளையும் தொடர்ந்து அனுபவித்துக் கொண்டிருந்திருக்கலாம். ஆனால், மற்றவர்களின் நலனுக்காக மட்டுமே அவர் அதிகாரிகளின் சினத்துக்கு ஆளானார். தண்டனையின் பத்து ஆண்டுகளை அவர் ஏற்கெனவே முடித்து விட்டார். அவருடைய பல தோழர்கள் விடுவிக்கப் பட்டு நீண்ட காலத்திற்கு முன்பே வீட்டிற்குப் போய்ச் சேர்ந்து விட்டார்கள். ஆனால், இவரோ

மன்னிப்புகளுக்கு பதிலாகத் தண்டனைகள் பெற்றுக் கொண்டிருக்கிறார். இவருக்கு இருபது ஆண்டுகள் சிறைத் தண்டனை அனுபவிக்க நேரலாம். இவரைப் போன்ற ஒரு ஆர்வலரைப் பைத்தியம் பிடிப்பதிலிருந்தோ அல்லது இறப்பதிலிருந்தோ காப்பாற்றுவது குற்றமா? ஹக்கமைத் துண்டுகளாக்கிக் கழுகுகளுக்கு வீசினால் சமூகம் அதனுடைய குறிக்கோளை எவ்வாறு நிறைவேற்றிக்கொள்ளும்? இதை எனக்கு விளக்குங்கள்.

நாம் கூர்ந்து பரிசீலித்தால், நம்முடைய குறிக்கோள்கள் ஒன்றேதான். நாங்களும் பாதிக்கப்பட்டவர்களுக்காகப் போராடுகிறோம். ஒரே வித்தியாசம் என்னவென்றால் எந்த மக்களின் எதிரிகளின் மேல் சட்டம் கை வைக்க முடியாதோ, அவர்களை நீங்கள் பாதிக்கப் பட்டவர்களாகக் கருதுகிறீர்கள். மோசமான அமைப்பு முறையினால் துன்புறுத்தப்பட்டவர்களையும் பாதிக்கப்பட்டவர்களாக நாங்கள் கருதுகிறோம். பங்கஜ் மற்றும் நீரஜை கைதிக் கூண்டில் நிற்க வைப்பதன் மூலம் தீர்வு கிடைத்து விடுமா? பாலாவும் மீதாவும் விடுவிக்கப்பட்ட பின்பு வேறு எவருக்கும், என்றென்றும் அநீதி இழைக்கப் படாதென்று நீங்கள் நினைக்கிறீர்களா? எல்லாம் முன்பு போலவே தொடரும். ஒரு தனி மனிதனுக்காகப் போராடுவதினால் எதையும் மேம்படுத்த முடியாது என்று நமக்குத் தெரியும். முழு அமைப்பையும் மாற்றுவதன் மூலம் மட்டுமே மக்கள் நிவாரணம் பெற முடியும். இந்தச் சிறிய போர்கள் நம்மை அந்த இலக்கை நோக்கி இட்டுச் செல்லும் படிகள். வாருங்கள், நாம் ஒன்று கூடி நடக்கலாம். நம்முடைய பகிரப்பட்ட இலக்கை அடைவதற்கு நாம் கூட்டுச் சேர்ந்து ஒன்றாக முன்னேறுவோம். நீரஜ் மற்றும் பங்கஜ் தண்டனை பெறுவதற்குச் சமிதி உங்களுக்கு உதவி புரியும். பாலா மற்றும் மீதாவை விடுவிக்க நீங்கள் எங்களுடன் சேர்ந்து கொள்ளலாம். ஹக்கமை விடுவித்து அவரை நம்முடைய போரில் தோழராக்கிக் கொள்ளலாம்.'' தன்னுடைய தர்க்கத்தை முடித்துக் கொண்ட குர்மித் நட்புக் கரத்தை ஹரிஷை நோக்கி நீட்டினார்.

ஹரிஷ் ஓர் அறிவுஜீவி; அவருக்கு அரசியல் புரிந்தது. சம்பந்தப்பட்ட பிரச்சனைகளைப் பற்றி அவருக்கிருந்த கருத்தைக் குர்மித்தின் பேச்சு தெளிவு படுத்தியது. குர்மித்தின் கைகளை அவர் தன்னுடைய இரு கைகளாலும் இறுகப்பிடித்து ஆர்வத்துடன் அவரை அணைத்துக்கொண்டார்.

அத்தியாயம் 60

தனது உடல் நலம் திரும்பப் பெறுவதற்கு ஹக்கமுக்கு ஒரு மாதம் பிடித்தது. ஆனால், அவரை மனதளவில் மீண்டும் சரி செய்ய சமிதிக்கு நிறையக் கஷ்டப்பட வேண்டியிருந்தது.

குர்மித் மற்றும் பியாரே லால் அவருடன் நீதி நிர்வாகத்தின் முக்கியத்துவம் பற்றிப் பேசி, அது யாருடைய உரிமைகளை ஆதரித்தது என்பதைப் பற்றி அலசி, ஆராய்ந்தார்கள். இரவில் பாபா குருதித்தா சிங், அவரைத் தன் அருகில் தூங்கச் செய்து, பல ஆண்டுகளாக நடத்தப்பட்ட போராட்டங்களின் கதைகளை விவரித்தார். பொது போராட்டங்கள் தான் முழு அமைப்பையும் மாற்றுவதற்கான ஒரே வழி என்று அவருக்கு விளக்கினார். ஷாமுவும் அசோக்கும் பொது நலனுக்காகத் தொடங்கப்பட்ட போர்களை எவ்வாறு ஒருவர் ஆரம்பித்து, சமாளிப்பது என்கிற விஷயத்தைப் பற்றி அவரிடம் கலந்து ஆலோசித்தார்கள்.

ஹக்கம் தனிமையில் அடைக்கப்பட்டிருந்த பொழுது, யுத்தக்களத்தில் சக்ரவியூகத்தில் சிக்கிக் கொண்ட அபிமன்யுவைப் போலத் தானும் அதில் சிக்கிக் கொண்டு விட்டோம் என்றும், சக்ரவியூகத்தின் இரகசியங்களை விடுவிக்க இயலாமல் அவனைப் போலவே தியாகியாக மாறிவிடுவோம் என்றும் நினைத்தார். ஆனால், இந்தப் போராட்டத்தில் அவர் தனியாக இல்லை என்பதை இப்பொழுது அவர் உணர ஆரம்பித்தார். மதிநுட்பமுடைய கிருஷ்ணர் - ஒரு சிறந்த புத்திசாலி தேரோட்டி, அர்ஜுனன் மற்றும் பீமன் - வலிமை வாய்ந்த போர் வீரர்கள் - சிறைக்கு வெளியில் அவரை வழிநடத்துவதற்கு இவர்களும் இருப்பார்கள்.

தன்னலமற்ற காரணத்திற்காகப் போராடுவதற்கு அவர்கள் தலைமையில் ஒரு பெரிய பாண்டவர் ராணுவம் இருக்கும். இந்தத் தடவை அபிமன்யு தோற்கமாட்டார், இறக்கமாட்டார். ஆனால், ஒரு வெற்றியாளராக வெளிப்படுவார்.

இப்பொழுது சிறைக்குத் திரும்ப ஹக்கம் ஆவலாக இருந்தார். எந்த ஆதரவும் இல்லாதவர்களுக்காகப் புதிய போராட்டத்தைத் தொடங்க விரும்பினார் - ஓரிருவருக்கு மட்டுமல்லாமல் அனைவருக்காகவும். ஒரு கண்காணிப்பாளர் அல்லது துணை அலுவலர் மட்டுமல்லாமல் இந்த முழு ஒழுங்குமுறை அமைப்பிற்கும் எதிராக அவர் நிற்க விரும்பினார். சமிதி உறுப்பினர்களிடம் அவர் திரும்பத்திரும்பக் கூறினார்,

"என்னுடைய பரோலை ரத்துச் செய்யுங்கள். என்னை மறுபடியும் சிறைக்குச் செல்ல அனுமதியுங்கள். அதன் பிறகு என்னுடைய போர்வீரர் போன்ற குணத்தைக் காண்பீர்கள். முன்னர் கைதிகள் குற்றவாளிகளாகச் சிறையை விட்டு வெளியேறினர். ஆனால், இப்பொழுது அவர்கள் சுதந்திர போராட்ட வீரர்களாக வெளியில் வருவார்கள்."

ஹக்கம் திரும்பிச் செல்ல அவசரப்பட்டதற்கு மற்றொரு காரணமும் இருந்தது. அவருக்கு அளிக்கப்பட்ட தண்டனையை எவ்வளவு சீக்கிரம் முடியுமோ அவ்வளவு சீக்கிரம் முடித்துக் கொண்டு, சமிதியால் தொடங்கப்பட்ட அனைத்துப் போராட்டங்களிலும் வெளிப்படையாகக் கலந்து கொள்ள அவர் விரும்பினார்.

அவருடைய உற்சாகத்தினால் சமிதியினர் மகிழ்ச்சி அடைந்தனர். ஆனால், இத்தனை சீக்கிரம் அவரைச் சிறைக்கு அனுப்ப அவர்கள் தயாராகவில்லை. மனோதத்துவ நிபுணர் கூட அவரைச் சிறைக்குத் திருப்பி அனுப்பும் பட்சத்தில் இல்லை.

எட்டு வருடங்கள் பழமையான வழக்குகளை உயர் நீதிமன்றம் விசாரிக்க ஆரம்பித்தது. பாலா மற்றும் மீதாவின் மேல்முறையீடு எந்நேரத்திலும் விசாரணைக்கு வரலாம். "மேல் முறையீட்டின் வாதங்களில் பங்கேற்றுக்கொண்டு நீங்கள் எவ்வளவு திறமை வாய்ந்தவர் என்று உயர்நீதிமன்றத்திற்குக் காட்டுங்கள்." இந்தக் காரணம் காட்டிச் சமிதி அவரைச் சிறைக்குச் செல்ல விடாமல் நிறுத்தியது.

அத்தியாயம் 61

ஹரிஷ் ராயும் அவருடைய சங்கமும் சமிதியுடன் இணைந்த பிறகு, சமிதியின் சக்தியும், தன்னம்பிக்கையும் பல மடங்காக உயர்ந்தது.

அரசாங்கங்கள் வரும், போகும் மற்றும் அனைத்து முக்கிய மந்திரிகளும் ஒரே தாதுவினால் ஆனவர்கள் என்று சமிதிக்குத் தெரியும். அவர்களில் எவரும் பொதுநல உணர்வுகள் கொண்டிருப்பார் என்று எதிர்ப்பார்க்க முடியாது. ஹரிஷ் ராயின் ஆலோசனையின் படி சமிதி விவகாரங்களைத் தனிப்பட்ட முறையில் மேம்படுத்தத் தொடங்கியது. கிராமங்கள் மற்றும் நகரப்புற தொகுதிகளின் கீழ் மட்டத்தில் பேச்சு வார்த்தைக் குழுக்கள் அமைக்கப்பட்டன. ஒரு சர்ச்சைக்குரிய பிரச்சனை பற்றிய சிறு கிசுகிசு எழும்பிய உடனேயே இந்த அணிகள், சர்ச்சையில் ஈடுப்பட்ட தரப்பினர்களை ஒருவருக்கொருவர் பேச வைக்க முன்முயற்சி எடுத்துக் கொண்டன. காவல் நிலையம் மற்றும் நீதிமன்றத்தை அணுகுவதினால் ஏற்படும் விளைவுகளை அவர்களுக்கு உணர வைத்து, வீட்டில் ஒன்றாக உட்கார்ந்து தகராறுகளைத் தீர்ப்பதற்கு அவர்கள் ஊக்குவித்தன. அவர்களின் செல்வாக்கு நாளுக்கு நாள் அதிகரித்தது. மக்கள் காவல்நிலையத்திற்கும், நீதிமன்றத்திற்கும் செல்வதை நிறுத்திக் கொண்டு, அதற்குப் பதிலாக இந்த அணிகளின் மீது அதிக நம்பிக்கை வைக்க ஆரம்பித்தனர்.

குற்றம் நடந்த இடத்திற்குக் காவல் துறையினர் வருவதற்கு முன்பே சென்று விடுவதற்குத் தொகுதிகளில் பறக்கும் படைக்கு ஏற்பாடு செய்யப்பட்டது. காவல்துறையினருடன் நின்று கொண்டு வழக்கின் உண்மை அல்லது பொய் பற்றி ஒரு முடிவுக்கு வர அவர்களை அது கட்டாயப் படுத்தியது. காவல்துறையினர், தங்கள் இஷ்டப்படி நடக்க முயற்சி செய்தால் இந்தக் குழு, தன் சொந்த முறையில் விசாரணையைத் தொடங்கியது. சேகரித்த அனைத்து ஆதாரங்களையும் அது பத்திரிக்கையாளர்கள் முன் வைத்தது. அவர்கள் தங்கள் பத்திரிக்கைகள் மூலம் உண்மையை மக்கள் முன்பு கொண்டு வந்தார்கள். இவ்வாறு பொதுவாகச் சொல்வது போல், பறக்கும் படை பாலிலிருந்து தண்ணீரைப் பிரித்தது, இரு தரப்பினருக்கும் மனுதாரராக இருந்தாலும் சரி குற்றம் சாட்டப்பட்டவராக இருந்தாலும் சரி, எவருக்கும் அநீதி செய்ய அது அனுமதிக்கவில்லை. காவல்துறையினர் குற்றம் சாட்டப்பட்டவர்களுக்கு உதவி செய்யாமல் இருப்பதற்காக அது, அறிக்கைத் தாக்கல் செய்யப்படும் வரை மனுதாரர்களுடன் கூட இருந்தது. மனுதாரர்களின் தரப்பினரும் ஆதாரங்களைத் தங்களுக்கேற்றவாறு திரிக்கும்

வாய்ப்பையும் இக்குழு குறைத்தது. அதனால் குற்றம் சாட்டப்பட்டவர்கள் மீதான வழக்கின் பாரபட்சத்தையும் தவிர்க்க முடிந்தது.

பறக்கும் படையின் தலையீட்டினால், தன் விருப்பப்படி செயல்படுகிற காவல்துறையினரின் செயல்களும் படிப்படியாகக் குறையத் தொடங்கியது. மக்கள் முதலில் படையுடன் தொடர்பு கொண்டனர், பின்னர் காவல்துறையினரை அணுகினர்.

மாவட்ட அளவில் கண்காணிப்புக் குழுக்கள் அமைக்கப் பட்டன. இந்தக் குழு மாவட்ட நிர்வாக அலுவலகத்திற்கு மட்டுமல்லாமல் மாவட்ட நீதிமன்றம் மற்றும் சிறைக்கும் சென்று பார்வையிட்டது. விசாரணைக்கு வந்திருந்த மக்களை ஒன்றிணைத்து ஒரு சமரசத்தை அடைய அது ஊக்குவித்தது. வழக்கறிஞர்களின் உதவியுடன் ஒரு *லோக் அதாலத்* உருவாக்கப்பட்டது. சாட்சிகளைக் கொண்டு வருவது, சான்றுகள் சேகரிப்பது போன்ற இடர்ப்பாடுகளை இந்த நீதிமன்றம் நீக்கியது. இரண்டு தரப்பினரும் நேருக்கு நேர் உட்கார்ந்து கொண்டு பேசி ஒரு சமரசத்திற்கு அல்லது உடன்பாட்டிற்கு வந்த பின்னரே இது விலகியது.

அமர்வு நீதிபதி மற்றும் மாவட்ட நீதிபதிக்கு இடையே கண்காணிப்புக் குழுவும் ஒருங்கிணைந்து ஒத்துழைத்தது. ஒவ்வொரு மாதமும் சிறையைச் சோதனை செய்ய அது அதிகாரிகளைக் கட்டாயப்படுத்தியது. அந்தப் பார்வையிடல் ஒரு சம்பிரதாயச் சடங்காக இருந்து விடாமல் இருப்பதற்காக அது அதிகாரிகளுடன் தன்னுடைய ஒரு பிரதிநிதியைக் அனுப்பி வைத்தது. அவர்கள் *லங்கரில்* செய்யப்பட்ட *ரொட்டியையும்*, கிடங்கில் சேமிக்கப்பட்டிருந்த பருப்பையும் ஆராய்ந்தார்கள். கைதிகள் நல வாரியத்தின் உறுப்பினர்கள் மாற்றப்பட்டனர். ஒப்பந்தக்காரர்கள், வேதியியலாளர்கள் மற்றும் அமைச்சர்களின் மனைவிகளுக்குப் பதிலாக உளவியலாளர்கள், வழக்கறிஞர்கள் மற்றும் சமூகத் தொண்டர்கள் நியமிக்கப்பட்டனர். புதிய உறுப்பினர்களின் விருப்பம், அவர்களுக்குப் பிடித்த கைதிகளுக்குச் சலுகைகள் பெற்றுக் கொடுப்பதிலோ அல்லது அவர்களுடைய தயாரிப்புகளைச் சிறையில் விற்பதிலோ அல்லது *கித்தா* அல்லது *பாங்க்ரா* நிகழ்ச்சிகளைப் பார்ப்பதிலோ இருக்கவில்லை. மாறாகச் சிறைவாசிகளின் பிரச்சனைகளைக் கண்டறிந்து அவற்றைத் தீர்ப்பதில் இருந்தது.

கண்காணிப்புக் குழுவினர் தனிப்பட்ட விதத்தில் அவர்களுடன் தொடர்பு கொண்டு, அவர்களுடைய கஷ்டங்களைக் கேட்டு, அவற்றைக் குறைக்க முயன்றனா.

மாநில அளவில் ஒரு ஒருங்கிணைப்புக் குழு அமைக்கப்பட்டது. ஊடகங்களின் ஒத்துழைப்புடனும், இதே போன்ற பொதுவான கொள்கைகள் கொண்ட பிற சங்கங்களின் உதவியினாலும் இந்தக் குழு தேசிய அளவில் கேட்கப்பட்டது. முதலில் சட்ட நிபுணர்களின் உதவியுடன், பொதுநல சட்டங்கள் அடங்கிய ஒரு அடிப்படை அமைப்பை அது உருவாக்கியது. அதன்பிறகு, சிறு துண்டு பிரசுரங்கள் விநியோகம் செய்வதன் மூலமும், செய்தித்தாள்களின் மூலமும் மக்களிடம் அதைக் கொண்டு சென்றது. சட்டத்தின் நோக்கங்களை மக்களுக்குப் புரிய வைப்பதற்கு, பேரணிகள் மற்றும் கருத்தரங்கங்களை நடத்தியது.

சமிதியின் செயல்பாடுகள் அதிகாரிகளை மட்டுமல்லாமல் அரசியல்வாதிகளையும் மிகவும் கவலைக்குள்ளாக்கியது. அவர்களின் நிலை, ஒரு பாம்பிற்கு அதன் குடலில் பெரிய பெருச்சாளி சிக்கியதனால் ஏற்பட்ட மூச்சுத் திணறலைப் போல் இருந்தது. தன்னுடைய ஆதரவாளர்களைத் திருப்தி செய்வதற்காக ஒரு அதிகாரி சட்டத்தைப் புறக்கணிக்க முயன்றால், மக்கள் தங்களுடைய கோபத்தை அவர் மீது வெளிப்படுத்தினார்கள். மக்களின் கோபத்திற்குப் பயந்து அரசாங்கம் செயல்பட்டால், அதனுடைய ஆதரவாளர்கள் சலிப்படைந்தார்கள். தங்கள் மக்களின் ஆதரவைத் தக்கவைத்துக் கொள்ளவும் வரப்போகும் தேர்தலுக்குத் தயாராவதற்கும், ஆதரவாளர்கள் மற்றும் பணம் இரண்டும் சம அளவில் அரசாங்கத்திற்குத் தேவைப்பட்டது. இந்த இரண்டு வளங்களிலிருந்தும் சமிதி, ஒரு பெரும் பகுதியைச் செதுக்கி எடுத்துக் கொண்டு விட்டது.

இந்தக் கலகக்காரர்களைக் கட்டுப்பாட்டுக்குள் எப்படிக் கொண்டு வருவது? பல தடவை முயற்சி செய்தும் அரசாங்கத்தால் இந்தப் பிரச்சனைக்குத் தீர்வு காண முடியவில்லை. இந்நிலையில் தற்பொழுது அமைதியாக இருப்பதுதான் சிறந்ததென்று தோன்றியது.

அத்தியாயம் 62

சமிதியைத் தவிர வேறு எவருக்கும் பாலா மற்றும் மீதாவின் வழக்கில் அக்கறை இருக்கவில்லை. அவர்களை இந்த வழக்கில் சிக்க வைத்த முதல்வருக்கு அரசியலிலிருந்து ஓய்வு பெற வேண்டிய கட்டாயம் ஏற்பட்டது. அவர் வெளிநாட்டில் தூதராகத் தனது பொழுதைப் போக்கிக் கொண்டிருந்தார்.

புதிய முதல்வர் இப்பொழுது பழைய முதல்வராகிக் கொண்டிருந்தார். பண்டியின் தாத்தா பரலோகம் சென்று விட்டார். அவர் துவங்கிய பல நிறுவனங்கள் தங்களுக்குள் பிரிந்து கொண்டன. பல்வேறு பிரிவுகளாக வெட்டப்பட்டதால் அவை இப்பொழுது பாழாகிக் கொண்டிருந்தன.

குற்றவாளிகள் சிறைக்குள் இருக்கிறார்களா அல்லது வெளியிலா என்று பண்டியின் தாயாருக்குத் தெரிந்திருக்க வழியில்லை. உயர்நீதி மன்றம் கூட வழக்கில் எந்த அக்கறையும் காட்டவில்லை என்பது தெளிவாயிற்று. கடந்த பத்து வருடங்களாகச் சமிதி, உயர் நீதிமன்றத்தைப் பல தடவை அணுகி, பல பல ஆதாரங்களை அவர்கள் முன்வைத்து பாலாவும், மீதாவும் நிரபராதியென்று நிரூபித்திருந்தது. "மேல் முறையீடுக்கான விசாரணை சீக்கிரமாக நடத்தப்பட வேண்டும். அவர்களுடைய முழு தண்டனையும் நிறைவேற்றப்பட்ட பிறகு அவர்கள் விடுவிக்கப்பட்டால் அதனால் என்ன பயன்?" என்றும் சமிதி கேள்வி எழுப்பியது.

ஒவ்வொரு முறையும் தன் சொந்த நிர்பந்தங்களைப் பட்டியலிட்டு, உயர் நீதிமன்றம் பதில் அளித்தது, "எங்களிடம் பல லட்சம் வழக்குகள் விசாரணைக்காகக் காத்திருக்கின்றன. ஆயிரக்கணக்கான முறையீடுகள் இதைவிடப் பழமையானவை. நீதிமன்றத்தின் கண்களில் எல்லாக் குற்றவாளிகளும் சமம். இந்தக் குறிப்பிட்ட மேல்முறையீடு அதன் முறை வரும்பொழுதுதான் விசாரணைக்கு வரும்."

"தீர்ப்பு வரும் வரை அவர்களை ஜாமீனில் விடுவிக்கவும்" சமிதி மற்றொரு வேண்டுகோள் விடுத்தது.

உயர்நீதிமன்றம் மறுபடியும் கைகளை உயர்த்தித் தன் உதவியற்ற நிலையை வெளிப்படுத்தியது. "இந்த வழக்குத் தீவிரவாத நடவடிக்கைகளை தொடர்பு கொண்டுள்ளது. தீவிரவாதிகளுக்கு ஜாமீன் வழங்கப்படுவதில்லை."

சூழ்நிலை மாறுபட்டதால், சமிதி தன்னுடைய முதல் கோரிக்கையை வலியுறுத்தியது. "பயங்கரவாதம் குறைந்து விட்டது. எண்ணற்ற வழக்குகளில் நிஜ தீவிரவாதிகள் விடுவிக்கப்பட்டு வீடு திரும்பி விட்டனர். இந்த இரு சிறுவர்கள் மீது கொஞ்சம் கருணை காட்டுங்கள்." ஆனால், உயர்நீதிமன்றம் அடம் பண்ணும் எருமையைப் போல மீண்டும் தலையை ஆட்டியது.

இறுதியாக மேல்முறையீடு வந்த பொழுது, திரும்பவும் அதே கதை தான்.

முதல் தடவை விசாரணை நிச்சயிக்கப்பட்ட பொழுது, உச்ச நீதிமன்றத்தின் நீதிபதி இறந்து விட்டார். அதனால் உயர் நீதிமன்றத்தில் விடுமுறை அறிவிக்கப்பட்டது. இரண்டாவது தடவை, நீதிபதிகளில் ஒருவருக்கு ஒரு திருமணத்தில் கலந்து கொள்ள வேண்டியிருந்ததால் விசாரணை மீண்டும் ஒத்திவைக்கப்பட்டது. உதவிக்காகப் பல்வேறு வழக்கறிஞர்களின் பின்னால் சுற்றி அலைந்த பிறகு, மூன்றாவது முறையாக வழக்கு விசாரணைக்கு வந்தது. இம்முறை, வழக்கை விசாரிக்க இருந்த நீதிபதி, வேறு முக்கியமான விஷயதில் மும்முரமாக இருந்தார்.

வனவிலங்குகளின் உரிமைகளைப் பாதுகாப்பதற்காக ஒரு புதிய சங்கம் உருவாக்கப்பட்டது. தங்களுடைய குறிக்கோளை நிறைவேற்று வதற்காக அவர்கள் உயர்நீதிமன்றத்தில் ஒரு மனு கொடுத்தனர். சர்க்கஸில் சிங்கங்கள் சவுக்கால் அடிக்கப்படுவதும், கிளி கூண்டுகளில் அடைக்கப்படுவதும், தங்கள் காப்பாளர்களின் விருப்பத்திற்கேற்ப நடனமாட வேண்டியக் கட்டாயத்தில் இருந்த கரடிகள் பற்றியும் இந்தச் சங்கம் கவலை கொண்டிருந்தது. இந்த விலங்குகள் அவர்களின் தினசரி சித்திரவதைகளிலிருந்து விடுவிக்கப்பட வேண்டும் என்பது அவர்களின் கோரிக்கையாக இருந்தது.

இந்த விவகாரங்களில் ஊடகங்கள் பெரும் ஆர்வம் காட்டின. ரிட் தாக்கல் செய்யப்பட்ட முதல் நாளிலிருந்து அன்று வரை உயர்நீதிமன்றத்தில் நடைபெற்ற எல்லா நடவடிக்கைகளும் அது குறிப்பிடத்தக்கதாக இருந்தாலும் சரி, இல்லாவிடிலும் சரி, இந்த விஷயம் தொடர்பாக இருந்தவையெல்லாம் செய்தித்தாள்களின் முன்பக்கத்தில் அச்சடிக்கப்பட்டன.

சங்கத்தின் நிர்வாகப் பொறுப்பாளர்களும், நீதிபதியும் விலங்குகளின் ரக்ஷகர்களாகி விட்டனர். அவர்கள் வன அதிகாரிகளுடன் சென்று, கிளிகளை அவர்களின் கூண்டுகளிலிருந்தும், குரங்குகளை

அவர்களின் உரிமையாளர்களிடமிருந்தும், பாம்புகளைப் பாம்பாட்டி களிடமிருந்தும் விடுவித்தனர். இந்தப் புண்ணிய வேலை புகைப்படம் எடுக்கப்பட்டுச் செய்தித்தாள்களில் நன்றாகக் காணத்தக்கவகையில் பிரசுரிக்கப்பட்டன.

ஊடகங்களில் விவாதிக்கப்பட்ட வழக்குளில் மட்டுமே நீதிபதிகள் ஆர்வம் காட்டினார்கள் என்றும், இதன் அடிப்படையில் அவர்கள் முற்போக்கான பொதுகாவலர்களாகக் கருதப்பட்டனர் என்றும் சமிதி உறுப்பினர்கள் புரிந்து கொண்டனர்.

சமிதி வனவிலங்குகளின் எதிரியல்ல. ஆனால், மனிதர்களைவிட விலங்குகளுக்கு முக்கியத்துவம் கொடுப்பதை அது ஆட்சேபித்தது. நீதிபதிகளுக்கு ஒரு பாடம் கற்பிப்பதற்காக, இந்தக் கதையின் மறுப்பக்கத்தை அது எடுத்துக் காட்ட ஆரம்பித்தது.

வேலையில்லா நிலைக்குத் தள்ளப்பட்ட குரங்குகாப்பாளர்கள், பாம்பாட்டிகள் மற்றும் கிளிபிடிப்பவர்களுடன் சந்திப்புகளுக்கு அது ஏற்பாடு செய்தது. இந்த விலங்குகள், இவர்களின் வாழ்வாதாரமாக மட்டுமல்லாமல் இவர்களின் குடும்பத்தில் ஒருவராக நேசிக்கப்பட்டார்கள். சிறுவயது தோழர்கள் பறிபோனதால் சோகத்திலிருந்த அவர்களின் குழந்தைகள் ஒரு பக்கம் இருக்க, மறுபக்கம் அதே காரணத்தினால் மிருகக் காட்சி சாலையில் அந்த விலங்குகள் உண்ணாவிரதம் இருந்தன. சமிதி, அவர்களின் சோகமான முகங்களைப் படம் பிடித்துக் கொண்டது. கசாப்புக் கூடங்களில் தினசரி கொல்லப்படும் கோழிகள் மற்றும் ஆடுகளின் எண்ணிக்கைகளின் புள்ளி விவரங்களையும் சேகரித்துக் கொண்டது. அதன் பிறகு நீதி மன்றத்திடம் பல கேள்விகளை அது எழுப்பியது. "கோழிகள், ஆடுகள், கிளிகள் மற்றும் கரடிகளினடையில் என்ன வித்தியாசம் இருந்தது? மனிதாபிமானமில்லாமல் கொல்லப்படும் கோழிகள் மற்றும் ஆடுகளுக்குத் தடை ஏன் இல்லை? வாழ்வாதாரம் பறிபோனவர்களுக்கு மாற்று வேலை அளிக்க யார் ஏற்பாடு செய்வார்கள்?"

சமிதியின் இந்தத் தர்க்கங்கள் நீதிபதிகளைக் கலவரமடையச் செய்தன. செய்தித்தாள்களின் தலைப்பில் இடம்பெறும் ஆர்வத்தை தியாகம் செய்து விட்டு, அவர்கள் மீண்டும் சாதாரண வழக்குகளில் கவனம் செலுத்த ஆரம்பித்தார்கள்.

பாலா மற்றும் மீதாவின் முறையீட்டைக் கேட்பதற்கு ஒருநாள் ஒதுக்கி வைக்கப்பட்டது. சமிதியின் பல உறுப்பினர்கள் கடந்த மூன்று

தேதிகளில் விசாரணையைக் காண்பதற்காக வந்திருந்தார்கள். ஆனால், விசாரணை அடிக்கடி தாமதமானதால், அவர்களுடைய உற்சாகம் குறைந்து விட்டிருந்தது. இந்தத் தடவை வீட்டிலிருந்தபடி தீர்ப்புக்காகக் காத்திருக்கும்படி கூறப்பட்டார்கள். பாபாவுக்கு வக்கீல்களுடன் தனியாக நீதிமன்றத்திற்கு வரவேண்டியிருந்தது.

குர்மித், ஹரிஷ், பியாரே லால் போன்று ஹக்கமும் கறுப்பு கோட் அணிந்திருந்தார். நடவடிக்கை தொடங்குவதற்குள் சமிதியின் வழக்கறிஞர்களால் அவர்களின் பொறுமையின்மையை அடக்க முடியவில்லை. மேல்முறையீடை விசாரிப்பதற்கு இரண்டு நீதிபதிகள் அடங்கிய குழு இருந்தது.

விசாரணை தொடங்குவதற்கு முன்பு, முதல் நீதிபதி *மிஸ்ஸலை* ஆராய்ந்தார். படித்தவுடன் அவருடைய இதயம் வேகமாகப் படபடக்கத் தொடங்கியது. சமிதியினர் கோரிக்கை செய்தது சரியாகத்தான் இருந்தது. ஏனென்றால், குற்றம் சாட்டப்பட்டவர்கள் அபராதிகள் என்று நிரூபிக்கக் கூடிய எதையும் நீதிபதிகளால் *மிஸ்ஸலில்* கண்டு பிடிக்க முடியவில்லை.

சிறை அதிகாரிகளின் நற்சாட்சியும் *மிஸ்ஸலுடன்* இணைக்கப் பட்டிருந்தது. அவர்கள் சிறையிலிருந்த காலத்தில் அவர்களின் நடத்தை மேன்மையாக இருந்தது. நன்னடத்தைக்காகப் பல தடவை அவர்களுக்கு மன்னிப்பு வழங்கப்பட்டிருந்தது.

அவர்களுக்கு வழங்கப்பட்டிருந்த தண்டனையின் அளவு மற்றும் அவர்கள் ஏற்கெனவே அனுபவித்த தண்டனைப் பற்றிய விவரங்கள் எல்லாம் அதனுடன் இணைக்கப்பட்டிருந்தது. அவர்களுக்கு ஆயுள் தண்டனை, அதாவது பதிநான்கு ஆண்டுகள் சிறைத் தண்டனை விதிக்கப்பட்டிருந்தது. அவர்களுக்கு அளிக்கப்பட்ட மன்னிப்புகள் அந்தப் பதிநான்கு ஆண்டுகளிலிருந்து கழிக்கப்பட வேண்டும். கணக்கீட்டிற்குப் பிறகு அவர்கள் விடுதலை ஆவதற்கு நான்கு மாதங்களே மீதமிருந்தது என்று தெரிய வந்தது.

சமிதியின் போராட்டம் ஏற்கத்தக்கதென்று நீதிபதிகள் உடனடியாகப் புரிந்து கொண்டனர். அந்த இரட்டையர்களை விடுவித்து அவர்களின் நெற்றியில் குத்தப்பட்ட பொய் குற்றச்சாட்டை அழிக்க அது விரும்பியது. இரண்டு அப்பாவிகள் கொலைக்குற்றத்திற்காகத் தண்டிக்கப்பட்டு, அதற்கான தண்டனையும் அனுபவித்த பிறகு, அபராதிகள் அல்ல என்று அறிவிக்கப்பட்டால் சட்டத்தின் முகத்தில் பூசப்பட்டுவிடும் கறுநிறத்தைப் பற்றி நீதிபதிகள் இப்பொழுது சிந்திக்கத் தொடங்கினார்கள்.

ஒரு கடுமையான மற்றும் விரிவான தீர்ப்பு எழுதிவிடலாம் என்று நீதிபதிகள் ஒரு கணம் நினைத்தார்கள். இவ்வளவு ஆண்டுகளாக மேல்முறையீடு நிறுத்தி வைக்கப்பட்டதற்குச் சட்டம் மற்றும் அரசு இருவரும் சமமான பொறுப்பாளிகள் ஆவார்கள். அரசின் அலட்சியப் போக்கு முழுமையாகக் கண்டிக்கப்பட்டுப் பின்வருமாறு உத்தரவு வெளியிடப்பட வேண்டும். நீதிமன்றங்களின் எண்ணிக்கை அதிகரிக்கப்பட வேண்டும் மற்றும் கீழ் நீதிமன்றங்கள் ஆறு மாதங்களுக்குள் வழக்குகளை முடிக்க வேண்டும். தற்பொழுது நடைமுறையிலிருக்கும் சட்டம் நியாயத்திற்குச் சாதகமாக இல்லாமல் விதிமுறைகளுக்கு ஆதரவளிப்பதுபோல் தெரிகிறது. அதனால் திருத்தங்களுக்கான பரிந்துரைகளும் செய்யப்பட வேண்டும். பாலாவுக்கும் மீதாவுக்கும் ஏற்பட்ட இழப்புக்கு முழு இழப்பீடு வழங்கப்பட வேண்டும்.

பின்னர் நீதிபதிகளுக்கு ஒரு விஷயம் ஞாபகம் வந்தது, அதைச் சட்டத்தின் 'பலவீனம்' என்று கூடச் சொல்லலாம். உயர் நீதிமன்றத்தின் ஒவ்வொரு தீர்மானமும் கீழ் நீதிமன்றங்களுக்கு ஒரு வழிகாட்டியாக இருந்தது. கீழ்நீதிமன்றங்கள், இந்தக் குறிப்பிட்ட தீர்மானத்தைத் தவறாகப் பயன்படுத்திக்கொண்டு குற்றவாளிகளைக் கிடுகிடுவென்று விடுவித்து, ஒவ்வொரு வழக்கிற்கும் அரசாங்கத்தின் மேல் அபராதம் விதிக்கத் தொடங்கலாம்.

"தீர்ப்பு அறிவிப்பதற்கு முன்பு நம்முடைய எல்லைக்குள் நாம் இருக்க வேண்டும்" என்று காரணம் கூறி, இயல்பான சந்தர்ப்பங்களில் அளிப்பதைப் போலத் தீர்ப்பு அளித்தார்கள்.

முதலில் அவர்கள், நீதிமன்றங்களின் அதிக பணிச்சுமைக் காரணத்தினால் விசாரணை பல ஆண்டுகள் தாமதமானதால் குற்றம் சாட்டப்பட்டவர்களுக்கு உண்டான இழப்புக்கு வருத்தம் தெரிவித்தனர். பின்னர், அவர்கள் மீது தவறொன்றும் இல்லை என்பதை நிரூபிப்பதற்கு, வாதங்கள் எதையும் கேட்காமல் அவர்களின் விடுதலையை அறிவித்தனர்.

தீர்ப்பு தங்களுக்குச் சாதகமாக இருந்தால் நீதிபதிக்குத் தலை குனிந்து நன்றி தெரிவிப்பது வழக்கறிஞர்களின் பல நூற்றாண்டு கால பாரம்பரியமாக இருந்தது. இந்த வழக்கத்தைப் பின்பற்றாமல் சமிதியின் வழக்கறிஞர் நீதிமன்றத்தை விட்டு வெளியேறினார்.

அத்தியாயம் 63

பாலாவும் மீதாவும் விடுவிக்கப்பட்டு, மாலைக்குள் நகரத்திற்கு வந்து சேர்வார்கள் என்ற செய்தி, சமிதியின் ஆதரவாளர்களிடையில் காட்டுத்தீயைப் போலப் பரவியது. தங்களுடைய வெற்றியைக் கொண்டாடுவதற்காக மக்கள் உற்சாகத்துடன் பெரும் அளவில் பாபா குருதித்தா சிங்கின் வீட்டை நோக்கிச் செல்ல ஆரம்பித்தனர். அவர்கள் அனைவரையும் அந்தச் சிறிய வீட்டிற்குள் வரவேற்பது இயலாத காரியமானதால், சமிதியின் மற்ற செயலாளர்களுடன் பாபா, தசேரா மைதானத்திற்குச் சென்றார். பாபா முன்பு போலச் சுறுசுறுப்பாகவும், செயல் ஆற்றல் மிக்கவராகவும் இப்பொழுது இல்லை. வயதாகி விட்டதால், மைதானத்தில் தனது சாய்வு நாற்காலியை வைக்குமாறு கூறியிருந்தார். அங்கு அமர்ந்துகொண்டு அவர் மக்களின் வாழ்த்துக்களை ஏற்றுக் கொண்டு, மதியம் தொடங்கவிருந்த பேரணிக்கு ஏற்பாடுகள் செய்து கொண்டிருந்த உறுப்பினர்களுக்கு இடைவிடாமல் கட்டளைகள் பிறப்பித்துக் கொண்டிருந்தார்.

பாலாவையும் மீதாவையும் வீட்டிற்கு அழைத்து வர குர்மித் மாயா நகர் சென்றிருந்தார். அவர்கள் நகரத்திற்கு வந்தடையும் பொழுது பேரணி உச்சநிலையில் இருக்கும். பேரணிக்குப் பிறகு அவர்களை நகரத்தின் வழியாக ஊர்வலமாக அழைத்துச் செல்லத் திட்டம் இருந்தது. மக்களின் ஒத்துழைப்பிற்கு நன்றி சொல்வதற்கும், சமிதியின் வரவிருக்கும் திட்டங்களைப் பற்றி அவர்களுக்குத் தெரிவிக்கவும், தெருமுனைகளில் மேடைப் பேச்சுக்கள் ஏற்பாடாயிருந்தன.

பாலாவும் மீதாவும் மோகன்ஜியின் பழைய வாடிக்கையாளர்கள். பண்டியின் கொலை வழக்கில் கைதாவதற்கு முன்பு அவர், இவர்களுடைய வழக்குகளில், இவர்களுக்காக வாதாடினார். இவர்களுக்காக வழக்காடு வதற்கு வழக்கறிஞர்களின் ஒரு குழுவைச் சமிதி உருவாக்கிய பொழுது, மோகன்ஜியும் அந்த அணியின் ஒரு உறுப்பினராக இருந்தார். சமிதி மற்றும் அதன் மற்ற உருப்பினர்களைப் போல அவரும், இவர்களை விடுவிப்பதில் தன் வாழ்க்கை முழுவதையும் பணயம் வைத்திருந்தார்.

குர்மித் அல்லது பியாரே லால் போல அவர் சமிதியின் நடவடிக்கைகளில் மும்முரமாக ஈடுபடவில்லை என்றாலும், அவர்களின் வேண்டுகோள்களுக்கு இணங்கி அவர் சில சமயங்களில் மக்களுக்கு இலவச சட்ட உதவி வழங்கினார். எனவே, அவர் தன்னைச் சபையின் உடனுழைப்பாளராகக் கருதினார். தன்னுடைய பழைய வாடிக்கையாளர்கள் விடுவிக்கப்பட்டதில் மிகுந்த மகிழ்ச்சியடைந்த

அவரும், சட்டப் பிரிவின் சக உறுப்பினர்களுடன் சந்தோஷத்தைப் பகிர்ந்து கொண்டு அவர்களைப் பாராட்ட தசேரா மைதானத்திற்குச் சென்றார்.

சமிதியின் எல்லாத் தலைவர்களும் மிகவும் சந்தோஷப்பட்டனர். பேரணியை வெற்றிகரமாக நடத்த தங்களால் முடிந்த அனைத்தையும் செய்தனர். மோகன்ஜி ஒரு குழப்பத்தில் இருந்தார். அவர்கள் செய்யாத ஒரு குற்றத்திற்காகப் பத்து வருடங்கள் சிறைவாசம் அனுபவித்த பிறகு, விடுவிக்கப்பட்டதில் இவ்வளவு சந்தோஷப்பட அப்படி என்ன இருக்கிற தென்று அவருக்குப் புரியவில்லை. உயர்நீதிமன்றம் அவர்களுக்குச் சாதகமாகத் தீர்ப்பு அளிக்காவிட்டால்கூட, அவர்கள் எப்படியும் சில மாதங்களுக்குப் பிறகு விடுதலை பெற்றிருப்பார்கள். நீண்ட சிறைவாசத்தினால் உண்டான பாதிப்பை எப்படியும் அனுபவித்தாயிற்று. மற்றும் இந்த இழப்பீடை ஈடு செய்ய உயர்நீதிமன்றம் இழப்பீடு எதுவும் வழங்கவில்லை.

பாலாவின் வீடு இடிந்து விட்டிருந்தது. பன்டோவை இரண்டு வருடங்கள் வரை மட்டுமே அவளுடைய வீட்டிற்குத் திரும்பாமல் சமிதியினால் தடுக்க முடிந்தது. மேல்முறையீடு ஒத்தி வைக்கப்பட்டதும் மற்றும் பாலாவின் வெளியீடு விரைவில் சாத்தியமில்லையென்று அனைவருக்கும் தெளிவானதும், பன்டோவினால் அந்த இருண்ட இரவுகளைத் தனியாகக் கழிப்பது கடினமாயிற்று. அவள் தன்னுடைய பெற்றோரின் வீட்டில் அதிக நேரம் செலவிடத் தொடங்கினாள். அவளுடைய வேண்டுகோளுக்கு இணங்கி, அவளைத் திருமண பந்தத்திலிருந்து விடுவிக்க வேண்டுமென்று, அவளுடைய குடும்பத்தினர் பாலாவின் குடும்பத்தினரை வற்புறுத்த ஆரம்பித்தனர். இளம் பெண்ணான அவள், இப்பொழுது கூட வேறு ஒருவருடன் புதிய வீட்டை அமைத்துக்கொள்ள முடியும்; பாலாவுக்காகக் காத்திருந்து, தனியாக அவளால் வாழ்க்கையைக் கழிக்க முடியாது. அதனால் கூடிய சீக்கிரம் இந்தப் பிரச்சனையை அவர்கள் தீர்க்க வேண்டும் என்று அவர்கள் கூறினார்கள். பன்டியின் பெற்றோர்கள், "பெண்ணின் நடத்தைச் சந்தேகத்திற்குரியதாக உள்ளது. மற்றும் இரு குடும்பத்தினருக்கும் அவப்பெயரை அவள் ஏற்படுத்தலாம்" என்று வெளிப்படையாகக் கூறும்வரை பாலாவின் குடும்பத்தினர் இந்த விஷயத்தைத் தள்ளிப் போட்டுக்கொண்டே இருந்தார்கள். இந்தப் புதிய அச்சுறுத்தலுக்குப் பிறகு சரணடைவதைத் தவிர பாலாவின் குடும்பத்தினருக்கு வேறு வழி இருக்கவில்லை. பன்டோ தன்னுடைய பெண்ணை பாலாவின் தாயாரின்

மடியில் போட்டுவிட்டு, மற்றொரு துணைவருடன் ஒரு புதிய வாழ்க்கை ஆரம்பிக்கச் சென்று விட்டாள். இது பாலாவின் குடும்பத்தின் முடிவின் ஆரம்பம். பாலாவின் தாயார் நாள்முழுவதும் அழுதுக் கொண்டே இருந்தாள். அவளுடைய கண்பார்வை கொஞ்சம் கொஞ்சமாக மங்கிக் கொண்டே போயிற்று. பாலாவின் பெற்றோர்கள் தனியாக விடப்பட்டதனால் தங்களுடைய தினசரி உணவுக்காக, பாலாவின் தந்தைக்கு இரவும் பகலும் வேலை செய்ய வேண்டியிருந்தது. நாளில் இருபத்து நான்கு மணி நேரம் தூசியில் வேலை செய்ததால், விரைவில் அவருக்கு ஆஸ்துமா உண்டாயிற்று. பாலாவின் மகளுக்கும் காய்ச்சல் வந்து, சரியான பராமரிப்பு இல்லாததால் பக்கவாதம் ஏற்பட்டது. இப்பொழுது அவள் தன்னுடைய வாழ்நாள் முழுவதும் கைகளைப் பயன்படுத்தி மட்டுமே நடமாட வேண்டியிருக்கும்.

சமிதி ஊக்குவித்ததனால் பாலா சிறையில் தையல் கற்றுக் கொண்டான். நான்கு வருடங்கள் கடுமையான உழைப்பிற்குப் பிறகு அவன் ஒரு திறமையான தையல்காரனாக மாறியிருந்தான். இடைவிடாத மன அழுத்தம், கடுமையான உடலுழைப்பு மற்றும் ஊட்டச்சத்து இல்லாத உணவு எல்லாம் சேர்ந்து அவனுடைய கண்பார்வையை பலவீனப் படுத்தி விட்டது. இப்போது, கண்ணாடி அணிந்த பிறகும் கூட அவனால் ஊசியில் நூல் கோர்க்க முடியவில்லை. அவனுடைய கைகள் நடுங்க ஆரம்பித்து விட்டடதனால் அவனால் இப்பொழுது நன்றாகத் தைக்கவோ, பூவேலை செய்யவோ முடியவில்லை.

மீதா எப்பொழுதும் சலன புத்தியுள்ளவனாக இருந்தான். அவன் கடினமாக உழைப்பதைவிட முறைக்கேடான வகைகளில் பணம் சம்பாதிக்க விரும்பினான். அவனுக்கு ஆயுள் தண்டனை விதிக்கப்பட்டதென்று அறிந்த பிறகு, அவன் விரக்தியடைந்திருந்தான். சிங்குகளுடன் அவர்களுடைய முகாமில் சேர்ந்து தங்கியிருந்ததால், அவர்களால் ஈர்க்கப்பட்டு, அவர்களைப்போலத் தலை முடியும், தாடியும் வளர்க்க ஆரம்பித்திருந்தான். அவன் மனதை ஆக்கிரமித்திருந்த அவர்களுடைய ஆதிக்கத்தை அகற்றுவதற்குச் சமிதிக்குத் தீவிரமாக வேலை செய்ய வேண்டியிருந்தது. தனது சொந்த கால்களில் நிற்பதற்காக அவன் தச்சு வேலை கற்றுக் கொண்டான். கதவுகள் அல்லது அதைப் போன்ற பொருள்களை உருவாக்குவதன் மூலம் அவனால் அதிக பணம் சம்பாதிக்க முடியவில்லை. அதனால், பின்னர் அவன் மரச் சாமான்கள் செய்யக் கற்றுக் கொண்டான். இப்பொழுது பல ஆண்டுகளாக அவனுடைய சாமான்களுக்கு நல்ல விலை கிடைத்தது.

கடந்த இரண்டு ஆண்டுகளாக அவன் காசநோயால் பாதிக்கப்-பட்டிருந்தான். மரத்தூளினால் அவனுக்கு ஒவ்வாமை ஏற்பட்டது. அதனால் சிறிது சிரமமான வேலை செய்தால் கூடக் காய்ச்சலைக் கொண்டு வந்தது. அவனுடைய கைகால்கள் வலித்தன. காய்ச்சல் வந்த பிறகு, பல மாதங்கள் வரை இறங்காது. அவன் செய்து கொண்டிருந்த வேலையை முடிக்க முடியாமல் அப்பொழுது நிறுத்த வேண்டியிருந்தது. சிறையிலிருந்து வெளியில் வந்த பிறகு அவனுக்கு வேறு ஏதாவது செய்யவேண்டியிருக்கும்.

இருவரின் தோற்றத்திலும் மாபெரும் மாற்றம் ஏற்பட்டிருந்தது. அவர்கள் இப்பொழுது முப்பது, முப்பத்தைந்து வயதான துடிப்புமிக்க இளைஞர்கள் அல்ல. அறுபது, அறுபத்தைந்து வயதானவர்களைப்போல் தோற்றமளித்தனர். அவர்களுடைய பாதி பற்கள் விழுந்து விட்டிருந்தன; அவர்களுடைய தாடியும், மீசையும் வெண்மையாக இருந்தன. அவர்களுடைய கண்கள் இடுங்கி, தாடை எழும்பி நின்றது.

இந்த இருவரின் முகங்களைக் கண நேரம் பார்த்த பின்னர், மக்களின் மகிழ்ச்சி அனைத்தும் துக்கமாக மாறி விடுமென்று மோகன்ஜி நினைத்துக் கொண்டார். மீதாவின் கடந்த காலமும், எதிர்காலமும் அவருடைய மனக்கண்ணில் மெதுவாகச் சுழன்றுகொண்டிருக்கும் பொழுது அவருடைய கண்முன்னால் மும்முரமாக வேலையில் ஈடுபட்டிருந்த ஹக்கமும் நிகழ்காலமும் இருந்தது.

ஹக்கம் சட்டப்பட்டம் பெற்ற இளைஞர். ஆனால், அவருடைய நடையில் வாலிபப் பருவத்தில் இருக்க வேண்டிய அந்தத் துடிப்பு இருக்கவில்லை. அவருடைய முகத்தில் சோகம் படர்ந்திருந்தது. இதற்கான காரணம் மோகன்ஜியிடமிருந்து மறைக்கப் படவில்லை. ஹக்கமின் பரோல் முடியும் தருவாயில் இருந்தது. அவர் நரகத்திலிருந்து செய்தி பெறவிருந்தார். அதற்குப் பின்னர் ஏற்படப் போகும் அடிமை நிலைப் பற்றிய எண்ணங்களும், பயமும் அவரை நிச்சயமாகக் கலங்கச் செய்திருக்கும். அவருடைய மனச்சோர்வுக்கு மற்றொரு காரணமும் ஒருவேளை இருக்கலாம்.

அவருடைய மேல்முறையீடு உச்சநீதிமன்றத்தில் நிராகரிக்கப்பட்டு விட்டிருந்தது. அவருக்குத் தண்டனை அனுபவிப்பதைத் தவிர வேறு வழியில்லை. அவரைக் கலகக்காரன், சண்டைக்காரன் என்று பெயரிட்டு, அவருக்கு முன்பு அளிக்கப்பட்டிருந்த மன்னிப்புக்களை ரத்துச் செய்து விட்டனர். அதே சமயத்தில் அந்தக் குற்றங்களுக்கு அவருக்கு மேலும்

தண்டனை அளித்தனர். நிரபராதியாக இருந்த போதிலும் அவருக்கு இன்னும் குறைந்தபட்சம் நான்கு ஆண்டுகள் சிறையில் இருக்க வேண்டிய கட்டாயம் ஏற்படலாம்.

மோகன்ஜியினால் தன்னுடைய எண்ணங்களைத் தனக்குள் வைத்துக் கொண்டிருக்க முடியவில்லை. பாபாஜியின் வலதுபுறத்தில் காலியான ஒரு நாற்காலியைக் கண்டதும் அதில் போய் அமர்ந்து கொண்டு அவர் கேட்டார், "பாபாஜி, நாம் உண்மையில் வெற்றி பெற்று விட்டோமா? பாலாவும் மீதாவும் உண்மையிலேயே கௌரவமான முறையில் விடுவிக்கப்பட்டுள்ளார்களா? எண்ணற்ற பாலாக்களும் மீதாக்களும் சிறையில் அடைக்கப்பட்டுள்ளனர். நமக்கு வெகு தூரம் செல்ல வேண்டியதில்லை. ஹக்கமைப் பார்த்தாலே போதும். இத்தகைய சூழ்நிலையில் கொண்டாடுவது சரியா?" இத்தகைய கேள்விகள் மற்றவர்கள் மனதிலும் எழுந்திருக்கலாம் என்று பாபா அறிந்திருந்தார். இது போன்ற சந்தேகங்களை நீக்குவதற்காகவே இந்தப் பேரணி ஏற்பாடுச் செய்யப்பட்டிருந்தது.

"இந்தப் போராட்டத்தை ஆரம்பித்ததன் மூலம் நாம் பல காரியங்களைச் சாதித்துள்ளோம். குழந்தையைக் கொன்றவர்கள் என்ற அவப்பெயர் சாட்டப்பட்ட பாலா மற்றும் மீதாவின் மேலிருந்து அந்தக் கறையை அழித்து விட்டோம். அதனால் அவர்கள் சிறையிலிருந்து வெளியில் வந்த பிறகு அவமானம் நிறைந்த வாழ்க்கையை நடத்த வேண்டியதில்லை. இந்தச் சாதனை சிறியதா? இந்தப் போராட்டத்தில் நாம் இறங்கியிருக்காவிட்டால் நிஜமான பன்டியைக் கொன்றவர்கள் அம்பலப்படுத்தப்பட்டிருக்க மாட்டார்கள். ஹரன்பீர் கைது செய்யப்பட்ட பிறகே நாங்கள் இளைப்பாறுவோம். இந்தப் போராட்டத்தை நடத்தியிருக்கா விட்டால், ஹக்கம் போன்ற ஒரு மதிப்புக்குரிய இளைஞன் வெகு நாட்களுக்கு முன்பே சிறையில் தனிமையில் இறந்திருப்பான். இதுவும் ஒரு வெற்றி தான்.

மகனே, கேள்! ஒரு போராட்டம் ஒரு தனிப்பட்டவரின் லாபத்திற்காகத் தொடங்கப்படுவதில்லை. மாறாக, பகிரப்பட்ட இலக்குகளை நிறைவேற்றுவதற்காக நடத்தப்படுகிறது. இந்தப் போர் ஒரு மனிதனின் மனதில் உற்பத்தியான தீப்பொறியாகும். இப்பொழுது தீப்பிழம்புகள் எவ்வளவு உயரம் வரை தாவியிருக்கிறது என்று பார்! ஏராளமான ஜாதேபந்திகளும் லட்சக்கணக்கான மக்களும் இந்தக் குழுவில் சேர்ந்துள்ளனர். காவல்துறையினரின் அத்து மீறலிலுருந்து நூற்றுக் கணக்கான மக்களைக் காப்பாற்றியிருக்கிறோம். அவர்களில் நிறையப்

பேரைச் சிறைக்குச் செல்வதைத் தடுத்திருக்கிறோம். மக்கள் எங்கள் மீது நம்பிக்கை வைக்க ஆரம்பித்துள்ளார்கள். நாளுக்கு நாள் நாம் அதிக பலமடைந்து வருகிறோம். நம்முடைய இலக்குக்கு நாம் மிக அருகில் இருக்கிறோம். எனவே, சொல் இது ஒரு மகிழ்ச்சி நிறைந்த நாளில்லையா? நாம் கொண்டாடுவது தவறா?"

மோகன்ஜியின் சந்தேகங்கள் மறைய ஆரம்பித்தன. அவருடைய மனம் சிறிது சிறிதாக மகிழ்ச்சியால் நிரம்பியது.

பாபாவும் மோகன்ஜியும் உரையாடுவதைப் பார்த்த ஹக்கமும் அவர்கள் பக்கத்தில் வந்து அமர்ந்தார்.

"பாபாஜி, நான் இப்பொழுது பூரண குணமடைந்து விட்டேன். பாலா மற்றும் மீதாவின் மேல்முறையீடும் முடிவு செய்யப்பட்டாயிற்று. இப்பொழுது மீண்டும் சிறைக்குச் சென்று, முடிக்காமல் விட்டிருந்த வேலையை நான் முடிக்க விரும்புகிறேன்."

"நீ எப்படியும் சிறைக்குத் திரும்ப வேண்டும். அதற்கு ஏன் இந்த அவசரம் மகனே?"

"வெளியில் உள்ளவர்களுக்கு நிவாரணமளிக்க நீங்கள் எல்லோரும் இருக்கிறீர்கள். ஆனால், உள்ளே இருப்பவர்களின் சோகப் பெரு மூச்சுகளைக் கேட்க யாரும் இல்லை. இவ்வளவு நாட்களாக நான் உங்களிடமிருந்து நிறையக் கற்றுக்கொண்டிருக்கிறேன். இப்பொழுது நான் ஒருமுறையான பாங்கில், புதிய கண்ணோட்டத்தில் வேலையை ஆரம்பிக்க விரும்புகிறேன்."

"அப்படிச் சொல்லாதே, மகனே. வெளியில் கூட நீ மிகவும் தேவைப்படுகிறாய். இருப்பினும் உன்னுடைய முடிவு முற்றிலும் சரியானது. பொல்லாத நாட்கள் முடிவடைவதற்கு நாம் இன்று முதல் இறங்குமுக எண்ணிக்கையைத் தொடங்கிவிட வேண்டும். எவ்வளவு சீக்கிரம் நீ சிறைக்குச் செல்கிறாயோ அவ்வளவு சீக்கிரம் நீ எங்களிடம் திரும்பி வருவாய். உன் வருகைக்காக நாங்கள் காத்திருப்போம்."

பாபா எழுந்து நின்று ஹக்கமை முதுகில் தட்டிக் கொடுத்து ஆர்வத்துடன் அவரைத் தழுவிக் கொண்டார்.

ஹக்கமின் உற்சாகத்தைப் பார்த்து, அவரைப் பற்றித் தன் மனதில் ஓடிய எண்ணங்களுக்கு மோகன்ஜி வருந்தினார். தன்னுடைய தவறான தீர்ப்பை மனதளவில் சரிசெய்து கொண்டு ஹக்கமின் முன் தலை குனிந்து வணங்கினார்.

சிறைக்கு உடனே திரும்புவதற்கான ஹக்கமின் முடிவை ஏற்றுக் கொள்வதற்காக முன்பு நிச்சயம் செய்யப்பட்ட நிகழ்ச்சி நிரல் மாற்றப்பட்டது. ஊர்வலம் உச்சக் கட்டத்தில் இருக்கும் பொழுது ஹக்கம் சிறைக்குச் செல்லும் அறிவிப்பு வெளியாகும். இதன் பிறகு ஹக்கம் ஒரு சொற்பொழிவு ஆற்றுவார். இதற்குப் பிறகு பாபாவின் தலைமையில், சமிதியின் தேர்ந்தெடுக்கப்பட்ட நூறு தொழிலாளர்களின் ஒரு குழு ஊர்வலத்தின் வடிவில், முழு மரியாதையுடன் ஹக்கமைச் சிறைக்கு அழைத்துச் செல்வார்கள். அதே குழு பாலாவையும் மீதாவையும் சிறைச் சாலையின் பிரதான வாயிலில் வரவேற்று, பெறும் ஆரவாரத்துடனும், ஆடம்பரத்துடனும் அவர்களை நகரத்திற்குள் அழைத்துச் செல்வார்கள்.

இதற்குப் பின்னர், துரோணாச்சாரியார் உருவாக்கிய கொடிய சக்ரவியூஹத்தை அழிப்பதற்காக அபிமன்யூவைப் போர்களத்தில் அனுப்புவதற்கான ஏற்பாடுகள் தொடங்கின.

சொல்லகராதி

அப்ரூவர்	சர்க்கார் தரப்பில் சாட்சி சொல்லும் குற்றவாளி
அம்ரித்	சீக்கியர்களால் தெய்வீகமாகக் கருதப்படும் திரவம்
அபின்	போதை (மருந்து) பொருள்
உலாமாக்கள்	மத ஆசிரியர்கள்
உஸ்தாத்	நிபுணர், குரு
எமெர்ஜென்சி	நெருக்கடி நிலை
என்கவுன்டர்	தற்காப்புக்காகக் காவல்துறையினர் குற்றவாளியை எதிர்த்தல்
எஸ்.எச்.ஓ.	காவல் நிலையப் பொறுப்பதிகாரி
எக்ஸ்ரே	ஊடுகதிர்
ஓபியம்	போதை (மருந்து) பொருள்
கத்தி	அதிகார இருக்கை
கரீப்	ஏழை
கபட்டி	சடுகுடு விளையாட்டு
கஞ்சாரா	முறை தவறிப் பிறந்தவன்
கம்பவுண்டர்	மருத்துவ உதவியாளர்
கச்சா	நீளமான காலுறை
கடா	அனேகமாக இரும்பினால் செய்யப்பட்ட வளையல், பொதுவாகப் பஞ்சாபில் ஆண்கள் அணிவது
கரிந்தா	ஊழியர்
கர்மா	வினை
கண்டக்டர்	நடத்துனர்
காரா	மண்
காதி	கைநூலாடை
காபில்தார்	குடும்பஸ்தன்
காம்பௌண்ட்	சுற்றுச்சுவர்
காப்ஸ்யூல்	மாத்திரை
கித்தா	பெண்களால் நிகழ்த்தப்பட்ட நாட்டுப்புறப் பாடல்கள் மற்றும் நடனம்

கிஸ்மத்	விதி
கிச்சடி	அரிசியும் பருப்பும் சேர்த்துச் சமைக்கப்பட்ட உணவு
கீர்த்தன்	பாசுரம்
குர்தா, குர்தி	மேலுடை, பெண்கள் அணியும் குட்டையான மேலுடை
குவிண்டல்	கிலோகிராம் எடை
குர்பானி	குருவின் போதனைகள், சீக்கியர்களின் புனித நூல்
குர்மாலா	கருவி
குருத்வாரா	சீக்கியரின் கோவில்
குருபர்வா	குருவின் நினைவு விழா
கேரேஜ்	வாகனம் நிறுத்தும் இடம்
கோட்	மற்ற உடைகளுக்கு மேல் அணிந்து கொள்ளும் ஆடை
கோவா லட்டு	இனிப்புத் தின்பண்டம்
கௌஷாலா	பசுமாடு கட்டும் இடம்
கௌஹாரா	மாட்டுச் சாணிகளாலான வறட்டிகள் அடுக்கி வைக்கப்படும் இடம்
சக்கர்	கட்டுப்பாட்டு அறை
சக்கர் முன்ஷி	கட்டுப்பாட்டு அறையின் குமாஸ்தா
சல்வார்	பெரும்பாலும் பெண்கள் அணியும் கால்சட்டை
சஞ்சீவினி	உயிர் கொடுக்கும் மூலிகை
சல்பா	கந்தகம்
சர்பஞ்ச்	பஞ்சாயத்தின் தலைவர்
சாக்கெட்	மின் இணைப்பு முனை
சால்லான்	அதிகாரப் பூர்வ குறிப்பு
சாஹிப்	மதிப்புக்குரியவர்
சாது	துறவி
சாட்யா	திருமணமாகாதவர்
சிக்கு	ரொட்டி வைப்பதற்கான கொள்கலம்
சிங்	குடும்பப் பெயர், சிறப்புப் பெயர், சில போர் வீரர் ஜாதிகளால் ஏற்றுக் கொள்ளப் பட்ட பெயர்

சிரிஞ்ச்	மருந்து செலுத்தப் பயன்படும் குழாய்
சிபாரிசி	பரிந்துரை
சிரி	நிரந்தர பணியாளர்களுக்குப் பொருள்கள் மற்றும் விளைச்சலில் ஒரு பங்கு
சேட்/ஸேட்	வர்த்தகர்
சேவாதார்	துணை புரியும் பணியாளர்
சௌபால்	கிராம சந்திப்பு இடம்
டஜன்	பன்னிரண்டு
டாபா	சாலையோர உணவகம்
டின்கள்	தகர டிப்பாக்கள்
டிரைவர்	ஓட்டுனர்
டியோதி	நுழைவாயில்
டேப்ரிகார்டர்	பதிவு செய்து கேட்கப் பயன்படும் கருவி
டேரா	சமூக மத அமைப்பு
டோலா	உற்சாகம் அளிக்கும் பாட்டு
ட்ரெசரி	கஜானா
தலித்	ஒடுக்கப்பட்டுள்ள சாதியைச் சேர்ந்தவர்
தரோகா	ஆய்வாளர்
தர்மேஷ்	துறவி
தர்மா	நேர்மை
தர்னா	ஓரிடத்தில் நின்று எதிர்ப்பு தெரிவிப்பது
தாதி	பாட்டி
தால்	பருப்பு
தாக்கட்	வலிமையுள்ளவன்
தானேதார்	காவல்நிலைய அதிகாரி
திவாலி/தீபாவளி	மகிழ்ச்சி திருவிழா
திலக்	நெற்றியில் இட்டுக்கொள்ளும் சுப திலகம்
துரோணாசார்யா	மஹாபாரதத்தில் இரு குலங்களின் குரு
துப்பட்டா	கழுத்து, தோள் மற்றும் தலையில் பெண்கள் சுற்றி அணியும் நீளமான துணி

தெஹஸில்	ஆட்சி பகுதி
தெஹஸில்தார்	வரி அல்லது வருவாய் அதிகாரி
தோலா	சுமார் 11 கிராம்
தோதி	இடுப்பில் செருகப்படும் தைக்கப்படாத ஆடை
நம்பர்தார்கள்	லம்பர்தார் அல்லது நம்பர்தார்கள் என்பது பரம்பரையாக வந்த மாநில சலுகை பெற்ற நிலை மற்றும் குறிப்பாகச் சீக்கிய கால்சாவின் ஆண் உறுப்பினர்கள் பெற்ற பதவி/ சிறப்பு பெயராகும். இவர்களுக்கு வட இந்தியாவில் அரசாங்க அதிகாரங்கள் , முக்கியமாக வருவாய் சேகரிப்பு மற்றும் அதில் ஒரு பங்கும் பெற்றனர்.
நாயப் தெஹசில்தார்	மாவட்ட வரி/ வருவாய் அதிகாரியின் உதவியாளர்
நித்நேம்	தினசரி பிரார்த்தனை
நிஹாங்	நீல நிற ஆடைகள் அணிந்து பாரம்பரிய ஆயுதங்கள் ஏந்திய போர் வீரர்கள்
நீம்	வேப்பிலை
பகோரா	வறுத்த சிற்றுண்டி
பர்பி	இனிப்புத் தின்பண்டம்
பல்லேதார்	சுமை தூக்குபவன்
பஹல்வான்	மல்வித்த வீரர், சக்திவாய்ந்த மனிதர் என்றும் பொருள்படும்
பட்வாரி	நில உரிமையைப் பதிவு செய்பவர்
பண்டிதாயின்	பிராமணப் பெண்
புஜ்	முடியை நேர்த்தி செய்வதற்கான கருவி
பக்ஷிகானா	நீதிமன்றக் காவல்
பட்ஜெட்	வரவு, செலவு திட்டம்
பஹூன்ச்	ரசீது
பஞ்ச்	வார்ட் உறுப்பினர்
பக்கா	சிமெண்ட் அல்லது கான்கிரீட்டால் செய்யப்பட்டது
பஞ்சா	வேலைக்கார கும்பல்
பஞ்சாயத்	ஊர்ச் சபை
பராட்டா	ரொட்டியின் ஒரு வகை

பத்மாஷ்	அயோக்கியன்
பஹாதூர்	வீரன்
பன்சி, பஞ்சி	பறவை, இங்கு சிறு குற்றங்களைச் செய்து 'பறந்து' விடுபவர்களைக் குறிக்கிறது
பண்டா	புரோகிதன்
பண்டித்	புரோகிதன்
பரோல்	கைதியின் தாற்காலிக விடுதலை
பஷ்மினா	சிறந்த வகை காஷ்மீர் கம்பளி
பாங்	போதைப் பொருள்
பாப்பட் படி	வெய்யிலில் காய்ந்த பருப்பு உருண்டைகள்
பாத்ஷா	பேரரசர்
பாங்க்ரா	ஆண்கள் ஆடும் நாட்டுப்புற நடனம்
பாக்கெட்	சட்டைப்பை
பிரதான்	தலைவர்
பிரஹலாத்	நெருப்பில் சோதிக்கப்பட்ட பக்தர்
பிளாஸ்டர்	மணல், சிமன்ட், சுண்ணாம்பு ஆகியவைகளின் கலவை
பிளக்ஸ்	செருகல்கள்
பிகா	நிலத்தின் அளவு
பினாமி	ஒருவர் பெயரால் மற்றொருவர் செய்யும் வணிகம்
பீடி	ஒருவகையான இலைகளினால் செய்யப்பட்ட மலிவான சிகரெட்டுகள்
புலாவ்	இறைச்சி அல்லது காய்கறிகளுடன் சமைக்கப்பட்ட மசாலா அரிசி
புர்ஜா புர்ஜா காடி மேரே காபு நா சோடை கேத்	துண்டுகளாக வெட்டடப்பட்டாலும் கூட அவர் போர்க்களத்தைக் கைவிடுவதில்லை
பூரி	பொரித்த வட்டமாக வெட்டிய ரொட்டித் துண்டு
போஃர்ஸ்க்வேர்	ஒருவகையான சிகரெட்டின் வகை
போஸ்த்	போதைப் பொருள்
போன் கால்	தொலை பேசி அழைப்பு
பைஜாமா	காலுறை

ப்லஷ்	கழிப்பறையில் கழுவ பயன்படுத்துவது
ப்ரோபேஷன் அதிகாரி	தகுதி காண் அதிகாரி
ப்ஃஒளஜி	ராணுவ வீரர்
மதர்ஸா	இஸ்லாமிய இறையியல் கற்பிக்கும் நிறுவனம்
மஹாயக்யா	பூஜை சடங்கு
மலாங்	ஏழை மனிதன்
மல்க் பாகோ	புராணத்தின்படி ஏழைகளை ஒடுக்கிச் செல்வம் சம்பாதித்ததனால் குருநானக்கால் நிராகரிக்கப்பட்ட ஜமீந்தாரின் உணவுக்கான அழைப்பு
மண்டிகரன்	வேளான் வணிகம்
மசாஜ்	அயர்ச்சி போக்க உதவும் பொருட்டு உடலை வருடதல்
மாயா	செல்வம்
மால்க்கோவாவின்	
ஹல்வா	இனிப்புத் தின்பண்டம்
மிர்சா	பஞ்சாபி நாட்டுப்புறப் பாடல்
மிஸ்ஸல்	கோப்பு
மிஸ்த்ரி	மோட்டார் மெக்கானிக்
மேலா	சந்தை
முகியா	தலைவர்
முன்ஷி	குமாஸ்தா
முர்க் மஸல்லம்	முழுதாகச் சமைக்கப் பட்ட கோழி
முஷக்கதி	பி வகுப்பு கைதிகளுக்குச் சேவை செய்யும் கைதி
மூங் ஹல்வா	பச்சைப் பயறினால் செய்யப் பட்ட இனிப்பு
ரசகொல்லா	இனிப்புத் தின்பண்டம்
ரவுனக்	மகிழ்ச்சி
ரிட்	பேராணை, விண்ணப்பம்
ரோடி	கோதுமை மாவினால் செய்யப்பட்ட ரொட்டி
லங்கர்	சமூக சமையலறை மற்றும் அதில் சமைக்கப்படும் உணவு
லங்காரி	உதவி புரிபவன்

லட்டு	இனிப்புத் தின்பண்டம்
லாடி	நீண்ட மூங்கில் தடி
லாக்கர்	பாதுகாப்புப் பெட்டி
லாட் சாஹிப்	பெரிய மனிதன்
லோக் அதாலத்	மக்கள் நீதிமன்றம்
வார்டர்	சிறைக்காவலர்
வார்ட்	மருத்துவமனை படுக்கைப் பகுதி
வாரன்ட்	ஆணைப்பத்திரம்
வாரே	வீரப்பாடல்
விசா	நுழைவனுமதி
வேன்/டெம்போ	போக்குவரத்துக்குப் பயன்படும் சாலையூர்த்தி
ஜஹன்னும்	நரகம்
ஜட்னி/பனியாயின்/ கத்ரானி	பல்வேறு உயர்சாதிகளைச் சேர்ந்த மகளிர்
ஜமீன்தார்	நில உரிமையாளர்
ஜபைபான் லகியோ தபாயி ரௌஸ ஜாகியோ	கரும்பிலிருந்து தயாரிக்கப்படும் திடமான இருண்ட சர்க்கரை அல்லது பனை மரங்களின் சாற்றைக் கொடுங்கோலின் அம்பு தாக்கும் பொழுதுதான் கோபம் வெளிப்படுகிறது
ஜாதேதார்	ஒரு குழுவின் தலைவர்
ஜாதேபந்தி	மதக்குழுக்கள்
ஜே பி டி படிப்பு	ஆசிரியராவதற்குப் பயிற்சி
ஸவாலாக் ஸே ஏக் லடாவுன் தபி கோவிந்த் சிங் நாம் கஹாவுன்	125 லட்சம் ராணுவத்திற்கு எதிராக ஒரு சீக்கியர் போராடுவதற்கான தகுதியைச் செய்து கொடுப்பேன், அதனால்தான் கோபிந்த் சிங் என்று அழைக்கப்படுகிறேன்
ஸாத்தார்	துக்கத்தின் போர்வை
ஸ்மேக்	ஒருவகையான போதை மருந்து
ஸ்டென்கன்	பளுக்குறைந்த இயந்திர துப்பாக்கி
ஸ்காட்ச்	வெளிநாட்டு மதுபானம்

ஷிகார்	வேட்டையாடுதல்
ஷோரூம்	விற்பனைக்காட்சிக் கூடம்
ஹல்வாயி	மிட்டாய் வியாபாரி
ஹவல்தார்	காவல்துறை அதிகாரி
ஹவேலி	மாளிகை
ஹல்வா	இனிப்புத் தின்பண்டம்
ஹர்தால்	வேலை நிறுத்தம்
ஹுகும்நாமா	கட்டளை
ஹெரோயின்	தூக்கம் உண்டாக்கும் ஒருவகை மருந்து
ஹோம்கார்ட்	ஊர்க்காவலர்